क्रोमोझोम् - 6

लेखक
रॉबिन कुक

अनुवाद
वैशाली जोशी

मेहता पब्लिशिंग हाऊस

✆ +91 020-24476924 / 24460313 / Mob. No. 9545000513
Email : production@mehtapublishinghouse.com
Website : www.mehtapublishinghouse.com

CHROMOSOME- 6 by **Dr. Robin Cook**

Translated into Marathi Language by Vaishali Joshi

क्रोमोझोम्- 6 / अनुवादित कादंबरी
TBC

अनुवाद : वैशाली जोशी
Email : author@mehtapublishinghouse.com
मराठी अनुवादाचे व प्रकाशनाचे हक्क मेहता पब्लिशिंग हाऊस, पुणे.
प्रकाशक : सुनील अनिल मेहता, मेहता पब्लिशिंग हाऊस, १९४१, सदाशिव पेठ, माडीवाले कॉलनी, पुणे ३०.
मुद्रक : ट्रिनिटी ॲकॅडमी फॉर कॉर्पोरेट ट्रेनिंग लिमिटेड
मुखपृष्ठ : बाबु उडुपी
प्रकाशनकाल : फेब्रुवारी, २००१ / पुनर्मुद्रण : नोव्हेंबर, २०१५
किंमत : ₹ ४९५
P Book ISBN 9788177660845

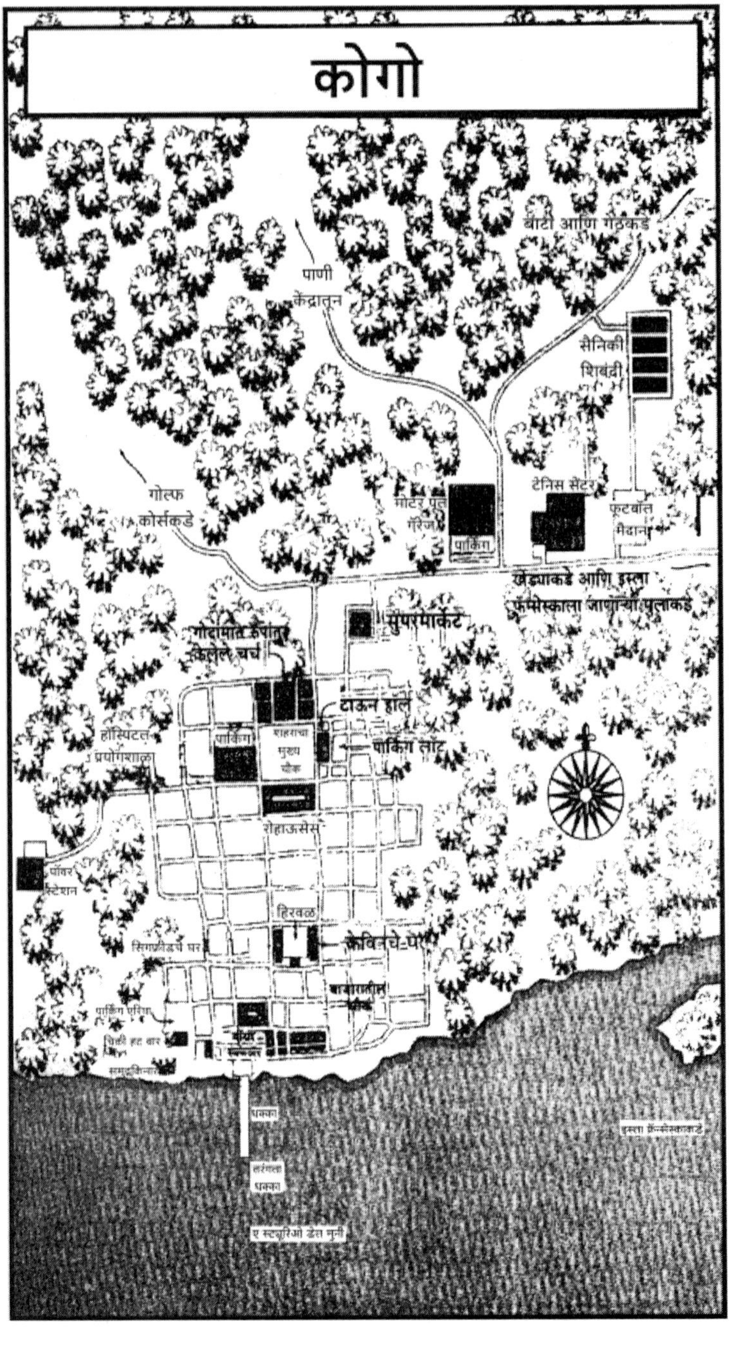
कोगो
पाणी
केंद्रातून
सैनिकी
शिबंदी
गोल्फ
कोर्सकडे
मोटर पूल
गॅरेज
पार्किंग
टेनिस सेंटर
फुटबॉल
मैदान
सुपरमार्केट
गोदामात रूपांतर
केलेले चर्च
टाऊन हॉल
हॉस्पिटल
प्रयोगशाळा
पार्किंग
शहराचा
मुख्य
चौक
पार्किंग लॉट
रोहाऊसेस
पॉवर
स्टेशन
हिरवळ
धक्का
तरंगता
धक्का

अभिप्राय

वाचकांसाठी एक वेगळे दालनष्ठ

दैनिक लोकसत्ता, २७-५-

उत्क्रांतीवादाला धक्का देणारी रहस्यमय कादंबरी...

दैनिक सकाळ ६-५-२००१

वैज्ञानिक थरारकथा

दैनिक तरुण भारत, मुंबई

इक्वेटोरिअल गिनी
दौला
मलाबो
बियोको
बेट
किवी
आफ्रिका
इक्वेटोरिअल
गिनी
कॅमेरुन
कॅम्पो
बाटा
मोंगोमो
एम्बिनी
अकालायॉन्ग
कोगो
एस्ट्युरिओ डेल मुनी
इस्ला एलोबी
कोकोबीच
गॅबन
लिबरव्हिल
0
प्रमाण :- मैलांत

पू र्व वृ त्त

मार्च ३, १९९७
दुपारी ३ वाजून ३० मिनिटे
कोगो, इक्वेटोरिअल गिनी

केविन मार्शलनं एम् आय् टीसारख्या प्रतिष्ठित संस्थेमधून 'मॉलेक्यूलर बायॉलॉजी' या विषयातील पीएच्. डी.ची पदवी मिळवली. पीएच्. डी. चा अभ्यास करतानाच त्याला मॅसॅच्युसेट्स जनरल हॉस्पिटलमध्ये काम करण्याची संधी मिळाली. वैद्यकीय कार्यपद्धतींविषयी त्याला जी भीती, मळमळ वाटत असे, त्यामुळे तो नेहमीच अडचणीत येई. साधी रक्ताची चाचणी करणं किंवा लस टोचून घेणं, हेसुद्धा त्याला एक मोठं दिव्य वाटायचं. पण त्यानं हे कोणाला सांगितलं नाही. सुयांचा तर त्याला अत्यंत तिटकारा होता. सुया पाहिल्या की त्याच्या पायातलं बळ निघून जायचं आणि कपाळ थंडगार घामानं डबडबायचं. कॉलेजमध्ये असताना एकदा गोवराची लस टोचली, तर त्याला चक्करच आली होती !

पदव्युत्तर अभ्यासामध्ये बायो-मेडिकल संशोधनात त्यानं अनेक वर्ष घालवली होती. आता वयाच्या चौतीसाव्या वर्षी तरी आपली ही भीती कमी होईल, असं त्याला वाटतं होतं. संशोधनाच्या या काळात त्याचा अनेक जिवंत प्राण्यांशी संबंध आला. पण त्याच्या भीतीमध्ये मात्र फारसा फरक पडलाच नाही. ऑपरेशन थिएटर 'वन्-ए' आणि 'वन्-बी'च्या बाहेर आता तो होता, याचं मुख्य कारण भीती हेच होतं! ऑपरेशन थिएटरमध्ये जाण्याऐवजी या मधल्या जागेत येऊन उभं

राहणं, हेच त्याला अधिक बरं वाटत होतं. तिथे बेसिनला टेकून उभं राहिल्यामुळे दोन्ही ऑपरेशन थिएटर्समधील दृश्यं त्याला तिरक्या खिडक्यांमधून पाहता येत होती. अर्थात, पाहवत होतं तोपर्यंतच!

दोन्ही रुग्णांच्या शस्त्रक्रियेची तयारी आपापल्या खोल्यांमध्ये पंधरा मिनिटं चालली होती. ऑपरेशन-गाऊन आणि हातमोजे घालून तयार झालेल्या डॉक्टरांचे दोन गट बाजूला उभे राहून शांतपणे गप्पा मारत होते. प्रत्यक्ष ऑपरेशन थिएटरमध्ये फारच कमी तांत्रिक संभाषण व्हायचं. हे संभाषण मुख्य भूलतज्ज्ञ आणि त्यांचे दोन सहाय्यक यांच्यामध्ये असायचं. मुख्यत्वेकरून ते भुलीच्या संदर्भातच असायचं. मुख्य भूलतज्ज्ञ दोन्ही शस्त्रक्रियांवर लक्ष ठेवून, काही अडचण येणार नाही याची काळजी घेत होते.

आतापर्यंत तरी तशी काही अडचण आली नाही. पण केविनला मात्र काळजी वाटू लागली. पूर्वी अशाच तीन शस्त्रक्रिया झाल्या होत्या. त्या प्रत्येक वेळी केविनला स्वत:च्या निर्मितीक्षमतेविषयी आणि विज्ञानाच्या शक्तीविषयी अभिमान वाटला होता. एक प्रकारच्या यशाची भावना त्यानं त्या त्या वेळी अनुभवली होती. परंतु आता मात्र एवढी काळजी आपल्याला का वाटतेय, याचंच त्याला आश्चर्य वाटू लागलं.

यशाच्या भावनेऐवजी यावेळी त्याला एक प्रकारची अस्वस्थता वाटायला लागली होती. या अस्वस्थतेची सुरुवात तशी एका आठवड्यापूर्वीच झाली होती, पण आता या रुग्णांची अवस्था बघताना आणि संभाव्य परिस्थितीचा विचार करताना त्या अस्वस्थतेची बोचणी अधिकच तीव्र वाटू लागली. याचा परिणाम सुयांच्या भीतीसारखाच झाला. त्याच्या कपाळावर दरदरून घाम फुटला आणि पाय लटपटू लागले. स्वत:ला सावरत, बेसिनच्या आधारानं तो नीट उभं राहण्याची धडपड करू लागला.

अचानक ऑपरेशन थिएटर 'वन्-ए'चा त्या खोलीतील दरवाजा उघडला. केविन दचकला. फिकट निळ्या डोळ्यांची एक आकृती त्याच्यासमोर आली. तिचा चेहरा ऑपरेशन मास्कमागे लपला होता. पण केविननं तिला लगेच ओळखलं. शस्त्रक्रिया करणाऱ्या नर्सेसपैकी ती कॅन्डेस ब्रिकमन होती.

"सगळ्या आय्-व्हीज सुरू केलेल्या आहेत आणि रुग्ण गाढ झोपले आहेत." कॅन्डेस म्हणाली, "तुम्ही खरंच आत येणार नाही का? आत आलात तर अधिक चांगलं दिसेल आणि नीट समजेल."

"नको, नको. मी इथेच ठीक आहे." केविन म्हणाला.

"ठीक आहे...तुमची मर्जी !" कॅन्डेस म्हणाली.

कॅन्डेस पुन्हा ऑपरेशन थिएटरमध्ये शिरली. दरवाजा आपोआप बंद झाला. आतमध्ये चाललेली तिची धावपळ आणि डॉक्टरांशी बोलणं केविनला दिसत होतं.

डॉक्टरांनी वळून केविनकडे पाहिलं आणि अंगठा वर करून त्याला खूण केली. केविननंही नकळत तशीच खूण केली.

डॉक्टरांचं आपापसातलं संभाषण पुढे चालू झालं. ते काय बोलतायत हे केविनला ऐकू येत नसल्यामुळे त्याची अपराधीपणाची भावना अधिकच वाढली. त्यानं बेसिनच्या कठड्यावरचा हात काढला आणि तो एक पाऊल मागे सरकला. त्याच्या अस्वस्थतेला आता भीतीचीही किनार आली. त्याच्या हातून असं काय घडलं होतं?

मागे वळून तो त्या खोलीतून आणि ऑपरेशन थिएटर्सच्या त्या विभागातूनच बाहेर पडला. बाहेर पडताना थोड्याशा दाबाखालील निर्जंतुक हवेचा एक झोतही त्याच्याबरोबर बाहेर आला. तिथून केविन थेट आपल्या चकचकीत, आधुनिक प्रयोगशाळेत आला. खूप दम लागल्यासारखा त्याचा श्वासोच्छ्वास भराभर चालला होता.

एरवीचा एखादा दिवस असता, तर आपल्या जादूच्या हाताची वाट पाहणाऱ्या शोधांच्या विचारानं त्याचं मन प्रफुल्लित झालं असतं. त्याची प्रयोगशाळा म्हणजे त्याचं स्वत:चं राज्य होतं. तिथे एकापुढे एक असलेल्या खोल्यांमधून सर्व अत्याधुनिक उपकरणं होती. अशी उपकरणं त्यानं पूर्वी फक्त स्वप्नात पाहिली होती. आता ती सर्व चोवीस तास त्याच्या सेवेला हजर होती. आपल्या ऑफिसकडे जाता जाता नकळत त्याचे हात त्या उपकरणांच्या स्टेनलेस स्टीलच्या झाकणांवरून, मोजमाप साधनांच्या तबकड्यांवरून आणि कॉम्प्युटर्सवरून फिरत होते. दीड लाख डॉलर्सच्या डीएन्एचा* क्रम लावणाऱ्या यंत्राला आणि पाच लाख डॉलर्सच्या ग्लोब्युलर एन्एम्आर् यंत्राला त्यानं हळुवार हातानं स्पर्श केला. एन्एम्आर् यंत्रामधून राक्षसी समुद्रफुलासारखं दिसणारं तारांचं जंजाळ बाहेर आलं होतं. आकाशात खूप दूरवर, आपल्या आकाशगंगेच्या बाहेर, आपल्याला दिसणाऱ्या ताऱ्यांपेक्षाही खूप मोठ्या आकाराचे किरणोत्सर्गी तारे असतात. त्यांना 'क्वासार' असं म्हणतात. दूर असल्यामुळे ते आपल्याला लाल चांदण्यांसारखे दिसतात. पीसीआर् यंत्रावर चमकणारे लाल दिवे केविनला क्वासारसारखे वाटले. डीएन्एच्या धाग्यांच्या प्रतिकृती बनवण्याचं काम सुरू असल्याची ग्वाही ते लाल दिवे देत होते. या सर्व गोष्टींनीच केविनला यापूर्वी आशा दाखवली होती; कामाच्या समाधानाची खात्री दिली होती. परंतु आता मात्र प्रत्येक एप्पेनडॉर्फ मायक्रोसेंट्रिफ्यूजची नलिका आणि पेशीमाध्यमाची प्रत्येक बशी पुढे येणाऱ्या संकटांची भयसूचक जाणीव करून देत आहे, असं त्याला वाटू लागलं.

आपल्या टेबलाशी जात केविननं क्रोमोझोम्*-6 च्या लहान भागातील जनुकांच्या* नकाशाकडे एक नजर टाकली. जनुकाच्या ज्या भागावर त्याचं काम सुरू होतं, त्यावर लाल रंगानं खुणा केल्या होत्या. त्या भागाचं नाव 'मेजर हिस्टोकॉम्पॅटिबिलिटी *

कॉम्प्लेक्स' (MHC) असं होतं. शरीरात परक्या पदार्थाचा प्रवेश झाला तर त्याला कडाडून विरोध करायचा, हे याचं कार्य असतं. अडचण अशी होती, की एम्एच्सी हा क्रोमोझोम्-6 च्या छोट्या भागातील फारच छोटा भाग होता. त्यामध्ये आम्लारींच्या लक्षावधी जोड्या असलेल्या कितीतरी रिकाम्या जागा होत्या. या जागांमध्ये इतर शेकडो जनुकं होती. या जनुकांचं कार्य काय आहे, ते केविनला अजिबात ठाऊक नव्हतं. ते जाणून घेण्यासाठी त्यानं अलीकडेच इंटरनेटवर चौकशी करण्याचा प्रयत्न केला होता. पण त्याला मिळालेली उत्तरं फारच मोघम आणि असमाधानकारक होती. बऱ्याच संशोधकांचं म्हणणं असं होतं, की क्रोमोझोम्-6 च्या छोट्या भागामध्ये स्नायू आणि हाडांच्या वाढीशी संबंधित अशी जनुकं आहेत. पण यापलीकडे आणखी काही माहिती उपलब्ध होऊ शकली नव्हती.

केविनच्या अंगावर नकळत शहारे आले. त्यानं टेबलाच्या वरच्या मोठ्या खिडकीकडे पाहिलं. नुकत्याच पडून गेलेल्या पावसामुळे काचेवर पाण्याच्या रेषा उमटल्या होत्या. बारीक थेंब एकत्र येऊन त्यांचा एक मोठा थेंब बनत होता; आणि नंतर तो सर्‌कन पृष्ठभागावरून खाली घसरत होता.

केविनची नजर थोडी पलीकडे वळली. ऑफिसमधील चकचकीत, वातानुकूलित वातावरण आणि बाहेरचं जग यामधील विरोधाभास त्याला नेहमीच धक्कादायक वाटायचा. आभाळ काळ्याकुट्ट ढगांनी भरलेलं होतं. पावसाळा खरं म्हणजे तीन आठवड्यांपूर्वीच संपायला हवा होता. जमिनीवर सगळीकडे वेडीवाकडी झाडंझुडुपं वाढली होती. शहराभोवती तर झाडांची राक्षसी वाढ झाली होती.

इक्वेटोरिअल गिनी हा आफ्रिकेतील एक छोटा देश आहे. बऱ्याच लोकांनी त्याचं नावही ऐकलेलं नसावं. तेथील कोगो शहरात पूर्वी स्पॅनिश लोकांची वसाहत होती. या शहरांतील जुन्या, मोडकळीला आलेल्या इमारती पाडून तिथे एक प्रचंड मोठं हॉस्पिटल आणि प्रयोगशाळा असं एक अत्याधुनिक संकुल उभारण्यात आलं. या संकुलामध्येच एका तीनमजली इमारतीच्या सर्वात वरच्या मजल्यावर आग्नेय दिशेला केविनचं ऑफिस होतं. ऑफिसच्या खिडकीत उभं राहून त्याला एस्ट्युरिओ डेल मुनी नदी आणि तिच्या काठावर अस्ताव्यस्त पसरलेल्या शहराचं दृश्य व्यवस्थित दिसायचं.

हॉस्पिटलजवळील काही इमारतींचं नूतनीकरण करण्यात आलं होतं. काहींचं काम अजून सुरू होतं. पण बाकी बऱ्याच इमारती तशाच पडल्या होत्या. कधीकाळी देखण्या असलेल्या त्या इमारतींना आता जंगली वेली आणि झाडाझुडुपांनी झाकून टाकलं होतं. विषुववृत्तावर असल्यामुळे तिथली हवा नेहमीच खूप गरम व दमट असायची. संपूर्ण शहर जड, ओलसर धुक्यामध्ये लपेटल्यासारखं वाटायचं.

खालच्या बाजूला सर्वात पुढे जुना टाऊन हॉल होता. त्याच्या कमानींची रांग

केविनला आपल्या ऑफिसात उभं राहून दिसायची. तिथेच सावल्यांमध्ये एके-४७ बंदुका लटकवलेले, लढाईच्या गणवेशातले काही इक्वेटोगिनीयन शिपाई बसले होते. त्यांना ती जागा नेमूनच दिलेली होती. सिगारेटी ओढणं, गप्पा मारणं आणि कॅमेरूनची बीयर पिणं हे त्यांचे नेहमीचेच उद्योग आताही चालू होते.

अखेर केविनची नजर शहरापलीकडे गेली. आतापर्यंत स्वत:च्या नकळत तो हे टाळत होता. पण आता मात्र तो एकटक नदीच्या मुखाकडे पाहायला लागला. पाण्याचा पृष्ठभाग पावसाच्या थेंबांमुळे जणू पत्रा ठोकल्यासारखा दिसत होता. अगदी दक्षिणेला त्याला गॅबनच्या किनाऱ्यावरील जंगल अस्पष्ट दिसलं. पूर्वेकडे भूभागामध्ये आत शिरणारी बरीच बेटं होती. क्षितिजावर दिसणारं इस्ला फ्रॅन्सेस्का हे या बेटांमधील सर्वात मोठं बेट होतं. पंधराव्या शतकात पोर्तुगीजांनी त्याचं नामकरण केलं. इस्ला फ्रॅन्सेस्का हे इतर बेटांपेक्षा वेगळं होतं. त्याच्या मध्यभागी डायनोसॉरच्या पाठीच्या कण्यासारखा दिसणारा, झाडाझुडुपांनी वेढलेला एक मोठा उतरता दगड होता.

केविनच्या हृदयाचा ठोका चुकला. जी गोष्ट दिसेल म्हणून तो घाबरत होता, ती पाऊस आणि धुक्यातूनही त्याला स्पष्ट दिसली. ढगांनी भरून आलेल्या आभाळात धुराची वेटोळी सावकाश वर सरकत होती... आठवड्यापूर्वी याच दृश्यानं त्याला हादरवून सोडलं होतं.

केविन मट्कन खुर्चीत बसला. दोन्ही हातांनी त्यानं डोकं दाबून धरलं. आपण हे काय केलं, असा प्रश्न तो स्वत:लाच विचारू लागला. कॉलेजमध्ये असताना एक विषय म्हणून त्यानं ग्रीक वाङ्मयाचा अभ्यास केला होता. ग्रीक पुराणातील प्रोमेथियस या देवासारखी चूक तर आपल्या हातून घडली नाही ना, असं आता त्याला वाटायला लागलं. प्रोमेथियसनं देवांकडून अग्नी चोरला आणि मानवाला दिला. या अक्षम्य चुकीची शिक्षा म्हणून त्याला साखळदंडानं खडकाला बांधून ठेवण्यात आलं. रोज रात्री एक गरुड येऊन त्याचं यकृत कुरतडायचा आणि रोज सकाळी ती जखम भरून यायची.

इस्ला फ्रॅन्सेस्कावर दिसणाऱ्या धुराचा अर्थ होता अग्नी. ग्रीक गोष्टीतल्या देवांकडून अनवधानानं चोरलेल्या त्या सुप्रसिद्ध आगीसारखीच ही आग आहे की काय, याचा केविन गंभीरपणे विचार करायला लागला.

संध्याकाळ, ६ वाजून ४५ मिनिटे.
बोस्टन, मॅसॅच्युसेट्स

टेलर डेव्हनशायर कॅबोट यांचं बोस्टन, मॅसॅच्युसेट्समधलं घर राजवाड्यासारखं

होतं. सागवानी लाकडाचं पॅनेलिंग केलेल्या आपल्या अभ्यासिकेच्या उबदार आणि सुरक्षित वातावरणात ते आता मस्त पहुडले होते. मार्च महिन्यातील थंडगार वारे खिडकीवर बाहेरून आदळत होते. पण त्यांना त्याची काळजी करण्याचं काहीच कारण नव्हतं. त्यांची बायको, हॅरिएट लिव्हिंगस्टन कॅबोट, स्वयंपाकघरात जेवणाची तयारी करत होती. ठीक साडेसात वाजता त्यांना जेवायला बसायचं होतं.

टेलर सिंगल माल्ट व्हिस्की घेत होते. व्हिस्कीनं भरलेला कट-क्रिस्टलचा ग्लास त्यांनी खुर्चीच्या हातावर ठेवला. शेकोटीमधील लाकडाच्या ठिणग्यांचा तडतड आवाज येत होता. स्टीरिओवर वॅग्नरच्या संगीताची मंद धून वाजत होती. शिवाय भिंतीमध्येच बसवलेले तीन टीव्हीदेखील चालू होते. एकावर स्थानिक बातम्या, दुसऱ्यावर सीएन्एन् आणि तिसऱ्यावर ईएस्पीएन् हे चॅनेल्स लावलेले होते.

आज टेलर अतिशय खुशीत होते. जेनसिसच्या मुख्य ग्लोबल ऑफिसातील आजचा त्यांचा दिवस कामात, पण चांगला गेला होता. जेनसिस ही बायोटेक्नॉलॉजीच्या क्षेत्रातील त्यामानानं नवीन कंपनी होती. आठ वर्षांपूर्वी टेलरनीच तिची स्थापना केली होती. बोस्टनमध्ये चार्ल्स नदीच्या काठी त्यांनी कंपनीची नवी कोरी इमारत बांधली. हॉवर्ड आणि एम् आय् टी ही दोन्ही चांगली विद्यापीठं अगदी जवळच होती. त्यामुळे कंपनीत काम करण्यासाठी चांगले उमेदवार त्यांना नेहमीच उपलब्ध असायचे.

संध्याकाळच्या वाहतुकीच्या गर्दीतला घरापर्यंतचा प्रवासही आज त्यामानानं खूप सुलभ आणि लवकर झाला. मात्र त्यामुळे टेलरना आपलं ठरवलेलं वाचन काही पूर्ण करता आलं नाही. रोजच्या या प्रवासात कामाचे काही कागदपत्र वाचून हातावेगळे करण्याची त्यांची सवयच होती. रॉडनी या त्यांच्या ड्रायव्हरला मालकाच्या सवयी चांगल्याच ठाऊक होत्या. इतक्या लवकर घरी आणल्याबद्दल त्यानं त्यांची माफी मागितली.

''उद्या संध्याकाळीही असाच लवकर येऊन माझं नुकसान करणार नाहीस ना? उलट, उद्या उशीर करून तू आजचा हा तोटा भरून काढशील, याची मला खात्री आहे.'' टेलरनी उपरोधानं म्हटलं.

''होय साहेब, मी शक्य तेवढा प्रयत्न करीन.'' रॉडनी म्हणाला.

हॉलमध्ये चालू असलेल्या संगीताकडे आणि टीव्हीवरच्या कार्यक्रमांकडे टेलरचं फारसं लक्ष नव्हतं. पुढील आठवड्यात होणाऱ्या जेनसिसच्या शेअर होल्डर्सच्या आमसभेत मांडण्यात येणारा आर्थिक अहवाल ते आता बारकाईनं वाचत होते. याचा अर्थ, आजूबाजूला काय चाललंय ते त्यांना समजत नव्हतं, असा नाही. बाहेरून येणाऱ्या वाऱ्याची सळसळ, फायरप्लेसमधील ठिणग्यांची तडतड, वॅग्नरचं मंद संगीत आणि टीव्हीवर चाललेली वार्ताहरांची बकबक हे सर्व कळत-नकळत

त्यांच्या लक्षात येत होतं; आणि म्हणूनच टीव्हीवर जेव्हा कार्लो फ्रँकोनीचं नाव आलं, तेव्हा त्यांचे कान एकदम ताठ झाले.

टेलरनी प्रथम रिमोट कंट्रोल उचलला आणि मधल्या टीव्हीचा आवाज वाढवला. तिथे सीबीएस् चॅनेलवर स्थानिक बातम्या चालू होत्या. जॅक विल्यम्स आणि लिझ वॉकर बातम्या देत होते. जॅक विल्यम्सनं कार्लो फ्रँकोनीच्या नावाचा उल्लेख केला होता. बोस्टनच्या गुन्हेगारी वर्तुळात कुप्रसिद्ध असलेल्या या माफिया गुंडाच्या खुनाची व्हिडिओटेप आपल्या चॅनेलला मिळाली आहे, असं त्यानं सांगितलं.

''या टेपवर काही हिंसक दृश्यं आहेत.'' जॅकनं सूचना दिली, ''मुलांनी ही टेप पाहावी की नाही, हे पालकांनी ठरवायचं आहे. काही दिवसांपूर्वी फ्रँकोनीबद्दल आम्ही दिलेली बातमी आपल्याला आठवत असेलच. आजारी फ्रँकोनीवर आरोपपत्र ठेवल्यानंतर तो अचानक नाहीसा झाला होता. जामीन चुकवण्यासाठी तो पळाला असं बऱ्याचजणांना वाटत होतं. पण कालच तो परत आला. न्यूयॉर्क शहराच्या डी.ए.ला - डिस्ट्रिक्ट ॲटर्नीला - आपण भेटलो, असं तो म्हणत होता. माफीचा साक्षीदार व्हायला मी तयार आहे, असं आपण त्यांना सांगितल्याचं तो म्हणाला. पण आज संध्याकाळी त्याच्या आवडत्या रेस्टॉरंटमधून बाहेर पडताना त्याला गोळ्या घालून ठार करण्यात आलं.''

नव्यानंच व्हिडिओ शूटिंग करत असलेल्या माणसानं घेतलेली ती दृश्यं बघताना टेलर जागेवर खिळून राहिले. पोलिसांसारख्या दिसणाऱ्या बऱ्याचशा लोकांनी घेरलेला एक जाडा माणूस रेस्टॉरंटमधून बाहेर पडला. आजूबाजूच्या गर्दीकडे पाहून त्यानं एकदा हात हलवला आणि तो आपल्या लिमोझिन गाडीकडे जायला लागला. त्याच्या जवळ जाऊ पाहणाऱ्या वार्ताहरांच्या प्रश्नांकडे त्यानं जाणूनबुजून दुर्लक्ष केलं. गाडीत शिरण्यासाठी तो वाकला असतानाच अचानक त्याच्या शरीराला हिसका बसला. मानेवर हात ठेवून तो लटपटत मागे सरकला. उजव्या बाजूला पडतापडता जमिनीवर टेकण्यापूर्वी त्याच्या शरीराला आणखी एक हिसका बसला. त्याच्याबरोबर असलेल्या लोकांनी लगेच पिस्तुलं बाहेर काढली आणि ते चारी बाजूंना वळून बघायला लागले. आतापर्यंत त्यांच्यामागे असलेले वार्ताहर एखादा धक्का बसल्यासारखे बधीर झाले होते.

''बाप रे !'' जॅक म्हणाला, ''काय दृश्य आहे हे ! ली हार्वे ओस्वाल्डच्या खुनासारखंच हे दिसतंय. पोलिसांच्या संरक्षणात असलेल्यांची ही गत !''

''भविष्यातल्या अशाच माफीच्या साक्षीदारांवर याचा काय परिणाम होईल?'' लिझनं विचारलं.

''चांगला नक्कीच होणार नाही...'' जॅक म्हणाला.

टेलरनी लगेच आपला मोर्चा सीएन्एन्कडे वळवला. तिथे तो व्हिडिओ

नुकताच सुरू करण्यात येत होता. त्यांनी तो सगळा घटनाक्रम परत एकदा नीट बघितला. आता मात्र त्यांचा चेहरा गंभीर झाला. टेप संपता संपता टीव्हीवरील सीएन्एन् चॅनेलनं न्यूयॉर्कच्या प्रमुख सरकारी डॉक्टरांच्या ऑफिसच्या बाहेर असलेल्या आपल्या वार्ताहराची मुलाखत दाखवायला सुरुवात केली. हे प्रक्षेपण न्यूयॉर्कहून थेट येत होतं.

"आता प्रश्न असा आहे, की खुनी व्यक्ती एकच होती की दोन...?" फर्स्ट ॲव्हेन्यूवरील रहदारीच्या आवाजावर आवाज चढवून तो वार्ताहर बोलत होता. "आमच्या कल्पनेप्रमाणे फ्रँकोनीला दोन गोळ्या लागल्या. या प्रकारामुळे झालेली पोलिसांची निराशा समजण्यासारखी आहे. आताच्या घटकेला कसलेही अंदाज वर्तवण्यास किंवा काही माहिती देण्यास पोलिसांनी नकार दिलाय. शवविच्छेदन उद्या सकाळी करण्यात येणार आहे, एवढं आम्हाला समजलंय. पिस्तुलाचे तज्ज्ञही या प्रकरणावर काही प्रकाश पाडू शकतील, असं आम्हाला वाटतं."

टेलरनी टीव्हीचा आवाज बंद केला. आपला ग्लास घेऊन ते उठले. बाहेरच्या रोरावणाऱ्या, अंधाऱ्या समुद्राकडे पाहू लागले. फ्रँकोनीच्या मृत्यूमुळे घोटाळा होण्याची शक्यता होती. त्यांनी घड्याळाकडे पाहिलं.

पश्चिम आफ्रिकेत आता मध्यरात्र असेल.

टेलिफोन जवळ ओढून घेत टेलरनी जेनसिसमधील ऑपरेटरचा नंबर फिरवला. केविन मार्शलशी आपल्याला ताबडतोब बोलायचंय, असं त्यांनी त्याला सांगितलं.

फोन जागेवर ठेवून टेलर परत खिडकीबाहेर पाहू लागले. या प्रकल्पाच्या बाबतीत प्रथमपासूनच त्यांच्या मनात शंकेची पाल चुकचुकत होती; एक प्रकारची हुरहुर वाटत होती. पण आर्थिकदृष्ट्या प्रकल्प अतिशय फायदेशीर वाटत होता. अधूनमधून हा प्रकल्प बंद करून टाकावा असं त्यांना वाटायचं....

फोनच्या घंटीनं त्यांची विचारशृंखला तुटली.

ऑपरेटरनं त्यांना फोनवरून मि. मार्शल उपलब्ध असल्याचं सांगितलं. थोड्याशा खुडबुडीनंतर त्यांना केविनचा झोपाळू आवाज ऐकू आला.

"आपण खरंच टेलर कॅबोट बोलताय?" केविननं आश्चर्यानं विचारलं.

"तुम्हाला कार्लो फ्रँकोनी आठवतोय?" केविनच्या प्रश्नाकडे दुर्लक्ष करत टेलरनी विचारणा केली.

"अर्थात." केविन म्हणाला.

"त्याचा आज दुपारी खून झाला." टेलर म्हणाले, "उद्या सकाळी न्यूयॉर्कमध्ये त्याचं शवविच्छेदन आहे. या प्रकारामध्ये काही घोटाळा होण्याची शक्यता आहे का, एवढं फक्त मला सांगा."

क्षणभर फोनवर शांतता होती. फोनचा संपर्क तुटला तर नाही ना, असं टेलर

विचारणार, एवढ्यात केविनचा आवाज आला,

''हो, घोटाळा होण्याची शक्यता आहे.''

''शवविच्छेदनावरून सर्व गोष्टी एखाद्याच्या लक्षात येतील?''

''सगळं काही समजेल असं नाही.'' केविन म्हणाला, ''पण शक्यता नाकारता येत नाही.''

''ही काही चांगली बातमी नाही.'' टेलर म्हणाले.

त्यांनी केविनचा फोन बंद केला आणि जेनसिसच्या ऑपरेटरला परत फोन लावला. त्याला त्यांनी डॉ. रेमंड लीयॉन्सशी ताबडतोब फोन जोडून द्यायला सांगितलं. परिस्थिती आणीबाणीची आहे, असं त्यांनी त्याला निक्षून बजावलं.

न्यूयॉर्क

''माफ करा...'' वेटर कुजबुजला. डॉ. लीयॉन्स आपल्या सेक्रेटरीबरोबर तिथे बसले होते. सोनेरी केसांची, तरुण डार्लीन पोल्सन त्यांची सध्याची प्रेयसीही होती. तिच्याशी चालू असलेलं त्यांचं बोलणं पूर्ण होण्याची त्या वेटरनं थोडा वेळ वाट पाहिली आणि डाव्या बाजूनं तो त्यांच्याजवळ गेला. डॉक्टरांचे पांढरे होत चाललेले, परंतु त्यांना शोभून दिसणारे केस आणि जुन्या वळणाचा पोशाख यामुळे ते 'सोप ऑपेरा'तील एखाद्या आदर्श डॉक्टरसारखे दिसत होते. त्यांची भरपूर उंची, उन्हामुळे काळवंडलेला गोरा रंग, पन्नाशीला येऊनही एखाद्याला हेवा वाटेल अशी सडपातळ राहिलेली शरीरयष्टी या सर्वांमुळे उच्च कुलातील एखाद्या देखण्या पुरुषाप्रमाणे ते दिसायचे.

''सर, मध्येच बोलतोय म्हणून माफ करा.'' वेटर म्हणाला, ''पण आपल्यासाठी एक तातडीचा फोन आला आहे. मी आपल्याला आमचा कॉर्डलेस फोन आणून देऊ का? की आपण हॉलमधलाच फोन घेता?''

रेमंडचे निळे डोळे एकदा डार्लीनवर आणि नंतर वेटरवरून फिरले. डार्लीनचा चेहरा मोहक, पण भावनाशून्य दिसत होता. त्यांच्या उत्तराची वाट पाहत थांबलेला वेटर मात्र काळजीत पडल्यासारखा दिसत होता. 'झागाट' रेस्टॉरंटमधील त्या वेटरला अतिशय चांगल्या शिष्टाचारांचं प्रशिक्षण देण्यात आलं होतं. रेमंड मात्र नाराज वाटत होते.

''आपण फोनवर येऊ शकत नाही, असं मी त्यांना सांगू का?'' वेटरनं सुचवलं.

''नको. मी कॉर्डलेस घेतो.'' रेमंड म्हणाले.

आपल्याला एवढा तातडीचा फोन कोणी केला असेल, हे त्यांच्या लक्षात येईना. मेडिकेअरमध्ये झालेल्या एका मोठ्या भानगडीत त्यांच्यावर काही आरोप

सिद्ध झाल्यामुळे प्रॅक्टिस करण्याचा त्यांचा परवाना रद्द झाला होता. दहा-बारा वर्षांची आपली प्रॅक्टिस त्यांना बंद करावी लागली होती. त्यानंतर वैद्यकीय व्यवसायाशी त्यांचा काहीच संबंध नव्हता.

''हॅलो...'' थोडंसं घाबरतच रेमंड फोनवर बोलू लागले.

''मी टेलर कॅबोट बोलतोय. थोडी गडबड झालीय...''

रेमंड एकदम ताठ उभे राहिले. त्यांच्या कपाळाला आठ्या पडल्या.

टेलरनी त्यांना कार्लो फ्रँकोनीची बातमी आणि केविन मार्शलशी झालेलं आपलं बोलणं याबद्दल थोडक्यात सांगितलं.

''हे ऑपरेशन करायचा निर्णय तुम्ही घेतला होता.'' थोड्याशा त्रासिकपणे टेलर शेवटी म्हणाले, ''आणि मी तुम्हाला आधीच स्पष्ट सांगून ठेवतो, काहीही भानगड झाली, तर मी ताबडतोब हा प्रकल्प बंद करीन. कुठल्याही प्रकारची वाईट प्रसिद्धी मला अजिबात नकोय. तेव्हा काय करायचं ते तुम्हीच ठरवा...''

''पण मी तरी काय करणार?'' रेमंड वैतागून म्हणाले.

''ते मला काहीही माहीत नाही.'' टेलर म्हणाले, ''पण ही भानगड तुम्हालाच निस्तरावी लागेल हे नक्की आणि तीसुद्धा लवकरात लवकर ..''

''मला तर वाटत होतं, की आता सगळं काही व्यवस्थित चालू आहे.'' रेमंड मध्येच म्हणाले, ''आजच मी लॉस एंजलिसमधल्या एका डॉक्टरशी बोललो. चित्रपट क्षेत्रातल्या बऱ्याच मोठ्या व्यक्ती आणि पश्चिम किनारपट्टीवरील श्रीमंत उद्योगपती या डॉक्टरकडे इलाज करून घेण्यासाठी येतात. कॅलिफोर्नियामध्ये आपली शाखा उघडण्याबाबत या डॉक्टरनं उत्सुकता दाखवलीय.''

''तुम्ही माझं बोलणं नीट ऐकलेलं दिसत नाही.'' टेलर म्हणाले, ''फ्रँकोनीचं हे प्रकरण निस्तरेपर्यंत कुठेही शाखाबिखा काढण्याचा विचार आपण करू शकत नाही. तेव्हा तुम्ही ताबडतोब त्या कामाला सुरुवात करावी हे बरं. मी तुम्हाला बारा तासांची मुदत देतो.''

फोन बंद होताना झालेल्या क्लिक् आवाजानं दचकल्यामुळे रेमंडची मान हिसका बसल्यासारखी हलली. संभाषण अचानक संपलं ही जणू काही फोनचीच चूक आहे, अशा तऱ्हेनं ते फोनकडे पाहत राहिले. थोडा बाजूला उभा राहिलेला वेटर तत्परतेनं पुढे झाला आणि त्यांच्या हातातून कॉर्डलेस घेऊन निघून गेला.

''काही अडचण?'' डार्लीननं विचारलं.

''ओह् गॉड् !'' आता कुठे रेमंडना आवाज फुटला. बेचैन होऊन त्यांनी आपल्या अंगठ्याचं टोक चावलं. ही काही साधी अडचण नव्हती. ही तर सर्वनाशक संकटाची सुरुवात वाटत होती. वैद्यकीय व्यवसायाचा आपला परवाना परत मिळवण्याचे त्यांचे प्रयत्न कायद्याच्या दलदलीत फसले. त्यामुळे सध्याचा उद्योग हेच त्यांचं

पोटापाण्याचं मुख्य साधन होतं; आणि आता कुठे गोष्टी जरा सुरळीत चालू झाल्या होत्या... या स्थितीला पोचण्यासाठी गेली पाच वर्षं त्यांना खूप कष्ट करावे लागले होते. हे सगळे प्रयत्न वाया जाऊ द्यायची त्यांची अजिबात तयारी नव्हती.

''काय झालं?'' डार्लीननं विचारलं. थोडं पुढे होऊन तिनं त्यांचा हात तोंडापासून दूर केला. रेमंडनी भराभर तिला कार्लो फ्रँकोनीच्या दुसऱ्या दिवशी ठरलेल्या शवविच्छेदनाविषयी आणि टेलर कॅबोटनी त्यांना प्रकल्प बंद करण्याच्या परतपरत दिलेल्या धमक्यांविषयी सांगितलं.

''पण आता कुठे या प्रकल्पातून भरपूर पैसे मिळू लागलेत.'' डार्लीन म्हणाली, ''तो ते असा सहजासहजी बंद करणार नाहीत.''

रेमंड उदासपणे हसले. ''टेलर कॅबोटसारख्या माणसासाठी किंवा जेनसिससाठी हे भरपूर पैसे म्हणजे गवताच्या गंजीतल्या एखाद्या सुईसारखे आहेत.'' ते म्हणाले, ''ते नक्कीच हा प्रकल्प बंद करतील. सुरुवातीलाच त्यांना त्याचं महत्त्व पटवताना मला किती कष्ट पडले...''

''मग तुम्ही त्यांना शवविच्छेदन करू नका असं सांगा.'' डार्लीन म्हणाली.

तिच्या अकलेची कीव करत रेमंडनी तिच्याकडे पाहिलं. ती चांगल्या अर्थानं म्हणतेय हे त्यांना समजत होतं आणि तिच्या बुद्धीसामर्थ्याविषयीही त्यांच्या कल्पना अवास्तव नव्हत्या. त्यामुळे तिचं बोलणं उडवून लावायचा मोह त्यांनी टाळला. पण त्यांचे शब्द मात्र उपरोधिक आले. ''अशा केसेस्मध्ये 'शवविच्छेदन करू नका,' असं मी कसं डॉक्टरांना सांगू? थोडा विचार करून तरी बोलत जा.''

''पण तुमच्या बऱ्याच मोठ्या लोकांशी ओळखी आहेत;'' डार्लीन आग्रहानं म्हणाली. ''त्यांना फोन करायला सांगा.''

''प्लीज, डीअर....'' रेमंड तुच्छतेनं म्हणाले. पण लगेच थांबले. नकळत डार्लीननं एक चांगली कल्पना सुचवलीय असं त्यांना वाटायला लागलं. त्यांच्या डोक्यांत त्या कल्पनेला धुमारे फुटायला लागले.

''डॉ. लेविट्झ फ्रँकोनीचे डॉक्टर होते.'' डार्लीनची बकबक चालूच होती, ''या बाबतीत कदाचित ते काही मदत करू शकतील.''

''माझ्या मनात आता तोच विचार चाललाय.'' रेमंड म्हणाले.

डॉ. डॅनियल लेविट्झ यांचा पार्क अॅव्हेन्यूवर मोठा दवाखाना होता. वाढते खर्च आणि रुग्णांची घटती संख्या यामुळे ते अगदी त्रासून गेले होते. त्यांना प्रकल्पात भरती करून घेण्यात मुळीच अडचण आली नाही. प्रकल्पात काम करायला तयार झालेल्या पहिल्या काही डॉक्टरांपैकी ते एक होते. शिवाय प्रकल्पासाठी त्यांनी बरेच ग्राहकही मिळवून दिले होते. त्यांच्यापैकी काही कार्लो फ्रँकोनीसारख्याच व्यवसायामधले होते.

रेमंड उठून उभे राहिले. पैशाचं पाकीट बाहेर काढून त्यांनी शंभर डॉलरच्या तीन कोऱ्या करकरीत नोटा टेबलावर टाकल्या. तेवढ्यामध्ये बिलाची आणि बक्षिसाची रक्कम भागेल याची त्यांना खात्री होती.

"चला.." ते म्हणाले, "आपल्याला महत्त्वाचा फोन करायचाय."

"पण मी अजून जेवायला सुरुवातही केली नाहीये..." डार्लीन कुरकुरत म्हणाली.

रेमंडनी तिला काहीच उत्तर दिलं नाही. त्यांनी तिची खुर्ची मागे ओढली. त्यामुळे तिला उठणं भाग पडलं. डॉ. लेविट्झविषयी ते जेवढा अधिक विचार करत होते, तेवढी त्यांची खात्री पटत चालली, की तेच आपल्याला वाचवू शकतील. न्यूयॉर्कमध्ये एकमेकांशी स्पर्धा करणाऱ्या कितीतरी गुन्हेगारी टोळ्या आहेत. त्यांच्यापैकी बऱ्याचजणांचे डॉ. लेविट्झ हे व्यक्तिगत डॉक्टर आहेत.

अशक्य गोष्टी शक्य करून दाखवणारी माणसं त्यांना नक्कीच माहीत होती.

□□

१

४ मार्च, १९९७
सकाळी ७ वाजून २५ मिनिटे
न्यूयार्क.

जॅक स्टेपलटन पुढे झुकला. पूर्वेकडे जाणाऱ्या तिसाव्या रस्त्याच्या शेवटच्या वळणावर त्यानं जोरात पेडल्स मारायला सुरुवात केली. फर्स्ट ॲव्हेन्यूपासून पन्नास यार्डांवर आल्यानंतर तो सरळ झाला. पुढे असलेल्या उतारावर वेग कमी करण्यासाठी त्यानं ब्रेक लावायला सुरुवात केली. चौकांत वाहतुकीचा दिवा लाल होता आणि अशा वेळी शहराकडे धावत असलेल्या मोटारी, ट्रक्स आणि बसेस्च्या गर्दीमध्ये उडी मारण्याएवढा जॅकही वेडा नव्हता.

हवा आता चांगलीच गरम व्हायला लागली होती. दोन दिवसांपूर्वी पडलेला पाच इंच बर्फ आतापर्यंत वितळून गेला होता. या बर्फामुळे झालेला चिखल मात्र थांबलेल्या गाड्यांच्या मधेमधे अजून तसाच होता. बऱ्याच दिवसांनी आज जॅकला सायकलवर बसण्याची संधी मिळाली. त्यामुळेच रस्ते मोकळे मिळाल्यानं त्याला खूप बरं वाटलं. त्याची पहिली सायकल साधारण वर्षापूर्वी चोरीला गेली होती. ही सायकल त्यानं तीन आठवड्यांपूर्वीच विकत घेतली होती.

खरं तर त्याचवेळी नवी सायकल घ्यायचा जॅकचा विचार होता. पण एका भयानक प्रसंगामध्ये त्याला मृत्यूचं अगदी जवळून दर्शन झालं. त्यामुळे त्याचा विचार तात्पुरता तरी बदलला. अर्थात, शहरात

सायकल चालवण्याशी त्या प्रसंगाचा तसा काही संबंध नव्हता. पण आपण सायकल किती बेदरकारपणे चालवतो, याची जाणीव मात्र त्याला त्या प्रसंगामुळे झाली.

पण हळूहळू जॅकची भीती कमी होत गेली. रेल्वेमध्ये त्याचं पाकीट आणि घड्याळ चोरीला गेल्यानंतर तर त्याचा विचार अधिकच पक्का झाला. दुसऱ्याच दिवशी त्यानं नवी कॅनन्डेल सायकल खरेदी करून टाकली. मित्रांच्या मते मात्र त्याच्या सायकल चालवण्याच्या पद्धतीत फारसा फरक पडणार नव्हता. पण जॅकनं आता मनोमन ठरवलं होतं, की वेगानं पळणाऱ्या गाड्यांमधून मुसंड्या मारून दैवाची परीक्षा पाहणं आता यापुढे बंद. सेकंड ॲव्हेन्यूवरून जाताना आता तो अधिक काळजी घ्यायला लागला. अंधार पडल्यावर सेंट्रल पार्कमधून जाणं तर पूर्णपणे टाळायचं, असं त्यानं ठरवलं.

वळणावर वाहतुकीच्या दिव्यापाशी तो थांबला. एक पाय जमिनीला टेकवून तो आजूबाजूला पाहायला लागला. अचानक टीव्ही व्हॅन्सचा एक मोठा ताफा त्याला दिसला. अँटिने बाहेर काढलेल्या त्या सर्व व्हॅन्स फर्स्ट ॲव्हेन्यूच्या पूर्वेकडे थांबल्या होत्या. जॅकला तिथेच जायचं होतं. ते होतं न्यूयॉर्क शहराच्या प्रमुख सरकारी डॉक्टरांचं ऑफिस. या जागेलाच काही लोक साध्या भाषेत 'शवागार' असंही म्हणतात.

जॅक हा सरकारी डॉक्टरांचा सहाय्यक डॉक्टर होता. गेलं जवळजवळ दीड वर्ष तो या पदावर काम करत होता. वार्ताहरांचे असे जमाव त्यानं आधीही पुष्कळ वेळा पाहिले होते. कोणीतरी मोठी व्यक्ती किंवा किमान असं कोणीतरी, की ज्याला प्रसारमाध्यमांनी तात्पुरतं प्रसिद्धीच्या झोतात आणलं आहे अशी व्यक्ती मरते, तेव्हा अशी गर्दी व्हायची. बहुतेक वेळा मृत व्यक्ती एखादीच असायची. पण विमानाचा किंवा रेल्वेचा मोठा अपघात झाल्यास अनेक मृतदेह तिथे आणले जात. अनेक मृतदेहांमुळे होणारा गोंधळ जॅकला आत्ता तरी नको होता. मृतदेह एकच असावा, असा स्वार्थी विचार त्याच्या मनात आला.

तिथं पोचल्याबरोबर कसलीतरी गडबड चालू आहे हे त्याच्या लक्षात आलं. रिसेप्शन हॉलमध्ये दिवसपाळीला येणारे अनेक सचिव वेगवेगळ्या फोन्सवर बोलण्यात गढून गेले होते. नेहमी ते आठनंतर यायचे. त्यांच्या केबिनबाहेरील लाल दिवे आताच उघडझाप करत होते. याचा अर्थ, ते खूप आधी येऊन कामाला लागलेले होते. सार्जंट मर्फीच्या केबिनचा दरवाजाही उघडा होता. त्यावरचा दिवाही लागलेला होता. रोज त्याची ऑफिसात येण्याची वेळ नऊनंतर कधीतरीची असायची.

मोठ्या उत्सुकतेनं जॅक आय् डी रूममध्ये शिरला. आपला मोर्चा त्यानं सरळ कॉफीच्या किटलीकडे वळवला. शवागारात तंत्रज्ञाचं काम करणारा व्हिनी अमेंडोला नेहमीप्रमाणे वर्तमानपत्रांत तोंड खुपसून बसला होता. रोजच सकाळी हे दृश्य

पाहण्याची जॅकला सवय होती. आज फरक एवढाच होता, की एरवी जॅक हा ऑफिसमध्ये प्रथम पोचणारा डॉक्टर असायचा आणि आज मात्र डेप्युटी चीफ डॉ. कॅल्व्हिन वॉशिंग्टन, डॉ. लॉरी मॉन्टगोमेरी आणि डॉ. चेट मॅक्गव्हर्न हे त्याच्याआधीच ऑफिसमध्ये हजर होते. सार्जंट मर्फी आणि खूनतपासातील डिटेक्टिव्ह लू सोल्डॅनो या दोघांशी कसलीतरी चर्चा करण्यात हे तिघे डॉक्टर्स अगदी मग्न होते. लू सोल्डॅनोच्या उपस्थितीचं जॅकला विशेष आश्चर्य वाटलं. तसा लू शवागारांत नेहमीच यायचा, पण एवढ्या लवकर म्हणजे सकाळी साडेसातला कधीच नाही. शिवाय तो रात्री झोपलेलाही दिसत नव्हता. किंवा झोपला असलाच तरी अंगावरच्या कपड्यांमध्येच झोपला असावा.

जॅक कॉफी प्यायला लागला. त्याच्या आगमनाची दखल कोणीच घेतली नाही. त्यानं कॉफीमध्ये साखरेचा एक क्यूब टाकला आणि तो व्हरांड्याच्या दाराकडे वळला. प्रसिद्धी-माध्यमांतील व्यक्तींनी व्हरांडा अगदी गजबजून गेला होता. आपापसात गप्पा मारतामारता ते हातातील कॉफीचे घुटके घेत होते. बरेचजण सिगारेटीही ओढत होते. हे मात्र जॅकला अनपेक्षित होतं. कारण सिगारेट ओढायला तिथे पूर्ण बंदी होती. जॅकनं व्हिनीला तिथे जाऊन त्यांना तसं सांगायला सांगितलं.

"तू त्यांच्या अधिक जवळ आहेस !" वर्तमानपत्रांतून डोकं बाहेर न काढता व्हिनी म्हणाला.

व्हिनीनं दाखवलेल्या अनादरामुळे जॅकनं त्याच्याकडे डोळे रोखून बघितलं. पण व्हिनीचं म्हणणं त्याला पटलं. तो काचेच्या कुलूपबंद दाराकडे गेला आणि त्यानं ते उघडलं. त्यानं 'धूम्रपानास मनाई आहे' ची घोषणा करण्यापूर्वीच त्या सर्वांनी त्याला घेरून टाकलं.

सर्व वार्ताहर आपापले मायक्रोफोन्स जॅकच्या तोंडाजवळ आणण्याचा एकदम प्रयत्न करू लागले. जॅक सर्वांनाच दूर ढकलू लागला. एकाच वेळी बोलायला सुरुवात करून ते सगळे जॅकला प्रश्न विचारू लागले. त्यामुळे त्याला कोणाचंच बोलणं नीट समजेना. दुसऱ्या दिवशी होणाऱ्या शवविच्छेदनाविषयी ते काहीतरी विचारतायत, एवढंच त्याला समजलं.

इथे सिगारेट ओढायला बंदी आहे, असं जॅकनं जोरात ओरडून सांगितलं. आपल्या दंडावरचे त्यांचे हात बाजूला करत तो पटकन आत गेला आणि त्यानं दार लावून घेतलं. बाहेरच्या बाजूला काचेपाशी ते चेंगराचेंगरी करत होते.

या सर्व प्रकाराची किळस येऊन जॅक परत आय् डी रूममध्ये आला.

"काय चाललंय ते मला कळेल का?" त्यानं जरा ओरडूनच विचारलं.

सगळेजण एकदम त्याच्या दिशेनं वळले. लॉरीनं प्रथम त्याला विचारलं,

"तुला माहिती नाही काय घडलंय ते?"

''माहीत असतं तर मी विचारलं असतं का?'' जॅक म्हणाला.

''टीव्हीवर ते एकसारखं दाखवतायत की !'' कॅल्व्हिननं म्हटलं.

''जॅककडे टीव्ही नाही...'' लॉरी म्हणाली, ''त्याचे शेजारी त्याला टीव्ही घेऊ देत नाहीत.''

''तू कुठे राहतोस, बेटा?'' सार्जंट मर्फीनं त्याला विचारलं, ''शेजारी टीव्ही घेऊ देत नाहीत, हा प्रकार मी प्रथमच ऐकतोय !'' लाल चेहऱ्याच्या त्या वयस्क आयरिश पोलिसाच्या बोलण्याचा सूर नेहमी वडिलकीचा असायचा. तो गेली कित्येक वर्षं सरकारी डॉक्टरांच्या या ऑफिसमध्ये काम करत होता. तिथे काम करणाऱ्या सर्वांना तो आपल्या घरच्या लोकांसारखंच वागवायचा.

''तो हार्लेममध्ये राहतो.'' चेट म्हणाला, ''खरं म्हणजे त्यानं टीव्ही घेतला तर त्याच्या शेजाऱ्यांना तेच हवंय; म्हणजे त्या सर्वांनाही तो पाहता येईल.''

''बस्स झालं, मंडळी...'' जॅक म्हणाला, ''माझ्या टीव्हीची चर्चा आता पुरे. काय चाललंय ते मला आधी सांगा पाहू.''

''काल दुपारी उशिरा एका माफिया डॉनचा गोळ्या घालून खून करण्यात आला.'' कॅल्व्हिननं उत्साही आवाजांत माहिती पुरवायला सुरुवात केली, ''त्यामुळेच मधमाश्यांचं हे मोहोळ फुटलं आहे. डिस्ट्रिक्ट ॲटर्नीच्या ऑफिसला मदत करण्याची तयारी त्यानं दर्शवल्यामुळे त्याला पोलिस संरक्षण दिलं गेलं होतं.''

''तो काही माफिया डॉन वगैरे नव्हता.'' लू सोल्डॅनो म्हणाला, ''व्हॅकेरो गुन्हेगारी टोळीतला तो एक मध्यम दर्जाचा गुंड होता.''

''काय जे असेल ते !'' कॅल्व्हिन हात उडवत म्हणाला, ''महत्त्वाची गोष्ट म्हणजे न्यूयॉर्कमधल्या सर्वोत्तम पोलिसांच्या संरक्षणाखाली असताना त्याला मारण्यात आलं. यावरून पोलिसांची लायकी कळून येते.''

''एक गोष्ट मला नक्की ठाऊक आहे, की त्यानं त्या रेस्टॉरंटमध्ये जाऊ नये अशी सूचना त्याला पोलिसांकडून आधीच देण्यात आली होती;'' लूनं तक्रारीच्या सुरात म्हटलं, ''आणि दिलेल्या सूचना एखाद्यानं पाळल्या नाहीत, तर त्याचं संरक्षण करणं अशक्य आहे.''

''तो पोलिसांकडूनच मारला गेला असेल अशी काही शक्यता आहे का?'' जॅकनं विचारलं. प्रत्येक गोष्टीचा सर्व बाजूंनी विचार करणं हे सरकारी डॉक्टर या नात्यानं त्याचं कर्तव्यच होतं. विशेषत: पोलिसांच्या ताब्यातील व्यक्तीच्या बाबतीत सगळी माहिती करून घेणं जरुरीचं होतं.

''त्याला काही अटक केलेली नव्हती.'' जॅकच्या मनात चाललेल्या विचारांचा अंदाज घेत लूनं म्हटलं, ''आधी त्याला अटक करून त्याच्यावर आरोप ठेवण्यात आले, पण नंतर त्याला जामिनावर सोडलं होतं.''

''मग यात विशेष असं काय आहे?'' जॅकनं विचारलं.

''विशेष हे आहे, की या प्रकरणामुळे मेयर, डिस्ट्रिक्ट ॲटर्नी आणि पोलिस कमिशनरांवर प्रचंड टीका चालू झालीय.'' कॅल्व्हिन म्हणाला.

''विशेषकरून पोलिस कमिशनरांवर. त्यामुळेच मला इथे पाठवण्यात आलंय. प्रसिद्धी माध्यमांनी अवास्तव महत्त्व दिल्यामुळे पोलिसांची डोकेदुखी ठरणाऱ्या प्रकरणांपैकी हे आहे. खुनी व्यक्तीला किंवा व्यक्तींना लवकरात लवकर पकडणं, हे आमच्या दृष्टीनं अतिशय आवश्यक आहे. नाहीतर काही खरं नाही...'' लू म्हणाला.

''शिवाय यापुढे कोणी माफीचा साक्षीदार व्हायची तयारी दाखवली, तर त्याला भीती वाटणार नाही ही काळजीही घ्यायला हवी.'' जॅक म्हणाला.

''हो ना, ते तर आहेच.'' लू म्हणाला.

जॅक येण्यापूर्वी सुरू असलेल्या चर्चेचा धागा पकडून कॅल्व्हिननं म्हटलं, ''लॉरी, तू सकाळी लवकर येऊन शवविच्छेदनाची तयारी दाखवलीस हे चांगलंच आहे. पण मला वाटतंय, की बिंगहॅम स्वत:च हे काम करतील.''

''पण का?'' तक्रारीच्या सुरात लॉरी म्हणाली, ''हे पाहा, हे प्रकरण अगदी साधंसुधं आहे आणि गोळ्यांनी झालेल्या जखमांची बरीच प्रकरणं अलीकडेच मी हाताळली आहेत. शिवाय डॉ. बिंगहॅमना आज सकाळी बजेट मीटिंगसाठी सिटी हॉलमध्ये जायचंय. त्यामुळे जवळजवळ दुपारपर्यंत ते इथे येऊ शकणार नाहीत. तोपर्यंत शवविच्छेदन पूर्ण करून मी माझा रिपोर्टही पोलिसांना देऊ शकेन. पोलिसांना किती घाई आहे, ते आपल्याला ठाऊक आहेच...''

कॅल्व्हिननं लूकडे पाहिलं. ''पाच सहा तासांमुळे तपासकामात काही वेगळा फरक पडेल, असं तुला वाटतं?''

''पडू शकेल.'' लू म्हणाला, ''शवविच्छेदन जेवढ्या लवकर होईल तेवढं बरं. निदान खुनी व्यक्ती एक होती की दोन, हे समजलं तरी खूप उपयोग होईल.''

कॅल्व्हिननं सुस्कारा सोडला. ''असले निर्णय घ्यायला मला अजिबात आवडत नाही.'' आपल्या एकशे पन्नास पौंडी शरीराचा भार त्यानं एका पायावरून दुसऱ्या पायावर टाकला. ''होतं काय, की निम्म्या वेळा बिंगहॅमची त्याबद्दल काय प्रतिक्रिया होईल याचा मला अंदाजच येत नाही. जाऊ दे. काय होईल ते होईल. लॉरी, मी तुला या शवविच्छेदनाची परवानगी देऊन टाकतो. तू कामाला लागायला हरकत नाही.''

''थँक्स, कॅल्व्हिन.'' लॉरी आनंदून म्हणाली. तिनं टेबलावरचा फोल्डर ओढून घेतला. ''लू ते बघायला आला तर चालेल ना?''

''हो, हो. चालेल की.'' कॅल्व्हिन म्हणाला.

''चल, लू.'' लॉरी म्हणाली. तिनं खुर्चीवरून आपला कोट घेतला आणि ती

दाराकडे वळली. ''आपण खाली जाऊ. मृतदेहाची बाह्य तपासणी पटकन पूर्ण करून लगेच एक्स-रेज् काढून टाकू. काल रात्रीच्या गोंधळात ते बहुतेक राहूनच गेलंय.''

''मी आलोच तुझ्या मागोमाग.'' लू म्हणाला.

जॅक एक क्षणभर घुटमळला आणि घाईघाईनं त्यांच्या मागं गेला. लॉरीला शवविच्छेदन करण्याची एवढी इच्छा का आहे, याबद्दल त्याला फार आश्चर्य वाटलं होतं. त्याच्या दृष्टीनं ती या केसपासून दूर राहिली असती तर अधिक बरं झालं असतं. या प्रकारच्या सरकारी गुंतागुंतीच्या केसेस् नेहमीच भानगडीच्या असतात. त्यांच्यापुढे आपल्याला नेहमीच माघार घ्यावी लागते.

लॉरी भराभर चालली होती. जॅक त्यांच्यापर्यंत पोचण्यापूर्वीच ते त्याच्या हाकेच्या अंतरापलीकडे गेले. जॅनिस जेगरच्या ऑफिसमध्ये डोकावण्यासाठी लॉरी एकदम थांबली. जॅनिस गुन्हेगारी तपासनीसांपैकी एक होती. त्यांना फिजिशियन्स असिस्टंटस् किंवा पी. ए. असंही म्हणतात. जॅनिसकडे मृतदेहांची शेवटची व्यवस्था करण्याचं काम दिलेलं होतं. आपलं काम ती अगदी चोख करायची. ती नेहमीच उशिरापर्यंत थांबायची.

''तू निघण्यापूर्वी बार्ट अर्नोल्ड तुला भेटेल का?'' लॉरीनं जॅनिसला विचारलं. बार्ट अर्नोल्ड हा सगळ्या फिजिशियन्स असिस्टंटस्चा प्रमुख होता.

''नेहमीच मी त्याला भेटते.'' जॅनिस म्हणाली. काळ्या केसांच्या, सडपातळ जॅनिसच्या डोळ्यांखाली उठून दिसणारी काळी वर्तुळं होती.

''तू माझं एक काम करशील का?'' लॉरी म्हणाली, ''त्याला सीएन्एन्ला फोन करायला सांग. कार्लो फ्रँकोनीच्या खुनाच्या व्हिडिओटेपची एक कॉपी आपल्याला मिळू शकेल का, याची चौकशी त्याला करायला सांग. मला ती लवकरात लवकर हवीय.''

''ठीक आहे.'' जॅनिस हसून म्हणाली.

लॉरी आणि लू पुढे निघाले.

''ए.... तुम्ही दोघं जरा हळू चाला की !'' जॅक म्हणाला. त्यांच्यापर्यंत पोचण्यासाठी त्याला दोन पावलं पळावं लागलं.

''आम्ही कामात आहोत.'' चालण्याची गती अजिबात कमी न करता लॉरी म्हणाली.

''शवविच्छेदन करण्याची यावेळी तुला एवढी घाई का आहे? यापूर्वी कधीच मी तुला एवढी घाई करताना पाहिलं नाही.'' जॅक म्हणाला.

लॉरी शवविच्छेदनाच्या खोलीकडे घाईघाईनं चालली होती. जॅक आणि लू तिच्या दोन्ही बाजूंनी चालू लागले.

''काही विशेष आहे का?''

''बरंच.'' लॉरी म्हणाली. लिफ्टपर्यंत पोचल्यावर तिनं लिफ्टचं बटण दाबलं.

''उदाहरणार्थ?'' जॅकनं विचारलं, '' तुला नाउमेद करायची माझी इच्छा नाही, पण ही महत्त्वाची सरकारी केस आहे. आपण कितीही प्रयत्न केले, तरी कोणी ना कोणी दुखावलं जातंच. मला वाटतं, कॅल्व्हिनचं म्हणणं बरोबर होतं. ही केस प्रमुखांनीच करायला पाहिजे.''

''तुला तुझं मत व्यक्त करायला हरकत नाही.'' लॉरी म्हणाली.

तिनं परत लिफ्टचं बटण दाबलं. ही मागच्या बाजूची लिफ्ट फारच मंद होती. ''पण माझे विचार अगदी वेगळे आहेत. हल्ली मी पिस्तुलाच्या गोळ्यांनी झालेल्या जखमांबद्दल आणि त्यांच्याशी संबंधित गुन्ह्यांच्या स्वरूपाबद्दल बराच अभ्यास करतेय. या घटनेची व्हिडिओटेप उपलब्ध असल्यामुळे मला माझे निष्कर्ष लगेच पडताळून पाहता येतील. त्यामुळे या केसबद्दल मला विशेष उत्सुकता आहे. पिस्तुलाच्या गोळ्यांच्या जखमांवर एक निबंध सादर करण्याची माझी योजना आहे. ही केस म्हणजे माझ्या निबंधाचा मुकुटमणी ठरू शकेल...''

''हं !'' आकाशाकडे बघून सुस्कारा टाकत जॅक म्हणाला, ''एवढा उदात्त हेतू आहे तर तुझा !'' परत लॉरीकडे पाहत त्यानं म्हटलं, '' पण तरीही तू फक्त एकदा विचार करावास असं मला वाटतं. माझा आतला आवाज मला सांगतोय, की ही केस म्हणजे तुझी सरकारी डोकेदुखी होणार आहे. ते टाळायची संधी अजूनही तुला आहे. कॅल्व्हिनला जाऊन फक्त सांगायचं, की मी माझा विचार बदलला आहे. मी आपलं तुला आधीच सावध करतोय. हे काम करून तू धोका पत्करते आहेस.''

लॉरी हसली. ''जॅक, धोक्यांबद्दल तू मला सांगतोयस?'' पुढे होऊन तिनं जॅकच्या नाकाच्या टोकाला तर्जनीनं स्पर्श केला. ''माझ्यासकट तुला ओळखणाऱ्या सर्वांनी, तू ती नवी सायकल घेऊ नकोस अशी तुला वारंवार विनंती केली होती. पण तू ती घेतलीस. ती घेऊन तू नुसतीच डोकेदुखी ओढवून घेत नाहीयेस, तर जिवाचा धोकाही पत्करतोयस.''

लिफ्ट आली. लॉरी आणि लू आत शिरले. जॅक क्षणभर घुटमळला, पण लिफ्टचं दार बंद होण्यापूर्वी तोही आत घुसला.

''या वादात तू मला हरवू शकणार नाहीस.'' लॉरी म्हणाली, ''तेव्हा जरा जपूनच बोल.''

''ठीक आहे...'' दोन्ही हात उंचावून शरणागती पत्करल्यासारखं दाखवत जॅक म्हणाला, ''यापुढे मी तुला अजिबात उपदेश करणार नाही. या गोष्टीत पुढे काय काय घडतंय ते पाहण्याची मात्र मला खूप उत्सुकता आहे. माझा आज लेखनकाम करायचा दिवस आहे. तेव्हा तुझी हरकत नसेल, तर तुम्ही काय करताहात ते मी फक्त पाहीन.''

"तुझी इच्छा असेल तर तू आणखीही काही करू शकतोस." लॉरी म्हणाली, "तू आम्हाला मदत करू शकशील."

"माझ्यामुळे लूची अडचण होऊ नये अशी माझी इच्छा आहे." मुद्दामच तो द्व्यर्थी बोलला.

लू हसला. लॉरीचेही गाल लाजेमुळे लाल झाले. पण तरीही त्या दोघांनीही त्याच्या टोमण्याची दखल घेतल्याचं दाखवलं नाही.

"या केसमध्ये तुला उत्सुकता असण्याची इतरही काही कारणं आहेत, असं तू म्हणत होतीस." जॅक म्हणाला, "ती काय आहेत असं मी विचारलं, तर तुझी काही हरकत नाही ना?"

लॉरीनं पटकन लूकडे पाहिलं. जॅकच्या ते लक्षात आलं, पण त्याला त्याचा अर्थ समजला नाही.

"हं..." जॅक म्हणाला, "मी माझं नाक खुपसूं नये असं काहीतरी इथे शिजतंय, असं मला वाटायला लागलंय."

"तसलं काहीएक नाही." आता लूनं बोलण्यात पुढाकार घेतला, "याचा संबंध एका निराळ्याच गोष्टीशी आहे. पॉली सेरिनो नावाचा एक मध्यम प्रतीचा गुंड आहे. त्याला तुरुंगात टाकल्यामुळे त्याच्या रिकाम्या झालेल्या जागेवर या कार्लो फ्रँकोनीची नियुक्ती झाली. सेरिनो तुरुंगात जायला लॉरी अप्रत्यक्षरीत्या कारणीभूत ठरली. तिच्या कष्टांचा आणि चिकाटीचा परिणाम म्हणून त्याला तुरुंगात जावं लागलं."

"तुलासुद्धा माझ्याएवढेच कष्ट पडले होते." लॉरी म्हणाली. लिफ्ट थांबल्यामुळे धक्का बसला आणि लिफ्टची दारं उघडली.

"हो, पण तू केलेलं काम माझ्यापेक्षा कितीतरी जास्त होतं." लू म्हणाला.

ते तिघं तळघरात आले होते. लिफ्टमधून बाहेर पडून ते शवागाराच्या ऑफिसच्या दिशेनं चालू लागले.

"तू उल्लेखलेली भानगडींची मालिका या सेरिनो केसमधलीच होती का?" जॅकनं लॉरीला विचारलं.

"हो." लॉरी म्हणाली, "फारच भयानक केस झाली ती ! त्या अनुभवामुळे मी खूपच घाबरून गेले होते आणि सगळ्यात वाईट गोष्ट म्हणजे त्यातल्या काही व्यक्ती अजूनही आपल्या आजूबाजूला आहेत. सेरिनोही जिवंत आहेच; पण तो निदान तुरुंगात तरी आहे."

"आणि तो एवढ्यात सुटण्याचीही शक्यता नाही." लूनं माहिती पुरवली.

"हे ऐकून थोडं बरं वाटलं." लॉरी म्हणाली, "पण फ्रँकोनीचं शवविच्छेदन केल्यामुळे त्या केसच्या बाबतीतही काही माहिती मिळेल असं मला वाटतंय... त्या संबंधात तर अजूनही मला कधीकधी वाईट स्वप्नं पडतात."

"इथून बाहेर काढण्यासाठी तिला पाईनच्या एका शवपेटीत झोपवलं होतं." लू म्हणाला, "शवागाराच्या एका व्हॅनमधून तिला नेण्यात आलं."

"माय गॉड् !" जॅक लॉरीला म्हणाला, "हे तू मला कधी सांगितलं नाहीस."

"त्याचा जेवढा कमी विचार करता येईल तेवढा करायचा मी प्रयत्न करत असते." लॉरी उत्तरली आणि त्याच दमात ती पुढे म्हणाली, "तुम्ही दोघं इथेच थांबा."

ती वाकून शवागाराच्या ऑफिसमध्ये शिरली. आदल्या रात्री आलेल्या केसेस्ना दिलेल्या रेफ्रिजरेटरच्या कप्प्यांच्या यादीची एक प्रत तिला हवी होती.

"शवपेटीमध्ये झोपण्याची कल्पनाच मी करू शकत नाही..." जॅक म्हणाला. त्याच्या अंगावर शहारे आले. उंच इमारतींची वगैरे त्याला पहिल्यापासूनच भीती वाटायची. पण बंद जागेमध्ये एकट्याला राहावं लागण्याचीही आता त्याला तेवढीच भीती वाटायला लागली.

"मी तुझ्याशी पूर्ण सहमत आहे." लू म्हणाला, "पण ती त्यातून चांगलीच सावरली. त्यांच्या तावडीतून सुटल्यानंतर तासाभरातच आम्हा दोघांच्याही सुटकेचा विचार करण्याइतपत प्रसंगावधान तिनं दाखवलं. खरं म्हणजे मी तिला सोडवायला तिथे गेलो होतो, पण सगळी योजना तिनंच आखली."

"बाप रे !" मान हलवत जॅक म्हणाला, "या क्षणापर्यंत माझी समजूत होती, की दोन खुन्यांनी एकदा मला बेड्या ठोकून बेसिनला जखडून ठेवलं होतं, ती सर्वात भयानक गोष्ट होती. मला कोणी मारायचं यावरून त्यावेळी त्या दोघांमध्ये भांडण चाललं होतं..."

लॉरी एक कागद फडकावत ऑफिसमधून बाहेर आली. "एकशे अकरा नंबरचा कप्पा." ती म्हणाली, "... आणि मला वाटलं होतं त्याप्रमाणे मृतदेहाचे एक्स-रे काढलेले नाहीतच."

चालण्याच्या शर्यतीतील एखाद्या स्पर्धकाप्रमाणे ती भराभर चालू लागली. जॅक आणि लूला तिच्याबरोबर राहण्यासाठी धावावंच लागत होतं. ती थेट एकशे अकरा नंबरच्या कप्प्याकडे गेली. तिथे पोचल्यावर तिनं शवविच्छेदनाचं फोल्डर डाव्या बगलेत सरकवलं आणि उजव्या हातानं कप्प्याचं लॅचचं कुलूप उघडलं. नेहमीच्या सवयीनं तिनं कप्प्याचं दार उघडलं आणि ट्रे बाहेर ओढला.

लॉरीच्या भुवया आक्रसल्या.

"हे विचित्रच आहे !" ती म्हणाली. रक्ताचे आणि शरीरातील काही स्त्रावांचे वाळलेले डाग सोडल्यास तो ट्रे संपूर्ण रिकामा होता.

लॉरीनं ट्रे आत सरकवला आणि दार बंद केलं. आपल्याजवळील यादीतील नंबर आणि कप्प्याचा नंबर तिनं परत एकदा तपासून पाहिला. त्यात काहीच चूक

नव्हती. दोन्ही नंबर एकच होते - एकशे अकरा.

नंबर वाचण्यात आपली चूक तर होत नाही ना, याची खात्री करून घेण्यासाठी तिनं परत एकदा यादी बघितली. कप्प्याचं दार परत उघडलं. दिव्यांच्या प्रखर प्रकाशानं डोळे दिपू नयेत म्हणून डोळ्यांवर हात धरून तिनं कप्प्याच्या अंतर्भागात खोलवर डोकावून पाहिलं. काही शंकाच नको, कार्लो फ्रँकोनीचं मृत शरीर तिथं नव्हतं.

"काय वैताग आहे !" लॉरी म्हणाली. कप्प्याचं उष्णताविरोधक दार तिनं जोरात आपटलं. काहीतरी मूर्खासारखी चूक होत नाहीये ना, हे नक्की करण्यासाठी तिनं आजूबाजूचे सगळे कप्पे उघडून पाहिले. ज्या कप्प्यांमध्ये मृत शरीरं होती, त्या सर्वांची नावं आणि त्यांना दिलेले नंबर तिनं पडताळून पाहिले. कार्लो फ्रँकोनी त्यांच्यात नाहीये, याबद्दल आता तिची पूर्ण खात्री पटली.

"माझा याच्यावर विश्वासच बसत नाही." वैतागानं आणि रागानं लॉरी म्हणाली, "हा मृतदेह नाहीसा झालाय..."

एकशे अकरा नंबरचा कप्पा रिकामा सापडल्यापासून जॅकच्या चेहऱ्यावर एक छद्मी हास्य विलसत होतं. आता लॉरीचा वैतागलेला चेहरा पाहिल्यावर त्याला हसू आवरेना. तो मोठ्यानं हसला. लॉरी त्यामुळे चांगलीच दुखावली गेली.

"सॉरी..." स्वत:ला सावरत जॅक म्हणाला, "माझा आतला आवाज मला सांगत होता, की ही तुझी सरकारी डोकेदुखी ठरणार आहे. पण ती माझी चूकच होती. ही केस सरकारलाच डोकेदुखी देणार आहे असं आता मला वाटायला लागलंय."

□□

२

४ मार्च, १९९७
सकाळी १ वाजून ३० मिनिटे
कोगो, इक्वेटोरियन गिनी

केविन मार्शलनं पेन्सिल खाली ठेवली आणि टेबलाच्या वरच्या खिडकीतून तो बाहेर पाहायला लागला. त्याच्या मनात वादळ सुरू होतं. पण बाहेरची हवा मात्र आल्हाददायक होती. कित्येक महिन्यांनी आज ढगांचं सावट दूर होऊन निळ्या, मोकळ्या आकाशाचे तुकडे नजरेला पडले. हवा अखेर कोरडी झाली. अर्थात, ती तेवढी कोरडी नव्हतीच, पण पावसाळ्याएवढा पाऊस तरी पडत नव्हता. वाईट गोष्ट एवढीच होती, की सतत पडणाऱ्या उन्हामुळे तापमान भट्टीच्या पातळीपर्यंत वाढलं होतं. आताच सावलीतलं तापमान एकशे पंधरा अंशांच्या आसपास पोचलं होतं.

त्या दिवशी सकाळी केविनला मनासारखं काम करता आलं नाही. रात्री त्याला झोपही नीट लागली नव्हती. आदल्या दिवशी शस्त्रक्रियेच्या आधीपासून त्याला वाटत असलेली अस्वस्थता अजूनही कमी झाली नव्हती. उलट ती अधिक वाढलीच. विशेषत: जेनसिसचे सीईओ (चीफ एक्झिक्युटिव्ह ऑफिसर) टेलर कॅबोट यांच्याशी फोनवर झालेल्या संभाषणानंतर. यापूर्वी केविन त्यांच्याशी एकदाच बोलला होता. त्यांच्याशी बोलणं म्हणजे प्रत्यक्ष देवाशी बोलणं, असंच कंपनीतले बहुतेकजण समजत.

केविनच्या अस्वस्थतेत भर टाकायला इस्ला फ्रॅन्सेस्कावर धुराची आणखी वेटोळी वर चाललीच होती. सकाळी प्रयोगशाळेत आल्याआल्याच त्यानं ती पाहिली. त्याच्या अंदाजाप्रमाणे ती कालच्याच जागेवरून निघत होती. चुनखडीच्या दगडाच्या उभ्या उतरत्या बाजूकडून. धूर तेवढा स्पष्ट दिसत नव्हता, पण ही वस्तुस्थिती त्याला दिलासा देऊ शकली नाही.

कामात लक्ष केंद्रित करण्याचे प्रयत्न केविननं आता सोडून दिले. प्रयोगशाळेत वापरण्याचा आपला कोट काढून त्यानं खुर्चीवर लटकवला. त्याला विशेष भूक नव्हती; पण त्याच्या घरी काम करणाऱ्या नोकरबाईनं - एस्मराल्डानं स्वयंपाक करून ठेवलेला असेल, हे लक्षात येऊन त्यानं जेवणासाठी घरी जायचं ठरवलं.

विचारमग्न अवस्थेतच तो तीन जिने उतरून खाली आला. त्याच्या कित्येक सहकाऱ्यांनी जाताजाता 'हॅलो' म्हटलं, पण त्याचं त्यांच्याकडे अजिबात लक्ष नव्हतं. तो आपल्याच तंद्रीत होता. गेल्या चोवीस तासात त्याला कळून चुकलं, की आता काहीतरी हालचाल करायला हवी. आठवड्यापूर्वी प्रथम त्यानं तो धूर पाहिला, तेव्हा तो आपोआप नाहीसा होईल अशी आशा त्याला वाटली होती. पण आता त्याचा तो भ्रम दूर झाला.

त्यासाठी काय करायला हवं, हे मात्र दुर्दैवानं त्याला माहीत नव्हतं. तो स्वत:ला हीरो वगैरे काही समजत नव्हता. उलट आपण किती भित्रे आहोत, हे गेल्या काही वर्षांत त्याला चांगलं कळून चुकलं होतं. संकटांना तोंड द्यायची त्याला भीती वाटायची. म्हणून तो ती टाळण्याचाच प्रयत्न करायचा. लहानपणी एक बुद्धिबळ सोडलं, तर इतर स्पर्धांपासूनही तो दूरच राहायचा. त्याला फार कोणी मित्र वगैरेही नव्हते. एककल्ली मुलगा म्हणूनच तो लहानाचा मोठा झाला.

बाहेर उघडणाऱ्या काचेच्या दारापाशी केविन थांबला. चौकाच्या पलीकडे जुन्या टाऊन हॉलच्या कमानींखाली बसलेला इक्वेटोगिनीयन शिपायांचा नेहमीचा कंपू त्याला दिसला. दिवसभराचा वेळ कसातरी घालवण्याच्या त्यांच्या रोजच्या उद्योगात ते गुंतले होते. त्यांना काम असं काहीच नव्हतं. काहीजण जुन्या वेताच्या खुर्च्यांवर बसून पत्ते खेळत होते, तर काहीजण इमारतीच्या कठड्याला रेलून कर्कश आवाजात एकमेकांशी वादविवाद करत होते. सिगारेटी तर जवळजवळ सगळेचजण ओढत होते. पगाराबरोबरच त्यांना सिगारेटींचंही वाटप व्हायचं. त्यांच्या अंगावर मळक्या, जंगलाशी जुळणाऱ्या रंगाचे गणवेश होते, पायात लढाईच्या वेळी घालायचे झिजलेले बूट आणि डोक्यावर घट्ट बसणाऱ्या लाल चपट्या टोप्या होत्या. सर्वांजवळ स्वयंचलित रायफल्स होत्या. काहींनी त्या खांद्यावर लटकवल्या होत्या, तर काहींनी त्या सहज हात पोचेल अशा अंतरावर ठेवून दिल्या होत्या.

पाच वर्षांपूर्वी केविन कोगोमध्ये आला, तेव्हापासूनच त्याला या शिपायांची

भीती वाटायची. सुरक्षाप्रमुख कॅमेरॉन मॅक्आयव्हर्सनं सुरुवातीला सगळा परिसर केविनला हिंडून दाखवला, तेव्हाच त्यानं त्याला हेही सांगितलं, की स्वसंरक्षणासाठी जेनसिसनं इक्वेटोगिनीयन सैन्यातील बरेच लोक भाड्यानं घेतले आहेत. नंतर कॅमेरॉननं कबूल केलं, की नोकरीच्या नावाखाली केलेली ही भरती म्हणजे दुसरं तिसरं काही नसून सरकारला, सुरक्षा मंत्र्यांना आणि प्रादेशिक राज्यकारभार मंत्र्यांना जास्तीचे पैसे देता यावेत म्हणून केलेली व्यवस्था होती. स्थानिक सरकार आणि जेनसिस दोघांनीही यात आपली सोय पाहिली.

केविनला ते शिपाई संरक्षकांपेक्षा ध्येयहीन तरुणांच्या टोळक्यासारखेच अधिक वाटायचे. त्यांचा रंग तकाकी आलेल्या टेंबुरणीच्या खोडासारखा होता. त्यांचे भावनाशून्य चेहरे आणि कायम वर चढलेल्या भुवया यामुळे ते आढ्यताखोर वाटायचे. त्यांना येणारा कंटाळाही त्यांच्या चेहऱ्यावर स्पष्ट दिसायचा. केविनला त्यांच्याकडे पाहून नेहमी एक जाणीव व्हायची, की आपल्या शस्त्रांचा वापर करण्यासाठी निमित्त मिळावं म्हणून त्यांची सतत धडपड चालू आहे.

केविन दरवाजा ढकलून बाहेर आला. त्यानं चौक पार केला. शिपायांच्या दिशेनं त्यानं मुद्दामच पाहिलं नाही. परंतु पूर्वीच्या अनुभवामुळे त्याला माहीत होतं, की त्यांच्यापैकी काहीजण तरी त्याच्याकडे रोखून पाहात असणार. त्या कल्पनेनंसुद्धा त्याच्या अंगावर काटा उभा राहायचा. फँग या तिथल्या मुख्य स्थानिक भाषेतला एकही शब्द केविनला ठाऊक नव्हता. त्यामुळे ते काय बोलतात, ते त्याला कधीच समजायचं नाही.

मुख्य चौकातून त्यांच्या नजरेच्या टप्प्याबाहेर आल्यावर केविन थोडा सैलावला आणि त्यानं आपल्या चालण्याचा वेग थोडा कमी केला. उष्णता आणि शंभर टक्के आर्द्रता यांच्या संयोगामुळे हवा कायमच 'स्टीम बाथ'सारखी असायची. काहीही केलं तरी घाम यायचाच. आताही काही मिनिटातच केविनला आपला शर्ट ओला होऊन पाठीला चिकटत असलेला जाणवला.

हॉस्पिटल-प्रयोगशाळा संकुल आणि समुद्रकिनारा यांच्यांत साधारण तीन चौकांचं अंतर होतं आणि केविनचं घर त्या दोन्हीच्या बरोबर मध्यावर होतं. ते छोटंसं शहर कधीकाळी खूप सुंदर दिसत असणार. इमारती बांधताना त्यावर भडक रंगाचा गिलावा केला जाई आणि छतावर लाल रंगाच्या फरश्या असत. आता ते रंग उडून गेले होते; खडूच्या लगद्यासारखे फिकट झाले होते. दारांच्या बिजागरी वरच्या बाजूला होत्या. दुरुस्ती न झाल्यामुळे त्या सर्वच इमारतींची अवस्था भयानक झाली होती. नूतनीकरण केलेल्या इमारती तेवढ्या चांगल्या दिसायच्या. रस्त्यांचं जाळं कसंही पसरलेलं होतं आणि सगळ्या रस्त्यांवर आयात केलेले ग्रॅनाईटचे गोटे बसवले होते. गलबतं स्थिर राहावीत म्हणून त्यांच्या तळाशी जे गोटे घातलेले

असत, त्यांचा असा सदुपयोग केला गेला होता. स्पॅनिश वसाहती तिथे असताना हे शहर समृद्ध होतं. ही समृद्धी कोको आणि कॉफीच्या शेतीतून आलेली होती. त्यावेळी तिथे राहणारे हजारो लोक नक्कीच मजेत जगले असणार.

परंतु १९५९ मध्ये इक्वेटोरियल गिनीला स्वातंत्र्य मिळाल्यानंतर त्या शहराच्या इतिहासाला नाट्यमय कलाटणी मिळाली. जनतेनं निवडून दिलेले मशिएस न्गुएमा हे नवे अध्यक्ष झाले. पण अध्यक्षपद मिळाल्याबरोबर या लोकप्रिय नेत्याचं आफ्रिका खंडातील सर्वात क्रूरकर्मा हुकुमशहामध्ये रूपांतर झालं. त्यानं केलेले अत्याचार हे क्रूरपणामध्ये युगांडाच्या इदी अमीन आणि सेंट्रल आफ्रिकन रिपब्लिकच्या जीन-बेडेल बोकास्सा यांच्या अत्याचारांनाही मागे टाकणारे होते. परिणामतः सगळ्या देशाचंच वाटोळं झालं. पन्नास हजार लोकांची हत्या झाल्यानंतर देशातील एक तृतीयांश लोक देश सोडून पळून गेले. त्याचवेळी सगळ्या स्पॅनिश वसाहतवाद्यांनीही देश सोडला. देशातल्या बऱ्याच शहरांचा मोठ्या प्रमाणावर नाश केला गेला. विशेषतः कोगो तर पूर्णपणे ओस पडलं. कोगोचा देशातील इतर भागांशी संपर्क जोडणारा रस्ता तोडून फोडून टाकण्यात आला. त्यावरून वाहतूक करणं लवकरच अशक्य झालं.

कितीतरी वर्षं कोगो ओसाडच राहिलं. तिथे जायचं झालं, तर काही अंतरावर असलेल्या अकालायाँग बंदरातून छोट्या मोटरबोटीनं जाणं एवढा एकच मार्ग होता. कधीतरी एखादा प्रवासी उत्सुकतेपोटी कोगोमध्ये येऊन जायचा. सात वर्षांपूर्वी जेनसिसच्या प्रतिनिधीला कोगो सापडलं, तेव्हा तिथली बरीचशी जमीन जंगलानं व्यापून टाकली होती. कोगोभोवती असलेलं अमर्याद जंगल आणि तिथला एकांतवास यामुळे जेनसिसच्या वानर-प्रकल्पासाठी ही जागा अगदी योग्य ठरेल, हे त्या प्रतिनिधीनं लगेच हेरलं. इक्वेटोरियल गिनीची राजधानी असलेल्या मलाबोला परत आल्यावर त्यानं ताबडतोब सध्याच्या इक्वेटोगिनीयन सरकारशी त्याबाबत बोलणी चालू केली. आफ्रिकेतील सर्वात गरीब देशांपैकी तो एक देश होता. परकीय चलनाची त्यांना अत्यंत गरज होती. त्यामुळे नव्या अध्यक्षांनी या प्रकल्पात खूप उत्सुकता दाखवली. सर्व व्यवहार अगदी सुरळीतपणे पार पडला.

शेवटचं वळण पार करून केविन आपल्या घरापर्यंत आला. शहरातील इतर इमारतींप्रमाणेच त्याचं घरही तीनमजली होतं. त्याच्या नूतनीकरणासाठी जेनसिसनं थोडे अधिक कष्ट घेतले होते. गोष्टीतल्या घरासारखं रसिकपणानं ते सजवलं होतं. त्यामुळे शहरातल्या काही थोड्याच सुंदर घरांपैकी ते एक झालं. जेनसिसच्या कर्मचाऱ्यांपैकी बऱ्याचजणांचा या घरावर डोळा होता. विशेषतः सुरक्षाप्रमुख कॅमेरॉन मॅक्आयव्हर्स या घरामुळे केविनवर फारच जळायचा. फक्त त्या 'झोन'चा व्यवस्थापक सिग्फ्रीड स्पालेक आणि मुख्य पशुवैद्य बर्ट्राम एडवर्ड्स या इतर दोघांनाही अशीच

सुंदर घरं मिळाली होती. डॉ. रेमंड लीयॉन्सनी केविनच्या वतीनं मध्यस्थी केल्यामुळे त्याला हे घर मिळू शकलं, अशी त्याची समजूत होती; पण त्याला ते नक्की ठाऊक नव्हतं.

एकोणिसाव्या शतकाच्या मध्यावर केव्हातरी एका यशस्वी आयात / निर्यातदार व्यापाऱ्यानं हे घर पारंपरिक स्पॅनिश पद्धतीनं बांधलं होतं. पहिल्या मजल्यावर टाऊन हॉलसारख्याच कमानींची रांग होती. पूर्वी तिथे दुकानं आणि गोदामं असावीत. दुसऱ्या मजल्यावर राहण्यासाठी खोल्या होत्या. त्यामध्ये तीन शयनगृहं, तीन स्नानगृहं, एक मोठीच्या मोठी बैठकीची खोली, भोजनघर, स्वयंपाकघर आणि नोकरांना राहण्यासाठी एक छोटी जागा एवढ्यांचा समावेश होता. चारी बाजूंनी मोकळा व्हरांडा होता. तिसऱ्या मजल्यावर एक प्रचंड मोठी मोकळी खोली होती. तिथली जमीन लाकडाच्या फळ्यांनी पूर्ण आच्छादलेली होती. छताला ओतीव लोखंडापासून बनवलेली दोन प्रचंड झुंबरं लटकवलेली होती. तिथे शंभरएक माणसं सहज बसू शकली असती. ही खोली पूर्वी सभांसाठीच वापरली जात असावी.

केविन आत शिरला आणि मध्यभागी असलेल्या जिन्यानं वर जायला लागला. वर एक अरुंद हॉल होता. तो पार करून तो भोजनगृहाकडे गेला. त्याच्या अपेक्षेप्रमाणेच टेबलावर जेवणाची सिद्धता करून ठेवलेली होती.

केविनचा परिवार नसल्यामुळे त्याच्या एकट्यासाठी हे घर खूपच मोठं होतं. त्याला प्रथम जेव्हा ते दाखवण्यात आलं, तेव्हा त्यानं तसं बोलूनही दाखवलं. पण सिग्फ्रीड स्पालेकनं त्याला सांगितलं, की हा निर्णय बोस्टनमध्ये घेण्यात आला आहे आणि त्यानं त्याबद्दल तक्रार न केलेली बरी. केविननं ते मान्य केलं. पण त्यामुळे त्याचे सहकारी त्याचा हेवा करू लागले. सहकाऱ्यांच्या या द्वेषवृत्तीमुळे केविन बरेचदा अस्वस्थ व्हायचा.

अचानक जादू झाल्यासारखी एस्मराल्डा अवतरली. ती नेहमीच अशी अचानक कशी येते, याचं केविनला आश्चर्य वाटायचं. जणू काही ती कायम फक्त केविनच्या घरी येण्याचीच वाट बघत असायची. तिचं वय नक्की कळत नसे, पण तिचं व्यक्तिमत्त्व आनंदी होतं. गोल चेहऱ्याच्या एस्मराल्डाच्या डोळ्यात मात्र नेहमी एक दुःखाची झाक असायची. तिचे कपडे भडक रंगाच्या नक्षीच्या कापडाचे असायचे आणि त्यांच्याशी सुसंगत असा स्कार्फ डोक्याभोवती घट्ट गुंडाळलेला असायचा. स्थानिक भाषेव्यतिरिक्त ती उत्तम स्पॅनिश आणि कळण्याइतपत इंग्लिश बोलायची. दिवसेंदिवस तिचं इंग्लिश बोलणं सुधारत चाललं होतं.

सोमवारपासून शुक्रवारपर्यंत एस्मराल्डा नोकरांसाठी असलेल्या खोलीत राहायची. शनिवार-रविवार ती जवळच्या खेड्यात असलेल्या आपल्या घरी जायची. नदीच्या काठावर पूर्वेला जेनसिसनंच हे खेडं वसवलं होतं. 'झोन'मध्ये कामाला असलेल्या

जेनसिसच्या स्थानिक कर्मचाऱ्यांना राहण्यासाठी तिथे घरं बांधण्यात आली होती. जेनसिसनं आपल्या कामासाठी व्यापलेल्या इक्वेटोगिनीतील या प्रदेशाला 'झोन' असं नाव पडलं होतं. इक्वेटोगिनीचं मुख्य शहर बाटा, इथून एस्मराल्डा आणि तिचा परिवार इथे स्थलांतरित झाले होते. त्या देशाची राजधानी असलेलं मलाबो हे शहर बियोको नावाच्या बेटावर होतं.

आठवड्याच्या इतर दिवशीही संध्याकाळी घरी जाण्याची इच्छा असेल तर केविननं एस्मराल्डला पूर्ण परवानगी दिली होती. पण तीच जायची नाही. केविननं आग्रहच धरला तेव्हा तिनं सांगितलं, की तिला कोगोमध्येच राहायचा हुकूम होता.

"तुम्हाला एक फोन आला होता." एस्मराल्डा म्हणाली.

"ओह् !" केविन खेदानं म्हणाला. त्याच्या हृदयाचे ठोके एकदम जलद पडू लागले. तिथे फोन येणं ही दुर्मिळ गोष्ट होती आणि सध्याच्या घटकेला केविनला अनपेक्षित असं काहीही व्हायला नको होतं. मध्यरात्री आलेल्या टेलर कॅबोट यांच्या फोननं तो आधीच खूप अस्वस्थ झाला होता.

"न्यूयॉर्कहून डॉ. रेमंड लीयॉन्सचा फोन आला होता." एस्मराल्डा म्हणाली, "त्यांनी तुम्हाला परत फोन करायला सांगितलंय."

हा फोन साता समुद्रापलीकडून आला होता, या गोष्टीचं केविनला मुळीच आश्चर्य वाटलं नाही. जेनसिसनं 'झोन'मध्ये उपग्रहाद्वारे संपर्काची सोय केली होती. त्यामुळे उत्तरेला साठ मैलांवर असलेल्या बाटामध्ये कोणाला फोन करण्यापेक्षा युरोप किंवा अमेरिकेला फोन करणं अधिक सोपं झालं होतं. मलाबोला फोन करणं तर जवळजवळ अशक्यच असायचं.

केविन हॉलकडे जायला निघाला. हॉलमध्ये कोपऱ्यातल्या डेस्कवर फोन होता.

"तुम्ही आता जेवणार आहात ना?" एस्मराल्डानं विचारलं.

"हो." केविन म्हणाला. अजूनही त्याला भूक लागली नव्हतीच. पण एस्मराल्डाचं मन दुखावण्याची त्याला इच्छा नव्हती.

केविन डेस्कपाशी बसला. फोनवर हात ठेवून त्यानं मनातल्या मनात पटकन हिशेब केला. न्यूयॉर्कमध्ये आता सकाळचे आठ वाजले असतील. डॉ. लीयॉन्सनी कशासाठी फोन केला असेल, याचा तो विचार करत होता. पण टेलर कॅबोटशी झालेल्या आपल्या बोलण्याशी संबंधित असंच काहीतरी त्यांना बोलायचं असेल, एवढा अंदाज त्यानं बांधला. कार्लो फ्रँकोनीचं शवविच्छेदन करावं लागतंय ही गोष्ट केविनला काही बरी वाटत नव्हती. डॉ. लीयॉन्सनाही असंच वाटत असावं, अशी त्याची कल्पना होती.

त्या दोघांची भेट सहा वर्षांपूर्वी प्रथम झाली. न्यूयॉर्कमध्ये असलेल्या 'अमेरिकन असोसिएशन फॉर दि अॅड्व्हान्समेंट ऑफ सायन्स' या संस्थेनं एक मीटिंग बोलावली

होती. त्या मीटिंगमध्ये केविननं एक पेपर सादर केला. असं पेपर सादर करणं केविनला अजिबात आवडायचं नाही. पण यावेळी हॉवर्डमधील त्याच्या विभागप्रमुखांनी त्याला पेपर वाचण्याची जबरदस्तीच केली. पीएच. डी. साठी प्रबंध तयार करत होता, त्या वेळेपासून त्याला क्रोमोझोम्सच्या अदलाबदलीमध्ये रस वाटायचा. या प्रक्रियेमध्ये प्राण्यांच्या अगर वनस्पतींच्या एखाद्या विशिष्ट वर्गामध्ये, आजूबाजूच्या परिस्थितीशी अधिक चांगल्या तऱ्हेनं जुळवून घेण्यासाठी क्रोमोझोम्सच्या तुकड्यांची अदलाबदल केली जाते. त्यामुळे प्राण्यांचा अगर वनस्पतींचा तो वर्ग उत्क्रांत होतो, सुधारतो. वेगळ्या शब्दांत सांगायचं झालं, तर जगायला आणि परिस्थितीला तोंड द्यायला अधिक लायक होतो. उत्क्रांतीच्या याच प्रक्रियेमुळे प्राण्यांचे आणि वनस्पतींचे वेगवेगळे वर्ग निर्माण होतात. ही प्रक्रिया लिंगपेशींच्या (Sex cells) उत्पत्तीमध्ये विशेषत: अधिक वेळा होते, असं आढळून आलं आहे. या प्रक्रियेला मीइऑसिस* (Meiosis) असं नाव आहे.

जेम्स वॉटसन आणि फ्रँसिस क्रिक या दोघा शास्त्रज्ञांनी डीएन्ए रचनेचा शोध लावला. योगायोगानं केविन ज्यावेळी मीटिंगमध्ये भाषण करणार होता, त्याआधी या दोघा शास्त्रज्ञांनी त्यांच्या शोधाच्या वाढदिवसाच्या निमित्तानं तिथे एक अतिशय उत्तम भाषण केलं. परिणामत: केविनच्या भाषणाच्या वेळी फारच थोडे लोक उपस्थित राहिले. त्या थोड्या उपस्थितांपैकी एक रेमंड होते. भाषणानंतर ते केविनला भेटायला आले. त्यांच्या चर्चेचा शेवट केविननं हॉवर्ड सोडून जेनसिससाठी काम करायचं, असं ठरवण्यात झाला.

थोड्याशा थरथरत्या हातानं केविननं फोनचा रिसीव्हर उचलला आणि नंबर फिरवला. रेमंडनी पहिल्याच घंटीनंतर फोन उचलला. ते फोनची अतिशय उत्सुकतेनं वाट पाहत असावेत. ते जणू काही शेजारच्या खोलीतून बोलत असावेत, इतकं त्यांचं बोलणं स्पष्ट ऐकू येत होतं.

''मी तुला एक चांगली बातमी सांगायला फोन केला.'' फोनवर केविनच आहे हे कळल्याबरोबर रेमंड म्हणाले, ''शवविच्छेदन होणार नाही.''

केविन काहीच बोलला नाही. तो एकदम गोंधळून गेला.

''तुला हे ऐकून बरं नाही वाटलं?'' रेमंडनी विचारलं. ''काल रात्री तुझं कॅबोटशी बोलणं झालं हे मला माहीत आहे.''

''मला थोडंसं सुटका झाल्यासारखं वाटतंय....'' केविन म्हणाला, ''पण शवविच्छेदन होवो किंवा न होवो, मला या सबंध प्रकल्पाचाच आपण परत एकदा विचार करावा असं वाटायला लागलंय.

आता गप्प राहण्याची पाळी रेमंडची होती. एक अडचण ते दूर करतायत न करतायत, तोच दुसरी अडचण डोकं वर काढू पाहत होती.

''आपलं काहीतरी चुकलंय असं मला वाटायला लागलंय. म्हणजे.. मला असं म्हणायचंय, की माझं काहीतरी चुकतंय. माझी सदसद्विवेकबुद्धी मला एकसारखी टोचतेय आणि थोडीशी भीतीही वाटतेय. मुळात मी एक वैज्ञानिक आहे. विज्ञानाचा वापर मानवजातीसाठी कसा करून घ्यायचा, हा माझा प्रांत नाही.''

''ओह् प्लीज !'' रेमंड त्रासून म्हणाले, ''या प्रकरणाचा गुंता वाढवू नकोस. आत्ता तर नकोच. तुला जशी प्रयोगशाळा हवी होती, तशी आता ती मिळालेली आहे. तुला पाहिजे असलेली उपकरणं मिळवताना मला आकाशपाताळ एक करावं लागलं आणि सर्वात महत्त्वाचं म्हणजे, आत्ता कुठे गोष्टी एवढ्या सुरळीत चालू झाल्या आहेत. विशेषत: या प्रकल्पासाठी उत्तमोत्तम डॉक्टर्स मला सहकार्य करायला तयार होतायत. त्यामुळे हा प्रकल्प नक्कीच फायदेशीर ठरेल. शिवाय कंपनी तुला जे काही देऊ करतेय, त्यामुळे तर तू खूपच श्रीमंत होणारेस.''

''श्रीमंत होण्याची महत्त्वाकांक्षा मला कधीच नव्हती.'' केविन म्हणाला.

''पण वाईट गोष्टीही घडू शकतात.'' रेमंड म्हणाले, ''कम ऑन, केविन! असं काही बोलू नकोस.''

''आणि या जंगलामध्ये राहायचं असेल, तर श्रीमंत होऊन तरी काय करायचंय?'' केविन म्हणाला. नकळत त्याच्या मनात व्यवस्थापक सिग्फ्रीड स्पालेकची प्रतिमा उभी राहिली. तो शहारला. त्याला त्या माणसाची भीतीच वाटायची.

''तुला तिथे कायम वास्तव्य थोडंच करायचंय?'' रेमंड म्हणाले, ''तूच तर मला म्हणाला होतास, की तुझं तिथलं काम आता जवळजवळ पूर्ण होत आलंय म्हणून. तिथली सगळी कामं आता सुरळीत चालतायत, असं तूच मला सांगितलंस. तसं असेल तर तुझ्या एखाद्या सहकाऱ्याला कामाचं प्रशिक्षण देऊन तू इकडे येऊ शकतोस. तुला मिळालेल्या पैशांतून तुझ्या स्वप्नातली प्रयोगशाळा तू इथेही उभी करू शकतोस.''

''मला बेटावरून परत धूर निघताना दिसलाय...'' केविन म्हणाला, ''गेल्या आठवड्यात दिसला होता तसाच.''

''धुराबद्दल तू सगळं विसर !'' रेमंड म्हणाले, ''ते सगळे तुझ्या कल्पनेचे खेळ आहेत. काहीतरी काल्पनिक गोष्टींचा विचार करत बसण्याऐवजी आपल्या कामावर तू अधिक लक्ष केंद्रित कर, म्हणजे तुझंच काम लवकर संपेल. मोकळा वेळ मिळाला, तर इकडे बांधायच्या तुझ्या प्रयोगशाळेबद्दल विचार कर. तिथे काय काय करायचंय ते ठरव.''

केविननं मान हलवली. रेमंडच्या म्हणण्यात तथ्य होतं. केविनला वाटत असलेल्या काळजीचा एक भाग हाही होता, की आफ्रिकेमध्ये तो जे करत होता ते सर्वांना समजलं, तर त्याला आपल्या अभ्यासाकडे परत कदाचित कधीच वळता

येणार नव्हतं. त्याला नोकरी मिळणंही अवघड झालं असतं. त्याला जर स्वत:ची प्रयोगशाळा उभारता आली, तर हा सर्व प्रश्न सुटला असता. स्वतंत्र उत्पन्नाची सोय झाल्यामुळे पोटापाण्याचा प्रश्नही मार्गी लागला असता.

"माझं ऐक, आताच्या रुग्णाची तयारी झाली, की त्याला न्यायला मी तिथे येतोच आहे. ही वेळ काही फार दूर नाही. त्यावेळी आपण बोलूच. तोपर्यंत तू फक्त एवढंच लक्षात ठेव, की आपलं काम आता जवळजवळ संपलेलं आहे. आपल्या खजिन्यात पैशाचा ओघ सुरू झालेला आहे."

"ठीक आहे." थोड्याशा नाखुशीनंच केविन म्हणाला.

"तू फक्त घाईनं काहीतरी करू नकोस." रेमंड म्हणाले, "मला तसं नक्की सांग."

"ठीक आहे." केविन परत थोड्याशा उत्साहानं म्हणाला.

त्यानं फोन ठेवला. एखाद्याचं मन वळवण्याचं काम रेमंडना छान जमायचं. त्यांच्याशी बोलल्यावर केविनला नेहमीच बरं वाटायचं.

खुर्ची मागे ढकलून केविन डेस्कपासून दूर झाला आणि भोजनगृहाकडे निघाला. रेमंडनी केलेल्या उपदेशाला अनुसरून तो आपली प्रयोगशाळा कुठे बांधावी, याबद्दल विचार करायला लागला. हॉवर्ड आणि एम् आय् टी या दोन्ही संस्थांशी त्याचे जवळचे संबंध होते. त्यामुळे मॅसॅच्युसेट्समधील केंब्रिज येथे प्रयोशाळा उभारणं सोयीच ठरलं असतं. पण कधीकधी त्याला वाटायचं, की न्यू हॅम्पशायरसारख्या लहान गावात राहणं अधिक छान होईल.

केविनला माहीत नसलेला कुठलातरी पांढरा मासा जेवणामध्ये होता. त्यानं चौकशी केल्यावर एस्मराल्डानं त्याला त्या माशाचं फँग भाषेतील नाव सांगितलं. त्यावरून त्याला काहीच बोध झाला नाही. पण तो मनापासून जेवायला लागला. त्याच्या कल्पनेपेक्षा तो जास्त जेवला, या गोष्टीचं त्याचं त्यालाच आश्चर्य वाटलं. रेमंडशी झालेल्या संभाषणाचा त्याच्या भुकेवर चांगला परिणाम झाला होता. डोक्यावरचं ओझं उतरल्यासारखं त्याला वाटायला लागलं. आपली स्वत:ची प्रयोगशाळा असणं या कल्पनेचं त्याला अजूनही अतिशय अप्रूप वाटत होतं.

जेवणानंतर केविननं ओलसर झालेला शर्ट बदलून दुसरा स्वच्छ, इस्त्री केलेला शर्ट चढवला. आता त्याला परत कामाला लागायची घाई झाली होती. तो जिना उतरायला लागणार, एवढ्यात एस्मराल्डानं त्याला रात्रीचं जेवण किती वाजता हवंय असं विचारलं. त्यानं तिला नेहमीची सातची वेळ दिली.

त्याचं जेवण सुरू असतानाच समुद्रावरून राखाडी जांभळट रंगाचे ढग हळूहळू जमा होऊ लागले होते. तो समोरच्या दरवाज्यातून बाहेर पडेपर्यंत जोरदार पाऊस सुरू झाला. त्याच्या घरासमोरच्या रस्त्यावरून पाण्याचे लोटच्या लोट समुद्राकडे

वाहू लागले. एस्ट्युरिओ डेल मुनच्या पलीकडे दक्षिणेला त्याला स्वच्छ सूर्यप्रकाशाची एक रेषा आणि इंद्रधनुष्याची पूर्ण कमान दिसली. गॅबनमध्ये अजूनही पाऊस पडत नव्हता. केविनला त्याबद्दल मुळीच आश्चर्य वाटलं नाही. कधीकधी रस्त्याच्या एका बाजूला पाऊस पडत असायचा, तर दुसऱ्या बाजूला अजिबात पाऊस नसायचा.

अजून एखादा तास तरी पाऊस कोसळेल, असा अंदाज करत केविन घराच्या कडेकडेनं, कमानीखालून जात आपल्या काळ्या टोयोटा गाडीत चढला. हॉस्पिटलपर्यंतचं अंतर अगदीच थोडं होतं. तरी ओलं होऊन दिवसभर वावरण्यापेक्षा गाडीनं जाणं त्याला अधिक ठीक वाटलं.

□□

३

मार्च ४, १९९७
सकाळी ८ वाजून ४५ मिनिटे
न्यूयॉर्क.

''ठीक आहे, मग आता तू काय करणार आहेस?'' गाडीतील पुढच्या आरशातून दिसणाऱ्या मागे बसलेल्या आपल्या बॉसकडे - विनी डॉमिनिककडे पाहत फ्रँको पॉन्टीनं विचारलं. ते विनीच्या लिंकन टाऊनकारमध्ये बसलेले होते. विनी मागच्या सीटवर थोडासा पुढे रेलून बसला होता. उजव्या हातानं त्यानं आपल्या डोक्यावरचा आधाराचा पट्टा पकडला होता. तो बाहेरच्या ईस्ट ६४ व्या रस्त्यावरील १२६ नंबरच्या घराकडे पाहत होता.नक्षीदार फ्रेंच पद्धतीनं सजवलेलं ते घर तपकिरी दगडांनी बांधलेलं होतं. त्याला उंच कमानी आणि अनेक तावदानं असलेल्या खिडक्या होत्या.

''ही जागा तर मोठी झकास दिसतेय..!'' विनी म्हणाला, ''या डॉक्टरचा धंदा चांगला चाललेला दिसतोय.''

''मी गाडी पार्क करू का?'' फ्रँकोनं विचारलं. आता ती गाडी रस्त्याच्या मध्यभागी उभी होती आणि मागचा टॅक्सीवाला एकसारखा हॉर्न वाजवत होता.

''कर ना!'' विनी म्हणाला.

फ्रँको एका फायर हैड्रंटपर्यंत आला. तिथे त्यानं गाडी बाजूला

घेतल्यावर मागचा टॅक्सीवाला पुढे गेला. तो हातवारे करत त्यांना शिव्या घालत होता. अँजेलो फॅशिओलोनं मान हलवली. निर्वासित रशियन टॅक्सी ड्रायव्हर्सविषयी त्यानं काही तुच्छतादर्शक उद्‌गार काढले. तो गाडीत पुढच्या बाजूला ड्रायव्हरशेजारच्या सीटवर बसला होता.

विनी गाडीतून खाली उतरला. फ्रँको आणि अँजेलोही त्याच्यापाठोपाठ उतरले. त्या तिघांनीही राखाडी रंगातील निरनिराळ्या छटा असलेले उत्तम दर्जाचे लांब ओव्हरकोट घातले होते.

"तू कार नीट पार्क केली आहेस ना?" फ्रँकोनं विचारलं.

"आपली मीटिंग काही फार वेळ चालणार नाही, असा माझा अंदाज आहे." विनी म्हणाला, "तरीही सावधगिरीचा उपाय म्हणून 'पोलिस बेनेव्होलंट असोसिएशन कमेन्डेशन'ची एक चिठ्ठी डॅश-बोर्डवर डकवून टाक. तेवढेच पन्नास डॉलर्स वाचतील."

विनी १२६ नंबरकडे चालू लागला. नेहमीच्या सावध पद्धतीनं फ्रँको आणि अँजेलो त्याच्यामागून निघाले. १२६ नंबरच्या दारावरील इंटरकॉमकडे पाहत विनी म्हणाला, "हे घर ड्यूप्लेक्स दिसतंय. मला वाटलं होतं तेवढी काही या डॉक्टरची प्रॅक्टिस चांगली चाललेली दिसत नाही..." डॉ. रेमंड लीयॉन्स असं नाव असलेलं बटन दाबून तो उत्तराची वाट पाहत थांबला.

"हॅलो..?" एका बाईच्या आवाजानं विचारणी केली.

"मला डॉक्टरना भेटायचंय." विनी म्हणाला, "माझं नाव विनी डॉमिनिक आहे."

थोडा वेळ गेला. विनी पायानं एका बाटलीच्या झाकणाशी खेळत होता. फ्रँको आणि अँजेलो रस्त्याच्या दोन्ही बाजूंना लक्ष ठेवत होते.

इंटरकॉममधून परत आवाज आला. "हॅलो; मी डॉ. लीयॉन्स बोलतोय. तुमचं माझ्याकडे काय काम आहे?"

"मला तुमच्याशी पंधरा मिनिटं काही बोलायचंय." विनी म्हणाला.

"मिस्टर डॉमिनिक, मी तुम्हाला ओळखलं नाही." डॉ. रेमंड म्हणाले, "तुम्ही कशाच्या संदर्भात आला आहात ते सांगू शकाल का?"

"काल रात्री मी तुमचं एक काम केलंय; आणि त्या संदर्भात मला तुम्हाला भेटायचंय." विनी म्हणाला, "आपल्या दोघांच्याही ओळखीचे डॉ. डॅनियल लेविट्झ यांच्या विनंतीवरून मी ते काम केलंय."

इंटरकॉमवर परत थोडा वेळ शांतता होती.

"डॉक्टर, मी काय म्हणतोय ते तुम्ही ऐकलं ना?" विनी म्हणाला.

"हो, हो, अर्थात." रेमंड म्हणाले.

एक कर्कश बेल वाजली. समोरचा जड दरवाजा ढकलून उघडत विनीनं आत प्रवेश केला. त्याचे ते चमचेही त्याच्याबरोबर आत शिरले.

''आपल्याला भेटायची या डॉक्टरला काही फारशी उत्सुकता दिसत नाहीये.'' छोट्याशा लिफ्टनं वर जाताजाता विनी उपरोधानं म्हणाला. एखाद्या छोट्याशा डब्यात तीन सिगारेटी कोंबून बसवाव्यात, तसे ते तिघे त्या लिफ्टमध्ये दिसत होते.

ते लिफ्टच्या बाहेर आले, तेव्हा रेमंड तिथे उभेच होते. त्या तिघांची ओळख करून घेऊन हस्तांदोलन करताना ते चांगलेच उदास वाटत होते. त्यांनी त्यांना आपल्या घरात यायला सांगितलं. महॉगनी लाकडाचं पॅनेलिंग केलेल्या त्यांच्या छोट्या अभ्यासिकेमध्ये ते सर्वजण बसले.

''तुम्ही कॉफी घेणार ना?'' रेमंडनी विचारलं.

फ्रँको आणि अँजेलो विनीकडे पाहू लागले.

''तुम्हाला त्रास होणार नसेल तर मला एक्स्प्रेसो चालेल.'' विनी म्हणाला. फ्रँको आणि अँजेलो कॉफी घ्यायला तयार होतेच.

रेमंडनी आपल्या डेस्कवरच्या फोनवरून कॉफीची ऑर्डर दिली.

आपल्या आगंतुक पाहुण्यांकडे एक नजर टाकल्याबरोबर रेमंडना आपली भीती खरी ठरल्याची जाणीव झाली होती. त्यांच्या दृष्टीनं ते तिघेही कनिष्ठ दर्जाच्या सिनेमातील नमुनेदार गुंडासारखे दिसत होते. विनी पाच फूट दहा इंच उंच असावा. त्याचा रंग काळा होता आणि केस मागे वळवलेले होते; तरीही तो देखणा दिसत होता. तो नक्कीच बॉस होता. बाकीचे दोघे सहा फुटांपेक्षाही अधिक उंच आणि सडपातळ होते. त्यांची नाकं सरळ होती आणि ओठ पातळ होते. त्यांचे चमकणारे डोळे खोबणीत खोलवर बसवल्यासारखे दिसत होते. ते भाऊभाऊ असण्याची शक्यता होती. अँजेलोची त्वचा हा त्या दोघांमधला मुख्य फरक होता. अँजेलोची त्वचा चंद्राच्या आपल्यापासून दूर असलेल्या बाजूसारखी खडबडीत दिसतेय, असं रेमंडना वाटलं.

''मी तुमचे कोट ठेवू का?'' रेमंडनी विचारलं.

''आम्ही काही फार वेळ थांबणार नाही...'' विनी म्हणाला.

''तुम्ही बसा तरी...'' रेमंड म्हणाले.

विनी एका चामड्याच्या हात असलेल्या खुर्चीवर आरामात बसला. फ्रँको आणि अँजेलो एका मखमली सेटीवर थोडेसे अवघडून बसले. रेमंड आपल्या डेस्कमागच्या खुर्चीवर बसले.

''बोला, तुमचं माझ्याकडे काय काम आहे?'' स्वरात आत्मविश्वास आणण्याचा प्रयत्न करत रेमंडनी विचारलं.

''तुमच्यासाठी काल रात्री आम्ही जे काम केलं, ते करताना आम्हाला खूप अडचणी आल्या.'' विनी म्हणाला, ''आम्ही ते कसं जमवलं हे जाणून घ्यायची तुम्हाला उत्सुकता असेल असं आम्हाला वाटलं.''

रेमंडच्या चेहऱ्यावर केविलवाणं हसू उमटलं. एखाद्या अज्ञात संकटापासून स्वत:चा बचाव करावा, अशा आविर्भावात त्यांनी दोन्ही हात वर केले. ''त्याची काही गरज नाही. माझी खात्री आहे...''

''तुम्हाला ऐकावंच लागेल...'' विनी थोड्या जरबेनं म्हणाला, ''हे व्यवहाराचे नियमच आहेत. आम्ही तुमच्या वतीनं काहीच प्रयत्न केले नाहीत असं तुम्हाला वाटायला नको.''

''तसं मला कधीच वाटणार नाही.'' रेमंड म्हणाले.

''पण खात्री करून घेतलेली बरी.'' विनी म्हणाला, ''त्याचं काय आहे, की शवागारातून एखादा मृतदेह बाहेर काढणं ही अजिबात सोपी गोष्ट नाही. कारण शवागार कामासाठी चोवीस तास उघडं असतं. गणवेश घातलेला एक पहारेकरी तिथे कायम पहारा करत असतो.''

''याची खरंच गरज नाहीये...'' रेमंड म्हणाले, ''यातल्या खासगी तपशिलात मला बिलकुल शिरायचं नाही. पण तुम्ही केलेले प्रयत्न मात्र नक्कीच कौतुकास्पद आहेत.''

''गप्प बसा, डॉ. लीयॉन्स आणि मी काय सांगतो ते नीट लक्ष देऊन ऐका!'' विनी म्हणाला. आपले विचार जुळवून घेण्यासाठी तो थोडा वेळ थांबला. ''आमचं नशीब जोरावर होतं. हा अँजेलो शवागारात काम करणाऱ्या व्हिनी अमेंडोला नावाच्या एका मुलाला ओळखतो. अँजेलो ज्याच्यासाठी काम करतो, त्या पॉली सेरिनोनं या मुलावर बरेच उपकार केले होते. पॉली सेरिनो सध्या तुरुंगात आहे. अँजेलो आता माझ्यासाठी काम करतोय. फ्रँकोनीचं शव नेमकं कुठं ठेवलेलं होतं, ते या मुलाला माहीत होतं. अँजेलो त्याला पटवण्यात यशस्वी झाला. अशा तऱ्हेनं ही माहिती आम्हाला मिळाली. शिवाय त्या मुलाला आणखीही अशा काही गोष्टी ठाऊक होत्या, की ज्यामुळे मध्यरात्री आम्ही तिथे काय करत आहोत हे सांगायला आम्हाला निमित्तही मिळालं.''

त्याचवेळी डार्लीन पोल्सन एक्स्प्रसो कॉफी घेऊन आली. रेमंडनी आपली सहाय्यक म्हणून तिची ओळख करून दिली. त्यांना कॉफी देऊन ती लगेच निघून गेली.

''तुमची सहाय्यक दिसायला छान आहे.'' विनी म्हणाला.

''ती खूप कार्यक्षम आहे.'' रेमंड म्हणाले. स्वत:च्या नकळत त्यांनी भुवईवरून हात फिरवला.

''आमच्यामुळे तुम्हाला अस्वस्थता तर वाटत नाहीये?'' विनीनं विचारलं.

''छे, छे, अजिबात नाही...'' रेमंड जरा घाईघाईनंच म्हणाले.

''...तर अशा तऱ्हेनं आम्ही ते शव बाहेर काढलं.'' विनी म्हणाला, ''आणि

त्यानंतर त्याची विल्हेवाट लावली. पण एव्हाना तुमच्या लक्षात आलंच असेल, की ही काही सोपी गोष्ट नव्हती. उलट योजना आखायला अजिबात वेळ न मिळाल्यामुळे यात आम्हाला खूपच त्रास झाला.''

''ठीक आहे. याच्या मोबदल्यात माझ्याकडून तुम्हाला काही लागलं तर जरूर सांगा.'' संभाषणातील थोड्याशा अस्वस्थ शांततेनंतर रेमंड म्हणाले.

''थँक यू, डॉक्टर.'' विनी म्हणाला. औषध प्यावं तशी एका दमात त्यानं आपली एक्स्प्रसो संपवली. आपली कपबशी त्यानं डेस्कच्या कोपऱ्यात ठेवली. ''मला तुमच्याकडून हीच अपेक्षा होती आणि म्हणूनच मी इथे आलोय. तुम्हाला ठाऊक असेलच, की फ्रँकोनीप्रमाणे मीही तुमचा ग्राहक आहे. त्याहून महत्त्वाचं म्हणजे माझा अकरा वर्षांचा मुलगा, विनी ज्युनिअर हाही तुमचा ग्राहक आहे. माझ्यापेक्षा त्यालाच तुमची गरज पडण्याची शक्यता जास्त आहे. तेव्हा तुमच्या भाषेत म्हणायचं तर आम्हाला दोन 'ट्यूशन्स'ची आवश्यकता आहे. माझी अशी सूचना आहे, की यावर्षी मी तुम्हाला काहीच पैसे देणार नाही. यावर तुमचं काय म्हणणं आहे?''

रेमंडची नजर खाली डेस्कच्या पृष्ठभागाकडे वळली.

''केलेल्या कामाचा मोबदला आम्ही मागतोय...'' विनी म्हणाला, ''त्यात अवाजवी असं काहीच नाही.''

रेमंडनी घसा साफ केला. ''मला माझ्या वरच्या लोकांशी बोलायला पाहिजे.'' ते म्हणाले.

''हे मात्र आता प्रथमच तुम्ही असहकाराच्या भाषेत बोलताहात.'' विनी म्हणाला, ''माझ्या माहितीप्रमाणे तुमच्या वर असं इथे कोणीच नाहीये. तुम्ही इथे 'बॉस' आहात असं मी ऐकलंय. तेव्हा अशा पद्धतीनं माझा पाय मागे ओढणं हे अपमानकारक आहे. मी माझ्या मागणीमध्ये थोडा बदल करतो. या वर्षी आणि पुढच्या वर्षीही मी काहीच 'ट्यूशन फी' देणार नाही. हे संभाषण कुठल्या दिशेनं चाललंय, याचा तुम्हाला एव्हाना अंदाज आलाच असेल.''

''मला समजतंय..'' रेमंड म्हणाले. त्यांनी उघडउघड प्रयत्नपूर्वक आवंढा गिळला. ''मी ते सगळं नीट सांभाळतो.''

विनी उठून उभा राहिला. फ्रँको आणि अँजेलोही उठले. ''आता तुम्ही बरोबर बोललात.'' विनी म्हणाला, ''मग तुम्ही डॉ. डॅनियल लेविट्झशी बोलून त्यांना आपल्या संभाषणाबद्दल सांगाल, असं मी समजू ना?''

''अर्थात.'' रेमंड म्हणाले. तेही उठून उभे राहिले.

''कॉफीबद्दल आभारी आहोत.'' विनी म्हणाला, ''कॉफी खरंच छान झाली होती. तुमच्या सहाय्यक बाईंना माझे धन्यवाद द्या.''

ते गुंड बाहेर गेल्यावर रेमंडनी दार लावून घेतलं. त्यांचं हृदय वेगानं धडधडत होतं.

स्वयंपाकघराच्या दारातून डार्लीन बाहेर आली.

''तुम्हाला वाटलं होतं तेवढे ते वाईट आहेत?'' तिनं विचारलं.

''त्याहीपेक्षा अधिक !'' रेमंड म्हणाले, ''ते त्यांच्या स्वभावाला अनुसरूनच वागले. अशा तऱ्हेनं फुकट काम करून घेणाऱ्या असल्या फालतू गुंडांबरोबर बोलणी करायची वेळ माझ्यावर यावी, याहून अजून वाईट काय असू शकतं?''

अभ्यासिकेचा दरवाजा ढकलून ते आत जाऊ लागले. परंतु दोन पावलं टाकताच त्यांचा तोल गेला. डार्लीननं त्यांना सावरलं.

''तुम्हाला बरं वाटत नाहीये का?'' तिनं विचारलं.

एक क्षणभर थांबून रेमंडनी मान हलवली. ''हं.. मी ठीक आहे.'' ते म्हणाले, ''थोडं चक्कर आल्यासारखं वाटलं. फ्रँकोनीच्या या भानगडीमुळे काल रात्रभर मला मुळीच झोप लागली नाही.

''आपल्या प्रकल्पात येण्याची इच्छा असलेल्या एका नव्या डॉक्टरला भेटायला आज तुम्हाला जायचंय. ती मीटिंग तुम्ही रद्द करा किंवा पुढे ढकला.'' डार्लीननं सुचवलं.

''मला वाटतं तुझं म्हणणं बरोबर आहे.'' रेमंड म्हणाले, ''एखाद्याचं अगदी दिवाळं निघालं असलं, तरी माझ्या या मन:स्थितीत मी त्याची खात्री पटवू शकेन, असं मला वाटत नाही.''

□□

४

मार्च ४, १९९७
संध्याकाळी ७ वाजता
न्यूयॉर्क.

लॉरीनं सॅलडसाठी भाज्या चिरल्या. त्या भांड्यावर एक टॉवेल झाकण म्हणून घालून तिनं ते भांडं रेफ्रिजरेटरमध्ये ठेवून दिलं. नंतर तिनं ऑलिव्ह ऑईल, ताजा लसूण, व्हाईट व्हिनेगर आणि थोडं बाल्सामिक एकत्र कालवून त्याचं सॅलड ड्रेसिंग बनवलं. तेही तिनं फ्रीजमध्ये ठेवलं. आता ती मटनाकडे वळली. खाटकाच्या हातून राहिलेले त्यावरचे चरबीचे गोळे तिनं कापून काढले आणि आधीच बनवून ठेवलेल्या मिश्रणामध्ये ते मटन टाकलं. मग ते भांडंही तिनं फ्रीजमध्ये सरकवलं. आता आर्टचोक्स तयार करून ठेवणं हे शेवटचं काम होतं. आर्टचोक हे एक मोठ्या पानांचं आणि मोठी फुलं येणारं झाड असतं. त्याची फुलं पूर्ण फुलण्याआधी ती शिजवून भाजीसारखी खाल्ली जातात. लॉरीनं काही क्षणातच ऑर्टचोक्सचा जाड दांडा आणि काटेरी पानं कापून टाकली.

नॅपकिनला हात पुसून तिनं घड्याळाकडे पाहिलं. जॅकची दिनचर्या माहीत असल्यामुळे आता त्याला फोन करायला हरकत नाही, असं तिनं ठरवलं. बेसिनजवळच्या भिंतीवर लावलेल्या फोनचा रिसीव्हर तिनं उचलला.

फोनची घंटा ऐकून आपल्या मोडकळीस आलेल्या इमारतीच्या तुटक्या जिन्यावरून घाईघाईनं वर येणारा जॅक तिच्या नजरेसमोर आला.मुळात हे

घर त्यानं भाड्यानं का घेतलं याचं कारण आपल्याला ठाऊक आहे असं तिला वाटत होतं, पण अजून तो तिथेच का राहतोय हे मात्र तिला समजत नव्हतं. ती इमारत अगदीच बेकार होती. पण आपल्या घरावरून एक नजर फिरवल्यावर तिला पटलं, की जॅकचं घरही आतून वाईट नव्हतं. उलट त्याच्याकडे तिच्या दुप्पट जागा होती.

दुसऱ्या टोकाला फोन वाजतच होता. लॉरीनं रिंग्ज मोजायला सुरुवात केली. दहा रिंग्जनंतर तिला शंका येऊ लागली, की जॅकचा दिनक्रम आपल्याला बरोबर माहीत आहे की नाही ? ती फोन बंद करणार, एवढ्यात जॅकचा आवाज आला.

"कोण आहे?" जॅकनं थोड्या उद्धटपणानंच विचारलं. तो धापा टाकतहोता.

"आजची रात्र तुला मोठ्या भाग्याची ठरणार आहे..." लॉरी म्हणाली.

"कोण बोलतंय?" जॅकनं विचारलं, "लॉरी, तू आहेस का?"

"तुला दम लागलेला दिसतोय." लॉरी म्हणाली, "याचा अर्थ, तू बास्केटबॉलमध्ये हरलास असा आहे का?"

"नाही, त्याचा अर्थ फोन घेण्यासाठी मी चार जिने धावत पळत चढून वर आलो असा आहे." जॅक म्हणाला, "काय झालं? तू अजून ऑफिसमध्येच काम करतेयस का?"

"छे, छे !" लॉरी म्हणाली, "मला घरी येऊन तास झाला."

"तर मग आजची रात्र मला भाग्याची आहे म्हणजे काय?" जॅकनं विचारलं.

"आज घरी येताना वाटेत मी 'ग्रिस्टीड'मध्ये गेले आणि तुझ्या आवडत्या जेवणासाठी लागणाऱ्या सगळ्या गोष्टी घेऊन आले." लॉरी म्हणाली, "बाकी सगळी तयारी झालेली आहे. शिजवण्याचं काम तेवढं राहिलंय. तेव्हा पटकन शॉवर घे आणि इकडे ये."

"आणि मी समजत होतो, की माफियाच्या त्या गुंडाचं शव नाहीसं झालेलं पाहिल्यावर मला हसू आलं, म्हणून मी तुझी माफी मागायला हवीय." जॅक म्हणाला, "तुझी समजूत घालण्यासाठी मीच तुला जेवायला बोलवायला पाहिजे."

"त्याचं एवढं काही नाही रे." लॉरी म्हणाली, "मला तुझी कंपनी आवडते. पण माझी एक अट आहे."

"आता काय?" जॅक म्हणाला.

"तू रात्रीच्या वेळी सायकलवरून यायचं नाहीस. तू टॅक्सीनं ये. नाहीतर माझं आमंत्रण रद्द !" लॉरी म्हणाली.

"माझ्या सायकलपेक्षासुद्धा टॅक्सीज्च अधिक धोकादायक असतात." जॅकनं तक्रारीच्या सुरात म्हटलं.

"ते काही नाही." लॉरी म्हणाली. "माझी अट तुला मान्य आहे की नाही ते सांग. कधी जर तू एखाद्या बसखाली आलास किंवा एखाद्या खड्ड्यात पडलास तर त्याची

जबाबदारी माझ्यावर नको.'' लॉरीला आपला चेहरा लाल होत असलेला जाणवला. ही गोष्ट अशी होती, की त्याबद्दलचे विनोददेखील तिला आवडायचे नाहीत.

''ठीक आहे.'' जॅकनं संमतीदर्शक म्हटलं, ''पस्तीस ते चाळीस मिनिटांत मी तिथे पोचतो. येताना थोडी वाईन घेऊन येऊ?''

''मग तर फारच मजा येईल.'' लॉरी म्हणाली.

लॉरीला बरं वाटलं. जॅक आमंत्रण स्वीकारेल की नाही याबद्दल तिला खात्री नव्हती. गेलं वर्षभर ते एकमेकांना भेटत होते. आपण त्याच्या प्रेमात पडलोय, हे कित्येक महिन्यांपूर्वीच तिच्या लक्षात आलं होतं. पण मैत्रीच्या संबंधांची परिणती प्रेमात करायला जॅक थोडा नाखूष होता. लॉरीनं जेव्हा या गोष्टीची तड लावण्याचा आग्रह धरला, तेव्हा जॅक तिच्यापासून दूर राहू लागला. हा अपमान वाटून लॉरी त्याच्यावर चिडली होती. कित्येक आठवडे ते फक्त कामापुरतंच बोलत असत.

गेल्या महिन्याभरातच त्यांचे संबंध थोडे सुधारले होते. परत ते एकमेकांना भेटू लागले. यावेळी लॉरीला कळून चुकलं, की आता योग्य संधीची वाट पाहायला हवी. मात्र अडचण अशी होती, की वयाच्या सदतिसाव्या वर्षी ती आणखी वाट तरी किती पाहणार ! लॉरीला आयुष्यात कधीतरी आई होण्याची इच्छा होती. चाळीशी जवळ येत चालल्यामुळे काळ आपल्या हातून निसटून चालल्यासारखं तिला वाटत होतं.

जेवणाची तयारी जवळजवळ पूर्ण झालेली असल्यामुळे लॉरीनं आपलं एक बेडरूमचं छोटंसं घर आवरायला सुरुवात केली. याचा अर्थ, इकडेतिकडे पडलेली पुस्तकं शेल्फमध्ये जागेवर लावून ठेवणं, मेडिकल जर्नल्स एकत्र करून ठेवणं आणि टॉमचा घाणीचा ट्रे स्वच्छ करून ठेवणं. टॉम हे लॉरीच्या मांजराचं नाव. साडेसहा वर्षांचा, करड्या रंगाचा टॉम लहान पिलू असताना जेवढा द्वाडपणा करत असे, तेवढाच अजूनही करायचा. पुस्तकांच्या शेल्फवरून खिडकीच्या पेल्मेटवर उडी मारणं हा त्याचा रोजचा आवडता उद्योग होता. त्यामध्ये खिडकीचा पडदा नेहमी वेडावाकडा व्हायचा. लॉरीनं तो सरळ केला.

नंतर पटकन शॉवर घेऊन तिनं बंद गळ्याचा, घट्ट कॉलरचा टी शर्ट घातला आणि जीनची पँट घातली. चेहऱ्यावर मेकपचा हलकासा हात फिरवला. ते करत असताना तिला आपल्या डोळ्यांच्या कोपऱ्यात हळूहळू वाढत चाललेल्या सुरकुत्या दिसल्या. मेडिकल कॉलेजातून बाहेर पडताना होतं त्यापेक्षा आता वय वाढलेलं आहे, असं तिला जाणवत नव्हतं. पण ती वस्तुस्थिती नाकारण्यातही अर्थ नव्हता.

जॅक वेळेवर आला. लॉरीनं दारावरच्या काचेच्या भिंगातून पाहिल्यावर तिला त्याच्या हसतमुख चेहऱ्याची जाडी प्रतिमा तेवढी दिसली. तो त्या भिंगापासून फक्त एका इंचावर उभा होता. त्याच्या खोडसाळ स्वभावाचं तिला हसू आलं. दाराला लावलेली अनेक कड्याकुलपं काढून तिनं त्याचं स्वागत केलं.

“आत ये विदुषका !” लॉरी म्हणाली.

“तू मला नीट ओळखावंस म्हणून मी तसं केलं.” आत येऊन तिच्या जवळून जात जॅक म्हणाला, “माझा डावीकडचा वरचा तुटलेला दात हा माझा ‘ट्रेडमार्क’च झाला आहे.”

दरवाजा बंद करत असताना लॉरीला तिची शेजारीण, मिसेस एंग्लर दिसली. आपल्या दरवाज्याच्या फटीतून ती लॉरीकडे कोण आलंय ते पाहात होती. आपल्या लुडबुड्या शेजारणीकडे एक खास नजर टाकत लॉरीनं दार बंद केलं.

जेवण मजेत पार पडलं. सगळेच पदार्थ छान झाले होते. फक्त वाईन तेवढी तितकीशी उत्तम नव्हती. पण त्यासाठी जॅकची सबब तयार होती. त्याच्या घराजवळ असलेल्या दुकानात यापेक्षा चांगल्या प्रतीची वाईन उपलब्धच नव्हती.

बोलताना चुकून एखादा नाजूक विषय निघू नये, म्हणून लॉरीनं संपूर्ण वेळ काळजी घेतली. त्यांच्या संबंधांविषयी बोलण्याची तिला खूप इच्छा होती. पण तिला धाडस झालं नाही. जॅकच्या वैयक्तिक आयुष्यातील एका विचित्र शोकांतिकेमुळे त्याची मन:स्थिती सध्या नाजूक आहे हे तिला ठाऊक होतं. सहा वर्षांपूर्वी एका विमान अपघातात त्याची बायको आणि दोन मुली मृत्युमुखी पडल्या होत्या. त्यांच्या प्रथम भेटीनंतर कितीतरी महिन्यांनी जॅकनं ही गोष्ट तिला सांगितली. पण त्यानंतर कधीच तो त्या विषयावर बोलायला तयार नसायचा. त्यांचे संबंध वाढवण्यामधली ही सर्वात मोठी अडचण होती, हे लॉरीला समजत होतं. एक प्रकारे हे ठाऊक असल्यामुळेच तिच्याशी संबंध वाढवायला जॅक कचरतोय, हे तिला कळू शकलं.

संभाषण हलकंफुलकं ठेवण्यात जॅकला काहीच अडचण आली नाही. त्याच्या घराशेजारच्या मैदानावर संध्याकाळी त्याचा जो बास्केटबॉलचा गेम झाला होता, त्याबद्दलच सांगण्यात त्याला मजा वाटत होती. योगायोगानं त्या गेममध्ये त्याची आणि वॉरनची जोडी जमली होती. वॉरन आफ्रिकन-अमेरिकन होता. त्याचं व्यक्तिमत्त्व सगळ्यांवर पटकन छाप पडेल असं होतं. तिथल्या स्थानिक टोळीचा तो म्होरक्या होता आणि सर्वात चांगला खेळाडूही होता. जॅक आणि वॉरनची जोडी सबंध संध्याकाळभर एकदाही हरली नाही.

“वॉरन कसा आहे?” लॉरीनं विचारलं. जॅक आणि लॉरी पुष्कळ वेळा वॉरन आणि त्याची गर्लफ्रेंड नटाली अॅडम्स यांच्याबरोबर संध्याकाळी बाहेर जेवायला जायचे. जॅक आणि लॉरीत दुरावा आल्यानंतर ती त्या दोघांनाही भेटलेली नव्हती.

“वॉरन म्हणजे वॉरन आहे..!” जॅक खांदे उडवत म्हणाला, “तो खरा इतका हुशार आहे. त्यानं कॉलेजमध्ये जावं म्हणून मी त्याला खूप वेळा सांगितलं. पण तो तयारच होत नाही. त्याची आणि माझी मूल्यं वेगळी आहेत असं त्याचं म्हणणं आहे. शेवटी मी त्याचा नाद सोडला.”

"आणि नटाली?"

"ठीक असावी बहुतेक." जॅक म्हणाला, "आपण बाहेर गेलो होतो, त्यानंतर मी तिला भेटलोच नाही."

"आपण परत एकदा त्यांच्याबरोबर जायला हवं." लॉरी म्हणाली, "मला त्यांची बऱ्याचदा आठवण येते."

"कल्पना वाईट नाही," जॅक उडवाउडवीच्या सुरात म्हणाला.

थोडा वेळ कोणीच काही बोललं नाही. टॉमच्या पोटातील गुरगुरीचा आवाज लॉरीला ऐकू येत होता. जेवण आणि नंतरची आवराआवर झाल्यावर जॅक कोचावर जाऊन बसला. लॉरी त्याच्यासमोर आपल्या खास आवडत्या खुर्चीत बसली. ही खुर्ची तिनं 'व्हिलेज'मधून खरेदी केली होती.

लॉरीनं एक सुस्कारा सोडला. तिला एकदम खूप निराश झाल्यासारखं वाटायला लागलं. भावनिकदृष्ट्या महत्त्वाच्या विषयांवर ते दोघं बोलू शकत नाहीत, हे फारच पोरकट होतंय असं तिला वाटलं.

जॅकनं घड्याळाकडे पाहिलं. "बाप रे !" तो म्हणाला. पुढे सरकून तो कोचाच्या कडेवर बसला. "पावणेअकरा झाले." तो पुढे म्हणाला, "मला निघायला हवं. आजचा दिवस खूप कामात गेला. त्यामुळे आता मला चांगलीच झोप यायला लागलीय."

"आणखी वाईन घेणार?" लॉरीनं विचारलं. तिनं त्याचा ग्लास पुढे केला. वाईनची फक्त पाव बाटलीच संपली होती.

"मला घेणं शक्यच नाही." जॅक म्हणाला, "टॅक्सीतून जाताना मला माझी ज्ञानेंद्रियं शाबूत ठेवायला हवीत."

तो उठला आणि त्यानं लॉरीचे जेवणाबद्दल आभार मानले.

वाईनची बाटली खाली ठेवून लॉरीही उठून उभी राहिली. "तुझी हरकत नसेल तर मी तुझ्याबरोबर शवागारापर्यंत आले तर चालेल?"

"काय..?" जॅकनं विचारलं. त्याच्या चेहऱ्यावर उघडउघड अविश्वास दिसत होता. "आता अशा अवेळी तू काम करणार आहे का? आणि तुला तिथे कोणी बोलावलेलंही नाही."

"मला शवागारातल्या रात्रपाळीच्या तंत्रज्ञाला आणि सुरक्षाविभागातल्या लोकांना काही प्रश्न विचारायचेत." लॉरी म्हणाली आणि उठून ती कपाटातून दोघांचे कोट बाहेर काढण्यासाठी निघाली.

"कशासाठी पण?" जॅकनं विचारलं.

"फ्रँकोनीच्या मृतदेहाचं काय झालं ते मला शोधून काढायचंय." लॉरी म्हणाली. जॅकचं बॉमर जॅकेट तिनं त्याच्या हातात दिलं. "संध्याकाळी काम करणारे लोक आज दुपारी कामावर आले, तेव्हा मी त्यांच्याशी बोललेय."

''त्यांनी तुला काय सांगितलं?''

''सगळंच काही त्यांना सांगता आलं नाही.'' लॉरी म्हणाली, ''रात्री पावणेनऊच्या सुमारास ते शव तिथे आणलं गेलं. त्यांच्याबरोबर बरेच पोलिस आणि वार्ताहर होते. जत्राच जणू काही. म्हणूनच मला वाटतं बहुतेक एक्स-रेज काढायचे राहून गेले. मृताची ओळख त्याच्या आईनं पटवली. सगळ्यांच्याच म्हणण्याप्रमाणे ते फारच हृदयद्रावक दृश्य होतं. पावणेअकराच्या आसपास ते शव फ्रिजच्या एकशे अकरा नंबरच्या कप्प्यात ठेवण्यात आलं. त्यामुळे रात्री अकरा ते सकाळी सातच्या दरम्यानच्या रात्रपाळीमध्येच ते पळवण्यात आलं असावं, हे उघड आहे.''

''पण तू कशाला त्याबद्दल काळजी करते आहेस?'' जॅक म्हणाला, ''ही जबाबदारी ते काम बघणाऱ्या ऑफिसमधल्या लोकांची आहे.''

लॉरीनं आपला कोट ओढला आणि घराच्या किल्ल्या घेतल्या. ''या केसमध्ये माझे काही वैयक्तिक इंटरेस्ट्स आहेत असं आपण समजूया.''

हॉलमध्ये जाताजाता जॅकचे डोळे विस्फारले. ''लॉरी !'' तो सूचनेच्या स्वरात तिला म्हणाला, ''तू स्वत:वर संकट ओढवून घेते आहेस बरं का ! माझे शब्द लक्षात ठेव.''

लॉरीनं लिफ्टचं बटण दाबलं आणि मिसेस एंग्लरच्या फ्लॅटकडे पाहिलं. ती तिच्या सवयीप्रमाणे दाराला फट करून त्यांच्याकडेच पाहत होती.

''या बाईचा मला अतिशय राग येतो.'' लिफ्टमध्ये शिरता शिरता लॉरी म्हणाली.

''तुझं माझ्या बोलण्याकडे लक्ष नाहीये.'' जॅक म्हणाला.

''मी ऐकतेय ना.'' लॉरी म्हणाली, ''पण तरीही मी यात लक्ष घालणारच. आताच्या या प्रकारावरून आणि पूर्वी कराव्या लागलेल्या पलायनावरून मला असं वाटायला लागलंय, की या दीडदमडीच्या गुंडांना, आपण मनाला येईल तसं वागू शकतो असं वाटतंय; आणि या गोष्टीचा मला अगदी कंटाळा आलाय. कायदे हे फक्त इतरांनी पाळण्यासाठी केलेले आहेत अशी त्यांची समजूत आहे. आज सकाळी लू ज्या माणसाबद्दल सांगत होता, त्या पॉली सेरिनोनं स्वत:च्या नेत्रारोपणासाठी फार काळ थांबायला लागू नये, म्हणून काही लोकांचे खून करवले. यावरून तुला त्यांच्या नीतिमत्तेची कल्पना येईल. शवागारात शिरून आपणच मारलेल्या माणसाचं शव बाहेर न्यायचं, ही गोष्ट त्यांना इतकी सोपी कशी वाटतेय, हा विचारच मला सहन होत नाही.''

ते एकोणिसाव्या रस्त्यावर बाहेर पडले आणि त्यांनी फर्स्ट अॅव्हेन्यूच्या दिशेनं चालायला सुरुवात केली. लॉरीनं आपल्या कोटाची कॉलर वर केली. पूर्वेला असलेल्या नदीवरून गार वारे येत होते. तपमान वीस अंशांच्या आसपास होतं.

''या प्रकारामागं ते गुंड असावेत असं तुला का वाटतं?'' जॅकनं विचारलं.

''एवढा साधा तर्क करायला काही मोठ्या विद्वत्तेची गरज नाही.'' लॉरी

म्हणाली. एक टॅक्सी जवळ येताना पाहून तिनं हात वर केला. पण ती तशीच वेगानं पुढे गेली. ''आपल्याला शिक्षा होऊ नये म्हणून फ्रँकोनी माफीचा साक्षीदार व्हायला तयार झाला होता. त्यामुळे व्हाकारो टोळीतले बॉसेस् चिडले असतील किंवा घाबरले असतील किंवा दोन्ही गोष्टी झाल्या असतील.... हे तर नेहमीचंच आहे.''

''म्हणून त्यांनी त्याला मारलं असेल...'' जॅक म्हणाला, ''पण शव पळवण्याचं त्यांना काय कारण?''

लॉरीनं खांदे उडवले. ''मी एखाद्या गुंडासारखा विचार करू शकेन असं मी बिलकुल म्हणत नाही.'' लॉरी म्हणाली, ''त्यांना शव कशासाठी हवंय ते मला माहीत नाही. कदाचित त्याचे अंत्यसंस्कार व्यवस्थित होऊ नयेत, अशी कोणाचीतरी इच्छा असेल. कदाचित शवविच्छेदनामुळे खुन्याचा शोध लागण्यासारखं काहीतरी उघडकीस येईल, याची त्यांना भीती वाटत असेल. मी काहीच सांगू शकत नाही. पण ते कारण काहीही असलं तरी ते एवढं महत्त्वाचं नाही.''

''मला वाटतंय, ते कारणच महत्त्वाचं असू शकेल.'' जॅक म्हणाला, ''या भानगडीत तू मात्र तोंडघशी पडणार आहेस असं मला वाटायला लागलंय.''

''तसंही होईल कदाचित...'' लॉरी म्हणाली. परत तिनं खांदे उडवले. ''अशा भानगडीत पडायची मला आता सवयच झालीय. या प्रश्नाचा एक भाग असा आहे, की या क्षणाला माझी नोकरी ही मला आयुष्यातली सर्वात महत्त्वाची गोष्ट वाटते आहे.''

''ही बघ आली रिकामी टॅक्सी.'' जॅक म्हणाला. लॉरीच्या शेवटच्या वाक्यावर मतप्रदर्शन करणं त्यानं मुद्दामच टाळलं. त्या वाक्याच्या परिणामांची जाणीव होऊन संभाषण आता वैयक्तिक गोष्टींकडे वळणार, हे त्याच्या ध्यानात आलं. वैयक्तिक विषयांवर बोलायची त्याची अजूनही तयारी नव्हती.

फर्स्ट ॲव्हेन्यू आणि तिसाव्या रस्त्याच्या कोपऱ्यापर्यंतचं अंतर टॅक्सीच्या दृष्टीनं अगदीच थोडं होतं. लॉरी टॅक्सीतून खाली उतरली. पण तिच्यापाठोपाठ जॅकही उतरला, तेव्हा मात्र तिला आश्चर्य वाटलं.

''तू यायची गरज नाही.'' लॉरी म्हणाली.

''मला माहीत आहे.'' जॅक म्हणाला, ''तरीही मी येतोय. तुझ्या लक्षात आलं नसेल, पण आता मला तुझी काळजी वाटायला लागलीय.''

टॅक्सीमध्ये वाकून जॅकनं ड्रायव्हरला पैसे दिले.

आवारात असलेल्या 'हेल्थ ॲन्ड हॉस्पिटल'च्या शववाहिका व्हॅन्सच्या मधून ते चालू लागले. तू येण्याची गरज नाही, असं लॉरी परतपरत जॅकला सांगत होती. तिसाव्या रस्त्यावरच्या प्रवेशद्वारातून त्यांनी शवागारात प्रवेश केला. ''तुला खूप झोप आलीय असं तू म्हणत होतास ना?''

''आता ती उडाली...'' जॅक म्हणाला, ''मागच्या वेळी तुला शवपेटीत बंद

करून इथून बाहेर काढावं लागलं, हे लूकडून ऐकल्यानंतर आता मी तुला एकटीला सोडणं शक्य आहे का?''

''तेव्हाची परिस्थिती अगदी वेगळी होती.'' लॉरी म्हणाली.

''ती कशी काय?'' जॅकनं विचारलं, ''तेव्हाही आतासारखाच गुंडांशी सामना होता....''

लॉरी निषेधात्मक काहीतरी बोलणार होती. पण तेवढ्यात तिला जाणवलं, की त्याचं म्हणणं बरोबर होतं. दोन्ही वेळच्या परिस्थितीमध्ये काहीतरी साम्य होतं.

प्रथम ते रात्रपाळीच्या सुरक्षारक्षकाला भेटायला गेले. तो त्याच्या छोट्याशा टपरीमध्ये बसला होता. त्याचं नाव कार्ल नोव्हॅक होतं. पांढऱ्या केसांच्या, वयस्क कार्लचं वागणं, बोलणं नेहमी सभ्य माणसासारखं असायचं. स्वत:च्या शरीरापेक्षा भरपूर मोठा असलेला गणवेश त्यानं घातला होता. त्यामुळे तो गणवेशाच्या आत बसलेल्या लहान मुलासारखा दिसत होता. तो पेशन्सचा डाव मांडून बसला होता. पण जॅक आणि लॉरी त्याच्या खिडकीवरून गेल्याबरोबर त्यानं वर पाहिलं. त्याच्या खोलीच्या उघड्या दारापाशी ते थांबले.

''बोला, काय पाहिजे?'' कार्लनं विचारलं. नंतर त्यानं लॉरीला ओळखलं आणि आधी न ओळखल्याबद्दल तिची माफी मागितली.

''फ्रँकोनीचा मृतदेह नाहीसा झालाय हे ठाऊक आहे का?'' लॉरीनं विचारलं.

''अर्थात.'' कार्ल म्हणाला, ''सुरक्षाप्रमुख रॉबर्ट हार्परनं काल मला घरी फोन केला. त्या प्रकारामुळे तो खूप ताणाखाली आल्यासारखा वाटत होता. त्यानं मला खूप प्रश्न विचारले.''

या रहस्यावर प्रकाश पाडू शकेल असं खास काही कार्लला ठाऊक नाही, हे लॉरीच्या लवकरच लक्षात आलं. काही विशेष घडलंच नाहीये असंच तो एकसारखं म्हणत होता. एरवी रात्री येतात तसेच त्या रात्रीही काही मृतदेह आणले गेले होते आणि काही बाहेर नेले गेले होते. स्वच्छतागृहात जाण्यासाठी दोनदा आपण आपली जागा सोडून गेलो होतो, हे मात्र त्यानं कबूल केलं. मात्र दोन्ही वेळा काही मिनिटंच आपण आपल्या जागेवर नव्हतो आणि त्यावेळीही शवागारातील रात्रपाळीचा तंत्रज्ञ माईक पासानो याला सांगून गेलो होतो, असं तो आग्रहानं सांगत राहिला.

''जेवणाचं काय?'' लॉरीनं विचारलं .

कार्लनं आपल्या लोखंडी डेस्कमधील फायलींचा ड्रॉवर उघडला. त्यातून जेवणाचा डबा बाहेर काढून तिला दाखवत तो म्हणाला, ''मी इथंच जेवतो.''

त्याचे आभार मानून लॉरी पुढे निघाली. जॅक तिच्यामागोमाग गेला.

''रात्रीच्या वेळी ही जागा नक्कीच वेगळी दिसते.'' रेफ्रिजरेटर आणि शवविच्छेदन-खोलीकडे जाणाऱ्या रुंद हॉलमधून जाताना जॅक म्हणाला.

''दिवसाची नेहमीची गडबड नसल्यामुळे इथे थोडं भुताटकीसारखं वाटतंय खरं...'' लॉरीनं कबूल केलं.

शवागाराच्या ऑफिसमध्ये त्यांना माईक पासानो काही फॉर्म भरत असलेला दिसला. नुकताच एक मृतदेह तिथे आणला गेला होता. किनाऱ्यावरील सुरक्षा-रक्षकांना तो समुद्रात सापडला होता. समुद्रातून बाहेर काढून त्यांनी तो शवागारात पाठवला होता. कोणाचीतरी चाहूल लागल्यामुळे माईक पासानोनं मान वर करून पाहिलं.

माईकचं वय पस्तिशीच्या आसपास असावं. त्याचं बोलणं विशिष्ट लाँग आयलंड लकबीचं होतं आणि त्याच्या रूपावरून तो इटलीच्या दक्षिण भागातून आलाय, हे सहज समजायचं. त्याची अंगकाठी बारीक होती आणि चेहरा रेखीव होता. त्याचे केस आणि डोळे काळे होते आणि त्वचेचा रंगही काळा होता. लॉरी आणि जॅक दोघांनाही त्याच्याबरोबर काम करण्याची वेळ कधी आली नव्हती, पण ते त्याला पुष्कळ वेळा भेटले होते.

''तुम्ही आता आलेला मृतदेह पाहायला आलात का?'' माईकनं विचारलं .

''नाही.'' जॅक म्हणाला, ''का? काही अडचण आहे का?''

''अडचण काही नाही, पण तो मृतदेह फारच वाईट अवस्थेत आहे.'' माईक म्हणाला.

''आम्हाला कालच्या रात्रीविषयी तुला काही विचारायचंय...'' लॉरी म्हणाली.

''कालच्या रात्रीबद्दल काय?'' माईकनं विचारलं.

कार्लला विचारलेले प्रश्नच लॉरीनं परत माईकला विचारले. प्रश्न विचारताच माईक अस्वस्थ झालेला पाहून तिला आश्चर्य वाटलं. ती त्याला त्याबद्दल काही विचारणार, एवढ्यात जॅकनं तिच्या दंडाला धरलं आणि तिला हॉलकडे चलण्याची खूण केली.

''जरा सबुरीनं घे.'' माईकला ऐकू जाणार नाही एवढ्या अंतरावर गेल्यावर जॅक म्हणाला.

''सबुरीनं काय घ्यायचं?'' लॉरीनं विचारलं, ''मी काही त्याच्याकडे कसला कबुलीजबाब मागत नाहीये.''

''बरोबर आहे.'' जॅक म्हणाला, ''ऑफिसमधलं राजकारण किंवा लोकांचं एकमेकांशी वागणं, या विषयातलं माझं अज्ञान मला ठाऊक आहे. इतर वेळा मी चुकतही असेन. पण आता मात्र माईक बचावाचा पवित्रा घेतोय असं मला वाटतंय. तुला जर त्याच्याकडून काही माहिती बाहेर काढायची असेल, तर तू या गोष्टीचा विचार करावास आणि त्याला दुखवू नयेस असं मला वाटतं.''

लॉरीनं एक मिनिटभर विचार केला आणि मान हलवली. ''तुझं म्हणणं कदाचित बरोबरही असेल.''

ते शवागाराच्या ऑफिसमध्ये परत आले. पण लॉरी काही बोलण्यापूर्वीच माईक म्हणाला, ''तुम्हाला माहीत नसेल म्हणून सांगतो. डॉ. वॉशिंग्टननी आज सकाळी मला फोन करून उठवलं आणि हे सर्व सांगितलं. त्यांनी मला संबंधित कायदाही वाचून दाखवला. पण काल रात्री मी माझ्या नेहमीच्याच कामात होतो. तो मृतदेह नाहीसा होण्याशी माझा काहीही संबंध नाही.''

''माझ्या म्हणण्याचा अर्थ तसा नाही. तुझी त्यामुळे तशी समजूत झाली असली तर त्याबद्दल माफ कर.'' लॉरी म्हणाली, ''तू कामावर असताना ते शव नाहीसं झालंय असं मला वाटतंय, एवढंच मी म्हटलं. त्याला तू जबाबदार आहेस, असं मी कधीच म्हटलं नाही.''

''मला तरी त्याचा अर्थ तसाच वाटला.'' माईक म्हणाला, ''कारण सुरक्षा आणि सफाई कर्मचारी सोडले तर मी एकटाच इथे असतो.''

''नेहमीपेक्षा वेगळं काही काल रात्री घडलं का?'' लॉरीनं विचारलं .

माईकनं मान हलवली. ''काल रात्री इथे अगदी शांत होतं. दोन मृतदेह आत आणले आणि दोन बाहेर नेले.''

''जे मृतदेह आत आणले ते आपल्या लोकांनीच आणले का?'' लॉरीनं विचारलं .

''हो. आपल्या व्हॅन्समधूनच आणले.'' माईक म्हणाला, ''जेफ कूपर आणि पीटर मोलिना अशी त्यांची नावं आहेत. दोन्ही मृतदेह स्थानिक हॉस्पिटलमधूनच आले.''

''जे मृतदेह बाहेर गेले, त्यांचं काय?'' लॉरीनं विचारलं .

''त्यांचं काय?''

''म्हणजे ते मृतदेह न्यायला कोण आलं होतं?''

आपल्या डेस्कच्या कोपऱ्यातून माईकनं शवागाराची नोंदवही घेतली आणि उघडून पाहिली. एका रकान्यातून तर्जनी खाली नेत एका ठिकाणी तो थांबला. ''ओझोन पार्कमधल्या स्पॉलेटो फ्यूनरल होमचे लोक आणि न्यूजर्सीच्या समिटमधल्या डिकसन फ्यूनरल होमचे लोक आले होते.''

''मेलेल्या व्यक्तींची नावं काय काय होती?'' लॉरीनं विचारलं.

माईकनं परत वहीत पाहिलं. ''फ्रँक ग्लीसन आणि डोरोथी क्लाईन. त्यांचे प्रवेश क्रमांक आहेत, १००३८५ आणि १०१४५५. अजून काही हवंय?''

''या विशिष्ट फ्यूनरल होममधून माणसं येणार आहेत, हे तुला आधी ठाऊक होतं?'' लॉरीनं विचारलं.

''हो. अर्थात.'' माईक म्हणाला, ''नेहमीप्रमाणे इथे येण्यापूर्वी त्यांनी फोन करून कळवलं होतं.''

''मग तू त्यांच्यासाठी सर्व तयारी करून ठेवली होतीस?''

''हो ना.'' माईक म्हणाला, ''मी सगळी कागदपत्रं तयार करून ठेवली होती. त्यांनी इथे येऊन सह्या करणं तेवढं बाकी होतं.''

''आणि मृतदेह?'' लॉरीनं विचारलं.

''ते नेहमीप्रमाणे स्ट्रेचरवरच्या कूलरमध्ये ठेवलेले होते.'' माईक म्हणाला.

लॉरीनं जॅककडे पाहिलं. ''तुला अजून काही प्रश्न विचारायचे आहेत?''

जॅकनं खांदे उडवले. ''मला वाटतं तू प्राथमिक माहिती बऱ्यापैकी जमवली आहेस. फक्त माईक जेव्हा आपल्या जागेपासून दूर गेला असेल, त्यावेळची व्यवस्था काय होती ते समजलं नाही.''

''हा मुद्दा चांगला आहे.'' लॉरी म्हणाली. परत माईककडे वळून ती म्हणाली, ''काल रात्री कार्ल दोन वेळा स्वच्छतागृहात जाताना तुला सांगून गेला होता, असं म्हणाला. तुला जेव्हा आपली जागा सोडून जाण्याची वेळ येते, तेव्हा तूसुद्धा त्याला सांगून जातोस का?''

''नेहमीच.'' माईक म्हणाला, ''बहुतेक वेळा आम्ही दोघंही इथे खाली असतो. त्यामुळे एकाला कोणालातरी दारावर पहारा ठेवावाच लागतो.''

''काल रात्री तू तुझ्या ऑफिसमधून बराच वेळ बाहेर गेला होतास का?'' लॉरीनं विचारलं.

''अं हं...'' माईक म्हणाला, ''नेहमीपेक्षा अधिक वेळ नाही. दोनदा स्वच्छतागृहात आणि एकदा जेवणासाठी अर्धा तास दुसऱ्या मजल्यावर गेलो होतो. मी तुम्हाला सांगतोय ना, की काल रात्री विशेष असं काहीच घडलं नाही.''

''स्वच्छता-कामगारांचं काय?'' लॉरीनं विचारलं, ''ते कुठे होते?''

''मी इथे होतो तेव्हा त्यांच्यापैकी कोणीच इथे नव्हतं. इथली खालची सफाई ते बहुतेक वेळा संध्याकाळीच उरकतात. त्यांची रात्रपाळी वरच्या मजल्यावर असते. विशेष वेगळं काही असेल तरच ते रात्री इथे येतात.

लॉरीनं आणखी काही प्रश्न सुचताहेत का, याबद्दल थोडा विचार केला. पण तिला काहीच सुचलं नाही.

''थँक्स, माईक.'' ती म्हणाली.

''ठीक आहे.'' माईक म्हणाला.

लॉरी दाराकडे निघाली. पण तेवढ्यात काहीतरी सुचल्यामुळे ती थांबली. मागे वळून तिनं विचारलं, ''काही कारणानं तुला फ्रँकोनीचा मृतदेह पाहण्याची संधी मिळाली का?''

तशी संधी आपल्याला मिळाली होती, हे कबूल करण्यापूर्वी एक क्षणभर माईक घुटमळला.

''त्यावेळी परिस्थिती काय होती?'' लॉरीनं विचारलं.

“मी जेव्हा कामावर येतो तेव्हा संध्याकाळचा तंत्रज्ञ मार्विन हा मला दिवसभरात घडलेल्या गोष्टींचा वृत्तांत देतो. फ्रँकोनीच्या केसमुळे तो थोडासा वैतागलेला दिसत होता. त्यावेळी बरेच पोलिस आले होते; आणि फ्रँकोनीच्या कुटुंबियांनीही बराच तमाशा केला. पण त्यानं मला तो मृतदेह दाखवला.”

“तू जेव्हा तो पाहिलास, तेव्हा तो एकशे अकरा नंबरच्या कप्प्यात होता का?”

“हो.”

“मला एक सांग माईक, हा मृतदेह इथून नाहीसा झाला, याबद्दल तुझा काय तर्क आहे?” लॉरीनं विचारलं.

“मला थोडीही कल्पना नाही..!” माईक म्हणाला, “कदाचित तो स्वत:च्या पायांनी चालत इथून बाहेर गेला असेल.” असं म्हणत आधी तो हसला आणि नंतर ओशाळवाणा झाला. “आता विनोद करायची वेळ नाही हे मला समजतंय. पण इतर सर्वांसारखंच मीही गोंधळून गेलोय. इथून दोन मृतदेह बाहेर गेले आणि मी ते तपासले होते, एवढं मला नक्की माहीत आहे.”

“फ्रँकोनीचा मृतदेह मार्विननं तुला दाखवल्यानंतर परत तू तो पाहिलाच नाहीस?”

“अर्थात नाही.” माईक म्हणाला, “परत पाहण्याचं काही कारणच नव्हतं.”

“खरं आहे.” लॉरी म्हणाली, “व्हॅन्सचे ड्रायव्हर्स कुठे असतात, याची तुला काही कल्पना आहे का?”

“ते नेहमी वरच्या जेवणाच्या खोलीत बसलेले असतात.”

लॉरी आणि जॅक लिफ्टनं वर जायला निघाले. वर जाता जाता जॅकच्या पापण्या मिटायला लागल्याचं लॉरीच्या लक्षात आलं.

“तू दमल्यासारखा दिसतोयस.” लॉरी म्हणाली.

“त्यात काय नवल? मी दमलो आहेच.” जॅक म्हणाला.

“तू घरी का जात नाहीस?” लॉरी म्हणाली.

“इतका वेळ मी थांबलो आहेच, तर आता या प्रकरणाचा शेवटही पाहावा असा माझा विचार आहे.” जॅक म्हणाला.

जेवणाच्या खोलीतील प्रखर प्रकाशानं जॅक आणि लॉरी दोघांचेही डोळे दिपले आणि बारीक झाले. जेफ आणि पीटर त्यांना व्हेन्डिंग मशीनजवळच्या टेबलावर बसलेले दिसले. बटाट्याचे चिप्स खाताखाता ते एकाग्र चित्तानं वर्तमानपत्र वाचत होते. त्यांनी दंडावर ‘हेल्थ अॅन्ड हॉस्पिटल कॉर्पोरेशन’चे बिल्ले लटकवलेले होते आणि त्यांच्या अंगावर निळ्या रंगाचे चुरगळलेले कपडे होते. दोघांनीही केसांची पोनीटेल्स घातली होती.

लॉरीनं स्वत:ची ओळख करून दिली. हरवलेल्या मृतदेहाबद्दल आपल्याला वाटत असलेला इंटरेस्ट तिनं त्यांना स्पष्ट करून सांगितला आणि आदल्या रात्री

विशेष काही घडलं का, ते विचारलं. विशेषत: त्यांनी आणलेल्या मृतदेहांमध्ये वेगळं काही होतं का, ते तिला जाणून घ्यायचं होतं.

जेफ आणि पीटरनं एकदा एकमेकांकडे पाहिलं. मग पीटर म्हणाला, ''मी आणलेला मृतदेह फारच घाणेरड्या अवस्थेत होता.''

''मला मृतदेहाविषयी तशी माहिती नकोय. इथे घडलेल्या गोष्टींमध्ये तुम्हाला काही वेगळं आढळलं का, ते मला सांगा. इथे कोणी अनोळखी माणूस आला होता का? नेहमीपेक्षा वेगळं काही घडलं का?''

पीटरनं परत जेफकडे पाहिलं आणि मान हलवली. ''नाही. सगळं नेहमीसारखंच होतं.''

''तू आणलेला मृतदेह कोणत्या कप्प्यात ठेवलास, ते तुला आठवतंय?'' लॉरीनं विचारलं.

पीटरनं डोकं खाजवलं. ''खरं म्हणजे, नाही.'' तो म्हणाला.

''तो एकशे अकराच्या जवळपास होता का?'' लॉरीनं विचारलं.

पीटरनं मान हलवली. ''नाही, तो कप्पा दुसऱ्या बाजूला होता. त्याचा नंबर पंचावन्न किंवा काहीतरी असावा. मला नेमकं आठवत नाही. पण ते खाली लिहिलेलं असेल.''

आता लॉरी जेफकडे वळली.

''मी आणलेला मृतदेह अठ्ठावीस नंबरमध्ये ठेवला.'' जेफ म्हणाला, ''मला चांगलं आठवतंय. कारण माझं वयही अठ्ठावीस वर्षं आहे.''

''तुमच्या दोघांपैकी कोणी फ्रँकोनीचा मृतदेह पाहिला का?'' लॉरीनं विचारलं.

परत त्या दोघा ड्रायव्हर्सनी एकमेकांकडे पाहिलं.

जेफ म्हणाला, ''हो. आम्ही पाहिला.''

''किती वाजता?''

''साधारण याच वेळी.'' जेफ म्हणाला.

''त्यावेळी परिस्थिती काय होती?'' लॉरी म्हणाली, ''ज्या मृतदेहाची तुम्हाला ने-आण करायची नसते, ते तुम्ही सहसा पाहात नाही.''

''माईकनं आम्हाला त्यावेळी झालेल्या गडबडीची माहिती सांगितल्यामुळे आम्हाला तो बघायची इच्छा झाली. पण आम्ही कशालाही हात लावला नाही.''

''एक सेकंदभरच आम्ही तो पाहिला.'' पीटरनं सांगितलं, ''आम्ही फक्त दरवाजा उघडला आणि आत डोकावून पाहिलं.''

''त्यावेळी माईक तुमच्याबरोबर होता?'' लॉरीनं विचारलं.

''नाही.'' पीटर म्हणाला, ''त्यानं आम्हाला फक्त कप्प्याचा नंबर सांगितला.''

''डॉ. वॉशिंग्टन तुमच्याशी कालच्या रात्रीबद्दल काही बोलले का?'' लॉरीनं विचारलं.

''हो. आणि मिस्टर हार्परसुद्धा बोलले.'' जोसेफ म्हणाला.

''तुम्ही डॉ. वॉशिंग्टनना मृतदेह पाहिल्याचं सांगितलंत?'' लॉरीनं विचारलं.

''नाही.'' जेफ म्हणाला.

''का नाही सांगितलंत?'' लॉरीनं विचारलं.

''त्यांनी विचारलं नाही.'' जेफ म्हणाला, ''आपण अशा तऱ्हेनं मृतदेह पाहायचे नसतात, हे खरं म्हणजे आपणा सर्वांनाच ठाऊक आहे. आम्ही इतर वेळी पाहातही नाही. पण मी आधीच सांगितल्याप्रमाणे, इथे त्यावेळी झालेल्या गडबडीमुळे आमची उत्सुकता वाढली.''

''हे तुम्ही डॉ. वॉशिंग्टनना सांगायला हवं होतं.'' लॉरीनं सुचवलं, ''त्यांना सर्व गोष्टी माहीत असलेल्या बऱ्या.''

लॉरी वळून लिफ्टच्या दिशेनं चालू लागली. जॅक आज्ञाधारक मुलासारखा तिच्यामागोमाग गेला.

''तुला काय वाटतं?'' लॉरीनं विचारलं.

''मध्यरात्र जसजशी जवळ येत चाललीय, तसतसं मला विचार करणं अशक्य व्हायला लागलंय.'' जॅक म्हणाला, ''पण त्या दोघांनी तो मृतदेह पाहिल्यामुळे फारसं काही बिघडलं असं मला वाटत नाही.''

''पण माईकनं याचा उल्लेख केला नव्हता.'' लॉरी म्हणाली.

''खरं आहे.'' जॅक म्हणाला, ''आपण नियम तोडतोय हे त्या सर्वांनाच ठाऊक होतं. अशा वेळी एखादी गोष्ट लपवून ठेवणं हा माणसाचा स्वभावच आहे.''

''तसंही असेल कदाचित...'' लॉरी एक उसासा सोडून म्हणाली.

''आता कुठे जायचंय?'' लिफ्टमध्ये शिरल्यावर जॅकनं विचारलं.

''मला आता नवीन काहीच सुचत नाहीये.'' लॉरी म्हणाली.

''थँक गॉड्.'' जॅक म्हणाला.

''व्हॅन ड्रायव्हर्सनी फ्रँकोनीचा मृतदेह पाहिला होता हे माईकनं आपल्याला का सांगितलं नाही, हे आपण माईकला विचारायला हवं, असं नाही तुला वाटत?'' लॉरी म्हणाली.

''विचारायला हरकत नाही. पण मला वाटतं गोल गोल फिरून आपण परत त्याच जागेवर येत आहोत.'' जॅक म्हणाला, ''उत्सुकतेखेरीज त्यांचा काही हेतू असेल असं मला अजिबात वाटत नाही.''

''ठीक आहे तर मग. आजचा आपला दिवस संपला असं म्हणायला हरकत नाही.'' लॉरी म्हणाली, ''मलाही आता बिछाना दिसायला लागलाय.''

□□

५

मार्च ५, १९९७
सकाळी १० वाजून १५ मिनिटे
कोगो, इक्वेटोरियल गिनी

टिश्यू कल्चरच्या बाटल्या केविननं परत इनक्यूबेटरमध्ये ठेवल्या आणि दार बंद केलं. तो आज पहाटेपासून काम करत होता. वाय् क्रोमोझोम्‌वरील एका मायनर हिस्टो-कॉम्पॅटिबिलिटी जनुकांवर काम करण्यासाठी एक ट्रान्सपोनेस शोधून काढण्यासाठी सध्या त्याची धडपड चालू होती. शरीरामध्ये कोणत्याही परकीय वस्तूचा प्रवेश झाला, तर तिचा स्वीकार करायला शरीर कडाडून विरोध करतं. ती वस्तू शरीराबाहेर फेकण्याचा जास्तीत जास्त प्रयत्न केला जातो. या प्रक्रियेला हिस्टो-कॉम्पॅटिबिलिटी असं म्हणतात. त्यामुळे शरीरात जेव्हा एखाद्या अवयवाचं आरोपण करण्याची वेळ येते, तेव्हा ते भल्याचं होणार असूनही शरीर त्या अवयवाचा स्वीकार करायला नकार देतं. हिस्टो-कॉम्पॅटिबिलिटी प्रक्रियेला कारणीभूत असणाऱ्या जनुकांमध्ये काही बदल केल्यास या अडचणीवर मात करता येईल, असं शास्त्रज्ञांना वाटत होतं. हे बदल घडवून आणण्याचं कार्य वेगवेगळे विकर (Enzymes) करत असतात. या विशिष्ट विकरांना ट्रान्सपोनेस असं नाव आहे. ठरावीक जनुकांवर ठरावीक विकरच परिणाम करू शकतात. क्रोमोझोम-6 च्या छोट्या भागाशी संबंधित असलेले ट्रान्सपोनेसेस शोधण्यात आणि वेगळे करण्यात केविनला यश मिळालं होतं. त्यावेळी वापरलेलं तंत्रच तो आताही

वापरत होता. पण एक महिना झाला तरी हा विशिष्ट ट्रान्सपोनेस त्याला सापडत नव्हता.

रोज तो साडेआठला प्रयोगशाळेत यायचा, पण आज त्याला पहाटे चारलाच जाग आली. त्यानंतर प्रयत्न करूनही त्याला परत झोप लागली नाही. पाऊण तास तो या कुशीवरून त्या कुशीवर तळमळत पडून राहिला. शेवटी, हा वेळ सत्कारणी तरी लावावा असा विचार करून तो उठला. पाच वाजता बाहेर काळाकुट्ट अंधार असतानाच तो प्रयोगशाळेत पोचला.

केविनला त्याची सदसद्विवेकबुद्धी सतावत होती. आपल्याकडून प्रोमेथियससारखी चूक घडली, या विचाराची टोचणी त्याच्या मनाला पुन:पुन्हा त्रास देत होती. डॉ. लीयॉन्सनी केलेल्या त्याच्या स्वत:च्या प्रयोगशाळेच्या उल्लेखामुळे तो थोडा शांत झाला होता; पण ते तेवढ्यापुरतंच टिकलं. त्याच्या स्वप्नातली प्रयोगशाळा प्रत्यक्षात येवो न येवो, इस्ला फ्रॅन्सेस्कावर जी भयानक गोष्ट आकार घेत होती, ती नाकारणं शक्य नव्हतं...

इस्ला फ्रॅन्सेस्कावर आणखी धूर येताना दिसला म्हणून तो घाबरला वगैरे, असला काही प्रकार नव्हता. त्याला धूर दिसलाही नव्हता. पण उजाडायला लागल्यापासून खिडकीबाहेर आणि विशेषत: बेटाच्या दिशेनं पाहणं तो जाणीवपूर्वक टाळत होता, ही गोष्टही खरी.

असं फार दिवस चालणं शक्य नाही, याची त्याला जाणीव झाली. आपल्या भीतीला काही आधार आहे का, हे पाहण्यासाठी कृती करणं हे सर्वात योग्य होईल असा निर्णय त्यानं शेवटी घेतला. आपल्याला ज्या गोष्टीची काळजी वाटत होती त्यावर प्रकाश पाडू शकेल आणि परिस्थितीच्या अधिक जवळ असेल, अशा व्यक्तीला गाठलं तर आपलं काम होईल असा तर्क त्यानं केला. पण 'झोन'मधल्या बऱ्याच लोकांशी तो मोकळेपणानं बोलू शकायचा नाही. तो लोकांमध्ये फारसा मिसळायचा नाही, विशेषत: कोगोमध्ये आल्यापासून तिथे अभ्यासक असा तो एकटाच होता. पण 'झोन'मध्ये काम करणाऱ्या एका माणसाशी मात्र तो मोकळ्या मनानं बोलायचा. याचं मुख्य कारण असं होतं, की या माणसाला केविनच्या कामाबद्दल नेहमीच कौतुक वाटायचं. हा माणूस म्हणजे मुख्य पशुवैद्यक शास्त्रज्ञ, बर्ट्राम एडवर्ड्स.

कसलीतरी प्रेरणा झाल्याप्रमाणे त्यानं आपला प्रयोगशाळेतला कोट काढला, खुर्चीवर टांगून ठेवला आणि तो ऑफिसमधून बाहेर पडला. पहिल्या मजल्यावर आल्यावर तो हॉस्पिटलच्या उत्तरेला असलेल्या पार्किंग लॉटमध्ये आला. बाहेर हवा खूप गरम होती. काही थोडे पांढरे, छोटे ढग सोडले तर आभाळ स्वच्छ होतं. पश्चिम क्षितिजावर काही काळे ढग रेंगाळत होते, पण ते समुद्रावर होते. पाऊस जरी आला असता, तरी तो दुपारच्या आत नक्कीच आला नसता.

केविन आपल्या टोयोटा फोर-व्हील ड्राइव्ह गाडीत बसला आणि सरळ हॉस्पिटलच्या आवाराबाहेर पडला. शहराचा मुख्य चौक उत्तरेच्या बाजूनं ओलांडताना त्याला जुनं कॅथॉलिक चर्च लागलं. जेनसिसनं त्या इमारतीचं मनोरंजन केंद्रामध्ये रूपांतर केलं होतं. शुक्रवारी आणि शनिवारी रात्री तिथे चित्रपट दाखवत असत. सोमवारी रात्री बिंगोचा खेळ असायचा. तळघरात एक कॅन्टीन होतं. तिथे अमेरिकन हॅम्बर्गर मिळायचे.

'झोन'मधील प्राणिकेंद्र खूप मोठं होतं. या केंद्राचाच एक भाग असलेल्या पशुवैद्यक विभागांत बर्ट्राम एडवर्ड्सचं ऑफिस होतं. हा संपूर्ण प्रकल्प कोगो शहरापेक्षाही मोठा होता. शहराच्या उत्तरेला असलेल्या घनदाट विषुववृत्तीय जंगलात त्याचा सगळा पसारा होता. जंगलाच्या एका अस्पर्श पट्ट्यामुळे तो शहरापासून वेगळा झाला होता.

केविननं प्रथम पूर्वेकडे जाणारा रस्ता धरला. नंतर तो उत्तरेला वळला. ही जागा तशी एका बाजूला असूनही रस्त्यावर रहदारी बरीच होती. 'झोन'च्या विस्तृत पसाऱ्यामध्ये काम चालू ठेवणं हे किती जिकीरीचं होतं, हेच त्यावरून दिसून येत होतं. टॉयलेट पेपरपासून सेंट्रिफ्यूज नलिकांपर्यंत प्रत्येक गोष्ट बाहेरून आयात करावी लागायची. त्यामुळे मालवाहतुकीची गरज निर्माण झाली. बहुतेक गोष्टींचा पुरवठा बाटाहून ट्रकनं केला जात असे. बाटा हे खोल पाण्यातील एक बंदर होतं. मोठं जेट विमान उतरू शकेल, एवढा मोठा विमानतळही तिथे होता. एस्ट्यूरिओ डेल मुनी नदीतून लिबरव्हिले, गॅबन या गावांना जाता यायचं. या वाहतुकीसाठी मोटर लावलेल्या स्वयंचलित बोटी फक्त वापरल्या जात असत.

शहराच्या वेशीपर्यंतच्या रस्त्यावर नदीतील ग्रॅनाईटचे गोटे बसवलेले होते. तिथून पुढे नव्यानं बनवलेला डांबराचा रस्ता सुरू झाला. केविननं सुटकेचा नि:श्वास सोडला. नदीतील गोट्यांच्या रस्त्यावर स्टिअरिंग व्हीलला खूप धक्के बसायचे आणि आवाजही मोठा व्हायचा.

दाट, हिरव्या जंगलाच्या कमानींनी आच्छादलेल्या अंधाऱ्या रस्त्यावरून पंधरा मिनिटं प्रवास केल्यानंतर केविनला अत्याधुनिक प्राणिसंकुलातील पहिल्या इमारती दिसू लागल्या. सिमेंट आणि लाकडापासून आधीच तयार केलेले ठोकळे वापरून त्या बांधल्या होत्या. नंतर त्यावर प्लास्टरचा गिलावा लावून पांढरा रंग दिला होता. शहरातल्या वसाहतवादी वास्तूंशी जुळणारी स्पॅनिश रचनेची झाक या इमारतींमध्येही होती.

प्रचंड मोठी असलेली मुख्य इमारत माकडांची राहण्याची जागा वाटण्याऐवजी विमानतळाची इमारत असल्यासारखं वाटायचं. तिचा दर्शनी भाग तीन मजली उंच आणि जवळजवळ पाचशे फूट लांब होता. तिच्या मागच्या बाजूनं आणखी अनेक

इमारती बांधून विभाग पाडण्यात आले होते. हे विभाग एवढे लांबलचक होते, की त्यांची दुसरी टोकं जंगलाच्या कमानींमध्ये अदृश्य झाली होती. मुख्य इमारतीच्या समोर अनेक छोट्या इमारती होत्या. मध्यभागी असलेल्या दोन इमारती सोडल्या, तर बाकीच्या कशासाठी वापरल्या जात होत्या, याची केविनला काही कल्पना नव्हती. एकीमध्ये संकुलासाठी नेमलेल्या इक्वेटोगिनीयन शिपायांची तुकडी राहायची. शहराच्या चौकातील त्यांच्या भाईबंदांप्रमाणेच हे शिपाईही काही काम न करता सिगारेटी ओढत आणि कॅमेरूनियन बीयर पीत आपापल्या बंदुका सांभाळत वेळ घालवत असायचे. दुसऱ्या इमारतीत राहणाऱ्या लोकांच्या गटाचा तर केविनला या सैनिकांपेक्षाही अधिक राग यायचा. इक्वेटोगिनीयन अध्यक्षांच्या तैनातीसाठी ठेवलेल्या मोरोक्कोच्या भाडोत्री सैनिकांचा तो गट होता. या अध्यक्षांचा स्वत:च्या लष्करावरच विश्वास नव्हता.

या परकीय, खास पथकातील कमांडोज्चा पोशाख मात्र अगदी गबाळा असायचा. त्यांच्या मापाचे नसलेले मळखाऊ रंगाचे कपडे आणि टाय असा त्यांचा अवतार असायचा. खांद्यावरचा पट्ट्याचा फुगवटाही विचित्र दिसायचा. ते सर्वजणच काळ्या रंगाचे आणि भेदक नजरेचे होते आणि सर्वांनी जाड मिशा राखल्या होत्या. इक्वेटोगिनीयन शिपायांप्रमाणे हे नेहमी नजरेला पडत नसत. पण त्यांचं अस्तित्व मात्र एखाद्या अशुभ गोष्टीसारखं सतत आजूबाजूला जाणवायचं.

जेनसिस प्राणिकेंद्राचा प्रचंड आकार हा देखील त्यांच्या यशातील एक मानाचा तुरा होता. माकडांवरील बायोमेडिकल संशोधनात येणाऱ्या संभाव्य अडचणी ओळखून जेनसिसनं विषुववृत्तीय आफ्रिकेतील या जागेची निवड केली होती. ही या प्राण्यांची जन्मभूमीच होती. शिवाय त्यामध्ये आणखी एक फायदा होता. औद्योगिकीकरण झालेल्या पश्चिमी राष्ट्रांमध्ये प्राण्यांच्या आयात-निर्यातीवर जाचक निर्बंध होते. प्राण्यांच्या हक्कांसाठी लढणाऱ्या लोकांचाही तिथे बराच त्रास व्हायचा. या दोन्ही गोष्टी या जागेमुळे आपोआप टळल्या. परकीय चलनासाठी हपापलेलं स्थानिक सरकार आणि लाचखोर पुढारी यांनी जेनसिसनं जे जे देऊ केलं ते हावरटपणानं गिळंकृत करून कंपनीचं स्वागतच केलं. जे कायदे अडचणीचे ठरू शकले असते, ते बदलण्यात आले किंवा रद्द करण्यात आले. त्यांच्याशी जुळवून घेण्यासाठी कायदेमंडळानं एक नवीन कायदाही पास केला. जेनसिसच्या कामामध्ये ढवळाढवळ करणं, हा देहान्त शिक्षेस पात्र असा गुन्हा ठरवण्यात आला.

या प्रकल्पाला अगदी थोड्या अवधीत एवढं प्रचंड यश मिळालं, की जेनसिसनं त्याचा विस्तार करून या क्षेत्रातील इतर कंपन्यांना त्यांच्या सोयी उपलब्ध करून द्यायचं ठरवलं. विशेषत: ज्या मोठ्या औषधी कंपन्यांना वानरांवर प्रयोग करण्याची आवश्यकता भासते, त्या या सोयीचा लाभ घेऊ शकल्या असत्या. जेनसिसच्या आर्थिक विकासाबद्दल भाकितं करणाऱ्यांनाही या वाढीमुळे आश्चर्याचा चांगलाच

धक्का बसला. कुठल्याही दृष्टीनं विचार केला तरी 'झोन' हे एक प्रचंड आर्थिक यश होतं, यात काही वादच नव्हता.

केविननं आपली गाडी दुसऱ्या एका गाडीच्या जवळ उभी केली. "Man is an Ape" अशी अक्षरं चिकटवलेली ती गाडी डॉ. एडवर्ड्सची होती, हे केविनला ठाऊक होतं. काचेवर 'पशुवैद्यक केंद्र' असं कोरलेलं दुहेरी दार ढकलून केविन आत शिरला. दारातून आत शिरल्यावर लगेचच डॉ. एडवर्ड्सचं ऑफिस आणि तपासणीच्या खोल्या होत्या.

मार्था ब्लमरनं त्याचं स्वागत केलं. ''डॉ. एडवर्ड्स चिम्पान्झी विभागात आहेत.'' ती म्हणाली. ती त्या केंद्रांत सेक्रेटरी होती. तिचा नवरा मोटारी ठेवण्याच्या विभागातील एक निरीक्षक होता.

केविन चिम्पान्झी-विभागाकडे निघाला. त्या इमारतीतील त्याला ठाऊक असलेल्या काही विभागांपैकी हा एक विभाग होता. दुसऱ्या एका दुहेरी दारातून आत शिरत त्यानं लांबलचक मध्यवर्ती कॉरिडॉर ओलांडला. ही जागा पूर्णत: एखाद्या हॉस्पिटलसारखी दिसायची. तिथले कर्मचारी वैद्यकीय पोशाखांत वावरत. बऱ्याचजणांच्या गळ्यात स्टेथॉस्कोप्सही अडकवलेले असायचे.

काही लोकांनी त्याच्याकडे पाहून ओळखीदाखल मान तुकवली, काहीजण हसले, तर काहींनी त्याला 'हॅलो' म्हटलं. केविनचा प्रतिसाद थोडा चोरट्यासारखा होता. या लोकांपैकी कोणाचीही नावं त्याला ठाऊक नव्हती.

आणखी एक दुहेरी दार पार करून तो त्या इमारतीच्या मुख्य विभागात आला. तिथे सर्व माकडं ठेवलेली असायची. तिथल्या हवेत एक प्रकारचा उग्र दर्प होता. कॉरिडॉरमध्ये अधूनमधून प्राण्यांच्या किंकाळ्या आणि आरोळ्या घुमत होत्या. माकडांना मोठ्या पिंजऱ्यांमध्ये बंद करून ठेवलं होतं. पिंजऱ्यांच्या दारांवर जाळी लावलेल्या काचेच्या खिडक्या होत्या. त्यातून केविनला आतली माकडं दिसत होती. पिंजऱ्यांच्या बाहेर गणवेश आणि रबर बूट घातलेले कर्मचारी होझ् पाईप ओढत होते.

इमारतीच्या मागच्या भागापासून जंगलापर्यंत पसरलेल्या विभागांपैकी चिम्पान्झी विभाग हा एक होता. तोही तीन मजले उंच होता. केविननं पहिल्या मजल्यावर प्रवेश केला. तिथे चालू असलेल्या आवाजांमध्ये लगेच फरक पडला. किंकाळ्यांबरोबरच आता घूत्कारही ऐकू येऊ लागले.

मध्यवर्ती कॉरिडॉरचं दार किलकिलं करत केविननं गणवेश घातलेल्या एका कर्मचाऱ्याचं लक्ष आपल्याकडे वेधून घेतलं. डॉ. एडवर्ड्स आता कुठे भेटतील असं त्यानं त्याला विचारल्यानंतर, ते बोनोबो * युनिटमध्ये असतील असं त्याला सांगण्यात आलं.

जिना शोधून काढून केविन दुसऱ्या मजल्यावर गेला. डॉ. एडवर्ड्सना आपण

शोधत असताना ते बोनोबो युनिटमध्ये असावेत, हा त्याला एक योगायोगच वाटला. कारण बोनोबोंमुळेच त्याची आणि डॉ. एडवर्ड्सची ओळख झाली होती.

सहा वर्षांपूर्वी केविनला बोनोबो हे नावही ठाऊक नव्हतं. पण जेनसिसच्या प्रकल्पासाठी बोनोबोंची निवड झाल्यानंतर लवकरच त्याला त्यांच्याविषयी भरपूर माहिती मिळाली. बोनोबो हे इतरांपेक्षा वेगळे, अपवादात्मक असे प्राणी आहेत, हे आता त्याला कळून चुकलं. ते चिम्पान्झींच्या जातकुळांतीलच होते. पण जवळजवळ दीड कोटी वर्षांपर्यंत मध्य झायरेतील २५०० चौरस मैलांच्या अस्पर्श जंगलाच्या एका भागात ते एकांतात, इतर प्राण्यांपासून दूर राहिलेले होते. त्यांचं आपापसांतील वागणं चिम्पान्झींच्या अगदी उलट होतं. ते मातृसत्ताक पद्धतीनं जगत. टोळीच्या अंतर्गत व्यवहारात नर विशेष भाग घेत नसत. त्यामुळे बोनोबोंना मोठ्या टोळ्या करून राहणं शक्य होत असे. काही लोक त्यांना 'पिग्मी चिम्पान्झी' म्हणत. पण हे नाव चुकीचं होतं. कारण पिग्मींप्रमाणे बोनोबो काही बुटके, खुजे नसत. उलट काहीकाही तर चिम्पान्झींपेक्षाही मोठे असत. आणि चिम्पान्झींपेक्षा वेगळ्या जातीचे म्हणून ते स्पष्ट ओळखू येत.

डॉ. एडवर्ड्स एका लहान पिंजऱ्यासमोर उभे असलेले केविनला आढळले. प्राण्यांना वेगळ्या परिस्थितीची सवय करण्यासाठी प्रथम या छोट्या पिंजऱ्यात काही दिवस त्यांना ठेवलं जात असे. डॉ. एडवर्ड्स आत असलेल्या एका प्रौढ बोनोबो मादीशी गजांमधून संवाद साधायचा प्रयत्न करत होते.

पिंजऱ्याच्या मागच्या भिंतीपाशी आणखी एक बोनोबो मादी बसली होती. तिचे डोळे आपल्या नव्या घराचं उदासपणे निरीक्षण करत होते. तिला वाटत असलेली भीती केविनला जाणवली.

बोनोबो आणि चिम्पान्झींच्या संपर्क साधण्याच्या आवाजांची नक्कल करत डॉ. एडवर्ड्स हळुवारपणे घूत्कार करत होते. केविनची उंची पाच फूट दहा इंच होती. पण केविनपेक्षा ते चांगले तीन चार इंच उंच होते. डॉ. एडवर्ड्सच्या भुवया व पापण्या काळ्या होत्या. या उलट त्यांचे केस मात्र खूप पांढरे होते. दोन भुवयांमध्ये असलेलं अंतर आणि नेहमी कपाळाला आठ्या घालायची सवय, यामुळे त्यांच्या चेहऱ्यावर कायम एक आश्चर्याचा भाव दिसायचा.

केविन थोडा वेळ पाहतच राहिला. प्राण्यांशी संपर्क साधण्याच्या डॉ. एडवर्ड्सच्या कौशल्याचं केविनला त्यांच्या प्रथम भेटीपासूनच कौतुक वाटायचं. त्यांचं हे कौशल्य जन्मजात होतं हे केविनच्या लक्षात आलं. एखाद्यानं ते शिकायचं म्हटलं असतं तरी त्याला ते जमलं नसतं. त्यामुळे केविनवर त्यांचा अधिक प्रभाव पडत असे.

"माफ करा..." अखेर केविन म्हणाला.

डॉ. एडवर्ड्सनी दचकून एकदम उडीच मारली. बोनोबो मादीनंही एक किंकाळी

ठोकली आणि ती पिंजऱ्याच्या मागच्या भागात पळून गेली.

''मला माफ करा.'' केविन म्हणाला.

डॉ. एडवर्ड्स हसले. त्यांनी स्वत:च्या छातीवर हात ठेवला. ''माफी मागण्याची काही गरज नाही. मी कामात एवढा गढून गेलो होतो, की मला तुझी चाहूलच लागली नाही.''

''डॉ. एडवर्ड्स, मला तुम्हाला घाबरवण्याची इच्छा नक्कीच नव्हती.'' केविननं सुरुवात केली, ''पण मी...''

''केविन, प्लीज! मी तुला हजार वेळा सांगितलंय. माझं नाव बर्ट्राम आहे. आपण गेली पाच वर्षं एकमेकांना ओळखतोय. आता तरी आपण एकमेकांना आडनावांपेक्षा नावानं हाक मारणं योग्य ठरणार नाही का?''

''अर्थात !'' केविन म्हणाला.

''तू आता इथे आलायस हा एक योगायोगच म्हणायला हवा.'' बर्ट्राम म्हणाले. ''आपल्या या दोन सर्वात नवीन पुनरुत्पादक माद्या बघ.'' पिंजऱ्यांतील मागच्या भिंतीपासून काही इंच पुढे आलेल्या माद्यांकडे बर्ट्रामनी बोट दाखवलं. केविन आल्यामुळे प्रथम त्या घाबरल्या होत्या, पण आता त्यांची उत्सुकताही जागी झाली होती.

माणसांच्या चेहऱ्यांशी पुष्कळ साम्य असणाऱ्या त्या माकडांकडे केविन काही वेळ पाहत राहिला. चिम्पान्झींचे खालचे जबडे वरच्या जबड्यांपेक्षा बरेच पुढे असतात; पण बोनोबोंचे तसे नव्हते. त्यामुळे ते अधिक माणसांसारखे दिसायचे. बोनोबोंच्या डोळ्यात रोखून पाहणं केविनला नेहमीच अस्वस्थ करून जायचं.

''चांगल्या निरोगी दिसताहेत.'' दुसरं काय म्हणावं हे न सुचून केविन म्हणाला.

''आज सकाळीच त्यांना झायरेहून ट्रकमधून इथे आणण्यात आलं.'' बर्ट्राम म्हणाले, ''सरळ गेलं तर हे अंतर जवळजवळ हजार मैलांचं आहे. पण काँगो आणि गॅबनच्या सरहद्दी ओलांडताना इतक्या वेड्यावाकड्या रस्त्यांनी यावं लागतं, की त्यांना याच्या तिप्पट तरी प्रवास करावा लागला असेल.''

''हे अंतर म्हणजे अमेरिकेच्या पूर्व किनाऱ्यापासून पश्चिम किनाऱ्यापर्यंत एवढं झालं.'' केविन म्हणाला.

''अंतराचा विचार केला तर ते बरोबर आहे.'' बर्ट्राम म्हणाले, ''पण इथे पक्के रस्ते फारच थोडे आहेत. कच्च्या रस्त्यांवरून करावा लागणारा हा प्रवास फारच खडतर असतो.''

''पण आता त्या अगदी व्यवस्थित दिसतायत.'' केविन म्हणाला. ट्रकच्या मागच्या भागात बंद लाकडी पेट्यांमध्ये बसून आपल्याला जर असा प्रवास करावा लागला असता, तर आपली काय अवस्था झाली असती याची त्याला कल्पनाच करवेना.

''आतापर्यंत आपले ड्रायव्हर्स चांगले प्रशिक्षित झाले आहेत.'' बर्ट्राम म्हणाले,

“ते त्यांना स्वत:च्या बायकांपेक्षाही चांगली वागणूक देतात. ही माकडं मेली तर त्यांना त्यांचा पगार दिला जात नाही. या प्रलोभनामुळे ते चांगलं काम करतात.”

“आपल्यालाही आता अधिक माकडांची गरज आहेच. त्यामुळे आपण यांचा नक्कीच चांगला उपयोग करून घेऊ.” केविन म्हणाला.

“ते तर आहेच.” बर्ट्राम म्हणाले, “या दोघींविषयी मी तुला सांगितलं आहेच. सगळ्या चाचण्यांमध्ये त्या जर उत्तीर्ण झाल्या, - आणि माझी खात्री आहे की त्या होतीलच - तर आम्ही पुढच्या एक दोन दिवसांत तुझ्या प्रयोगशाळेत येऊ. मला त्यांचं आणखी थोडं निरीक्षण करायचंय. तुझ्या कौशल्याबद्दल वादच नाही; आणि मेलनीच्या हातातही जादू आहे. न्यूयॉर्कमधले एक डोळ्यांचे सर्जन माझ्या ओळखीचे आहेत. पण त्यांच्यापेक्षाही मेलनी मला अधिक कसबी वाटते.”

आपल्या स्तुतीमुळे केविन थोडा लाजला. “मेलनी नक्कीच हुशार आहे.” संभाषण दुसरीकडे वळवण्यासाठी तो म्हणाला. मेलनी बेकेट ही पुनरुत्पादन तंत्रज्ञ होती. खासकरून केविनला त्याच्या कामात मदत करण्यासाठी जेनसिसनं तिची नेमणूक केली होती.

“ती हुशार आहेच,” बर्ट्राम म्हणाले, “पण तुझं काम जवळून पाहण्याची संधी आमच्यापैकी ज्या काही थोड्या नशीबवान लोकांना मिळाली आहे, त्यांना हे चांगलं माहितेय की खरा ‘हीरो’ तूच आहेस.”

कॉरिडॉरच्या भिंती आणि पिंजरे यांच्यामधल्यां मोकळ्या जागेत गणवेश घातलेले कोणी कर्मचारी नाहीत, याची बर्ट्रामनं दोन्ही बाजूंना पाहून खात्री करून घेतली.

“तुला माहितेय, इथे यायचा निर्णय घेण्यापूर्वी मला वाटलं होतं, की माझं आणि माझ्या बायकोचं इथे व्यवस्थित भागेल.” ते म्हणाले, “पैशाच्या दृष्टीनं ही जागा सौदी अरेबियाएवढीच चांगली असेल अशी माझी कल्पना होती. पण प्रत्यक्षात ही कितीतरी पटींनी अधिक चांगली निघाली. आपला प्रकल्प आणि त्यातून आपल्याला दिल्या जाणाऱ्या शेअर्समुळे आपण चांगलेच श्रीमंत होणार आहोत. कालच मला मेलनीकडून समजलं, की न्यूयॉर्क शहरातले आणखी दोन ग्राहक आपल्याला मिळाले आहेत. याचा अर्थ, आता आपल्या ग्राहकांची संख्या शंभराच्या वर गेली.”

“मी या दोन नवीन ग्राहकांबद्दल काही ऐकलं नाही.” केविन म्हणाला.

“नाही? पण ते खरं आहे.” बर्ट्राम म्हणाले, “काल रात्री मी तिला मनोरंजन-केंद्रात भेटलो, तेव्हा ती सांगत होती. रेमंड लीयॉन्सशी तिचं बोलणं झालं असं ती म्हणाली. मला तिनं हे सांगितलं हे बरं झालं. आता मी परत ड्रायव्हर्सना आणखी माकडं आणण्यासाठी झायरेला पाठवू शकेन. मला फक्त लोमाकोमधल्या आपल्या पिग्मी सहकाऱ्यांबद्दल शंका वाटतेय. ते आपल्याला पुरेशा माकडांचा पुरवठा करू शकतील की नाही, हे सांगता येत नाही.”

केविननं परत पिंजऱ्यातल्या त्या दोन माद्यांकडे पाहिलं. त्याही त्याच्याकडेच दयेची याचना करणाऱ्या नजरेनं पाहत होत्या. केविनचं हृदय विरघळलं. 'तुम्हाला आम्हाला घाबरण्याची काही गरज नाही' असं त्यांना सांगता आलं, तर किती बरं होईल असं त्याला वाटलं. एक महिन्याच्या आत त्यांची फक्त गर्भधारणा केली जाणार होती. गर्भारपणाच्या काळात त्यांना मोठ्या पिंजऱ्यात ठेवलं जाणार होतं आणि त्यांच्यासाठी खास, पोषक आहाराची व्यवस्था केली जाणार होती. पिल्लं जन्माला आल्यानंतर बोनोबोंसाठी तयार केलेल्या एका मोठ्या मोकळ्या जागेत त्यांना सोडलं जाणार होतं. या जागेला चारी बाजूंनी कुंपण होतं. तिथे त्यांना आपल्या पिल्लांची काळजी घेऊन त्यांना मोठं करायचं होतं. पिल्लं तीन वर्षांची झाली, की ही सर्व प्रक्रिया परत करण्यात येणार होती.

''त्यांचं माणसांशी खरंच खूप साम्य आहे.'' केविनची विचारशृंखला तोडत बर्ट्राम म्हणाले, ''त्यांच्या मनात काय विचार चालू असतील, याचं मला नेहमीच कुतूहल वाटतं.''

''किंवा त्यांच्या पिल्लांची विचार करण्याची क्षमता किती असेल, याबद्दलही काळजी वाटल्याशिवाय राहत नाही.'' केविन म्हणाला.

बर्ट्रामनी केविनकडे रोखून पाहिलं. त्यांच्या काळ्या भुवया नेहमीपेक्षा अधिक वक्र झाल्या. ''तुला काय म्हणायचंय ते मला समजलं नाही...!'' ते म्हणाले.

''ऐका तर मग, बर्ट्राम.'' केविन म्हणाला, ''मी आज इथे तुमच्याशी प्रकल्पाबद्दल काही खास गोष्टी बोलण्यासाठी आलोय.''

''हे तर फारच चांगलं आणि सोयीचं आहे.'' बर्ट्राम म्हणाले, ''मी तुला आज बोलावणारच होतो. आपण केलेल्या प्रगतीचा आढावा तू एकदा घ्यायला हवास असं मला वाटलं आणि तू आपणहूनच आलास. बोल, काय सांगायचंय तुला?''

बर्ट्रामनी कॉरिडॉरमध्ये उघडणारं सर्वांत जवळचं दार उघडलं, केविनला आपल्यामागे येण्याची खूण केली आणि ते लांबलांब ढांगा टाकत चालू लागले. त्यांच्याबरोबर राहण्यासाठी केविनला भराभर चालावं लागत होतं.

''प्रगती?'' केविननं विचारलं. बर्ट्रामबद्दल त्याला आदर वाटत असे. पण कधीकधी थोडीशी वेडाकडे झुकणारी त्यांची प्रवृत्ती त्याला अस्वस्थ करत असे. त्याला ज्या गोष्टींची चर्चा करायची होती, ती अतिशय उत्तम परिस्थितीतही त्याला कठीणच वाटली असती. विषयाला सुरुवात करणंही त्याला जमत नव्हतं, आणि बर्ट्राम तर काहीच मदत करत नव्हते. उलट ते त्याची अवस्था आणखीच बिकट करत होते.

''प्रगती तर नि:संशय आहेच.'' बर्ट्राम म्हणाले, ''आपल्या तांत्रिक अडचणी बेटावरच्या ग्रिडमुळे दूर झाल्या आहेत. त्याचं कार्य कसं चाललंय ते मी तुला

दाखवतो. आता नुसतं एक बटन दाबून आपण प्रत्येक माकड कुठे आहे ते सांगू शकतो. आणि ही गोष्ट अगदी वेळेवरच झालीय हेही खरं. बारा चौरस मैलांच्या परिसरात जवळजवळ शंभर प्राण्यांचा छडा लावणं हे हळूहळू अशक्यप्राय होत चाललं होतं. हातात धरायच्या ट्रॅकर्सनी ते अलीकडे जमत नव्हतंच. मुख्य अडचण अशी आहे, की हे प्राणी दोन भिन्न सामाजिक गटांमध्ये विभागले जातील या शक्यतेचा आपण विचारच केला नव्हता. आपण समजत होतो, की ते एका मोठ्या कुटुंबासारखे राहतील.''

''बर्ट्राम,'' ते थोडे थांबल्याबरोबर धैर्य गोळा करत केविन म्हणाला, ''मला तुमच्याशी मला वाटणाऱ्या काळजीबद्दल बोलायचं होतं...''

''साहजिकच आहे.'' केविन थोडा थांबला म्हणून बर्ट्राम म्हणाले, ''तू ज्या पद्धतीनं अविश्रांत श्रम करत असतोस, तसे मी केले असते तर मलाही काळजीच वाटली असती. कधीकधी मी आणि माझी पत्नी मध्यरात्री सिनेमा संपल्यावर मनोरंजन केंद्रातून बाहेर येत असतो, तेव्हा तुझ्या प्रयोगशाळेत दिवे जळत असतात. त्याबद्दल आमचं बोलणंही झालंय. तुझ्या कामातून तू थोडं बाहेर पडावंस म्हणून कितीतरी वेळा आम्ही तुला रात्री घरी जेवायलाही बोलावलंय. तू कधीच का येत नाहीस?''

केविन आतल्याआत चरफडला. हे संभाषण त्याला आत्ता नको होतं.

''ठीक आहे. या प्रश्नाचं उत्तर तू आत्ता देऊ नकोस.'' बर्ट्राम म्हणाले, ''मला तुझी काळजी वाढवायची नाही. तू आलास तर आम्हालाही थोडी मजा येईल. कधी जर तुझा विचार बदलला तर जरूर कळव. पण मनोरंजन केंद्र, जिमखाना किंवा पोहण्याचा तलाव या ठिकाणीही तू कधीच येत नाहीस. आधीच आफ्रिकेतल्या या भट्टीसारख्या जागी राहायचं म्हणजे कठीण काम आहे. पण स्वत:च्या प्रयोगशाळेत किंवा घरात कोंडून घेणं हे तर त्याहूनही वाईट.''

''तुम्ही म्हणताय ते सर्व बरोबर आहे.'' केविन म्हणाला, ''पण...''

''अर्थात, माझं म्हणणं बरोबर आहेच.'' बर्ट्राम म्हणाले, ''पण याला आणखीही एक बाजू आहे. त्याबद्दल मला तुला सावधगिरीची सूचना द्यायचीच. लोक बोलायला लागलेत.''

''काय म्हणताय तुम्ही?'' केविननं विचारलं, ''कशाबद्दल लोक बोलायला लागलेत?''

''लोक म्हणतात, की तू स्वत:ला फार श्रेष्ठ समजतोस आणि म्हणून सर्वांपासून दूर राहतोस.'' बर्ट्राम म्हणाले, ''हॉवर्ड आणि एम् आय् टीसारख्या विद्यापीठांच्या सर्वोच्च पदव्या बाळगणारा तू विद्वान आहेस. तुझ्या वागणुकीचा लोकांनी वेगळा अर्थ घेतला तर त्यात काहीच नवल नाही. विशेषत: तुझा हेवा करणाऱ्या लोकांनी.''

''पण माझा हेवा कोण कशाला करेल?'' केविननं विचारलं. त्याला धक्काच बसला होता.

''अगदी सोपं आहे.'' बर्ट्राम म्हणाले, ''तुला हेड ऑफिसकडून खास वागणूक दिली जाते. दर दोन वर्षांनी तुला एक नवी कार मिळते. आणि संपूर्ण प्रकल्पाचा व्यवस्थापक असलेल्या सिग्फ्रीड स्पालेकएवढंच चांगलं घर तुला राहण्यासाठी देण्यात आलेलं आहे. त्यामुळे कॅमेरॉन मॅक्‌आयव्हर्ससारख्या काही लोकांच्या भुवया तरी वर चढणारच. त्यानं तर मूर्खासारखा आपला सगळा परिवारच इकडे आणला. शिवाय तुला एन्‌एम्‌आर् मशीन मिळालं. मी आणि हॉस्पिटलचे व्यवस्थापक पहिल्या दिवसा- पासून एम्‌आर्‌आय्‌ची मागणी करत होतो.''

''मला ते घर नकोय, असं मी त्यांना सांगून पाहिलं.'' केविन म्हणाला, ''मला ते खूपच मोठं पडतंय, असंही मी त्यांना सांगितलं.''

''हा सर्व बचाव तू माझ्याजवळ करण्याची काहीच गरज नाही.'' बर्ट्राम म्हणाले, ''तुझ्या प्रकल्पाची सर्व माहिती मला असल्यामुळे मला हे सगळं समजतंय. पण बरेचजण याबद्दल नाखूश आहेत. स्पालेकलाही ते नीटसं समजत नाही. पण तुझ्या प्रकल्पामुळे मिळत असलेला बोनस घेणं मात्र त्याला आवडतं. तुझ्या प्रकल्पाशी संबंधित अशा काही नशीबवान लोकांनाच हा बोनस दिला जातो.''

केविननं काही उत्तर देण्यापूर्वीच बर्ट्रामना त्यांच्या कामासाठी कॉरिडॉरमध्ये थांबावं लागलं. ते संपूर्ण प्राण्यांचं हॉस्पिटल ओलांडत चालले होते. केविननं या व्यत्ययाचा उपयोग बर्ट्रामच्या म्हणण्यावर विचार करण्यासाठी केला. आपण जणू काही अदृश्य आहोत, असंच केविन आतापर्यंत समजत होता. आपल्याला काही शत्रू निर्माण झाले आहेत, ही कल्पनाच त्याला सहन होत नव्हती.

''सॉरी.'' बर्ट्राम काम आटोपल्यावर म्हणाले.

ते दोघं शेवटच्या दुहेरी दारातून आत शिरले. बर्ट्रामची सेक्रेटरी मार्था हिच्या टेबलाजवळून पुढे जाताना बर्ट्रामनी फोनवरील निरोपांचा छोटा गठ्ठा उचलला. ते निरोप बघत असतानाच त्यांनी केविनला आतल्या ऑफिसमध्ये चलण्याची खूण केली. ऑफिसचं दार त्यांनी आपल्यामागे लावून घेतलं.

''आता मी तुला जे दाखवणार आहे ते तुला नक्कीच खूप आवडेल.'' निरोपांचा गठ्ठा बाजूला सारत बर्ट्राम म्हणाले. ते आपल्या कॉम्प्युटरसमोर बसले आणि इस्ला फ्रॅन्सेस्काचं चित्र पडद्यावर कसं आणायचं ते त्यांनी त्याला दाखवलं. ते चित्र लहान चौकोनांमध्ये विभागलेलं होतं. ''आता तुला पाहिजे असलेल्या प्राण्याचा नंबर मला सांग.''

''माझाच नंबर घ्या ना.'' केविन म्हणाला, ''नंबर एक.''

''आत्ता येईल बघ.'' बर्ट्राम म्हणाले. त्यांनी 'माहिती'मध्ये प्रवेश केला आणि

बटन दाबलं. अचानक बेटाच्या नकाशावर एक तांबडा दिवा उघडझाप करू लागला. तो चुनखडीच्या उभ्या दगडाच्या उत्तरेला आणि ओढ्याच्या दक्षिणेला होता. या ओढ्याला गमतीनं 'रिओ डिव्हिजो' असं म्हणत. पूर्वेकडून पश्चिमेकडे वाहणाऱ्या या ओढ्यामुळे सहा मैल लांब आणि दोन मैल रुंद असलेल्या त्या बेटाचे बरोबर दोन भाग झाले होते. बेटाच्या मध्यभागी एक तळं होतं. त्याला 'लागो हिप्पो' असं नाव देण्यात आलं होतं. त्या तलावात हिप्पोपोटॅमस राहायचे.

''मस्त आहे की नाही?'' बर्ट्रीम अभिमानानं म्हणाले.

केविनला ते नक्कीच खूप आवडलं. पण त्याला आवडलेली गोष्ट म्हणजे त्यातलं तंत्रज्ञान नव्हतं. तंत्रज्ञानाबद्दल त्याला नक्कीच उत्सुकता होती; पण ज्या जागेवरून धूर निघतोय असा त्यानं अंदाज बांधला होता, तिथेच हा लाल दिवा चमकत होता, हे त्याला अधिक आवडलं.

बर्ट्रीम उठले आणि त्यांनी टेबलाखालचा एक ड्रॉवर उघडला. हातात धरायच्या छोट्या इलेक्ट्रॉनिक उपकरणांनी तो भरला होता. छोटे एल् सी डी पडदे असलेल्या छोट्या वह्यांसारखी ती उपकरणं दिसत होती. प्रत्येकातून एक अँटिना बाहेर आली होती.

''ही सगळी एकाच पद्धतीनं काम करतात.'' बर्ट्रीम म्हणाले. त्यापैकी एक त्यांनी केविनच्या हातात दिलं. ''आम्ही त्यांना स्थानशोधक किंवा लोकेटर म्हणतो. ते आपल्याबरोबर कुठेही नेता येतात. प्रत्यक्ष कामाच्या ठिकाणीही ते नेता येतात. त्यामुळे एखाद्या प्राण्याला पकडण्याचं काम आता चुटकीसरशी होतं. सुरुवातीला त्यासाठी खूप कष्ट करावे लागायचे.''

केविन की-बोर्डवरच्या काही कीज् दाबून बघत होता. लाल, लुकलुकणारे दिवे असलेलं बेटाचं चित्र बर्ट्रीमच्या मदतीनं त्याला पडद्यावर आणता आलं. पडद्यावर पन्नास चौरस फुटांचं क्षेत्र दिसण्यासाठी मोठ्या नकाशातून छोट्या भागात कसं जायचं, ते बर्ट्रीमनी त्याला दाखवलं.

''एकदा तुम्ही हे हाताळलंत की तुम्हाला हे वापरता येईल.'' बर्ट्रीम म्हणाले. की पॅड असलेल्या फ्लॅशलाईटसारखं दिसणारं एक उपकरण त्यांनी केविनच्या हातात दिलं. ''याच्यावर तीच सगळी माहिती टाईप करायची. म्हणजे हे दिशादर्शकासारखं कार्य करायला लागतं. जो प्राणी आपल्याला शोधायचा आहे, त्याच्या आपण जसजसे जवळ जाऊ तसतसा याचा सूं सूं असा बंदुकीच्या गोळीसारखा आवाज मोठा होऊ लागतो. जेव्हा तो प्राणी आपल्या नजरेच्या टप्प्यात येतो, तेव्हा हा आवाज न थांबता अखंड येऊ लागतो. त्यानंतर आपण बंदुकीतून छर्रा मारायचा एवढंच काम फक्त बाकी राहतं.''

''ही स्थानशोधक प्रणाली कशी काय काम करते?'' केविननं विचारलं.

प्रकल्पाच्या जीवरेण्वीय दृष्टिकोनात तो एवढा काही बुडून गेला होता, की त्याच्या इतर अंगांचा विचार करायला त्याला वेळच मिळत नव्हता. पाच वर्षांपूर्वी प्रकल्प सुरू होण्याच्या वेळी एकदा तो बेटावर गेला होता तेवढंच. त्यानंतर तिथली रोजची कामं कशी चालतात, याबद्दल त्यानं परत कधी चौकशीही केली नाही.

''या प्रणालीचं कार्य उपग्रहाच्या मदतीनं चालतं.'' बर्ट्रांम म्हणाले, ''मलाही त्याबद्दल काही फारशी माहिती आहे अशातला भाग नाही. अर्थात, प्रत्येक प्राण्याच्या त्वचेखाली एक छोटी मायक्रोचिप बसवलेली आहे. या मायक्रोचिपला दीर्घकाळ टिकणाऱ्या निकेल कॅड्मियम बॅटरीकडून ऊर्जेचा पुरवठा होतो. मायक्रोचिपकडून येणारा सिग्नल अगदी कमी शक्तीचा असतो. पण आपल्या ग्रिडकडे - जाळ्याकडे आल्यावर तो मोठा केला जातो आणि सूक्ष्मलहरींनी त्याचं प्रक्षेपण केलं जातं.''

केविन बर्ट्रांमना ती उपकरणं परत करायला लागला. पण त्यांनी त्याला ती ठेवून घेण्याची खूण केली. ''ती तू तुझ्याकडेच ठेव.'' ते म्हणाले, ''आपल्याकडे असली अजून भरपूर पडली आहेत.''

''पण मला त्यांची काहीच गरज नाही.'' केविननं नकार दर्शवला.

''कम् ऑन, केविन.'' त्याच्या पाठीवर थाप मारून खोटं खोटं रागावत बर्ट्रांम म्हणाले. त्या जोरदार थापेमुळे केविन थोडा पुढे ढकलला गेला. ''थोडी मजा कर की! तू फारच गंभीर होत चाललायस.'' बर्ट्रांम आपल्या टेबलापाशी बसले. फोनवरील निरोपांचा गठ्ठा उचलून नकळत ते महत्त्वाच्या निरोपांच्या क्रमानं कागद लावू लागले.

केविननं आपल्या हातातील इलेक्ट्रॉनिक उपकरणाकडे बघितलं. आपल्याला याचा काय उपयोग होऊ शकेल हेच त्याला समजत नव्हतं. ती अतिशय महागडी असावीत, असं त्यांच्याकडे पाहिल्यावर लगेच लक्षात येत होतं.

''तुझ्या प्रकल्पाबद्दल तुला माझ्याशी कसलीतरी चर्चा करायची होती ना?'' बर्ट्रांमनी विचारलं. फोनच्या निरोपांच्या गठ्ठ्यातून मान उचलून त्यांनी वर पाहिलं. ''मी लोकांना बोलायला संधी देत नाही, अशी तक्रार बरेचजण करत असतात. तुझ्या मनात काय घोळतंय?''

''मला काळजी वाटतेय...'' केविन चाचरत म्हणाला.

''कशाबद्दल?'' बर्ट्रांमनी विचारलं, ''सध्या सर्व काही अगदी उत्तम चाललंय.''

''मला परत धूर दिसला...'' केविननं कसंबसं सांगून टाकलं.

''काय? म्हणजे मागच्या आठवड्यात तू मला म्हणाला होतास तशीच धुराची वेटोळी पुन्हा दिसली?'' बर्ट्रांमनी विचारलं.

''हो.'' केविन म्हणाला, ''आणि बेटावरच्या त्याच जागेवरून.''

''हॅं, त्यात काही विशेष नाही.'' एक हात हवेत उडवत बर्ट्रांम म्हणाले, ''जवळजवळ एक आड एक रात्री इथे वादळं होत असतात आणि विजा चमकत

असतात. त्यामुळे बऱ्याचदा आगी लागतात. सर्वांनाच ते ठाऊक आहे.''

''सगळीकडे एवढं ओलं असताना?'' केविन म्हणाला, ''मला वाटलं होतं विषुववृत्तावरील झाडं नसलेल्या गवताळ प्रदेशात आणि कोरड्या हवेतच अशा आगी लागतात. पण या एवढ्या दाट जंगलाच्या प्रदेशात ओलसर हवेत ते अवघड आहे, नाही का?''

''विजांमुळे कुठेही आग लागू शकते.'' बर्ट्रोम म्हणाले, ''त्यामुळे उत्पन्न होणारी उष्णता लक्षात घे. तुला आठवतंय? गडगडणं म्हणजे उष्णतेमुळे झालेलं ढगांचं प्रसरणच असतं. हे सगळं खरं वाटू नये इतकं आश्चर्यकारक आहे...''

''ते असेलही,'' केविन म्हणाला. त्याची अजूनही खात्री पटत नव्हती, ''पण त्यामुळे एखादी आग सुरू झाली, तरी ती एवढे दिवस कशी टिकेल?''

''तू म्हणजे तोंडात हाड पकडलेल्या कुत्र्यासारखा चिवट आहेस.'' बर्ट्रोम म्हणाले, ''तुझ्या या विचित्र कल्पनेबद्दल तू आणखी कोणाजवळ बोललायस का?''

''फक्त रेमंड लीयॉन्सना मी सांगितलंय.'' केविन म्हणाला, ''काल त्यांनी मला दुसऱ्या एका प्रश्नाच्या संदर्भात फोन केला होता.''

''मग त्यावर ते काय म्हणाले?'' बर्ट्रोमनी विचारलं.

''त्यांनी मला सांगितलं, की तू तुझी कल्पनाशक्ती स्वैर सोडू नकोस.'' केविन म्हणाला.

''चांगला उपदेश आहे,'' बर्ट्रोम म्हणाले, ''माझा त्यांना पूर्ण पाठिंबा आहे.''

''मला काही समजत नाहीये.'' केविन म्हणाला, ''आपण तिकडे जाऊन नीट पाहायला पाहिजे असं मला वाटतं.''

''अजिबात नाही !'' बर्ट्रोम ठामपणे म्हणाले. क्षणभर त्यांचा चेहरा ताठरला. त्यांचे निळे डोळे रागानं धगधगले. परंतु लगेचच त्यांच्या चेहऱ्यावरचा ताण निवळला. ''प्राणी पकडण्यासाठी जायचं असेल, तरच फक्त बेटावर जायला माझी तयारी आहे. प्रथमपासून आपण तसंच ठरवलं आहे आणि आतापर्यंत आम्ही तो नियम पाळत आलो आहोत. सगळं व्यवस्थित चाललंय तोपर्यंत मी काहीही हालचाल करणार नाही. त्या प्राण्यांना त्यांचं सुरळीत चाललेलं आयुष्य भंग न करता एकांतात राहू देणं हे फार महत्त्वाचं आहे. तिथे जाणारा एकच माणूस, अल्फोन्स किम्बा हा पिग्मी आहे. तो तिथे अन्नाचा पुरवठा करण्यासाठी जातो.''

''मी एकटाच गेलो तर?'' केविननं सुचवलं, ''मला काही फार वेळ लागणार नाही. म्हणजे मग मला काळजी करायचं कारणही उरणार नाही.''

''बिलकुल नाही !'' बर्ट्रोम जोरात म्हणाले, ''प्रकल्पाच्या या भागाचा प्रमुख मी आहे; आणि मी तुला किंवा इतर कोणालाही बेटावर जाण्याची परवानगी देणार नाही.''

''मी तिथे गेल्यामुळे फारसा काही फरक पडणार नाही.'' केविन म्हणाला, ''मी तिथल्या प्राण्यांना मुळीच त्रास देणार नाही.''

''नाऽऽही !'' बर्ट्राम म्हणाले, ''या नियमाला अपवाद करायचा नाही. हे प्राणी जंगलीच व्हावेत अशी आपली इच्छा आहे, याचा अर्थ त्यांच्याशी कमीतकमी संपर्क ठेवला गेला पाहिजे. शिवाय ही जागा छोटी असल्यामुळे या भेटीमुळे काही अफवा पसरण्याची शक्यता आहे. सर्वात महत्त्वाचं म्हणजे तिथं जाणं धोकादायक आहे.''

''धोकादायक?'' केविननं विचारलं, ''हिप्पो आणि मगरींपासून मी दूरच राहीन; आणि बोनोबो नक्कीच धोकादायक नाहीयेत.''

''मागच्या वेळी प्राणी पकडायला गेलेल्या पिग्मींपैकी एक मारला गेला होता.'' बर्ट्राम म्हणाले, ''लोकांमध्ये घबराट पसरू नये म्हणून ही गोष्ट आम्ही कोणालाच सांगितली नाही.''

''हा पिग्मी कसा मारला गेला?'' केविननं विचारलं.

''दगडानं.'' बर्ट्रामनी सांगितलं, ''एका बोनोबोनं त्याला दगड फेकून मारला.''

''हे नेहमीपेक्षा वेगळं नाही वाटत?'' केविननं विचारलं.

बर्ट्रामनी खांदे उडवले. ''चिम्पान्झी कधीकधी तणावाखाली असले किंवा त्यांना घाबरवलं, तर एखादेवेळी ते काठ्या फेकून मारतात. मला काही वेगळं वाटत नाही. कदाचित ती त्याची त्याच्या नकळत झालेली प्रतिक्रिया असेल. दगड हाताशी असेल, म्हणून त्यानं तो फेकून मारला असेल.''

''पण ही प्रतिक्रिया आक्रमकही आहे.'' केविन म्हणाला, ''आणि नेमकी हीच गोष्ट बोनोबोंमध्ये वेगळी वाटतेय. विशेषत: आपल्या बोनोबोंमध्ये.''

''सगळीच माकडं त्यांच्यावर हल्ला झाला, तर आपल्या टोळीचा बचाव करतील.'' बर्ट्राम म्हणाले.

''पण आपल्यावर हल्ला होतोय असं त्यांना का वाटलं?'' केविननं विचारलं.

''प्राणी पकडण्याची ही चौथी वेळ होती.'' बर्ट्राम म्हणाले. त्यांनी परत एकदा खांदे उडवले. ''अशा वेळी काय होतं ते आता त्यांना समजायला लागलं असेल. पण कारण काहीही असो, कोणीही बेटावर जायचं नाही हे नक्की. याबद्दल माझं आणि स्पालेकचं बोलणं झालेलं आहे, आणि तो माझ्याशी पूर्ण सहमत आहे.''

बर्ट्राम खुर्चीवरून उठले. आपल्या डेस्कपासून दूर होत त्यांनी केविनच्या खांद्याभोवती हात टाकला. केविननं त्यांचा हात दूर करायचा प्रयत्न केला, पण त्यांनी तो तसाच ठेवला. ''कम् ऑन, केविन ! काळजी करू नकोस. तुझ्या कल्पनाशक्तीच्या या स्वैर भरारीबद्दलच मी मघाशी बोलत होतो. एवढ्यासाठीच प्रयोगशाळेतून थोडा बाहेर पडत जा. तुझ्या या अतिउत्साही मनाला तू दुसऱ्या कशात तरी रमवण्याचा प्रयत्न कर. सध्या तू बोनोबोंशिवाय दुसरा कसला विचारच

करत नाहीयेस. मला असं म्हणायचंय, की आगीबद्दलची तुझी ही कल्पना अगदी हास्यास्पद आहे. गंमत अशी, की प्रकल्प अगदी उत्तम चालला आहे. बरं, रात्री जेवायला येण्याच्या माझ्या आमंत्रणाचा तू परत एकदा विचार कर. ट्रिशला आणि मला खूप बरं वाटेल.''

''मी त्याचा नक्की विचार करीन.'' केविन म्हणाला. त्याच्या मानेभोवती असलेल्या बर्ट्रामच्या हातामुळे त्याला फारच अस्वस्थ वाटत होतं.

''गुड.'' बर्ट्रीम म्हणाले. त्यांनी केविनच्या पाठीवर शेवटची थाप मारली. ''आपण तिघं चित्रपटाला जाऊ. या आठवड्यात एक चांगला चित्रपट दाखवणार आहेत. आपल्याला इथे अगदी नवीन चित्रपट दाखवले जातात. त्याचा आपण फायदा घेतला पाहिजे. दर आठवड्याला जेनसिसनं इथे नवे चित्रपट पाठवणं हे काही सोपं काम नाही. त्यांना त्यासाठी खूप प्रयत्न करावे लागतात. तुझं काय म्हणणं आहे?''

''बरोबर आहे.'' केविन टाळाटाळ करत म्हणाला.

''ठीक आहे.'' बर्ट्राम म्हणाले, ''मी ट्रिशशी याबाबत बोलतो आणि मग ती तुला फोन करेल. ठीक आहे?''

''ठीक आहे....'' केविन म्हणाला. त्याच्या चेहऱ्यावर एक केविलवाणं हसू उमटलं.

पाच मिनिटांनंतर केविन आपल्या गाडीत होता. बर्ट्राम एडवर्ड्सना भेटण्यापूर्वी होता त्यापेक्षाही आता भेटीनंतर तो अधिक गोंधळलेला होता. त्याला काहीच सुचत नव्हतं. हे सगळे खरोखरच त्याच्या कल्पनाशक्तीचेच खेळ होते का? शक्यता नाकारता येत नाही. पण इस्ला फ्रॅन्सेस्कावर गेल्याशिवाय वस्तुस्थिती कळणार नव्हती. शिवाय लोक त्याच्यावर रागावलेले आहेत, ही आणखी एक गोष्ट त्याच्या काळजीत भर टाकत होती.

पार्किंग लॉटच्या प्रवेशद्वारापाशी गाडीला ब्रेक लावत केविननं प्राणिकेंद्राच्या समोरच्या रस्त्यावर दोन्ही बाजूंना बघितलं. एक मोठा ट्रक समोरून धडधडत जाईपर्यंत तो थांबला. त्यानंतर तो निघणार, एवढ्यात मोरोक्कन हेडक्वार्टर्सच्या खिडकीत अगदी स्तब्ध उभ्या असलेल्या एका माणसाकडे त्याची नजर गेली. काचेवरून परावर्तित होत असलेल्या सूर्यप्रकाशामुळे तो त्याला नीट दिसत नव्हता, पण मिशावाल्या सुरक्षा-रक्षकांपैकी तो एक आहे एवढं त्याला दिसलं; आणि तो लक्षपूर्वक केविनचंच निरीक्षण करत होता, हेही त्याच्या लक्षात आलं.

केविनच्या अंगावर विनाकारणच शहारे आले.

हॉस्पिटलपर्यंतच्या परतीच्या प्रवासात विशेष असं काहीच घडलं नाही. तो लवकरही पोचला. पण आजूबाजूच्या दाट गर्द झाडांच्या भिंतीमुळे त्याला कोंडलं गेल्यासारखं अस्वस्थ वाटू लागलं. केविननं नकळत ॲक्सेलरेटरवर पाय जोरात

दाबला. शहराच्या वेशीशी पोचल्यावर त्याला थोडंसं बरं वाटलं.

केविननं गाडी आपल्या जागेवर उभी केली. त्यानं दार उघडलं. पण तो थोडा घुटमळला. मध्यान्ह झाली होती. त्यामुळे प्रयोगशाळेत एखादा तास घालवावा, की घरीच जेवायला जावं याचा त्यानं थोडा वेळ विचार केला. शेवटी त्याच्या मनाचा कौल प्रयोगशाळेला मिळाला. एकच्या आधी तो घरी येणार नाही हे एस्मराल्डालाही ठाऊक होतंच.

गाडीपासून हॉस्पिटलपर्यंतच्या थोड्याशा अंतरातही दुपारच्या उन्हाची धग त्याला चांगलीच जाणवली. श्वासोच्छ्वासासहित सगळ्या हालचाली अवघड करून टाकणारं जाड ब्लँकेट पांघरल्यासारखं वाटत होतं. आफ्रिकेत येईपर्यंत खऱ्या विषुववृत्तीय गरम हवेचा त्याला कधीच अनुभव आलेला नव्हता. इमारतीत शिरल्याबरोबर वातानुकूलन यंत्राच्या थंड हवेमुळे त्याला खूप बरं वाटलं. शर्टाच्या कॉलरची कड धरून त्यानं तो पाठीपासून दूर केला.

जिना अर्धवट चढून गेल्यावर त्याला ''डॉ. मार्शल,'' अशी हाक ऐकू आली.

केविननं वळून पाहिलं. त्याला अशा तऱ्हेनं जिन्यात हाका ऐकायची सवय नव्हती.

''तुमच्या मनाला खरंच काहीतरी वाटायला हवं, डॉ. मार्शल.'' जिन्याच्या सर्वात खालच्या पायरीशी उभी असलेली एक बाई त्याला म्हणत होती. तिच्या खोडकर स्वरावरून ती थट्टा करतेय हे समजत होतं. तिच्या अंगावर पांढरा ॲप्रन होता. ॲप्रनच्या बाह्या तिनं दंडापर्यंत दुमडल्या होत्या.

''तुम्ही मला काही म्हणालात?'' केविन म्हणाला. ती बाई त्याला ओळखीची वाटत होती. पण नेमकं काही आठवत नव्हतं.

''तुम्ही आमच्या रुग्णाला पाहायला आला नाहीत.'' ती म्हणाली, ''इतर रुग्णांच्या वेळी तुम्ही रोज येत होता...''

''हो, झालं खरं तसं.'' केविन जरा ओशाळून म्हणाला. अखेर त्यानं तिला ओळखलं. ती नर्स होती. कॅन्डेस ब्रिकमन. रुग्णांबरोबर येणाऱ्या वैद्यकीय टीममधून ती आली होती. कोगोला येण्याची तिची ही चौथी वेळ होती. यापूर्वीच्या तीनही वेळी केविन तिला थोड्या थोड्या वेळासाठी भेटला होता.

''तुम्ही मिस्टर विन्चेस्टरच्या भावना दुखावल्यात, बरं का !'' केविनच्या तोंडापुढे बोट नाचवत ती म्हणाली. विशी-पंचविशीतली ती एक अति उत्साही मुलगी होती. आपल्या रेशमी, सोनेरी केसांची तिनं फ्रेंच ट्विस्ट घातली होती. ती नेहमीच हसतमुख असायची.

''त्यांच्या लक्षात येईल असं मला वाटलं नव्हतं...'' केविन चाचरत म्हणाला.

कॅन्डेस डोकं मागे झुकवून जोरात हसली. मग केविनचा गोंधळलेला चेहरा

पाहून आपल्याला आणखी हसू येऊ नये म्हणून तिनं तोंडावर हात ठेवला.

''मी गंमत केली.'' ती म्हणाली, ''आल्या दिवशीच्या गडबडीत तुमच्याशी झालेली भेट मिस्टर विन्चेस्टरना आठवतेय तरी की नाही कोण जाणे !''

''खरं म्हणजे त्यांना भेटण्याची मलाही खूप इच्छा होती, पण आज मी खूपच कामात होतो.'' केविन म्हणाला.

''या एवढ्या वैराण जागेत तुम्ही कामात होता?'' कॅन्डेसनं विचारलं.

''कामात म्हणजे मी माझ्या विचारात व्यग्र होतो.'' केविननं कबूल केलं. ''सध्या इथे एवढ्या गोष्टी घडताहेत....''

''उदाहरणार्थ?'' कॅन्डेसनं हसू दाबत विचारलं. तिला हा निगर्वी, लाजराबुजरा शास्त्रज्ञ फार आवडला होता.

केविननं बावळटासारखे काहीतरी हातवारे केले, पण त्याचा चेहरा मात्र लाल झाला.

''काय वाट्टेल ते होतंय.'' अखेर तो म्हणाला.

''तुम्हा विद्वान लोकांची मला फार गंमत वाटते.'' कॅन्डेस म्हणाली, ''पण थट्टा बाजूला राहू दे. मिस्टर विन्चेस्टरची तब्येत आता खूपच बरी आहे. आणि सर्जनकडून मला समजलं, की या सगळ्याला तुम्ही कारणीभूत आहात.''

''असंच काही म्हणता येणार नाही.'' केविन म्हणाला.

''ओह्. आणि विनयशीलही आहात तर !'' कॅन्डेस म्हणाली, ''हुशार, चलाख आणि तरीही नम्र. फारच जालीम मिश्रण आहे हे !''

केविननं काहीतरी बोलायचा प्रयत्न केला, पण त्याच्या तोंडातून शब्दच फुटेना.

''मी जर तुम्हाला दुपारी माझ्याबरोबर जेवणाचं आमंत्रण दिलं, तर मी फारच आगाऊपणा करतेय असं तर तुम्हाला वाटणार नाही ना?'' कॅन्डेस म्हणाली, ''हॅम्बर्गर खावे असा माझा विचार होता. हॉस्पिटलच्या कॅन्टीनच्या अन्नाचा मला अगदी कंटाळा आलाय; आणि आता ऊनही पडलंय. तेव्हा थोडं मोकळ्या हवेत फिरायला हरकत नाही. तुम्हाला काय वाटतं?''

केविनचं मन दोलायमान झालं. हे आमंत्रण त्याला अगदीच अनपेक्षित होतं. इतर एखादी वेळ असती, तर त्यानं काहीतरी कारण सांगून ते लगेच धुडकावून लावलं असतं. पण बर्ट्रामनी आत्ताच सांगितलेल्या गोष्टी त्याच्या मनात ताज्या होत्या. त्यामुळे तो थोडा घुटमळला.

''आता का गप्प बसलात?'' कॅन्डेसनं विचारले. तिनं मान खाली केली आणि मुद्दामच भुवयांच्या कमानी करून खोडसाळपणे ती केविनकडे पाहायला लागली.

केविननं वर आपल्या प्रयोगशाळेकडे एक नजर टाकली आणि एस्मराल्डा आपली वाट पाहत असेल, अशा अर्थाचं काहीतरी तो पुटपुटला.

''तुम्हाला तिला फोन नाही करता येणार का?'' कॅन्डेसनं विचारलं. केविनला तिचं आमंत्रण स्वीकारण्याची इच्छा आहे, असं तिला मनातून वाटत होतं. त्यामुळे तिनं आपला आग्रह चालूच ठेवला.

''येईल ना करता...'' केविन म्हणाला, ''मला वाटतं, की मी तिला माझ्या प्रयोगशाळेतून फोन करतो.''

''छान.'' कॅन्डेस म्हणाली, ''मग मी इथेच थांबू की तुमच्याबरोबर वर येऊ?''

एवढ्या धीटपणे बोलणारी मुलगी केविनला प्रथमच भेटत होती. म्हणजे यापूर्वी त्याला बऱ्याच मुलींशी बोलायचा अनुभव होता असं काही नाही. किंबहुना त्याला तशी संधीही मिळाली नव्हती. शाळेत असताना एकदोन मुली त्याला आवडल्या होत्या. जॅकेलिन मॉर्टन या त्याच्याबरोबर पीएच्. डी. करत असलेल्या एका मुलीशी त्याचे थोडेसे प्रेमसंबंध जुळले होते. तीसुद्धा केविनएवढीच लाजरीबुजरी होती. त्यामुळे तासन् तास एकत्र काम करूनदेखील त्यांचे संबंध जुळायला कित्येक महिने जावे लागले होते.

पायातल्या नाइके बुटांसकट कॅन्डेसची उंची पाच फूट तीन इंच असावी असं वाटत होतं. ''तुला जर नक्की ठरवता येत नसेल, आणि माझ्यामुळे जर काही फरक पडत नसेल तर मी वर आलेलीच बरी.''

''ठीक आहे.'' केविन म्हणाला.

केविनबरोबर कॅन्डेस पाच जिने चढून वर आली.

मुलींशी कोणत्या विषयावर बोलायचं हेच त्याला कधी समजत नसे. कॅन्डेसच्या बाबतीत मात्र हा प्रश्नच येत नव्हता. तीच सतत बोलायची. दोन मजले चढून जायला लागलेल्या त्या थोड्याशा वेळातदेखील तिचं हवामान, शहर, हॉस्पिटल आणि शस्त्रक्रिया कशी झाली एवढ्या विषयांवर बोलून झालं. केविनचं बुजरेपण पटकन कमी झालं.

''ही माझी प्रयोगशाळा.'' दार उघडल्यावर केविन म्हणाला.

''उत्कृष्ट !'' कॅन्डेस मनापासून म्हणाली.

केविन हसला. ती खरोखरच खूप प्रभावित झाली आहे, हे त्याच्या लक्षात आलं.

''तू तुझा फोन करून घे. तोपर्यंत मी तुझी प्रयोगशाळा बघते. म्हणजे तुझी हरकत नसेल तरच...'' कॅन्डेस म्हणाली.

''तुला आवडत असेल तर जरूर बघ.'' केविन म्हणाला.

आपण जेवायला घरी येत नाही, हे एस्मराल्डाला एवढ्या उशिरा कळवायचं हे केविनला ठीक वाटत नव्हतं. पण तिनं दाखवलेल्या समजूतदारपणामुळे तो चाटच पडला. तिनं फक्त रात्री किती वाजता जेवायला येणार आहात, एवढंच विचारलं.

''नेहमीच्याच वेळेला.'' केविन म्हणाला. थोडं घुटमळत तो पुढे म्हणाला,

"माझ्याबरोबर कोणीतरी असण्याची शक्यता आहे. चालेल ना?" आणि मग आपल्या तोंडून हे शब्द कसे बाहेर पडले, याचं त्याचं त्यालाच आश्चर्य वाटायला लागलं.

"हो, हो, चालेल की." एस्मराल्डा म्हणाली, "कितीजण असतील?"

"एकच." केविन म्हणाला. त्यानं फोन बंद केला आणि दोन्ही हाताचे तळवे एकमेकांवर घासून पुसले. ते थोडेसे ओलसर झाले होते.

"आपण जेवायला निघायचं?" कॅन्डेसनं खोलीच्या दुसऱ्या टोकाकडून विचारलं.

"चला, निघू या !" केविन म्हणाला.

"काय मस्त प्रयोगशाळा आहे !" ती म्हणाली, "आफ्रिकेच्या जंगलाच्या मध्यभागी अशी प्रयोगशाळा असेल असं मला मुळीच वाटलं नव्हतं. मला एक सांग, या सगळ्या अत्याधुनिक उपकरणांनी तू नेमकं काय काम करतोस?"

"मी एक दोषरहित प्रक्रिया करण्याचा प्रयत्न करत असतो." केविन म्हणाला.

"हे जरा अधिक स्पष्ट करून सांगू शकशील का?" कॅन्डेसनं विचारलं.

"तुला खरंच जाणून घ्यायचंय का?" केविननं विचारलं.

"हो. मला खरंच जाणून घ्यायचंय." कॅन्डेस म्हणाली.

"आता या टप्प्यावर मी मायनर हिस्टोकॉम्पॅटिबिलिटी प्रतिद्रव्यांवर (Antigens) काम करतोय. तुला ठाऊक असेलच, की आपल्या शरीरात अशी काही प्रथिनं असतात, की ज्यामुळे प्रत्येक व्यक्ती ही एकमेवाद्वितीय म्हणून जन्माला येते. हुबेहूब एकासारखा दिसणारा दुसरा माणूस सहसा सापडत नाही."

"मग? त्यांचं तू काय करतोस?"

"मी योग्य त्या क्रोमोझोम्वर त्यांची विशिष्ट जनुकं शोधून काढतो." केविन म्हणाला, "त्या जनुकांसोबत एखादा ट्रान्सपोनेज असेल, तर तो शोधायचा मी प्रयत्न करतो. म्हणजे मग ते जनुक मला एका जागेवरून दुसरीकडे हलवता येतं."

कॅन्डेस हलकंसं हसली. "मला आत्ताच काही समजेनासं झालंय." तिनं कबूल केलं. "ट्रान्सपोनेज् कशाला म्हणतात ते मला अजिबात ठाऊक नाही. खरं म्हणजे या रेण्वीय जीवशास्त्रातल्या बऱ्याच गोष्टी माझ्या डोक्यावरून जातात."

"एवढं काही ते कठीण नाही." केविन म्हणाला, "त्यातली मूळ तत्त्वं काही फारशी किचकट नाहीत. जनुकं ही आपल्या क्रोमोझोम्वर इकडेतिकडे हिंडू शकतात, ही महत्त्वाची गोष्ट फारच थोड्या लोकांच्या लक्षात येते. ही प्रक्रिया विशेषत: रक्तातील 'बी' जातीच्या पांढऱ्या पेशींमध्ये प्रतिपिंडांची (Antbodies) विविधता वाढवण्यासाठी होत असते. इतर काही जनुकं तर आणखी हालचाल करणारी असतात. ती आपल्या जुळ्या जनुकांबरोबर जागा बदलत असतात. प्रत्येक जनुकाच्या दोन प्रतिकृती असतात, हे तर तुला आठवत असेलच..."

"हो." कॅन्डेस म्हणाली, "प्रत्येक क्रोमोझोम्च्या दोन प्रतिकृती असतात.

आपल्या पेशींमध्ये क्रोमोझोम्च्या तेवीस जोड्या असतात.''

''बरोबर.'' केविन म्हणाला, ''जनुकं जेव्हा आपल्या क्रोमोझोम्च्या जोडीवर जागा बदलतात, तेव्हा त्याला 'समगामी बदली' (homologous transposition) असं म्हणतात. स्त्रीबीज आणि शुक्रजंतू या दोन्ही लिंगपेशीच्या उत्पत्तीमध्ये या प्रक्रियेचं विशेष महत्त्व आहे. त्यामुळे आनुवंशिक विविधता वाढायला मदत होते आणि प्राण्यांची नवीन जातीत उत्क्रांत होण्याची क्षमता वाढते.''

''म्हणजे या समगामी बदलीमुळे उत्क्रांतीच्या प्रक्रियेला मदत होत असते तर...'' कॅन्डेस म्हणाली.

''अगदी बरोबर.'' केविन म्हणाला, ''तर जनुकांच्या या हलणाऱ्या तुकड्यांना ट्रान्सपोझॉन्स (transposons) असं म्हणतात. आणि या हालचालींना मदत करणारे जे विकर (enzymes) असतात, त्यांना ट्रान्सपोनेजेस् (transponases) असं म्हणतात.''

''ठीक आहे.'' कॅन्डेस म्हणाली, ''इथपर्यंत तर मला समजलं.''

''छान! आता मला मायनर हिस्टोकॉम्पॅटिबिलिटी प्रतिपिंडांसाठी असलेल्या जनुकांच्या ट्रान्सपोझॉन्समध्ये इंटरेस्ट आहे.''

''अस्सं.'' कॅन्डेस मान हलवत म्हणाली, ''आता मला थोडं थोडं समजायला लागलंय. म्हणजे मायनर हिस्टोकॉम्पॅटिबिलिटी प्रतिपिंडाचं जनुक एका क्रोमोझोम्वरून दुसऱ्या क्रोमोझोम्वर हलवणं, हे तुझं सध्याचं ध्येय आहे तर.''

''अगदी बरोबर !'' केविन म्हणाला, ''अर्थात, त्यातली मुख्य गोष्ट तो ट्रान्सपोनेज् शोधणं आणि वेगळा करणं हीच आहे. आणि तीच सर्वात कठीण गोष्ट आहे. पण एकदा का तो ट्रान्सपोनेज् सापडला, की त्याचं जनुक शोधणं हे काही फारसं कठीण काम नाही; आणि एकदा जनुक शोधलं आणि वेगळं केलं, की मग नेहमीचं 'प्रमाणित रिकॉम्बिनंट डीएन्ए तंत्रज्ञान' * (standard recombinant DNA technology) वापरून मला त्याची निर्मिती करता येईल.''

''म्हणजे जीवाणूंकडून तू त्याची निर्मिती करून घेणार...'' कॅन्डेस म्हणाली.

''जीवाणूंकडून किंवा सस्तन प्राण्यांतील पेशीसमूहाच्या माध्यमाकडून.'' केविन म्हणाला, ''जे चांगलं काम करेल त्याच्याकडून.''

''हं !'' कॅन्डेस म्हणाली, ''डोक्याला झालेल्या या श्रमांमुळे मला किती भूक लागलीय ते मला आठवलं. चल, माझ्या रक्तातल्या साखरेची पातळी शून्यावर येण्यापूर्वी आपण हॅम्बर्गर खाऊन घेऊ.''

केविन हसला. त्याला ही मुलगी आवडली. आता तो चक्क मोकळाही होऊ लागला.

जिन्याच्या पायऱ्या उतरताना कॅन्डेस सतत बडबडत होती, अखंडपणे केविनला

प्रश्न विचारत होती. तिचं बोलणं ऐकताना आणि तिच्या प्रश्नांची उत्तरं देताना त्याला किंचित भ्रमल्यासारखं झालं. एवढ्या सुंदर आणि आकर्षक मुलीबरोबर आपण जेवायला जातोय या गोष्टीवर त्याचा विश्वास बसत नव्हता. गेली पाच वर्षं तो कोगोमध्ये होता, तेव्हा घडल्या नाहीत एवढ्या गोष्टी गेल्या दोन दिवसांत घडल्यात असं त्याला वाटत होतं. तो आपल्या विचारांत एवढा गढून गेला होता, की त्यानं आणि कॅन्डेसनं चौक पार केला तेव्हा इक्वेटोगिनीयन शिपायांकडे त्याचं लक्षही गेलं नाही.

सुरुवातीला त्याला सगळा परिसर दाखवण्यात आला, तेव्हा एकदा तो मनोरंजन केंद्रात गेला होता. त्यानंतर तो कधीच तिकडे फिरकला नव्हता. त्याचं विचित्र आकर्षक स्वरूप तो विसरलाच होता. जुन्या चर्चचा असा ऐहिक सुखचैनीसाठी वापर करणं हे पाप आहे, हेही तो विसरला होता. तिथली वेदी काढून टाकण्यात आली होती, पण डाव्या बाजूला असलेलं व्यासपीठ अजून शाबूत होतं. व्याख्यानांसाठी आणि बिंगोच्या रात्री नंबर्स पुकारण्यासाठी त्याचा वापर केला जायचा. वेदीच्या जागी सिनेमाचा पडदा लावलेला होता. बदलत्या काळाच्या या सर्व खुणा होत्या.

कॅन्टीन तळघरात होतं. तिथे जाण्यासाठी जिना बाहेरच्या ओटीवरून होता. तिथली गर्दी पाहून त्याला खूप आश्चर्य वाटलं. सिमेंट कॉंक्रीटच्या खरखरीत छतावर आपटून बरेच आवाज प्रतिध्वनित होत होते. ऑर्डर देण्यापूर्वी त्याला आणि कॅन्डेसला बराच वेळ एका लांबलचक रांगेत उभं राहावं लागलं. जेवण मिळाल्यानंतरही त्या सगळ्या गोंधळात त्यांना बसण्यासाठी जागा शोधावी लागली. तिथे सगळी टेबलं लांबट होती. त्यामुळे आपल्या टेबलावर दुसरं कोणीतरी येऊन बसणं साहजिकच होतं. बसायची बाकं पिकनिक टेबलांसारखी टेबलांनाच जोडलेली होती.

''तिकडे काही जागा दिसताहेत.'' कॅन्डेसनं गोंधळाच्या वर आवाज चढवून म्हटलं. हातातला ट्रे सांभाळत तिनं खोलीच्या मागच्या बाजूला बोट दाखवलं. केविननं होकार दर्शवला.

कॅन्डेसच्या मागून जाता जाता केविन आजूबाजूच्या गर्दीतल्या चेहऱ्यांकडे चोरट्या नजरेनं पाहत होता. बर्ट्रामनी सांगितलेलं त्याच्याविषयीचं लोकांचं मत आठवून त्याला अपराधी वाटत होतं. खरं म्हणजे त्याच्याकडे कोणाचंच लक्ष नव्हतं.

कॅन्डेस दोन टेबलांच्या मधून घुसली तसा केविनही तिच्यापाठोपाठ गेला. कोणाला धक्का लागू नये म्हणून त्यानं आपला ट्रे उंच धरला होता. रिकामी जागा आल्यावर त्यानं तो खाली केला. बाकावर बसून टेबलाखाली पाय सरकवायला त्याला खूपच कष्ट पडले. तो आपल्या जागेवर नीट बसण्यापूर्वीच कॅन्डेसनं बाजूला बसलेल्या दोघांशी ओळख करून घेतली होती. केविननं त्यांच्याकडे पाहून मान हलवली. पण त्यानं त्या दोघांनाही ओळखलं नव्हतं.

''किती जिवंत वातावरण आहे, नाही?'' कॅन्डेस म्हणाली. ती केचप घ्यायला

पुढे झुकली. ''तू नेहमी इथे येतोस?''

केविननं काही उत्तर देण्यापूर्वीच त्याला कोणाचीतरी हाक ऐकू आली. त्यानं वळून पाहिलं. त्याच्या ओळखीची एकुलती एक व्यक्ती त्याला दिसली. पुनरुत्पादन तंत्रज्ञ, मेलनी बेकेट.

''केविन मार्शल!'' मेलनी आश्चर्यचकित होऊन म्हणाली. ''मला धक्काच बसलाय... तू इथे काय करतोयस?''

मेलनी जवळजवळ कॅन्डेसच्याच वयाची होती. मागच्याच महिन्यांत तिनं आपला तिसावा वाढदिवस साजरा केला होता. कॅन्डेस गोरी होती, तर मेलनी त्या मानानं थोडी सावळी होती. तिचे केस भुरकट रंगाचे होते. तिचे गडद तपकिरी डोळे काळेच दिसत.

केविननं आपल्याबरोबर असलेल्या कॅन्डेसची ओळख करून द्यायचा प्रयत्न केला. पण एक क्षणभर त्याला तिचं नावच आठवेना. त्यामुळे तो चांगलाच घाबरला.

''मी कॅन्डेस ब्रिकमन्.'' तेवढ्यात कॅन्डेसच म्हणाली. तिनं हात पुढे केला. मेलनीनंही स्वत:ची ओळख करून दिली आणि तिथे बसायला काही हरकत तर नाही ना, असं विचारलं.

''काहीच हरकत नाही.'' कॅन्डेस म्हणाली.

कॅन्डेस आणि केविन शेजारीशेजारी बसले होते. मेलनी त्यांच्यासमोर बसली.

''आपले हे स्थानिक स्कॉलर आज या अशा नीच जागेत यायला तू कारणीभूत आहेस तर !'' मेलनी कॅन्डेसला म्हणाली. मेलनी ही मॅनहॅटनमध्ये वाढलेली, स्पष्टवक्ती, हजरजबाबी अशी मुलगी होती.

''असं वाटतंय खरं.'' कॅन्डेस म्हणाली. ''का बरं? तो नेहमी इथे येत नाही का?''

''नेहमी म्हणजे फारच झालं. तो कधीच इथे आलेला नाही.'' मेलनी म्हणाली, ''तुला हे कसं काय जमलं? खूप वर्षांपूर्वी मी त्याला इथे येण्यासाठी कित्येक वेळा बोलावून पाहिलं. पण त्यानं ते कधीच मनावर घेतलं नाही. शेवटी मी त्याचा नाद सोडला.''

''तू तर मला असं कधीच विचारलं नाहीस....'' केविन आपला बचाव करत म्हणाला.

''असं का?'' मेलनी म्हणाली, ''मी काय करायला हवं होतं? नकाशा काढून द्यायला हवा होता? बर्गर खायला जायचं का, असं मी तुला नेहमी विचारत असे. एवढं विचारणं पुरेसं नाही का?''

''छान.'' सरळ बसत कॅन्डेस म्हणाली, ''म्हणजे आज माझा भाग्याचा दिवस दिसतोय.''

मेलनी आणि कॅन्डेस लगेच गप्पा मारायला लागल्या. एकमेकींच्या नोकऱ्यांबद्दल त्यांचं बोलणं चालू झालं. केविन ऐकत होता. पण त्यानं आपलं लक्ष हॅम्बर्गरवर अधिक केंद्रित केलं.

"म्हणजे आपण तिघंही एकाच प्रकल्पाचे भाग आहोत तर..." कॅन्डेस ही पिट्सबर्गहून आलेल्या वैद्यकीय टीममधील अतिदक्षता स्तरावरची नर्स होती, हे ऐकल्यावर मेलनी म्हणाली, "एकाच कणसातले तीन दाणे."

"तू जरा जास्तच उदारपणे बोलते आहेस..." कॅन्डेस म्हणाली, "उपचारपद्धतीच्या या स्तंभाच्या अगदी तळाशी असलेल्या माणसांमध्ये कुठेतरी माझं स्थान आहे. माझी बरोबरी तुमच्याशी होऊच शकत नाही. तुमच्यामुळे या सगळ्या गोष्टी शक्य होत आहेत. माझ्या प्रश्नाला तुमची हरकत नसेल, तर तुम्ही हे सगळं कसं करता असं मला विचारायचं होतं."

"ती खरी 'हीरो' आहे." मेलनीकडे बघत आणि संभाषणात प्रथमच भाग घेत केविन म्हणाला.

"ते सोड, केविन!" मेलनी तक्रारीच्या सुरात म्हणाली. "मी वापरत असलेली तंत्रं तुझ्याप्रमाणे मी स्वत: विकसित केलेली नाहीत. मी करत असलेलं काम करायला कितीतरी माणसं मिळतील. पण तुझं काम तूच करू जाणे. तू लावलेला शोध हा सर्वात महत्त्वाचा आहे."

"तुम्ही दोघं भांडू नका ना!" कॅन्डेस म्हणाली. "फक्त तुम्ही ते कसं करता तेवढं मला सांगा. मला पहिल्या दिवसापासून उत्सुकता आहे, पण इथे सगळ्या गोष्टी एवढ्या गुप्तपणे चालतात... केविननं मला त्यातला शास्त्रीय भाग समजावून सांगितला, पण त्याची अंमलबजावणी कशी होते, ते मात्र मला अजून समजलं नाही."

"केविनला एखाद्याच्या अस्थिमज्जेचा नमुना दिला जातो." मेलनी म्हणाली. "त्यामधून तो विभाजनाची तयारी करत असलेली पेशी वेगळी करतो. अशा पेशीतील सर्व रंगसूत्रं (chromosomes) एकत्र आलेली असतात. अशा वेळी स्टेम सेल (stem cell) म्हणून ओळखली जाणारी पेशी मिळाली तर फारच उत्तम. स्टेम सेल ही इतर पेशी -विशेषत: गर्भाच्या पेशी निर्माण करू शकणारी प्राथमिक पेशी असते."

"स्टेम सेल सापडणं ही फार दुर्मिळ गोष्ट आहे." केविन म्हणाला.

"आता यापुढे तू काय करतोस ते तूच तिला सांग." हातानं विषय झटकल्यासारखं करत मेलनी केविनला म्हणाली, "मी सांगताना सगळ्या गोष्टी उलटसुलट होतील."

"मग मी, सात वर्षांपूर्वी मीच शोधलेल्या एका ट्रान्सपोनेज्च्या सहाय्यानं काम सुरू करतो." केविन म्हणाला, "हा ट्रान्सपोनेज् समगामी बदलीमध्ये किंवा क्रोमोझोम्-6 च्या छोट्या भागांच्या अदलाबदलीमध्ये होणाऱ्या प्रक्रियेला मदत करतो."

"क्रोमोझोम्-6 चा छोटा भाग म्हणजे काय?" कॅन्डेसनं विचारले.

''रंगसूत्रामध्ये असलेल्या सेन्ट्रोमीअर *(centromere) नावाच्या एका बिंदूमुळे त्याचे दोन भाग होतात.'' मेलनीनं समजावून सांगितलं. ''विशेषत: क्रोमोझम-6 चे हे दोन भाग वेगवेगळ्या कमीअधिक लांबीचे असतात. त्यातल्या कमी लांबीच्या भागांना आम्ही छोटे भाग असं म्हणतो.''

''अच्छा.'' कॅन्डेस म्हणाली.

''तेव्हा...'' आपले विचार एकत्र जुळवत केविन म्हणाला, ''मी काय करतो की माझा हा गुप्त ट्रान्सपोनेज् विभाजनाला तयार असलेल्या पेशीमध्ये घालतो. पण मी अदलाबदल पूर्ण होऊ देत नाही. दोन्ही रंगसूत्रांमधून छोटे भाग वेगळे केले, की मी थांबतो. मग मी ते बाहेर काढतो.''

''वा!'' कॅन्डेस म्हणाली, ''तू खरोखरच हे सूक्ष्मातिसूक्ष्म धागे केंद्रकामधून (nucleus) बाहेर काढतोस? कसं काय जमतं हे तुला?''

''ती एक वेगळीच कथा आहे.'' केविन म्हणाला, ''ट्रान्सपोनेज्ची मागची बाजू ओळखू शकणाऱ्या मोनोक्लोनल प्रतिपिंड प्रणालीचा मी उपयोग करतो.''

''हे मात्र माझ्या डोक्यावरून चाललंय...'' कॅन्डेस म्हणाली.

''जाऊ दे ना, तो हे छोटे भाग कसे मिळवतो त्याच्याशी आपल्याला काय करायचंय.'' मेलनी म्हणाली, ''त्याला ते मिळतात एवढं खरं.''

''ठीक आहे.'' कॅन्डेस म्हणाली, ''मग तू या वेगळ्या केलेल्या छोट्या भागांचं काय करतोस?''

केविननं मेलनीकडे बोट दाखवलं. ''मग तिनं तिची जादू करावी म्हणून मी तिची वाट बघतो.''

''जादू वगैरे काही नाही.'' मेलनी म्हणाली, ''मी फक्त एक तंत्रज्ञ आहे. मी बोनोबोंच्या लिंगपेशींचं शरीराबाहेर परीक्षानलिकेत मीलन घडवून आणते. या प्रक्रियेला इन व्हिट्रो फर्टिलायझेशन (In Vitro fertilization) असं नाव आहे. पकडलेल्या डोंगरी गोरिलांची फलनक्षमता वाढवण्यासाठी मुळात हे तंत्र विकसित करण्यात आलं. खरं म्हणजे केविनचं आणि माझं काम एकत्रच व्हावं लागतं. कारण फलन झालेलं आहे, पण विभाजनाला अजून सुरुवात झालेली नाही अशा स्त्रीबीजाची केविनला गरज असते. त्यामुळे ती वेळ साधणं हे अतिशय महत्त्वाचं असतं.''

''विभाजनासाठी अगदी तयार असेल अशा स्त्रीबीजावरच माझं काम होऊ शकतं.'' केविन म्हणाला, ''त्यामुळे मेलनीच्या वेळापत्रकाप्रमाणे मला माझं वेळापत्रक ठरवावं लागतं. तिनं हिरवा दिवा दाखवल्याशिवाय मी काम सुरू करू शकत नाही. तिनं मला ते फलित स्त्रीबीज दिलं, की मी आधी व्यक्तीच्या पेशीवर केलेली प्रक्रियाच परत त्याच्यावर करतो. बोनोबोच्या त्या फलित स्त्रीबीजातल्या क्रोमोझोम्मधले छोटे भाग काढून टाकून त्याजागी व्यक्तीच्या क्रोमोझोम्मधले छोटे भाग टाकतो.

ट्रान्सपोनेजेस्च्या मदतीनं ते बरोबर योग्य जागी जाऊन बसतात.''

''झालं? एवढंच?'' कॅन्डेस म्हणाली.

''छे, छे !'' केविन म्हणाला, ''खरं म्हणजे मी एक नाही तर चार ट्रान्सपोनेजेस् त्या पेशीमध्ये घालतो. क्रोमोझोम् सहाचा छोटा भाग हा आम्ही बदली करत असलेला प्रमुख भाग आहे. पण क्रोमोझोम् नऊ, बारा आणि चौदा वरील काही छोटे भागही आम्ही बदलतो. या भागांवर ए, बी, ओ या रक्तगटांसाठीची जनुकं आणि सीडी-३१ या चिकटणाऱ्या रेणूंसारखे काही मायनर हिस्टोकॉम्पॅटिबिलिटी प्रतिपिंड असतात. पण हे फारच गुंतागुंतीचं होत चाललंय. आपण फक्त क्रोमोझोम्-6 चाच विचार करू. तोच सर्वात महत्त्वाचा भाग आहे.''

''कारण क्रोमोझोम्-6 वरच मेजर हिस्टोकॉम्पॅटिबिलिट कॉम्प्लेक्सची जनुकं असतात.'' कॅन्डेस सगळं काही समजल्यासारखं म्हणाली.

''अगदी बरोबर.'' केविन म्हणाला. तिच्या बोलण्यामुळे तो प्रभावित तर झालाच होता, पण त्याला धक्काही बसला होता. नुसती लोकांशी बोलण्यातच ती वाकबगार होती असं नाही, तर एवढा क्लिष्ट विषय समजण्याइतपत चलाखी आणि ज्ञानही तिच्याजवळ होतं.

''ही प्रक्रिया इतर प्राण्यांच्या बाबतीतही लागू होईल का?'' कॅन्डेसनं विचारलं.

''इतर प्राणी म्हणजे कोणते?'' केविननं विचारलं.

''डुकरं.'' कॅन्डेस म्हणाली, ''अमेरिकेत आणि इंग्लंडमध्ये अशी काही केंद्रं आहेत.''

''अवयवारोपणाच्या वेळी येणाऱ्या अडचणी टाळण्यासाठी डुकरांच्या अवयवांमध्ये मानवी जनुकं घालण्याचे प्रयत्न या केंद्रांमध्ये चालतात असं मी ऐकलंय.''

''आम्ही जे करतोय त्याच्या तुलनेत हे म्हणजे जळवा वापरण्यासारखं झालं.'' मेलनी म्हणाली, ''हे म्हणजे जुन्या पद्धतींप्रमाणे मूळ कारण दूर न करता वरवरच्या लक्षणांवरून उपाय करण्यासारखंच आहे.''

''खरं आहे !'' केविन म्हणाला, ''आमच्या पद्धतीमध्ये अवयव नाकारला जाईल की काय, ही काळजी करण्याचं कारणच नसतं. पेशीसमूह जुळवून घेण्याचा प्रश्नच येत नाही. कारण आम्ही त्या व्यक्तीच्याच शरीरातल्या पेशी परत त्याच्या शरीरात घालत असतो. त्यामुळे त्यांचा स्वीकार शरीर ताबडतोब करतं. आम्ही त्या व्यक्तीची प्रतिकृतीच तयार करत असतो. अजून काही थोडे कमी महत्त्वाचे प्रतिपिंड जर मी त्या शरीरात टाकू शकलो, तर आपल्याला त्या रुग्णाचंच दुसरं शरीर तयार मिळेल.''

''या छोट्याशा गोष्टीबद्दल तू का एवढी काळजी करतोयस, ते मात्र मला समजत नाही.'' मेलनी म्हणाली, ''आपल्याला आरोपणाच्या पहिल्या तीन ऑपरेशन्सनंतर एकाही रुग्णाकडून अवयव नाकारला गेल्याची तक्रार आलेली नाही !''

''मला माझं काम परिपूर्ण हवं असतं....'' केविन म्हणाला.

''मी डुकरांबद्दल विचारतेय त्याची अनेक कारणं आहेत.'' कॅन्डेस म्हणाली, ''पहिली गोष्ट म्हणजे बोनोबोंचा वापर केल्यामुळे काही लोकांच्या भावना दुखावल्या जाण्याची शक्यता आहे. दुसरं म्हणजे त्यांची संख्या फार नाही असं मी ऐकलंय.''

''खरं आहे.'' केविन म्हणाला, ''संपूर्ण जगातली बोनोबोंची संख्या अंदाजे फक्त वीस हजारांच्या आसपास असावी.''

''तेच तर मला म्हणायचंय.'' कॅन्डेस म्हणाली, ''आणि बेकन बनवण्यासाठी डुकरं मात्र लाखोंच्या संख्येनं मारली जात असतात.''

''माझ्या पद्धतीचा डुकरांमध्ये उपयोग होईल असं मला वाटत नाही.'' केविन म्हणाला, ''मला नक्की माहीत नाही, पण माझा तसा अंदाज आहे. बोनोबो किंवा कधीकधी चिम्प्समध्ये ती पद्धत इतकी चांगली उपयोगी पडते, याचं कारण आपले आणि त्यांचे जीनोम्* खूप सारखे आहेत. म्हणजे त्यात फक्त दीड टक्क्यांचा फरक आहे.''

''बस्स? एवढाच?'' कॅन्डेसनं विचारले. तिला फारच आश्चर्य वाटलं होतं.

''हा फरक फारच कमी वाटतो ना?'' केविननं विचारलं.

''कमी? हा तर कमीपेक्षाही कमी आहे.'' कॅन्डेस म्हणाली.

''यावरून बोनोबो, चिम्पान्झी आणि माणूस हे उत्क्रांतीच्या दृष्टीनं किती जवळचे आहेत हेच दिसून येतं.'' मेलनी म्हणाली, ''सत्तर लाख वर्षांपूर्वी एकाच पूर्वजांपासून आपली आणि माकडांमधल्या आपल्या भाईबंदाची निर्मिती झालीय, असा सर्वसाधारण समज आहे.''

''यामुळे तर त्यांचा वापर करण्याबद्दलच्या नैतिक प्रश्नाला आणखीनच महत्त्व प्राप्त होतं.'' कॅन्डेस म्हणाली, ''आणि त्यामुळे काही लोक का दुखावले जातात तेही समजू शकतं. ते दिसायला तर इतके माणसासारखे आहेत! मला म्हणायचंय की त्यांच्यापैकी एखाद्याचा जेव्हा बळी द्यावा लागतो, तेव्हा तुम्हाला अपराध्यासारखं नाही वाटत?''

''मिस्टर विन्चेस्टरच्या या यकृतारोपणाच्या शस्त्रक्रियेच्या वेळी बळी गेलेला हा फक्त दुसरा बोनोबो आहे. याआधी आणखी एकच बोनोबो असा मेलाय.'' मेलनी म्हणाली, ''बाकीच्या दोन केसेस मूत्रपिंड बदलण्याच्या होत्या; आणि ते दोन्ही बोनोबो अगदी व्यवस्थित आहेत.''

''ते ठीक आहे, पण या केसमुळे तुम्हाला काय वाटलं?'' कॅन्डेसनं विचारलं. ''आमच्या वैद्यकीय पथकामधल्या सर्वांनाच हा दुसरा बोनोबो बळी द्यावा लागतोय, याचं फारच वाईट वाटलं. तरी आम्ही सर्वजण मनाची तयारी करूनच आलो होतो.''

केविननं मेलनीकडे पाहिले. त्याच्या तोंडाला कोरड पडली. तो टाळत असलेल्या विषयावरच बोलायला कॅन्डेस त्याला भाग पाडत होती. इस्ला फ्रॅन्सेस्कावर दिसलेल्या

धुरामुळे त्याला जी अस्वस्थता वाटत होती, त्याचा एक भाग त्याच्या मनात घोळत असलेला हा विषयही होता.

"हो, मलाही त्यामुळे वाईट वाटलं." मेलनी म्हणाली, "पण मला वाटतं, त्यात मानवजातीसाठी होत असलेल्या विज्ञानाच्या वापरामुळे आणि रुग्णाला होत असलेल्या त्याच्या उपयोगामुळे मी इतकी भारावून गेले होते, की मी तो विचारच मनात येऊ देत नव्हते. शिवाय ते फार मोठ्या संख्येनं वापरावे लागतील असंही आम्हाला वाटलं नव्हतं. ग्राहकाला गरज पडलीच तर उतरवल्या जाणाऱ्या विम्यासारखे ते आहेत, अशी आमची समजूत होती. ग्राहकाची प्रतिकृती असलेला बोनोबो पूर्ण वयात यायला तीन वर्ष लागतात. त्यामुळे तीन वर्ष किंवा त्यापेक्षा अधिक काळ थांबायची तयारी असलेले ग्राहकच आम्ही स्वीकारतो. त्याआधी ज्यांना अवयवारोपणाची गरज पडू शकेल असे ग्राहक आम्ही घेतच नाही. आणि आमचा या प्राण्यांशी संबंधही येत नाही. ते एका बेटावर अगदी स्वतंत्र असं आयुष्य जगतात. तशीच योजना आखलेली आहे. त्यामुळे इथल्या कोणाची त्यांच्याशी भावनिक जवळीकही होत नाही."

केविननं मोठ्या प्रयासानं आवंढा गिळला. त्याच्या डोळ्यांसमोर उदास राखाडी आकाशांत सावकाशपणे वर सरकणारा धूर तरळत होता. बोनोबोंना पकडायला गेलेल्या पिग्मीवर दगड उचलून नेम धरून फेकणारा, मानसिक ताणाखाली असलेला बोनोबोही त्याच्या कल्पनाशक्तीनं त्याच्या डोळ्यांसमोर साकार केला.

"प्राण्यांमध्ये जेव्हा अशा पद्धतीनं मानवी जनुकं घातली जातात, तेव्हा त्यांना काय म्हणतात?" कॅन्डेसनं विचारलं.

"ट्रान्सजेनिक." * मेलनी म्हणाली.

"बरोबर." कॅन्डेस म्हणाली, "मला फक्त एवढंच वाटतंय, की आपण बोनोबोंऐवजी अशी ट्रान्सजेनिक डुकरं वापरायला हवी होती. मला त्यामुळे फार अस्वस्थ वाटतंय. जेनसिस देत असलेले पैसे किंवा त्यांचे शेअर्स वगैरे एकूण सगळ्या प्रलोभनांचा विचार केला, तरी मी कधी ही नोकरी सोडीन हे सांगता येत नाही..."

"त्यांना ते आवडणार नाही.." मेलनी म्हणाली, "आठवतंय? त्यांनी दिलेल्या करारावर तू सही केलेली आहेस. लोकांनी त्यांच्या मूळ कराराशी बांधील राहिलं पाहिजे असा हेका ते धरतात."

कॅन्डेसनं खांदे उडवले. "मी त्यांना त्यांचे सगळे शेअर्स वगैरे परत करून टाकीन. त्याच्याशिवाय जगणं मला काही अशक्य नाही. माझ्या भावना अधिक महत्त्वाच्या आहेत. डुकरांचा वापर झाला असता तर मला अधिक बरं वाटलं असतं. आम्ही त्या शेवटच्या बोनोबोला ॲनेस्थेशिया दिला, तेव्हा तो मला काहीतरी सांगायचा प्रयत्न करत होता असं मला वाटलं. हे मी शपथेवर सांगू शकेन. त्याला बेशुद्ध करण्यासाठी आम्हाला टनावारी गुंगीचं औषध वापरावं लागलं."

“ओह्, कम् ऑन् !” केविन एकदम चिडून म्हणाला. त्याचा चेहरा लाल झाला होता.

मेलनीचे डोळे विस्फारले. “अरे, तुला काय झालं अचानक?”

आपल्या वागण्याचा केविनला लगेचच पश्चात्ताप झाला. “सॉरी.” तो म्हणाला. त्याचं हृदय अजूनही जोरात धडधडत होतं. आपल्या भावना लोकांना लगेच कळतात ही गोष्ट त्याला अजिबात आवडत नसे.

कॅन्डेसला खूण करण्यासाठी मेलनीनं डोळे मिचकावले. पण कॅन्डेसचं तिच्याकडे लक्षच नव्हतं. ती केविनकडे पाहत होती.

“मला वाटतं तुलाही माझ्याएवढाच त्रास होतोय..” ती त्याला म्हणाली.

केविननं जोरात श्वास घेतला. नंतर पश्चात्ताप करावा लागेल असं काही आपल्या तोंडून बाहेर पडू नये, म्हणून तो हॅम्बर्गर खाऊ लागला.

“तू काहीच का बोलत नाहीस?” कॅन्डेसनं विचारलं.

खाता खाता केविननं मान हलवली. आपला चेहरा अजूनही बीटसारखा लाल दिसतोय असं त्याला वाटत होतं.

“तू त्याची काळजी करू नकोस.” मेलनी म्हणाली, “तो आत्ता पूर्ववत होईल.”

कन्डेस मेलनीकडे वळली. “हे बोनोबो इतके माणसासारखे दिसतात.” ती परत आपल्या मूळ मुद्याकडे वळत म्हणाली, “त्यामुळे त्यांच्या आणि आपल्या जीनोम्मध्ये फक्त दीड टक्क्याचा फरक आहे, याचं आपल्याला काही फारसं आश्चर्य वाटायला नको. पण एक गोष्ट माझ्या आताच लक्षात आली. तुम्ही लोक जर बोनोबो जीनोम्मधील क्रोमोझोम् सहाचे छोटे भाग आणि इतरही काही लहान तुकडे बदलून तिथे मानवी डीएन्ए टाकत असाल, तर ती टक्केवारी काय होते?”

मनातल्या मनात हिशेब करत मेलनीनं केविनकडे बघितलं. तिच्या भुवया वक्र झाल्या. “हं..” मेलनी म्हणाली, “हा मुद्दा चांगला आहे. ते जवळजवळ दोन टक्क्यांच्या वर जाईल.”

“हो, पण तो दीड टक्का सगळाच काही क्रोमोझोम् सहाच्या छोट्या भागावर नसतो.” केविन परत रागावून म्हणाला.

“ए शांत हो, वेड्या!” मेलनी म्हणाली. तिनं आपलं सॉफ्ट ड्रिंक खाली ठेवलं. टेबलापलीकडून ती त्याच्याजवळ आली. तिनं आपला हात त्याच्या खांद्याभोवती टाकला. “तुझा स्वत:वरचा ताबा सुटत चाललाय. आपण आता फक्त चर्चा करतोय. असं बसून चर्चा सगळेजणच करतात. तुला हे थोडं विचित्र वाटत असेल हे मला समजतंय; कारण तुला फक्त आपल्या सेंट्रिफ्यूज नलिकांशीच बोलायची सवय आहे. पण तुझं काय बिनसलंय?”

केविननं एक उसासा टाकला. त्याच्या स्वभावाच्या विरुद्ध असूनदेखील या दोघी धीट, हुशार मुलींना विश्वासात घ्यायचं, असं त्यानं ठरवलं. आपण अस्वस्थ आहोत हे त्यानं कबूल केलं.

"जसं काही आम्हाला आतापर्यंत समजलंच नाही !" मेलनी परत डोळे मिचकावत म्हणाली, "तुला अधिक स्पष्ट करून सांगता येणार नाही का? तुला कसली टोचणी लागलीय?"

"कॅन्डेस आता जे बोलतेय त्याबद्दलच..." केविन म्हणाला.

"ती बऱ्याच गोष्टींबद्दल बोलली." मेलनी म्हणाली.

"हो. आणि त्या सगळ्याच गोष्टींमुळे मला असं वाटतंय, की मी काहीतरी प्रचंड मोठी चूक केलीय."

मेलनीनं त्याच्या खांद्यावरचा हात दूर केला. त्याच्या सामोरी होऊन तिनं त्याच्या पुष्कराजाच्या रंगाच्या तेजस्वी डोळ्यांमध्ये खोलवर डोकावून पाहिलं. "कशाच्या बाबतीत?" तिनं विचारलं.

"एवढं मानवी डीएन्ए त्यांच्या शरीरात घालून मी फार मोठी चूक केलीय." केविन म्हणाला, "क्रोमोझोम् सहाच्या छोट्या भागावर मेजर हिस्टोकॉम्पॅटिबिलिटी कॉम्प्लेक्सशी संबंध नसलेली इतर शेकडो जनुकं आणि लाखो आम्लारींच्या जोड्या आहेत. सोप्या मार्गानं जाण्याऐवजी मी तो कॉम्प्लेक्सच तेवढा वेगळा काढायला हवा होता."

"म्हणजे या प्राण्यांच्या शरीरांत आणखी काही मानवी प्रथिनं आहेत असं तुला म्हणायचंय?" मेलनी म्हणाली, "काहीतरीच बोलतोयस तू...."

"मलाही प्रथम अगदी असंच वाटलं होतं." केविन म्हणाला, "निदान मी इंटरनेटवर चौकशी करेपर्यंत तरी. क्रोमोझोम् सहाच्या छोट्या भागावर इतर कोणती जनुकं असतात, याबद्दल कोणाला माहिती आहे का, असं मी विचारलं होतं. दुर्दैवानं एका व्यक्तीकडून आलेल्या उत्तरात म्हटलं होतं, की वाढीला आणि विकासाला कारणीभूत असणाऱ्या जनुकांचा एक मोठा तुकडा या भागात असतो. आता माझ्या हातून कशाची निर्मिती झालीय, हे मलाच माहीत नाही..."

"अर्थात, तुलाच माहीत पाहिजे." कॅन्डेस म्हणाली, "ट्रान्सजेनिक बोनोबो तूच निर्माण केलायस."

"ते मला माहीत आहे." केविन धगधगत्या डोळ्यांनी म्हणाला. त्याचा श्वास जलद चालला होता आणि कपाळावर घर्मबिंदू उभे राहिले होते. "....आणि हे करून मी निसर्गाच्या मर्यादा ओलांडल्यात, अशी भीती मला वाटतेय."

□□

६

मार्च ५, १९९७
दुपारी १ वाजता
कोगो, इक्वेटोरियल गिनी

टाऊन हॉलमागच्या पार्किंग लॉटमध्ये आल्यावर बर्ट्रामनी आपल्या तीन वर्षांच्या जुन्या 'जीप शेरोकी' गाडीचे ब्रेक जोरात दाबले. ती गाडी त्यांना खूप त्रास देत होती. कित्येक दिवस ती दुरुस्तीसाठी गॅरजेमध्ये पडलेली असायची आणि तरीही तिच्यातला दोष दूर झालाच नव्हता. केविन मार्शलला कंपनीकडून दर दोन वर्षांनी नवीन टोयोटा गाडी मिळायची. हे आपलं केवढं मोठं भाग्य आहे, हे जणू आपल्या लक्षातच येत नाही, असाच आव तो आणायचा. या कारणामुळेच आपली गाडी बिघडली, की बर्ट्रामना केविनचा राग यायचा. त्यांना अजून एक वर्षभर तरी नवी गाडी मिळणार नव्हती.

त्या इमारतीच्या चारी बाजूंना असलेल्या व्हरांड्याकडे जाण्यासाठी त्यांनी पहिल्या मजल्यावरील कमानीमागे असलेल्या जिन्यानं जायचं ठरवलं. तिथून ते मध्यवर्ती ऑफिसकडे चालत गेले. सिग्फ्रीड स्पालेकच्या इच्छेनुसार तिथे वातानुकूलन यंत्र बसवलेलं नव्हतं. छताला लटकवलेला एक मोठा पंखा विशिष्ट कूं कूं असा आवाज करत आळशीपणानं हळूहळू फिरत होता. त्याच्या लांब, चपट्या पात्यांमुळे खोलीतली गरम, ओलसर हवा फिरती राहायला मदत होत होती. बर्ट्रामनी आधीच फोन केलेला होता. त्यामुळे सिग्फ्रीडचा काळा, रुंद चेहऱ्याचा सेक्रेटरी

ऑरिएलो त्यांची वाटच पाहत होता. तो बिओको बेटावरचा होता. त्यानं त्यांना आतल्या ऑफिसात जाण्याची खूण केली. ऑरिएलोनं फ्रान्समध्ये शिक्षकी प्रशिक्षण घेतलं होतं, पण जेनसिसनं 'झोन'ची स्थापना करेपर्यंत तो बेकारच होता.

आतलं ऑफिस बाहेरच्यापेक्षा मोठं होतं. त्याची रुंदी त्या संपूर्ण इमारतीएवढीच होती. त्याला झापं असलेल्या खिडक्या होत्या. या खिडक्यांमधून मागचा पार्किंग लॉट आणि पुढचा शहरातला मुख्य चौक दिसत असे. समोरच्या बाजूच्या खिडक्यांमधून हॉस्पिटल आणि प्रयोगशाळा संकुलाचं सुरेख दृश्य दिसायचं. बर्ट्राम आता जिथे उभे होते, तिथून त्यांना केविनच्या प्रयोगशाळेच्या खिडक्याही दिसत होत्या.

''बसा.'' वर न बघता सिग्फ्रीड म्हणाला. त्याचा आवाज खोल आणि कर्कश होता. तो थोडासा जर्मन लकबीनं बोलायचा. त्याच्या आवाजात नेहमीच अधिकाराची जरब असायची. आता तो समोरच्या गठ्ठ्यातील कागदांवर सह्या करत होता. ''माझं काम एक मिनिटात संपेल.''

बर्ट्रामचे डोळे अस्ताव्यस्त पसरलेल्या ऑफिसवरून फिरले. त्या जागेत त्यांना नेहमीच अस्वस्थ वाटायचं. पशुवैद्य आणि थोडेसे पर्यावरणवादी असल्यामुळे त्यांना त्या खोलीची सजावट बिलकुल आवडायची नाही. भिंतीवर आणि प्रत्येक रिकाम्या पृष्ठभागावर चकचकीत डोळे असलेली, भुसा भरलेल्या प्राण्यांची मुंडकी लावलेली होती. त्यांपैकी बऱ्याचशा प्राण्यांचं अस्तित्व त्यांच्या कमी झालेल्या संख्येमुळे धोक्यात आलेलं होतं. त्यांच्यात सिंह, बिबटे आणि चित्ते होते. एका वेगळ्याच जातीच्या हरणाचं डोकंही तिथे टांगलेलं होतं. या जातीचं हरिण बर्ट्रामनी जन्मात कधी पाहिलं नव्हतं. स्पालेकच्या मागच्या भिंतीवरून कित्येक मोठाल्या ऱ्हायनोंची डोकी शून्य नजरेनं पाहत होती. पुस्तकांच्या कपाटाच्या वरच्या बाजूनं साप डोकावत होते. त्यांच्यात मागच्या बाजूला एक नागही होता. जमिनीवर एक प्रचंड मगर तोंड अर्धवट उघडं टाकून आपले भयानक दात दाखवत पसरली होती. बर्ट्रामच्या खुर्चीच्या शेजारीच असलेलं टेबल हत्तीच्या पायापासून बनवलेलं होतं आणि त्याचा पृष्ठभाग महॉगनी लाकडानं झाकलेला होता. कोपऱ्यात फुलीच्या आकाराचे दोन हस्तिदंत ठेवले होते.

भुसा भरलेल्या या प्राण्यांपेक्षाही अधिक त्रासदायक वाटणारी आणखी एक गोष्ट तिथे होती; ती म्हणजे सिग्फ्रीडच्या डेस्कवर असलेल्या तीन कवट्या. त्या तिन्ही कवट्यांचे वरचे भाग उडवण्यात आले होते. एका कवटीच्या कानापाशी बंदुकीच्या गोळीचं भोकही स्पष्ट दिसत होतं. त्यांचा उपयोग क्रमानं पिना, टाचण्या ठेवण्यासाठी, ॲश-ट्रे म्हणून आणि मोठी मेणबत्ती ठेवायला असा केला जात असे. 'झोन'मधली विजेची परिस्थिती देशात सर्वात चांगली गणली जात असे. तरीसुद्धा

एखादेवेळी वीज पडल्यामुळे वगैरे दिवे जाण्याचा प्रसंग यायचा.

बहुतेकांना- विशेषत: जेनसिसकडून भेटायला येणाऱ्या लोकांना त्या कवट्या माकडांच्या आहेत असे वाटायचं. पण बर्ट्रामना खरी गोष्ट ठाऊक होती. इक्वेटोगिनीयन शिपायांनी शिक्षा म्हणून मारलेल्या लोकांच्या त्या कवट्या होत्या. त्या तिघांवरही जेनसिसच्या कामात अडथळे आणल्याचे आरोप ठेवून त्यांना ठार मारण्यात आलं होतं. प्रत्यक्षात ते तिघेजण 'झोन'च्या मालकीच्या शंभर चौरस मैलांच्या जमिनीवर जंगली चिम्प्सची शिकार करताना पकडले गेले होते. सिग्फ्रीडला ही सर्व जागा आपल्या खाज़गी मालकीची आहे असं वाटायचं.

कित्येक वर्षांपूर्वी एकदा बर्ट्रामनी सिग्फ्रीडला त्या कवट्यांचं असं प्रदर्शन करण्यामागचा त्यांचा हेतू हळुवारपणे विचारला होता. त्यावेळी त्यानं सांगितलं होतं, की त्यामुळे तिथल्या स्थानिक कामगारांवर वचक बसतो. ''त्यांना हीच भाषा समजते.'' सिग्फ्रीडनं स्पष्टीकरण दिलं होतं, ''त्यांना या चिन्हांचा अर्थ चांगला समजतो.''

तो अर्थ त्यांना समजतोय याचं बर्ट्रामना बिलकुल आश्चर्य वाटलं नाही. क्रूरकर्मा हुकुशहाची जुलमी राजवट सहन केलेल्या या देशांतील लोकांना हालांची नवीन व्याख्या कोणी समजावून सांगायची गरज नव्हती. बर्ट्रामना नेहमी केविनची या कवट्यांबद्दलची प्रतिक्रिया आठवायची. तो म्हणाला होता, त्याला त्या कवट्या पाहून जोसेफ कॉन्रॅडच्या 'हार्ट ऑफ डार्कनेस' या पुस्तकातील 'कुर्टझ' या वेड्या व्यक्तिरेखेची आठवण होते.

सह्या केलेल्या कागदांचा गठ्ठा बाजूला सारत सिग्फ्रीड म्हणाला, ''आता तू काय नवीन लचांड आणलंयस, बर्ट्राम? नवीन बोनोबोंच्या बाबतीत काही अडचण तर नाही ना?''

''छे ! त्या दोन्ही माद्या पैदाशीसाठी अगदी उत्तम आहेत.'' बर्ट्राम म्हणाले. त्यांनी 'झोन'च्या स्थानिक बॉसकडे निरखून बघितलं. सिग्फ्रीडकडे पाहिल्यावर त्याच्या चेहऱ्यावरचा डाव्या कानापासून नाकाच्या खालपर्यंत आलेला, संपूर्ण गालावर पसरलेला विचित्र व्रण पटकन नजरेत भरत असे. गेल्या काही वर्षांत तेथील त्वचेचं आकुंचन झाल्यामुळे त्याच्या ओठाचा कोपरा वर गेला होता. त्यामुळे त्याच्या चेहऱ्यावर कायम एक तुच्छतादर्शक हास्य विलसत असे.

तांत्रिकदृष्ट्या सिग्फ्रीड काही बर्ट्रामचा बॉस नव्हता. बर्ट्राम जगातील सर्वात मोठ्या वानर संशोधन आणि पैदास केंद्राचे प्रमुख पशुवैद्य होते. त्यांना जेनसिसच्या केंब्रिज, मॅसॅच्युसेट्स् येथील कामकाजाच्या ज्येष्ठ उपाध्यक्षांना थेट रिपोर्ट करण्याचे अधिकार होते. हे उपाध्यक्ष टेलर कॅबोटशी सल्लामसलत करत असत. पण दैनंदिन कामासाठी, विशेषत: बोनोबो प्रकल्पाच्या बाबतची माहिती स्थानिक बॉसला वेळोवेळी

देणं आणि त्याच्याशी संबंध चांगले ठेवणं, हे बर्ट्रामच्याच फायद्याचं होतं. अडचण ही होती, की सिग्फ्रीडला राग फार लवकर यायचा आणि मग त्याच्याशी कसं वागावं हेच समजत नसे.

त्यानं आपल्या आफ्रिकेतल्या कारकीर्दीची सुरुवात 'गोरा शिकारी' म्हणून केली होती. पैशासाठी तो ग्राहकाला पाहिजे असलेल्या प्राण्यांची शिकार करत असे. या त्याच्या कीर्तीमुळे त्याला पूर्व आफ्रिकेतून पश्चिम आफ्रिकेत जावं लागलं. तिथे शिकारीबद्दलचे कायदे थोडे शिथिलपणे पाळले जात. सिग्फ्रीडनं एक मोठी संघटनाच तयार केली होती. सगळं काही उत्तम चाललं होतं. पण एक दिवस त्याच्या खबऱ्यांनी त्याला ऐन मोक्याच्या क्षणी धोका दिला. त्यामुळे एका मोठ्या हत्तीनं त्याच्यावर हल्ला करून त्याला जखमी केलं. त्याच्याबरोबर असलेल्या ग्राहक जोडप्याला तर त्या हत्तीनं ठारच मारलं.

या प्रसंगामुळे 'गोरा शिकारी' म्हणून त्याची कारकीर्द संपुष्टात आली. शिवाय चेहऱ्यावरच्या व्रणामुळे त्याला कायमचा विद्रूपपणा आला. त्याचा एक हातही त्यानंतर अर्धांगवायूनं खांद्यापासून लुळा पडला. या प्रसंगावरचा राग म्हणून त्याचा स्वभावही कडवट आणि खुनशी झाला. पण जेनसिसनं त्याच्यातील मूळचं संघटनकौशल्य, प्राण्यांच्या वागणुकीबद्दलचं त्याचं ज्ञान आणि स्थानिक आफ्रिकन लोकांकडून काम करून घेण्याची त्याची ताकद हे गुण बरोबर हेरले. करोडो डॉलर्सचा आपला आफ्रिकन प्रकल्प संभाळण्यासाठी हा अगदी योग्य माणूस आहे असं त्यांना वाटलं.

''बोनोबोंच्या कामामध्ये एक छोटीशी अडचण निर्माण झाली आहे.'' बर्ट्राम म्हणाले.

''या माकडांचे दोन गट झालेत, या तुझ्या वेडगळ कल्पनेशिवाय अजून काही नवीन काळजी आहे?'' सिग्फ्रीडनं आढ्यतेनं विचारलं.

''एखाद्या सामाजिक गटात झालेले फरक जाणवणं आणि त्याबद्दल काळजी वाटणं, यामध्ये चुकीचं असं काहीही नाही.'' बर्ट्राम म्हणाले. त्यांचा चेहरा लाल होऊ लागला होता.

''हे तू मला आधीही सांगितलेलं आहेस.'' सिग्फ्रीड म्हणाला, ''पण मी त्यावर कितीही विचार केला, तरी त्यानं फरक काय पडतो ते मला समजत नाहीये. ते एका गटात राहोत किंवा दहा, जोपर्यंत ते निरोगी राहतायत तोपर्यंत आपल्याला त्यांची काळजी करायचं कारणच नाही.''

''मी तुमच्या या विचाराशी बिलकुल सहमत नाही.'' बर्ट्राम म्हणाले, ''दोन गटात विभागले जाणं, याचा अर्थ आहे त्यांचं एकमेकांशी पटत नाहीये. बोनोबोंची नेहमीची वागणूक अशी नसते. त्यामुळे भविष्यात आपल्यालाच त्रास होण्याची शक्यता आहे.''

"ती काळजी मी तुमच्यासारख्या तज्ज्ञांवरच सोपवतो." सिग्फ्रीड म्हणाला. तो खुर्चीत मागे रेलून बसला; त्यामुळे खुर्ची कुरकुरली. "आपल्यावर कोसळणारा पैशाचा आणि शेअर्सचा धबधबा चालू आहे, तोपर्यंत ती माकडं काय करतात याची मी अजिबात पर्वा करणार नाही. हा प्रकल्प म्हणजे आपल्या दृष्टीनं सोन्याची खाण आहे."

"ही नवीन अडचण केविन मार्शलच्या संबंधी आहे." बर्ट्राम म्हणाले.

"आता या साध्यासुध्या, लुकड्या माणसानं तुमच्यासाठी काय काळजी निर्माण केलीय?" सिग्फ्रीडनं विचारलं, "तुमच्यासारखा भेकड माणूस माझ्या जागी नाही, ही एक इतकी चांगली गोष्ट आहे !"

"बेटावरून धूर येताना दिसला म्हणून तो मूर्ख काळजीत पडलाय. "बर्ट्राम म्हणाले, "तो दोनदा माझ्याकडे आला. मागच्या आठवड्यात एकदा आणि परत आज सकाळी."

"धुराचं एवढं काय महत्त्व आहे?" सिग्फ्रीडनं विचारलं, "त्याला त्याची काळजी का वाटतेय? हे तर तुमच्या काळजीपेक्षाही वाईट दिसतंय."

"त्याला असं वाटतंय, की बोनोबो आगीचा वापर करत असावेत." बर्ट्राम म्हणाले, "म्हणजे तो तसं स्पष्ट म्हणाला नाही, पण त्याच्या मनात तेच होतं याबद्दल माझी खात्री आहे."

" 'आगीचा वापर करत असावेत' म्हणजे तुम्हाला काय म्हणायचंय?" सिग्फ्रीडनं विचारलं. आता तो पुढे झुकला. "... म्हणजे अन्न शिजवण्यासाठी किंवा उबेसाठी शेकोटी पेटवतात, तसा ते आगीचा वापर करतायत असं तुम्हाला म्हणायचंय का?" चेहऱ्यावर असलेल्या आपल्या तुच्छतादर्शक हास्यात बदल न करता सिग्फ्रीड हसला. "मला तुम्हा शहरी अमेरिकन लोकांबद्दल काही माहीत नाही, पण इथे जंगलात आपल्याला आपल्या सावलीची देखील भीती वाटते."

"हे थोडं हास्यास्पद वाटतंय याची मला कल्पना आहे." बर्ट्राम म्हणाले, "अर्थात, इतर कोणी ती पाहिलीही नाही. किंवा कोणी पाहिली असलीच तरी त्याला ती वादळातल्या विजांमुळे लागलेली आग वाटली असेल. प्रश्न असा आहे, की त्याला तिथे जायचंय."

"बेटाच्या जवळपासदेखील कोणी जायचं नाही !" सिग्फ्रीड गुरगुरला, "फक्त प्राणी पकडण्याच्या वेळी आणि प्राणी पकडणाऱ्या लोकांनीच तिथे जायचं ! तसा मला मुख्य ऑफिसचा आदेशच आहे. अन्नाचा पुरवठा करायला जाणाऱ्या किम्बा या पिग्मीखेरीज इतर कोणालाही तिथे जायला मी परवानगी देऊ शकत नाही."

"मी त्याला अगदी हेच सांगितलं." बर्ट्राम म्हणाले, "याउप्पर तो आपणहून काही करेलसं मला वाटत नाही. पण तरीही ते तुमच्या कानावर असावं असं मला वाटलं, म्हणून मी तुम्हाला सांगायला आलो."

“ते तुम्ही चांगलंच केलंत.” सिग्फ्रीड त्रासून म्हणाला, “नालायक कुठला ! तो आता मला एखाद्या खुपणाऱ्या काट्यासारखा वाटायला लागलाय.”

“अजून एक गोष्ट आहे..” बर्ट्राम म्हणाले, “त्यानं रेमंड लीयॉन्सला या धुराबद्दल सांगितलंय.”

सिग्फ्रीडनं आपल्या चांगल्या हातानं डेस्कवर एवढ्या जोरात थाप मारली, की बर्ट्राम आपल्या जागेवर उडालेच. तो उठला आणि बाहेरचा चौक दिसत असलेल्या खिडकीपाशी जाऊन उभा राहिला. त्यानं हॉस्पिटलच्या दिशेनं एक नजर टाकली. पुस्तकातला किडा असलेला हा एककल्ली संशोधक त्याला त्यांच्या पहिल्या भेटीपासूनच आवडलेला नव्हता. त्याचे लाड होताहेत आणि शहरातलं दुसरं चांगलं घर त्याला देण्यात येणार आहे, हे समजल्यावर तर तो चांगलाच खवळला होता. आपल्या हाताखालच्या एखाद्या प्रामाणिक कर्मचाऱ्याला खास मेहेरबानी म्हणून ते घर देण्याची त्याची इच्छा होती. त्यानं आपल्या चांगल्या हाताची मूठ वळली आणि दात एकमेकांवर जोरात दाबले. “काय कटकट आहे !” तो म्हणाला.

“त्याचं संशोधन आता जवळजवळ संपलेलंच आहे.” बर्ट्राम म्हणाले, “सगळं एवढं चांगलं चाललेलं असताना त्यानं जर काही घोटाळा केलाच, तर त्यासारखी दुसरी वाईट गोष्ट नाही.”

“लीयॉन्स काय म्हणाले ?” सिग्फ्रीडनं विचारलं.

“काही नाही.” बर्ट्राम म्हणाले, “त्यांनी कल्पनाशक्ती स्वैर सोडल्याबद्दल केविनलाच दोष दिला.”

“मला कोणाला तरी केविनवर लक्ष ठेवायला सांगितलं पाहिजे.” सिग्फ्रीड म्हणाला, “मी कोणालाही या प्रकल्पाचं नुकसान करू देणार नाही. माझ्या दृष्टीनं ते सर्वात महत्त्वाचं आहे. हा प्रकल्प फारच फायदेशीर आहे.”

बर्ट्राम उठून उभे राहिले. “तो तुमचा विभाग आहे.” ते म्हणाले.

आपण योग्य अशा गोष्टीची रुजवात केलीय, याची खात्री पटून ते जायला निघाले.

□□

७

मार्च ५, १९९७
सकाळी ७ वाजून २५ मिनिटे
न्यूयॉर्क

स्वस्त रेड वाईन आणि कमी झोप या दोन्ही गोष्टी एकत्र आल्यामुळे जॅकची सकाळची सायकल सवारी हळू चालली होती. शवागाराच्या ऑफिसच्या आय्-डी रूममध्ये येण्याची त्याची रोजची वेळ सव्वासात ही असायची. पण आय्-डी रूमकडे जाण्यासाठी आज तो शवागाराच्या पहिल्या मजल्यावर लिफ्टमधून बाहेर आला, तेव्हाच सात वाजून पंचवीस मिनिटं झाली आहेत असं त्याच्या लक्षात आलं. तो त्रासला. त्याला उशीर झाला नव्हता. त्याला नेहमीच वेळेच्या पूर्वी पोचायला आवडायचं. नैराश्य टाळण्यासाठी कामात शिस्त ठेवणं आवश्यक आहे, अशा मताचा तो होता.

एकदा तिथे पोचला की सर्वांसाठी ठेवलेल्या किटलीतून स्वत:साठी कॉफी ओतून घेणं, हे त्याचं पहिलं काम असायचं. कॉफीच्या विशिष्ट वासानंदेखील त्याला खूप बरं वाटायचं. त्यानं पहिला घोट घेतला. हा तर स्वर्गीय अनुभव होता. कॅफिनचा परिणाम एवढ्या लवकर होतो की नाही याची त्याला कल्पना नव्हती, परंतु आपला थोडासा हँगओव्हरही हळूहळू नाहीसा व्हायला लागलाय, असं त्याला वाटायला लागलं.

तो शवागाराचा तंत्रज्ञ व्हिनी अमेंडोलाकडे गेला. त्याची दिवसपाळी रात्रपाळीचा तंत्रज्ञ जाण्यापूर्वी सुरू व्हायची. तो नेहमीप्रमाणे ऑफिसच्या

एका, मायबाप सरकारनं दिलेल्या पत्र्याच्या टेबलावर पाय ताणून बसला होता. त्याचा चेहरा वर्तमानपत्रामागे लपला होता.

व्हिनीचा इटालियन चेहरा जगाला दाखवण्यासाठी जॅकनं त्याच्या पेपराची कड धरून ओढली. व्हिनीचं वय सत्तावीस-अठ्ठावीसच्या आसपास असावं. तो काही फारसा तंदुरुस्त नव्हता, पण तरीही देखणा दिसायचा. त्याच्या काळ्या, दाट केसांचा जॅकला नेहमी हेवा वाटायचा. आपले राखाडी रंगाची झाक असलेले तपकिरी केस मागच्या वर्षीपासून कमी होत असलेले जॅकला जाणवत होते.

''ए आइन्स्टाईन, फ्रँकोनीच्या मृतदेहाच्या घटनेबद्दल पेपर काय म्हणतो?'' जॅकनं विचारले. जॅक आणि व्हिनी बरेचदा एकत्र काम करत असत. दोघांनाही एकमेकांचं पाचकळ, छचोर बोलणं आणि चटकदार विनोद खूप आवडायचे.

''मला नाही माहीत.'' व्हिनी म्हणाला. जॅकच्या हातातून आपला लाडका पेपर ओढून घ्यायचा त्यानं प्रयत्न केला. आदल्या रात्रीच्या बास्केटबॉल गेमचा वृत्तांत त्याला वाचायचा होता. जॅकच्या कपाळावर आठ्या पडल्या. व्हिनी अभ्यासात हुशार नसेलही, पण ताज्या घडामोडींबद्दलची त्याची माहिती अद्ययावत असायची. रोज तो पेपर अथपासून इतिपर्यंत वाचायचा आणि त्यातल्या बऱ्याचशा गोष्टी त्याच्या चांगल्या लक्षातही राहायच्या.

''पेपरात त्याबद्दल काहीच आलेलं नाही?'' जॅकनं विचारलं. त्याला धक्काच बसला होता. शवागारातून एक मृतदेह नाहीसा होतो, ही प्रसिद्धी माध्यमांच्या दृष्टीनं मोठी सनसनाटी बातमी असली पाहिजे अशी जॅकची कल्पना होती. सरकारी गलथानपणा हा वार्ताहरांचा आवडता विषय होता.

''मी तरी पाहिलं नाही.'' व्हिनी म्हणाला. त्यानं जोरात हिसडा मारून पेपर जॅकच्या हातातून ओढून घेतला आणि तो परत त्यात बुडून गेला.

जॅकला खरोखरच फार आश्चर्य वाटलं. शवागाराचे प्रमुख डॉक्टर, हॅरोल्ड बिंगहॅमना प्रसिद्धी माध्यमांना असं कटवणं कसं काय जमलं, याचा तो विचार करू लागला. जॅक वळणार एवढ्यात पहिल्याच पानावरच्या ठळक बातमीनं त्याचं लक्ष वेधून घेतलं. सरकारी अधिकाऱ्यांवर गुंडांची मात. त्याखाली थोड्या लहान अक्षरात छापलं होतं - 'व्हॅकारो टोळीतील गुंडांनी स्वतःच्याच टोळीतील एकाला मारलं आणि शवागाराच्या अधिकाऱ्यांच्या नाकावर टिच्चून त्याचा मृतदेह पळवला.'

व्हिनीच्या हातातून जॅकनं सगळा पेपरच ओढून घेतला. आश्चर्यचकित झालेल्या व्हिनीचे पाय धप्पकन जमिनीवर आदळले. ''ए, हे काय !'' तो तक्रारीच्या सुरात म्हणाला.

जॅकनं पेपरची घडी केली आणि तो अशा तऱ्हेनं व्हिनीच्या डोळ्यांसमोर धरला, की त्याला पहिल्या पानावरची ती बातमी वाचावीच लागली.

''मला वाटतं, पेपरमध्ये ही बातमी आलेलीच नाही असं तू म्हणालास.'' जॅक म्हणाला.

''आलेलीच नाही असं काही मी म्हटलं नव्हतं....'' व्हिनी म्हणाला, ''मी म्हटलं मी ती पाहिली नाही.''

''ही पहिल्या पानावरची ठळक बातमी आहे. जरा नीट बघ !'' जॅक म्हणाला आपल्या बोलण्यावर जोर देण्यासाठी त्यानं हातातील कॉफीचा कप उचलून त्या बातमीच्या जवळ धरला.

व्हिनीनं परत त्याच्या हातातला पेपर घेण्यासाठी झडप घातली. जॅकनं तो त्याच्यापासून दूर धरला.

''अरे बाबा,'' व्हिनी किंचाळला, ''तू तुझा स्वत:चा पेपर घेऊन ये ना.''

''तू माझी उत्सुकता चाळवलीस, व्हिनी.'' जॅक म्हणाला, ''तुझ्या पद्धतशीर स्वभावानुसार पहिल्या पानावरची मुख्य बातमी तू रेल्वेनं शहरात येतानाच वाचलेली असली पाहिजेस. व्हिनी, खरं काय ते मला सांग बरं.''

''काय सांगू?'' व्हिनी म्हणाला, ''मी सरळ शेवटचं खेळाचं पान पाहायला लागलो.''

जॅकनं एक क्षणभर व्हिनीचा चेहरा निरखून बघितला. व्हिनीनं त्याच्या नजरेला नजर देणं टाळलं.

''तुला बरं नाहीये का?'' जॅकनं चेष्टेनं म्हटलं.

''नाही रे !'' व्हिनी रागावून म्हणाला, ''मला फक्त माझा पेपर दे.''

जॅकनं खेळाच्या बातम्या असलेली पानं बाहेर काढली आणि ती व्हिनीच्या हातात दिली. दुसऱ्या टेबलाकडे जात त्यानं पहिल्या पानावरील बातमीतला तपशील वाचायला सुरुवात केली. ती बातमी पहिल्या पानावर सुरू होऊन तिसऱ्या पानावर संपली होती. जॅकला वाटलं होतं त्याप्रमाणेच उपरोधिक आणि चेष्टेच्या सुरात बातमी दिलेली होती. पोलिस खातं आणि शवागारातले अधिकारी या दोघांनाही त्यांनी सारखाच दोष दिला होता. त्यांनी म्हटलं होतं, हा सगळा घाणेरडा प्रकार म्हणजे या दोन्ही खात्यांच्या अकार्यक्षमतेचा उत्तम नमुना होता.

तेवढ्यात लॉरी खोलीत आली आणि तिनं जॅकच्या वाचनात व्यत्यय आणला. कोट काढता काढता ती त्याला म्हणाली, ''तुला माझ्यापेक्षा नक्कीच बरं वाटत असेल, हो ना?''

''बिलकुलच नाही.'' जॅकनं कबूल केलं. ''हा बहुतेक मी आणलेल्या त्या स्वस्तातल्या वाईनचा परिणाम असावा. माझं चुकलंच.''

''पाच तासच मिळालेल्या झोपेचाही हा परिणाम असू शकतो.'' लॉरी म्हणाली, ''सकाळी बिछान्यातून बाहेर पडूच नये असं वाटत होतं.'' तिनं आपला कोट

खुर्चीवर ठेवला. "गुड मॉर्निंग, व्हिनी." ती व्हिनीला म्हणाली.

व्हिनी आपल्या क्रीडा समाचाराच्या पानांमागे गुपचुप बसला होता.

"मी त्याचा पेपर घेतला म्हणून तो तोंड फुगवून बसलाय." जॅक म्हणाला. लॉरीला नियोजनाच्या टेबलापाशी बसता यावं, म्हणून जॅक उठून उभा राहिला. या आठवड्यातील शवविच्छेदनाच्या केसेस् स्टाफच्या डॉक्टर्समध्ये वाटून देण्याचं काम लॉरीकडे होतं. "फ्रँकोनीची बातमी पहिल्या पानावर ठळक अक्षरात छापलीय."

"त्यात काही आश्चर्य वाटायला नको." लॉरी म्हणाली, "स्थानिक बातम्यांमध्येही सारखं तेच सांगताहेत. आणि काहीतरी स्पष्टीकरण देण्यासाठी बिंगहॅम 'गुड मॉर्निंग अमेरिका'वर मुलाखत देणार आहेत, असंही त्यांनी सांगितलेलं मी ऐकलं."

"त्यांचं काम कठीणच आहे." जॅक म्हणाला.

"आजच्या केसेस् तू पाहिल्या आहेस का?" लॉरीनं विचारलं. आपल्याजवळ असलेले वीसएक फोल्डर तिनं चाळायला सुरुवात केली.

"मी आत्ताच इथे आलोय." जॅक म्हणाला. तो बातमी पुढे वाचायला लागला.

"ओह्, हे चांगलं आहे!" एक क्षणभराच्या शांततेनंतर जॅक म्हणाला, "ते म्हणताहेत आपण आणि पोलिसांनी मिळून काहीतरी कट केलाय. पोलिसांना मदत करण्यासाठी आपणच तो मृतदेह नाहीसा केला, असं त्यांना वाटतंय. तुला माहीत आहे, हे प्रसारमाध्यमांचे लोक इतके भेकड असतात, की त्यांना सगळीकडे कटकारस्थानंच दिसतात."

"लोक भेकड असतात." लॉरी म्हणाली, "लोकांना जे हवं असतं, तेच प्रसारमाध्यमं त्यांना देत असतात. पण या अशा भयानक गैरसमजुती होऊ नयेत, म्हणूनच मला त्या मृतदेहाचं काय झालं ते शोधून काढायचंय. आपण नि:पक्षपाती आहोत हे पब्लिकला समजलंच पाहिजे."

"मला वाटलं होतं, की तुझा विचार बदलला असेल आणि रात्री झालेल्या झोपेनंतर तू हा नाद सोडून दिला असशील." जॅक वाचता वाचता पुटपुटला.

"शक्यच नाही." लॉरी म्हणाली.

"हे मूर्खासारखं आहे !" पेपराची पानं जोरात आपटत जॅक म्हणाला, "आधी ते सुचवतायत, की मृतदेह नाहीसा व्हायला शवागारातले लोकच जबाबदार आहेत म्हणून आणि आता म्हणताहेत की टोळीतल्या गुंडांनीच मृतदेहाचे अवशेष वेस्टचेस्टरच्या जंगलात पुरून टाकलेत यात काही शंकाच नाही. म्हणजे ते अवशेष कधी सापडायलाच नकोत."

"त्यातला शेवटचा भाग बरोबर असण्याची शक्यता आहे." लॉरी म्हणाली, "उन्हाळ्यात बर्फ वितळल्यावर तो मृतदेह नजरेला पडेलही कदाचित. बर्फामुळे जमिनीखाली एक फुटापेक्षा अधिक खणणं अवघड असतं."

"छे, नुसतं अवडंबर !" जॅकची बातमी वाचून संपली. तो म्हणाला, "हे घे.

तुला वाचायचंय?'' जॅकनं लॉरीला पेपरचं पहिलं पान देऊ केलं.

लॉरीनं हातानंच नको म्हणून सांगितलं. ''थँक्स, पण मी आधीच ही बातमी 'टाइम्स' मध्ये वाचलीय. तीसुद्धा पुरेशी दाहक होती. तेव्हा आता आणखी 'न्यूयॉर्क पोस्ट'ची मतं वाचण्याची माझी इच्छा नाही.''

जॅक व्हिनीकडे परत गेला आणि त्याचा पेपर परत करताना थट्टेनं म्हणाला, ''तुला तुझा पेपर पवित्र स्थितीत परत करतोय, बरं का !'' व्हिनीनं काही न बोलता पेपराची पानं घेतली.

''आज तू फारच हळव्या मन:स्थितीत दिसतोयस.'' जॅक त्याला म्हणाला.

''तू माझ्या मागे लागू नकोस...'' व्हिनी रागावून म्हणाला.

''ए लॉरी, जरा सांभाळून, बरं का !'' जॅक म्हणाला, ''या व्हिनीला कसलंतरी टेन्शन आलेलं दिसतंय. काहीतरी विचार करून मग डोकं वापरायचा त्याचा विचार दिसतोय. त्यामुळे त्याचे सगळे हार्मोन्स विचित्र वागायला लागलेत.''

''हॅं !'' लॉरी म्हणाली, ''माईक पासानो काल रात्री म्हणत होता ना, तो तरंगणारा मृतदेह इथे आलाय बघ. हा कोणाला द्यावा बरं? अडचण अशी आहे, की एखाद्यावर राग काढण्यासाठी म्हणून त्याला द्यावा, तर आता मी कोणावर रागावलेलीही नाही. अपराधीपणाची भावना वाटू नये म्हणून शेवटी मी स्वत:च तो घेईन बहुतेक.''

''मला दे तो.'' जॅक म्हणाला.

''खरंच? तुझी काही हरकत नाही?'' लॉरीनं विचारलं.

तिला तरंगणाऱ्या मृतदेहांचा तिटकारा होता. विशेषत: फार वेळ पाण्यात राहिलेले असे मृतदेह तर तिला अजिबात आवडत नसत. त्यांना अतिशय दुर्गंधी यायची आणि शवविच्छेदन करणंही अवघड होत असे.

''नाही बुवा !'' जॅक म्हणाला, ''एकदा का तुम्ही त्या दुर्गंधीची सवय करून घेतलीत, की पुढे तुम्हाला काहीच अवघड वाटत नाही.''

''शी !'' लॉरी कुरकुरली, ''काहीतरी घाणेरडं बोलू नकोस.''

''अगं खरंच...'' जॅक म्हणाला, ''ते एक प्रकारचं आव्हानच असतं. मला तरी ते गोळ्यांनी चाळणी झालेल्या जखमांच्या मृतदेहांपेक्षा बरे वाटतात.''

''यात दोन्ही गोष्टी आहेत...'' लॉरी म्हणाली. तिनं तरंगणाऱ्या मृतदेहापुढे जॅकचं नाव टाकलं.

''हे फारच छान झालं...!'' जॅक म्हणाला. तो परत नियोजनाच्या टेबलाकडे गेला आणि लॉरीच्या खांद्यावरून डोकावून बघायला लागला.

''शरीराच्या वरच्या भागात उजवीकडे अगदी जवळून मारल्यासारख्या वाटणाऱ्या गोळ्यांच्या जखमा आहेत,'' लॉरी म्हणाली.

''आता हे अधिकच चांगलं वाटायला लागलंय...'' जॅक म्हणाला, ''त्याचं

नाव काय आहे?''

''नाव नाहीच दिलेलं.'' लॉरी म्हणाली, ''खरं म्हणजे त्याची ओळख पटवणं हा तुझ्या आव्हानाचा एक भाग होऊ शकेल. कारण या मृतदेहाला डोकं आणि हातच नाहीत.''

लॉरीनं ते फोल्डर जॅकच्या हातात दिलं. ते डेस्कच्या कडेवर ठेवून त्यानं त्यातले कागद बाहेर काढले. त्यात विशेष काही माहिती नव्हतीच. जे काही कागद त्यात होते, त्यातली माहिती गुन्हे-विभागाच्या जॅनिस जेगरनंच लिहिलेली होती.

जॅनिसनं लिहिलं होतं, की तो मृतदेह ॲटलांटिक महासागरातील कोनी आयलंडजवळ सापडला होता. अंमली द्रव्यांची वाहतूक करणाऱ्यांच्या मागावर असणाऱ्या कोस्ट गार्डमधील एका गार्डला तो अपघातानंच दिसला होता. हा गार्ड रात्रीच्या अंधारात जमिनीवर झोपून समुद्राचं निरीक्षण करत होता. कोस्ट गार्डना कोणा अनामिकानं या गोष्टीची बातमी दिली होती. त्यामुळे तेही दिवे वगैरे बंद करून गुपचुप वाट पाहत बसलेले होते. जमिनीवर आडव्या असलेल्या गार्डच्या अंगावरच हा मृतदेह येऊन आदळला होता. अंमली द्रव्यांची वाहतूक करणाऱ्यांपैकीच कोणाचा तरी तो मृतदेह असावा, असंच सर्वांना वाटलं.

''काही विशेष माहिती मिळत नाही.'' जॅक म्हणाला.

''म्हणजे आव्हान अधिक वाढलं.'' लॉरीनं चिडवलं.

डेस्कपासून दूर होत जॅक संपर्क-कक्षावरून लिफ्टकडे जायला निघाला. ''चल रे चिडक्या !'' त्यानं व्हिनीला बोलावलं. जाता जाता त्यानं व्हिनीच्या पेपरवर एक थाप मारली आणि त्याच्या हाताला एक हिसका मारून त्याला ओढलं. ''तू वेळ वाया घालवतोयस.'' पण दारातच त्याची लू सोल्डॅनशी टक्कर झाली. डिटेक्टिव्ह लेफ्टनंट लूचं सगळं लक्ष कॉफी मशिनवर एकवटलं होतं.

''एऽऽ'' जॅक म्हणाला, ''किती जोरात हिसका मारतोयस? तू तर न्यूयॉर्क जायंटसच्या टीममध्ये सामील व्हायला पाहिजेस.'' त्याच्या हातातील थोडीशी कॉफी जमिनीवर सांडली.

''सॉरी.'' लू म्हणाला, ''मला आता कॉफीची तातडीची गरज आहे.''

ते दोघेही कॉफीच्या किटलीकडे गेले. आपल्या कॉर्डरॉय जॅकेटवर सांडलेली कॉफी जॅकनं पेपर नॅपकिननं पुसली. लूनं थरथरत्या हातानं स्टायरोफोमच्या कपात काठापर्यंत कॉफी ओतून घेतली, आणि मग क्रीम आणि साखरेला जागा करण्यासाठी त्यातली थोडीशी प्यायली.

लूनं सुस्कारा सोडला. ''गेले दोन दिवस माझा पुरता दम निघालाय.''

''तू परत रात्रभर पार्टी करत होतास की काय?'' जॅक म्हणाला.

लूच्या गालांवर दाढीचे खुंट चांगलेच वाढलेले दिसत होते. त्याच्या अंगावर

एक चुरगळलेला निळा शर्ट होता. त्याचं वरचं बटन त्यानं उघडंच टाकलं होतं. त्याचा टायही सैल आणि वेडावाकडा झालेला होता. आणि त्याचा कोलंबो स्टाईलचा कोट एखाद्या बेघर माणसानं घातलेल्या कोटासारखा दिसत होता.

''गेल्या दोन रात्रीत माझी जेमतेम तीन तास झोप झालीय.'' लू कंटाळून म्हणाला. लॉरीकडे जाऊन तो तिला 'हॅलो' म्हणाला आणि नियोजनाच्या टेबलाशेजारी असलेल्या खुर्चीत धप्पकन बसला.

''फ्रँकोनी केसमध्ये काही प्रगती?'' लॉरीनं त्याला विचारलं.

''कॅप्टन, एरिया कमांडर किंवा पोलिस कमिशनर या तिघांपैकी कोणाच्याच उपयोगाचं अजूनपर्यंत तरी काही समजलेलं नाही.'' लू खिन्नपणे म्हणाला, ''काय गोंधळ आहे ! चिंता अशी आहे, की काही लोकांना तरी याचे परिणाम भोगावे लागणार आहेत. आम्हा गुन्हे-अन्वेषणवाल्यांना जर लवकरच काहीतरी सुगावा लागला नाही, तर आम्हालाच या प्रकरणात बळीचा बकरा बनवलं जाईल.''

''फ्रँकोनीचा खून झाला हा काही तुमचा दोष नाही.'' लॉरी संतापानं म्हणाली.

''हे तू कमिशनरना सांग.'' लू म्हणाला. त्यानं मोठा आवाज करत कॉफीचा एक घोट घेतला. ''मी सिगारेट ओढली तर चालेल का...?'' त्यानं लॉरी आणि जॅककडे पाहिलं. ''जाऊ दे...!'' त्यांच्या चेहऱ्यावरचे भाव पाहून लगेच तो म्हणाला, ''मी मुळात विचारलं कसं तेच समजत नाही. एक क्षणभर माझं डोकं फिरलं होतं बहुतेक.''

''तुला काय काय माहिती मिळालीय?'' लॉरीनं विचारलं. गुन्हा-अन्वेषणाच्या या विभागात येण्यापूर्वी तो संघटित गुन्हे विभागात होता हे तिला ठाऊक होतं. तिथल्या त्याच्या अनुभवामुळे, या केसवर काम करण्यासाठी त्याच्याहून अधिक लायक माणूस दुसरा मिळाला नसता.

''हे काम नक्की व्हॅकारो टोळीचंच आहे.'' लू म्हणाला, ''ही माहिती आम्हाला आमच्या खबऱ्यांकडून समजलीय. पण फ्रँकोनी साक्ष द्यायला तयार झाला होता, यावरून आम्ही तो तर्क केलाच होता. एक खरा माग लागलाय, तो म्हणजे खुनाचं हत्यार सापडलंय.''

''त्याचा नक्कीच उपयोग होईल.'' लॉरी म्हणाली.

''जेवढा तुला वाटतोय तेवढा नाही.'' लू म्हणाला. ''टोळीतील हे गुंड बऱ्याचदा खुनाचं हत्यार जागेवर टाकूनच पळतात. आम्हाला ते पॉझिटानो रेस्टॉरंटच्या समोरच्या इमारतीच्या छतावर मिळालं. ते ३०-३० रेमिंग्टन पिस्तूल आहे. त्याच्या मॅगझिनमधून दोन गोळ्या झाडलेल्या आहेत. दोन रिकामी काडतुसंही आम्हाला छतावर मिळाली.''

''बोटांचे काही ठसे?'' लॉरीनं विचारलं.

''नाही, ते स्वच्छ पुसून टाकलेले होते.'' लू म्हणाला, ''पण आमची माणसं

अजून काही ठसे मिळतायत का, ते शोधतायत.''

"हे पिस्तूल कोणाचं आहे त्याबद्दल काही पत्ता लागला?'' जॅकनं विचारलं.

"हो.'' एक उसासा सोडून लू म्हणाला, "ते मेन्लो पार्कमधल्या एका हौशी शिकाऱ्याच्या मालकीचं आहे. पण त्याच्याकडून अपेक्षित तेच कळलं. आदल्या दिवशीच त्याच्याकडे चोरी झाली होती, आणि चोरीला गेलेली एकुलती एक वस्तू म्हणजे हे पिस्तूल होतं.''

"मग? आता पुढे काय?'' लॉरीनं विचारलं.

"आम्ही अजून काही माहिती मिळतेय का ते पाहतोय.'' लू म्हणाला, "शिवाय आमचे अजून काही खबरे आहेत. त्यांच्याशी संपर्क साधायला आम्हाला अजून जमलं नाहीये. पण मुख्य म्हणजे काहीतरी चांगली माहिती मिळावी म्हणून आम्ही प्रार्थना करतोय. तुमचं काम कुठवर आलंय? मृतदेह इथून बाहेर कसा गेला, याबद्दल काही शोध लागला का?''

"अजून तरी नाही. पण मी स्वत: त्यात लक्ष घालणार आहे.'' लॉरी म्हणाली.

"ए, तिला प्रोत्साहन देऊ नकोस.'' जॅक म्हणाला, "ते काम बिंगहॅम आणि वॉशिंग्टन यांचं आहे.''

"तो म्हणतोय ते बरोबर आहे, लॉरी.'' लू म्हणाला.

"नक्कीच मी म्हणतोय ते बरोबर आहे.'' जॅक म्हणाला, "मागच्या वेळी ती टोळीवाल्यांच्या भानगडीत पडली आणि तिला शवपेटीतून बाहेर काढावं लागलं. निदान तू तरी मला असंच सांगितलंस.''

"ती तेव्हाची गोष्ट होती. आता तसं काही नाही.'' लॉरी म्हणाली, "त्या केसमध्ये मी ज्याप्रकारे गुंतले होते, तसं यावेळी नाहीये. ते शव कसं नाहीसं झालं याचा शोध घेणं, हे आपल्या ऑफिसच्या दृष्टीनं फार महत्त्वाचं आहे. आणि खरं सांगायचं तर बिंगहॅम आणि वॉशिंग्टन त्यासाठी खास काही प्रयत्न करतील असं मला अजिबात वाटत नाही. त्यांच्या दृष्टीनं हे प्रकरण आपोआप मिटलं तर बरंच आहे.''

"ते मला कळतंय.'' लू म्हणाला, "खरं म्हणजे प्रसारमाध्यमांनी जर या प्रकरणाचा पिच्छा सोडला, तर आमच्यावर देखील कमिशनर दबाव आणणार नाहीत. काय सांगावं?''

"हे कसं झालं त्याचा मी शोध घेणारच...!'' लॉरीनं परत आपला निश्चय बोलून दाखवला.

"ते कोणी केलं आणि कसं केलं हे समजलं, तर माझ्या शोधाला नक्कीच मदत होईल.'' लू म्हणाला, "बहुतेक ते व्हॅकारो टोळीवाल्यांचंच काम आहे. त्यासाठी त्यांच्याकडे सबळ कारणही आहे.''

जॅकनं आपले दोन्ही हात वर केले. "आता मात्र मी इथून निघून जातो.'' तो

म्हणाला, ''तुम्ही दोघंही नीट काही ऐकून घ्याल असं वाटत नाही.'' दाराकडे जाता जाता परत एकदा त्यानं व्हिनीचा शर्ट खेचला.

जॅक जॅनिसच्या ऑफिसात डोकावला. ''या तरंगणाऱ्या मृतदेहाबद्दल या फोल्डरमध्ये नसलेली एखादी गोष्ट तुला माहीत आहे का?'' त्यानं तिला विचारलं.

''जी काही थोडी माहिती उपलब्ध होती, ती सगळी त्या फोल्डरमध्ये आहे.'' जॅनिस म्हणाली.

''फक्त त्या कोस्ट गार्डना तो मृतदेह नेमका ज्या जागी सापडला, त्याबद्दलची माहिती त्यात नाहीये. त्यासाठी त्यांनी आज फोन करायला सांगितलाय. पण त्या माहितीमुळे फार काही फरक पडेलसं मला वाटत नाही. कोणी तिथे गेलंच तरी त्याला त्या मृतदेहाचे हात आणि डोकं सापडणार नाहीये.

''अगदी बरोबर आहे.'' जॅक म्हणाला, ''पण तरीही त्यांनी सांगितलंय तर कोणालातरी फोन करायला सांग. सगळ्या नोंदी ठेवलेल्या बऱ्या असतात.

''मी बार्टला चिठ्ठी लिहून ठेवते.'' जॅनिस म्हणाली. बार्ट हा तिथला प्रमुख गुन्हे-शोधक होता.

''थँक्स, जॅनिस.'' जॅक म्हणाला, ''आता घरी जा आणि थोडी झोप घे.'' जॅनिस आपलं काम एवढं मन लावून करायची, की बहुतेक वेळा तिला ओव्हरटाइम करायला लागायचं.

''एक सेकंद.'' जॅनिसनं हाक मारली, ''एक गोष्ट मी माझ्या रिपोर्टमध्ये लिहायला विसरले. तो मृतदेह सापडला, तेव्हा त्याच्यावर एकही कपडा नव्हता; तो पूर्णपणे नग्न होता.''

जॅकनं मान हलवली. ही माहिती थोडी महत्त्वाची होती. प्रेतावरचे कपडे काढून टाकण्यासाठी खुन्याला अधिक कष्ट पडले असले पाहिजेत. जॅकनं थोडा वेळ विचार केला. त्यानंतर त्याला पटलं, की मृतदेहाची ओळख पटू नये यासाठीच खुन्यानं हे जादा कष्ट घेतले असावेत. नाहीतरी याच कारणासाठी त्यानं त्याचे हात आणि डोकंही नाहीसं केलं होतं. जॅकनं जॅनिसचा निरोप घेतला.

''आपण तरंगणाऱ्या मृतदेहावर काम करणार आहोत की काय?'' व्हिनीनं विचारले. तो आणि जॅक लिफ्टच्या दिशेनं चालले होते.

''क्रीडा समाचाराचं पान वाचताना तू खरंच अगदी गुंगून जातोस हं.'' जॅक म्हणाला, ''लॉरी आणि मी दहा मिनिटं याच विषयावर चर्चा करत होतो.''

ते लिफ्टमध्ये शिरले आणि शवविच्छेदनाची खोली ज्या मजल्यावर होती तिकडे जायला निघाले. व्हिनी अजूनही जॅकच्या नजरेला नजर देणं टाळत होता.

''तू आज काहीतरी विचित्रच मूडमध्ये आहेस.'' जॅक म्हणाला. फ्रँकोनी नाहीसा झाला ही गोष्ट तुझ्या मनाला फारच लागलेली दिसतेय.

“गप्प बस.” व्हिनी म्हणाला.

व्हिनी आपला मून सूट घालायला गेला. हा शवविच्छेदनाच्या वेळी घालायचा खास ड्रेस असतो. शवविच्छेदनाच्या वेळी लागणाऱ्या इतर गोष्टींची जमवाजमवही त्याला करायची होती आणि नंतर मृतदेह शवागारातून आणून टेबलावर ठेवायचा होता. त्या वेळामध्ये जॅकनं परत एकदा फोल्डर काढून सगळं नीट वाचलं. आपल्या नजरेतून काहीही सुटलेलं नाही याची त्याला पूर्ण खात्री करून घ्यायची होती. नंतर त्यानं मृतदेह आणला त्यावेळी काढलेले एक्स-रेज बघितले.

आता जॅकनंही आपला मून सूट चढवला. त्यानं रात्रभर चार्ज होत असलेल्या त्या मून सूटचा पॉवर सोर्स काढला. त्याला त्या सूटचा अतिशय तिटकारा वाटायचा. पण पाण्यावर तरंगणाऱ्या दुर्गंधीयुक्त मृतदेहावर काम करताना वाटणाऱ्या तिटकाऱ्यापेक्षा कमीच. त्यानं लॉरीला आधी चिडवलं होतं, पण ही दुर्गंधी खरोखरच फार असह्य असायची.

सकाळी लवकरची वेळ असल्यामुळे जॅक आणि व्हिनी असे दोघेजणच शवविच्छेदन खोलीमध्ये होते. व्हिनीला डिवचण्यासाठी जॅक नेहमीच लवकर काम सुरू करण्याचा आग्रह धरायचा. बहुतेक वेळा त्यांचे इतर सहकारी येऊन आपलं काम सुरू करण्यापूर्वीची जॅकची पहिली केस पूर्ण झालेली असायची.

एक्स-रेज् नीट पाहणं हे पहिलं काम होतं. जॅकनं ते प्रकाशमान काचेसमोर धरले. हात कमरेवर ठेवून तो एक पाऊल मागे सरकला आणि संपूर्ण शरीराच्या त्या फोटोचं निरीक्षण करायला लागला. डोकं आणि हात नसल्यामुळे तो फारच विचित्र दिसत होता. कुठल्यातरी मागासलेल्या, अमानवी प्राण्याचा एक्स-रे असावा असं वाटत होतं. दुसरी विचित्र गोष्ट म्हणजे शरीराच्या वरच्या भागात उजवीकडे बंदुकीच्या गोळ्यांमुळे तयार झालेला एक चमकता घट्ट असा गोळा. एकापेक्षा कितीतरी जास्त गोळ्या मारण्यात आल्या असाव्यात, असा निष्कर्ष जॅकनं त्यावरून काढला. एअर रायफलच्या गोळ्यांसारख्या खूपच गोळ्या त्या एका ठिकाणी मारलेल्या दिसत होत्या. त्या गोळ्यांमधून एक्स-रेज् पलीकडे जात नसल्यामुळे त्यांनी झाकल्या गेलेल्या भागातील तपशील दिसत नव्हते. त्या प्रकाशमान काचेसमोर ते नुसतेच पांढऱ्या गोळ्यासारखे दिसत होते.

आता जॅक बाजूनं घेतलेल्या एक्स-रेकडे वळणार, एवढ्यात त्या अपारदर्शक भागातील एका गोष्टीनं त्याचं लक्ष वेधून घेतलं. दोन ठिकाणच्या गोळ्या इतरांपेक्षा वेगळ्या दिसत होत्या. त्यांचा परीघ काहीतरी विचित्र, टेंगळं आल्यासारखा दिसत होता.

जॅकनं बाजूनं घेतलेला एक्स-रे पाहिला आणि त्यातही त्याला तीच गोष्ट परत दिसून आली. प्रथम तरी त्याची अशी समजूत झाली, की बंदुकीच्या गोळ्यांबरोबर एक्स-रेज् आरपार जाऊ शकणार नाहीत असा काहीतरी पदार्थ शरीरात गेला

असावा. कदाचित त्या बळी गेलेल्या माणसाच्या कपड्याचा तुकडा वगैरे.

"तुमचं झालं की इकडे या, साहेब." व्हिनीनं पुकारलं. त्यानं सगळी जय्यत तयारी करून ठेवली होती.

जॅक प्रकाशमान काचेपासून दूर झाला आणि शवविच्छेदनाच्या टेबलाकडे आला. दिव्यांच्या प्रकाशात तो मृतदेह फारच भयानक आणि फिकट दिसत होता. ती जी कोणी व्यक्ती होती, ती बऱ्यापैकी जाड होती. वजन कमी करण्याचे प्रयत्न त्यानं कधी केलेले दिसत नव्हते.

"तुझं नेहमीचं आवडतं उदाहरण द्यायचं झालं, तर हा काही स्वर्गात जाईलसं वाटत नाही..." व्हिनी म्हणाला.

जॅक व्हिनीच्या टोमण्यावर हसला. हे व्हिनीच्या नेहमीच्या स्वभावाला धरून होतं; म्हणजे आता तो सकाळच्या वाईट मूडमधून बाहेर आलेला दिसत होता.

तो मृतदेह फारच वाईट अवस्थेत होता. काही वेळ पाण्यात राहिल्यामुळे बाहेरून तो स्वच्छ वाटत होता. त्यातल्या त्यात चांगली गोष्ट ही होती, की तो फार काळ पाण्यात राहिला नसावा. पोटाच्या वरच्या भागात बंदुकीच्या अनेक गोळ्या घुसल्या होत्या. डोकं आणि हात तर तोडून टाकलेच होते, शिवाय धडावर आणि मांड्यांवर कितीतरी खोल आणि रुंद असे वार करण्यात आले होते. त्यामुळे आतले मांसाचे बुळबुळीत गोळे बाहेर लोंबत होते. सगळ्याच जखमांच्या कडा फाटल्यासारख्या दिसत होत्या.

"माशांनी याला खाऊन पार्टी केलेली दिसतेय.." जॅक म्हणाला.

"ते उघडच दिसतंय." व्हिनी म्हणाला.

बंदुकीच्या गोळ्यांमुळे पोटांतल्या कितीतरी अवयवांचं नुकसान झालं होतं. आतड्याचा काही भाग उघडा पडला होता. एक किडनी बाहेर लोंबत होती.

जॅकनं त्याचा एक दंड उचलला आणि उघड्या पडलेल्या हाडांचं निरीक्षण केलं. "या कामासाठी बहुतेक हॅक-सॉ वापरली असावी.." तो म्हणाला.

"या मोठ्या जखमा कसल्या आहेत?" व्हिनीनं विचारलं. "कोणीतरी त्याचे हॉलिडे टर्कीसारखे तुकडे करायचा प्रयत्न केलाय की काय !"

"अं हं, मला वाटतं एखादी बोट त्याच्यावरून गेली असावी." जॅक म्हणाला, "या जखमा बोटीच्या पंख्यामुळे झाल्यासारख्या दिसतायत."

मग जॅकनं काळजीपूर्वक शवाची बाह्य तपासणी सुरू केली. एवढ्या दुरवस्थेमुळे एखादी सूक्ष्म गोष्ट नजरेतून सुटण्याची सहज शक्यता होती. त्यानं अगदी हळूहळू काम करायला सुरुवात केली. जखमांचे फोटो काढण्यासाठी त्याला वारंवार थांबावं लागत होतं. त्याच्या या व्यवस्थितपणाचं फळ त्याला लगेचच मिळालं. मानेच्या फाटलेल्या तळाशी, खांद्यांच्या हाडाच्या पुढच्या

बाजूला त्याला एक छोटीशी गोल जखम आढळून आली. तशीच आणखी एक जखम छातीच्या पिंजऱ्याच्या खालच्या बाजूला डावीकडेही होती.

"कसल्या जखमा आहेत त्या?" व्हिनीनं विचारलं.

"काही कल्पना नाही." जॅक म्हणाला, "कशामुळे तरी भोक पडलेलं दिसतंय."

"त्यांनी त्याला पोटात किती गोळ्या मारल्या असाव्यात असा तुझा अंदाज आहे?" व्हिनीनं विचारलं.

"ते सांगणं कठीण आहे." जॅक म्हणाला.

"ते कुठलीही संधी मिळू द्यायला तयार नव्हते." व्हिनी म्हणाला, "तो नक्की मेलाय ना, याची त्यांनी फारच चांगली खात्री करून घेतलेली दिसतेय."

अर्ध्या तासानं शवाची बाह्य तपासणी संपवून जॅक आता आतल्या भागांकडे वळणार, एवढ्यात दार उघडलं आणि लॉरी आत आली. तिनं अंगांत गाऊन घातला होता आणि तोंडावर मास्क धरला होता. तिनं मून सूट मात्र घातला नव्हता. ती नेहमी नियम पाळणारी होती आणि तिथे तर मून सूट घातल्याशिवाय यायला बंदी होती. त्यामुळे जॅकला लगेच संशय आला.

"तुम्हाला मिळालेला हा मृतदेह निदान फार वेळ पाण्यात राहिलेला नाही." शवाकडे पाहत लॉरी म्हणाली, "हा अजिबातच कुजलेला नाही."

"त्यानं बहुतेक ताजंतवानं वाटावं म्हणून पाण्यात एक डुबकी मारली असावी." जॅक चेष्टेनं म्हणाला.

"ही बंदुकीच्या गोळीची जखम कसली भयानक आहे!" त्या जखमेकडे बघत लॉरी नवलानं म्हणाली. नंतर त्याच्यावरच्या वारांकडे पाहत ती पुढे म्हणाली, "हे वार बोटीच्या पंख्यामुळे झाल्यासारखे वाटतायत."

जॅक सरळ झाला. "लॉरी, तुझ्या मनांत काय आहे ते स्पष्ट बोल बरं. तू काही आम्हाला मदत करायला इथे आलेली नाहीस हे नक्की."

"खरं आहे." लॉरीनं कबूल केलं. मास्कच्यामागे तिचा आवाज किंचित थरथरला. "मला वाटतं, मला थोडा मानसिक, नैतिक आधार हवाय."

"कशाबद्दल?" जॅकनं विचारलं.

"कॅल्व्हिननं आताच मला झाडलं." लॉरी म्हणाली, "रात्रीचा तंत्रज्ञ, माईक पासानो यानं माझ्याविरुद्ध तक्रार केली म्हणे. मी काल रात्री त्याच्यावर फ्रँकोनीचा मृतदेह चोरल्याचा आरोप ठेवला, असं त्यानं सांगितलं. ग्रेट आहे की नाही? कॅल्व्हिन मात्र त्यामुळे खूप चिडला. मला असं कोणाला समोरासमोर तोंड द्यायला अजिबात आवडत नाही, हे तुला ठाऊक आहेच. याचा शेवट मी रडण्यात झाला. त्यामुळे मला माझाच खूप राग आलाय."

जॅकनं एक शीळ घातली. "मी तुला सांगितलंच होतं..." याखेरीज दुसरं काही

बोलायला सुचतंय का, यावर त्यानं थोडा विचार केला. पण त्याला काहीच आठवलं नाही.

"मला माफ कर." जॅक मरगळल्यासारखं म्हणाला.

"थॅंक्स." लॉरी म्हणाली.

"म्हणजे तू चक्क रडलीस तर..." जॅक म्हणाला, "एवढा त्रास करून घेऊ नकोस."

"पण मला ते अजिबात आवडत नाही." तक्रारीच्या सुरात लॉरी म्हणाली, "ते इतकं बावळटासारखं दिसतं."

"हट्, त्यांत बावळटासारखं काय आहे?" जॅक म्हणाला, "मलाही कधीकधी खूप रडावंसं वाटतं. मला वाटतं, आपण आपसांत तसा समझोता करूया. म्हणजे आपल्याला दोघांनाही बरं वाटेल."

"जरूर!" लॉरी थोडं बरं वाटून म्हणाली.

लॉरीला ज्या गोष्टीचा बरेच दिवस संशय होता, ती गोष्ट अखेर आज जॅकनं जवळजवळ कबूल केली होती. त्याच्या आनंदामध्ये त्याच्या मनात साचून राहिलेलं दुःखच बिब्बा घालत होतं.

"आता तरी तू तुझी ही छोटीशी मोहीम सोडून देशील?" जॅकनं आशेनं विचारलं.

"छे, छे, बिलकुलच नाही!" लॉरी म्हणाली, "उलट आता तर मी अधिकच त्याच्या मागे लागणार आहे. मला भीती वाटत होती त्याप्रमाणेच, कॅल्व्हिन आणि बिंगहॅम हे प्रकरण मिटवून टाकायचा प्रयत्न करणार, याबद्दल आज माझी खात्री पटली. आणि ते काही बरोबर नाही."

"छे, लॉरी !" जॅक विव्हळला. "कॅल्व्हिनबरोबरची आजची बाचाबाची ही फक्त सुरुवात आहे. तू यात तुझं मन:स्वास्थ्य गमावून बसशील.

"ते माझं तत्त्व आहे." लॉरी म्हणाली, "तेव्हा तू आता मला भाषण देऊ नकोस. मी तुझ्याकडे फक्त आधारासाठी आले होते."

जॅकनं एक उसासा सोडला. त्यामुळे त्याच्या तोंडावरच्या मास्कमध्ये एक क्षणभर धुकं जमा झालं. "ठीक आहे." तो म्हणाला, "मग मी काय करावं असं तुझं म्हणणं आहे?"

"विशेष असं काही नाही." लॉरी म्हणाली, "फक्त माझ्यामागे खंबीरपणे उभा राहा."

पंधरा मिनिटांनंतर लॉरी शवविच्छेदनाच्या खोलीतून बाहेर आली. जॅकनं तिला आपल्या केसमधील बाह्य तपासणीचे सगळे निष्कर्ष दाखवले होते. छिद्र पडलेल्या त्या दोन जखमाही दाखवल्या होत्या. तिनं ते सगळं अर्धवटच ऐकलं होतं. तिचं

मन अजून फ्रँकोनीनंच व्यापलं होतं. आपल्याला काय वाटतंय ते तिला सांगण्याचा मोह जॅकला अनेकदा टाळावा लागला.

"आता ही बाह्य तपासणी फार झाली..." जॅक व्हिनीला म्हणाला, "आता आपण या मृतदेहाच्या आतल्या अवयवांकडे वळूया."

"फारच उशीर झालाय." व्हिनी कुरकुरत म्हणाला. आठ वाजून गेले होते. इतर डॉक्टर्स आणि तंत्रज्ञ त्यांना दिलेले मृतदेह घेऊन एक एक करत आत यायला लागले होते. लवकर सुरुवात करूनही त्याचं आणि जॅकचं काम आज इतरांच्या फारसं पुढे नव्हतं.

आपल्यासमोरच्या कमनशिबी शवाकडे पाहून वाटणाऱ्या गंमतीकडे जॅकनं दुर्लक्ष केलं. उघडउघड दिसत असलेल्या दुरवस्थेमुळे जॅकला आज शवविच्छेदनासाठी नेहमीपेक्षा वेगळी तंत्र वापरावी लागणार होती. त्यासाठी मनाच्या एकाग्रतेची आवश्यकता होती. व्हिनीसारखं जॅकला वेळेचं भान अजिबात राहिलं नव्हतं. त्याच्या या व्यवस्थितपणाचा त्याला परत एकदा फायदा झाला. बंदुकीच्या गोळ्यांनी यकृत पार नाहीसं करून टाकलं होतं, तरीही त्याला तिथे काहीतरी लक्ष वेधून घेणारं दिसून आलं. दुसऱ्या एखाद्या अर्धवट, घाईघाईनं काम करणाऱ्या डॉक्टरच्या लक्षांत ते नक्कीच आलं नसतं. यकृतामधील रोहिणीच्या (Hepatic Artery) फाटलेल्या टोकापाशी आणि मुख्य नीलेपाशी (Vena cava) शस्त्रक्रियेनंतर घातलेल्या टाक्यांचे सूक्ष्म अवशेष जॅकला दिसले. या भागामध्ये टाके घातलेले असणं ही जरा वेगळी गोष्ट होती. हेपॅटिक आर्टरी ही यकृताकडे रक्त वाहून नेते आणि व्हेना कॅव्हा ही पोटातली सर्वात मोठी नीला आहे. पोर्टल व्हेनमध्ये (Portal vein) जॅकला टाके दिसले नाहीत, कारण ती पारच फाटून गेलेली होती.

"चेट्, जरा इकडे ये ना.." जॅकनं हाक मारली. चेट् मॅक्गव्हर्न जॅकचा ऑफिसातला मित्र होता. तो शेजारच्याच टेबलावर काम करत होता.

चेट्नं आपला स्कालपेल् खाली ठेवला आणि तो जॅकच्या टेबलाकडे आला. त्याला जागा करून देण्यासाठी व्हिनी शवाच्या डोक्याच्या बाजूला गेला.

"काय सापडलं तुला?" चेट्नं विचारलं, "काही विशेष आहे का?" त्यानं जॅक काम करत होता त्या उघड्या जखमेत डोकावून पाहिलं.

"नक्कीच विशेष आहे." जॅक म्हणाला, "इथे बंदुकीच्या गोळ्यांचा एक गठ्ठाच्या गठ्ठाच सापडलाय. पण इथल्या रक्तवाहिन्यांवर टाके घातलेले दिसताहेत."

"कुठे आहेत टाके?" चेट्नं विचारलं. त्याला त्या शरीरात वेगळं असं काही दिसत नव्हतं.

"हे काय..." जॅक म्हणाला. त्यानं स्काल्पेलच्या हॅण्डलनं ते टाके दाखवले.

"हां, आता दिसले मला." चेट् कौतुकानं म्हणाला, "चांगलं निरीक्षण आहे.

त्या टाक्यांच्या जखमा अजून भरलेल्याही दिसत नाहीयेत. मला वाटतंय, ते अलीकडेच घातले असावेत.''

''मलाही तसंच वाटतंय..'' जॅक म्हणाला, ''एक-दोन महिन्यांपूर्वी घातले असावेत. फार फार तर सहा महिन्यांपूर्वी.''

''याचा अर्थ काय आहे असं तुला वाटतंय?''

''मला वाटतंय, की यामुळे हा मृतदेह कोणाचा आहे हे ओळखण्याची शक्यता हजार पटींनी वाढली.'' जॅक म्हणाला. ताठ उभं राहून त्यानं आळस दिला.

''म्हणजे या माणसाचं नुकतंच पोटाचं ऑपरेशन झालेलं होतं तर...!'' चेट् म्हणाला, ''पण त्यात काय एवढं? कितीतरी लोकांची पोटाची ऑपरेशनं होत असतात.''

''पण ती या माणसाचं झालंय त्या प्रकारची नसतात.'' जॅक म्हणाला, ''व्हेना कॅव्हा आणि हेपॅटिक आर्टरीमध्ये सापडलेल्या टाक्यांवरून मी पैज लावायला तयार आहे, की हा माणूस उच्चवर्गीयांपैकी होता; आणि माझा तर्क असा आहे, की थोड्याच दिवसांपूर्वी त्याचं यकृतारोपणाचं ऑपरेशन झालेलं असावं.''

□□

८

मार्च ५, १९९७
सकाळी १० वाजता
न्यूयॉर्क

रेमंड लीयॉन्सनी आपली कफ्-लिंक लावलेली बाही वर केली आणि आपल्या वेफरसारख्या पातळ 'पियाजे' मनगटी घड्याळाकडे पाहिलं. बरोबर दहा वाजले होते. त्यांना बरं वाटलं. विशेषत: कामाच्या मीटिंगसाठी वेळेवर पोचणं त्यांना आवडायचं, पण लवकर पोचणं मात्र आवडत नसे. त्यांच्या मते, लवकर पोचल्यामुळे तुम्ही फार उतावीळ आहात असं समोरच्या माणसाला वाटण्याची शक्यता असते. आपल्या महत्त्वाच्या हुद्यावरून सौदेबाजी करायला त्यांना फार आवडायचं. त्यामुळे घाई करून चालणार नव्हतं.

गेली काही मिनिटं पार्क अ‍ॅव्हेन्यू आणि अठ्ठ्याहत्तराव्या रस्त्याच्या कोपऱ्यावर दहा वाजण्याची वाट बघत ते उभे होते. आता त्यांनी आपला टाय सरळ केला, फेडोरा हॅट डोक्यावर नीट बसवली आणि मग ते घर नं ९७२, पार्क अ‍ॅव्हेन्यूकडे चालायला लागले.

"मला डॉ. अँडरसनच्या ऑफिसात जायचंय." राजे- रजवाड्यांच्या रखवालदारासारखा रुबाबदार पोशाख केलेल्या त्या पहारेकऱ्याला त्यांनी सांगितलं. त्यानं त्यांच्यासाठी लोखंड आणि काच यापासून बनवलेलं जड प्रवेशद्वार उघडून धरलं.

"डॉक्टरांच्या ऑफिसात जाण्यासाठी स्वतंत्र दरवाजा आहे." पहारेकरी

म्हणाला आणि बाहेर फूटपाथवर येऊन त्यानं दक्षिणेला बोट दाखवलं.

त्याचे आभार मानण्यासाठी रेमंडनी आपल्या हॅटच्या टोकाला स्पर्श केला आणि ते त्यानं दाखवलेल्या खाजगी दाराकडे वळले. तिथे पितळी पाटीवर 'बेल वाजवून मगच आत या.' अशी अक्षरं कोरली होती. रेमंडनी त्या सूचनेप्रमाणे केलं.

त्यांच्यामागे दरवाजा आपोआप बंद झाला. रेमंडना एकदम बरं वाटलं. हा डॉक्टर पैसेवाला दिसत होता. तिथे जुन्या काळातल्या बऱ्याच कलाकृती ठेवलेल्या होत्या. जमिनीवर पूर्वेकडच्या देशांतला जाड गालिचा अंथरलेला होता. भिंती एकोणिसाव्या शतकांतल्या कलाकृतींनी झाकून टाकल्या होत्या.

रेमंड एका नाजूक, फ्रेंच टेबलाकडे गेले. चांगला पोशाख केलेल्या, थोड्याशा प्रौढ वयाच्या रिसेप्शनिस्टनं आपल्या चष्म्याच्या वरच्या भागातून त्यांच्याकडे बघितलं. त्या टेबलावर असलेल्या नावाच्या पाटीवर लिहिलं होतं. 'मिसेस आर्थर पी. ऑचिन्क्लॉस.'

रेमंडनी तिला आपलं नाव सांगितलं. आपण डॉक्टर आहोत हे मुद्दाम तिच्या कानावर घालायला ते विसरले नाहीत. भेटायला आलेली व्यक्ती डॉक्टर आहे हे माहीत नसेल, तर काही रिसेप्शनिस्टस् उद्दामपणे वागतात हे त्यांना ठाऊक होतं.

''डॉक्टर आपलीच वाट पाहत आहेत.'' मिसेस् ऑचिन्क्लॉस म्हणाली. नंतर तिनं सौम्यपणे रेमंडना वेटिंग रूममध्ये थांबायला सांगितलं.

''तुमचं ऑफिस फारच छान आहे...'' संभाषण सुरू करण्याच्या उद्देशानं रेमंड म्हणाले.

''आहे खरं.'' मिसेस् ऑचिन्क्लॉस म्हणाली.

''बरंच मोठंही दिसतंय...'' रेमंड म्हणाले.

''हो.'' मिसेस् ऑचिन्क्लॉस म्हणाली. ''डॉ. अँडरसन खूप बिझी असतात. आमच्याकडे तपासणीच्या चार मोठ्या खोल्या आणि शिवाय एक एक्स-रे रूम एवढी जागा आहे.''

रेमंड हसले. रुग्णावर वजन पाडण्यासाठी एवढी मोठी जागा स्वत:कडे ठेवल्यामुळे डॉ. अँडरसनना किती अधिक खर्च करावा लागत असेल, याची कल्पना त्यांना लगेच आली. रेमंडच्या दृष्टीनं डॉ. अँडरसन हे अगदी योग्य असे भावी पार्टनर होते. त्यांच्याकडे त्यांचे काही जुने श्रीमंत रुग्ण अजून नक्कीच येत असतील. पण एकंदर खर्च पाहता त्यांचं उत्पन्न त्यांना पुरत असेलसं त्यांना वाटेना.

''याचा अर्थ माणसंही बरीच असतील?'' रेमंडनी विचारलं.

''आमच्याकडे एकच नर्स आहे...'' मिसेस ऑचिन्क्लॉस म्हणाली, ''आजकाल चांगली माणसं मिळतात कुठे?''

'हो, नक्कीच..' रेमंड मनातल्या मनात म्हणाले. तपासणीच्या चार खोल्यांसाठी

मिळून एक नर्स म्हणजे या डॉक्टरची परिस्थिती नक्कीच बेताची होती. पण रेमंडनी आपले हे विचार बोलून दाखवले नाहीत. वॉलपेपरनी काळजीपूर्वक सजवलेल्या भिंतीवरून नजर फिरवत ते म्हणाले, ''मला ही पार्क ॲव्हेन्यूवरची जुन्या पद्धतीची ऑफिसेस् फार आवडतात. ती एवढी सुसंस्कृत आणि शांत वाटतात ना! त्यामुळे रुग्णाच्या मनात डॉक्टरबद्दल एक प्रकारचा विश्वास निर्माण होतो.''

''आमच्या रुग्णांनाही असंच वाटत असेल तर किती बरं होईल.'' मिसेस ऑचिन्क्लॉस म्हणाली.

आतला दरवाजा उघडला. खूप दागिने घातलेली, फॅशनेबल पोशाख केलेली एक वयस्क बाई बाहेर आली. ती खूपच काटकुळी होती. तिच्या ओठांवर एक कायमचं ताणलेलं मंद हास्य विलसताना दिसत होतं.

तिच्यामागेच डॉ. वॉलर अँडरसन होते.

तिला रिसेप्शनिस्टकडे जायला सांगत असताना एक क्षणभरच वॉलर आणि रेमंडची नजरभेट झाली. तिला परत कधी यायला सांगायचं आहे, ते वॉलरनी रिसेप्शनिस्टला सांगितलं.

तोपर्यंत रेमंडनी डॉक्टरचा अंदाज घेतला. तो चांगला उंच होता आणि रेमंड-सारखाच सुसंस्कृत दिसत होता. पण वॉलर उन्हानं काळवंडलेला नव्हता. त्याची त्वचा राखाडी रंगाची दिसत होती. गाल खोल गेलेले होते आणि डोळ्यांमध्ये एक प्रकारची दुःखाची झाक होती. रेमंडना वाटलं, त्यानं केलेले कष्ट आणि आताची वाईट परिस्थिती याचं चित्रच त्याच्या चेहऱ्यावर रेखाटलेलं आहे.

त्या रुग्णाचा प्रेमानं निरोप घेतल्यावर वॉलर रेमंडकडे वळला आणि त्यानं त्यांना आपल्यामागे येण्याची खूण केली. दोन्ही बाजूला तपासणी-खोल्या असलेल्या एका लांब कॉरिडॉरमधून ते चालले होते. शेवटच्या खोलीत त्याचं खाजगी ऑफिस होतं. दार उघडून त्यानं रेमंडना आधी आत जायला सांगितलं आणि मग स्वतः त्यांच्यामागून जात दार लावून घेतलं.

वॉलरनं स्वतःची ओळख साधेपणानेच करून दिली. पण तो हातचं काहीतरी राखून ठेवत आहे, असं वाटत होतं. रेमंडची हॅट आणि कोट त्यानं काळजीपूर्वक बाजूच्या छोट्या कपाटात टांगून ठेवला.

''कॉफी?'' वॉलरनं विचारलं.

''नक्कीच चालेल.'' रेमंड म्हणाले.

थोड्या वेळानं कॉफी आल्यानंतर वॉलर टेबलाच्या मागे आपल्या खुर्चीवर जाऊन बसला. रेमंड त्याच्यासमोरच्या खुर्चीवर बसले.

रेमंडनी आपली गोलंदाजी करायला सुरुवात केली...

''हल्ली वैद्यकीय प्रॅक्टिस करणं फार कठीण झालंय नाही?'' रेमंड म्हणाले.

वॉलरनं हसल्यासारखा वाटावा असा आवाज केला, पण त्यांत विनोदाची झाक मुळीच नव्हती. अर्थात, त्याला यात विनोदी असं काही वाटलं नव्हतं.

''आम्ही तुम्हाला तुमचं उत्पन्न चांगल्यापैकी वाढवण्याची संधी उपलब्ध करून देऊ शकतो. तसंच, काही ठरावीक ग्राहकांना तुम्ही दर्जेदार सेवाही देऊ शकाल...'' रेमंड म्हणाले. बहुतेक वेळा रेमंडचं भाषण परिपूर्ण असायचं. गेली कित्येक वर्षं त्यांनी त्याचा सराव केला होता.

''यात बेकायदेशीर असं काही आहे का?'' वॉलरनं मध्येच विचारलं. त्याचा सूर अतिशय गंभीर, थोडासा त्रासल्यासारखाच वाटत होता. ''तसं असेल तर मला त्यात अजिबात पडायचं नाही.''

''बेकायदेशीर काहीच नाही.'' रेमंडनी त्याला खात्रीपूर्वक सांगितलं. ''फक्त अतिशय गुप्त आहे. फोनवर तुम्ही म्हणाला होतात, की आपलं हे संभाषण फक्त तुम्ही, मी आणि डॉ. डॅनियल लेविट्झ या तिघांपुरतंच मर्यादित राहील म्हणून.''

''जोपर्यंत माझं गप्प बसणं हा गंभीर गुन्हा होत नाही तोपर्यंतच.'' वॉलर म्हणाला, ''एखाद्या छोट्याशा गुन्ह्यातही सहभागी होण्याची तुम्ही माझ्यावर जबरदस्ती करू शकत नाही.

''मुळीच काळजी करू नका.'' रेमंड हसत म्हणाले, ''पण तुम्ही आमच्या कार्यक्रमांत सहभागी व्हायचं ठरवलंत तर तुम्हाला एक गुप्ततेच्या करारावर सही मात्र करावी लागेल. मगच तुम्हाला बाकीचे तपशील सांगण्यात येतील.''

''जोपर्यंत कुठल्याही कायद्याचा भंग होत नाही, तोपर्यंत करारावर सही करायला माझी काही हरकत नाही.'' वॉलर म्हणाला.

''ठीक आहे तर मग.'' रेमंड म्हणाले. कॉफीचा कप वॉलरच्या टेबलाच्या कोपऱ्यात ठेवून त्यांनी आपले हात मोकळे केले. बोलण्याला पुष्टी मिळण्यासाठी हातवाऱ्यांची अत्यंत आवश्यकता असते, अशा मताचे ते होते. सात वर्षांपूर्वी केविन मार्शलशी योगायोगानं झालेल्या भेटीपासून त्यांनी सुरुवात केली. केविननं दिलेल्या 'पेशींमधील क्रोमोझोम्च्या तुकड्यांमध्ये होणाऱ्या समगामी बदली'वरच्या भाषणाला राष्ट्रीय मीटिंगमध्ये किती कमी गर्दी होती, तेही त्यांनी त्याला सांगितलं.

''समगामी बदली?'' वॉलरनं विचारलं, ''हा काय प्रकार आहे, बुवा?''

त्याचं वैद्यकीय शिक्षण झालं होतं, तेव्हा रेण्वीय जीवशास्त्रांत आताची क्रांती घडून आलेली नव्हती. त्यामुळे त्याला हे सगळे शब्द नवीन होते.

रेमंडनी शांतपणे त्याला सगळी माहिती सांगितली. उदाहरण देण्यासाठी त्यांनी क्रोमोझोम् सहाच्या छोट्या भागांचाच उपयोग केला.

''याचा अर्थ, एका पेशीतून क्रोमोझोमचा एखादा तुकडा बाहेर काढून त्याजागी दुसऱ्या पेशीतला तसलाच तुकडा कसा बसवायचा, याचं तंत्र या केविन मार्शलनं

विकसित केलंय तर..!'' वॉलर म्हणाला.

''अगदी बरोबर.'' रेमंड म्हणाले, ''मला तर त्यामुळे एकदम साक्षात्कारच झाल्यासारखं वाटलं. त्याचा वैद्यकीय उपयोग कसा करून घेता येईल, ते माझ्या लगेच ध्यानात आलं. अवयवारोपण शस्त्रक्रियांच्या वेळी बऱ्याच वेळा शरीराकडून अवयव नाकारले जातात. एखाद्या व्यक्तीच्या शरीरांत असलेल्या अवयवांसारखेच अवयव असलेली तिची एखादी प्रतिकृती तयार करता आली, तर हा पेशीसमूह जुळवून घेण्याचा प्रश्नच उद्‌भवणार नाही. केविनच्या या तंत्रामुळे ते शक्य होईल असं मला वाटलं. क्रोमोझोम् सहाच्या छोट्या भागावर मेजर हिस्टोकॉम्पॅटिबिलिटी कॉम्प्लेक्स असतो, हे तर तुम्हाला ठाऊक असेलच.

''म्हणजे एकसारख्या जुळ्यांसारखं?'' वॉलरला आता त्यांच्या बोलण्यात रस वाटू लागला होता.

''एकसारख्या जुळ्यांपेक्षाही कितीतरी चांगलं.'' रेमंड म्हणाले, ''ही जी प्रतिकृती बनवायची, ती माणसाच्या आकाराच्या प्राण्याची बनवायची. म्हणजे प्रसंगी त्याचा बळी द्यावा लागला तरी काही हरकत नाही. जुळ्या भावाबहिणीचा बळी द्यायला कोण तयार होईल?''

''याला प्रसिद्धी का दिली नाही?'' वॉलरनं विचारलं.

''डॉ. मार्शलला ते प्रसिद्धच करायचं होतं..'' रेमंड म्हणाले, ''पण ते करण्यापूर्वी काही छोट्या तपशिलांबाबत त्याला खात्री करून घ्यायची होती. त्याच्या विभागप्रमुखांनी त्याआधीच त्याला हे भाषण द्यायला लावलं. त्यामुळे आपल्याला बरंच झालं. भाषणानंतर मी त्याला भेटलो आणि गुप्तपणे हे काम करण्यासाठी त्याची खात्री पटवली. तो या गोष्टीला तयार नव्हताच. पण मी त्याला त्याच्या स्वप्नातली प्रयोगशाळा उभारून द्यायचं वचन दिलं. त्यामुळे त्याच्या कामात इतर गोष्टींचा व्यत्यय आला नसता. त्याला हवी असलेली एकूणएक उपकरणंदेखील मी त्याला आणून द्यायचं कबूल केलं.''

''तुमच्याकडे अशी प्रयोगशाळा होती?'' वॉलरनं विचारलं.

''त्यावेळी नव्हती.'' रेमंडनी कबुली दिली. ''त्याच्याकडून करार करून घेतल्यानंतर मी जीवतंत्रज्ञानाच्या क्षेत्रांतील एका बड्या आंतरराष्ट्रीय कंपनीकडे गेलो. तुम्ही आमच्यांत सहभागी होईपर्यंत मी तुम्हाला या कंपनीचं नाव सांगू शकत नाही. थोडा त्रास झाला तरी माझी कल्पना त्यांच्या गळी उतरवण्यात मी यशस्वी झालो.''

''हे काम कसं काय चालतं?'' वॉलरनं विचारलं.

खुर्चीतच थोडं पुढे सरकून रेमंडनी वॉलरच्या नजरेला नजर भिडवली. ''आम्ही ग्राहकांकडून पैसे घेऊन त्यांची प्रतिकृती तयार करतो.'' रेमंड म्हणाले, ''अर्थातच, याला पैसे खूप पडतात. पण त्यामुळे ग्राहकाला जी मन:शांती मिळते तिच्या तुलनेत

ही किंमत काही फार जास्त नाही. पण आम्हाला खरा फायदा होतो, तो वेगळ्याच गोष्टीमुळे. ग्राहकाकडून त्याची प्रतिकृती पोसण्यासाठी दरवर्षी आम्ही ठरावीक रक्कम वसूल करतो.''

''म्हणजे सुरुवातीची नोंदणी फी आणि नंतर ठरावीक भाडं, असंच ना?'' वॉलर म्हणाला.

''हा तुमचा दृष्टिकोन झाला,'' रेमंड म्हणाले.

''यात मला काय मिळणार?'' वॉलरनं विचारलं.

''तुमचे यात अनेक फायदे आहेत.'' रेमंड म्हणाले, ''मी या कामाची व्यापारी पिरॅमिडसारखी उभारणी केलीय. तुम्ही दिलेल्या प्रत्येक ग्राहकामागे तुम्हाला कमिशन दिलं जाईल. सुरुवातीच्या पैशात आणि वार्षिक रकमेतही. शिवाय तुमच्यासारखे रुग्ण कमी झालेले, परंतु अजूनही ज्यांच्याकडे जुने, श्रीमंत, तब्येतीची खूप काळजी असलेले आणि रोख पेसे देणारे रुग्ण येताहेत, असे डॉक्टर तुम्ही आम्हाला मिळवून देऊ शकता. अशा डॉक्टरनं मिळवलेल्या आणखी डॉक्टर्सवरच्या कमिशनमध्येही तुमचा वाटा राहीलच. उदाहरणार्थ, तुम्ही जर आमच्या कार्यक्रमात यायचं ठरवलंत, तर तुमचं नाव सुचवणाऱ्या डॉ. लेविट्झना आम्ही कमिशन देऊ आणि तुम्ही मिळवलेल्या नवीन डॉक्टर्सवरच्या कमिशनमधली काही रक्कमही त्यांना देण्यात येईल. या रचनेमुळे थोड्याशा प्रयत्नांनी तुमच्या उत्पन्नात किती वाढ होईल, हा हिशेब करायला काही वेगळ्या हिशेबनीसाची गरज नाही. आणखी एक, बोनस म्हणून आम्ही परदेशांतही ही रक्कम देण्याची व्यवस्था करतो. म्हणजे त्याच्यावरचा करही भरावा लागत नाही.''

''पण एवढी गुप्तता कशासाठी?'' वॉलरनं विचारलं.

''परदेशातल्या रकमेबद्दल म्हणत असाल तर त्याचं कारण उघड आहे.'' रेमंड म्हणाले, ''आणि एकंदर सगळ्याच कार्यक्रमाबद्दल म्हणत असाल, तर त्यामध्ये काही गोष्टी नैतिकतेच्या आड येतात; त्यामुळे जीवतंत्रज्ञानातील जी कंपनी या कार्यक्रमासाठी आर्थिक मदत करतेय, त्यांना वाईट प्रसिद्धी अजिबात नकोय. स्पष्टच बोलायचं झालं तर, अवयवारोपणासाठी प्राण्यांचा वापर केल्यामुळे काही लोकांच्या भावना दुखावल्या जातात; आणि प्राण्यांच्या अधिकारासाठी भांडणाऱ्या या वेड्या लोकांच्या भानगडीत आम्हाला बिलकुल पडायचं नाही. शिवाय हे ऑपरेशन अतिशय महागडं असल्यामुळे समाजातील काही व्यक्तींनाच ते परवडण्यासारखं आहे. त्यामुळे सामाजिक समानतावाल्यांनाही राग येण्याची शक्यता आहे.''

''आतापर्यंत किती ग्राहकांनी याचा लाभ घेतलाय, ते तुम्ही मला सांगू शकाल का?''

''सर्वसामान्य माणसं की डॉक्टर्स?'' रेमंडनी विचारलं.

"सामान्य माणसं." वॉलर म्हणाला.

"जवळजवळ शंभर लोकांनी." रेमंड म्हणाले.

"प्रत्यक्षात आतापर्यंत कोणाला त्याचा वापर करावा लागलाय का?"

"हो. आतापर्यंत चारजणांची ऑपरेशन्स करावी लागली." रेमंड म्हणाले, "दोन मूत्रपिंडांचं आणि दोन यकृतांचं आरोपण करण्यात आलं आहे. सगळ्यांच्या तब्येती अगदी उत्तम आहेत. कोणालाही कसलीही औषधं घ्यावी लागली नाहीत आणि शरीराकडून अवयव नाकारला गेल्याचीही काही लक्षणं दिसली नाहीत. आणि हो, अशा ऑपरेशन्ससाठी आम्ही त्यांच्याकडून खूप जास्त रक्कम घेतो. त्यातली तेवढेच टक्के रक्कम त्या त्या डॉक्टर्सना दिली जाते. कारण सगळ्याच रुग्णांना काही ऑपरेशनची गरज पडत नाही. गरज पडलीच तर असावा, म्हणून त्यांची प्रतिकृती असलेला प्राणी आम्ही तयार ठेवलेलाच असतो."

"या कार्यक्रमात किती डॉक्टर्स सामील आहेत?" वॉलरनं विचारलं.

"पन्नासपेक्षाही कमी." रेमंड म्हणाले, "आम्ही याची सुरुवात आवश्यकतेनुसार जरा सावकाशच केली, पण आता हळूहळू त्याला वेग येऊ लागला आहे."

"हा कार्यक्रम किती दिवस चालू आहे?" वॉलरनं विचारलं.

"जवळजवळ सहा महिने झाले." रेमंड म्हणाले, "सुरुवातीला आम्हाला त्यात भरपूर भांडवल गुंतवावं लागलं आणि कष्टही खूपच करावे लागले. पण आता त्याचे फायदे दिसू लागले आहेत. या पिरॅमिडमध्ये तुम्ही त्या मानानं लवकर येताहात. त्यामुळे तुमचा फायदाही अधिक असेल."

"हे मला इंटरेस्टिंग वाटतंय." वॉलर म्हणाला, "माझ्या कमी होत चाललेल्या प्रॅक्टिसला त्यामुळे अतिरिक्त उत्पन्नाची जोड मिळेल. नाहीतर काही दिवसातच हे ऑफिस मला बंद करावं लागेल."

"तसं झालं तर फारच वाईट होईल." रेमंड म्हणाले.

"मी एक दोन दिवस विचार करून सांगितलं तर चालेल?" वॉलरनं विचारलं.

रेमंड उठून उभे राहिले. हा मासा आता गळाला लागला, असं त्यांना त्यांच्या आतापर्यंतच्या अनुभवावरून समजलं होते. "हो, हो, चालेल की." ते रुबाबात म्हणाले, "तुम्ही डॉ. लेविट्झना फोन करून त्यांच्याशी सल्लामसलत करायलाही हरकत नाही. त्यांनी तुमचं नाव मोठ्या आग्रहानं सुचवलंय, आणि आमच्या कामाबद्दलही ते खूप समाधानी आहेत."

पाच मिनिटांनी रेमंड बाहेरच्या फूटपाथवर होते. आता त्यांनी आपला मोर्चा दक्षिणेला पार्क अॅव्हेन्यूकडे वळवला. ते अतिशय खुशीत असल्यामुळे थोडेसे उड्या मारत चालल्यासारखे वाटत होते. निळंभोर आकाश, स्वच्छ हवा आणि उन्हाळ्याची लागलेली चाहूल यांच्या जोडीला कामात मिळालेल्या यशामुळे आपण सुखाच्या

अगदी अत्युच्च शिखरावर असल्यासारखं त्यांना वाटत होतं. मागच्या दोन दिवसांतला अस्वस्थपणा आता तेवढासा महत्त्वाचा वाटत नव्हता. पुढचा भविष्यकाळ उज्ज्वल दिसत होता.

पण तेवढ्यात आभाळातून पडल्यासारखं त्यांच्यावर एक संकट कोसळलं. आपल्या विजयाची त्यांना एवढी धुंदी चढली होती, की समोरून वेगात येणाऱ्या सिटी बसकडे त्यांचं लक्षच गेलं नाही. जोरात जाणाऱ्या त्या बसच्या वाऱ्यामुळे त्यांची हॅट उडाली आणि त्यांच्या काश्मिरी कोटावर गटारातलं घाणेरडं पाणी उडालं.

रेमंड धडपडत मागे झाले. भयानक मृत्यूच्या तावडीतून ते थोडक्यात बचावले होते. न्यूयॉर्कमध्ये असे अपघात नेहमीच होत असतात.

''कुठे लागलं वगैरे नाही ना?'' जवळून जात असलेल्या एका पादचाऱ्यानं त्यांना विचारलं. त्यानं रेमंडच्या हातात त्यांची चुरगळलेली हॅट दिली.

''नाही, मी ठीक आहे, थँक यू.'' रेमंड म्हणाले. त्यांनी आपल्या कोटाकडे बघितलं. त्याची अवस्था बघून त्यांना फारच वाईट वाटलं. या प्रसंगामुळे आपल्याला कसलीतरी सूचना मिळतेय, असं त्यांना वाटलं. फ्रँकोनीच्या दुर्दैवी भानगडीमुळे आदल्या दिवशी त्यांना अनुभवाला आलेली बेचैनी परत छळू लागली. विनी डॉमिनिकशी आपल्याला व्यवहार करायचा आहे, याची आठवण या प्रसंगामुळे परत ताजी झाली.

काहीतरी शिक्षा झाल्यासारखे ते चालू लागले. अतिशय काळजीपूर्वक त्यांनी रस्ता ओलांडला. जीवन हे पदोपदी धोक्यांनी भरलेलं होतं. चौसष्टाच्या रस्त्याकडे जाता जाता त्यांना उरलेल्या दोन अवयवारोपणाच्या केसेसची काळजी वाटायला लागली. फ्रँकोनीचा हा पेचप्रसंग निर्माण होईपर्यंत, शवविच्छेदनामुळे आपला कार्यक्रम धोक्यात येऊ शकतो, हे त्यांच्या डोक्यातच आलं नव्हतं.

त्या दुसऱ्या दोन रुग्णांच्या तब्येतीची चौकशी करायची, असा निर्णय त्यांनी लगेच घेऊन टाकला. टेलर कॅबोटनी दिलेली धमकी ते खरी करतील, याविषयी त्यांच्या मनात बिलकुल संशय नव्हता. भविष्यात काही कारणामुळे एखाद्या रुग्णाचं शवविच्छेदन करावं लागलंच आणि त्याचे निष्कर्ष प्रसिद्धी-माध्यमांपर्यंत पोचले, तर त्यांची खैर नाही. जेनसिस सगळा कार्यक्रमच बंद करून टाकतील, ही काळ्या दगडावरची रेघ आहे.

रेमंड थोडे भराभर चालू लागले. एक रुग्ण न्यूजर्सीमध्ये राहत होता, तर दुसरा डल्लासमध्ये. फोनवरून त्यांच्या डॉक्टरांशी बोलायचं, असं त्यांनी अखेर ठरवलं.

□□

१

मार्च ५, १९९७
दुपारी ५ वाजून ४५ मिनिटे
कोगो, इक्वेटोरियल गिनी

''हॅल्लो !'' कॅन्डेसनं हाक मारली, ''कोणी आहे का घरात?''

अनपेक्षित आवाजामुळे केविन दचकला आणि त्याचा हात एकदम हलला. प्रयोगशाळेतले तंत्रज्ञ घरी जाऊन बराच वेळ झाला होता. रेफ्रिजरेटरची बारीक गुणगुण सोडली तर बाकी प्रयोगशाळा अगदी शांत होती. डीएन्एचे तुकडे वेगळे करण्यासाठी करावं लागणारं सदर्न ब्लॉट् विश्लेषण आणखी एकदा करण्यासाठी केविन थांबला होता. पण कॅन्डेसच्या आवाजामुळे त्याच्या हातातली मायक्रोपिपेट् निसटली. त्यातला सगळा द्राव पदार्थाच्या पृष्ठभागावर पसरला. आतापर्यंतचे सगळे प्रयत्न वाया गेले. आता ही चाचणी परत पहिल्यापासून करावी लागणार...

''मी इकडे आहे.'' केविन ओरडून म्हणाला. पिपेट् खाली ठेवून तो उभा राहिला. प्रयोगशाळेच्या टेबलांवर असलेल्या रसायनांच्या बाटल्यांमधून खोलीच्या दुसऱ्या टोकाला दरवाज्यात उभी असलेली कॅन्डेस त्याला दिसत होती.

''मी चुकीच्या वेळी तर नाही आले?'' जवळ येता येता कॅन्डेस म्हणाली.

''नाही, माझं होतच आलं होतं.'' केविन म्हणाला. आपल्या चेहऱ्यावरचे खरे भाव तिला दिसू नयेत, अशी त्याची इच्छा होती.

त्या प्रक्रियेवर त्यानं घालवलेला वेळ वाया गेल्यामुळे तो जरी वैतागला, तरी कॅन्डेसला बघून त्याला बरं वाटलं. त्या दिवशी दुपारी जेवणाच्या वेळी कॅन्डेस आणि मेलनीला संध्याकाळी चहाला आपल्या घरी बोलावण्याचं धैर्य गोळा करण्यात त्याला यश आलं होतं. दोघींनीही त्याचं आमंत्रण उत्साहानं आणि तत्परतेनं स्वीकारलं. त्याचं घर आतून कसं आहे ते पाहण्याची आपल्याला नेहमीच उत्सुकता वाटते, हे मेलनीनं कबूल केलं.

त्या दोघींचं व्यक्तिमत्त्वच असं प्रसन्न होतं, की दुपारचा वेळ कसा मजेत आणि अखंड बडबडीत गेला हे केविनला कळलंच नाही. कदाचित चहाऐवजी त्यांनी वाईन घ्यायचं ठरवलं, हेही त्याचं कारण असू शकेल. 'झोन'मधल्या खास व्यक्तींपैकी असल्यामुळे केविनला नियमितपणे फ्रेंच वाईनचा पुरवठा केला जायचा. तो स्वत: ती क्वचितच पीत असे. परिणामत: त्याच्या तळघरात भरपूर वाईनचा साठा झाला होता.

परदेशात राहत असल्यामुळे अर्थातच त्यांच्या बोलण्याचा मुख्य विषय अमेरिका हाच होता. त्या तिघांत जणू आपलंच गाव कसं चांगलं आहे, ते सांगण्याची स्पर्धाच लागली होती. मेलनीला न्यूयॉर्क आवडायचं, कारण त्याचा दर्जाच वेगळा होता असं तिला वाटायचं. कॅन्डेसच्या मते, पिट्सबर्गचं राहणीमान आणि संस्कृती फारच उच्च दर्जाची होती, तर केविनला बोस्टनच्या बुद्धिजीवी वातावरणाचा अभिमान होता. दुपारच्या कटू प्रसंगाचा उल्लेख करणं मात्र तिघांनीही कटाक्षानं टाळलं.

दुपारी जेवताना केविन, 'निसर्गाची सीमारेषा ओलांडल्याबद्दल आपल्याला अपराधी वाटतं' असं जे बोलला, त्याचा अर्थ काय असं कॅन्डेस आणि मेलनी या दोघींनीही त्याला वारंवार विचारून पाहिलं. पण त्याचं उत्तर देण्याऐवजी केविन विषय टाळतोय आणि जास्तच अस्वस्थ होतोय असं लक्षात येताच त्यांनी तो नाद सोडला आणि आपणहूनच दुसऱ्या विषयावर बोलायला सुरुवात केली.

''मिस्टर होरेस विन्चेस्टरना भेटण्यासाठी तुला गळ घालता येईल का, ते बघायला मी आलेय.'' कॅन्डेस म्हणाली, ''त्यांना मी तुझ्याविषयी सांगताच त्यांनी तुझे आभार मानायची इच्छा व्यक्त केली आहे.''

''मला ही कल्पना काही फारशी ठीक वाटत नाहीये.'' हे म्हणतानाही केविनला आपल्या मनावरचं दडपण वाढत असल्याची जाणीव झाली.

''उलट आहे.'' कॅन्डेस म्हणाली, ''जेवताना तू ज्या कामाविषयी निराशा व्यक्त केलीस, त्याची चांगली बाजूही तू पाहावीस असं मला फार वाटतं. माझं बोलणं तू मनाला एवढं लावून घेशील असं मला वाटलं नव्हतं...'' कॅन्डेसनं त्याची समजूत काढत पुढे म्हटलं.

दुपारी जेवणाच्या वेळी केविननं केलेल्या चिडचिडीचा उल्लेख त्या प्रसंगानंतर कॅन्डेस प्रथमच करत होती. त्यामुळे केविन अस्वस्थ झाला.

''त्यात तुझा काहीच दोष नव्हता.'' केविन म्हणाला, ''तू तो विषय सुरू करायच्या आधीपासूनच मी अस्वस्थ होतो.''

''मग चल पाहू होरेसना भेटायला.'' कॅन्डोस म्हणाली, ''अरे, त्यांची तब्येत तर एवढ्या झपाट्यानं सुधारतेय, की माझ्यासारख्या अतिदक्षता तज्ज्ञ नर्सची त्यांना आता काहीच आवश्यकता नाही.''

''काय बोलायचं ते मला सुचणार नाही.'' केविन पुटपुटला.

''तू काय बोलशील याला काहीच महत्त्व नाही.'' कॅन्डेस म्हणाली, ''थोड्या दिवसांपूर्वीच त्यांना आपण मृत्युशय्येवर असल्यासारखं वाटत होतं आणि आता नवजीवन मिळाल्यासारखं वाटतंय. त्यामुळे त्यांना तुला भेटून आभार मानायची इच्छा आहे. चल रे, दुसरं काही नाही... त्यांना भेटून तुलाच बरं वाटेल.''

केविन न जाण्यासाठी मनातल्या मनात कारण शोधतच होता. तेवढ्यात मेलनीचा आवाज आला.

''अरे, माझ्या पियक्कड दोस्तमंडळींचं इथे काय चाललंय?'' मेलनी आत येत म्हणाली. आपल्या प्रयोगशाळेकडे जाताना तिला कॅन्डेस अणि केविन आत बसलेले दिसले. तिच्या अंगावर प्राणिकेंद्राचा निळा गणवेश होता. त्याच्या खिशावर 'प्राणिकेंद्र' अशी अक्षरं भरतकामानं काढलेली होती.

''तुमच्यापैकी कोणाला हँगओव्हर नाही आला?'' तिनं विचारलं, ''मला तर अजूनही कसंसंच होतंय. तुम्हाला कल्पना आहे? काल आपण सरळ दोन बाटल्या वाईन रिचवली. केवळ अशक्य !''

केविन आणि कॅन्डेसनं यावर काहीच प्रतिक्रिया दाखवली नाही.

मेलनीनं आलटूनपालटून दोघांच्याही चेहऱ्यांकडे बघितलं. काहीतरी बिनसलंय हे तिला लगेच जाणवलं.

''काय झालं? तुम्ही भांडताय का?'' तिनं विचारलं.

कॅन्डेस हसली. तिला मेलनीच्या परखड विचारण्याचं कौतुक वाटलं. ''छे ग! फक्त आमच्या दोघांची मतं जुळत नाहीयेत.'' कॅन्डेस म्हणाली, ''मी त्याला मिस्टर विन्चेस्टरना भेटायला चलायचा आग्रह करतेय. ते आता बिछान्यातून बाहेर पडून चांगले चालायला लागलेत. मी तुम्हा दोघांविषयी त्यांच्याकडे बोललेय. त्यामुळे तुम्हा दोघांनाही भेटायची त्यांना तीव्र इच्छा आहे.''

''मी ऐकलंय, की बऱ्याच रिझॉर्ट हॉटेलांची चेनच त्यांच्या मालकीची आहे म्हणून.'' मेलनी मिश्किलपणे डोळे मिचकावत म्हणाली, ''आपण त्यांच्याकडनं काही फुकटात मिळतंय का ते बघू.''

''त्यांच्यासारख्या धनवान आणि कौतुक करणाऱ्या माणसाकडून तू यापेक्षा कितीतरी अधिक आणि चांगल्या अपेक्षा करू शकतेस.'' कॅन्डेस म्हणाली, ''पण

अडचण ही आहे, की केविन त्यांना भेटायलाच तयार नाही.''

''का रे बाबा?'' मेलनीनं विचारलं.

''मला वाटलं की आपल्या कामाची चांगली बाजू पाहून त्याचं मन थोडं उल्हसित होईल...'' कॅन्डेस म्हणाली.

त्यांची नजरानजर झाली. कॅन्डेसचा हेतू मेलनीच्या ताबडतोब लक्षात आला.

''खरंच केविन.'' मेलनी म्हणाली, ''खऱ्या, जित्याजागत्या रुग्णाला आपल्या कामाबद्दल काय वाटतं ते जाणून घ्यायलाच पाहिजे. त्यामुळे आपल्या या सगळ्या कष्टांचं सार्थक होईल आणि कामालाही अधिक उत्साह वाटेल.''

''मला तर वाटतंय की त्यामुळे मला आणखीच उदास वाटेल.'' केविन म्हणाला. आपल्याला वाटत असलेल्या भीतीला सामोरं जायला नको, म्हणून त्यानं प्रयोगशाळेत आल्यापासून स्वत:ला प्राथमिक संशोधनातच गाडून घेतलं होतं. काही अंशी त्यात त्याला यशही आलं होतं. पण इस्ला फ्रॅन्सेस्काचं चित्र परत एकदा कॉम्प्युटरवर पाहावं, अशी तीव्र इच्छा त्याला झाली; आणि त्यावरून जी माहिती मिळाली, त्यामुळे तो धुरामुळे झाला होता तसाच उदास झाला.

मेलनी कमरेवर हात ठेवून उभी राहिली. ''का पण?'' तिनं विचारलं, ''मला तर काही कळतच नाही.''

''ते सांगणं अवघड आहे...'' केविन उडवाउडवी करत म्हणाला.

''प्रयत्न तरी करून बघ.'' मेलनी आव्हान देत म्हणाली.

''ज्या गोष्टी विसरायचा मी प्रयत्न करतोय, त्या त्यांना भेटल्यामुळे उलट मला परत आठवतील...'' केविन म्हणाला, ''म्हणजे दुसऱ्या रुग्णाचं काय झालं वगैरे.''

''दुसऱ्या रुग्णाचं म्हणजे त्यांची प्रतिकृती असलेल्या बोनोबोचं काय झालं, असं तुला म्हणायचंय?'' मेलनीनं विचारलं.

केविननं मान हलवली. कॅन्टीनमध्ये झाला होता त्याप्रमाणेच आताही त्याचा चेहरा लाल झाला.

''प्राण्यांच्या अधिकारांच्या या प्रकरणाचा तू माझ्यापेक्षाही अधिक गंभीरपणे विचार करतोयस, असं मला वाटायला लागलंय.'' कॅन्डेस म्हणाली.

''माझ्या भावना प्राण्यांच्या अधिकाराच्या पलीकडल्या आहेत.'' केविन म्हणाला.

थोडा वेळ कोणीच काही बोललं नाही. पण त्या शांततेचा ताण सर्वांनाच जाणवत होता. मेलनीनं कॅन्डेसकडे बघितलं. आपल्याला काहीच सुचत नाही, अशा अर्थानं कॅन्डेसनं खांदे उडवले.

''ठीक आहे. आता हे फारच झालं !'' काहीतरी निश्चय केल्याप्रमाणे मेलनी म्हणाली. केविनजवळ जाऊन तिनं आपले दोन्ही हात त्याच्या खांद्यांवर ठेवले आणि त्याला स्टुलावर बसवलं.

"आज दुपारपर्यंत तरी, आपण फक्त कामातले सहकारी आहोत असं मी समजत होते." असं म्हणत ती खाली वाकली. आपला सुंदर चेहरा केविनच्या चेहऱ्याच्या अगदी जवळ आणत ती म्हणाली, "पण आता माझ्या भावना निराळ्या आहेत. तुझा स्वभाव मला थोडासा कळलाय असं मला वाटतंय. इतके दिवस मी तुला एक थंड, गर्विष्ठ, स्वत:ला फार शहाणा समजणारा असा समजत होते. पण आता मला तू खरा कसा आहेस ते समजलंय. खरं म्हणजे आपण आता मित्र झालोय असं म्हणायला हरकत नाही. हो ना?"

केविननं मान हलवली. मेलनीच्या काळ्या, चमकदार डोळ्यांमध्ये बघणं त्याला भाग पडत होतं.

"मग मित्र एकमेकांशी मनातलं बोलतात." मेलनी म्हणाली, "ते एकमेकांना समजून घेतात. ते दुसऱ्यांपासून आपल्या भावना लपवून ठेवून त्यांना अस्वस्थ करत नाहीत. मी काय बोलतेय ते तुला समजतंय ना?"

"हो, समजतंय." केविन म्हणाला. आपल्या वागणुकीमुळे कोणाला अस्वस्थ वाटत असेल ही कल्पनाच त्याच्या डोक्यात कधी आली नाही.

"नुसतं समजतंय असं म्हणू नकोस." मेलनीनं रागावल्यासारखं दाखवत म्हटलं, "नीट समजून घे."

केविननं एक आवंढा गिळला. "हो." तो कसंबसं म्हणाला.

मेलनीनं हताश झाल्यासारखे डोळे मोठे केले. "तू अगदी लहान मुलासारखा हट्टी आहेस, केविन. दुसऱ्याला वेडं करणारा. पण ठीक आहे, मला याच्यावरचा उपाय ठाऊक आहे. फक्त तू दुपारसारखं चिडलास तर काय करायचं, ते मात्र मला समजत नाही. काय बिनसलंय असं मी तुला विचारल्यावर तू 'निसर्गाच्या सीमारेषा ओलांडल्यात' असं काहीतरी मोघम बोललास आणि नंतर तोंड दाबल्यासारखा गप्प बसलास. ज्या कुठल्या गोष्टीचा तुला त्रास होतोय, ती तू मनातल्या मनात अशीच चिघळू देणार आहेस का? त्याचा तुलाच खूप त्रास होईल आणि आमच्यासारखे मित्रही तोडून बसशील."

मेलनी जे काय बोलतेय त्याला आपली सहमती असल्याचं दाखवण्यासाठी कॅन्डेसनं मान डोलावली.

केविननं आळीपाळीनं त्या दोघींकडे बघितलं. त्या दोघींही फारच स्पष्टवक्त्या आणि आपल्या मताला चिकटून राहणाऱ्या होत्या. आपली भीती बाहेर दिसू नये, यासाठी कितीही प्रयत्न केले तरी त्याला ते जमेना. मेलनीचा चेहरा त्याच्या चेहऱ्याच्या एवढा जवळ होता, की चेहऱ्यावरचे भाव लपवणं त्याला शक्यच नव्हतं. कशी सुरुवात करावी हे न कळून तो म्हणाला, "मला इस्ला फ्रॅन्सेस्कावरून धूर निघताना दिसला."

"इस्ला फ्रॅन्सेस्का काय आहे?" कॅन्डेसनं विचारलं.

"ते एक बेट आहे. ट्रान्सजेनिक बोनोबो तीन वर्षांचे झाले, की त्यांना तिथे

पाठवण्यात येतं.'' मेलनी म्हणाली, ''हं, तर धुराचं काय म्हणत होतास तू?''

केविन उठून उभा राहिला आणि त्यानं त्या दोघींना आपल्यामागे येण्याची खूण केली. तो आपल्या टेबलाला वळसा घालून पलीकडे गेला. तर्जनीनं त्यानं खिडकीबाहेर इस्ला फ्रॅन्सेस्काकडे बोट दाखवलं. ''तिथून मला तीन वेळा धूर येताना दिसलाय.'' तो म्हणाला, ''तो नेहमी एकाच बाजूकडून म्हणजे चुनखडीच्या दगडाच्या डाव्या बाजूकडून येत असतो. धुराची पातळ वेटोळी वर जाताना दिसतात. पण तो दिसतो हे खरं.''

कॅन्डेसनं डोळे बारीक करून पाहिलं. दूरचं बघायला तिला थोडा त्रास व्हायचा. पण आपलं रूप बिघडायला नको म्हणून ती चष्मा लावत नसे. ''ते सर्वात लांबचं बेट दिसतंय, ते का?'' तिनं विचारलं. तिला त्या बेटावर काही तपकिरी रंगाचे डाग दिसत होते. तेच दगड असावेत असं तिला वाटलं. उतरत्या दुपारच्या सूर्यप्रकाशात बाकीची बेटं हिरवीगार शेवाळाच्या एकसंध ढिगांच्या साखळीसारखी दिसत होती.

''तेच ते...'' केविन म्हणाला.

''मग त्यात काय मोठं?'' मेलनी म्हणाली, ''एखाददुसरी छोटीशी आग लागलीही असेल. इथे एवढ्या विजा चमकत असतात, की त्यामुळे एखादी आग लागली तर त्यात काही फारसं आश्चर्य वाटायला नको...''

''बर्ट्राम एडवर्ड्सनाही असंच वाटलं.'' केविन म्हणाला, ''पण हे विजांमुळे होऊ शकणार नाही.''

''बर्ट्राम एडवर्ड्स कोण?'' कॅन्डेसनं विचारलं.

''का? विजांमुळे का नाही होऊ शकणार?'' कॅन्डेसकडे दुर्लक्ष करत मेलनीनं विचारलं. ''त्या दगडांमध्ये काही धातूमिश्रित मातीही असण्याची शक्यता आहे.''

''वीज एकाच जागी कधी दोनदा पडत नाही, ही गोष्ट तू कधी ऐकली आहेस का?'' केविननं विचारलं, ''ही आग विजांमुळे लागणाऱ्या आगींपैकी नाही. शिवाय तो धूर येतच राहतो आणि त्या जागेवरून कधी हललेलाही नाही.''

''तिथे कोणी स्थानिक लोक राहत असतील.'' कॅन्डेस म्हणाली.

''जेनसिसनं त्या बेटाची निवड करण्यापूर्वीच तिथे कोणी राहत नाही याची पक्की खात्री करून घेतली होती...'' केविननं सांगितलं.

''काही स्थानिक मासेमार लोक तिथे जात असतील.'' कॅन्डेसनं सुचवलं.

''तिथं जायला बंदी आहे हे सगळ्या स्थानिक लोकांना माहीत आहे.'' केविन म्हणाला, ''नव्या इक्वेटोगिनीयन कायद्याप्रमाणे तिथे जाणं हा मृत्युदंडाला पात्र असा गुन्हा आहे. मरणाची शिक्षा भोगायलाही तयार व्हावं असं त्या बेटावर काहीही नाही.''

''मग या आगी कोण लावतं?'' कॅन्डेसनं विचारलं.

''माय गॉड्, केविन !'' मेलनी एकदम आश्चर्यानं म्हणाली, ''तुझ्या डोक्यात काय चाललंय याची मला थोडी कल्पना यायला लागलीय... पण हे फारच

हास्यास्पद वाटतंय.''

''काय हास्यास्पद वाटतंय? कोणीतरी मला काय चाललंय ते सांगेल का?'' कॅन्डेस म्हणाली.

''मी तुम्हाला आणखी एक गोष्ट दाखवतो.'' केविन म्हणाला.

आपल्या कॉम्प्युटरपाशी जाऊन त्यानं काही कीज् दाबल्या आणि बेटाचं चित्र पडद्यावर आणलं. ते कसं करायचं ते त्यानं त्या दोघींना समजावून सांगितलं. प्रात्यक्षिक म्हणून त्यानं मेलनीची प्रतिकृती बेटावर जिथे होती, ती जागा पडद्यावर आणली. उत्तरेला, चुनखडीच्या दगडाच्या उतरत्या बाजूकडे एक छोटा लाल दिवा उघडझाप करू लागला. केविनची प्रतिकृतीही परवाच्या दिवशी या जागेच्या आसपासच होती.

''तुमच्या दोघांच्या प्रतिकृती बनवलेल्या आहेत?'' कॅन्डेसनं विचारलं. ती आश्चर्यानं गुंगच झाली होती.

''आम्हाला गिनी पिग्ज बनवण्यात आलं.'' मेलनी म्हणाली, ''आमच्या प्रतिकृती प्रथम बनवण्यात आल्या. हे तंत्रज्ञान खरोखरच काम करतंय, हे आम्हाला सिद्ध करावं लागलं.''

''ठीक आहे, आता तुम्हा दोघींनाही ही स्थानशोधक प्रणाली कशी काम करते ते समजलं ना?'' केविन म्हणाला, ''आता मी तासापूर्वी काय केलं ते तुम्हाला दाखवतो; आणि मग तुम्हालाही माझ्यासारखीच अस्वस्थता येते का ते बघू.''

केविनची बोटं की बोर्डवर फिरली. ''आता मी कॉम्प्युटरला सगळ्या त्र्याहत्तर प्रतिकृती एकेक करून पडद्यावर आपोआप आणायला सांगतो. आधी त्या प्राण्याचा नंबर कोपऱ्यात दिसेल आणि नंतर त्याचा लाल दिवा चित्रावर लुकलुकू लागेल. बघा हं आता...'' केविननं प्रणाली सुरू करण्याचं बटन दाबलं.

कॉम्प्युटरचं काम अगदी सराईतपणे चाललं होतं. कोपऱ्यात नंबर दिसल्यानंतर थोडा वेळ मध्ये गेला, की लगेच लाल दिवा उघडझाप करायला लागायचा.

''मला वाटतं, तुम्ही शंभरएक प्राणी आहेत असं म्हणालात.'' कॅन्डेस म्हणाली.

''आहेतच.'' केविन म्हणाला, ''पण त्यांच्यापैकी बावीसजण तीन वर्षांच्या आतले आहेत. ते सध्या प्राणिकेंद्रातल्या पिंजऱ्यामध्ये ठेवलेले आहेत.''

''ठीक आहे,'' कॉम्प्युटरचं काम थोडा वेळ पाहिल्यावर मेलनी म्हणाली, ''तू सांगितलंस तसंच याचं काम चाललंय. पण यात एवढं अस्वस्थ होण्यासारखं काय आहे?''

''थोडी थांब.'' केविन म्हणाला.

अचानक सदतीस नंबर कोपऱ्यात दिसला, पण त्याचा लाल दिवा येईचना. काही क्षणानंतर पडद्यावर एक सूचना दिसू लागली : प्राणी सापडत नाही. काम पुढे चालू ठेवण्यासाठी क्लिक करा.

मेलनीनं केविनकडे बघितलं. ''सदतीस नंबर कुठे गेला?''

केविननं एक उसासा टाकला. ''विद्युतदाहिनीत.'' तो म्हणाला, ''तो मिस्टर विन्चेस्टरची प्रतिकृती होता. पण मला तुम्हाला दाखवायचंय ते हे नाही.'' केविननं क्लिक करून प्रणाली परत चालू केली आणि बेचाळीस नंबरपाशी तो परत थांबला.

''तो फ्रँकोनीची प्रतिकृती होता का?'' कॅन्डेसनं विचारलं, ''म्हणजे दुसरा यकृतारोपणाचा रुग्ण?''

केविननं नकारार्थी मान हलवली. अनेक कीज् दाबून त्यानं कॉम्प्युटरला बेचाळीस नंबरची ओळख पटवायला सांगितलं. शेवटी वॉरन् प्रेस्कॉट् असं नाव पडद्यावर आलं.

''पण हा बेचाळीस नंबर आहे कुठे?'' मेलनीनं विचारलं.

''ते मला नक्की माहीत नाही. पण मला कसली भीती वाटतेय, ते मात्र मला नक्की माहितेय.'' केविन म्हणाला. केविननं क्लिक् केलं आणि परत एकदा नंबर्स आणि लाल दिवे पडद्यावर आळीपाळीनं दिसू लागले.

संपूर्ण प्रणाली संपल्यावर असं समजलं, की बळी द्यावी लागलेली फ्रँकोनीची प्रतिकृती सोडली तरी आणखी सात बोनोबो प्रतिकृतींचा काहीच पत्ता लागत नव्हता.

''आधीही तुला हेच दिसून आलं होतं का?'' मेलनीनं विचारलं.

केविननं मान हलवली. ''पण तेव्हा त्यांची संख्या सात नसून बारा होती. आणि सकाळी जे सापडत नव्हते, त्यांच्यापैकी काहीजण आता परत दिसत नसले तरी बरेचजण परत आलेत असं म्हणायला हरकत नाही.''

''पण मला हे काही समजतच नाहीये.'' मेलनी म्हणाली, ''असं कसं शक्य आहे?''

''हे सगळं सुरू होण्यापूर्वी एकदा जेव्हा मी त्या बेटावर गेलो होतो,'' केविन म्हणाला, ''तेव्हा त्या चुनखडीच्या दगडामध्ये काही गुहा बघितल्याचं मला आठवतंय. मला असं वाटतंय, की आपले हे प्राणी त्या गुहांमध्ये जात असावेत किंवा आत राहतही असावेत. आपल्या या ग्रिडवर कधीकधी ते न दिसण्याचं दुसरं काहीच सयुक्तिक कारण मला सुचत नाही...''

मेलनीनं हातानं आपलं तोंड झाकलं. तिला वाटत असलेलं आश्चर्य आणि भीती तिच्या चेहऱ्यावर स्पष्ट उमटली होती.

तिच्या चेहऱ्यावरचे भाव बघून कॅन्डेस म्हणाली, ''अरेच्चा !'' ती आर्जवानं म्हणाली, ''काय झालंय? तुम्ही दोघं कसला विचार करताहात?''

मेलनीनं आपला हात खाली केला. ती टक लावून केविनच्या डोळ्यात पाहत होती. ''आपण निसर्गाच्या सीमारेषा ओलांडल्यात अशी भीती आपल्याला वाटतेय असं जे केविन म्हणाला, त्याचा अर्थ आता माझ्या थोडा थोडा लक्षात येऊ

लागलाय.'' एकेका शब्दावर जोर देत ती सावकाशपणे म्हणाली, ''याचा अर्थ, आपण माणसाची निर्मिती केलीय अशी त्याला भीती वाटतेय...''

''तू हे गंभीरपणे बोलत नाहीयेस ना?'' आता आश्चर्यचकित व्हायची पाळी कॅन्डेसची होती. पण केविनकडे आणि मेलनीकडे एकदा पाहिल्यावर तिच्या लक्षात आलं, की ते अतिशय गंभीर आहेत.

एक मिनिटभर तिथे शांतता पसरली.

शेवटी केविननं तिचा भंग केला. ''माकडाच्या रूपानं खराच माणूस निर्माण झालाय, असं मी म्हणणार नाही..'' अखेर तो म्हणाला, ''मला वाटतंय की.. नकळत माझ्याकडून मानवपूर्व अशा जातीचा प्राणी निर्माण झाला आहे. चाळीस पन्नास लाख वर्षांपूर्वी माकडासारख्या प्राण्यापासून आपले जे पहिले माणसासारखे पूर्वज अचानक निसर्गामध्ये अवतरले होते, त्यांच्या अगदी जवळचा असा हा प्राणी असावा. त्यावेळी त्यांच्यातल्या विकासासाठी असलेल्या जनुकांमध्ये बदल होऊन त्यांच्यात काही महत्त्वाची उत्परिवर्तनं (Mutations) घडून आली. विकासाची ही जनुकं क्रोमोझोम् सहाच्या छोट्या भागावर असतात, हे मला अलीकडेच समजलं.''

कॅन्डेस शून्य नजरेनं खिडकीबाहेर बघत होती, पण तिला मनातून मात्र दोन दिवसांपूर्वी ऑपरेशन थिएटरमध्ये घडलेल्या प्रसंगाची आठवण येत होती. त्या दिवशी त्या बोनोबोला भूल देण्यापूर्वी तो माणसासारखे काहीतरी विचित्र आवाज करत होता आणि आपले हात मोकळे राहावेत म्हणून कसून प्रयत्न करत होता. तो एकसारखा आपल्या हातांच्या मुठी वळत होता आणि उघडत होता आणि नंतर दोन्ही हात शरीरापासून दूर नेत होता.

''तू सुरुवातीच्या होमिनिडसारख्या प्राण्यांबद्दल बोलतोयस, म्हणजे होमो इरेक्टसच्या आधीचा किंवा नंतरचा.'' मेलनी म्हणाली, ''या ट्रान्सजेनिक बोनोबोंची पिल्लं आपल्या आयांपेक्षा ताठपणे आणि दोन पायांवर चालत होती, हे आमच्या लक्षात आलं होतं खरं.... त्यावेळी आम्हाला ती फारच गोड वाटली होती, एवढंच. बाकी काही विचार आमच्या डोक्यात आलेच नाहीत.''

''होमिनिडच्या- एवढ्या लवकरच्या काळातले प्राणी आगीचा वापर करत नव्हते.'' केविन म्हणाला, ''सुरुवातीच्या पहिल्या खऱ्या माणसानंच आगीचा वापर करायला सुरुवात केली; आणि या असल्या शेकोट्याच बेटावर दिसतायत अशी भीती मला वाटतेय.''

''स्पष्ट शब्दात सांगायचं झालं तर...'' कॅन्डेस खिडकीपासून आत वळत म्हणाली, ''प्रागैतिहासिक काळातल्या गुहेत राहणाऱ्या माणसांसारख्या प्राण्यांचा एक गट आपण तयार केलाय, असं म्हणायला हवं.''

''हं... तसंच काहीसं.'' केविन म्हणाला. त्याच्या अपेक्षेप्रमाणेच त्या दोघीही

अतिशय भयचकित झाल्या होत्या. पण आपली सगळी काळजी बोलून दाखवल्यामुळे त्याला मात्र आता अगदी बरं वाटायला लागलं.

"मग आपण आता काय करायचं?" कॅन्डेसनं विचारलं, "याचा काहीतरी निकाल लागेपर्यंत आणखी एकाही प्राण्याचा बळी गेलेला मला चालणार नाही. म्हणजे मी त्यासाठी काम करणार नाही. बळी जाणार असलेला प्राणी माकड आहे हे समजल्यापासूनच मला खूप अस्वस्थ वाटत होतं."

"एक सेकंद." मेलनी म्हणाली. हातांची बोटं लांब करत तिनं आपले दोन्ही हात पसरले. तिच्या डोळ्यांत एक वेगळीच चमक होती. "अशीही शक्यता आहे, की आपण काढत असलेले हे निष्कर्ष चुकीचेही असतील. आपण बोलतोय त्याला पुरावा काहीच नाहीये. जो काही पुरावा आहे तो सगळाच परिस्थितीजन्य आहे."

"खरं आहे, पण मी तुम्हाला अजून एक गोष्ट दाखवतो." केविन म्हणाला. तो परत कॉम्प्युटरकडे वळला आणि त्यानं त्याला बेटावरील सगळ्या बोनोबोंच्या जागा एकाच वेळी दाखवण्याची आज्ञा दिली. काही सेकंदातच अनेक दिव्यांचे पुंजके दोन मोठ्या गटात पडद्यावर उघडझाप करू लागले. पूर्वी मेलनीची प्रतिकृती ज्या भागात होती तिथे एक होता. दुसरा तळ्याच्या उत्तरेला होता. केविननं वर मेलनीकडे पाहिलं. "या माहितीवरून तुला काय समजतं?"

"याच्यावरून असं वाटतंय, की त्यांचे दोन गट झालेले आहेत." ती म्हणाली, "हे नेहमी असेच असतात असं तुला वाटतंय का?"

"मी मघाशी पाहिलं तेव्हा तरी ते असेच होते." केविन म्हणाला, "ही घटना अतिशय महत्त्वाची आहे, असं मला वाटतं. बर्ट्रामनीही याचा उल्लेख केला होता. ही वागणूक बोनोबोंच्या नेहमीच्या वागणुकीशी विसंगत आहे. चिम्प्सपेक्षाही मोठ्या सामाजिक गटांमध्ये ते एकमेकांशी जमवून घेतात. शिवाय हे प्राणी त्यामानानं तरुण आहेत. ते सगळे एका गटातच असायला हवे होते."

मेलनीनं मान हलवली. गेल्या पाच वर्षांत ती बोनोबोंच्या वर्तणुकीबद्दल बऱ्याच गोष्टी शिकली होती.

"आणि... याच्याहूनही अस्वस्थ करणारी अजून एक गोष्ट आहे." केविन म्हणाला, "बर्ट्रामनी मला सांगितलं, की विन्चेस्टरच्या प्रतिकृतीला पकडायला माणसं गेलेली असताना एका बोनोबोनं एका पिग्मीला ठार मारलं. तो अपघात नव्हता. त्या बोनोबोनं मुद्दामच त्याला दगड मारला. या प्रकारचं आक्रमक वागणं बोनोबोंपेक्षा माणसांमध्ये अधिक दिसून येतं."

"तू म्हणतोयस ते अगदी बरोबर आहे." मेलनी म्हणाली, "पण तरीही ते अजूनही परिस्थितीजन्यच आहे. सगळंच्या सगळंच."

"परिस्थितीजन्य असो किंवा नसो." कॅन्डेस म्हणाली, "मी त्यामुळे अपराधी वाटून घ्यायला अजिबात तयार नाही."

"मलाही असंच वाटतंय." मेलनी म्हणाली, "आजच दोन नवीन बोनोबो माद्यांची स्त्रीबीजं मिळवण्याचा कार्यक्रम मी सुरू केला आहे. ही आदिमानवाची शंका खरी आहे की नाही, याची खात्री पटल्याशिवाय मी तो पुढे सुरू करणार नाही."

"ते काही सोपं नाहीये." केविन म्हणाला, "ते सिद्ध करण्यासाठी कोणीतरी बेटावर जाऊन पाहायला हवं. अडचण अशी आहे, की बेटावर जाण्याची परवानगी फक्त दोघंजण देऊ शकतात : बर्ट्राम एडवर्ड्स किंवा सिग्फ्रीड स्पालेक. बर्ट्रामशी मी आधीच बोललोय. पण त्यांना मी धुराबद्दल सांगितल्यावर त्यांनी अतिशय स्पष्ट शब्दात मला सांगितलं, की अन्नाचा पुरवठा करायला जाणाऱ्या पिग्मीखेरीज इतर कोणालाही बेटाच्या आसपास देखील जाण्याची परवानगी नाही."

"तुला कसली काळजी वाटतेय ते तू त्यांना सांगितलंस का?" मेलनीनं विचारलं.

"एवढ्या विस्तारानं नाही सांगितलं," केविन म्हणाला, "पण त्यांना ते माहीत आहे, याबद्दल माझी पक्की खात्री आहे. त्याचं काय आहे की या प्रकल्पाच्या बोनसमध्ये बर्ट्राम आणि सिग्फ्रीड या दोघांचाही समावेश करण्यात आलेला आहे. त्यामुळे प्रकल्पाला धक्का लागेल असं काही ते स्वत: करणार नाहीत आणि इतर कोणाला करू देणार नाहीत. पैशासाठी ते दोघंही इतके हपापलेले आहेत, की बेटावर काय चाललंय याची त्यांना मुळीच पर्वा नाहीये. त्या दोघांच्या लाचखोरीबरोबरच आपल्याला सिग्फ्रीडच्या लोकांशी वागण्याच्या पद्धतीचाही विचार करायला पाहिजे."

"एवढा का तो वाईट आहे?" कॅन्डेसनं विचारलं, "मी त्याच्याबद्दलच्या अफवा ऐकल्यात."

"तू जे काही ऐकलंयस त्यापेक्षा तो दहापट वाईट आहे." मेलनी म्हणाली, "तो कोणाचीही पर्वा करत नाही. उदाहरणच द्यायचं झालं, तर त्यानं इथल्या काही गरीब इक्वेटोगिनीयन लोकांना ठार मारलं. कारण काय तर ते 'झोन'मध्ये शिकार करताना पकडले गेले. इथे शिकार करणं ही त्याची एकट्याची मक्तेदारी आहे."

"त्यानं स्वत: त्यांना मारलं?" अतिशय संतापून अवाक होत कॅन्डेस म्हणाली.

"स्वत: नाही मारलं." मेलनी सांगू लागली, "इथे कोगोमध्ये त्यानं त्यांच्यावर एक बनावट खटला चालवला. नंतर फूटबॉलच्या मैदानावर पाच-सहा इक्वेटोगिनीयन शिपायांनी त्यांना गोळ्या घालून ठार केलं."

"आणि जणू काही आपण फार मोठा पराक्रम केलाय असं समजून, त्यांच्या कवट्यांचा उपयोग तो आपल्या डेस्कवर काही किरकोळ वस्तू ठेवण्यासाठी म्हणून करतो." केविननं माहिती पुरवली.

''मी विचारलं तेच चुकलं.'' अंगावर शहारे येऊन कॅन्डेस म्हणाली.

''डॉ. लीयॉन्सचं काय?'' मेलनीनं विचारलं.

केविन हसला. ''ते तर तू विसरच. ते तर या दोघांपेक्षाही पैशाचे अधिक लोभी आहेत. प्रकल्पाची ही सगळी कल्पना त्यांच्याच डोक्यांतून निघालेली आहे. त्यांच्याशी मी धुराबद्दल बोलायचा प्रयत्न केला. त्यांचा प्रतिसाद अगदीच थंड होता. ते म्हणायला लागले, की ही सगळी माझी कल्पनाच आहे. प्रत्यक्षात असं काही असणं शक्यच नाही. खरं सांगायचं तर त्यांच्यावर माझा मुळीच विश्वास नाही. फक्त एका गोष्टीचं श्रेय मात्र त्यांना द्यायला हवं. ती म्हणजे बोनस आणि शेअर्स देण्याच्या बाबतीत ते अजिबात हात आखडता घेत नाहीत. त्यांनी अतिशय हुशारीनं प्रकल्पाशी संबंधित असलेल्या सर्वांना त्याच्या फायद्यातही वाटा दिलेला आहे. विशेषत: बर्ट्रीम आणि सिग्फ्रीड यांना.''

''याचा अर्थ, आता सगळी जबाबदारी आपल्यावरच आहे.'' मेलनी म्हणाली, ''ही नुसतीच तुझी कल्पना आहे का तेही आपण शोधून काढू. आपण तिघांनी मिळून इस्ला फ्रँसेस्काची छोटीशी ट्रिप करायची का?''

''चेष्टा करू नकोस...'' केविन म्हणाला, ''परवानगीशिवाय तिथे जाणं हा मृत्युदंडाला पात्र असा गुन्हा आहे.''

''तो कायदा स्थानिक लोकांसाठी आहे.'' मेलनी म्हणाली, ''तो आपल्याला लागू नाही. आपल्या बाबतीत सिग्फ्रीडला जेनसिसला स्पष्टीकरण द्यावे लागेल.''

''बर्ट्रामनी 'बेटावर जायला बंदी आहे,' असं मला स्पष्ट शब्दांत सांगितलंय.'' केविन म्हणाला, ''मी त्यांना एकटा जाऊन येतो असं म्हटलं होतं आणि त्यांनी मला स्पष्ट नकार दिला.''

''ठीक आहे..'' मेलनी म्हणाली, ''त्यामुळे असं काय मोठं बिघडणार आहे? ते जास्तीत जास्त काय करतील? आपल्याला नोकरीवरून काढून टाकतील. काढू देत. नाहीतरी मला इथे येऊन फारच दिवस झालेत. तेव्हा ही नोकरी बदलायला माझी काहीच हरकत नाही. आणि खरं सांगायचं तर तुझ्याशिवाय त्यांचं चालणारच नाही. तुला ते प्रकल्पातून काढूच शकत नाहीत.''

''यात काही धोका आहे असं तुम्हाला वाटत नाही?'' कॅन्डेसनं विचारलं.

''बोनोबो हे शांतताप्रिय प्राणी आहेत.'' मेलनी म्हणाली, चिम्पान्झीपेक्षा ते खूपच चांगले असतात. आणि चिम्प्सदेखील तुम्ही त्यांना पकडायला गेल्याशिवाय तुमच्यावर हल्ला करत नाहीत.''

''पण मग जो एक माणूस तिथे मारला गेला, त्याचं काय...?'' कॅन्डेस म्हणाली.

''ते प्राणी पकडण्याच्या वेळी झालंय.'' केविन म्हणाला, ''बंदुकीनं छर्रा

मारण्यासाठी त्यांना खूप जवळ जावं लागतं आणि शिवाय, प्राणी पकडण्याची ती चौथी वेळ होती.''

''आपल्याला फक्त त्यांचं निरीक्षण करायचंय.'' मेलनी म्हणाली.

''ठीक आहे. मग कसं जायचं आपण तिथे?'' कॅन्डेसनं विचारलं.

''मला वाटतं, गाडीनंच जावं लागेल.'' मेलनी म्हणाली, ''ते जेव्हा प्राण्यांना सोडायला किंवा पकडायला जातात, तेव्हा तसेच जातात. तिथे एखादा पूल असला पाहिजे.''

''किनाऱ्याच्या कडेकडेनं पूर्वेकडे जाणारा एक रस्ता आहे.'' केविन म्हणाला, ''शेजारच्या खेड्यापर्यंत तो डांबरी आहे. त्याच्यापुढचा रस्ता कच्चा आहे. हा प्रकल्प सुरू होण्यापूर्वी जेव्हा एकदा मी तिथे गेलो होतो, तेव्हा तरी तो तसा होता. मुख्य भूमी आणि बेट यांच्यामध्ये एक तीस फूट रुंदीची खाडी आहे. तिची लांबी साधारण शंभर फूट असेल. त्यावेळी तरी तिथे दोन महॉगनीच्या झाडांच्यामध्ये तारांचा एक लोंबता पूल होता.''

''आपण अलीकडच्या तीरावरून देखील प्राण्यांचं निरीक्षण करू शकतो.'' कॅन्डेस म्हणाली, ''आपण जाऊयाच.''

''तुम्ही दोघीजणी फारच बिनधास्त आहात.'' केविन म्हणाला.

''एवढ्या काही नाही.'' मेलनी म्हणाली, ''पण तिथपर्यंत गाडी घेऊन जाण्यात आणि परिस्थितीची पाहणी करण्यात मला तरी काहीच अडचण दिसत नाही. आपल्याला कशाला तोंड द्यायचंय हे एकदा समजलं, की पुढे काय करायचं ते तरी ठरवता येईल.''

''हे साहस कधी करायची तुझी इच्छा आहे?'' केविननं विचारलं.

''मी तर म्हणतेय आत्ताच निघू या.'' मेलनी म्हणाली. तिनं आपल्या घड्याळाकडे पाहिलं. ''आत्तापेक्षा आणखी दुसरी चांगली वेळ सापडायची नाही. नव्वद टक्के लोक आता चौपाटीच्या चिकी बारमध्ये किंवा पोहण्याच्या तलावात किंवा क्रीडा-केंद्रामध्ये असतील.''

केविननं एक दीर्घ उसासा सोडला आणि खांदे खाली पाडून शरणागतीच्या आविर्भावानं त्यानं विचारलं, ''गाडी कोणाची घ्यायची?''

''अर्थात तुझीच.'' मेलनी लगेच म्हणाली, ''माझ्या गाडीला फोर-व्हील ड्राइव्हदेखील नाहीये.''

ते तिघंजण जिना उतरून खाली आले आणि पार्किंग लॉट ओलांडून पलीकडे जायला लागले. केविनच्या मनात एकसारखी आपण फार मोठी चूक करत आहोत, अशी टोचणी लागलेली होती. पण या दोघी मुलींच्या चिकाटीपुढे आपले माघारीचे विचार बोलून दाखवणं त्याला काही ठीक वाटेना.

शहराच्या पूर्व वेशीवरून जाताना त्यांना क्रीडा-केंद्राची टेनिस कोर्टस् लागली. तिथे खेळाडूंची तोबा गर्दी होती. आर्द्र आणि गरम वातावरणामुळे ते सर्वच खेळाडू घामानं एवढे भिजलेले होते, की टेनिसच्या कपड्यांमध्येच त्यांनी पोहण्याच्या तलावात उडी मारली असावी असं वाटत होतं.

केविन गाडी चालवत होता. मेलनी त्याच्या शेजारी आणि कॅन्डेस मागच्या सीटवर बसली होती. तपमान ऐंशी अंशांच्या आसपास होतं. त्यामुळे गाडीच्या खिडक्या त्यांनी उघड्याच टाकल्या होत्या. त्यांच्या मागच्या बाजूला, पश्चिमेला सूर्य आकाशात बराच खाली आला होता. अधूनमधून तो ढगांनी झाकला जात होता.

फूटबॉलचं मैदान ओलांडल्यानंतर रस्त्याच्या दोन्ही बाजूंची झाडी एकदम खूप वाढली. गडद होत चाललेल्या सावल्यांमधून वेगवेगळ्या आकर्षक रंगांचे पक्षी लपंडाव खेळत होते. काही मोठे कीटक आत्महत्या करणाऱ्या छोट्या जपानी कामिकाझे पायलटस्सारखे गाडीच्या समोरच्या काचेवर आपटत होते.

''इथे जंगल चांगलंच दाट आहे...'' कॅन्डेस म्हणाली. शहराबाहेर या पूर्व दिशेला ती यापूर्वी कधीच आली नव्हती.

केविननंही इथे राहायला आल्या आल्या सुरुवातीला या भागात फिरायला जाण्याचे काही प्रयत्न केले होते. पण वेली आणि झाडाझुडुपांचा तिथे एवढा गुंता झालेला होता, की चाकूनं ती कापून काढल्याखेरीज एक पाऊलही पुढे टाकणं शक्य नव्हतं.

''त्यांच्या आक्रमक वागणुकीविषयी माझ्या मनात आता आणखी एक विचार आला.'' मेलनी म्हणाली, ''बोनोबोंच्या शांत स्वभावाला त्यांची मातृसत्ताक समाजपद्धती कारणीभूत आहे असा सर्वसाधारण समज आहे. पण आपल्याकडे पुरुषांच्या प्रतिकृतींना अधिक मागणी असल्यामुळे आपल्याला नर बोनोबो अधिक संख्येनं तयार करावे लागले. माद्यांची संख्या कमी असल्यामुळे त्यांच्यावरून तर त्यांच्यात भांडणं होत नसतील ना?''

''हा मुद्दा खरंच चांगला आहे.'' केविन म्हणाला. बर्ट्रामच्या डोक्यांत ही गोष्ट कशी आली नाही, याबद्दल त्याला आश्चर्य वाटलं.

''ही जागा मला आवडेल असं दिसतंय.'' कॅन्डेस थट्टेनं म्हणाली, ''पुढच्या वेळी इथे येईन तेव्हा 'क्लब मेड' मध्ये राहण्याऐवजी इस्ला फ्रॅन्सेस्कावरच उतरायची सोय करायला हवी.''

मेलनी हसली. ''आपण दोघी एकत्रच जाऊ...'' ती म्हणाली.

वाटेत त्यांना कोगोमधील दिवसभराचं काम आटपून घरी निघालेले कितीतरी इक्वेटोगिनीयन लोक दिसले. बहुतेक बायकांच्या डोक्यावर कळशा किंवा कसली ना कसली तरी गाठोडी होती. पुरुष मात्र रिकाम्या हातांनी चालले होते.

‘‘ही संस्कृती फार विचित्र आहे.’’ मेलनी म्हणाली, ‘‘बहुतेक सगळी कामं बायकाच करत असतात. शेती करणं, पाणी भरणं, मुलांचं पालनपोषण करणं, स्वयंपाक करणं, घराची काळजी वाहणं ही सगळी कामं बायकाच करताना दिसतात.’’

‘‘मग पुरुष काय करतात?’’ कॅन्डेसनं विचारलं.

‘‘कुठेतरी घोळका करून बसतात आणि जीवनविषयक तत्त्वज्ञानाच्या नुसत्याच गप्पा मारतात.’’ मेलनी म्हणाली.

‘‘मला आताच एक कल्पना सुचलीय.’’ केविन म्हणाला, ‘‘हे मला आधीच कसं सुचलं नाही तेच कळत नाही.... बेटावर अन्न पोचवणारा जो पिग्मी आहे ना, त्याला आपण भेटायला हवं. त्याचं म्हणणं ऐकल्यावर आपल्याला काही गोष्टी समजण्याची शक्यता आहे.’’

‘‘ही कल्पना खरंच चांगली आहे !’’ मेलनी म्हणाली, ‘‘तुला त्याचं नाव माहीत आहे का?’’

‘‘अल्फोन्स किम्बा.’’ केविन म्हणाला.

खेडेगावात पोचल्यावर त्यानं एका गर्दी असलेल्या दुकानासमोर गाडी थांबवली. दुकानात जाऊन केविन त्या पिग्मीबद्दल चौकशी करू लागला.

‘‘ही जागा खूप छान आहे.’’ आजूबाजूला बघत कॅन्डेस म्हणाली, ‘‘ही आफ्रिका आहे हे समजतंय, पण हे खेडं डिस्नेलँडमधल्या खेड्यासारखं दिसतंय.’’

इक्वेटोगिनीच्या अंतर्गत कारभार पाहणाऱ्या मंत्र्याच्या सल्लामसलतीनं जेनसिसनं या खेड्याची उभारणी केली होती. इथली घरं गोल होती, त्यांची छपरं गवतानं शाकारलेली होती आणि भिंती चिखलाच्या विटांच्या होत्या. गुरांचे गोठे बांधून ते बांबू लाकडी ठोकळ्यांना बांधून टाकलेले होते. ही बांधकामं परंपरागतच वाटायची, पण ती सगळी नवीन आणि डागविरहित होती. त्यांच्याकडे वीज आणि पाणीपुरवठाही व्यवस्थित असायचा. विजेच्या तारा आणि मैला-सांडपाण्याचे पाईप्स जमिनीखालून गेलेले होते.

केविन लगेचच परत आला. ‘‘काहीही अडचण नाही.’’ तो म्हणाला, ‘‘तो इथे जवळच राहतो. तुम्ही खाली उतरा. आपण चालतच जाऊ.’’

त्या खेड्याची लोकवस्ती बरीच दिसत होती. काही ठिकाणी स्वयंपाकासाठी शेकोट्या पेटवण्याचं काम सुरू होतं. कधी संपणारच नाही असा वाटणारा पाऊस थांबल्यामुळे सगळेजणच आनंदात दिसत होते.

अल्फोन्स किम्बा दगडासारखा काळा कुळकुळीत होता. त्याची उंची पाच फुटांपेक्षाही कमी होती. आपल्या अनपेक्षित पाहुण्यांचं स्वागत करताना त्याच्या रुंद, चपट्या चेहऱ्यावर हसू फुललं. आपल्या बायको-मुलांची ओळख करून द्यायचा त्यानं प्रयत्न केला, पण ते लाजून मागच्या अंधाऱ्या सावल्यांमध्ये लपले होते.

अल्फोन्सनं आपल्या पाहुण्यांना गवताच्या चटईवर बसायला सांगितलं. चार ग्लास आणून त्यानं त्यात कसलातरी पारदर्शक द्राव ओतला. पूर्वी मोटर ऑईल ठेवण्यासाठी वापरलेल्या एका जुन्या, हिरव्या रंगाच्या काचेच्या बाटलीत तो ठेवलेला होता.

त्याच्या पाहुण्यांनी सावधगिरीनं ते पेय ग्लासातल्या ग्लासातच ढवळलं. त्यांना यजमानाचा अपमान करायची इच्छा नव्हती, पण त्यानं दिलेलं पेय घ्यायचीही त्यांची तयारी नव्हती.

''अल्कोहोल?'' केविननं विचारलं.

''हो.'' अल्फोन्स म्हणाला. त्याच्या चेहऱ्यावरचं हास्य आणखीनच रुंदावलं. ''ती मक्यापासून बनवलेली लोटोको नावाची दारू आहे. फारच चांगली असते ही! मी माझ्या लोमाकोतल्या घरून ती आणतो.'' त्यानं अतिशय चवीनं तिचा एक घोट घेतला. इतर इक्वेटोगिनीयन लोकांच्या इंग्लिश बोलण्यामध्ये स्पॅनिश लकब असायची, पण त्याउलट अल्फोन्सचं इंग्लिश फ्रेंच वळणाचं होतं. तो झायरेतल्या मोंगांडू जमातीतला होता. 'झोन' मध्ये आणलेल्या पहिल्या बोनोबोंबरोबरच त्यालाही आणण्यात आलं होतं.

त्या पेयामध्ये अल्कोहोल आहे, त्याअर्थी त्यातले सूक्ष्म जीवजंतू मारले गेले असतील अशी आपल्या मनाची समजूत घालत घालत पाहुण्यांनी सावधपणानं त्याची चव घ्यायला सुरुवात केली. मात्र तोंडं वेडीवाकडी करणं चांगलं दिसत नाही हे ठाऊक असूनदेखील त्यांची तोंडं आपोआप वाकडी झाली. ते पेय भलतंच झणझणीत होतं.

केविननं सांगितलं, की आम्ही बेटावरील बोनोबोंच्या बाबतीत विचारायला आलोय. त्यांच्यात आपल्याला आदिमानवाच्या खुणा दिसतायत आणि म्हणून काळजी वाटतेय, हे मात्र त्यानं सांगितलं नाही. त्यानं अल्फोन्सला फक्त एवढंच विचारलं, की ''तुझ्या देशातील - झायरेमधील बोनोबो आणि बेटावरील बोनोबो यांच्या वागणुकीत तुला काही फरक आढळून आलाय का?''

''ते सगळेचजण अगदी तरुण आहेत.'' अल्फोन्स म्हणाला, ''त्यामुळे ते फार बेलगामपणे आणि रानटीपणे वागतात.''

''तू नेहमी बेटावर जातोस?'' केविननं विचारलं.

''नाही, मला तिथे जायला बंदी आहे.'' अल्फोन्स म्हणाला, ''प्राणी सोडायच्या वेळी आणि पकडायच्या वेळीच फक्त मला तिथे जाता येतं; आणि ते देखील डॉ. एडवर्ड्सबरोबरच.''

''मग तू तिथे अन्न कसं पोचवतोस?'' मेलनीनं विचारलं.

''तिथे एक छोटा तराफा आहे.'' अल्फोन्स म्हणाला, ''मी तो दोरानं पाण्यातून ओढून घेतो आणि अन्न त्याच्यावर ठेवून तो तसाच पलीकडे ढकलतो.''

“अन्न मिळाल्यावर बोनोबो मारामाऱ्या करतात, की शांतपणे ते वाटून घेतात?” मेलनीनं विचारलं.

“भयंकर मारामाऱ्या करतात.” अल्फोन्स म्हणाला, “वेड्यासारखे ते एकमेकांवर तुटून पडतात. विशेषत: फळं असली तर त्यांच्या लढाया बघायलाच नकोत. एकानं एका माकडाला मारलेलं देखील मी बघितलंय.”

“का मारलं?” केविननं विचारलं.

“मला वाटतं खाण्यासाठीच.” अल्फोन्स म्हणाला, “मी नेलेलं सगळं अन्न संपल्यानंतर तो त्या माकडाला दूर घेऊन गेला.”

“ही वागणूक चिम्प्ससारखी अधिक वाटते, नाही का?” मेलनी केविनला म्हणाली.

केविननं मान हलवली. “आतापर्यंत बेटावरच्या कोणकोणत्या भागात तुम्ही त्यांना पकडलंय?” त्यानं विचारलं.

“पकडण्याचे सगळेच कार्यक्रम ओढ्याच्या आणि तळ्याच्या या बाजूला झाले आहेत.” अल्फोन्स म्हणाला.

“दरडीच्या बाजूला एकही नाही झाला?” केविननं विचारलं.

“नाही, आतापर्यंत तरी नाही.” अल्फोन्स म्हणाला.

“प्राणी पकडण्यासाठी तुम्ही बेटावर कसे जाता?” केविननं विचारलं. “सगळेजण त्या तराफ्याचाच वापर करतात का?”

अल्फोन्स मनापासून हसला. हसल्यामुळे डोळ्यांतून आलेलं पाणी त्यानं मुठीनं पुसलं.

“तो तराफा फारच छोटा आहे. त्याच्यावरून गेलं तर आम्ही सरळ मगरींच्याच तोंडात पडू. आम्ही पुलाचा वापर करतो.”

“मग अन्न नेऊन देण्यासाठीसुद्धा तू पूलावरून का जात नाहीस?” मेलनीनं विचारलं.

“कारण डॉ. एडवर्ड्सना तो पूल मोठा करावा लागतो.” अल्फोन्स म्हणाला.

“पूल मोठा करावा लागतो?” मेलनीनं विचारलं.

“हो.” अल्फोन्स म्हणाला.

तिघाही पाहुण्यांनी एकमेकांना नजरेनं खुणावलं. ते तिघंही गोंधळले होते.

“तू बेटावर कधी आग पाहिली आहेस?” केविननं विषय बदलत विचारलं.

“आग काही नाही.” अल्फोन्स म्हणाला, “पण मी धूर पाह्यलाय.”

“आणि तो पाहून तुला काय वाटलं?” केविननं विचारलं.

“मला?” अल्फोन्सनंच उलट विचारलं. “मला काहीच वाटलं नाही...”

“एखाद्या बोनोबोला तू कधी हे करताना बघितलं आहेस?” कॅन्डेसनं ऑपरेशन

थिएटरमधल्या बोनोबोची नक्कल करत विचारलं. तिनं आपल्या हातांच्या बोटांची उघडझाप केली आणि दोन्ही हात शरीरापासून दूर नेले.

"हो." अल्फोन्स म्हणाला, "अन्नाचं वाटप करून झालं, की त्यांच्यापैकी बरेचजण असं करतात."

"आवाजाचं काय?" मेलनीनं विचारलं, "ते खूप आरडाओरडा करतात का?"

"खूपच." अल्फोन्स म्हणाला.

"झायरेतले बोनोबोसुद्धा असेच आरडाओरडा करतात का?" केविननं विचारलं.

"याहूनही जास्त करतात." अल्फोन्स म्हणाला, "पण झायरेमध्ये मला इथल्यासारखे तेच बोनोबो परत परत दिसत नाहीत आणि मी त्यांना खायलाही घालत नाही. तिथे ते स्वत:चं अन्न जंगलांत स्वत:च मिळवतात."

"ते कसा आवाज करतात?" कॅन्डेसनं विचारलं, "तू आम्हाला त्यांची नक्कल करून दाखवू शकशील?"

अल्फोन्स नकळत थोडा हसला. मागे वळून पाहत आपली बायको ऐकत नाहीये याची त्यानं खात्री करून घेतली. मग तो हलक्या आवाजात बोलू लागला, "ईऽऽऽ, बा डा, लू लू, टॅड टॅट" तो परत हसला. त्याला कसंतरीच वाटत होतं.

"ते चिम्प्सप्रमाणे घूत्कार करतात?" मेलनीनं विचारलं.

"काहीजण करतात." अल्फोन्स म्हणाला.

पाहुण्यांनी एकमेकांकडे बघितलं. आत्तातरी त्यांच्याजवळचे प्रश्न संपले होते. केविन उठला. त्या दोघी मुलीही उठल्या. अल्फोन्सच्या आदरातिथ्याबद्दल त्यांनी त्याचे आभार मानले, आपापली उरलेली पेयं त्याच्याकडे परत दिली. अल्फोन्सला त्यात अपमान वाटला असला तरी त्यानं तसं दाखवलं नाही. त्याच्या चेहऱ्यावरच्या स्मितहास्यात काही फरक पडला नाही.

"आणखी एक गोष्ट आहे." पाहुणे निघणार एवढ्यांत अल्फोन्स म्हणाला, "बेटावरच्या या बोनोबोंना आपल्या हुशारीचं प्रदर्शन करायला आवडतं. ते जेव्हा जेव्हा अन्नासाठी येतात, तेव्हा तेव्हा मला दोन पायांवर उभं राहून दाखवतात."

"असं ते नेहमी करतात?" केविननं विचारलं.

"बहुतेक वेळा." अल्फोन्स म्हणाला.

ते तिघं परत आपल्या गाडीकडे गेले. केविननं गाडी सुरू करेपर्यंत त्यांच्यापैकी कोणीच काही बोललं नाही.

"हं... मग? तुम्हाला काय वाटतंय?" केविननं विचारलं. "आपण पुढे जायचं की नाही? सूर्यास्त तर झालाच आहे."

"मला विचारशील तर जायचं." मेलनी म्हणाली, "एवढ्या लांबपर्यंत तर आपण आलोच आहोत."

"मलाही तसंच वाटतं." कॅन्डेस म्हणाली, "मला हा वाढणारा पूल बघण्याची फार उत्सुकता आहे."

मेलनी हसली. "मलासुद्धा. काय गोड होता नाही अल्फोन्स?"

ज्या दुकानासमोर केविननं गाडी उभी केली होती, तिथे आता पहिल्यापेक्षाही अधिक गर्दी होती. केविननं तिथून गाडी बाहेर काढली. पण कोणत्या दिशेनं जायचं ते त्याला नक्की ठाऊक नव्हतं. खेड्यात येणारा रस्ता दुकानाच्या पार्किंग लॉटमध्ये येऊन आणखी रुंद झाला होता आणि तिथेच संपला होता. पुढे पूर्वेकडे जाणारा रस्ता कुठेच दिसत नव्हता. तो शोधण्यासाठी त्यानं संपूर्ण पार्किंग लॉटभोवती एक चक्कर मारली.

त्या कच्च्या रस्त्यावरून जायला लागल्यावर त्यांना पक्क्या रस्त्याचं सुख कळायला लागलं. तो रस्ता खूप अरुंद होता. त्याच्यावर पुष्कळ खड्डे होते आणि चिखलही होता. तीन फूट उंच गवताच्या एका पट्ट्यानं तो दुभागला गेला होता. कडेच्या झाडांच्या काही फांद्या एका बाजूपासून दुसऱ्या बाजूपर्यंत वाढलेल्या होत्या. गाडीच्या समोरच्या काचेवर त्या बऱ्याच वेळा आपटत होत्या आणि काही फांद्या उघड्या खिडक्यांमधून आतही येत होत्या. त्या फांद्या अंगावर आपटू नयेत म्हणून त्यांनी खिडक्या बंद करून घेतल्या. केविननं वातानुकूलन यंत्र आणि दिवे चालू केले. दिव्याचे झोत आजूबाजूच्या जंगलावर आपटून परावर्तित होत होते आणि त्यामुळे बोगद्यांतून जात असल्यासारखं वाटत होतं.

"या गुरांच्या पायवाटेवरून आपल्याला आणखी किती दूरपर्यंत जायचंय?" मेलनीनं विचारले.

"फक्त तीन-चार मैल." केविन म्हणाला.

"आपल्या गाडीला फोर-व्हील ड्राइव्ह आहे ही किती चांगली गोष्ट आहे." कॅन्डेसनं म्हटलं. डोक्यावरचा पट्टा तिनं हातानं घट्ट पकडून ठेवला होता आणि तरीही ती थाड्थाड् उडत होती. सीट बेल्टचा काहीच उपयोग होत नव्हता. "इथे अडकून पडलो तर आपले खरे हाल होतील." कडेच्या खिडकीतून तिनं बाहेरच्या शाईसारख्या काळ्याकुट्ट जंगलाकडे पाहिलं आणि तिच्या अंगावर शहारे आले. बाहेरचं दृश्य फारच भीतीदायक होतं. वरच्या आकाशाचे काही चमकणारे तुकडे सोडले तर तिला काहीच दिसत नव्हतं. अचानक कसलातरी आवाज आला. बहुधा जंगलांतले प्राणी बाहेर पडले होते आणि त्यांनी त्यांचा कोरस चालू केला होता.

"अल्फोन्स म्हणत होता त्या गोष्टींबद्दल तुम्हाला काय वाटतं?" अखेर केविननं विचारलं.

"मला वाटतं आपण बेटावर जाण्याचा प्रयत्न तर करायलाच पाहिजे." मेलनी म्हणाली, "पण ते सोपं नाहीये हेही मला पटलंय."

''बोनोबो अन्न घ्यायला येतात तेव्हा दोन पायांवर उभे राहतात, हे त्याचं म्हणणं फारच अस्वस्थ करणारं आहे.'' केविन म्हणाला, ''परिस्थितीजन्य पुरावा वाढत चाललाय.''

''ते आपल्याशी संपर्क साधायचा प्रयत्न करताहेत, ही गोष्ट मला विशेष वाटते...'' कॅन्डेस म्हणाली.

''हो, पण चिम्प्स आणि गोरिलांना खुणांची भाषा शिकवता येते.'' मेलनी म्हणाली, ''आणि बोनोबो हे इतर कुठल्याही माकडांपेक्षा अधिक वेळा दोन पायांवर चालतात हे आम्हाला माहीत आहे. मला त्यांची आक्रमक वागणूक ही विशेष वाटते. अर्थात, ते आमच्या कमी माद्या निर्माण करण्याच्या चुकीमुळे झालं असण्याचीही शक्यता आहे, ही माझी कल्पनाच अजूनही मला बरोबर वाटतेय. आम्ही त्यांचा समतोल राखायला हवा होता.''

''अल्फोन्सनं काढले तसले आवाज चिम्प्स काढू शकतात का?'' कॅन्डेसनं विचारलं.

''मला नाही वाटत...'' केविन म्हणाला, ''आणि हा मुद्दा महत्त्वाचाही आहे. त्यांची स्वरयंत्रं वेगळी असण्याची शक्यता आहे.''

''चिम्प्स खरंच इतर माकडांना मारतात का?'' कॅन्डेसनं विचारलं.

''कधीकधी मारतात.'' मेलनी म्हणाली, ''पण बोनोबोंनी असं कधी केलेलं मी ऐकलं नाही.''

''घट्ट धरा!'' ब्रेक मारता मारता केविन जोरात ओरडला.

रस्त्यांत आडव्या पडलेल्या एका ओंडक्यावरून गाडी जोरात धडपडत पुढे गेली.

''तू ठीक आहेस?'' पुढच्या आरशांतून मागे बसलेल्या कॅन्डेसकडे पाहत त्यानं विचारलं.

''हो, हो ! अगदी ठीक आहे...'' कॅन्डेस म्हणाली. पण तिला जोरदार धक्का बसला होता. नशिबानं, सीट बेल्ट असल्यामुळे तिचं डोकं छतावर आपटलं नव्हतं.

आणखी एखादा ओंडका वाटेत असेल या भीतीनं केविननं गाडी अगदी हळू चालवायला सुरुवात केली. पंधरा मिनिटांनंतर ते एका मैदानांत पोचले. तिथे रस्ता संपला होता. केविननं गाडी थांबवली. हेडलाईट्सच्या प्रकाशांत समोर त्यांना एक लाकडाची एकमजली इमारत दिसली. तिचं गॅरेजच्या दारासारखं दार थोडं उंचावर होतं.

''आलो आपण?'' मेलनीनं विचारलं.

''असं वाटतंय खरं.'' केविन म्हणाला, ''पण ही इमारत मला नवीनच आहे.''

केविननं गाडीचे दिवे आणि इंजिन बंद केलं. मैदानामध्ये झाडं नसल्यामुळे तिथे बऱ्यापैकी उजेड होता. थोडा वेळ कोणीच काहीच हालचाल केली नाही.

"काय करायचं?" केविननं विचारलं, "आपण पुढे जायचंय की नाही?"

"जाऊया की." मेलनी म्हणाली, "आता एवढ्या लांबपर्यंत तर आपण आलोच आहोत." तिनं आपल्या बाजूचं दार उघडलं आणि ती गाडीतून बाहेर पडली. केविनही खाली उतरला.

"मला वाटतं मी गाडीतच थांबते." कॅन्डेस म्हणाली.

इमारतीकडे जाऊन केविन दार उघडायचा प्रयत्न करू लागला. पण त्याला कुलूप होतं. त्यानं खांदे उडवले. "या खोलीत काय असेल याची मला कल्पनाच करता येत नाही." केविननं थापटी मारून आपल्या कपाळावरचा एक डास मारला.

"आपण बेटावर कसं जाणार?" मेलनीनं विचारलं.

केविननं उजवीकडे बोट दाखवलं. "तिकडे एक पायवाट आहे. पाण्यापर्यंतचं अंतर फक्त पन्नास यार्ड आहे."

मेलनीनं वर आकाशाकडे बघितलं. ते फिकट जांभळ्या रंगाचं दिसत होतं. "लवकरच अंधार पडणार आहे. तुझ्या गाडीमध्ये टॉर्च आहे?"

"आहे असं वाटतं." केविन म्हणाला, "पण त्यापेक्षाही महत्त्वाचं म्हणजे माझ्याकडे एक डासांना मारायचा फवारा आहे. आपण तो वापरला नाही, तर इथले किडे आपल्याला जिवंतपणीच खाऊन टाकतील असं वाटतंय...."

ते दोघंही गाडीकडे परत आले. ते परत आल्याबरोबर कॅन्डेस टुण्कन गाडीतून खाली उतरली.

"मला एकटीला इथे थांबणं काही शक्य नाही." ती म्हणाली, "इथे फारच भुताटकीसारखं वाटतंय."

केविननं डासांचा फवारा बाहेर काढला. त्या दोघी तो मारून घेत असताना त्यानं टॉर्च शोधून काढला.

स्वत:वर फवारा मारून झाल्यावर त्यानं त्या दोघींना आपल्यामागून येण्याची खूण केली. "जवळ जवळच राहा. रात्रीच्या वेळी मगरी आणि हिप्पो पाण्याच्या बाहेर येतात."

"तो चेष्टा करतोय ना?" कॅन्डेसनं मेलनीला विचारलं.

"मला नाही तसं वाटत..." मेलनी म्हणाली.

ते पायवाटेला लागल्याबरोबर बाजूच्या झाडांमुळे उजेड एकदम खूपच कमी झाला. तरी अजून टॉर्चची गरज वाटत नव्हती. केविन पुढे आणि त्याच्यामागे त्या दोघी गर्दी करून, असे ते तिघं चालायला लागले. ते जसजसे पाण्याच्या जवळ जात होते, तसतसा किडे आणि बेडकांचा कोरस मोठ्या आवाजांत ऐकू येऊ लागला.

"मी कशाला या भानगडीत पडले !" कॅन्डेस म्हणायला लागली, "मला बाहेर हिंडायची अजिबात आवड नाही. प्राणिसंग्रहालयाबाहेर मगर किंवा हिप्पो पाहण्याची

कल्पनाही मी करू शकत नाही. माझ्या अंगठ्याच्या नखापेक्षा मोठ्या असलेल्या कोणत्याही किड्याची मला प्रचंड भीती वाटते... आणि कोळ्यांचं तर नावदेखील घ्यायला नको.''

अचानक डाव्या बाजूला काहीतरी आपटल्यासारखा आवाज झाला. कॅन्डेसच्या तोंडून एक दबलेली किंकाळी बाहेर पडली. तिनं मेलनीला धरलं. मेलनीनंही तसंच केलं. केविननंही घाबरून टॉर्च लावला. त्यानं आवाजाच्या दिशेनं टॉर्चचा झोत टाकला. पण तो काही फुटांपर्यंतच जात होता.

''काय होतं ते?'' थोडा आवाज फुटल्यावर कॅन्डेसनं विचारलं.

''बहुतेक ड्यूकर असावं.'' केविन म्हणाला, ''ते एक छोट्या जातीचं हरीण असतं.''

''हरीण असो की हत्ती.'' कॅन्डेस म्हणाली, ''मला त्यानं केवढं घाबरवलं.''

''मीही घाबरलो.'' केविन म्हणाला, ''मला वाटतं आपण आता परत जावं आणि दिवसाउजेडी यावं हे खरं.''

''आपण एवढ्या दूरपर्यंत आलोय. आता थोडक्यासाठी परत कशाला जायचं? आपण जवळजवळ पोचलोच आहो. मला पाण्याचा आवाजदेखील ऐकू येतोय.'' मेलनी म्हणाली.

थोडा वेळ कोणीच काही हालचाल केली नाही. किनाऱ्यावर आपटणाऱ्या लाटांचा आवाज त्यांना नक्कीच ऐकू येत होता.

''सगळ्या किड्यांना काय झालंय?''कॅन्डेसनं विचारलं.

''चांगला प्रश्न आहे.'' केविन म्हणाला, ''हरणानं त्यांनाही घाबरवलं बहुतेक.''

''टॉर्च बंद कर.'' मेलनी म्हणाली.

टॉर्च बंद केल्याबरोबर त्यांना झाडांमधून दिसणारा पाण्याचा चमकता पृष्ठभाग दिसायला लागला. तो द्रवरूप चांदीसारखा दिसत होता.

आता मेलनी पुढे चालू लागली. किड्यांची किरकिर परत चालू झाली होती. नदीच्या काठावर ती पायवाट परत एका मैदानांत येऊन संपली. मैदानाच्या मध्यभागी आधीच्या गॅरेजसारखंच काहीतरी बांधकाम केलेलं होतं. केविन तिथपर्यंत गेला. ते काय आहे याचा तर्क करणं काही फारसं कठीण नव्हतं. तो पूल होता.

''ट्रान्झिस्टरची एरियल जशी एकात एक जाऊन लहान होते, त्या प्रकारची याची रचना आहे.'' केविन म्हणाला, ''म्हणून अल्फोन्स म्हणाला, की तो मोठा होतो.''

पाण्याच्या पलीकडे तीस फुटांवर इस्ला फ्रॅन्सेस्का होतं. कमी होत चाललेल्या उजेडात त्याच्यावरचं दाट जंगल काळंभोर दिसत होतं. पलीकडच्या काठावर टेलिस्कोपिक पुलाच्या बरोबर समोरच्या बाजूला एक सिमेंट काँक्रीटचा चबुतरा होता. पूल मोठा केल्यानंतर त्याला आधार म्हणून त्याचा उपयोग होत असावा.

त्याच्या पलीकडे एक मोठं मैदान होतं. ते पूर्वेच्या बाजूला आणखी पसरलेलं होतं.

''पूल मोठा होतोय का ते बघ ना.'' मेलनीनं सुचवलं.

केविननं टॉर्च लावला. त्याच्या उजेडांत त्याला कंट्रोल पॅनेल सापडलं. त्याच्यावर दोन बटनं होती, एक लाल आणि दुसरं हिरवं. त्यानं लाल बटन दाबलं. काहीच झालं नाही, तेव्हा त्यानं हिरवं बटन दाबलं. तरीसुद्धा काहीच झालं नाही. जरा इकडेतिकडे पाहिल्यावर त्याला किल्लीचं एक भोक दिसलं. ते 'ऑफ' कडे फिरवलेलं होतं.

''याच्यासाठी किल्लीची गरज आहे.'' तो जरा ओरडून म्हणाला.

मेलनी आणि कॅन्डेस पाण्याच्या काठापर्यंत गेल्या होत्या.

''इथे पाणी थोडं वाहतं दिसतंय.'' मेलनी म्हणाली. पानं आणि इतर काही कचरा हळूहळू पाण्यातून वाहत चालला होता. कॅन्डेसनं वर बघितलं. काठावरच्या काही मोठ्या झाडांच्या फांद्या नदीच्या पात्रावर एकमेकींना स्पर्श करत होत्या.

''या प्राण्यांना बेटावर का ठेवलंय?'' कॅन्डेसनं विचारलं.

''माकडं सहसा पाण्यात जात नाहीत, विशेषत: खोल पाण्यात..'' मेलनी म्हणाली, ''त्यामुळेच प्राणिसंग्रहालयांतही माकडांच्या जागेभोवती पाण्याचा खंदक फक्त ठेवतात.''

''झाडांवरून उड्या मारून ती येऊ शकणार नाहीत?'' कॅन्डेसनं विचारलं.

आता केविनही काठावर त्यांच्याजवळ येऊन उभा राहिला. ''बोनोबो हे त्यामानानं जड असतात.'' तो म्हणाला, ''विशेषत: आमचे बोनोबो चांगलेच जड आहेत. त्यांच्यापैकी बहुतेकजण दोनशे पौंडांच्या वर आहेत... आणि या वरच्या फांद्यांना एवढं वजन पेलवणार नाही. आम्ही हे प्राणी इथे आणून ठेवण्यापूर्वी एकदोन अशी झाडं होती, की त्यावरून उड्या मारून ते येऊ शकले असते; म्हणून ती झाडं तोडून टाकण्यात आली. कोलोबस जातीची माकडं मात्र अजूनही या झाडांवरून ये-जा करत असतात.

''तिकडे त्या सगळ्या चौकोनी वस्तू दिसतायत ते काय आहे?'' मेलनीनं विचारलं.

केविननं तिकडे टॉर्चचा झोत मारला. पण एवढ्या अंतरावरून पडणारा त्याचा प्रकाश पुरेसा नव्हता. त्यानं तो बंद केला आणि दिवसाच्या अर्धवट उजेडात तो डोळे बारीक करून पाहू लागला. ''ते प्राणिकेंद्रातल्या वाहतुकीच्या पिंजऱ्यांसारखे वाटतायत.'' तो म्हणाला.

''ते इथे कशासाठी ठेवले असतील हे काही माझ्या लक्षात येत नाहीये.'' मेलनी म्हणाली, ''इथे कितीतरी पिंजरे दिसतायत.''

''काही कल्पना नाही बुवा...'' केविन म्हणाला.

''बेटावरचे काही बोनोबो दिसावेत म्हणून आपल्याला काय बरं करता येईल?'' कॅन्डेसनं विचारलं.

''आतापर्यंत ते बहुतेक झोपायच्या तयारीला लागले असतील.'' केविन म्हणाला, ''आपल्याला त्यांना आता बोलावता येणार नाही.''

''त्या तराफ्याचं काय?'' मेलनीनं विचारलं. ''तो इकडे ओढून घेण्याची यंत्रणा कपड्यांच्या दोरीसारखी असावी बहुतेक. त्याचा जर आवाज होत असेल, तर तो त्यांना ऐकू जाण्याची शक्यता आहे. तो आवाज त्यांना जेवणाच्या घंटीसारखाच वाटत असेल. त्यामुळे ते बाहेर येण्याची शक्यता आहे.''

''हा प्रयत्न करून बघायला हरकत नाही...'' केविन म्हणाला. पाण्याच्या काठावर त्यानं दोन्ही बाजूंना पाहिलं. ''अडचण अशी आहे, की तो तराफा कुठे आहे तेच आपल्याला ठाऊक नाही.''

''तो काही फारसा लांब नसावा.'' मेलनी म्हणाली, ''आपण असं करू, तू पूर्व दिशेला जा, मी पश्चिमेला जाते.''

केविन आणि मेलनी विरुद्ध दिशांना चालायला लागले. कॅन्डेस जागेवरच उभी राहिली. आपण आपल्या हॉस्पिटलमधल्या खोलीतच थांबलो असतो तर बरं झालं असतं, असं तिला राहून राहून वाटत होतं.

''सापडला...'' मेलनीचा आवाज आला. दाट झाडाझुडपांतून गेलेल्या पायवाटेवरून थोडं अंतर चालून गेल्यावर तिला एका मोठ्या झाडाला बांधलेली एक कप्पी दिसली. तिच्याभोवती एक जाड दोर गुंडाळलेला होता. त्याचं एक टोक पाण्यात दिसेनासं झालं होतं. दुसरं टोक पलीकडच्या किनाऱ्यावर एका चार फुटी चौकोनी तराफ्याला बांधलेलं होतं.

केविन आणि कॅन्डेस तिच्याकडे आले. केविननं टॉर्चचा झोत बेटावर मारला. पलीकडच्या किनाऱ्यावर आणखी एक कप्पी दुसऱ्या एका जाडजूड झाडाला लटकवलेली होती.

केविननं टॉर्च मेलनीच्या हातात दिला आणि दोराचं पाण्यातलं टोक धरलं. त्याबरोबर पलीकडची कप्पी झाडापासून हलत असलेली त्याला दिसली.

हळूहळू केविननं दोर ओढायला सुरुवात केली. दोन्ही कप्प्यांचा कुरकुरण्याचा मोठा आवाज येत होता. तराफा त्यांच्या बाजूच्या किनाऱ्याकडे ओढला जाऊ लागला.

''याचा उपयोग होऊ शकेल.'' केविन म्हणाला. तो दोर ओढत असताना मेलनी पलिकडच्या किनाऱ्यावर टॉर्च मारून लक्ष ठेवत होती. तराफा साधारण अर्ध्यावर आलेला असताना, त्यांच्या डाव्या बाजूला काहीतरी जड वस्तू जोरात पाण्यात पडल्यासारखा आवाज आला आणि बरंचसं पाणी बाहेर उडालं.

मेलनीनं त्या दिशेनं टॉर्चचा झोत टाकला. पाण्याच्या पृष्ठभागावरून प्रकाशाच्या दोन चमकत्या रेषा परावर्तित झाल्या.

एक मोठी मगर त्यांच्याकडेच बघत होती.

''बाप रे !'' कॅन्डेस म्हणाली. ती पटकन पाण्यापासून दूर झाली.

''काही काळजी करू नकोस.'' केविन म्हणाला. त्यानं हातातला दोर सोडला. एक जाड काठी उचलली आणि त्या मगरीला फेकून मारली. त्याबरोबर परत जोरानं पाणी उडवत ती मगर पाण्यात दिसेनाशी झाली.

''वा, ग्रेट हं !'' कॅन्डेस म्हणाली, ''म्हणजे आता ती कुठे आहे तेदेखील आपल्याला समजायला नको.''

''ती पळाली आता.'' केविन म्हणाला, ''आपण जर पाण्यात असलो तर किंवा त्या भुकेलेल्या असल्या तरच त्या धोकादायक असतात.''

''पण आता ती भुकेलेली नसेल कशावरून?'' कॅन्डेसनं विचारलं.

''त्यांच्यासाठी इथे भरपूर खाद्य असतं.'' केविन म्हणाला. त्यानं परत दोर उचलला आणि ओढायला सुरुवात केली. तराफा पलीकडच्या काठावर पोचला, तसा त्यानं दुसरा दोर पकडला आणि तो ओढायला सुरुवात केली.

''जाऊ दे, आपल्याला फारच उशीर झालाय.'' तो म्हणाला, ''आणि याचा काही उपयोग होणार नाही. आपण कॉम्प्युटरवर बघितलेली त्यांची सर्वात जवळची राहायची जागा इथून एक मैल तरी दूर आहे. आपल्याला हे काम दिवसाच करायला हवं.''

त्याच्या तोंडातून हे शब्द बाहेर पडतात न पडतात, तोच अनेक भयंकर किंकाळ्यांनी रात्रीच्या शांततेचा भंग झाला. त्याचवेळी बेटावरच्या झुडपांमध्ये कसलातरी जोरदार गोंधळ सुरू झाला. जणू काही एखादा सैरावैरा पळणारा हत्ती आता समोर येणार होता.

केविननं दोर सोडून दिला. कॅन्डेस आणि मेलनी दोघीही पायवाटेवर काही पावलं मागे जाऊन थांबल्या. त्यांच्या हृदयात जोराची धडधड चालली होती. आणखी एखादी किंकाळी ऐकू येईल म्हणून त्या वाट पाहू लागल्या. मेलनीनं थरथरत्या हातानं जिथून किंकाळ्या ऐकू आल्या होत्या, तिकडे प्रकाशाचा झोत मारला. सगळं शांत होतं. एखादं पानही हलत नव्हतं.

दहा मिनिटांसारखी वाटणारी दहा तणावपूर्ण सेकंदं कशीबशी गेली. कसला थोडा तरी आवाज येतोय का, ते ऐकण्यासाठी ते तिघंही कानात प्राण आणून ऐकत होते. पण संपूर्ण शांततेखेरीज तिथे काहीही नव्हतं. रात्री ओरडणारे सगळे प्राणीही अगदी चुपचाप होते. जणू काही सगळं जंगल एखाद्या जगबुडीची वाट पाहत होतं.

''कसला आवाज होता तो?'' अखेर मेलनीनं विचारलं.

"ते जाणून घ्यायची मला बिलकुल इच्छा नाही." कॅन्डेस म्हणाली, "आपण इथून जाऊया."

"ते बहुतेक एक दोन बोनोबो असावेत." केविन म्हणाला. त्यानं पुढे होऊन दोर पकडला. तराफा प्रवाहाच्या मध्यावर तरंगत होता. त्यानं तो पटकन खेचून घेतला.

"मला वाटतं कॅन्डेस म्हणतेय ते बरोबर आहे." मेलनी म्हणाली, "आता एवढा अंधार पडलाय, की ते आले तरी आपल्याला काहीएक दिसणार नाही. मलाही भीती वाटायला लागलीय. तेव्हा आपण आता निघूया."

"यावर मी तुमच्याशी पूर्ण सहमत आहे." त्या दोघींकडे येत केविन म्हणाला, "आता या भलत्या वेळी आपण इथे काय करतोय, तेच मला समजत नाहीये. आपण दिवसा परत येऊ."

पायवाटेवरून भराभर चालत ते मैदानात येऊन पोचले. मेलनी सर्वात पुढे राहून टॉर्च दाखवत होती. तिच्यामागे कॅन्डेस तिच्या ब्लाऊजचं टोक पकडून चालत होती. केविन पिछाडी सांभाळत होता.

"त्या पुलाची किल्ली मिळाली तर फारच मस्त होईल." गॅरेजसारख्या त्या छोट्या बांधकामाजवळून जाताना केविन म्हणाला.

"आणि ती कशी मिळवायचा तुझा विचार आहे?" मेलनीनं विचारलं.

"बर्ट्रामची किल्ली घ्यायची." केविन म्हणाला.

"पण तूच तर म्हणालास ना, की बेटावर जायला त्यानं सर्वांनाच बंदी घातलीय म्हणून." मेलनी म्हणाली, "तो काय तुला किल्ली अशी उसनी देईल?"

"त्याच्या नकळत आपल्याला ती त्याच्याकडून घ्यावी लागेल." केविन म्हणाला.

"असं का? बरं, बरं !" मेलनी उपरोधानं म्हणाली.

गाडीकडे जाणाऱ्या बोगद्यासारख्या वाटेवरून ते चालू लागले. अर्ध्या वाटेतच मेलनी म्हणाली, "बाप रे ! किती अंधार आहे इथे. मी दाखवतेय तो टॉर्चचा प्रकाश तुम्हाला पुरेसा आहे का?"

"हो, हो, ठीक आहे."

मेलनी थोडी हळू चालायला लागली आणि मध्येच थांबली.

"काय झालं?" केविननं विचारलं.

"इथे काहीतरी विचित्र वाटतंय." ती म्हणाली. एका बाजूला मान झुकवून ती कान देऊन ऐकू लागली.

"आता तू मला घाबरवू नकोस." कॅन्डेस म्हणाली.

"बेडूक आणि किड्यांनी आपला कोरस परत चालू केला नाही." मेलनी म्हणाली.

पुढच्या सेकंदाला एकदम धमाका झाला. टट्, टट्, टट्, टट् अशा सततच्या मोठ्या आवाजानं जंगलाची शांतता भंग पावली. त्या तिघांच्याही डोक्यांवर झाडांच्या फांद्या आणि पानांचा वर्षाव झाला. केविननं तो आवाज लगेच ओळखला आणि त्याच्याकडून प्रतिक्षिप्त क्रिया घडून आली. हात लांब करून त्यानं त्या दोघींना जोरात ढकललं. त्यामुळे ते तिघंही खालच्या किड्यांनी भरलेल्या जमिनीवर आडवे पडले.

केविननं तो आवाज ओळखला याचं कारण असं होतं, की एकदा त्याची इच्छा नसतानाही इक्वेटोगिनीयन शिपायांच्या सरावाच्या वेळी त्याला हजर राहावं लागलं होतं.

तो आवाज मशिनगनच्या फैरींचा होता.

□□

१०

मार्च ५, १९९७
दुपारी २ वाजून १५ मिनिटे
न्यूयॉर्क

''माफ कर, लॉरी..''लॉरीच्या ऑफिसच्या दारात उभं राहून शेरील मायर्स म्हणाली. शेरील गुन्हे अन्वेषकांपैकी एक होती. ''आत्ताच हे पाकीट मिळालं. रात्रीच ते तुझ्यासाठी आलंय. तुला ते लगेच हवं असेल म्हणून मी घेऊन आले.''

लॉरी उभी राहिली आणि तिनं ते पाकीट घेतलं. ते काय असेल याबद्दल तिलाही उत्सुकता होती. ते पाठवणाऱ्याचं नाव बघण्यासाठी तिनं ते उलटसुलट करून पाहिलं. ते सीएन्एन् कडून आलं होतं.

''थँक्स, शेरील.'' लॉरी म्हणाली. ती थोडी गोंधळली होती. सीएन्एन्नं तिला काय पाठवलं असेल हे तिच्या लक्षात येत नव्हतं.

''डॉ. मेहता काही इथे दिसत नाहीये.'' शेरील म्हणाली, ''युनिव्हर्सिटी हॉस्पिटलमधून तिच्यासाठी आलेला एक चार्टपण मी आणला होता. तो तिच्या टेबलावर ठेवू?'' डॉ. रिवा मेहता ही लॉरीची सहकारी डॉक्टर होती. साडेसहा वर्षांपूर्वी त्या दोघींनी बरोबरच शवागारातील आपल्या नोकरीची सुरुवात केली होती. तेव्हापासूनच हे ऑफिस त्या दोघींना देण्यात आलं होतं.

''हो, हो, ठेव ना.'' लॉरी म्हणाली. ती आपल्या पार्सलच्या

विचारातच गुंगली होती. शेवटी तिनं ते उघडलं. आत एक व्हिडिओटेप होती. लॉरीनं त्यावरचं लेबल बघितलं. त्यावर लिहिलं होतं : *कार्लो फ्रँकोनी हत्या, मार्च ३, १९९७.*

त्या दिवशी सकाळी शेवटचं शवविच्छेदन आटोपल्यापासून लॉरी आपल्या ऑफिसच्या कामातच गुंतून गेली होती. तिला तिच्या वीसएक अपूर्ण केसेस् पूर्ण करायच्या होत्या. प्रयोगशाळांचे निष्कर्ष, हॉस्पिटलमधल्या नोंदी, पोलिसांचे रिपोर्ट, मायक्रोस्कोपखालील स्लाईड्स हे सगळं बघण्यामध्ये तिचे तासन्तास गेले होते. फ्रँकोनीच्या केसबद्दल ती सगळंच विसरून गेली होती. ही व्हिडिओटेप पाहिल्यावर आता तिला ते सगळं परत आठवलं. दुर्दैवानं, मृतदेह मिळाल्याशिवाय तर त्या व्हिडिओटेपला काही अर्थच नव्हता.

लॉरीनं ती व्हिडिओटेप आपल्या ब्रीफकेसमध्ये ठेवली आणि ती परत आपल्या कामाकडे वळली. पण पंधरा मिनिटं प्रयत्न करूनही कामात तिचं लक्ष लागेना. मन एकाग्र करायला तिला जमेचना. शेवटी तिनं मायक्रोस्कोपखालचा दिवा बंद करून टाकला. तो मृतदेह कसा नाहीसा झाला असेल, या विचारानं तिचं मन परत व्यापून टाकलं. काहीतरी जादू झाल्यासारखा तो नाहीसा झाला होता. आत्ता तो सुरक्षितपणे लॉकर क्रमांक एकशे अकरामध्ये ठेवलेला होता; तीन कर्मचाऱ्यांनी तो बघितलाही होता आणि पुढच्या क्षणी तो तिथून नाहीसा झाला. या प्रकाराचं काहीतरी स्पष्टीकरण असलंच पाहिजे.... पण कितीही विचार केला तरी तिच्या ते लक्षात येईना.

शेवटी तिनं तळघरातील शवागाराच्या ऑफिसात जायचं ठरवलं. तिथे एखादा तरी तंत्रज्ञ असेल असं तिला वाटलं होतं; पण तिथे कोणीच नव्हतं. तरी त्यामुळे डगमगून न जाता ती तिथल्या कातडी वेष्टनाच्या मोठ्या लॉगबुककडे गेली. माइक पासानोनं आदल्या रात्री दाखवलेली नोंद शोधण्यासाठी ती पानं उलटू लागली. तिला ती सहज सापडली. तिथेच कॉफी मगमध्ये ठेवलेल्यातली एक पेन्सिल तिनं घेतली. एक कागद घेऊन तिनं त्यावर आदल्या रात्री आलेल्या मृतदेहांची नावं आणि प्रवेश क्रमांक लिहून घेतले : 'डोरोथी क्लाईन - १०१४५५' आणि 'फ्रँक ग्लीसन् - १००३८५.' तिनं दोन्ही अंत्यविधी संस्थांची नावंही लिहून घेतली : न्यूयॉर्क येथील ओझोन पार्कमधलं स्पॉलेटो आणि न्यूजर्सी येथील समिटमधलं डिकसन्.

लॉरी निघणार, एवढ्यात तिचं लक्ष टेबलाच्या कोपऱ्यात ठेवलेल्या मोठ्या रोलोडेस्ककडे गेलं. तिनं ताबडतोब त्या दोन्ही अंत्यविधी संस्थांना फोन करायचं ठरवलं. फोनवर आपली ओळख सांगितल्यावर तिनं आपल्याला व्यवस्थापकाशी बोलायचंय, असं सांगितलं.

हे फोन करण्यामागे तिचा उद्देश असा होता, की त्यातलं एखादं बनावट असतं तर ते लक्षात आलं असतं. अर्थात, तशी शक्यता कमी होती. कारण रात्रीचा तंत्रज्ञ

माईक पासानो यानं तिथे येण्यापूर्वी त्यांना फोन केले होते, असं तो म्हणाला होता; आणि ते येणारे लोक बहुतेक त्याच्या माहितीचेही असावेत.

लॉरीच्या अपेक्षेप्रमाणेच ती दोन्ही खरी निघाली. दोघाही व्यवस्थापकांनी सांगितलं, की काल रात्री त्यांच्याकडे ते मृतदेह आणण्यात आले होते आणि आता ते अंत्यदर्शनासाठी ठेवलेले होते.

लॉरी परत लॉगबुकाकडे गेली आणि त्या रात्री शवागारात आणलेल्या दोन मृतदेहांची नावं बघू लागली. त्या दोघांचीही नावं आणि प्रवेश क्रमांक तिनं पुन्हा आपल्याकडच्या कागदावर लिहून घेतले. ती नावं तिला ओळखीची वाटत होती, कारण दुसऱ्या दिवशी सकाळी तिनंच त्यांचं शवविच्छेदन पॉल पॉजेटकडे सोपवलं होतं. पण आत आलेल्या मृतदेहांपेक्षा तिला बाहेर गेलेल्या मृतदेहांत अधिक रस होता. ते दोन्ही मृतदेह शवागाराच्या जुन्या अनुभवी कर्मचाऱ्यांनीच आत आणले होते, पण बाहेर गेलेले मृतदेह मात्र परक्या माणसांनी नेले होते.

वैतागून लॉरी टेबलाच्या पृष्ठभागावर पेन्सिलीचं टोक आपटू लागली. काहीतरी एखादी गोष्ट आपल्या लक्षात येत नाहीये, याबद्दल तिला खात्री वाटत होती. परत एकदा तिची नजर रोलोडेस्ककडे गेली. स्पॉलेटो फ्यूनरल होमच्या नावापाशी ते उघडं पडलेलं होतं. या नावाशी आपला कधीतरी संबंध आलाय असं तिला वाटलं. एक क्षणभर तिनं ते आठवायचा खूप प्रयत्न केला. हे नाव ओळखीचं का बरं वाटत होतं? मग तिला एकदम आठवलं.... त्या सेरिनो भानगडीच्या वेळी तिचा त्याच्याशी संबंध आला होता. फ्रँकोनीच्या आधी त्या जागेवर असलेल्या सेरिनोनं सांगितल्यावरून स्पॉलेटो फ्यूनरल होममध्ये एका माणसाचा खून करण्यात आला होता.

लॉरीनं आपल्याजवळचा कागद खिशात टाकला. ती टेबलापासून दूर झाली आणि पाचव्या मजल्यावर परत आली. ती सरळ जॅकच्या ऑफिसात गेली. दरवाजा उघडाच होता. तिनं बाजूच्या खांबावर टकटक केली. आत असलेले जॅक आणि चेट दोघंही आपापल्या कामातून डोकं वर करून पाहू लागले.

''माझ्या मनात एक विचार आलाय...'' लॉरी जॅकला म्हणाली.

''एकच आलाय?'' जॅक चेष्टेनं म्हणाला.

लॉरीनं आपली पेन्सिल त्याला फेकून मारली. ती त्यानं सहजी चुकवली. ती त्याच्या उजव्या बाजूच्या खुर्चीत बसली आणि तिनं त्याला स्पॉलेटो फ्यूनरल होमच्या टोळीवाल्यांशी असलेल्या संबंधाबद्दल सांगितलं.

''काय हे लॉरी !'' जॅकनं तक्रारीच्या सुरांत म्हटलं, ''एखाद्या अंत्यविधी संस्थेमध्ये टोळीवाल्यांनी खून केला, याचा अर्थ लगेच त्यांचा त्याच्याशी संबंध आहे असा होत नाही...''

''तुला असं वाटत नाही?'' लॉरीनं विचारलं. जॅकला या प्रश्नाचं उत्तर द्यावं

लागलं नाही. त्याच्या चेहऱ्यावरूनच तिला ते समजलं; आणि आपल्या या कल्पनेविषयी आता अधिक विचार केल्यावर तिलाही ते पटलं. हे जरा अतीच होत होतं. ती कुठल्याही बारीकशा धाग्यालाही पकडू पाहत होती.

"तू का एवढी त्याच्या मागे लागली आहेस?" जॅक म्हणाला, "सोडून दे ना."

"मी तुला आधीच सांगितलंय." लॉरी म्हणाली, "ती माझी वैयक्तिक बाब आहे."

"मी तुझ्या प्रयत्नांना एखादी चांगली दिशा दिली तर?" जॅकनं विचारलं. त्यानं मायक्रोस्कोपकडे बोट दाखवलं. "त्या गोठलेल्या तुकड्यावर एक नजर टाक आणि तुला त्याबद्दल काय वाटतंय ते मला सांग."

लॉरी खुर्चीतून उठली आणि मायक्रोस्कोपमधून पाहू लागली. "हे काय आहे? गोळी जिथून आत गेली त्या जखमेचा हा भाग आहे का?" तिनं विचारलं.

"अगदी बरोबर आहे." जॅक म्हणाला, "तुझं डोकं नेहमीच चांगलं चालतं."

"ठीक आहे, हे काही एवढं कठीण नाही." लॉरी म्हणाली, "गोळी अगदी जवळून मारण्यात आलेली आहे."

"मलाही असंच वाटतंय." जॅक म्हणाला, "बरं, अजून काही?"

"पण हे काय? जखमेतून रक्त अजिबात बाहेर आलेलं नाही." लॉरी म्हणाली, "याचा अर्थ, ही जखम माणूस मेल्यानंतर झालेली आहे." मान वर करून तिनं जॅककडे बघितलं. तिला खूप आश्चर्य वाटलं. तिला वाटलं होतं, की या जखमेमुळेच तो माणूस मेलाय.

"वा ! आधुनिक विज्ञानाचं सामर्थ्य केवढं आहे." जॅक म्हणाला, "तू माझ्यावर ढकललेल्या त्या तरंगणाऱ्या मृतदेहाची केस आता फारच गुंतागुंतीची होत चाललीय."

"ए, तू आपणहूनच तो मागून घेतला होतास हं." लॉरी म्हणाली.

"गंमत केली ग !" जॅक म्हणाला, "मला बरंच वाटलं ही केस मिळाल्यामुळे. बंदुकीच्या गोळ्यांच्या त्या जखमा नक्कीच तो माणूस मेल्यानंतरच्या आहेत. त्याचं डोकं आणि हात तोडलेत तेसुद्धा नंतरच. आणि बोटीच्या पंख्याच्या जखमा तर अर्थातच नंतरच्याच आहेत.

"मृत्यूचं कारण काय होतं?" लॉरीनं विचारलं.

"दुसऱ्याच दोन पिस्तुलाच्या गोळ्यांच्या जखमा." जॅक म्हणाला, "एक मानेच्या खाली आहे." त्यानं स्वतःच्या उजव्या खांद्याच्या हाडाकडे बोट दाखवलं. "आणि दुसरी संपूर्ण फाटलेल्या दहाव्या बरगडीच्या डाव्या बाजूला. त्यातली वाईट गोष्ट म्हणजे पोटाच्या वरच्या भागात या दोन्ही जखमांच्या आसपास एअर रायफलच्या आणखी इतक्या गोळ्या मारलेल्या होत्या, की एक्स-रेवरदेखील त्या दिसणं मुश्कील झालं होतं."

"हे मी प्रथमच ऐकतेय." लॉरी म्हणाली, "एअर रायफलच्या गोळ्यांमुळे

लपल्या गेलेल्या पिस्तुलाच्या गोळ्या. नवलच आहे! या कामातली हीच गोष्ट मला फार आवडते. रोज तुम्हाला काहीतरी नवीन पाहायला मिळतं.''

''तरी अजून सर्वांत चांगली गोष्ट मी तुला सांगितलेलीच नाहीये.'' जॅक म्हणाला.

''ही खरोखरच अगदी खास गोष्ट आहे.'' चेट म्हणाला. आतापर्यंत तो त्यांचं बोलणं ऐकत होता. ''गुन्हे-अन्वेषणावरील एखाद्या चर्चासत्रामध्ये चघळण्यासाठी तो अगदी परिपूर्ण विषय होईल.''

''मला असं वाटतं, की मृत व्यक्तीची ओळख पटू नये या कारणासाठी ज्याप्रमाणे तिचं डोकं आणि हात तोडले होते, त्याचप्रमाणे एअर रायफलनं मारलेल्या या गोळ्याही त्याच उद्देशानं मारलेल्या होत्या.'' जॅक म्हणाला.

''ते कसं काय?'' लॉरीनं विचारलं.

''मला वाटतं, की या व्यक्तीवर यकृतारोपणाची शस्त्रक्रिया झालेली होती.'' जॅक म्हणाला, ''आणि त्याला फार दिवसही झाले नसावेत. या शस्त्रक्रियेमुळे तिची ओळख पटवणं सोपं गेलं असतं. अशा शस्त्रक्रिया काही फार लोकांवर होत नाहीत. त्यामुळे अशा व्यक्तीचा शोध घेणं कठीण नाही...!''

''यकृताचा थोडा तरी भाग शिल्लक होता का?'' लॉरीनं विचारलं.

''फारच थोडा.'' जॅक म्हणाला, ''बहुतेक सगळंच यकृत एअर रायफलच्या गोळ्यांनी छिन्नविछिन्न करून टाकलं होतं.''

''आणि माशांनीही त्यांना मदत केली...'' चेट म्हणाला.

लॉरीचा उदास झाली.

''पण तरी त्यातले थोडे टिश्यू मला मिळू शकले.'' जॅक म्हणाला, ''आपल्या या आरोपणाच्या विधानाला पुष्टी देण्यासाठी ही गोष्ट निश्चित उपयोगी पडेल. खरं म्हणजे डीएन्ए विभागातला टेड लींच आता डीक्यू अल्फाच करतोय. त्याचे निष्कर्ष आपल्याला तासाभरातच मिळतील. परंतु मला विचारशील, तर व्हेना कॅव्हा आणि हेपॅटिक आर्टरीमध्ये सापडलेल्या टाक्यांनी आपल्याला पुरेसा पुरावा आधीच दिलेला आहे.''

''डीक्यू अल्फा म्हणजे काय?'' लॉरीनं विचारलं.

जॅक हसला. ''तुला ठाऊक नाही अशी एकतरी गोष्ट आहे म्हणायची...'' तो म्हणाला, ''कारण मलाही टेडला तेच विचारावं लागलं. त्यानं मला सांगितलं, की दोन व्यक्तींमधला फरक ओळखण्यासाठी करण्यात येणारी ती एक सोयीस्कर आणि जलद होणारी अशी डीएन्ए चाचणी आहे. क्रोमोझोम सहावरच्या हिस्टोकॉम्पॅटिबिलिटी कॉम्प्लेक्सच्या डीक्यू भागांची तुलना या चाचणीमध्ये केली जाते.''

"पोर्टल व्हेनचं काय?" लॉरीनं विचारलं, "तिलाही टाके घातलेले होते का?"

"दुर्दैवानं पोर्टल व्हेन पूर्णपणे नाहीशी झाली होती." जॅक म्हणाला, "आतड्यांचाही बराचसा भाग गेलेला आहे."

"ठीक आहे." लॉरी म्हणाली, "या सगळ्या गोष्टींमुळे मृताची ओळख पटवणं चांगलंच सोपं होणार आहे."

"मलाही अगदी असंच वाटतंय." जॅक म्हणाला, "मी मघाशीच बार्ट अर्नोल्डला त्याच्या मागावर सोडलं आहे. असे अवयव मिळवणारी राष्ट्रीय संस्था UNOS, यांच्याशी त्यानं संपर्क साधलाय. यकृतारोपणाच्या शस्त्रक्रिया करणाऱ्या शहरातल्या केंद्रांनाही तो फोन लावतोय."

"ही यादी काही फार मोठी नसेल." लॉरी म्हणाली, "मस्त काम केलंस, जॅक."

जॅकचा चेहरा किंचित लाल झाला. लॉरीला जरा बरं वाटलं. तिला वाटत होतं, की अशा स्तुतीचा त्याच्यावर काही परिणामच होत नाही.

"त्या गोळ्यांबद्दल काही समजलं?" लॉरीनं विचारलं, "एकच पिस्तूल वापरलंय का?"

"आम्ही त्या पोलिसखात्यातल्या तज्ज्ञांकडे पाठवून दिल्यात." जॅक म्हणाला, "त्या इतक्या वेड्यावाकड्या झालेल्या आहेत, की त्या एकाच पिस्तुलातून झाडलेल्या आहेत की नाही ते ओळखणं अवघड आहे. त्यापैकी एक गोळी सरळ दहाव्या बरगडीवर जाऊन आपटली आणि चपटी झाली. दुसरीची अवस्थाही काही फारशी चांगली नव्हती. मला वाटतं ती पाठीच्या कण्याला घासून गेली."

"काय कॅलिबरची होती ती?" लॉरीनं विचारलं.

"नुसतं बघून ते काही समजलं नाही." जॅक म्हणाला.

"व्हिनी काय म्हणाला?" लॉरीनं विचारलं, "तो असले अंदाज करण्यात पटाईत आहे."

"आज व्हिनीचा काही उपयोग नाही." जॅक म्हणाला, "मी त्याला एवढ्या वाईट मूडमध्ये कधीच पाहिलं नव्हतं. त्याला काय वाटतं ते मी त्याला विचारलं, पण तो काही बोलायलाच तयार नाही. तो म्हणाला, की ते तुझं काम आहे. एकसारखी मतं देण्यासाठी मला मिळत असलेला पगार पुरेसा नाही."

"तुला माहितेय, पूर्वी त्या विचित्र सेरिनो भानगडीच्या वेळी माझ्याकडेही अशीच एक केस आली होती." लॉरी म्हणाली. एक क्षणभर तिच्या डोळ्यात कसलीतरी चमक आली. "ती बळी गेलेली मुलगी एका डॉक्टरची सेक्रेटरी होती. ती एका कारस्थानात अडकली होती म्हणे. अर्थात, तिच्यावर यकृतारोपणाची शस्त्रक्रिया वगैरे केलेली नव्हती. पण तिचेही हात आणि डोकं तोडून टाकण्यात आलेलं होतं. तिच्यावर झालेल्या काही शस्त्रक्रियांमुळे मला तिची ओळख पटवता आली."

"कधीतरी एकदा तू मला ती सगळी भयानक कथा ऐकवच." जॅक म्हणाला, "नुसत्या अशा मधल्या मधल्या काही गोष्टी ऐकून मला त्यातलं काहीच नीट समजत नाहीये."

लॉरीनं एक उसासा सोडला. "मला तर ते सगळं विसरूनच जाण्याची इच्छा आहे. अजूनही मला त्याबद्दल भयानक स्वप्नं पडत असतात."

डॉ. डॅनियल लेविट्झच्या फिफ्थ ॲव्हेन्यूवरील ऑफिसचा दरवाजा उघडताना रेमंडनी आपल्या घड्याळाकडे बघितलं. पावणेतीन झाले होते. अकरा वाजल्यापासून रेमंडनी त्यांना तीन वेळा फोन केला होता. दर वेळी त्यांची रिसेप्शनिस्ट सांगायची, की डॉ. लेविट्झ तुम्हाला परत फोन करतील. पण आतापर्यंत तरी त्यांचा फोन आला नव्हता. आधीच बेचैन असलेल्या रेमंडना हा त्यांचा उद्धटपणा वाटला होता. डॉ. लेविट्झचं ऑफिस त्यांच्या घरापासूनच जवळच होतं. शेवटी रेमंडनी स्वत:च तिथपर्यंत चालत जाऊन त्यांना भेटायचं ठरवलं.

"डॉ. रेमंड लीयॉन्स." रेमंडनी अधिकारवाणीनं रिसेप्शनिस्टला सांगितलं, "मला डॉ. लेविट्झना भेटायचंय."

"हं.. डॉ. लीयॉन्स," ती म्हणाली. डॉ. अँडरसनच्या रिसेप्शनिस्टसारखीच हीदेखील थोडीशी प्रौढ आणि सुसंस्कृत दिसत होती. "अपॉईंटमेंट घेतलेल्यांच्या माझ्याजवळच्या यादीत तुमचं नाव नाहीये. तुम्ही येणार हे डॉक्टरना माहीत आहे का?"

"नाही. माहीत नसावं बहुतेक." रेमंड म्हणाले.

"ठीक आहे, मी डॉक्टरना सांगते तुम्ही आला आहात म्हणून." ती म्हणाली.

वेटिंग रूममध्ये बरीच गर्दी होती. रिकामी जागा पाहून रेमंड तिथे बसले. डॉक्टरांच्या वेटिंग रूममध्ये सर्वसाधारणपणे असतात तसल्या मासिकांपैकी एक मासिक त्यांनी उचललं आणि ते त्याची पानं उलटू लागले. त्यांच्या बेचैनीचं हळूहळू रागात रूपांतर होत चाललं होतं. आपण इथे आलो हे आपलं चुकलंच की काय, असं त्यांना वाटायला लागलं.

आधीच्या दोन आरोपणाच्या रुग्णांची माहिती काढणं फारसं अवघड गेलं नव्हतं. त्यांना आणणाऱ्या डल्लास, टेक्सासमधील डॉक्टरशी ते फोनवर बोलले होते. त्यानं त्यांना अगदी खात्रीपूर्वक सांगितलं होतं, की त्यापैकी मूत्रपिंड आरोपण केलेल्या रुग्णाची तब्येत अगदी उत्तम आहे. प्रसिद्ध स्थानिक उद्योगपती असलेल्या त्या रुग्णाचं कधी शवविच्छेदन होण्याची शक्यता नाही. परिस्थितीत काही महत्त्वाचे बदल झालेच, तर लगेच त्यांना कळवण्याचं वचन त्या डॉक्टरनं त्यांना दिलं होतं.

डॉ. लेविट्झ यांचा परत फोन न आल्यामुळे रेमंडना शेवटच्या केसविषयी काहीच कळू शकलं नव्हतं. यामुळे त्यांची काळजी आणि उद्विग्नता मात्र वाढत चालली होती.

रेमंडनी खोलीत सभोवार नजर फिरवली. गडद तपकिरी रंगाच्या भिंती, त्यावर सुरेख रंगातील तैलचित्रं, पौर्वात्य धाटणीचे गालिचे यामुळे ती फारच उठावदार दिसत होती. तिथे शांतपणे प्रतीक्षा करत बसलेल्या रुग्णांचं उच्च दर्जाचं राहणीमान त्यांच्या पोशाखावरून आणि दागदागिन्यांवरून उघडच दिसून येत होतं.

जाणाऱ्या प्रत्येक मिनिटागणिक रेमंडची अस्वस्थता वाढत चालली होती. आणि त्याला कारणीभूत असणाऱ्या डॉ. लेविट्झना यात यश मिळाल्यामुळे रेमंडना ते अधिकच अपमानकारक वाटत होतं. मेडिकेअर घोटाळा प्रकरणात आपला वैद्यकीय सेवेचा परवाना रद्द झाल्याची त्यांना आठवण झाली; आणि इकडे हा लेकाचा डॉ. लेविट्झ मात्र जोरात प्रॅक्टिस करतोय. त्याच्या उत्पन्नाचा बराच वाटा त्याला टोळीवाल्यांच्या कुटुंबियांवर उपचार करूनच मिळत होता. अर्थातच, हा सगळा काळा पैसाच होता. शिवाय डॉ. लेविट्झ मेडिकेअरच्या दाव्यांमध्येही अफरातफर करत असणार, असं त्यांना खात्रीनं वाटत होतं. साले सगळे हेच करतात!

इतक्यात आत येणाऱ्या नर्सकडे रेमंड अपेक्षेनं बघू लागले. पण तिनं दुसऱ्याचंच नाव पुकारलं. आपल्या हातातील मासिक खाली ठेवून तो माणूस उठला आणि आत गेला. रेमंड परत धुसफुसत कोचावर मागे रेलून बसले. अशा लोकांशी संबंध आल्यामुळे तर रेमंडना आता आपल्या आर्थिक सुरक्षिततेची अधिक गरज वाटू लागली. सध्या त्यांच्या हाती असलेल्या 'प्रतिकृती' कार्यक्रमामुळेच ती सुरक्षा त्यांना मिळणार होती. कुठल्यातरी क्षुद्र, अनपेक्षित कारणापायी हा कार्यक्रम कोलमडू देण्याची त्यांची इच्छा नव्हती.

अखेर सव्वातीनला डॉ. डॅनियल लेविट्झनं रेमंडला आत बोलावलं. लेविट्झ हा एक टक्कल असलेला सुमार बांध्याचा व सुरकुतलेल्या चेहऱ्याचा गृहस्थ होता. तशी त्यानं पातळ मिशी ठेवली होती, पण त्यामुळे त्याच्या व्यक्तिमत्त्वात काही फारसा फरक पडला नव्हता. या माणसात असं काय आहे की ज्यामुळे असंख्य रुग्णांचा विश्वास तो संपादन करू शकतो, याचं रेमंडना आश्चर्य वाटलं.

"एखादा दिवस असा फारच गडबडीत जातो." डॅनियलनं स्पष्टीकरण द्यायचा प्रयत्न केला, "आणि तुम्ही भेटायला याल अशी कल्पनाही नव्हती."

"खरं म्हणाल तर माझाही तसा बेत नव्हता." रेमंड म्हणाले, "पण तुमचा परत फोन आला नाही, त्यामुळे माझ्यापुढे दुसरा मार्गच राहिला नाही."

"तुम्ही फोन केला होता?" डॅनियलनं विचारलं, "मला काहीच निरोप मिळाला नाही. मला माझ्या रिसेप्शनिस्टशी एकदा बोललंच पाहिजे. आजकाल नोकर म्हणून चांगली माणसं मिळणं इतकं दुरापास्त झालंय..."

रेमंडना 'ही बकवास बंद कर' असं डॅनियलला सांगावसं वाटलं. पण त्यांनी स्वत:ला आवरलं. काही झालं तरी शेवटी या माणसाची भेट तर झाली. आणि

भांडून कुठलाच प्रश्न सुटणार नव्हता. दुसरं म्हणजे डॅनियल लेविट्झचा कितीही राग आला, तरी तो त्यांच्या कार्यक्रमातील सर्वात यशस्वी डॉक्टर होता. आतापर्यंत त्यानं बारा रुग्ण आणि चार डॉक्टर्स या कार्यक्रमांतर्गत सामील करून घेतले होते.

''बोला, काय काम आहे माझ्याकडे?'' डॅनियलनं मान उडवत विचारलं. त्याची ती लकब रेमंडना अस्वस्थ करून गेली.

''प्रथम मला तुमचे त्या रात्री तुम्ही केलेल्या मदतीबद्दल आभार मानायचे आहेत.'' रेमंड म्हणाले, ''वरिष्ठांच्या दृष्टीनं ती फारच आणीबाणीची परिस्थिती होती. अशा नाजूक वेळी काही बोभाटा झाला असता, तर हा संपूर्ण उद्योगच बंद पडला असता.''

''मी काही मदत करू शकलो, याचा मला आनंदच झालाय.'' डॅनियल म्हणाला, ''मि. व्हिन्सेंट डॉमिनिकनंही स्वत:ची गुंतवणूक जपण्याच्या उद्देशानं आपल्याला मदत केली ते बरंच झालं.''

''मि. डॉमिनिकचा विषय निघालाच आहे म्हणून सांगतो.'' रेमंड म्हणाले, ''त्यानं काल सकाळी मला अगदी अनपेक्षितपणे भेट दिली.''

''का?.. सहजच आला होता ना तो?'' डॅनियलनं विचारलं. डॉमिनिकच्या कारकीर्दीविषयी आणि व्यक्तिमत्त्वाविषयी त्याला चांगलीच कल्पना होती. त्यामुळे काहीतरी पिळवणूक करण्याच्या उद्देशानं त्यानं ही भेट दिली असावी, असा त्यानं तर्क केला.

''हो आणि नाहीही...'' रेमंडनी कबूल केलं, ''मला माहीत करून घ्यायचे नसलेले काही अनावश्यक तपशील तो मला आग्रहानं सांगत होता. नंतर त्यानं दोन वर्षांसाठी आपण त्याला ट्यूशन फी माफ करावी, असाही आग्रह धरला.

''हे काहीच नाही. याच्याहूनही वाईट गोष्टी तो करू शकला असता.'' डॅनियल म्हणाला, ''याचा माझ्या टक्केवारीवर काय परिणाम होईल?''

''टक्केवारी तीच राहील....'' रेमंड म्हणाले, ''फक्त टक्केवारी कशातून द्यायची हाच मुख्य प्रश्न आहे.''

''म्हणजे मी मदतही करायची आणि त्याबद्दल शिक्षाही भोगायची, असंच ना?'' डॅनियल तक्रारीच्या सुरात म्हणाला, ''हे काही बरोबर नाही.''

रेमंड थोडा वेळ गप्प बसले. डॉमिनिकची फी कमी झाल्यामुळे डॅनियलचा तोटा होईल, या गोष्टीचा त्यांनी विचारच केला नव्हता. पण हा विषयही टाळता येण्यासारखा नव्हता. आताच्या घटकेला या माणसाला नाराज करून चाललं नसतं.

''तुमचं हे म्हणणं अगदी योग्यच आहे.'' रेमंडनी कबूल केलं, ''आपण लवकरच त्यावर काहीतरी निर्णय घेऊ. आता माझी काळजी वेगळीच आहे. सिन्डी कार्लसनची परिस्थिती कशी आहे?''

अल्ब्राईट कार्लसन हे शेअर बाजारातलं एक मोठं प्रस्थ होतं. त्याची चौदा वर्षांची मुलगी सिन्डी आणि अल्ब्राईट स्वत: अशा दोघांनाही डॅनियलनं ग्राहक म्हणून नोंदवून घेतलेलं होतं. सिन्डीला लहानपणीच ग्लोमेरुलो-नेफ्रायटिसनं ग्रासलं होतं. ती बारा तेरा वर्षांची होईपर्यंत तो आजार एवढा वाढला, की तिचं मूत्रपिंड काम करेनासं झालं. परिणामत: डॅनियलच्या फक्त ग्राहकांमध्येच नाही, तर शस्त्रक्रिया करण्याची गरज पडणाऱ्या ग्राहकांमध्ये लक्षणीय वाढ झाली; एक कार्लो फ्रँकोनी आणि दुसरी सिन्डी कार्लसन.

''ती व्यवस्थित आहे की...'' डॅनियल म्हणाला, ''म्हणजे तिची तब्येत तरी चांगली आहे. पण तुम्ही हे का विचारताय?''

''फ्रँकोनीच्या या भानगडीमुळे आपला हा धंदा किती नाजूक आहे, याची मला नव्यानं जाणीव झाली.'' रेमंडनी कबूल केलं, ''आपल्या कामात काही त्रुटी राहू नयेत म्हणून मी काळजी घेत आहे.''

''या कार्लसन लोकांची तुम्ही अजिबातच काळजी करू नका.'' डॅनियल म्हणाला, ''त्यांच्याकडून आपल्याला कसलाही त्रास होणार नाहीये. ते आपल्याशी फारच कृतज्ञ आहेत. मागच्याच आठवड्यात कार्लसन मला म्हणत होता, की त्याच्या बायकोलाही आपल्या कार्यक्रमाचा लाभ घेण्याची इच्छा आहे म्हणून. त्यासाठी तिला बहामाज्‌ला नेऊन तिच्या अस्थिमज्जेचा नमुना देण्याची तयारीही त्यानं केलीय.''

''हे चांगलंच आहे.'' रेमंड म्हणाले, ''अधिक ग्राहक मिळतील तेवढे आपल्याला हवेच आहेत. आपल्या धंद्यातल्या या मागणीच्या बाजूची मला बिलकुल काळजी वाटत नाहीये. आर्थिकदृष्ट्या आता आपण सर्वात चांगल्या परिस्थितीत आहोत. आपल्या प्रगतीबद्दलचे आपले सगळे अंदाज आपण केव्हाच मागे टाकलेत. फ्रँकोनीसारख्या अनपेक्षित भानगडींमुळे मला चिंता वाटतेय.''

डॅनियलनं मान हलवली आणि पुन्हा एकदा मानेला झटका दिला. ''तशी अनिश्चितता राहणारच.'' काहीतरी तत्त्वज्ञान बोलत असल्यासारखा तो म्हणाला, ''जीवन हे असंच असतं! That's Life!''

''या अनिश्चिततेची पातळी जेवढी खाली राहील, तेवढं मला बरं वाटेल...'' रेमंड म्हणाले, ''मी जेव्हा तुला सिन्डी कार्लसनच्या परिस्थितीविषयी विचारलं, तेव्हा तू म्हणालास, की तिची तब्येत तरी चांगली आहे म्हणून... म्हणजे काय?''

''कारण तिची मानसिक स्थिती काही तेवढीशी चांगली नाही.'' डॅनियल म्हणाला.

''याचा अर्थ काय? रेमंडनी विचारलं. त्याचं हृदय परत एकदा जोरजोरात धडधडायला लागलं.

''अल्ब्राईट कार्लसनसारख्या बापाची मुलगी वाढत्या वयात थोडीशी वेड्या-

सारखी वागली तर ते समजण्यासारखं आहे.'' डॅनियल म्हणाला, ''तुम्हीच थोडा विचार करा. आणि शिवाय, या जुनाट दुखण्याचा ताण. तेच तिच्या जाड होण्याचं कारण आहे की काय ते माहीत नाही, पण तिचं वजन खूपच वाढलंय. त्यामुळे कोणालाही स्वत:ची लाजच वाटेल. विशेषत: बारा तेरा वर्षांच्या मुलीला अधिकच. त्या बिचारीला औदासिन्याचा झटका आला.''

''कितपत जोराचा?'' रेमंडनी विचारलं.

''दोनदा आत्महत्येचा प्रयत्न करण्याएवढ्या जोराचा.'' डॅनियल म्हणाला, ''आणि ते काही लक्ष वेधून घेण्यासाठी केलेले पोरकट प्रयत्न नव्हते. तिनं खरोखरच जीव द्यायचा प्रयत्न केला. ती अजून जिवंत आहे, याचं एकच कारण म्हणजे दोन्ही वेळेला ते लगेच लक्षात आलं. पहिल्या वेळी तिनं काही औषधांचा प्रयोग करून पाहिला आणि दुसऱ्यांदा फासाला लटकवून घ्यायचा प्रयत्न केला. तिच्याकडे जर पिस्तूल असतं, तर ती नक्कीच यशस्वी झाली असती.''

रेमंडनी मोठ्या आवाजात आपली नापसंती व्यक्त केली.

''काय झालं?'' डॅनियलनं विचारलं.

''आत्महत्येच्या सगळ्या केसेस् सरकारी डॉक्टरांकडे जातात.'' रेमंड म्हणाले.

''ओह्, माझ्या ते लक्षातच आलं नाही...!'' डॅनियल म्हणाला.

''हीच मी म्हणत होतो ती आपल्या कामातली त्रुटी आहे.'' रेमंड म्हणाले, ''हॅट् ! आपलं नशीबच खोटं आहे.''

''वाईट गोष्टींना कारणीभूत होत असल्याबद्दल माफी मागतो.'' डॅनियल म्हणाला.

''यात तुझा काही दोष नाही.'' रेमंड म्हणाले, ''महत्त्वाची गोष्ट ही आहे, की कुठे काय चुकतंय, बिघडतंय हे आपल्याला लगेच ओळखता आलं पाहिजे. आणि काही न करता संकट कधी येतंय याची वाट बघत बसण्याऐवजी आपण ते दूर करण्याचा प्रयत्न केला पाहिजे.''

''आपल्याला फारसं काही करता येईलसं मला वाटत नाही.'' डॅनियल म्हणाला.

''व्हिन्सेंट डॉमिनिकविषयी तुला काय वाटतं?'' रेमंड म्हणाले, ''त्यानं एकदा आपलं काम केलंय आणि त्याचा स्वत:चाच मुलगा आजारी असल्यामुळे आपल्या कार्यक्रमाच्या भविष्याची चिंता आपल्याप्रमाणेच त्यालाही वाटत असेलच.''

डॉ. डॅनियल लेविट्झनी रेमंडकडे रोखून बघितलं. ''म्हणजे... तुम्ही असं सुचवताय का....?''

रेमंडनी उत्तर दिलं नाही.

''मला वाटतं मी इथेच थांबावं..'' डॅनियल म्हणाला. तो उठून उभा राहिला. ''आय ॲम सॉरी. पण बाहेरच्या भरलेल्या वेटिंग रूममधले रुग्ण माझी वाट बघतायत.''

“तू मि. डॉमिनिकला फक्त फोन करून विचारू शकशील?” रेमंड म्हणाले. त्यांना पूर्णपणे हतबल झाल्यासारखं वाटत होतं.

“अजिबात नाही.” डॅनियल म्हणाला, “गुन्ह्यांशी संबंधित असलेल्या कितीतरी व्यक्तींवर मी इलाज करतो हे खरं आहे, पण मी त्यांच्या व्यवसायात कधी नाक खुपसत नाही.”

“पण फ्रँकोनीच्या केसमध्ये तू मदत केलीस...” रेमंडनी तक्रारीच्या सुरात म्हटलं.

“तेव्हा फ्रँकोनी हे सरकारी डॉक्टरांच्या ऑफिसात बर्फावर ठेवलेलं एक प्रेत होतं.” डॅनियल म्हणाला.

“मग मला मि. डॉमिनिकचा फोन नंबर दे.” रेमंड म्हणाले, “मी स्वत:च त्याला फोन करतो आणि मला कार्लसनचा पत्ताही लागेल.”

“बाहेर रिसेप्शनिस्टकडून घ्या.” डॅनियल म्हणाला, “तिला सांगा, तुम्ही माझे मित्र आहात म्हणून.”

“थँक यू.” रेमंड म्हणाले.

“पण एक गोष्ट मात्र लक्षात ठेवा.” डॅनियल म्हणाला, “तुमच्यात आणि विनी डॉमिनिकमध्ये काहीही व्यवहार झाला, तरी माझ्या वाट्याचं कमिशन मला मिळालंच पाहिजे.”

रेमंडना तो फोन नंबर आणि पत्ता द्यायला रिसेप्शनिस्टनं सुरुवातीला थोडी कुरकुरच केली. पण आपल्या बॉसला फोनवरून विचारल्यानंतर मात्र तिनं तो लगेच दिला. काही न बोलता तिनं ती माहिती डॉ. डॅनियल लेविट्झच्या एका बिझनेस कार्डाच्या मागे लिहिली आणि ते कार्ड रेमंडच्या हातात दिलं.

रेमंड लगेचच आपल्या चौसष्टाव्या रस्त्यावरील अपार्टमेंटमध्ये परत आले. ते दारातून आत शिरल्याबरोबर डार्लीननं त्यांना डॉक्टरांबरोबरची मीटिंग कशी झाली म्हणून विचारलं.

“आत्ता मला काहीही विचारू नकोस....” रेमंड तुटकपणे म्हणाले. ते सरळ आपल्या अभ्यासिकेत गेले. आपल्यामागे त्यांनी दार लावून घेतलं आणि ते आपल्या डेस्कपाशी बसले. खिन्नपणानं त्यांनी फोन नंबर फिरवला. त्यांना आता डोळ्यासमोर आईच्या कपाटात झोपेच्या गोळ्या शोधत असलेली किंवा गावातील हार्डवेअरच्या दुकानात लांब दोर विकत घेत असलेली सिन्डी कार्लसन दिसत होती.

“हं, कोण बोलतंय? काय हवंय?” फोनवर कोणीतरी बोललं.

“मला मिस्टर व्हिन्सेंट डॉमिनिकशी बोलायचंय.” रेमंडनी जमेल तेवढ्या अधिकारवाणीनं बोलायचा प्रयत्न केला. असल्या लोकांशी व्यवहार करायची गरज आपल्याला पडतेय ही कल्पनादेखील त्यांना सहन होत नव्हती, परंतु त्यांच्यासमोर आता दुसरा पर्यायच नव्हता. याआधी सात वर्ष उपसलेल्या कष्टांचंच हे फळ होतं.

एवढंच नव्हे, तर त्यांचं सगळं भविष्यही त्याच्यावरच अवलंबून होतं.

"कोण बोलतंय?"

"डॉ. रेमंड लीयॉन्स."

पुढे काही बोलण्यापूर्वी तो माणूस थोडा थांबला. "जरा थांबा हं."

बीथोव्हनचं संगीत मागे चालू असलेलं फोनमधून ऐकू येत होतं. त्यामुळे रेमंडना थोडं आश्चर्यच वाटलं. त्यांना तो चांगलाच विरोधाभास वाटला.

काही वेळानंतर विनी डॉमिनिकचा मधुर आवाज त्यांना फोनवर ऐकू आला. नाटकांतील स्वत:चीच चरित्रभूमिका करणाऱ्या एखाद्या नटासारखा त्यानं आपला आवाज प्रयत्नपूर्वक कमावला होता.

"हा नंबर तुम्हाला कसा काय मिळाला, डॉक्टर?" विनीनं विचारलं. त्याचा सूर थोडा बेफिकिरीचा होता, पण त्यामुळेच त्यात धमकीही ध्वनित होत होती. रेमंडच्या तोंडाला कोरड पडली. त्यांना थोडं खाकरावं लागलं.

"डॉ. लेविट्झनं तो मला दिला..." रेमंड कसंबसं म्हणाले.

"मी तुमच्यासाठी काय करू शकतो, डॉक्टर?" विनीनं विचारलं.

"आणखी एक अडचण निर्माण झालीय.." रेमंड काहीशा कर्कश आवाजात म्हणाले. त्यांनी परत आपला घसा साफ केला. "त्याबद्दल बोलण्यासाठी मला तुम्हाला भेटायचंय."

फोनवर बराच वेळ शांतता पसरली. रेमंडना ती सहन होईना. विनी अजून फोनवर आहे ना, असं ते त्याला विचारणार एवढ्यात तो म्हणाला, "तुम्हा लोकांशी मी संबंध जोडले तेव्हा मला वाटलं होतं, की माझ्या मनाला काही शांती मिळेल म्हणून. माझ्या आयुष्यातल्या भानगडी त्यामुळे वाढतील असं मला अजिबात वाटलं नव्हतं."

"काही अगदी छोट्या छोट्या अडचणी आहेत...." रेमंड म्हणाले, "खरं सांगायचं तर प्रकल्प अतिशय उत्तम रीतीनं चाललाय."

"एल्महर्स्टमधल्या करोना ॲव्हेन्यूवरच्या नीओपॉलिटन रेस्टॉरंटमध्ये मी तुम्हाला अर्ध्या तासात भेटतो." विनी म्हणाला, "तुम्हाला ते सापडेल ना?"

"हो, हो, नक्कीच सापडेल." रेमंड म्हणाले, "मी टॅक्सी करूनच येतो आणि मी लगेच निघतोय."

"ठीक आहे. भेटू तर मग तिथे." विनी म्हणाला आणि त्यानं फोन बंद केला.

टेबलाच्या सर्वात वरच्या ड्रॉवरमधील वस्तू भराभर बाहेर काढत रेमंडनी न्यूयॉर्क शहराचा नकाशा शोधून काढला. त्यात शहराच्या पाचही भागांचा समावेश होता. टेबलावर तो नकाशा पसरून त्यांनी एल्महर्स्टमधला करोना ॲव्हेन्यू शोधला. क्वीन्सबरो पुलावर वाहतुकीची फार गर्दी नसेल, तर अर्ध्या तासात ते तिथे सहज पोचू शकले असते. चार वाजत आले होते. म्हणजे आता पुलावरची गर्दी हळूहळू

वाढायला लागलीच असती.

रेमंड जवळजवळ धावतच अभ्यासिकेतून बाहेर पडले. घाईतच त्यांनी आपला कोट चढवला. तेवढ्यात डार्लीननं त्यांना 'कुठे निघालाय' असं विचारलं. 'आता ते काही सांगायला वेळ नाही. पण एका तासाभरात परत येईन,' एवढं मात्र त्यांनी तिला सांगितलं.

धावत धावत पार्क अॅव्हेन्यूवर जाऊन त्यांनी टॅक्सी पकडली. त्यांनी आपला नकाशा बरोबर आणला होता ते बरंच झालं. कारण टॅक्सीच्या अफगाण ड्रायव्हरला करोना अॅव्हेन्यूच काय, पण एल्महर्स्टदेखील ठाऊक नव्हतं.

त्यांचा प्रवास काही सोपा नव्हता. मॅनहॅटनची पूर्व बाजू ओलांडायलाच त्यांना पंधरा मिनिटं लागली. नंतरच्या पुलावरही त्यांचा बराच वेळ मोडला. ते ज्यावेळी रेस्टॉरंटमध्ये पोचायला हवे होते, त्यावेळी ते अजून क्वीन्सपर्यंतच पोचले होते. पण तिथपासून मात्र रस्ता थोडा मोकळा झाला. त्यामुळे रेस्टॉरंटमध्ये पोचायला त्यांना फक्त पंधरा मिनिटंच उशीर झाला. तिथला बाहेरचा जाड, मखमली पडदा दूर करून ते आत शिरले.

आत्ता ते रेस्टॉरंट व्यवसायासाठी बंद होतं, हे तर उघडच दिसत होतं. बहुतेक सर्व खुर्च्या टेबलांवर उलट्या करून ठेवलेल्या होत्या. स्वत: विनी डॉमिनिक भिंतीजवळच्या एका गोल बूथमध्ये बसला होता. त्या बूथमधलं फर्निचर लाल मखमलीनं सजवलेलं होतं. त्याच्यासमोर वर्तमानपत्रं आणि एक्स्प्रेसो कॉफीचा एक छोटा कप होता. काचेच्या रक्षापात्रात एक जळती सिगारेट होती.

बारजवळच्या स्टूलांवर आणखी चार माणसं अस्ताव्यस्त बसून सिगारेटी ओढत होती. त्यापैकी दोघांना रेमंडनी ओळखलं. ते त्यांच्या घरी पूर्वी आलेले होते. बारच्या मागच्या भागात एक जाडा दाढीवाला माणूस काचेची भांडी धूत होता. बाकीचं रेस्टॉरंट रिकामंच होतं.

विनीनं रेमंडना आपल्या बूथकडे येण्याची खूण केली.

''बसा डॉक्.'' विनी म्हणाला, ''कॉफी घेणार?''

बूथमध्ये सरकून बसता बसता रेमंडनी होकारार्थी मान हलवली. मखमली कापडामुळे आत सरकणं त्यांना थोडं अवघड होत होतं. ती खोली थंडगार आणि ओलसर होती. आधल्या रात्रीचा लसणाचा आणि सिगारेट्सच्या धुराचा वास तिथे भरून राहिलेला होता. रेमंडनी आपली हॅट आणि कोट न काढता तसेच अंगावरच ठेवले. त्यामुळे तो वास निदान आपल्या अंगाला तरी लागणार नाही, असं त्यांना वाटलं.

''दोन कॉफी पाठव रे.'' विनीनं बारमागच्या माणसाला ओरडून सांगितलं. काही न बोलता तो माणूस इटालियन एक्स्प्रेसो मशीनकडे वळला आणि त्यानं त्याच्यावरची बटनं दाबायला सुरुवात केली.

''तुम्ही मला आश्चर्याचा धक्काच दिलात, डॉक्.'' विनी म्हणाला, ''आपली परत कधी भेट होईल अशी मला अपेक्षाच नव्हती.''

''मी फोनवर सांगितल्याप्रमाणे एक अडचण निर्माण झालीय.'' रेमंड म्हणाले. मग थोडे पुढे झुकून ते अगदी कुजबुजल्यासारख्या आवाजात बोलू लागले.

विनीनं आपले दोन्ही हात पसरले आणि तो म्हणाला, ''बिनधास्त बोला, डॉक्. मी अगदी नीट ऐकतोय.''

रेमंडनी थोडक्यात त्याला सिन्डी कार्लसनबद्दलची सगळी माहिती सांगितली. आत्महत्यांच्या सगळ्या केसेस सरकारी डॉक्टरांकडे सोपवल्या जातात आणि त्यांचं शवविच्छेदन केलं जातं, ही गोष्ट त्यांनी त्याच्या मनावर अधिक ठसवली. त्यामध्ये कधीही अपवाद केला जात नाही, हेसुद्धा त्यांनी त्याला पटवलं.

बारमागच्या जाड्या माणसानं कॉफी आणली. रेमंड एवढा वेळ एकटेच जे काही सांगत होते, त्यावर तो माणूस परत जाईपर्यंत विनी काहीच बोलला नाही.

''ही सिन्डी कार्लसन म्हणजे अल्ब्राईट कार्लसनची मुलगी का?'' विनीनं विचारलं, ''तो शेअर बाजारातला दादा आहे त्याची?''

रेमंडनी मान हलवली. ''म्हणूनच या गोष्टीला वेगळंच महत्त्व येतं..'' ते म्हणाले, ''तिनं जर आत्महत्या केली, तर प्रसारमाध्यमांचं त्याकडे नक्कीच लक्ष वेधलं जाईल. सरकारी डॉक्टर्स अधिक कसून तपासणी करतील.''

''माझ्या लक्षात येतंय सगळं...'' कॉफीचा घोट घेता घेता विनी म्हणाला, ''यामध्ये आम्ही नेमकं काय करावं असं तुमचं म्हणणं आहे?''

''तसं काहीही मी सांगणार नाही.'' रेमंड खिन्नपणे म्हणाले, ''पण ही समस्या फ्रँकोनी केसएवढीच महत्त्वाची आहे हे तुला समजलंच असेल.''

''म्हणजे ही चौदा वर्षांची मुलगी सोयिस्करपणे कुठेतरी नाहीशी करून टाकावी असं तुमचं म्हणणं आहे तर....'' विनी म्हणाला.

''तसा तिनं दोनदा आत्महत्येचा प्रयत्न केला आहेच.'' रेमंड मरगळल्यासारखे म्हणाले, ''हे करून आपण तिच्यावर दया केल्यासारखंच होणार आहे.''

विनी हसला. सिगारेट उचलून त्यानं एक झुरका मारला आणि आपल्या डोक्यावरून हात फिरवला. त्यानं आपले केस कपाळापासून व्यवस्थित मागच्या बाजूला चापून बसवलेले होते. आपल्या काळ्याभोर डोळ्यांनी त्यानं रेमंडकडे एकदा रोखून बघितलं.

''तुम्ही आपल्या कामात खरंच हुशार आहात हं, डॉक.'' विनी म्हणाला, ''याचं श्रेय मला तुम्हाला द्यायलाच हवं.''

''मी तुला अजून एक वर्ष फी माफी देऊ करतो.'' रेमंड म्हणाले.

''हा तुमचा उदारपणा आहे.'' विनी म्हणाला, ''पण तुम्हाला एक गोष्ट

माहितेय डॉक्, हे काही पुरेसं नाही. खरं सांगायचं तर मला या सगळ्याच प्रकाराचा अगदी वीट आलाय. आणि मी तुम्हाला स्पष्टच सांगतो, विनी ज्यूनियरचा किडनी प्रॉब्लेम नसता, तर मी माझे पैसे घेऊन या सगळ्यातून सरळ बाहेर पडलो असतो. काय झालंय, की तुमचं पहिलं काम केल्यापासूनच माझ्यामागे नवीन कटकटी सुरू झाल्या आहेत. माझ्या बायकोचा भाऊ स्पॉलेटो फ्यूनरल होम्स चालवतो. त्यानं मला फोन केला होता. डॉ. लॉरी मॉन्टगोमेरी नावाच्या एका बाईनं म्हणे त्याला फोन करून काही अडचणीत टाकणारे प्रश्न विचारले. मला एक सांगा डॉक, तुम्ही या डॉ. लॉरी मॉन्टगोमेरीला ओळखता का?''

''नाही बुवा, मी नाही ओळखत.'' रेमंड म्हणाले आणि त्यांनी मोठा आवंढा गिळला.

''अँजेलो, जरा इकडे ये !'' विनीनं पुकारलं.

आपल्या स्टुलावरून खाली उतरून अँजेलो त्यांच्या टेबलाकडे आला.

''खाली बस, अँजेलो.'' विनी म्हणाला, ''या आपल्या डॉक्टरांना जरा लॉरी मॉन्टगोमेरीबद्दल सांग बरं.''

अँजेलोला जागा करून देण्यासाठी रेमंडना आणखी आत सरकावं लागलं. त्या दोघांच्या मध्ये चिमटून बसावं लागल्यामुळे त्यांना फारच अस्वस्थ वाटायला लागलं.

''लॉरी मॉन्टगोमेरी ही एक अतिशय स्मार्ट आणि चिकाटीनं काम करणारी मुलगी आहे.'' अँजेलो आपल्या घोगऱ्या आवाजात म्हणाला, ''स्पष्टच सांगायचं तर ती आपल्याला डोकेदुखी आहे.''

रेमंडनी अँजेलोच्या नजरेला नजर देणं टाळलं. त्याचा चेहरा व्रणांनी भरलेला होता. त्याचे डोळे पूर्णपणे बंद होत नसत. त्यामुळे ते नेहमीच लाल आणि चिकट असायचे.

''या लॉरी मॉन्टगोमेरीशी काही वर्षांपूर्वी एका दुर्दैवी क्षणी अँजेलोची गाठ पडली होती.'' विनीनं स्पष्टीकरण दिलं. ''अँजेलो, अंत्यविधी संस्थेकडून आपल्याला फोन आल्यानंतर तुला काय समजलं ते डॉक्टरना सांग बरं !''

''शवागारातला आमचा मित्र व्हिनी अमेंडोला याला मी फोन केला होता.'' अँजेलो म्हणाला, ''त्यानं मला सांगितलं, की फ्रँकोनीचा मृतदेह कसा नाहीसा झाला हे शोधून काढायची या लॉरी मॉन्टगोमेरीनं शपथच घेतली आहे. त्यामुळे साहजिकच तो अतिशय काळजीत पडला आहे.''

''समजलं तुम्हाला मी काय म्हणतोय ते?'' विनी म्हणाला, ''तुमचं काम केल्यामुळे आमच्यासमोरच एक मोठं संकट उभं राहिलंय.''

''आय ॲम् व्हेरी सॉरी.'' रेमंड आणखीनच मरगळून म्हणाले. दुसरं काय बोलावं तेच त्यांना समजेना.

''त्यामुळे आता आपल्याला परत एकदा फीच्या प्रश्नाकडे वळावं लागणार

आहे.'' विनी म्हणाला, ''सध्याच्या परिस्थितीत मला असं वाटतंय, की तुम्ही ही फी फक्त माफ करून टाकावी... वेगळ्या शब्दांत सांगायचं तर, मला आणि विनी ज्युनियरला आयुष्यभर काहीच फी पडली नाही पाहिजे.''

''मला कंपनीला उत्तर द्यावं लागेल....'' रेमंड घाबऱ्या घाबऱ्या म्हणाले. त्यांनी घसा साफ केला.

''ठीक आहे ना !'' विनी म्हणाला, ''मला त्यात काही विशेष कठीण आहे असं वाटत नाही. त्यांना सांगा, हा धंद्यासाठी आवश्यक असाच खर्च आहे म्हणून. अरे, यामुळे तुम्हाला करातही सवलत मिळण्याची शक्यता आहे ना...!'' विनी जोरात हसला.

भीतीमुळे रेमंडचा थरकाप झाला. आपल्यावर ही अन्याय्य दादागिरी केली जातेय हे त्यांना समजत होतं; पण त्यांच्यापुढे दुसरा मार्गच नव्हता. ''ओके.'' ते कसंबसं म्हणाले.

''थँक यू.'' विनी म्हणाला, ''याचा उपयोग होणार असं मला वाटायला लागलंय. आपण आता धंद्यातले एक प्रकारचे भागीदारच झालो आहोत. तुमच्याकडे सिन्डी कार्लसनचा पत्ता आहे ना?''

रेमंडनी धडपडत आपले खिसे शोधले आणि डॉ. लेविट्झचं बिझनेस कार्ड त्याच्या हातात ठेवलं. विनीनं तो पत्ता दुसऱ्या एका कागदावर लिहून घेतला आणि ते कार्ड त्यांना परत केलं. मग विनीनं तो कागद अँजेलोकडे सोपवला.

''एंगलवूड, न्यू जर्सी.'' अँजेलोनं मोठ्यानं तो पत्ता वाचला.

''काही अडचण आहे का?'' विनीनं त्याला विचारलं.

अँजेलोनं नकारार्थी मान हलवली.

''ठीक आहे तर मग, होईल तुमचं काम.'' परत रेमंडकडे पाहत विनी म्हणाला, ''तुमची आत्ताची अडचण तर दूर झाली. पण आता आणखी काही प्रश्न मात्र माझ्याकडे घेऊन येऊ नका. आताच्या आपल्या फीच्या बाबतीत झालेल्या या समझोत्यावरून मला असं वाटतंय, की यापेक्षा अधिक काही तुम्ही माझ्यासाठी करू शकणार नाही.''

काही मिनिटांतच रेमंड बाहेर पडले. घड्याळाकडे पाहताना आपण थरथरत असल्याचं त्यांना जाणवलं. पाच वाजायला आले होते. अंधारही पडायला लागला होता. फूटपाथवरून खाली उतरत त्यांनी टॅक्सीला हात केला. केवढा हा अनर्थ! त्यांना वाटलं. विनी डॉमिनिक आणि त्याचा मुलगा जिवंत आहेत तोपर्यंत त्यांच्या प्रतिकृतींच्या पालनपोषणाचा खर्च त्यांना करावा लागणार होता.

एक टॅक्सी थांबली. रेमंडनी आत बसल्यावर त्याला आपला घरचा पत्ता सांगितला. त्या रेस्टॉरंटपासून ते जसजसे दूर जाऊ लागले, तसतसं त्यांना बरं वाटू लागलं. ते

प्राणी त्या दूरच्या बेटावर एकांतात राहात असल्यामुळे त्यांच्या पालनपोषणाचा खर्च तसा काही फार नव्हता. याचा अर्थ, परिस्थिती त्यांना वाटत होती तेवढी वाईट निश्चित नव्हती. विशेषत: सिन्डी कार्लसनचा प्रॉब्लेम संपल्यानंतर तर आता ती सुधारलीच होती.

आपल्या घरात शिरेपर्यंत त्यांची मन:स्थिती चांगलीच सुधारली. पण दारातून आत शिरल्याबरोबर डार्लीननं त्यांना सांगितलं, "आफ्रिकेहून तुमच्यासाठी दोन फोन आले होते."

"काही अडचणी उद्‌भवल्यात का?" रेमंडनी विचारलं. डार्लीनच्या स्वरात धोक्याची सूचना असल्यासारखं त्यांना वाटलं.

"एक बातमी चांगली आहे आणि दुसरी वाईट आहे..." डार्लीन म्हणाली. "चांगली बातमी सर्जनकडून आलेली आहे. ते म्हणाले, की होरेस विन्चेस्टरची तब्येत चमत्कार झाल्यासारखी सुधारलीय आणि आता त्यांना आणि त्यांच्याबरोबर गेलेल्या वैद्यकीय पथकाला परत आणण्यासाठी तुम्हाला तिकडे जावं लागेल."

"वाईट बातमी काय आहे?" रेमंडनी विचारलं.

"दुसरा फोन सिग्फ्रीड स्पालेकनं केला होता." डार्लीन म्हणाली, "तो थोडं मोघम बोलला. केविन मार्शलचा त्यांना कसलासा त्रास होतोय असं काहीतरी तो म्हणत होता..."

"कसला त्रास होतोय?" रेमंडनी विचारलं.

"ते काही तो स्पष्ट बोलला नाही." डार्लीन म्हणाली.

घाईनं काहीतरी करू नकोस, असं आपण मुद्दाम केविनला सांगितल्याचं रेमंडना आठवलं. या संशोधकानं आपल्या सूचनेकडे दुर्लक्ष केलं की काय, असं त्यांना वाटायला लागलं. केविनला दिसलेल्या मूर्खासारख्या त्या धुराविषयीच काहीतरी असणार ते !

"स्पालेकनं मला आज रात्री परत फोन करायला सांगितलंय?" रेमंडनी विचारलं.

"त्यानं फोन केला तेव्हा त्यांच्याकडे अकरा वाजले होते." डार्लीन म्हणाली, "त्यामुळे तो म्हणाला की आता उद्याच फोन करतो."

रेमंड आतल्या आत धुसफुसले. आता त्यांना रात्रभर आणखी एक काळजी लागून राहणार होती. या सगळ्याचा शेवट कधी होणार आहे की नाही, असं त्यांना आता वाटायला लागलं.

□□

११

मार्च ५, १९९७
रात्री ११ वाजून ३० मिनिटे
कोगो, इक्वेटोरियल गिनी

दगडी जिन्याच्या वरच्या टोकाला लोखंडाचा जड दरवाजा उघडल्याचा आवाज केविनला ऐकू आला आणि प्रकाशाची एक तिरीप आत आली. दोन सेकंदांतच कॉरिडॉरच्या छतावरचे सगळे दिवे लागले. आपल्या कोठडीच्या गजांमधून त्याला समोरच्या दोन वेगवेगळ्या कोठड्यांमधल्या मेलनी आणि कॅन्डेस दिसत होत्या. एकदम प्रकाश आल्यामुळे त्या तिघांचेही डोळे दिपले. डोळे बारीक करून ते पाहू लागले.

ग्रॅनाईटच्या पायऱ्यांवर जड पावलांचा आवाज आला. त्यापाठोपाठ सिग्फ्रीड स्पालेक अवतरला. त्याच्याबरोबर कॅमेरॉन मॅक्आयव्हर्स आणि मोरोक्कन सुरक्षा-दलप्रमुख मुस्ताफा अबौद हे दोघेही होते.

"मि. स्पालेक, आता मात्र हे फारच झालं हं !" मेलनी रागावून म्हणाली, "आम्हाला आत्ताच्या आत्ता इथून बाहेर काढा, नाहीतर त्याचे परिणाम गंभीर होतील."

केविनला उगाचच चोरट्यासारखं वाटू लागलं. सिग्फ्रीड स्पालेकशी बोलायची ही पद्धत नाही... आणि आत्ताच्या त्यांच्या परिस्थितीत तर मुळीच नाही.

केविन, मेलनी आणि कॅन्डेस टाऊन हॉलच्या तळघरात असलेल्या तुरुंगातील आपापल्या छोट्या कोठड्यांमध्ये बसले होते. तिथली हवा

प्रचंड गरम आणि ओलसर होती, आणि तिथे संपूर्ण अंधार होता. प्रत्येक कोठडीला एक छोटीशी, गोल खिडकी होती. ती इमारतीच्या मागच्या बाजूच्या इतर खिडक्यांची पोकळी असलेल्या कमानीमध्ये उघडत असे. तिला गज होते, पण काच नव्हती. त्यामुळे उंदीर, घुशी, किडे वगैरे काहीही अडथळा न येता आतबाहेर करू शकत असत. त्या तिघाही कैद्यांना इकडून तिकडे पळणाऱ्या प्राण्यांची भयंकर भीती वाटत होती. दिवे होते तोपर्यंतच्या प्रकाशात त्यांना तरंतुला नावाचे कितीतरी मोठे आणि केसाळ कोळी दिसले होते. त्यातल्या त्यात एकच गोष्ट बरी होती, ती म्हणजे ते एकमेकांशी बोलू शकत होते.

संध्याकाळच्या त्या भयानक प्रसंगाची सुरुवातीची पाच मिनिटं फारच वाईट गेली होती. मशीनगनच्या फैरींचा आवाज थांबल्याबरोबर केविन आणि त्या दोघी मुलींच्या डोळ्यांवर शक्तिमान टॉर्चचा प्रखर प्रकाशझोत मारण्यात आला. बऱ्याच वेळानं त्यांच्या डोळ्यांना त्या प्रकाशाची सवय झाल्यावर त्यांच्या लक्षात आलं, की स्वत:च्या पायांनी चालत येऊन त्यांनी एक प्रकारच्या वेढ्यामध्ये स्वत:ला अडकवून घेतलं होतं. उपहासानं हसणाऱ्या आणि पोरकट दिसणाऱ्या इक्वेटोगिनीयन शिपायांच्या एका टोळक्यानं त्यांना घेरलेलं होतं. आपल्या एके-४७ बंदुका त्यांच्यावर रोखून त्यांना घाबरवण्यात त्यांना आसुरी आनंद होत होता. बरेचजण बंदुकांच्या टोकांनी निर्लज्जपणे त्या मुलींना टोकत होते.

त्यांना आणखी अत्याचार करायची संधी मिळू नये, म्हणून केविन आणि त्या दोघी मुली अजिबात हालचाल करत नव्हते. बंदुकीच्या गोळ्यांच्या दिशाहीन वर्षावामुळे त्या तिघांचीही मती गुंग झाली होती. थोड्याशा चिथावणीनंही तो वर्षाव परत सुरू होईल, अशी त्यांना भीती वाटत होती.

त्यानंतर तिथे आलेल्या कित्येक मोरोक्कन रक्षकांमुळेच त्या शिपायांच्या अनावर वागणुकीला थोडा पायबंद बसला. त्या शिपायांना त्यांनी मागे सारलं. दहशतवादी वाटणारे हे अरब कधीकाळी आपले रक्षणकर्ते होतील, हे केविनला कधीच शक्य वाटलं नव्हतं. पण तेच त्याच्यासमोर घडून येत होतं. केविन आणि त्या दोघींना त्या रक्षकांनी स्वत:च्या ताब्यात घेतलं. त्यानंतर केविनच्याच गाडीतून त्यांनी त्यांना प्राणिकेंद्रासमोरच्या मोरोक्कन सुरक्षा इमारतीकडे नेलं. तिथे खिडक्या नसलेल्या एका जागेत त्यांना कित्येक तास ठेवण्यात आलं. मग शेवटी त्यांना शहरात आणून या जुन्या तुरुंगात बंद करण्यात आलं.

"ही वागणूक संतापजनक आहे." मेलनीनं रागानं म्हटलं.

"अजिबात नाही." सिग्फ्रीड म्हणाला, "उलट मुस्तफानं मला सांगितलंय, की तुम्हाला इथे अगदी मानानं वागवलं जातंय म्हणून."

"मानानं !" मेलनी धुसफुसत म्हणाली. "बंदुकीनं गोळ्या मारणं आणि इथे

या अंधाऱ्या नरकात सडत ठेवणं याला तुम्ही मानाची वागणूक म्हणता का?''

''बंदुकीच्या गोळ्या तुम्हाला मारल्या नव्हत्या.'' सिग्फ्रीड तिची शंका दूर करत म्हणाला, ''तुम्हाला सूचना देण्यासाठी फक्त काही गोळ्या तुमच्या डोक्यावरून जातील अशा पद्धतीनं झाडल्या होत्या. तुम्ही इथल्या 'झोन' मधल्या एका महत्त्वाच्या कायद्याचं उल्लंघन केलंय. इस्ला फ्रॅन्सेस्कावर जायला सर्वांना बंदी आहे. सर्वांना ते ठाऊकही आहे...''

सिग्फ्रीडनं हातानं खूण करून कॅमेरॉनला कॅन्डेसकडे जायला सांगितलं. कॅमेरॉननं एका जुन्या पुराण्या किल्लीनं तिच्या कोठडीचं दार उघडलं. कोठडीतून बाहेर पडण्यात कॅन्डेसनं थोडासुद्धा वेळ दवडला नाही. कपड्यांवर काही किडे वगैरे तर नाहीत ना, याची खात्री करून घेण्यासाठी तिनं ते घाईघाईनं झटकले. तिच्या अंगावर अजून हॉस्पिटलचा गाऊन तसाच होता.

''मला खरं तर तुमची माफी मागायचीय...'' सिग्फ्रीड कॅन्डेसला म्हणाला, ''आमच्या या स्थानिक संशोधकांनी तुम्हाला बहकवलं असणार याबद्दल माझी पूर्ण खात्री आहे. बेटावर कोणीही जायचं नाही, हा नियमदेखील तुम्हाला माहीत नसावाबहुतेक.''

कॅमेरॉननं आधी मेलनीची आणि नंतर केविनचीही कोठडी उघडून दिली.

''तुम्हाला पकडल्याची बातमी मला समजल्याबरोबर मी रेमंड लीयॉन्सना फोन करायचा प्रयत्न केला...'' सिग्फ्रीड म्हणाला, ''अशा परिस्थितीत काय करावं याबद्दल मला त्यांना सल्ला विचारायचा होता. पण ते न भेटल्यामुळे मलाच सगळी जबाबदारी घ्यावी लागली. आता मी तुम्हाला तुमच्या स्वत:च्या जबाबदारीवर सोडतोय. आपण किती गंभीर गुन्हा केलाय हे एव्हाना तुमच्या लक्षात आलंच असेल, असं मला वाटतं. इक्वेटोगिनीयन कायद्यानुसार या गुन्ह्याला मृत्युदंडाचीच शिक्षा आहे.''

''अरे हाड्!'' मेलनी तुच्छतेनं थुंकली.

केविन भयंकर घाबरला. मेलनी सिग्फ्रीडला एवढं चिडवतेय, की तो रागावून परत आपल्याला कोठडीत डांबेल अशी त्याला भीती वाटली. परोपकार हा सिग्फ्रीडचा स्वभावच नव्हता.

मुस्तफानं केविनच्या हातात त्याच्या गाडीच्या किल्ल्या दिल्या. ''तुमची गाडी बाहेर मागच्या बाजूला आहे.'' त्याच्या बोलण्यात पुष्कळशी फ्रेंच लकब होती.

केविननं आपल्या किल्ल्या घेतल्या. त्याचा हात एवढा थरथरत होता, की त्या किल्ल्या किणकिण वाजू लागल्या. शेवटी हाताची मूठ वळून त्यानं हात खिशात घातला.

''उद्या माझा डॉ. लीयॉन्सना नक्की फोन होईल. त्यानंतर मी तुम्हाला प्रत्येकाला स्वतंत्रपणे भेटेन. आता तुम्ही जायला हरकत नाही.''

मेलनी परत काहीतरी बोलायला सुरुवात करणार, एवढ्यात केविननं तिच्या दंडाला धरलं आणि तो तिला जिन्याकडे न्यायला लागला. आपल्या हातून हे कसं झालं याबद्दल त्याचं त्यालाच आश्चर्य वाटायला लागलं.

"आतापर्यंत पुष्कळांनी झटापटी केल्या माझ्याशी. बस्स झालं आता..." मेलनी पुटपुटली. तिनं आपला दंड केविनच्या पकडीतून सोडवून घेण्याचा प्रयत्न केला.

"सरळ गाडीकडे चल." दात एकमेकांवर दाबून केविन कठोरपणे तिच्या कानात कुजबुजला. त्यानं तिला जबरदस्तीनं पुढे चालायला लावलं.

"काय भयानक रात्र होती !" मेलनी तक्रारीच्या सुरात म्हणाली. जिन्याच्या पायथ्याशी तिला आपला हात सोडवून घेण्यात यश आलं. वैतागून ती जिना चढायला लागली.

केविननं कॅन्डेसला आपल्यापुढे जाऊ दिलं. त्या दोघींच्या मागून तो वरच्या तळमजल्यावर आला. नेहमी टाऊन हॉलच्या समोर घुटमळत असणाऱ्या इक्वेटोगिनीयन शिपायांच्या ऑफिसमध्ये ते आले होते. त्यांच्यापैकी चौघेजण तिथे बसलेले होते.

'झोन'चा व्यवस्थापक, सुरक्षाप्रमुख आणि मोरोक्कन रक्षकांचा प्रमुख हे तिघेही आता त्या इमारतीमध्ये असल्यामुळे ते शिपाई नेहमीपेक्षा खूपच सावध वाटत होते. ते चारहीजण त्यांच्या दृष्टीनं 'सावधान'च्या पवित्र्यात म्हणजे बंदुका खांद्यावर ठेवून उभे होते. केविन आणि त्या दोघी मुली दिसल्यावर ते एकदम गोंधळून गेले.

मेलनीनं त्यांना बोट दाखवून शिव्या घातल्यासारखी खूण केली. केविननं घाईघाईनं तिला आणि कॅन्डेसला बाहेर पार्किंग लॉटमध्ये नेलं.

"प्लीज, मेलनी..." केविन आर्जवानं म्हणाला, "आता तरी त्यांना चिडवू नकोस."

त्या शिपायांना मेलनीच्या खुणेचा अर्थच कळला नाही, की ते नुसतेच या विचित्र परिस्थितीमुळे गोंधळून गेले होते ते केविनला समजलं नाही. काहीही असलं तरी ते त्यांच्यामागे धावत आले नाहीत हे खरं. केविनला तेवढीच भीती होती.

गाडीपर्यंत आल्यावर केविननं ड्रायव्हरच्या शेजारच्या सीटचं दार उघडून धरलं. कॅन्डेस पटकन आत चढली. पण मेलनी तशीच थांबली. अंधुक प्रकाशात तिचे डोळे चमकत होते. केविनकडे वळून तिनं मागणी केली, "किल्ल्या मला दे."

"काय?" ती काय म्हणाली ते ऐकूनही केविननं विचारलं.

"मी म्हटलं, किल्ल्या मला दे.." मेलनी परत म्हणाली.

या अनपेक्षित मागणीमुळे केविन गोंधळला. पण तिच्या रागात आणखी भर पडायला नको, म्हणून त्यानं गुपचुप गाडीच्या किल्ल्या तिच्या हवाली केल्या. लगेच गाडीच्या दुसऱ्या बाजूला जाऊन ती गाडी चालवायला बसली. केविन तिच्या शेजारच्या सीटवर बसला. तिथून बाहेर पडायला मिळेपर्यंत त्याला गाडी कोण चालवतंय, ही काळजी करायचं कारण नव्हतं.

मेलनीनं गाडी चालू केली, चाकं जोरात वळवली आणि ती पार्किंग लॉटमधून बाहेर पडली.

"मेलनी.." केविन म्हणाला, "जरा हळू!"

"मला खूप राग आलाय.." मेलनी म्हणाली.

"जसं काही मला समजलंच नाही." केविन म्हणाला

"मी आता लगेच घरी जाणार नाहीये.." मेलनी म्हणाली. "पण तुम्हा दोघांना घरी जायचं असेल तर मी सोडायला तयार आहे."

"तू कुठे जाणार आहेस?" केविननं विचारलं. "आता जवळजवळ मध्यरात्र झालीय."

"मी प्राणिकेंद्रांत जाणार आहे." मेलनी म्हणाली. "ही अशी अपमानास्पद वागणूक मी अजिबात सहन करणार नाही. काय चाललंय ते मला शोधून काढलंच पाहिजे."

"पण प्राणिकेंद्रात आता काय आहे?" केविननं विचारलं.

"त्या फालतू पुलाच्या चाव्या !" मेलनी म्हणाली. "त्या आता मला हव्याच आहेत. कारण माझ्यापुरतं तरी आता हे सगळं प्रकरण नुसत्या उत्सुकतेपलीकडे गेलंय."

"आपण थोडं थांबून त्याबद्दल बोलू या का?" केविननं सुचवलं.

मेलनीनं जोरात ब्रेक्स दाबले. जोरदार धक्का मारून गाडी थांबली. केविन आणि कॅन्डेस दोघंही आपापल्या सीट्सवर मागे फेकले गेले.

"मी प्राणिकेंद्रांत जाणार म्हणजे जाणार !" मेलनीनं आपल्या निर्धाराचा पुनरुच्चार केला. "तुम्हाला माझ्याबरोबर यायचं असलं तर चला. नाहीतर मी तुम्हाला घरी सोडते. माझी कोणावर जबरदस्ती नाही."

"आज रात्रीच कशाला पण?" केविननं विचारलं.

"पहिलं कारण म्हणजे मला आता खरंच खूप राग आलाय.." मेलनी म्हणाली. "आणि दुसरं असं की आता गेलं तर त्यांना अजिबात संशय येणार नाही. आपण आता घरी जाऊन आराम करू अशी साहजिकच त्यांची कल्पना असणार. त्यामुळेच त्यांनी आपल्याला एवढा त्रास दिला. पण तुम्हाला एक गोष्ट ठाऊक आहे? माझी काम करायची पद्धत वेगळी आहे."

"माझी काम करायची पद्धतही वेगळी आहे." केविन म्हणाला.

"मला वाटतं मेलनी म्हणतेय त्यात तथ्य आहे..." कॅन्डेस मागच्या सीटवरून म्हणाली, "ते मुद्दाम आपल्याला घाबरवायचा प्रयत्न करत होते."

"आणि मला वाटतं त्यांच्या कामात ते पूर्ण यशस्वी झालेत." केविन म्हणाला, "....की आपल्या तिघांत मी एकटाच शहाणा उरलोय म्हणून मला असं वाटतंय?"

''आपण मेलनी म्हणतेय तसंच करूया.'' कॅन्डेस म्हणाली.

''प्लीज, नको !'' केविन कण्हल्यासारखा म्हणाला, ''आता मात्र मी एकटा पडलो.''

''आम्ही तुला घरी सोडतो.'' मेलनी म्हणाली, ''काही हरकत नाही.'' तिनं गाडी रिव्हर्समध्ये टाकायला सुरुवात केली.

केविननं पुढे वाकून तिचा हात पकडला. ''त्या किल्ल्या कशा मिळवायचा तुझा बेत आहे? त्या कुठे असतील तेही तुला ठाऊक नाही.''

''त्या बर्ट्रामच्या ऑफिसमध्ये असतील हे अगदी उघड आहे.'' मेलनी म्हणाली. ''बोनोबो कार्यक्रमांतर्गत चालणाऱ्या सर्व गोष्टींची जबाबदारी त्याच्यावरच असते. आणि तूच तर म्हणाला होतास ना, की किल्ल्या त्याच्याजवळ असतात म्हणून?''

''ठीक आहे. किल्ल्या असतील बर्ट्रामच्याच ऑफिसमध्ये.'' केविन म्हणाला, ''पण सुरक्षाव्यवस्थेचं काय? सगळ्या ऑफिसांना तर आता कुलपं असतील.''

मेलनीनं आपल्या प्राणिकेंद्राच्या गाऊनच्या छातीवरच्या खिशात हात घातला आणि एक मॅग्नेटिक कार्ड बाहेर काढलं. ''तुम्ही एक गोष्ट विसरताय, की मी पण प्राणिकेंद्रांतल्या अधिकाऱ्यांपैकी एक आहे. हे मास्टर कार्ड आहे. आणि व्हिसा वगैरेसारखं हे फालतूही नाही. या कार्डामुळे प्राणिकेंद्रांतली सगळी दारं माझ्यासाठी चोवीस तास उघडी असतात. तुला आठवतंय, हा बोनोबो प्रकल्प म्हणजे मी करत असलेल्या फलनाच्या कामाचा एक भाग आहे..''

केविननं मागे वळून कॅन्डेसकडे बघितलं. गाडीच्या अंतर्भागातील अर्धवट प्रकाशात तिचे सोनेरी केस चमकत होते.

''कॅन्डेस, तू तयार असलीस तर मी पण यायला तयार आहे.''

''चला, निघूया तर मग!'' कॅन्डेस म्हणाली.

मेलनीनं गाडीचा वेग वाढवला आणि मोटर पूलवरून ती उत्तरेला वळली. मोटर पूलमध्ये आता जोरात काम चालू होतं. मोठाल्या मर्क्युरी व्हेपर दिव्यांनी त्याचा अंतर्भाग उजळून टाकला होता. 'झोन' आणि बाटामधली वाहतूक रात्रीच सर्वात अधिक असल्यामुळे मोटर पूलमधली रात्रपाळी ही दिवसापेक्षा मोठी असायची.

बाटाला जाणारा रस्ता येईपर्यंत त्यांना पुष्कळ ट्रॅक्टर-ट्रेलर्स लागले. तिथपासून प्राणिकेंद्रापर्यंत मात्र त्यांना एकही वाहन दिसलं नाही.

मोटर पूलप्रमाणेच प्राणिकेंद्रातही चोवीस तास काम चालू असायचं. परंतु तिथली रात्रपाळी ही सर्वात छोटी असायची. रात्रपाळीचे बहुतेक सगळे कर्मचारी व्हेटरनरी हॉस्पिटलमध्ये काम करायचे. याच गोष्टीचा फायदा उठवण्यासाठी मेलनीनं गाडी प्राण्यांच्या हॉस्पिटलच्या दाराकडे आणली. तिथे पुष्कळ गाड्या लागलेल्या होत्या.

मेलनीनं गाडी बंद केली आणि ती प्राणिकेंद्राच्या व्हेटरनरी हॉस्पिटलमध्ये जाणाऱ्या प्रवेशद्वाराकडे बघू लागली. ती आपली बोटं स्टिअरिंग व्हीलवर आपटत होती.

''ठीक आहे.'' केविन म्हणाला, ''इथपर्यंत तर आलो आपण. आता पुढे काय बेत आहे?''

''मला थोडा विचार करू दे.'' मेलनी म्हणाली, ''तुम्ही दोघांनी माझ्याबरोबर आत यावं की इथेच थांबावं ते मला ठरवता येत नाहीये.''

''ही जागा खूपच प्रचंड आहे.'' कॅन्डेस म्हणाली. पुढे वाकून ती समोरच्या इमारतीकडे पाहत होती. रस्त्यापासून ती थेट जंगलापर्यंत पसरलेली होती. ''आतापर्यंत इतक्या वेळा मी कोगोला आले, पण या प्राणिकेंद्रात येण्याची वेळ कधी आली नाही. ते एवढं मोठं असेल असं मला वाटलं नव्हतं. आपल्याला समोर दिसतंय ते हॉस्पिटल आहे का?''

''हँ !'' मेलनी म्हणाली, ''हा संपूर्ण विभाग म्हणजे हॉस्पिटलच आहे.''

''मला एकदा ते बघायला आवडेल.'' कॅन्डेस म्हणाली, ''मी एवढ्या मोठ्याच काय, पण छोट्यादेखील व्हेटरनरी हॉस्पिटलमध्ये कधी गेलेली नाही.''

''हे फारच सुरेख बांधलेलं आहे.'' मेलनी म्हणाली, ''ऑपरेशन रूम्स तर तू बघायलाच हव्यास.''

''बाप रे !'' केविन म्हणाला. त्याचे डोळे आश्चर्यानं विस्फारले. ''कुठल्या वेड्या माणसांमध्ये फसलोय मी. छे ! आत्ताच तर आपण आयुष्यातला सर्वात भयानक अनुभव घेतला आणि तुम्ही हॉस्पिटलला भेटी देण्याच्या गोष्टी कसल्या करताय?''

''ही काही साधीसुधी गोष्ट नाहीये.'' मेलनी गाडीतून उतरता उतरता म्हणाली, ''चल कॅन्डेस, तुझा मला नक्कीच उपयोग होईल. केविन, तुला हवं असेल तर तू इथेच थांब.''

''उत्तम.'' केविन म्हणाला. पण त्या दोघींना हॉस्पिटलच्या दिशेनं निघालेल्या बघितल्यावर काही सेकंदातच त्याचा विचार बदलला. तोही गाडीतून उतरून त्यांच्या मागे गेला. तिथे जाण्यामुळे मनावर जेवढा ताण पडला असता, त्यापेक्षा कितीतरी अधिक काळजी इथे गाडीत बसून वाट पाहण्यामुळे वाटली असती.

''जरा थांबा, आलोच मी.'' त्यानं ओरडून सांगितलं. त्यांना गाठण्यासाठी त्याला दोन पावलं धावावं लागलं.

''मला नंतर काही तक्रारी नकोयत.'' मेलनीनं केविनला सांगितलं.

''काही काळजी करू नकोस.'' केविन म्हणाला. आईनं आपल्या बारा तेरा वर्षांच्या मुलाला दम भरावा तसं त्याला वाटलं.

''काही अडचण येईल असं मला वाटत नाही.'' मेलनी म्हणाली, ''बर्ट्राम

एडवर्ड्सचं ऑफिस इमारतीच्या व्यवस्थापन विभागात आहे. त्या भागात या वेळेला कोणीही नसतं. पण तरीही कोणी भेटलंच तर सावधगिरी म्हणून आपण आत गेल्यावर सरळ लॉकर रूमकडे जाऊ. तुम्हीही अंगावर प्राणिकेंद्राचे गाऊन चढवा. ठीक आहे? आता या अवेळी कोणी परक्या व्यक्ती दिसल्या, तर ते आतल्या लोकांना काहीतरी वेगळं वाटण्याची शक्यता आहे.''

''मला ही कल्पना चांगली वाटतेय.'' कॅन्डेस म्हणाली.

''ठीक आहे.'' बर्ट्राम फोनवर म्हणाले. बिछान्याशेजारच्या घड्याळाच्या चमकत्या तबकडीकडे त्यांनी बघितलं. सव्वाबारा झाले होते. ''मी पाच मिनिटांत तुम्हाला तुमच्या ऑफिसमध्ये भेटतो.''

वळून त्यांनी मच्छरदाणीचा पडदा उघडला.

''काही अडचण आलीय?'' त्यांच्या बायकोनं, ट्रिशनं विचारलं. ती कोपराच्या आधारानं अर्धवट उठून बसली.

''विशेष काही नाही.'' बर्ट्राम म्हणाले, ''तू झोप. मी अर्ध्याएक तासात परत येईन.''

ड्रेसिंग रूममधला दिवा लावण्यापूर्वी त्यांनी बेडरूमचं दार ओढून घेतलं आणि भराभर कपडे चढवले. ट्रिशला जरी त्यांनी काळजी करू नको असं सांगितलं होतं, तरी त्यांना स्वत:ला मात्र काळजी वाटत होती. काय चाललं होतं याची त्यांना कल्पना नव्हती, पण प्रकरण गंभीर वाटत होतं. सिग्फ्रीडनं यापूर्वी कधीच त्यांना असं मध्यरात्री फोन करून ऑफिसात बोलावलं नव्हतं.

पूर्वेला पूर्ण चंद्रबिंब उदयाला आल्यामुळे बाहेर जवळजवळ दिवसासारखा प्रकाश पडला होता. चांदीसारख्या चमकणाऱ्या जांभळ्या रंगाच्या ढगांच्या पुंजक्यांनी आभाळ भरून गेलं होतं. रात्रीचं वातावरण जड, ओलसर आणि संपूर्णपणे शांत होतं. जंगलांतून कीटकांचं घोंघावणं, रात्रीच्या पक्ष्यांची किलबिल आणि प्राण्यांचं ओरडणं असे मिश्र कर्णकटू आवाज येत होते. मधूनच एखादी छोटी किंकाळीही ऐकू येत होती. गेली कित्येक वर्षं बर्ट्रामना या आवाजांची एवढी सवय झाली होती, की त्यांचं त्याच्याकडे लक्षही जात नव्हतं.

टाऊन हॉलपर्यंतचं अंतर काहीशे यार्डच असूनदेखील बर्ट्राम गाडी घेऊन निघाले. त्यामुळे आपण लवकर पोचू अशी त्यांची खात्री होती. एकेका मिनिटागणिक त्यांची उत्सुकता वाढत चालली होती. पार्किंग लॉटमध्ये आल्यानंतर त्यांना दिसून आलं, की नेहमी आळशीपणे वागणाऱ्या शिपायांमध्ये आता मात्र कसलीतरी विचित्र खळबळ उडाली होती. आपापल्या बंदुका घट्ट पकडून ते लष्करी चौकीच्या आजूबाजूला येरझाऱ्या घालत होते. गाडीचे पुढचे दिवे बंद करून बर्ट्राम खाली उतरल्याबरोबर ते त्यांच्याकडे पाहू लागले.

इमारतीपर्यंत चालत आल्यावर सिग्फ्रीडच्या दुसऱ्या मजल्यावरील ऑफिसच्या खिडक्यांमधून बाहेर येत असलेला थरथरता मंद प्रकाश बर्ट्रामना दिसला. ते जिना चढून वर गेले. ऑरिएलो नेहमी जिथे बसलेला असायचा, त्या रिसेप्शन हॉलमध्ये आता अंधार होता. त्या अंधाऱ्या हॉलमधून बर्ट्रामनी सिग्फ्रीडच्या ऑफिसमध्ये प्रवेश केला.

सिग्फ्रीड आपल्या टेबलाच्या कोपऱ्यावर पाय ताणून बसला होता. आपल्या चांगल्या हातात ब्रँडीचा छोटा ग्लास धरून तो हळूहळू फिरवत होता. सुरक्षाप्रमुख कॅमेरॉन मॅक्आयव्हर्स एका वेताच्या खुर्चीत बसला होता. त्याच्या हातातही तसलाच ग्लास होता. डेस्कवरच्या कवटीतल्या मेणबत्तीचा प्रकाश खोलीत पसरला होता. इतर दिवे लावलेले नव्हते. थरथरणाऱ्या मंद प्रकाशामुळे सावल्या अधिकच गडद वाटत होत्या. त्यामुळे सिग्फ्रीडच्या शिकारखान्यातले भुसा भरलेले प्राणी जिवंत झाल्यासारखे वाटत होते.

"अशा अवेळी आल्याबद्दल थँक्स..." सिग्फ्रीड आपल्या नेहमीच्या जर्मन लकबीनं म्हणाला, "थोडी ब्रँडी घेणार?"

"त्याची आवश्यकता पडणार आहे का?" वेताची खुर्ची टेबलाजवळ ओढून घेत बर्ट्राम म्हणाले.

सिग्फ्रीड हसला. "तसंच काही नाही.. पण थोडी घेतल्यामुळे विशेष काही बिघडणारही नाही."

कॅमेरॉननं बाजूच्या कपाटातून ब्रँडी बाहेर काढली. तो दणकट बांध्याचा स्कॉट्समन होता. त्याचं नाक वड्यासारखं होतं आणि ते नेहमी लाल असायचं. त्यानं मोठी दाढीही राखली होती. त्याला सगळ्या प्रकारचं अल्कोहोल अतिशय आवडायचं. पण स्कॉच ही साहजिकच त्याची सर्वात आवडती होती. बर्ट्रामच्या हातात ग्लास देऊन तो परत आपल्या जागेवर जाऊन बसला आणि त्यानं आपला ग्लास उचलला.

"मला असं रात्री बेरात्री जेव्हा बोलावलं जातं, तेव्हा बहुतेक वेळा एखाद्या प्राण्याला काही तातडीच्या वैद्यकीय मदतीची गरज असते." बर्ट्राम म्हणाले. त्यांनी ब्रँडीचा एक घुटका घेतला आणि खोल श्वास घेत ते म्हणाले, "आज मात्र काहीतरी अगदी वेगळं कारण असावं असं मला वाटतंय."

"खरं आहे." सिग्फ्रीड म्हणाला, "प्रथम मला एका गोष्टीबद्दल तुमची प्रशंसा करायचीय. केविन मार्शलबद्दल तुम्ही आज दुपारी दिलेली सूचना अगदी वेळेवर दिली होती आणि ती पूर्णपणे साधारही होती. मी कॅमेरॉनला सांगून मोरोक्कन रक्षकांकडून त्याच्यावर नजर ठेवली; आणि आज संध्याकाळीच तो, मेलनी बेकेट आणि वैद्यकीय नर्सेसपैकी एक असे तिघेजण इस्ला फ्रॅन्सेस्काच्या अलीकडच्या काठापर्यंत गेले होते."

"काय, सांगताय काय?" बर्ट्राम आश्चर्यानं म्हणाले, "ते बेटावर गेले का?"

''नाही.'' सिग्फ्रीड म्हणाला, ''अन्न पुरवण्याच्या तराफ्याशी फक्त त्यांनी थोडे खेळ केले. वाटेत अल्फोन्स किम्बाशी बोलायलाही ते थांबले होते.''

''हे फारच संतापजनक आहे !'' बर्ट्राम म्हणाले, ''त्या बेटाच्या जवळसुद्धा कोणी गेलेलं मला आवडत नाही; आणि त्या पिग्मीशी कोणी गप्पा मारलेल्याही मला आवडत नाही.''

''मलाही आवडत नाही.'' सिग्फ्रीडनं आपली सहमती दर्शवली.

''मग आता ते कुठे आहेत?'' बर्ट्रामनी विचारलं.

''आम्ही त्यांना घरी जायची परवानगी दिली.'' सिग्फ्रीड म्हणाला, ''पण जाण्यापूर्वी आम्ही त्यांना चांगला दम भरला आणि खूप घाबरवलं. आता ते परत असं काही करतीलसं मला वाटत नाही. निदान थोडे दिवस तरी ते गप्प बसतील.''

''आत्ताच नेमकं हे लफडं निघायची काय गरज होती?'' बर्ट्राम तक्रारीच्या सुरात म्हणाले. बोनोबोंचे दोन गट झालेत ही एक काळजी आहेच आणि भरीला आता हे ! वैतागच आहे...''

''ते प्राणी दोन गटात राहतायत यापेक्षाही हे अधिक वाईट आहे.'' सिग्फ्रीड म्हणाला.

''या दोन्ही गोष्टी सारख्याच वाईट आहेत.'' बर्ट्राम म्हणाले, ''दोन्हींमुळे प्रकल्पाचं उत्तम चाललेलं काम बिघडू शकतं किंवा एखादे वेळी प्रकल्प बंदही पडू शकतो. मला वाटतं, त्या सर्व प्राण्यांना पिंजऱ्यांमध्ये बंद करून इथे प्राणिकेंद्रात आणून ठेवण्याची माझी कल्पनाच चांगली आहे. तिचा आपण परत विचार करायला हवा. मी त्यासाठी तिकडे पिंजरे तयारही ठेवले आहेत. ते काही फारसं कठीण जाणार नाही आणि नंतर प्राणी पकडणंही सोपं जाईल.''

बोनोबो दोन गट करून राहतायत हे लक्षात आल्यापासून बर्ट्रामच्या डोक्यात ही कल्पना घोळत होती. त्या सगळ्यांना पकडून प्रत्येकाला वेगवेगळ्या पिंजऱ्यात ठेवलं म्हणजे त्यांच्यावर नजरही ठेवता आली असती. पण सिग्फ्रीड त्यांना थोपवून धरत होता. सिग्फ्रीडला न विचारता सरळ केंब्रिज, मॅसॅच्युसेट्समधल्या आपल्या बॉसलाही ते विचारू शकले असते, पण त्यांनी तो विचार झटकून टाकला होता. बोनोबो प्रकल्पात काहीतरी संभाव्य अडचण येऊ शकते, हे त्यामुळे जेनसिस व्यवस्थापनालाही समजलं असतं आणि ते सावध झाले असते.

''आपल्याला तो वाद परत करायचा नाहीये.'' सिग्फ्रीडनं निर्णायकपणे सांगितलं, ''त्यांना बेटावर एकांतात ठेवण्याची आपली कल्पनाच अधिक बरोबर आहे. आपण हा प्रकल्प सुरू केला, तेव्हा सर्वांनी मिळून तसंच ठरवलं होतं. अजूनही तोच निर्णय बरोबर आहे असं मला वाटतं. पण केविन मार्शलच्या या प्रकरणामुळे मला पुलाविषयी काळजी वाटायला लागलीय.''

"का बरं?" बर्ट्रामनी विचारलं, "त्याला तर कुलूप असतं."

"त्याच्या किल्ल्या कुठे असतात?" सिग्फ्रीडनं विचारलं.

"माझ्या ऑफिसात." बर्ट्राम म्हणाले.

"मला वाटतं, त्या इथे मुख्य तिजोरीत आणून ठेवाव्यात." सिग्फ्रीड म्हणाला, "मेलनी बेकेटसहित तुमच्या स्टाफपैकी सर्वजण तुमच्या ऑफिसात केव्हाही जाऊ शकतात."

"हो, हे मात्र खरं आहे." बर्ट्राम म्हणाले.

"चला. एक तरी गोष्ट तुम्हाला पटली म्हणायची." सिग्फ्रीड म्हणाला, "तेव्हा तुम्ही त्या किल्ल्या इथे आणून ठेवाव्यात हे बरं. किती किल्ल्या आहेत त्या?"

"मला नेमकं काही आठवत नाही." बर्ट्राम म्हणाले, "पण चार किंवा पाच असतील..."

"मला त्या इथे हव्या आहेत..." सिग्फ्रीड म्हणाला.

"ठीक आहे." बर्ट्राम म्हणाले, "या बाबतीत मला काही अडचण नाही."

"गुड." सिग्फ्रीड म्हणाला. त्यानं आपले पाय टेबलावरून खाली घेतले आणि तो उठून उभा राहिला. "आपण निघू या. मीही तुमच्याबरोबर येतो."

"तुम्ही आत्ता जायचं म्हणताय?" बर्ट्रामनी विश्वास न बसून विचारलं.

"आज करणं शक्य आहे तर उद्यावर कशाला ढकलायचं?" सिग्फ्रीड म्हणाला, "तुम्ही अमेरिकन लोकच ही म्हण वापरता ना? त्या किल्ल्या एकदा या तिजोरीत येऊन पडल्या, की मला स्वस्थ झोप लागेल."

"मीही तुमच्याबरोबर येण्याची आवश्यकता आहे का?" कॅमेरॉननं विचारलं.

"नाही. त्याची काही गरज नाही." सिग्फ्रीड म्हणाला, "मी आणि बर्ट्राम हे सांभाळू शकू, याची मला खात्री आहे."

मेन्स रूममधील लॉकर्सच्या रांगेच्या टोकाशी असलेल्या पूर्ण उंचीच्या आरशात केविन स्वत:चं प्रतिबिंब पाहत होता. या गाऊन्सची अडचण ही होती, की त्यातले छोटे फारच छोटे होते आणि मध्यम फारच मोठे होते. हातांच्या बाह्या आणि पँटचे पाय त्याला दुमडावे लागले.

"काय करतोयस तू एवढा वेळ आत?" मेलनीनं बाहेरून ओरडून विचारलं. ती हॉलचं दार उघडून आत आली होती.

"आलोच मी." केविन म्हणाला. आपले कपडे ठेवलेला लॉकर त्यानं बंद केला आणि तो घाईघाईनं बाहेर आला.

"मला वाटलं होतं, बायकाच फार वेळ कपडे करत बसतात !" मेलनीनं तक्रार केली.

"कुठला साईज बरोबर आहे ते मला ठरवता येईना.." केविन म्हणाला.

"तू आत असताना आणखी कोणी आत आलं होतं?" मेलनीनं विचारलं.

"कोणीही नाही." केविन म्हणाला.

"उत्तम." मेलनी म्हणाली, "लेडीज रूममध्येही कोणी आलं नाही. चला, निघूया !"

मेलनीनं त्या दोघांना आपल्यामागे येण्याची खूण केली आणि ती जिना चढू लागली. "इथून व्यवस्थापन विभागात जाण्यासाठी आपल्याला व्हेटरनरी हॉस्पिटलच्या काही भागातून जायला लागतं. मुख्य विभागाचा मजला आपण टाळावा हे बरं. तिथे अति-दक्षता विभाग आहे. तिथे नेहमीच बरीच गडबड चालू असते. तेव्हा आपण सरळ दुसऱ्या मजल्यावर जाऊ आणि फलन-विभागातून जाऊ. कोणी विचारलंच तर मी माझ्या रुग्णांना बघायला आले होते, असं मला सांगता येईल."

"मस्त कल्पना आहे हं." कॅन्डेस म्हणाली.

पहिला मजला चालत चालत पार करून ते दुसऱ्या मजल्यावर आले. मुख्य कॉरिडॉरमध्ये शिरताना त्यांना प्राणिकेंद्रातील एक कर्मचारी भेटला. मध्यरात्री केविन आणि कॅन्डेसला तिथे पाहून त्याला काही वेगळं वाटलं असलं तरी त्यानं तसं काही दाखवलं नाही. त्यानं फक्त मान झुकवून त्यांना अभिवादन केलं.

"हे अगदीच सोपं होतं." कॅन्डेस कुजबुजली.

"हे सगळं गाऊन्समुळे शक्य होतंय बरं !" मेलनी म्हणाली.

एका दुहेरी दारातून आत शिरल्यावर ते डाव्या बाजूला वळले. ते एका प्रखर प्रकाश असलेल्या अरुंद पॅसेजमध्ये आले होते. त्याच्या दोन्ही बाजूंना कितीतरी बंद दारं होती. मेलनीनं त्यापैकी एकाला किंचित फट केली आणि आत डोकावून बघितलं. मग तिनं हळूच दार बंद केलं. "आत माझी एक रुग्ण आहे. ती पठारावर राहणारी एक गोरिला आहे. तिचं स्त्रीबीज काढण्याची तयारी आता अगदी पूर्ण होत आलीय. त्याकरता आम्हाला त्यांच्या अंत:स्त्रावाची पातळी वाढवावी लागते. त्यामुळे त्या कधीकधी अनावर होतात. आता ती अगदी स्वस्थ झोपलीय."

"मी बघू?" कॅन्डेसनं विचारलं.

"हरकत नाही, मला वाटतं." मेलनी म्हणाली, "पण अगदी गुपचुप बघ आणि एकदम एखादी हालचाल करू नकोस."

कॅन्डेसनं मान हलवली. मेलनीनं दार उघडलं आणि ती आत गेली. कॅन्डेस तिच्यामागेच होती. केविन दारातच उभा राहिला. त्यानं दार उघडंच ठेवलं.

"आपण इथे जे करायला आलोय ते करायला नको का?" केविन कुजबुजला.

मेलनीनं आपल्या ओठांवर बोट ठेवलं.

त्या खोलीत चार मोठे पिंजरे होते. त्यापैकी तीन रिकामेच होते. चौथ्या पिंजऱ्यात एका गवताच्या बिछान्यावर एक मोठी गोरिला मादी झोपली होती.

प्रकाशासाठी तिथे छतामध्ये दिवे लावलेले होते. पण आता ते इतके मंद केले होते, की जवळजवळ ते बंदच आहेत असं वाटत होतं. गोरिलाला नीट बघण्यासाठी कॅन्डेसनं पुढे वाकून पिंजऱ्याच्या गजांना हळूच स्पर्श केला. यापूर्वी ती कधीच गोरिलाच्या एवढी जवळ गेलेली नव्हती. तिला वाटलं असतं तर ती आता त्या प्रचंड प्राण्याला स्पर्शही करू शकली असती.

परंतु अचानक ती गोरिला मादी जागी झाली आणि विश्वास बसणार नाही एवढ्या वेगानं पिंजऱ्याच्या समोरच्या जाळीपासून तिनं मागे उडी घेतली. पुढच्याच क्षणी ती आपल्या मुठी जोरजोरात जमिनीवर आपटू लागली आणि किंकाळ्या मारू लागली. कॅन्डेसच्या तोंडूनही एक किंकाळी बाहेर पडली आणि ती पिंजऱ्यापासून वेगानं दूर झाली. मेलनीनं तिला धरलं.

"ठीक आहे, ठीक आहे.... काही विशेष नाही." मेलनी म्हणाली.

आता त्या गोरिलानं परत पिंजऱ्याच्या पुढच्या भागात झेप घेतली. ती एवढी घाबरली होती, की तिनं काही ताजी विष्ठा बाहेर फेकली. ती सगळी पलीकडच्या भिंतीवर पसरली.

मेलनीनं कॅन्डेसला दारातून बाहेर नेलं आणि दार लावून घेतलं.

"माझं चुकलंच, सॉरी." मेलनी कॅन्डेसला म्हणाली. कॅन्डेसचा गोरा रंग आणखीनच फिका पडला होता. "तू ठीक आहेस ना?"

"हो, बहुतेक." कॅन्डेस म्हणाली. तिनं आपल्या गाऊनचा पुढचा भाग तपासला.

"मला वाटतं तिच्या अंत:स्त्रावांचा हा परिणाम असावा." मेलनी म्हणाली, "तुझ्या अंगावर तिची काही घाण उडाली नाही ना?"

"तसं दिसत तरी नाहीये." कॅन्डेस म्हणाली. तिनं आपल्या केसांमधून हात फिरवला आणि मग तो पाहिला.

"आपण किल्ल्या आणायला जाऊ या." केविन म्हणाला, "आपण आपल्या नशिबाची फारच परीक्षा बघतोय."

लांबलचक फलन विभाग ओलांडून ते आणखी एका दुहेरी दारातून आत गेले. आता ते एका दोन भाग पाडलेल्या मोठ्या खोलीत आले होते. प्रत्येक भागात कितीतरी पिंजरे होते. बहुतेक पिंजऱ्यांमध्ये वेगवेगळ्या जातीच्या माकडांची पिल्लं ठेवलेली होती.

"हा लहान बाळांचा विभाग आहे." मेलनी कुजबुजली, "नेहमीसारखेच वागा."

तिथे चार कर्मचारी काम करत होते. त्या सगळ्यांच्या अंगावर वैद्यकीय गाऊन होते आणि गळ्यात स्टेथॉस्कोपही अडकवलेले होते. ते सगळेच आपापल्या कामात व्यस्त होते. त्यामुळे ते तिघे तिथून जात असताना त्यांनी त्यांच्याकडे बघून फक्त माना हलवल्या किंवा थोडेसे हसले.

आणखी एका दुहेरी दारातून आणि छोट्या कॉरिडॉरमधून गेल्यावर त्यांना एक जड, कुलूपबंद आणि आगीपासून संरक्षित असं दार लागलं. ते उघडण्यासाठी मेलनीला आपल्या कार्डाचा वापर करावा लागला.

"आलो आपण !" मेलनी कुजबुजली. तिनं ते जड दार आपल्यामागे हळूच लावून घेतलं. आतापर्यंत ते आले त्या भागांमध्ये बरीच गडबड चालू होती. त्याच्या तुलनेत इथे फारच शांतता आणि अंधार होता.

"हा व्यवस्थापन विभाग आहे. जिना या हॉलच्या डाव्या बाजूला आहे. तुम्ही मला धरून चाला." मेलनी म्हणाली.

कॅन्डेसनं अंधारातच चाचपडत मेलनीचा खांदा शोधायला सुरुवात केली. केविननं आपला हात कॅन्डेसच्या खांद्यावर ठेवला.

"चला !" मेलनीनं त्यांना प्रोत्साहन दिलं. हातानं भिंत चाचपडत ती अगदी हळूहळू कॉरिडॉरमधून चालू लागली. बाकीचे दोघे तिच्यामागे चालले होते. हळूहळू त्यांच्या डोळ्यांना अंधाराची सवय झाली. जिन्याच्या दारापर्यंत आल्यावर दाराच्या फटीतून येणाऱ्या थोड्याशा चंद्रप्रकाशातही त्यांना बरंच दिसू लागलं.

जिन्यात त्या मानानं बऱ्यापैकी प्रकाश होता. प्रत्येक मध्यावर असलेल्या मोठाल्या खिडक्यांमधून येणाऱ्या चंद्रप्रकाशामध्ये जिना न्हाऊन निघाला होता.

मेलनीनं त्यांना बर्ट्रामच्या ऑफिसच्या बाहेर आणून उभं केलं.

"आता खरी सत्त्वपरीक्षा आहे.." मेलनीनं आपलं कार्ड तिथल्या खाचेत घातल्यावर केविन म्हणाला.

कुलूप उघडल्याचा क्लिक् आवाज लगेचच आला. दार आपोआप उघडलं.

"सुटला प्रश्न !" मेलनी आनंदानं म्हणाली.

ते तिघं खोलीत शिरले. तिथेही संपूर्ण अंधार होता. आतल्या ऑफिसच्या उघड्या दारातून थोडासा प्रकाश येत होता.

"आता काय करायचं?" केविननं विचारलं, "अंधारात आपल्याला काहीच सापडणार नाही."

"खरं आहे," मेलनी म्हणाली. ती भिंतीवर चाचपडत स्विच् शोधू लागली. तो सापडल्याबरोबर तिनं दिवा लावला.

एक क्षणभर त्या तिघांनीही डोळे मिचकावत एकमेकांकडे बघितलं. "छे, हा प्रकाश फारच प्रखर आहे." मेलनी म्हणाली.

"रस्त्याच्या पलीकडच्या मोरोक्कन रक्षकांना यामुळे जाग आली नाही म्हणजे मिळवली." केविन म्हणाला.

"त्यांची आठवणसुद्धा करून देऊ नकोस." मेलनी म्हणाली. आतल्या ऑफिसमध्ये जाऊन तिनं तिथलाही दिवा लागला. केविन आणि कॅन्डेस तिच्या पाठोपाठ आले.

''मला वाटतं, याबाबतीत आपण थोडं पद्धतशीर काम करायला हवं.'' मेलनी म्हणाली, ''मी डेस्क तपासते. कॅन्डेस, तू फायलींचं कपाट बघ आणि केविन, तू बाहेरच्या ऑफिसात शोध आणि बाहेर आहेसच, तर जरा दारावर पण लक्ष ठेव. कोणी आलंच तर जोरात ओरड.''

''वा ! काय सूचना आहेत.'' केविन म्हणाला.

मोटर पूलपाशी सिग्फ्रीड डावीकडे वळला आणि त्यानं आपली नवी टोयोटा लँडक्रूझर वेगानं प्राणिकेंद्राकडे हाकायला सुरुवात केली. त्या गाडीमध्ये त्याच्या अपंगत्वासाठी खास बदल करण्यात आलेले होते. त्यामुळे त्याला डाव्या हातानं गिअर बदलता येत असत.

''इस्ला फ्रॅन्सेस्काच्या सुरक्षेची आपल्याला एवढी काळजी का वाटतेय, याबद्दल कॅमेरॉनला काही कल्पना आहे का?'' बर्ट्रामनी विचारलं.

''छे, अजिबात नाही.'' सिग्फ्रीड म्हणाला.

''त्यानं त्याबद्दल कधी विचारलंय?''

''नाही, तो त्या प्रकारचा माणूस नाही. तो फक्त दिलेल्या आज्ञांचं पालन करतो. 'का' म्हणून विचारत नाही.''

''त्याला याबद्दल सांगून गुप्तता ठेवण्यासाठी आपल्यातलं थोडं कमिशन देऊ केलं तर?'' बर्ट्रामनी सुचवलं, ''तो आपल्याला अधिक उपयोगी पडू शकेल, असं मला वाटतंय.''

''आपलं कमिशन कमी करण्याची माझी अजिबात तयारी नाही.'' सिग्फ्रीड म्हणाला, ''आणि हे तुम्ही मला अजिबात सुचवू देखील नका. शिवाय, कॅमेरॉन आताच आपल्याला भरपूर मदत करतोय. मी त्याला जे जे करायला सांगतो, ते ते तो करतोच आहे.''

''केविन मार्शलच्या या प्रकाराविषयी मला सर्वात अधिक काळजी वाटतेय, ती त्यानं त्या दोघी मुलींना त्याबद्दल कितपत माहिती दिली असेल याची.'' बर्ट्राम म्हणाले, ''बेटावरचे बोनोबो आगीचा वापर करतायत असं त्यांनादेखील वाटायला लागलं म्हणजे संपलंच. ही बातमी पसरली, तर प्राणी-अधिकार चळवळीचे लोक आपल्यावर लगेच तुटून पडतील. आपली पापणी लवायच्या आतच जेनसिस हा सगळा प्रकल्प बंद करून टाकेल.''

''आपण आता काय करावं असं तुम्हाला वाटतं?'' सिग्फ्रीडनं विचारलं, ''मी त्या तिघांनाही चुटकीसरसं नाहीसं करू शकतो.''

बर्ट्रामनी सिग्फ्रीडकडे पाहिलं आणि त्यांचा थरकाप झाला. तो थट्टा करत नाहीये, याबद्दल त्यांना पूर्ण खात्री होती.

''नको, ते तर आणखीच वाईट होईल.'' बर्ट्राम म्हणाले, ''त्याची नक्कीच

शासकीय चौकशी होईल. त्यापेक्षा मी सांगतोय तसं करू. त्या बोनोबोंना छर्रे मारून आपण पिंजऱ्यांमध्ये बंद करू आणि त्यांना इकडे घेऊन येऊ. प्राणिकेंद्रात ते नक्कीच आगीचा वापर करणार नाहीत.''

''एकदा मी नाही म्हणून सांगितलं ना?'' सिग्फ्रीड तोडल्यासारखं म्हणाला, ''ते प्राणी बेटावरच राहणार. त्यांना जर इथे आणलं, तर आपला कार्यक्रम गुप्त राहू शकणार नाही. आगीचा वापर जरी त्यांनी केला नाही, तरी त्यांना पकडण्याच्या वेळी ते किती मस्ती आणि द्वाडपणा करतात ते आपल्याला आता माहितेय. ते अजून याहूनही काहीतरी वाईट गोष्ट करायला सुरुवात करतील. आणि तसं झालं, तर त्यांची देखभाल करणारे लोक त्याबद्दल बोलायला लागतील. आपली परिस्थिती आहे त्याहूनही वाईट होईल.''

बर्ट्रामनी एक उसासा सोडला. आपल्या पिकलेल्या केसांतून त्यांनी खेदानं हात फिरवला. सिग्फ्रीड म्हणतोय ते बरोबर आहे, हे त्यांना मनातल्या मनात कबूल करावंच लागलं. तरीदेखील प्राण्यांना इथे आणणं हाच सर्वात उत्तम मार्ग आहे, असं त्यांना वाटत होतं. त्यांना एकमेकांपासून वेगळं ठेवणं फार आवश्यक होतं.

''उद्या माझं रेमंड लीयॉन्सशी बोलणं होईल.'' सिग्फ्रीड म्हणाला, ''आधीही मी त्यांना फोन केलाच होता. मी असा विचार केला, की केविन मार्शल त्यांच्याशी बोलला आहेच, तर आपणही काय करावं याबद्दल त्यांचं मत विचारावं. शेवटी हे सर्व त्यांनीच निर्माण केलेलं आहे. आपल्याइतकीच त्यांनाही यामध्ये काही त्रास होऊ नये अशी इच्छा असणार.''

''खरं आहे...'' बर्ट्राम म्हणाले.

''मला एक सांगा, ते प्राणी जर आगीचा वापर करत असलेच, तर त्यांनी मुळांत ती सुरू कशी केली असेल? वीज पडूनच आग लागली असेल, असंच तुम्हाला अजूनही वाटतं का?'' सिग्फ्रीडनं विचारलं.

''मी त्याबद्दल नक्की काही सांगू शकत नाही...'' बर्ट्राम म्हणाले, ''विजेमुळेही आग लागली असेल. पण तुम्हाला आठवतंय का? बेटाच्या बाजूचं पुलाचं काम करण्यासाठी आपली माणसं जेव्हा तिथे गेली होती, तेव्हा त्या बोनोबोंनी त्यांची काही हत्यारं, दोर आणि इतर काही सामान चोरलं होतं. तिथे चोरी होईल असं कोणाला स्वप्नातही वाटलं नव्हतं. शिवाय सर्व गोष्टी हत्यारांच्या पेटीमध्ये नीट बंद करून ठेवलेल्या होत्या. त्यावेळी त्यांनी काडेपेटीही चोरली असण्याची शक्यता आहे. अर्थात, तिचा वापर करायला ते कसे शिकले याबद्दल मात्र मी काहीच अंदाज बांधू शकत नाही.''

''तुम्ही मला आताच एक चांगली कल्पना सुचवलीय.'' सिग्फ्रीड म्हणाला, ''केविन आणि त्या दोघी मुलींना आपण असं सांगितलं तर, की गेल्या आठवड्यात

पायवाटा तयार करण्यासारख्या काहीतरी कामासाठी आपली माणसं बेटावर जात होती म्हणून..? आपण त्यांना असं सांगू, की ही माणसंच तिथे शेकोट्या पेटवत होती असं आम्हाला आत्ताच समजलंय.''

''ही कल्पना फारच चांगली आहे.'' बर्ट्राम म्हणाले, ''आणि त्यात तथ्यही आहे. नाहीतरी रिओ डिव्हिजोवर पूल टाकायचा विचार आपण करत होतोच.''

''ही कल्पना आपल्याला आधीच सुचायला हवी होती.'' सिग्फ्रीड म्हणाला, ''यात न पटण्यासारखं काहीच नाहीये.''

लँडक्रूझरच्या हेडलाईट्सच्या प्रकाशात समोर प्राणिकेंद्राच्या इमारतींमधली पहिली इमारत दिसू लागली.

''गाडी कुठे पार्क करावी असं तुम्हाला वाटतं?'' सिग्फ्रीडनं विचारलं.

''अगदी समोरच घ्या ना.'' बर्ट्राम म्हणाले, ''तुम्ही गाडीतच थांबा. मला फार वेळ लागणार नाही.''

सिग्फ्रीडनं ॲक्सेलरेटरवरचा पाय काढला आणि ब्रेक लावायला सुरुवात केली.

''हे काय?'' बर्ट्राम म्हणाले.

''काय झालं?''

''माझ्या ऑफिसातला दिवा कसा काय चालू आहे?'' बर्ट्राम म्हणाले.

''यात काहीतरी आहे असं वाटतंय, बरं का.'' फायलींच्या कपाटातल्या सर्वात वरच्या ड्रॉवरमधून एक मोठं पाकीट बाहेर काढत कॅन्डेस म्हणाली. ते पाकीट गडद निळ्या रंगाचं होतं आणि त्यालाच अडकवलेल्या इलॅस्टिकनं ते बंद केलेलं होतं. त्याच्यावर वरच्या उजव्या कोपऱ्यात लिहिलं होतं, *इस्ला फ्रॅन्सेस्का*

मेलनीनं ती शोधत असलेल्या डेस्कचा ड्रावर बंद केला आणि ती कॅन्डेसकडे आली. केविनही बाहेरच्या ऑफिसातून आत येऊन पाहायला लागला.

कॅन्डेसनं इलॅस्टिक काढून ते पाकीट उघडलं. त्यातल्या वस्तू तिनं चटकन तिथल्या एका टेबलावर ओतल्या. त्यामध्ये इलेक्ट्रॉनिक उपकरणांच्या वायरिंगच्या आकृत्या, कॉम्प्युटरचे प्रिंटआऊट्स आणि बरेचसे नकाशे होते. त्यातच आणखी एक मोठं पाकीट होतं आणि त्यावर सर्वात वरच्या बाजूला कोपऱ्यात लिहिलं होतं, *स्टीव्हन्सन् पूल.*

''आता आपलं काम झालंच असं समजा.'' कॅन्डेस म्हणाली. ते पाकीट उघडून तिनं आत हात घातला आणि पाच सारख्या किल्ल्या अडकवलेली एक रिंग बाहेर काढली.

''वा !'' मेलनी म्हणाली. तिनं ती रिंग घेतली आणि त्यातून ती एक किल्ली बाहेर काढायला लागली.

केविन नकाशे पाहत होता. बेटाचा तपशीलवार नकाशा त्यानं उचलला. त्यानं

त्याची अर्धवट घडी केली आणि त्याला डोळ्यांच्या कोपऱ्यांतून एक हलता प्रकाश दिसला. खिडकीकडे पाहिल्यावर अर्धवट उघड्या असलेल्या तिरप्या पट्ट्यांच्या पडद्याच्या फटींमधून त्याला गाडीच्या हेडलाईट्सचं प्रतिबिंब काचेत पडलेलं दिसलं. खिडकीकडे जाऊन त्यानं खाली डोकावून बघितलं.

"बाप रे !" कण्हल्यासारखा आवाज करत तो म्हणाला, "ही तर सिग्फ्रीडची गाडी आहे."

"चला, चला !" मेलनी म्हणाली, "हे सगळं भराभर फायलींच्या कपाटात ठेवा."

मेलनी आणि कॅन्डेसनं सगळ्या गोष्टी परत पाकिटात कोंबल्या, ते पाकीट कपाटात ठेवलं आणि घाईघाईनं ड्रॉवर बंद केला. त्या हे करतायत न करतायत, तोच त्यांना इमारतीचा बाहेरचा दरवाजा उघडल्याचा आवाज आला.

"या बाजूनं या !" मेलनी घाईघाईनं कुजबुजली. बर्ट्रामच्या टेबलामागे असलेल्या एका दाराकडे तिनं बोट दाखवलं. ते तिघंही पटकन त्या दारातून बाहेर पडले. केविन ते बंद करत असतानाच त्याला बाहेरच्या ऑफिसचं दार उघडल्याचा आवाज आला.

ते बर्ट्रामच्या तपासणीच्या खोल्यांपैकी एकीमध्ये आले होते. तिथे पांढऱ्या फरश्या बसवलेल्या होत्या आणि मधोमध तपासणीचं एक स्टेनलेस स्टीलचं टेबल होतं. बर्ट्रामच्या आतल्या ऑफिसप्रमाणेच इथल्या खिडक्यांनाही तिरप्या पट्ट्यांचे पडदे लावलेले होते. त्यातून येणारा प्रकाश त्यांना हॉलचं दार दिसण्यासाठी पुरेसा होता. ते पळतच त्या दिशेनं गेले. दुर्दैवानं तपासणीच्या टेबलाजवळ खाली फरशीवर ठेवलेल्या एका स्टेनलेस स्टीलच्या भांड्याला केविनच्या पायाचा धक्का लागला.

ते भांडं मोठा आवाज करत टेबलाच्या पायाला धडकलं. तिथल्या शांततेत तो आवाज एखाद्या घंटेच्या मोठ्या आवाजासारखा वाटला. मेलनीनं घाबरून हॉलचं दार सताड उघडलं आणि ती जिन्याकडे धावत निघाली. कॅन्डेस तिच्यामागेच होती. केविन हॉलमध्ये पोचला तेव्हा त्याला बर्ट्रामच्या ऑफिसचं दार धाडकन उघडल्याचा आवाज आला. आत येणाऱ्या व्यक्तीनं आपल्याला बघितलं की नाही, हे त्याला समजलं नाही.

चंद्राच्या प्रकाशात जमत होतं तेवढ्या भराभर मेलनी जिन्याच्या पायऱ्या उतरत होती. कॅन्डेस आणि केविन आपल्यामागेच असल्याचं तिला आवाजावरून कळत होतं. जिन्याच्या पायथ्याशी आल्यावर तळघराचा दरवाजा कुठे असेल याचा अंदाज घेण्यासाठी ती थांबली. तिला तो लगेचच सापडला. वर पहिल्या मजल्यावर त्यांना जिन्याचं दार उघडलेलं ऐकू आलं. त्यापाठोपाठ त्या धातूच्या पायऱ्यांवर जड पावलं पडत असलेली ऐकू येऊ लागली.

तळघरात संपूर्ण अंधार होता. लांबवर मंद प्रकाशाची एक चौकोनी बाह्यरेषा

दिसत होती. एकमेकांच्या आधारानं ते त्या प्रकाशाकडे चालू लागले. ते तिथे पोचायच्या आधीच केविन आणि कॅन्डेसच्या लक्षात आलं, की तो आणीबाणीच्या आगीच्या वेळी वापरायचा दरवाजा आहे आणि त्याच्या फटीतूनच तो प्रकाश आत येतोय. त्याची खाच सापडल्याबरोबर मेलनीनं आपल्याजवळचं मॅग्नेटिक कार्ड त्यात खुपसलं.

त्या आगीच्या दाराच्या मागे पूर्णपणे प्रकाशित असा एक पॅसेज होता. त्यातून त्यांना वाकूनच धावावं लागत होतं. त्या अरुंद पॅसेजच्या मध्यावर अचानक मेलनीनं त्यांना थांबवलं. दारावर PATHOLOGY असं लिहिलेल्या एका खोलीचं दार तिनं उघडलं.

''पटकन आत चला.'' ती थोड्या मोठ्या आवाजात म्हणाली. काही न बोलता त्या दोघांनी तिच्या आज्ञेचं पालन केलं.

दार लावून घेऊन मेलनीनं त्याला कडी घातली.

शवविच्छेदनासाठी असलेल्या दोन थिएटर्सच्या मधल्या छोट्या खोलीत ते उभे होते. तिथे काही बेसिन्स, बरीचशी कपाटं आणि बर्फाच्या खोलीकडे जाण्यासाठी एक उष्णतानिरोधक दार होतं.

इथे कशाला आलो आपण?'' केविननं घबराटीच्या स्वरात विचारलं, ''आपण इथेच अडकून पडू.''

''नाही रे,'' मेलनी धापा टाकत म्हणाली, ''या बाजूनं या.'' तिनं त्यांना आपल्यामागून येण्याची खूण केली. तिथे एक लिफ्ट दिसल्यामुळे केविनला आश्चर्य वाटलं. मेलनीनं लिफ्टच्या बटनावर हातानं जोरात मारलं. त्याबरोबर लिफ्ट चालू झाल्याचा आवाज आला. लिफ्ट तिसऱ्या मजल्यावर असल्याचं तिथल्या दिव्यावरून दिसत होतं.

''ये लवकर !'' मेलनीनं लिफ्टला उद्देशून आर्जवानं म्हटलं. जणू काही तिच्या गळ घालण्यामुळे लिफ्ट लवकर खाली येणार होती. ती सामान वाहून नेण्याची लिफ्ट असल्यामुळे कमालीची हळू चालत होती. पॅसेजचं दार उघडताना होणारी बिजागऱ्यांची करकर झाली आणि त्यापाठोपाठ दबक्या पावलांचा आवाज आला. त्यावेळी लिफ्ट फक्त दुसऱ्या मजल्यावर होती.

त्या तिघांनीही घाबरून एकमेकांकडे बघितलं. ''ते काही सेकंदात इथे पोचतील.'' केविन म्हणाला, ''इथून बाहेर पडायला दुसरा काही मार्ग आहे का?''

मेलनीनं नकारार्थी मान हलवली. ''फक्त लिफ्टच आहे.''

''आपण कुठेतरी लपायला हवं.'' केविन म्हणाला.

''रेफ्रिजरेटरमध्ये लपलं तर...?'' कॅन्डेसनं सुचवलं.

वाद घालायला अजिबात वेळच नसल्यामुळे त्या तिघांनीही रेफ्रिजरेटरकडे धाव

घेतली. केविननं दार उघडलं. बाहेर आलेल्या थंडगार वाफेचा फरशीवर एक पातळ थर बसला. कॅन्डेस प्रथम आत गेली, तिच्यामागून मेलनी आणि मग केविन असे ते तिघेही आत घुसले. केविननं दार ओढून घेतलं. त्याच्या खटक्याचा आवाज झाला.

ती एक वीस फुटी खोली होती. तिच्या भिंतींना चिकटून आणि मधोमध फरशीपासून छतापर्यंत गेलेले स्टेनलेस स्टीलचे शेल्फ होते. त्या शेल्फांवर कितीतरी मोठाल्या माकडांचे जड मृतदेह ठेवलेले होते. खोलीच्या मध्यावर असलेल्या शेल्फमध्ये मधल्या कप्प्यात ठेवलेल्या, चांदीच्या रंगाची पाठ असलेल्या एका नर गोरिलाचा मृतदेह सर्वात मोठा होता. शेल्फांच्या मधल्या पॅसेजच्या छतावर लावलेल्या दिव्यांचा मंद प्रकाश तिथे पसरला होता.

आतून प्रेरणा झाल्यासारखे ते तिघंही शेल्फच्या मागच्या बाजूला गेले आणि त्या गोरिलाच्या मागे लपले. कमी तापमानामुळे त्यांच्या श्वासोच्छ्वासातील वाफेचीही वेटोळी तयार होत होती. अमोनियाचा उग्र वास येत होता, पण तो असह्य व्हावा एवढ्या प्रमाणात नव्हता.

जड उष्णतानिरोधक दारामुळे त्यांना बाहेरचे काहीच आवाज ऐकू येत नव्हते. पण ते दार उघडल्याचा क्लिक् आवाज मात्र त्यांना स्पष्ट ऐकू आला.

आपलं हृदय आता बंद पडणार असं केविनला वाटायला लागलं. कायम तुच्छपणे हसणारा सिग्फ्रीडचा चेहरा बघायची तयारी करून केविन त्या मेलेल्या गोरिलाच्या शरीरामागून डोकावून पाहू लागला. पण तो सिग्फ्रीड नव्हता हे बघून त्याला कमालीचं आश्चर्य वाटलं. वैद्यकीय गाऊन घातलेले दोन कर्मचारी एका चिम्पान्झीचा मृतदेह घेऊन आले होते.

काही न बोलता त्या दोघांनी त्या माकडाचा मृतदेह दाराच्या आतल्या बाजूला डावीकडच्या शेल्फवर ठेवला आणि ते निघून गेले. दरवाजा त्यांच्यामागे बंद झाल्यावर केविननं खाली मेलनीकडे बघितलं आणि सुटकेचा एक सुस्कारा टाकला. ''आजचा दिवस हा माझ्या आयुष्यातला सर्वात वाईट दिवस आहे.''

''अजून हे संपलं नाहीये.'' मेलनी म्हणाली, ''आपल्याला अजून इथून बाहेर पडायचंय. पण निदान आपण ज्यासाठी आलो होतो, ते तरी आपल्याला मिळालं...!'' तिनं आपली मूठ उघडून त्यातील किल्ली वर धरली. तिच्या क्रोमच्या पृष्ठभागावरून प्रकाश परावर्तित होत होता.

केविननं स्वत:च्या हाताकडे पाहिलं. त्याच्या स्वत:च्याही नकळत त्यानं इस्ला फ्रॅन्सेस्काचा तपशीलवार नकाशा हातात घट्ट पकडून ठेवला होता.

जिन्यातून बाहेर पडल्यावर बर्ट्रामनी पॅसेजमधला दिवा लावला. दुसऱ्या मजल्यावर येऊन ते पिल्लांसाठी असलेल्या विभागात आले होते. आत्ता तिथून कोणी धावत

गेलं का, असं त्यांनी तिथल्या कर्मचाऱ्यांना विचारलं. त्यांना मिळालेलं उत्तर नकारार्थी होतं.

आपल्या तपासणीच्या खोलीत शिरून त्यांनी तिथलाही दिवा लावला. सिग्फ्रीड बर्ट्रामच्या ऑफिसच्या दारात येऊन उभा राहिला.

"काय झालं?" सिग्फ्रीडनं विचारलं.

"आत्ता इथे कोणी आलं होतं की काय, तेच मला समजत नाहीये." बर्ट्राम म्हणाले. तपासणीच्या टेबलाच्या खाली कडेला असलेल्या स्टेनलेस स्टीलच्या भांड्याकडे त्यांनी बघितलं. ते त्याच्या नेहमीच्या जागेवर नव्हतं.

"तुम्ही कोणाला पाहिलं का?" सिग्फ्रीडनं विचारलं.

"नाही. मला कोणी दिसलं नाही." बर्ट्राम म्हणाले. त्यांनी नकारार्थी मानही हलवली. "बहुतेक सफाई कामगार दिवा बंद करायला विसरले असावेत."

"आता तरी तुम्हाला मी किल्ल्यांची एवढी काळजी का करतोय, ते समजलं का?" सिग्फ्रीड म्हणाला.

बर्ट्रामनी मान हलवली. स्टेनलेसचं ते लांब गेलेलं भांडं त्यांनी त्याच्या नेहमीच्या जागेवर पायानं ढकललं. सिग्फ्रीडच्या मागोमाग परत आपल्या ऑफिसात येण्यापूर्वी त्यांनी तपासणीच्या खोलीतला दिवा मालवून टाकला.

बर्ट्रामनी फायलींच्या कपाटातील सर्वात वरचा ड्रॉवर ओढला आणि त्यातून इस्ला फ्रँसेस्काचं पाकीट बाहेर काढलं. त्याच्याभोवतीचं इलॅस्टिक काढून त्यांनी त्यातल्या वस्तू बाहेर काढल्या.

"काय झालं?" सिग्फ्रीडनं विचारलं.

बर्ट्राम थोडे अडखळले. त्यांचा स्वभाव अतिशय व्यवस्थित होता. आपण या पाकिटात सगळ्या वस्तू अशा कोंबल्यासारख्या ठेवल्याचं त्यांना आठवेना. समोर आणखी काही संकट वाढून ठेवलेलं आहे की काय, अशा भीतीनं त्यांनी स्टीव्हन्सन पुलाचं पाकीट चाचपडून पाहिलं. किल्ल्यांचा जुडगा हाताला लागल्यावर त्यांचा जीव भांड्यात पडला.

□□

१२

मार्च ५, १९९७
दुपारी ६ वाजून ४५ मिनिटे
न्यूयॉर्क

"**फा**रच विचित्र गोष्ट आहे ही..." जॅक म्हणाला. तो आपल्या मायक्रोस्कोपमधून एक विशिष्ट स्लाईड अत्यंत निरखून पाहत होता. गेला अर्धा तास अतिशय एकाग्रतेनं त्याचं हे निरीक्षण चाललं होतं. चेटनं त्याच्याशी बोलायचा प्रयत्न केला. पण त्याचं लक्ष नाही असं बघून काही वेळानं त्यानं त्याचा नाद सोडून दिला. जॅक एखादी गोष्ट एकदा एकाग्र चित्तानं करायला लागला, की त्याचं लक्ष वेधून घेणं अशक्य असायचं.

"तुला त्यात एवढी मजा वाटतेय हे बघूनच मला खूप बरं वाटतंय." चेट म्हणाला. जाण्याच्या तयारीनं तो उठून उभा राहिला. आता तो आपली ब्रीफकेस उचलून निघण्याच्या तयारीत होता.

मागे टेकून बसत जॅकनं मान हलवली. "या केसबद्दलची प्रत्येक गोष्टच विचित्र आहे, नाही?" त्यानं चेटकडे बघितलं. चेटनं कोट चढवलेला पाहून त्याला एकदम आश्चर्य वाटलं. "हे काय? तू निघालास?"

"हो. आणि तुला ते सांगण्याचा मी गेली पंधरा मिनिटं प्रयत्न करतोय."

"तू जाण्यापूर्वी याच्यावर जरा एक नजर टाक ना." जॅक म्हणाला. आपल्या मायक्रोस्कोपकडे त्यानं बोट दाखवलं आणि डेस्कपासून दूर होत त्यानं चेटला जागा करून दिली.

चेटनं थोडा विचार केला. आपल्या घड्याळाकडे बघितलं. त्याला ठीक सात वाजता जिममधल्या एरोबिक्सच्या क्लासला जायचं होतं. तिथे नियमितपणे येणाऱ्या एका पोरीवर त्याचा डोळा होता. तिला भेटायचं धैर्य गोळा करण्याच्या नादात तो स्वत:ही तिथे नियमित जायला लागला होता. अडचण अशी होती, की तिची तब्येत त्याच्यापेक्षा चांगलीच दणकट होती. त्यामुळे क्लास संपल्यावर तिच्याशी बोलायला तो रोजच कचरायचा.

"चल रे, एवढा कसला विचार करतोयस?" जॅक म्हणाला, "मला तुझ्या अमूल्य मताची आता फार गरज आहे."

चेटनं आपली ब्रीफकेस खाली ठेवली आणि तो वाकून जॅकच्या मायक्रोस्कोप-मध्ये बघू लागला. जॅकनं काहीच सांगितलेलं नसल्यामुळे तो कोणता टिश्यू आहे, याचा त्याला प्रथम विचार करावा लागला.

"याचा अर्थ जॅक, अजूनही तू तो यकृताचा गोठलेला तुकडाच बघतोयस तर!" तो म्हणाला.

"संपूर्ण दुपारभर त्यानं मला इथं खिळवून ठेवलंय.." जॅक म्हणाला.

"तुला पातळ कापलेले तुकडे मिळतील की. ते येईपर्यंत तू वाट का पाहत नाहीस?" चेटनं विचारलं. "या गोठलेल्या तुकड्यांवरून काहीच नीट समजत नाही बुवा!"

"मॉरीनला मी सांगितलंय. तिला मिळाले की लगेच ती मला ते तयार पातळ तुकडे आणून देणार आहे." जॅक म्हणाला, "पण तोपर्यंत तरी माझ्याकडे हा गोठलेला तुकडाच आहे... चेट, बाणाच्या जवळच्या भागाबद्दल तुला काय वाटतं?"

चेटनं मायक्रोस्कोपमधून दिसणारं दृश्य नीट केंद्रित करून घेतलं. गोठलेल्या तुकड्यांच्या बाबतीत नेहमी येणारी एक अडचण अशी असायची, की ते खूपच जाड असायचे. त्यामुळे पेशींची रचना अस्पष्ट दिसायची.

"मला तरी हे ग्रॅन्युलोमासारखं * दिसतंय." चेट म्हणाला. पेशींमुळे निर्माण होणाऱ्या, दीर्घकाळ राहणाऱ्या आणि पेशींमध्येच दिसून येणाऱ्या सूजेला ग्रॅन्युलोमा असं नाव आहे.

"मलाही तसंच वाटलं होतं." जॅक म्हणाला. "आता थोडं उजवीकडे बघ पाहू. तिथे यकृताचा पृष्ठभाग दिसतोय ना, तिथे तुला काय दिसतंय तेही सांग."

चेटनं त्याप्रमाणे केलं. मनातून मात्र त्याला जिमला उशीर होत असल्याची रुखरुख लागली होती. उशिरा गेल्यामुळे आता त्याला तिथे जागा मिळणार नव्हती.

"एका मोठ्या व्रण असलेल्या गाठीसारखं काहीतरी दिसतंय." चेट म्हणाला.

"ते यापूर्वी कधी पाहिल्यासारखं वाटतंय का?" जॅकनं विचारलं.

''यापूर्वी असलं काही पाहिल्यासारखं तर वाटत नाही...'' चेट म्हणाला, ''पण हे थोडं विचित्रच दिसतंय.''

''बरोबर बोललास.'' जॅक म्हणाला, ''आता मी तुला एक प्रश्न विचारतो.''

चेटनं मान वर करून आपल्या मित्राकडे बघितलं. जॅकच्या कपाळावर त्याच्या मनातल्या गोंधळामुळे आठ्या पडल्या होत्या.

''नुकत्याच केलेल्या यकृतारोपणामधल्या यकृतासारखं दिसतंय असं तुला वाटतं का?''

''छे, अजिबातच नाही.'' चेट म्हणाला, ''तशा केसमध्ये यकृताला भरपूर सूज आलेली दिसायला हवी. पण ग्रॅन्युलोमा निश्चितच नाही. विशेषतः पृष्ठभागावरच्या त्या फुटलेल्या गाठीवरून तरी तसं वाटतंय.''

जॅकनं एक उसासा टाकला. ''थँक यू ! माझेच अंदाज चुकीचे आहेत की काय असं मला वाटायला लागलं होतं. पण तूही त्याच निर्णयाला येऊन पोचलास म्हणून बरं झालं.''

दारावर कुणीतरी टकटक केलं.

जॅक आणि चेट दोघांनीही दाराकडे बघितलं. डीएन्‌ए प्रयोगशाळेचा प्रमुख टेड लीन्च दारात उभा होता. त्याची ठेवण कॅल्व्हिन वॉशिंग्टनसारखीच मोठ्या बांध्याची होती. पदवी शिक्षण सुरू करण्यापूर्वी तो प्रिन्स्टनतर्फे ऑल अमेरिकन टीममधून बास्केटबॉल खेळला होता.

''जॅक, तुझ्यासाठी मी काही रिझल्ट्स आणलेत.'' टेड म्हणाला, ''पण तुला काही ते आवडतील असं वाटत नाही. म्हणून मी विचार केला, की स्वतःच येऊन तुझ्याशी या बाबतीत बोलावं. तुझी समजूत अशी आहे, की तुला यकृतारोपणाची केस मिळालीय म्हणून. पण दोन्ही डीक्यू अल्फा एकमेकांशी तंतोतंत जुळले. याचा अर्थ, ते यकृत रुग्णाचं स्वतःचंच आहे असा होतो.''

जॅकनं दोन्ही हात हवेत उडवले. ''मी तर हरलो बुवा.'' तो म्हणाला.

''ते आरोपण असेल अशी अजूनही एक शक्यता होती.'' टेड म्हणाला, ''डीक्यू अल्फा क्रमाचे एकवीस संभाव्य जीनोटाईप्स असतात आणि त्यापैकी फक्त सात टक्के इतक्या कमी वेळा ही चाचणी त्यात फरक करायला असमर्थ ठरते. पण मी पुढे जाऊन नवव्या क्रोमोझोमवर एबीओ रक्तगटांची चाचणीही केली. तेही पूर्णपणे जुळले. या दोन्ही रिझल्ट्सचा एकत्र विचार केला, तर ते त्या रुग्णाचं स्वतःचं यकृत नसेल ही शक्यता फारच कमी आहे.''

''मी सांगितलं ना, मी हरलो म्हणून !'' जॅक म्हणाला. त्यानं आपल्या दोन्ही हातांची बोटं गुंफून ते डोक्यावर धरले. ''मी माझ्या एका सर्जन मित्रालाही फोन करून विचारलं. व्हेना कॅव्हा, हेपॅटिक आर्टरी किंवा एकंदरच यकृताच्या भागात

इतर काही कारणासाठी टाके घालायची वेळ येते का, असं मी त्याला विचारलं. त्यानंही अगदी खात्रीपूर्वक सांगितलं, की यकृतारोपणाशिवाय बाकी कधीही या भागात टाके घालावे लागत नाहीत.''

''यावर मी काय बोलणार?'' टेड म्हणाला, ''अर्थात, तू म्हणत असशील तर मी आरामात तुला रिझल्ट्समध्ये अफरातफर करून देऊ शकेन...'' तो हसला. जॅकनं त्याला गुद्दा मारल्यासारखा आविर्भाव केला.

तेवढ्यात फोनची घंटी वाजली. जॅकनं हातानंच टेडला थांबायची खूण केली आणि रिसीव्हर उचलला. ''हॅलो, कोण..?'' त्यानं थोड्या जोरातच विचारलं.

''मी निघालो.'' चेट म्हणाला. त्यानं जॅकला हात केला आणि टेडला ओलांडून तो बाहेर गेला.

जॅक लक्ष देऊन ऐकत होता. त्याच्या चेहऱ्यावरच्या रागाचं हळूहळू उत्सुकतेत रूपांतर झालं. अधूनमधून तो मान हलवत होता, तर अधूनमधून टेडकडे पाहत होता. मध्येच त्यानं टेडकडे बघून एक बोट उंचावलं आणि तो त्याला म्हणाला, ''एक मिनिट.''

''हो, हो, नक्कीच.'' जॅक फोनवर म्हणाला, ''आपण युरोपमध्ये प्रयत्न करून पाहायला पाहिजे असं जर UNOS म्हणत असेल, तर तू तेही कर.'' त्यानं आपल्या घड्याळाकडे बघितलं. ''अर्थात, आता तिथे मध्यरात्र असेल. पण प्रयत्न करून पाहायला हरकत नाही.''

जॅकनं फोन बंद केला. ''बार्ट अर्नोल्ड होता फोनवर.'' तो म्हणाला, ''अलीकडेच झालेल्या यकृतारोपणाच्या केसेस् शोधायला मी सबंध गुन्हे-अन्वेषण विभागाला वेठीस धरलंय.''

''UNOS काय आहे?'' टेडनं विचारलं.

''युनायटेड नॅशनल ऑर्गन शेअरिंग.'' जॅक म्हणाला.

''काही शोध लागला?'' टेडनं विचारलं.

''नाही.'' जॅक म्हणाला, ''हे फारच गोंधळवून टाकणारं आहे. बार्टनं यकृतारोपण करणाऱ्या सर्व प्रमुख केंद्रांना विचारून पाहिलं.''

''ते यकृतारोपण नसेलच कदाचित.'' टेड म्हणाला, ''मी केलेल्या दोन्ही चाचण्यांचे निष्कर्ष योगायोगानं जुळण्याची शक्यता फारच कमी आहे.''

''माझी तर पूर्ण खात्री आहे, की ही आरोपणाचीच केस आहे.'' जॅक म्हणाला, ''एखाद्याचं यकृत बाहेर काढून परत ते त्याच्याच शरीरात घालायचं काही कारणच नाही...''

''याबद्दल तुझी पूर्ण खात्री आहे?''

''अर्थात्, माझी अगदी पूर्ण खात्री आहे.'' जॅक म्हणाला.

"तू ही केस फारच मनावर घेतलीयस असं दिसतंय..." टेड म्हणाला.

जॅक उपहासानं थोडा हसला. "आता आभाळ कोसळलं तरी या रहस्याचा शोध लावायचाच, असं मी ठरवलंय." तो म्हणाला, "जर मला ते जमलं नाही, तर माझा स्वत:वरचाच विश्वास उडेल. यकृतारोपणाच्या अशा कितीशा केसेस् असणार आहेत? म्हणजे ही केस जर मला सोडवता आली नाही, तर खरं सांगतो, माझा धिक्कार असो !"

"ठीक आहे." टेड म्हणाला, "मी याबाबतीत काय करू शकेन ते मी तुला सांगतो. चार, सहा, सात, नऊ, अकरा आणि एकोणीस या क्रोमोझोम्सवरच्या काही भागांचीही मी तुलना करून बघतो. तेही योगायोगानं जुळतील ही अगदी फारच दूरची शक्यता आहे. आणि माझ्या स्वत:च्या समाधानासाठी म्हणून त्या यकृताचा नमुना आणि रुग्ण या दोघांवरही परत एकदा मी डीक्यू अल्फा क्रमाची चाचणी करून बघतो. ते दोन्ही एवढे तंतोतंत जुळतात कसे, तेही मला जाणून घ्यायलाच हवं."

"तू जे काय करशील ते मला हवंच आहे." जॅक म्हणाला.

"आज रात्रीच मी वर जाऊन ते काम सुरू करतो." टेड म्हणाला, "म्हणजे उद्याच मला ते निष्कर्ष मिळतील."

"तू खरा मित्र आहेस रे बाबा !" जॅक म्हणाला. त्यानं हात वर केला आणि टेडनं त्याला टाळी दिली.

टेड गेल्यावर जॅकनं मायक्रोस्कोपखालचा दिवा बंद केला. स्लाईडवरचे कोड्यात टाकणारे तपशील आपल्याला खिजवतायत असं त्याला वाटू लागलं. तो इतका वेळ टक लावून ती स्लाईड बघत होता, की त्याचे डोळे आता दुखायला लागले.

काही वेळ जॅक आपल्या डेस्कपाशी बसला. अपूर्ण केसेसचा तिथे ढीग लागला होता. पाकिटं टेबलावर अस्ताव्यस्त पसरली होती. ती पंचवीस ते तीस तरी असावीत असा त्याचा अंदाज होता. हा आकडा नेहमीपेक्षा खूपच जास्त होता. लिखापढीचा त्याला नेहमीच कंटाळा यायचा. आणि एखाद्या केसमध्ये असं गुंतल्यावर तर परिस्थिती आणखीच वाईट व्हायची.

जॅकला खूप वैताग आला. स्वत:च्या नालायकपणाला शिव्या देत तो डेस्कपासून दूर झाला. ऑफिसच्या दाराच्या मागे खुंटीला अडकवलेलं आपलं बॉमर जॅकेट त्यानं घेतलं. एका जागी बसून जेवढा विचार करणं त्याला शक्य होतं, तेवढा त्यानं केला होता. आता त्याला विचार करायला लागणार नाही अशा काहीतरी कठोर व्यायामाची आवश्यकता होती आणि घराशेजारचं बास्केटबॉलचं मैदानही आता त्याला खुणावू लागलं होतं.

जॉर्ज वॉशिंग्टन पुलावरून न्यूयॉर्क शहराचा देखावा फारच सुरेख दिसत होता. फ्रँको पॉटीनं मान वळवून तो बघण्याचा प्रयत्न केला, पण वाहतुकीच्या गर्दीमुळे

त्याला विशेष काहीच दिसेना. एंगलवूड, न्यू जर्सीकडे जाण्यासाठी तो ही चोरलेली फोर्ड सेडन चालवत निघाला होता. अँजेलो फॅशिओलो त्याच्या शेजारीच बसला होता. तो काचेतून बाहेर पाहत होता. दोघांनीही हातमोजे घातले होते.

''डाव्या बाजूचा देखावा काय सुरेख दिसतोय बघ.'' फ्रँको म्हणाला, ''ते सगळे दिवे बघ. सबंध बेट इथून नजरेस पडतंय. स्वातंत्र्यदेवीचा पुतळाही दिसतोय.''

''हं... मी हे सगळं पूर्वीच पाहिलंय.'' अँजेलो आपल्याच तंद्रीत होता.

''तुला काय झालंय तरी काय?'' फ्रँकोनं विचारलं, ''एवढी चिडचिड का करतोयस?''

''असली कामं मला आवडत नाहीत.'' अँजेलो म्हणाला, ''सेरिनोनं एकदा वेड्यासारखं मला आणि टोनी रगेरिओला असलंच एक फालतू काम सांगून सबंध शहरभर फिरवलं होतं. आपण आपल्या नेहमीच्या लोकांबरोबर नेहमीची कामं करत असलो तर मला बरं वाटतं.''

''विनी डॉमिनिक् म्हणजे पॉली सेरिनो नाही.'' फ्रँको म्हणाला, ''आणि सहजी जर थोडे अधिक पैसे मिळत असले तर त्यात वाईट काय आहे?''

''पैशाची गोष्ट ठीक आहे.'' अँजेलो म्हणाला, ''पण त्यातले धोके मला आवडत नाहीत...''

''तुला काय म्हणायचंय?'' फ्रँकोनं विचारलं, ''आत्ताच्या या कामगिरीत तर काहीच धोका नाहीये. आपण यातले व्यावसायिक आहोत. आपण कधीच धोका पत्करत नाही.''

''कधी कधी अनपेक्षित गोष्टी घडतात.'' अँजेलो म्हणाला, ''आणि माझ्यापुरतं बोलायचं झालं, तर या केसमधली अनपेक्षित गोष्ट आधीच घडलेली आहे.''

गाडीच्या अंतर्भागातील अर्धवट प्रकाशात फ्रँकोनं अँजेलोच्या व्रणभरल्या चेहऱ्याच्या बाह्यरेषेकडे टक लावून पाहिलं. अँजेलो अतिशय गंभीरपणे बोलतोय हे त्याला अंधारातही जाणवलं. ''तू कशाबद्दल बोलतोयस?'' त्यानं विचारलं.

''या केसमध्ये लॉरी मॉंटगोमेरी गुंतलीय या वस्तुस्थितीबद्दल.'' अँजेलो म्हणाला, ''तिच्यामुळे मला भयानक स्वप्नं पडतात. मी आणि टोनीनं तिला मारायचा प्रयत्न केला होता. पण आम्हाला ते जमलं नाही. देवच जणू काही तिचं रक्षण करत होता.''

अँजेलो गंभीर होता, तरीही फ्रँको हसला. ''तुझ्यासारख्या नाव कमावलेल्या गुंडाला लॉरी मॉंटगोमेरीमुळे भयानक स्वप्नं पडतात हे तिला समजलं, तर तिला आपला भाव वाढल्यासारखंच वाटेल. हे फारच हास्यास्पद आहे.''

''मला त्यात हास्यास्पद असं काहीच वाटत नाही.'' अँजेलो म्हणाला.

''माझ्यावर रागावू नकोस.'' फ्रँको म्हणाला, ''शिवाय आता आपण जे काम करायला चाललो आहोत, त्यात तिचा काहीच संबंध नाहीये.''

“संबंध आहे.” अँजेलो म्हणाला, “व्हिनी अमेंडोलाला तर तिनं सांगितलंय, की फ्रँकोनीचा मृतदेह शवागाराबाहेर कसा गेला याचा शोध लावणं ही तिची वैयक्तिक बाब आहे.”

“पण ती ते कसं करणार आहे?” फ्रँकोनं विचारलं, “आणि वाईटात वाईट असं काही घडलंच, तरी आपण प्रत्यक्ष ते काम करायला फ्रेडी कॅपुसो आणि रिची हर्न्सलाच पाठवलं होतं. मला वाटतं तू चुकीचे निष्कर्ष काढतोयस.”

“अस्सं?” अँजेलोनं विचारलं, “तुला त्या पोरीबद्दल माहीत नाहीये. ती साली अतिशय चिकाटीनं काम करत असते.”

“ठीक आहे.” फ्रँकोनं विषय संपवण्याच्या सुरात म्हटलं, “तुला काळजीच करत बसायचं असलं तर बस. माझं काय जातंय.. !”

पुलाच्या न्यू जर्सीकडील बाजूला आल्यावर फ्रँकोनं गाडी सरळ पॅलिसेड्स इंटरस्टेट पार्कवेवर घेतली. अँजेलो काही बोलायच्या मूडमध्ये नसल्यामुळे त्यानं रेडिओ चालू केला. काही बटनं फिरवल्यावर त्याला जुनी लोकप्रिय गाणी वाजवणारं स्टेशन सापडलं. मग रेडिओचा आवाज वाढवत तोही नील डायमंडबरोबर ‘स्वीट कॅरोलाईन’ हे गाणं गाऊ लागला.

दुसरं कडवं संपताना अँजेलोनं पुढे वाकून रेडिओ बंद केला. “ठीक आहे. तू जिंकलास. तू गाणार नाही असं वचन देत असलास, तर मी तुझ्याशी गप्पा मारायला तयार आहे.”

“तुला आवडत नाही हे गाणं?” फ्रँकोनं दुखावल्यासारखं विचारलं, “माझ्या काही छान जुन्या आठवणी त्याच्याशी निगडित आहेत.” कसलीतरी चव घेतल्याप्रमाणे त्यानं मिटक्या मारल्या. “त्याच्यामुळे मला मरिया प्रोव्होलोनची आठवण येते.”

“याबद्दल मी काही बोलणार नाही...” इच्छा नसतानाही त्याला हसू आलं. फ्रँको पाँटीबरोबर काम करायला त्याला आवडायचं. फ्रँको खरा व्यावसायिक होता. अँजेलोजवळ नसलेली विनोदबुद्धीही त्याच्याजवळ भरपूर होती.

पार्कवे सोडून फ्रँको पॅलिसेड्स अ‍ॅव्हेन्यूकडे वळला. रूट ९ डब्ल्यूवरून काही अंतर पुढे गेल्यावर तो एंगलवूड, न्यू जर्सीकडे जाणाऱ्या लांबलचक टेकडीवरून खाली उतरू लागला. आजूबाजूच्या देखाव्यात लगेच बदल झाला. हायवेवरील फास्ट-फूड रेस्टॉरंट्स आणि पेट्रोल पंपांच्या जागी आता उच्चवर्गीयांची उपनगरातील घरं दिसायला लागली.

“नकाशा आणि पत्ता तू हाताशीच ठेवला आहेस ना?” फ्रँकोनं विचारलं.

“हा काय, इथेच आहे.” अँजेलो म्हणाला. हात वर करून त्यानं नकाशा बघायचा दिवा लावला. “आपल्याला टेहळणीचं ठिकाण कुठे दिसतंय का बघायचंय.” तो म्हणाला, “ते डाव्या बाजूला असेल.”

ते ठिकाण त्यांना सहजच सापडलं. पाचच मिनिटात ते एका वळणावळणाच्या, बाजूनं झाडं असलेल्या रस्त्यावरून जाऊ लागले. तिथल्या दोन घरांमध्ये भरपूर जागा सोडलेली होती. या मोकळ्या जागांमध्ये लावलेली लांबलचक हिरवळ एखाद्या गोल्फ मैदानावरच्या हिरवळीसारखी दिसत होती.

"इतक्या सुंदर जागेत राहण्याची कल्पना तरी आपण करू शकतो का?" आजूबाजूला बघत फ्रँको म्हणाला, "इथल्या माझ्या घराच्या दारात मी उभा राहिलो, तर घरासमोरचा रस्तादेखील मला सापडणार नाही...!"

"हे काही मला फारसं ठीक वाटत नाहीये." अँजेलो म्हणाला, "इथे फारच शांतता आहे. आपण इथे लगेचच पकडले जाऊ."

"आता तू काहीतरी रडगाणी गात बसू नकोस." फ्रँको म्हणाला, "आपण आता इथे फक्त टेहळणी करतोय. कोणता नंबर शोधायचाय आपल्याला?"

अँजेलोनं आपल्या हातातील कागदाचा कपटा बघितला. "नंबर आठ, टेहळणीचं ठिकाण."

"म्हणजे ते आपल्या डाव्या बाजूला असणार आहे." फ्रँको म्हणाला. आत्ता ते नंबर बारावरून चालले होते.

काही मिनिटांतच फ्रँकोनं गाडी रस्त्याच्या उजव्या बाजूनं हळूहळू चालवायला सुरुवात केली. त्यांना एका ट्यूडॉर पद्धतीच्या प्रचंड घराच्या समोरची नागमोडी पायवाट दिसू लागली. त्या पायवाटेच्या दोन्ही बाजूंना बग्गीच्या दिव्यांसारखे बरेचसे दिवे ओळीनं लावलेले होते. घराच्या मागच्या बाजूला पाईनचे उंच वृक्ष होते. बहुतेक सर्वच खिडक्यांचे पडदे ओढलेले होते. पण आत लावलेल्या दिव्यांचा प्रकाश त्यातून बाहेर येत असलेला दिसत होता. ती सगळी जागा एखाद्या फुटबॉलच्या मैदानाएवढी मोठी होती.

"हे घर तर एखाद्या किल्ल्यासारखं दिसतंय..." अँजेलो तक्रारीच्या सुरांत म्हणाला.

"मलाही हा असला काही प्रकार असेल असं वाटलं नव्हतं, हे खरं." फ्रँको म्हणाला.

"मग? आता आपण काय करायचं?" अँजेलोनं विचारलं, "आपण इथे नुसतेच बसून तर राहू शकत नाही. मुख्य रस्त्यावरून वळल्यापासून आपल्याला एकही गाडी दिसलेली नाहीये."

फ्रँकोनं गाडी गिअरमध्ये टाकली. अँजेलो म्हणतोय ते बरोबर आहे, हे त्याला समजत होतं. त्यांना तिथे थांबणं शक्य नव्हतं. कोणी जर त्यांना बघितलं असतं तर नक्कीच संशय येऊन पोलिसांना फोन केला असता. 'नेबरहूड वॉच' अशी पाटी बाहेर लावलेली एक चौकी त्यांना यापूर्वीच लागली होती. आतल्या चौकीदाराची सावलीही त्यांना दिसली होती.

"आपण त्या चौदा वर्षांच्या पोरीबद्दल काही माहिती काढता येते का, ते बघू." अँजेलो म्हणाला, "म्हणजे ती कुठल्या शाळेत जाते, इतर कुठे कुठे जायला तिला आवडतं, तिचे मित्रमैत्रिणी कोण आहेत वगैरे. आपण घराकडे जाण्यात काही अर्थ नाही. ते शक्यच नाही."

फ्रँकोनं हुंकार देत सहमती दर्शवली. तो ॲक्सेलरेटरवर पाय दाबणार, एवढ्यात त्याला त्या घराच्या दारातून एक छोटी आकृती बाहेर येताना दिसली. एवढ्या अंतरामुळे ती स्त्री आहे की पुरुष, तेही समजत नव्हतं. "कोणीतरी बाहेर येताना दिसतंय..." तो म्हणाला.

"मी पाहिलं." अँजेलो म्हणाला.

ती आकृती घराच्या दोनचार पायऱ्या उतरून खाली आली आणि पायवाटेवरून पुढे येऊ लागली. ते दोघेजण अगदी गप्प बसून पाहत होते.

"ती जी कोणी व्यक्ती आहे, ती नक्कीच जाड आहे." फ्रँको म्हणाला.

"आणि तिच्याबरोबर कुत्राही आहे." अँजेलो म्हणाला.

"अरे वा !" काही वेळ पाहिल्यानंतर फ्रँको म्हणाला, "ही तर आपल्याला हवी असलेली मुलगीच आहे."

"माझा तर विश्वासच बसत नाहीये..!" अँजेलो म्हणाला, "तुला खरंच ती सिन्डी कार्लसन् आहे असं वाटतंय? एवढ्या सहजी गोष्टी घडून येण्याची मला सवयच नाही."

आश्चर्यचकित होऊन ते दोघे तिच्याकडे पाहत राहिले. ती पायवाटेवरून सरळ त्यांच्याकडेच येत होती. जणू काही त्यांच्या स्वागतालाच येत होती. तिच्यापुढे एक छोटंसं, खेळण्यासारखं दिसणारं, तपकिरी रंगाचं पूड्ल कुत्रं आपली छोटीशी केसाळ शेपटी ताठ वर करून चालत होतं.

"आपण काय करूया?" फ्रँकोनं विचारलं. तो स्वत:शीच बोलल्यासारखा बोलत होता, त्याला उत्तराची अपेक्षा नव्हती.

"आपण पोलिस आहोत असं सांगितलं तर...?" अँजेलोनं सुचवलं, "मी आणि टोनी काम करत असताना त्याचा नेहमी उपयोग व्हायचा."

"ही कल्पना चांगली आहे..." फ्रँको म्हणाला. अँजेलोकडे वळून त्यानं आपला हात पुढे केला. "मग तुझा ओझोन पार्कचा पोलिसचा बिल्ला दे."

अँजेलोनं आपल्या ब्रायोनी सूटच्या आतल्या खिशात हात घालून पाकिटातला बिल्ला बाहेर काढला आणि त्याला दिला.

"तू आता इथेच बस." फ्रँको म्हणाला, "आत्ताच तुझा भयानक चेहरा दाखवून तिला घाबरवून टाकू नकोस."

"तारीफ केलीत त्याबद्दल आभारी आहे." अँजेलो चिडून म्हणाला. त्याला

आपल्या रूपाची फार काळजी असायची. आपल्या विद्रूप चेहऱ्याकडे लोकांचं लक्ष जाऊ नये, म्हणून तो उत्तमातले उत्तम कपडे वापरायचा. लहानपणी त्याला देवी झाल्या होत्या. पौगंडावस्थेत असताना त्याच्या चेहऱ्यावर मुरुमाच्या प्रचंड पुटकुळ्या होत्या आणि पाच वर्षांपूर्वी झालेल्या एका स्फोटात त्याचा चेहरा भाजला गेला होता. त्यामुळे त्याच्या चेहऱ्यावर खूपच व्रण होते. यातला दैवाचा खेळ म्हणजे त्यापैकी शेवटच्या स्फोटाला लॉरी मॉंटगोमेरी निमित्त झाली होती.

"अरे, एवढा हळवा काय होतोस?'' फ्रँको म्हणाला. त्यानं अँजेलोला टप्पल मारली. "तुला चांगलं ठाऊक आहे, की तू जरी एखाद्या हॉरर मूव्हीतल्या नटासारखा दिसत असलास तरी आम्हाला सर्वांना तू आवडतोस.''

अँजेलोनं फ्रँकोचा हात झटकला. फक्त दोन व्यक्तींनी आपल्या चेहऱ्याचा उल्लेख अशा पद्धतीनं केला तर तो रागावत नसे; फ्रँको आणि त्याचा बॉस, विनी डॉमिनिक्. पण तरी त्याला ते आवडायचं नाहीच.

ती मुलगी आता रस्त्याच्या जवळ येऊ लागली होती. तिनं घातलेल्या कपड्यांमुळे ती आणखीनच जाड वाटत होती. तिचा चेहरा फुगल्यासारखा दिसत होता आणि त्याच्यावर मुरुमाचे थोडे फोडही होते. तिनं आपल्या सरळ केसांचा मधोमध भांग पाडला होता.

"ती मरिया प्रोव्होलोन्सारखी दिसते का?'' फ्रँकोला चिडवायला अँजेलोनं विचारलं.

"उगाच मला चिडवू नकोस हं...'' फ्रँको म्हणाला. गाडीचं दार उघडून तो बाहेर पडला.

"एक्स्क्यूज मी !'' त्यानं शक्य तेवढा गोड आवाज काढायचा प्रयत्न केला. आठव्या वर्षापासून भरपूर सिगारेटी ओढल्यामुळे त्याचं नरडं बोंबललं होतं; त्यामुळे त्याचा आवाज नेहमीच कर्कश आणि खोल असायचा.

"तूच ती लोकप्रिय, प्रसिद्ध सिन्डी कार्लसन आहेस का?''

"असेनही.'' ती पोरगी म्हणाली, "तुम्हाला काय करायचंय?'' पायवाटेच्या टोकाशी येऊन ती थांबली होती. तिच्या कुत्र्यानं दाराच्या खांबापाशी पाय वर केला.

"आम्ही पोलिस ऑफिसर्स आहोत.'' फ्रँको म्हणाला. रस्त्यावरच्या दिव्याच्या प्रकाशात चमकेल अशा तऱ्हेनं त्यानं आपला बिल्ला उचलून धरला. "आम्ही शहरातल्या काही मुलांची चौकशी करत आहोत. आम्हाला असं समजलं, की तू आम्हाला मदत करू शकशील.''

"हो?'' सिन्डीनं विचारलं.

"खरंच !'' फ्रँको म्हणाला, "जरा इकडे ये ना. म्हणजे माझ्या या सहकाऱ्याला तुझ्याशी बोलता येईल.''

गेल्या पाच मिनिटांत एकही गाडी रस्त्यावरून गेलेली नसूनही सिन्डीनं रस्ता

क्रॉस करण्यापूर्वी दोन्ही बाजूंना पाहिलं. आणि नंतरच एल्म झाडाच्या बुंध्याचा वास घेण्यात गुंगलेल्या आपल्या कुत्र्याला ओढून आणत ती रस्त्याच्या पलीकडे आली. गाडीत बसलेला अँजेलो तिला नीट दिसावा म्हणून फ्रँको थोडा बाजूला झाला. अँजेलोला बघायला ती खाली वाकल्याबरोबर फ्रँकोनं मागून धक्का मारून तिला गाडीत ढकललं.

सिन्डी किंकाळी मारणार, एवढ्यात अँजेलोनं तिला गाडीत ओढून घेत तिच्या तोंडावर हात दाबून धरला. फ्रँकोनं तिच्या हातातील कुत्र्याचा पट्टा पटकन सोडवला आणि त्याला हाकलून लावलं. मग स्वत: ड्रायव्हरच्या सीटवर येऊन बसला. त्या दोघांच्यामध्ये सिन्डीला गर्दी करून बसावं लागलं. गाडी चालू करून फ्रँको त्या जागेपासून दूर जाऊ लागला.

लॉरीला आश्चर्य वाटलं. फ्रँकोनीची व्हिडिओटेप मिळाल्यानंतरही ती आपल्या लेखनकामावर लक्ष केंद्रित करू शकली. बरंचसं काम तिनं पूर्ण करत आणलं. आता पूर्ण झालेल्या पाकिटांचा एक गठ्ठा तिच्या टेबलाच्या कोपऱ्यात तयार झाला.

सजीव पेशीशास्त्राच्या (Histology) स्लाईड्सचा उरलेला ट्रे पुढे ओढत तिनं शेवटच्या केसचं काम सुरू केलं. हे काम पूर्ण करण्यासाठी आवश्यक असलेले रिपोर्ट्स वगैरे तिच्याजवळ होतेच. पहिली स्लाईड मायक्रोस्कोपखाली घालून आता ती बघायला सुरुवात करणार, एवढ्यात तिच्या खोलीच्या उघड्या दारावर कोणीतरी टकटक केलेली तिला ऐकू आली. लू सोल्डॅनो आला होता.

"तू इतक्या उशिरापर्यंत इथे काय करते आहेस?" लूनं विचारलं. लॉरीच्या टेबलाशेजारच्या खुर्चीत तो धप्पकन बसला. आपला कोट किंवा हॅट काढायचे कष्टही त्यानं घेतले नाहीत. त्याची हॅट डोक्यावर खूप मागे सरकली होती.

लॉरीनं आपल्या घड्याळाकडे पाहिलं. "बाप रे !" ती म्हणाली, "किती वाजलेत याची मला काही कल्पनाच आली नाही."

"क्वीन्सबरो पुलावरून येताना मी तुला घरी फोन लावायचा प्रयत्न केला." लू म्हणाला, "कोणी तो उचलला नाही, तेव्हा मी इथे डोकावायचं ठरवलं. तू इथे असशील असं मला वाटतच होतं. तू फारच कष्ट करतेस बुवा !"

"तू हे बोलतोयस !" लॉरी थोड्याशा उपरोधानं आणि थोड्या गमतीनं म्हणाली, "जरा स्वत:कडे बघ. गेल्या कितीतरी दिवसांत तुला नीट झोप तरी लागलीय का? म्हणजे इथे तू टेबलाला टेकून पेंगत असतोस, त्याबद्दल मी बोलत नाहीये."

"आपल्याला यापेक्षा काहीतरी चांगल्या विषयावर नाही का बोलता येणार?" लूनं सुचवलं, "काहीतरी खाऊन घ्यायची कल्पना कशी वाटते? मला हेडक्वार्टर्सला एक तासाभराचं डिक्टेशनचं काम आहे. ते झालं, की मी मोकळाच आहे. मग

आपण बाहेर कुठेतरी जेवायला जाऊ. माझी मुलं त्यांच्या मावशीकडे गेली आहेत. देव तिचं भलं करो. आपण पास्ता खायला जायचं का?''

''जेवायला बाहेरच जायला हवं असं तुला वाटतं का?'' लॉरीनं विचारलं. लूच्या डोळ्यांखालची काळी वर्तुळं उठून दिसत होती. त्याच्या दाढीचे खुंट चांगलेच वाढले होते. त्यानं कमीत कमी दोन दिवस तरी दाढी केलेली नसावी.

''मला काहीतरी खायचंय.'' लू म्हणाला, ''तुझा अजून बराच वेळ काम करायचा विचार आहे का?''

''माझी शेवटची केस चाललीय.'' लॉरी म्हणाली, ''अजून अर्ध्या तासात माझं काम संपेल.''

''तुलाही जेवायचं आहेच ना?'' लू म्हणाला.

''फ्रँकोनी केसमध्ये काही प्रगती आहे की नाही?'' लॉरीनं विचारलं.

लूनं दमल्यासारखा एक उसासा सोडला. ''प्रगती व्हायला हवी होती.'' तो म्हणाला, ''टोळीवाल्यांच्या या गुन्ह्यांच्या बाबतीत वैताग असा असतो, की आपण जर लवकर त्याचा शोध लावला नाही, तर मग त्यांचा माग सापडणं अशक्य होऊन बसतं. मला हवी होती तसली काही गोष्ट अजून तरी सापडलेली नाही.''

''मला त्याबद्दल खेद वाटतो.'' लॉरी म्हणाली.

''आभारी आहे.'' लू म्हणाला, ''तुझ्या कामाचं काय झालं? तो मृतदेह इथून कसा बाहेर गेला त्याचा काही पत्ता लागला?''

''नाही ना ! इकडेही सगळं थंडच आहे.'' लॉरी म्हणाली, ''उलट रात्रीच्या तंत्रज्ञाकडे मी चौकशी केली म्हणून कॅल्व्हिननं मलाच झाडलं. मी त्या माणसाशी फक्त बोलले होते. आमच्या व्यवस्थापनाचीही ही केस अशीच मागे पडावी अशी इच्छा आहे की काय, अशी मला भीती वाटतेय.''

''याचा अर्थ, या केसमध्ये जास्त लक्ष घालू नको असं जे जॅक तुला सांगत होता, तेच बरोबर होतं म्हणायचं...'' लू म्हणाला.

''असं वाटायला लागलंय खरं.'' लॉरीनंही कबूल करून टाकलं. ''पण त्याला मात्र एवढ्यात हे बोलू नकोस.''

''ही केस मागे पडावी असं कमिशनरनाही वाटलं असतं तर किती बरं झालं असतं.'' लू म्हणाला, ''या केसमुळे माझी पदावनतीही होण्याची शक्यता आहे.''

''एक विचार माझ्या मनात आला होता.'' लॉरी म्हणाली, ''ज्या रात्री फ्रँकोनीचा मृतदेह नाहीसा झाला, त्या रात्री ज्या अंत्यविधी संस्थांनी मृतदेह बाहेर नेले, त्यांच्यापैकी स्पॉलेटो फ्यूनरल होम हेही एक होतं. ते ओझोन पार्कमध्ये आहे. ते नाव मला ओळखीचं वाटत होतं. मग मला आठवलं, की सेरिनो केसच्या वेळी एका तरुण गुंडाचा तिथे अतिशय भयानक पद्धतीनं खून करण्यात आला होता. फ्रँकोनी

ज्या रात्री नाहीसा झाला त्याच रात्री हे लोकही इथे एक मृतदेह न्यायला यावेत, हा निव्वळ योगायोग असेल असं तुला वाटतं?''

''हो. योगायोगच असावा बहुतेक.'' लू म्हणाला, ''आणि त्याचं कारणही मी तुला सांगतो. क्वीन्समध्ये मी संघटित गुन्हे विभागात होतो, तेव्हापासून मी या अंत्यविधी संस्थेमधल्या लोकांना ओळखतो. स्पॉलेटो फ्यूनरल होम आणि न्यूयॉर्कमधल्या टोळीवाल्यांचे संबंध आहेत. पण ते ल्युसिया टोळीशी आहेत. त्यांच्यापैकी कोणाचं तरी लग्न तिथल्या कोणाशी तरी झालेलं आहे. पण फ्रँकोनीला ज्यांनी मारलं त्या व्हॅकारो टोळीवाल्यांचा त्यांच्याशी काहीच संबंध नाही.''

''तसं असेल तर तो योगायोगच म्हणायला हवा.'' लॉरी म्हणाली, ''मला आपलं वाटलं.''

''तू विचारलंस त्याबद्दल मला काहीच म्हणायचं नाहीये...'' लू म्हणाला, ''उलट मी तुझ्या स्मरणशक्तीचं कौतुकच करतोय. माझ्या हा संबंध लक्षात आला असता की नाही कोण जाणे ! बरं, ते जाऊ दे. आपल्या जेवणाचं काय?''

''तू खूपच दमलेला दिसतोयस. बाहेर जाण्यापेक्षा आपण माझ्या घरी जाऊन स्पागेती कार्यक्रम केला तर आवडेल तुला?'' लॉरीनं सुचवलं. गेल्या काही वर्षांत त्या दोघांची अगदी घट्ट मैत्री झाली होती. पाच वर्षांपूर्वी सेरिनो केसमध्ये एकत्र काम केल्यानंतर त्यांच्यांत थोडेफार प्रेमसंबंधही जुळले होते. पण पुढे त्यांनी एकमेकांचे मित्रच राहायचा निर्णय घेतला. त्यानंतर ते दर दोन आठवड्यांनी एकदा तरी एकत्र जेवायला बाहेर जात असत.

''तुझी काही हरकत नाही ना?'' लूनं विचारलं. लॉरीच्या घरी कोचावर पाय ताणून पडायची कल्पना त्याला स्वर्गसुखासारखी वाटली होती.

''अजिबातच नाही.'' लॉरी म्हणाली, ''उलट मला ते आवडेलच. माझ्याकडे फ्रीजमध्ये थोडा सॉस आणि सॅलडसाठीही भरपूर गोष्टी आहेत.''

''ग्रेट !'' लू म्हणाला, ''मी शहरातून येताना थोडी शँटी घेऊन येतो. हेडक्वार्टर्समधून निघताना मी तुला फोन करीन.''

''ठीक आहे.'' लॉरी म्हणाली.

लू गेल्यावर लॉरी परत आपल्या स्लाईडकडे वळली. पण फ्रँकोनी केसची आठवण झाल्यामुळे तिची एकाग्रता भंग पावली होती. शिवाय मायक्रोस्कोपमधून बघून बघून ती दमलीही होती. मागे टेकून बसत तिनं डोळे चोळले.

''खड्ड्यात जाऊ दे सगळं !'' ती पुटपुटली. एक उसासा टाकून ती वरच्या कोळिष्टकांनी भरलेल्या छताकडे पाहू लागली. फ्रँकोनीचा मृतदेह शवागारातून कसा नाहीसा झाला असेल हा विचार मनात आला, की दर वेळी तिला नव्यानं वैताग यायचा. आपण लूला थोडीदेखील मदत करू शकत नाही याबद्दलही तिला अपराधी वाटत होतं.

लॉरी उठली, तिनं आपला कोट घेतला, ब्रीफकेस बंद केली आणि ती सरळ ऑफिसातून बाहेर पडली. पण शवागारातून बाहेर पडण्यापूर्वी शवागाराच्या ऑफिसला आणखी एक भेट द्यावी, या विचारानं ती तिकडे गेली. संध्याकाळचा तंत्रज्ञ, मार्विन फ्लेचर याला आदल्या दिवशी विचारायचा राहिलेला एक प्रश्न तिला सारखा छळत होता.

मार्विन आपल्या टेबलापाशी काही फॉर्म्स भरत होता. त्या संध्याकाळी जे मृतदेह बाहेर नेले जाणार होते, त्यांची तयारी करण्यात तो गुंतला होता. मार्विन लॉरीच्या आवडत्या सहकाऱ्यांपैकी एक होता. सेरिनो भानगडीच्या वेळी झालेल्या ब्रूस पोमोव्स्कीच्या दुःखद खुनापूर्वी तो दिवसपाळीला असायचा. पण त्या घटनेनंतर त्याला संध्याकाळच्या ड्यूटीवर टाकण्यात आलं. ते एक प्रकारचं प्रमोशनच होतं. कारण संध्याकाळच्या तंत्रज्ञाला अधिक जबाबदारीची कामं करावी लागत.

"काय लॉरी ! काय चाललंय?" लॉरीला बघताक्षणीच मार्विन म्हणाला. तो एक देखणा आफ्रिकन-अमेरिकन होता. त्याची त्वचा एवढी तेजस्वी होती, की आतल्या तेजानं ती चमकतेय असं वाटायचं. एवढी सुंदर त्वचा आतापर्यंत लॉरीनं कोणाचीच पाहिली नव्हती.

लॉरीनं मार्विनशी थोडा वेळ इकडच्या तिकडच्या गप्प मारल्या. ऑफिसातील दिवसभरातल्या भानगडींविषयी ते बोलले आणि मग ती आपल्या मूळ विषयाकडे वळली. 'मार्विन, मला तुला काहीतरी विचारायचं आहे. पण तू त्याबद्दल वाईट वाटून घेणार नसलास तरच..." माईक पासानोची आपल्या प्रश्नांवरची प्रतिक्रिया लक्षात असल्यामुळे लॉरी सावधगिरीनं म्हणाली. आणि मार्विननंही कॅल्व्हिनकडे तक्रार केली असती तर तिला ते बिलकुलच चालणार नव्हतं.

"कशाबद्दल?" मार्विननं विचारलं.

"फ्रँकोनी." लॉरी म्हणाली, "मला विचारायचं होतं, की तू त्या मृतदेहाचे एक्स-रेज् का घेतले नाहीस?"

"काय बोलते आहेस तू हे?" मार्विननं विचारलं.

"जे बोलतेय तेच." लॉरी म्हणाली, "शवविच्छेदनाच्या पाकिटांत एक्स-रेची चिठ्ठी नव्हती; आणि तो मृतदेह नाहीसा झालाय हे समजण्यापूर्वी मी त्याच्या एक्स-रेज्‌विषयी विचारायला जेव्हा इथे आले होते, तेव्हा इथल्या कोणाजवळच ते नव्हते."

"मी एक्स-रेज् घेतले होते." मार्विन म्हणाला. एक्स-रेज् घेतले नसतील असं लॉरीनं सुचवल्यामुळे आपण दुखावलो गेलोय, असं त्यानं भासवलं. "एखाद्या डॉक्टरनं एक्स-रेज् घेऊ नको असं मुद्दाम सांगितलं असलं, तरच मी ते घेत नाही. नाहीतर इथे आलेल्या प्रत्येक मृतदेहाचे मी आत आल्याबरोबर एक्स-रेज् घेऊन ठेवतो."

"मग ती चिठ्ठी आणि त्या फिल्म्स आहेत कुठे?" लॉरीनं विचारलं.

"त्या चिठ्ठीचं काय झालं ते मला माहीत नाही." मार्विन म्हणाला, "पण फिल्म्स म्हणशील तर त्या डॉ. बिंगहॅम घेऊन गेले."

"बिंगहॅम घेऊन गेले?" लॉरीनं विचारलं. हेदेखील विचित्रच होतं. पण तिला वाटलं, की दुसऱ्या दिवशी स्वत:च शवविच्छेदन करायचं असं त्यांच्या मनात असल्यामुळे त्यांनी ते नेले असतील.

"त्यांनी मला सांगितलं, की मी ते एक्स-रेज् माझ्या ऑफिसमध्ये घेऊन जातोय." मार्विन म्हणाला, "अशा वेळी मी काय करणार? बॉसला सांगणार का, की तुम्ही ते नेऊ शकत नाही म्हणून? शक्यच नाही."

"बरोबरच आहे तुझं." लॉरी मोघमपणे म्हणाली.

ती परत आपल्या विचारात गुंतली होती. हे एक नवलच होतं. फ्रँकोनीच्या मृतदेहाचे एक्स-रेज् अस्तित्वात होते तर ! अर्थात, आता तो मृतदेहच नसल्यामुळे त्याला काही फारसा अर्थ नव्हता म्हणा. पण तिला त्याबद्दल का सांगण्यात आलं नाही, हेच तिला समजेना. आणि शिवाय फ्रँकोनीचा मृतदेह नाहीसा झालाय हे कळण्यापूर्वी तिची आणि बिंगहॅमची भेटही झाली नव्हती.

"बरं झालं मी तुझ्याशी बोलले ते..." आपल्या विचारांतून बाहेर येत लॉरी म्हणाली, "आणि तू एक्स-रेज् घेतलेच नसशील असं मला वाटलं, त्याबद्दल मला माफ कर हं."

"जाऊ दे ग. त्याचं काय एवढं?" मार्विन म्हणाला.

लॉरी आता निघणार, एवढ्यात तिला स्पॉलेटो फ्यूनरल होमची आठवण झाली. एकदम तिनं मार्विनला विचारलं, "स्पॉलेटो फ्यूनरल होमबद्दल तुला काय माहिती आहे?"

मार्विननं खांदे उडवले. "तुला त्यांच्याबद्दल काय माहिती हवीय?" त्यानं विचारलं, "मला काही फारशी माहिती नाहीये. कारण मी कधी तिथे गेलेलो नाही. तुला समजतंय ना मी काय म्हणतोय ते?"

"त्या संस्थेमधून इथे येणारे लोक कसे असतात?" लॉरीनं विचारलं.

"इतरांसारखेच असतात." मार्विननं परत एकदा खांदे उडवत म्हटलं, "मी त्यांना एक-दोन वेळाच भेटलोय. तुला माझ्याकडून नेमकी काय माहिती हवीय ते सांग ना."

लॉरीनं मान हलवली. "मलाच नक्की ठाऊक नाही मला काय हवंय ते. जाऊ दे. काहीतरी वेड्यासारखाच प्रश्न विचारला मी. का विचारला कोण जाणे !"

लॉरी शवागाराच्या ऑफिसातून बाहेर पडली आणि तिसाव्या रस्त्यावरच्या प्रवेशद्वारातून शवागाराच्याच बाहेर पडली. फ्रँकोनी केसच्या बाबतीतली कुठलीच गोष्ट नेहमीसारखी नाहीये, असं तिला जाणवलं.

फर्स्ट ॲव्हेन्यूवरून दक्षिणेकडे चालत निघाल्यावर लॉरीच्या डोक्यात आणखी

एक विचित्र कल्पना आली. स्पॉलेटो फ्यूनरल होमला सरळ एकदा भेट द्यावी, असं तिला उत्कटतेनं वाटायला लागलं. हा विचार मनात आल्यावर एक क्षणभर ती थोडी घुटमळली; परंतु मग फुटपाथवरून खाली उतरून तिनं टॅक्सीला हात करायचं ठरवलं.

''कुठे जायचंय, मॅडम?'' टॅक्सी ड्रायव्हरनं विचारलं. त्याच्या टॅक्सीतल्या लायसन्सवरून तिला त्याचं नाव मायकेल न्यूमन असल्याचं समजलं.

''तुम्हाला ओझोन पार्क कुठे आहे ते माहितेय?'' लॉरीनं विचारलं.

''हो, माहितेय की. तो क्वीन्समध्ये आहे.'' मायकेल म्हणाला. वयानं तो मोठा दिसत होता. त्याचं वय साठीच्या पुढे असावं असा अंदाज लॉरीनं केला. तो फोम रबरच्या उशीवर बसला होता. त्यातला बराचसा फोम रबर बाहेर लोंबत होता. सीटच्या पाठीवर त्यानं लाकडी मण्यांचं एक कव्हर टाकलं होतं.

''तिथे पोचायला किती वेळ लागेल?'' लॉरीनं विचारलं. तिथे जायलाच जर खूप वेळ लागणार असला, तर लॉरीला आत्ता तिथे जायचं नव्हतं.

विचार करताना ओठ दाबून धरत मायकेलनं प्रश्नार्थक चेहरा केला. ''फार वेळ नाही लागणार.'' तो मोघमपणे म्हणाला, ''आत्ता वाहतूक काही फार नाहीये. आत्ता मी केनेडी एअरपोर्टवरूनच येतोय. तिथेही फारशी गर्दी नव्हती.''

''ठीक आहे तर मग. निघूया आपण.'' लॉरी म्हणाली.

मायकेल म्हणाला त्याप्रमाणे खरोखरच रस्त्यावर गर्दी कमी होती. विशेषत: व्हॅन वीक एक्स्प्रेस वे तर मोकळाच होता. त्यांचा प्रवास चालू असताना लॉरीला समजलं, की मायकेल गेली तीस वर्षं टॅक्सी चालवतोय. तो बराच बडबड्या होता आणि वडीलधारेपणानं सगळ्या गोष्टींवरची आपली मतं मोकळेपणानं तिला सांगत होता.

''ओझोन पार्कमध्ये गोल्ड रोड कुठे आहे ते तुम्हाला ठाऊक आहे?'' लॉरीनं विचारलं. अनुभवी टॅक्सी ड्रायव्हर मिळाल्यामुळे तिला बरं वाटलं होतं. शवागारातल्या रोलोडेस्कमध्ये पाहिल्यानंतर स्पॉलेटो फ्यूनरल होमचा पत्ता तिला पाठ झाला होता. त्यांच्या धंद्याच्या संदर्भात रस्त्याचं नाव तिला गंमतशीर वाटलं.

''गोल्ड रोड...'' मायकेल म्हणाला, ''हं, माहीत आहे. एकोणनव्वदाव्या रस्त्यापाशीच तो सुरू होतो. तुम्ही एखादं घर वगैरे शोधताय का?''

''मला स्पॉलेटो फ्यूनरल होम हवं आहे.'' लॉरी म्हणाली.

''मी तुम्हाला थेट तिकडेच घेऊन जातो.'' मायकेल म्हणाला.

समाधानानं लॉरी मागे टेकून बसली. मायकेलच्या अखंड बडबडीकडे तिचं अर्धवटच लक्ष होतं. आता तरी नशीब तिच्या बाजूनं आहे असं वाटत होतं. जॅकचा स्पॉलेटो फ्यूनरल होमविषयीचा अंदाज चुकल्यामुळे तिनं त्याला भेट द्यायचं ठरवलं

होतं. या संस्थेचा टोळीवाल्यांशी नक्कीच संबंध होता; आणि लू म्हणत होता त्याप्रमाणे जरी ते वेगळ्या टोळीचे असले, तरी ते टोळीवाले आहेत ही गोष्ट लॉरीला संशय घ्यायला पुरेशी होती.

बोलल्याप्रमाणे मायकेलनं अगदी थोड्या वेळात टॅक्सी एका तीनमजली पांढऱ्या इमारतीसमोर आणून उभी केली. त्या इमारतीच्या आजूबाजूला बरीचशी विटांची घरं होती. एका रुंद दर्शनी पोर्चच्या खाली ग्रीक पद्धतीचे मोठाले खांब होते. छोट्याशा हिरवळीवर आतून प्रकाशित केलेली एक पाटी चमकत होती, *स्पॉलेटो फ्यूनरल होम, तुमची काळजी वाहणारा, दोन पिढ्यांपासून चालू असलेला कौटुंबिक व्यवसाय.*

तिथे त्यावेळी बरंच काम चाललेलं दिसत होतं. सगळ्या खिडक्यांमधले दिवे चालू होते. पोर्चमध्ये काही लोक सिगारेट ओढत होते. तळमजल्यावरच्या खिडक्यांमधून आतले इतर लोक दिसत होते.

मायकेल मीटर थांबवणार एवढ्यात लॉरी म्हणाली, ''माझ्यासाठी तुम्ही थांबू शकाल का? माझं काम अगदी थोडा वेळच आहे. आणि परत मला इथून टॅक्सी मिळणंही अवघड जाईल.''

''हो, हो. थांबतो की मी.'' मायकेल म्हणाला, ''माझी काहीच हरकत नाही...''

खाली उतरून लॉरी समोरच्या रस्त्यावरून चालायला लागली. तिला थोडं निरुत्साही वाटत होतं. पाच वर्षांपूर्वी एका गुरुवारी दुपारी डॉ. डिक् काट्झेनबर्गनी वर्णन केलेली केस तिला कालच ऐकल्याप्रमाणे आठवली. एका पंचविशीतल्या माणसाच्या शरीरात जिवंतपणीच मृत शरीरात घालतात ती रसायनं घालून त्याला स्पॉलेटो फ्यूनरल होममध्ये ठेवण्यात आलं होतं. कारण काय, तर म्हणे पॉली सेरिनोच्या चेहऱ्यावर ॲसिड फेकणाऱ्यांपैकी तो एक होता.

लॉरीच्या अंगावर शहारे आले. पण ती तशीच समोरच्या पायऱ्या चढून गेली. सेरिनो भानगडीच्या विचारांपासून पूर्ण मुक्तता तिला कधीच मिळाली नव्हती.

सिगारेटी ओढणाऱ्या लोकांनी तिच्याकडे दुर्लक्ष केलं. बंद असलेल्या समोरच्या दारातून ऑर्गनचं संगीत ऐकू येत होतं. लॉरीनं उघडंच असलेलं दार ढकललं आणि ती आत शिरली.

संगीत सोडलं तर बाकी तिथे शांतताच होती. जमिनीवर जाड गालिचे अंथरलेले होतं. प्रवेशद्वाराच्या आतल्या हॉलमध्ये लोक छोटे छोटे गट करून उभे होते. पण ते अगदी कुजबुजल्यासारख्या आवाजात बोलत होते.

लॉरीच्या डाव्या बाजूला असलेल्या खोलीत सुंदर सुंदर शवपेट्या आणि

रक्षापात्रं देखाव्यासाठी मांडून ठेवलेली होती. उजव्या बाजूला अंत्यदर्शनाची खोली होती. तिथे घडीच्या खुर्च्यांवर लोक बसलेले होते. खोलीच्या दुसऱ्या टोकाशी फुलांच्या बिछान्यावर एक शवपेटी ठेवलेली होती.

"मी आपल्याला काही मदत करू शकतो का?" कोणीतरी मृदु आवाजात तिला विचारलं.

लॉरीच्याच वयाचा पण संन्याशासारखा दिसणारा, चेहऱ्यावर दुःखी भाव असलेला एक सडपातळ माणूस तिच्याजवळ येऊन तिला विचारत होता. एक पांढरा शर्ट सोडला तर त्याचे बाकीचे कपडे काळ्या रंगाचे होते. तो तिथल्या स्टाफपैकी दिसत होता. लॉरीला तो एखाद्या कर्मठ प्रवचनकारासारखा वाटला.

"तुम्ही इथे जोनाथन दिबार्टोलोच्या अंत्यदर्शनासाठी आला आहात का?" त्यानं विचारलं.

"नाही." लॉरी म्हणाली, "फ्रँक ग्लीसन."

"काय म्हणालात?" त्यानं विचारलं.

लॉरीनं परत त्याला ते नाव सांगितलं. तो थोडा वेळ थांबला.

"आणि तुमचं नाव काय?" त्यानं विचारलं.

"डॉ. लॉरी मॉंटगोमेरी."

"एक मिनिट थांबता का जरा..." तो म्हणाला आणि खाली वाकून निघून गेला.

लॉरीनं आजूबाजूच्या शोकाकुल माणसांकडे बघितलं. मृत्यूच्या या बाजूचं दर्शन घेण्याची वेळ तिच्यावर फक्त एकदाच आली होती. तिचा एकोणीस वर्षांचा भाऊ वारला होता तेव्हा. त्यावेळी ती पंधरा वर्षांची होती. सगळ्याच दृष्टींनी ती घटना तिला धक्कादायक होती. पण त्याचं मृत शरीर पाहणारी ती पहिलीच व्यक्ती होती, म्हणून तिला तो आघात विशेष जाणवला होता.

"डॉ. मॉंटगोमेरी." एक अतिशय मृदु आणि आस्थेवाईक आवाज आला. "मी अँथनी स्पॉलेटो. मला असं समजलं, की तुम्ही मि. फ्रँक ग्लीसनच्या अंत्यदर्शनासाठी इथे आलेला आहात..."

"हो, मी मि. फ्रँक ग्लीसनच्या अंत्यदर्शनासाठी आल्येय." लॉरी म्हणाली. त्याच्याकडे वळून पाहिल्यावर तिला दिसलं, की त्यानंही काळा सूटच घातला होता. तो जाडा होता आणि त्याचा चेहरा त्याच्या आवाजाप्रमाणेच तेलकट होता. तिथल्या स्वच्छ प्रकाशात त्याचं कपाळ चमकत होतं.

"ते शक्य नाहीये." मि. स्पॉलेटो म्हणाला.

"मी दुपारी फोन केला होता तेव्हा मला सांगण्यात आलं, की त्याला अंत्यदर्शनासाठी इथे ठेवलेलं आहे म्हणून..." लॉरी म्हणाली.

"हो, ते बरोबर आहे," मि. स्पॉलेटो म्हणाला, "पण ते फक्त दुपारी होतं. त्यांच्या कुटुंबियांनी दुपारी चार ते सहा या वेळेतच फक्त त्यांचं शव इथे अंत्यदर्शनासाठी ठेवलं होतं."

"अस्सं." लॉरी नाराज होऊन म्हणाली. तिच्या मनात खास अशी काहीच योजना नव्हती. पण जाता जाता पाहायला मिळाला तर तो मृतदेह पाहावा आणि त्या निमित्तानं तिथं घुसावं असं तिला वाटलं होतं. आता तो तिथे नव्हता, तर पुढे काय करावं ते तिला समजेना.

"मग मी निदान रजिस्टरमध्ये माझं नाव आणि निरोप तरी लिहून ठेवते." लॉरी म्हणाली.

"मला वाटतंय तेही शक्य नाहीये." मि. स्पॉलेटो म्हणाला, "त्यांचे कुटुंबीय तेही घेऊन गेले."

"ठीक आहे तर मग. मी तेवढ्यासाठीच आले होते." लॉरी म्हणाली.

"माफ करा." मि. स्पॉलेटो म्हणाला.

"त्यांचे अंत्यसंस्कार कधी आहेत ते तरी तुम्ही सांगू शकाल का?" लॉरीनं विचारलं.

"आत्ता तरी नाही सांगू शकणार..." मि. स्पॉलेटो म्हणाला.

"थँक् यू." लॉरी म्हणाली.

"त्यात काय एवढं." मि. स्पॉलेटो म्हणाला; आणि त्यानं लॉरीसाठी दरवाजा उघडून धरला.

लॉरी बाहेर येऊन टॅक्सीत बसली.

"आता कुठे जायचंय?" मायकेलनं विचारलं.

लॉरीनं त्याला एकोणिसाव्या रस्त्यावरच्या आपल्या घराचा पत्ता सांगितला. टॅक्सी चालू झाल्यावर थोडं पुढे झुकून ती स्पॉलेटो फ्यूनरल होमकडे पाहू लागली. ही ट्रीप वाया गेली होती. पण खरंच वाया गेली होती का? मि. स्पॉलेटोशी बोलताना तिच्या लक्षात आलं होतं, की त्याचं कपाळ तेलकट असल्यामुळे चमकत नव्हतं, तर तिथलं तापमान कमी असूनही त्याला घाम आलेला होता. त्याला काही वेगळा अर्थ असेल का? विचार करण्यासाठी लॉरीनं डोकं थोडं खाजवलं. का ती परत एकदा काटक्यांचाच आधार घेऊ पाहत होती?

"तुमचा कोणी मित्र वगैरे होता का?" मायकेलनं विचारलं.

"कोण माझा मित्र वगैरे होता का?"

"तो मेलेला माणूस?" मायकेल म्हणाला.

लॉरी थोडी हसली. "बिलकुलच नाही." ती म्हणाली.

"मला समजतंय तुम्ही काय म्हणताय ते." मागे बघायच्या आरशातून तिच्याकडे

बघत मायकेल म्हणाला, ''आजकाल लोकांचे फार विचित्र संबंध असतात. आणि ते तसं का असतं तेही मी तुम्हाला सांगतो...''

लॉरी मागे टेकून बसून त्याचं बोलणं ऐकू लागली. तिला असे तत्त्वज्ञानी टॅक्सी ड्रायव्हर्स आवडायचे; आणि मायकेल तर त्याच्या धंद्यातला प्लेटोच दिसत होता.

टॅक्सी तिच्या इमारतीच्या बाहेर उभी राहिल्यावर तिथे तिला तिच्या ओळखीचा चेहरा दिसला. गवताच्या करंडीत एक वाईनची बाटली घेऊन लू सोल्डॅनो टपालपेट्यांवर वाकून उभा होता. लॉरीनं मायकेलच्या टॅक्सीचे पैसे आणि वर भरपूर बक्षिसी दिली आणि ती घाईघाईनं इमारतीमध्ये शिरली.

''सॉरी.'' लॉरीनं त्याची माफी मागितली. ''मला वाटलं तू येण्यापूर्वी फोन करणार असं म्हणाला होतास.''

लूनं झोपेतून जागं झाल्याप्रमाणे डोळे मिचकावले. ''मी फोन केला होता.'' थोडासा खोकत तो म्हणाला, ''मला तुझ्या ॲन्सरिंग मशीननं उत्तर दिलं. म्हणून मग मी त्यावर निघालोय असा निरोप ठेवला.''

आतल्या दाराचं कुलूप काढता काढता लॉरीनं घड्याळाकडे बघितलं. तिला निघून फक्त तासभरच झाला होता. तिची तीच अपेक्षा होती.

''मला वाटलं, तू आणखी फक्त अर्धा तासच काम करणार असं म्हणाली होतीस.'' लू म्हणाला.

''मी काम नव्हते करत...'' लॉरी म्हणाली. तिनं लिफ्ट खाली बोलावली. ''मी स्पॉलेटो फ्यूनरल होममध्ये जाऊन आले.''

लूनं कपाळावर आठ्या घातल्या.

''आता तू मला आणखी त्रास देऊ नकोस..'' लिफ्टमध्ये शिरता शिरता लॉरी म्हणाली.

''मग? काय सापडलं तुला तिथे? फ्रँकोनीला अंत्यदर्शनासाठी ठेवलेलं आहे का?'' लूनं उपरोधानं विचारलं.

''तू जर असा वागणार असलास तर मी तुला काहीच सांगणार नाही.'' लॉरी तक्रारीच्या सुरात म्हणाली.

''ठीक आहे, सॉरी.'' लू म्हणाला.

''मला काहीच सापडलं नाही.'' लॉरीनं कबूल केलं. ''मला जो मृतदेह बघायचा होता, तो तिथून आधीच उचलून नेलेला होता. सहा वाजताच त्याच्या कुटुंबियांनी त्याला तिथून नेलं.''

लिफ्टचं दार उघडलं. लॉरी आपल्या कुलपांशी झगडत होती, तोवर लू डेब्रा एंग्लरकडे पाहत होता. ती नेहमीप्रमाणे आपलं दार किलकिलं करून त्यांच्याकडे पाहत होती.

"पण तिथल्या प्रमुखाचं वागणं मला थोडं संशयास्पदच वाटलं, बरं का !" लॉरी म्हणाली.

"कुठल्या दृष्टीनं?" लॉरीच्या घरात शिरताना लूनं विचारलं. बेडरूममधून टॉम धावतच बाहेर आला आणि गुरगुरत लॉरीच्या पायाला अंग घासू लागला.

लॉरीनं हॉलमधल्या चंद्राकृती टेबलावर आपली ब्रीफकेस ठेवली आणि टॉमच्या कानामागे खाजवण्यासाठी ती खाली वाकली.

"मी त्याच्याशी बोलत असताना तो घामाघूम झाला होता." लॉरी म्हणाली.

लू आपला कोट अर्धवट काढून थोडा वेळ थांबला. "एवढंच?" त्यानं विचारलं. "त्याला फक्त घाम आला होता?"

"हो, तेवढंच." लॉरी म्हणाली. लूला काय वाटत होतं, ते लॉरीला लगेच समजलं. त्याच्या चेहऱ्यावर ते अगदी स्पष्ट दिसत होतं.

"तू त्याला फ्रँकोनीच्या मृतदेहाबद्दल काही अडचणीत टाकणारे प्रश्न विचारलेस आणि त्यामुळे त्याला घाम फुटला, असंच म्हणायचंय ना तुला?" लूनं विचारलं, "की तू त्याच्याशी बोलायला लागण्यापूर्वीच त्याला घाम आलेला होता?"

"आधीच आला होता." लॉरीनं कबुली दिली.

लूनं आपले डोळे गोल फिरवले. "वा ! हा घ्या शेरलॉक होम्सचा आणखी एक अवतार." तो म्हणाला, "मला वाटतं आता माझं काम तूच करावंस. तुझ्यासारखं मला सहावं इंद्रिय नाहीये. त्यामुळे बऱ्याच गोष्टी माझ्या लक्षात येत नाहीत."

"लू, तू मला छळणार नाहीस असं म्हणाला होतास." लॉरी म्हणाली.

"असं मी काहीएक म्हटलं नव्हतं." लू म्हणाला.

"ठीक आहे, माझी ही ट्रीप फुकट गेली असं मी कबूल करते." लॉरी म्हणाली, "चल, आपण काहीतरी खाऊया. मला खूप भूक लागलीय."

आपल्या कोटातून हात बाहेर काढण्यासाठी लूनं वाईनची बाटली एका हातातून दुसऱ्या हातात घेतली. पण त्या प्रयत्नात त्याचा लॉरीच्या ब्रीफकेसला धक्का लागला आणि ती खाली पडली. त्यामुळे ती उघडली गेली आणि आतल्या सगळ्या गोष्टी जमिनीवर पसरल्या. त्या आवाजानं टॉमही घाबरला आणि परत बेडरूममध्ये पळाला. पळताना उत्तमपैकी पॉलिश केलेल्या त्या गुळगुळीत फरशीवरून त्याचे पाय चांगलेच घसरत होते.

"किती वेंधळा आहे मी !" लू म्हणाला, "सॉरी..." खाली वाकून तो इकडे तिकडे पसरलेले कागद, पेन्सिली, मायक्रोस्कोप स्लाईड्स आणि इतर वस्तू गोळा करायला लागला. ते करत असताना त्याची लॉरीशी टक्कर झाली.

"मला वाटतं, आता तू नुसतं स्वस्थ बसावंस." लॉरीनं हसत हसत सुचवलं.

''नाही... मी हे सगळं आवरतो ना.'' लू म्हणाला.

बऱ्याचशा वस्तू ब्रीफकेसमध्ये टाकून झाल्यावर लूनं व्हिडिओटेप उचलली. ''हे काय? तुझी आवडती फिल्म?'' त्यानं विचारलं.

''कदाचित.'' लॉरी म्हणाली.

लूनं ती उलटी करून त्याच्यावरचं लेबल वाचलं. ''फ्रँकोनी हत्या?'' त्यानं विचारलं, ''ही टेप काय सीएन्एन्नं तुला अशीच पाठवून दिली?''

लॉरी उठून उभी राहिली. ''नाही, मी मागवली होती. मी शवविच्छेदन केलं असतं, तर मला माझे निष्कर्ष पडताळून पाहायचे होते. एखाद्या गुन्ह्याचा तपास कसा चांगल्या रीतीनं करता येतो, यावर मला एक निबंध सादर करायचा होता.''

''मी ही बघितली तर चालेल?'' लूनं विचारलं.

''हो, हो, बघ की.'' लॉरी म्हणाली,''तू ती टीव्हीवर पाहिली असशीलच ना?''

''हो. तशी मी इतर सर्वांबरोबर ती बघितली.'' लू म्हणाला, ''पण मला ती परत एकदा बघायला आवडेल.''

''तुमच्या पोलिस हेडक्वार्टर्सला त्याची प्रत खरं म्हणजे असली पाहिजे.'' लॉरी म्हणाली.

''हं. असेलही कदाचित.'' लू म्हणाला, ''पण मी ती अजून तरी पाहिलेली नाही.''

''गड्या, आजची रात्र तुझी नाहीच...'' वॉरननं जॅकला चिडवलं, ''तू म्हातारा होत चाललायस.''

जॅकला आज मैदानावर यायला उशीरच झाला होता. त्यामुळे दुसरा डाव सुरू होईपर्यंत त्याला थांबावं लागलं. आज आपला जोडीदार कोणीही असला तरी जिंकायचंच, अशा निर्धारानं त्यानं खेळायला सुरुवात केली होती. पण ते जमलं नाही. प्रत्यक्षात जॅक प्रत्येक डाव हरतच गेला. वॉरन आणि स्पिट् त्याच्याविरुद्ध खेळत होते आणि ते कधीच चुका करत नसत. त्यांच्या टीमनं सगळे डाव जिंकले होते आणि आता शेवटचा गेमही त्यांनीच घेतला होता.

आता जॅकच्या पायातलं त्राण अजिबात गेलं होतं. तो तिथून बाजूला झाला. तो मन लावून खेळत होता आणि त्यामुळे घामानं संपूर्ण भिजला होता. जाळीच्या कुंपणावरून आपला टॉवेल ओढून घेत त्यानं चेहरा पुसायला सुरुवात केली. हृदयाची जोरात चाललेली धडधड त्याला ऐकू येत होती.

''अरे ये रे !'' मैदानाच्या कडेला येत वॉरननं त्याला चिडवलं. तो आपल्या पायातून बास्केटबॉल मागेपुढे करत टप्पे मारत होता. ''अजून एक डाव खेळ ना. यावेळी आम्ही तुला जिंकू देतो.''

"काही नको.." जॅक म्हणाला, "तुम्ही दुसऱ्या कोणालाही कधीच जिंकू देत नाही." मुद्दाम त्याच्यासारखं बोलत जॅक म्हणाला, "मी आता निघालो इथून."

वॉरन थोडा पुढे आला. कुंपणाच्या जाळीमध्ये बोट अडकवत पुढे वाकून त्यानं जॅकला विचारलं, "तुझी ती बुटकी पोरगी काय म्हणतेय? नटाली तिच्याबद्दल मला विचारत होती. बरेच दिवसांत आपण भेटलो नाही, म्हणून नटालीनं माझं डोकं खाल्लंय नुसतं. तुझ्या लक्षात येतंय ना मी काय म्हणतोय ते?"

जॅकनं वॉरनच्या कोरीव चेहऱ्याकडे बघितलं. जॅकच्या जखमेवर मीठ चोळण्यासाठीच जणू काही असावं, तसा वॉरनला घामदेखील आला नव्हता किंवा तो वेगळ्या धापाही टाकत नव्हता. आणि सर्वात वाईट गोष्ट म्हणजे जॅक येण्याच्या आधीपासून तो खेळत होता. तो दमलाय हे दाखवणारी एकच छोटीशी खूण म्हणजे त्याच्या स्वेटशर्टच्या गळ्याशी घामाचा एक छोटा त्रिकोण तयार झाला होता.

"नटालीला सांग, लॉरी मजेत आहे म्हणून." जॅक म्हणाला, "आम्ही थोडे दिवस एकमेकांपासून जरा सुट्टी घेतली होती. दोष माझाच होता म्हणा. मी वातावरण जरा निवळण्याची वाट पाहत होतो..."

"ऐकतोय मी. तू बोल, बोल." वॉरन म्हणाला.

"काल रात्रीच मी तिच्याबरोबर होतो." जॅक म्हणाला, "परिस्थिती थोडी सुधारल्यासारखी वाटतेय. ती सुद्धा मला तुझ्याबद्दल आणि नटालीबद्दल विचारत होती."

वॉरननं मान हलवली. "तू अजून एखादा डाव नक्की खेळणार नाहीस का?"

"नाही, नाही. मला आता पुरे !" जॅक म्हणाला.

"ठीक आहे ! काळजी घे..." वॉरन म्हणाला आणि कुंपणापासून दूर झाला. मग तो इतर खेळाडूंवर ओरडला, "धावा रे नालायकांनो, जरा जोरात धावा."

वॉरन दूर पळत जात असताना जॅक त्याच्याकडे कौतुकानं बघत राहिला. त्याच्या जोमाबद्दल त्याला कौतुकमिश्रित असूया वाटायची. तो खरोखरच अजिबात दमलेला नव्हता.

जॅकनं आपला स्वेटशर्ट चढवला आणि घराकडे मोर्चा वळवला. तो आज एकही डाव जिंकू शकला नव्हता. खेळत असताना त्याबद्दल त्याला खूप वाईट वाटत होतं, पण आता ते त्याला विशेष महत्त्वाचं वाटत नव्हतं. व्यायामामुळे त्याचं मन मोकळं झालं होतं. गेला दीड तासभर खेळ चालू असताना तो कामाबद्दल सगळं विसरला होता.

पण १०६ वा रस्ता ओलांडण्यापूर्वीच त्याला परत त्या तरंगणाऱ्या मृतदेहाबद्दलचं रहस्य सतावू लागलं. आपला मोडकातोडका जिना चढून जाताना त्याच्या मनात विचार आला, की टेडनं डीएन्ए विश्लेषण करताना चूक तर केली नसेल? त्या माणसावर यकृतारोपणाची शस्त्रक्रिया झालेली आहे, याबद्दल जॅकच्या मनात तरी अजिबात संशय नव्हता.

तिसऱ्या मजल्याच्या मध्यावर असतानाच त्याला आपल्या फोनची घंटी वाजत असलेली ऐकू आली. त्याचाच फोन वाजतोय याबद्दल त्याची पूर्ण खात्री होती, कारण त्याच्याच मजल्यावर राहणाऱ्या डेनिसकडे फोनच नव्हता. ती दोन मुलांची आई होती आणि तिचा नवरा तिच्याबरोबर राहत नव्हता.

आपल्या दुखऱ्या पायांना ताण देत जॅक शेवटचा मजला कसाबसा चढून गेला. गडबडीनं त्यानं किल्ली कुलपात घातली. पण दार उघडतानाच त्याच्या ॲन्सरिंग मशीननं फोनला दिलेलं उत्तर त्याला ऐकू आलं. ॲन्सरिंग मशीनवरचा त्याचा स्वत:चाच आवाज एवढा वेगळा येत होता, की त्यालादेखील तो ओळखू येईना.

ॲन्सरिंग मशीनवरचं स्वत:चं वाक्य अर्धवट तोडत जॅकनं फोन उचलला.

''हॅलो...'' धापा टाकत तो म्हणाला. मैदानावरचा दीड तासाचा खेळ आणि चार जिने धावत चढून येण्याच्या कष्टामुळे तो आता जवळजवळ खालीच पडायला आला होता.

''तू आत्ता खेळून येतोयस का?'' लॉरीनं विचारलं, ''आता नऊ वाजायला आलेत. तुझ्या नेहमीच्या वेळेपेक्षा खूपच उशीर झालाय. हो ना?''

''मला घरी यायलाच जवळजवळ साडेसात झाले होते.'' दोन श्वासांच्या मध्येमध्ये बोलत जॅक म्हणाला. घामाचे थेंब जमिनीवर पडू नयेत म्हणून त्यानं घाम पुसायला सुरुवात केली.

''म्हणजे अजून तू जेवला नाहीयेस...'' लॉरी म्हणाली.

''हे मात्र तू बरोब्बर ओळखलंस हं.'' जॅक थट्टेच्या सुरात म्हणाला.

''लू इथे आलाय आणि आम्ही सॅलड आणि स्पागेती खायच्या विचारात आहोत.'' लॉरी म्हणाली, ''तूसुद्धा इकडेच का येत नाहीस?''

''मला तुमच्या पार्टीत कबाबमे हड्डी व्हायचं नाही...'' जॅक परत चेष्टेनं म्हणाला. पण मनात खोलवर कुठेतरी त्याला लूबद्दल मत्सर वाटला. त्याला लू आणि लॉरीच्या थोडा काळच टिकलेल्या प्रेमसंबंधांबद्दल माहिती होती. त्यामुळे परत त्यांचे प्रेमसंबंध जुळतायत की काय, अशी त्याला क्षणभर भीती वाटली.

आपल्याला असं वाटून घ्यायचा काही अधिकार नाही हे जॅकला समजत होतं. बायकांबद्दल त्याच्या मनात परस्परविरोधी भावना होत्या. आपल्या कुटुंबाची एकदा वाताहत झाल्यानंतर परत तसलंच दु:ख भोगायला लागेल की काय, या भीतीनं त्याच्या मनात घर केलं होतं. त्यामुळे तो बायकांपासून दूरदूरच राहायचा. पण आपला एकाकीपणा आणि लॉरीची हवीहवीशी वाटणारी संगत या गोष्टीही तो विसरू शकत नव्हता.

''तू कोणत्याही पार्टीमध्ये कबाबमे हड्डी वगैरे होणार नाहीयेस.'' लॉरीनं त्याला खात्रीपूर्वक सांगितलं, ''इथे अगदी साधंसुधं जेवण आहे. पण तू पाहावीस अशी

एक गोष्ट आत्ता आमच्याकडे आहे. तुला त्यामुळे आश्चर्याचा धक्काच बसेल आणि अशीही शक्यता आहे, की पेकाटात लाथ बसल्यासारखंही वाटेल. आम्ही तरी आश्चर्यानं अगदी थक्क झालोय.''

''हो?'' जॅकनं विचारलं. त्याच्या तोंडाला कोरड पडली. पाठीमागे लूचं हसणं त्याला फोनमधून ऐकू येत होतं. दोन्ही गोष्टींची सांगड घातल्यावर त्यांना आपल्याला काय दाखवायचं असेल, ते जॅकला समजत होतं. नक्कीच अंगठी असली पाहिजे...! लूनं लॉरीला लग्नाबद्दल विचारलेलं दिसतंय.

''तू येतोयस ना मग?'' लॉरीनं विचारलं.

''आता उशीर झालाय...'' जॅक म्हणाला, ''आणि माझी अजून आंघोळही व्हायचीय.''

''ए कटकट्या,'' लू म्हणाला. त्यानं लॉरीच्या हातातून फोन ओढून घेतला होता. ''गुपचुप इथे यायला नीघ बरं. मला आणि लॉरीला तुला हे दाखवल्याशिवाच चैनच पडणार नाही.''

''ठीक आहे.'' हरल्यासारखं दाखवत जॅक म्हणाला, ''मी पटकन शॉवर घेतो आणि निघतो. चाळीस मिनिटांत मी तिथे पोचेन.''

''भेटू तर मग, मित्रा.'' लू म्हणाला.

जॅकनं फोन बंद केला. ''मित्रा?'' तो पुटपुटला. हा लू काही नेहमीचा वाटत नव्हता. त्याचं विमान आता बहुतेक ढगांमधून उडत असावं.

''तुमचा मूड थोडा सुधारण्यासाठी काय करायचं हे मला ठाऊक असतं, तर किती बरं झालं असतं.'' डार्लीन म्हणाली. व्हिक्टोरियाज् सीक्रेटमधून घेतलेला सिल्कचा नवा सुंदर ड्रेस तिनं घातला होता, पण रेमंडचं तिकडे लक्षच नव्हतं.

रेमंड आपल्या डोक्यावर बर्फाची पिशवी घेऊन आणि डोळे मिटून कोचावर पसरलेले होते.

''तुम्हाला खायला नक्की काही नकोय?'' डार्लीननं विचारलं. तिची उंची पाच फूट दहा इंचांपेक्षाही अधिक होती. पण तरीही तिचं शरीर चांगलं बांधेसूद होतं. आपले केस तिनं सोनेरी रंगवले होते. ती सव्वीस वर्षांची होती, तर रेमंड बावन्न. या दुप्पट वयावरून ती आणि रेमंड नेहमी विनोदही करत असतं. रेमंड तिला भेटण्यापूर्वी ती फॅशन मॉडेलचं काम करत असे. त्या दोघांची भेट 'ऑक्शन हाऊस' नावाच्या एका ईस्ट साइड बारमध्ये झाली होती.

रेमंडनी सावकाशपणे बर्फाची पिशवी दूर केली आणि ते डार्लीनकडे पाहू लागले. तिचा अति उत्साही स्वभाव आत्ता त्यांना त्रासदायक वाटत होता.

''माझं पोट दुखतंय...'' ते कष्टानं म्हणाले, ''मला आत्ता अजिबात भूक नाहीये. एवढी साधी गोष्ट तुझ्या लक्षात कशी येत नाही?''

"ठीक आहे, तुम्ही एवढे का अस्वस्थ झाला आहात तेच मला समजत नाहीये." डार्लीन बोलतच राहिली, "आत्ताच तुम्हाला लॉस अँजेलिसच्या डॉक्टरनं फोन करून सांगितलं ना, की ती आपल्या कार्यक्रमात सहभागी व्हायला तयार आहे म्हणून? याचा अर्थ असा आहे, की आता लवकरच काही सिनेमा स्टार्स आपल्याला ग्राहक म्हणून मिळण्याची शक्यता आहे. मला तर वाटतं, आज तुम्ही आनंदोत्सव साजरा करायला हवा..."

रेमंडनी बर्फाची पिशवी परत आपल्या डोक्यावर ठेवली आणि डोळे मिटून घेतले. "धंद्याच्या या बाजूची काळजी मला बिलकुल नाहीये. ते सगळं घड्याळाप्रमाणे सुरळीत चालू आहे. या ज्या अनपेक्षित गोष्टी घडतायत, त्यामुळे मला चिंता वाटायला लागलीय. आधी फ्रँकोनी आणि आता केविन मार्शल." सिन्डी कार्लसनविषयी तिला सांगायची त्यांची तयारी नव्हती. प्रत्यक्षात ते स्वत:ही त्या मुलीबद्दलचा विचार टाळायचा प्रयत्न करत होते.

"तुम्हाला फ्रँकोनीबद्दल अजूनही काळजी का वाटतेय?" डार्लीननं विचारलं, "ती अडचण आता दूर झालीय ना?"

"हे बघ," रेमंड न चिडता बोलायचा प्रयत्न करू लागले. "तू थोडा वेळ टीव्ही वगैरे बघायला का जात नाहीस? मला जरा स्वस्थ पडू दे ना."

"तुम्हाला एखादा टोस्ट वगैरे देऊ का?" डार्लीननं विचारलं.

"आता जातेस की नाही?" रेमंड तिच्यावर जोरात ओरडले. अचानक ते उठून बसले होते. बर्फाची पिशवी त्यांनी आपल्या हातात दाबून धरली होती. त्यांचे डोळे वटारल्यासारखे दिसत होते आणि चेहरा लाल झाला होता.

"ठीक आहे. मी केव्हा तुम्हाला नकोशी होते ते मला चांगलं समजतं." तोंडाचा चंबू करत डार्लीन म्हणाली. ती खोलीतून बाहेर जाणार, एवढ्यात फोनची घंटी वाजली. तिनं रेमंडकडे बघितलं. "मी घेऊ का फोन?" तिनं विचारलं.

रेमंडनी मान हलवली आणि तिला अभ्यासिकेतला फोन उचलायला सांगितला. फोन आपल्यासाठी असेल तर आपण तिथे आहोत हे स्पष्ट सांगू नकोस, असंही त्यांनी तिला सांगितलं. आत्ता कोणाशीही बोलायची त्यांची तयारी नव्हती.

डार्लीन वळून अभ्यासिकेत गेली. रेमंडनी सुटकेचा एक नि:श्वास टाकला आणि परत आपली बर्फाची पिशवी डोक्यावर धरली. मागे टेकून ते थोडे मोकळेपणानं विचार करू लागले. डार्लीन परत आली तेव्हा त्यांना थोडंसं बरं वाटायला लागलं होतं.

"तो इंटरकॉम वाजत होता, फोन नाही." ती म्हणाली, "तुम्हाला भेटायला खाली एक माणूस आलाय. त्याचं नाव फ्रँको पॉटी असं आहे आणि तुमच्याकडे त्याचं काहीतरी महत्त्वाचं काम आहे असं तो म्हणतोय. तुम्ही इथे आहात का बघते, असं मी त्याला सांगितलंय. मी त्याला काय सांगू?"

काळजीचा एक नवीन वार झाल्यासारखे रेमंड उठून बसले. एक क्षणभर त्यांना हे नाव आपण कुठे ऐकलंय ते आठवेना; पण त्यांना ते नाव आवडलं नाही. मग एकदम त्यांना आठवलं. आदल्या दिवशी सकाळी विनी डॉमिनिकबरोबर त्यांच्या घरी आलेल्या एका गुंडाचं ते नाव होतं.

''काय करायचं?'' डार्लीननं विचारलं.

रेमंडनी मोठ्यानं एक आवंढा गिळला. ''मी बोलतो त्याच्याशी.'' कोचामागे जाऊन त्यांनी फोनचं एक्स्टेंशन उचललं आणि अधिकारवाणीनं 'हॅलो' म्हणायचा प्रयत्न केला.

''कसे काय आहात, डॉक्?'' फ्रँको म्हणाला, ''तुम्ही आत्ता घरी नसता, तर माझी फारच निराशा झाली असती.''

''मी आता झोपणार होतो.'' रेमंड म्हणाले, ''आत्ता इथे तुम्ही जरा उशिराच आला आहात, असं नाही तुम्हाला वाटत?''

''त्याबद्दल मी तुमची माफी मागतो.'' फ्रँको म्हणाला, ''पण मी आणि अँजेलो फॅशिओलो तुम्हाला दाखवण्यासाठी काहीतरी घेऊन आलोय.''

''आपण हे उद्या केलं तर नाही का चालणार?'' रेमंडनी विचारलं, ''नऊ दहाच्या दरम्यान आपण भेटू.''

''थांबणं शक्य नाहीये.'' फ्रँको म्हणाला, ''खाली या डॉक्टर. उगाच आम्हाला त्रास देऊ नका. विनी डॉमिनिकची अशी आत्यंतिक इच्छा आहे, की तुमच्यासाठी आम्ही जे जे करतोय ते सर्व तुम्हाला नीट समजलंच पाहिजे...''

खाली जाणं टाळण्यासाठी काही सबब सुचते का, याचा रेमंडनी थोडा वेळ विचार केला. पण डोकेदुखीच्या सबबीशिवाय दुसरं काहीच त्यांना सुचेना.

''दोन मिनिटं फक्त...'' फ्रँको म्हणाला, ''मला तुमची फक्त दोन मिनिटं हवी आहेत.''

''मी प्रचंड दमलोय.'' रेमंड म्हणाले, ''मला वाटतं...''

''एक मिनिट, डॉक्.'' फ्रँको म्हणाला, ''नीट ऐका. तुम्हाला इथे खाली यावंच लागेल. नाहीतर तुम्हीच पस्तावाल. मला वाटतं मला काय म्हणायचंय ते तुम्हाला समजलंच असेल.''

''ठीक आहे.'' रेमंड म्हणाले. ही गोष्ट टाळता येण्यासारखी नाही हे त्यांना कळून चुकलं. विनी डॉमिनिक आणि त्याची माणसं फुकटच्या धमक्या देत नाहीत, हे न कळण्याइतके ते वेडे नव्हते. ''आलोच मी एका मिनिटात.''

हॉलमधल्या कपाटापाशी जाऊन रेमंडनी आपला कोट बाहेर काढला.

डार्लीननं आश्चर्यानं विचारलं, ''तुम्ही बाहेर निघाला आहात?''

''होय, माझ्यासमोर दुसरा काही पर्याय आहे असं वाटत नाही...'' रेमंड

म्हणाले, ''ते गुंड लोक आत येण्याची मागणी करत नाहीयेत, यातच मी समाधान मानावं हे खरं.''

लिफ्टमधून खाली जाताना रेमंडनी स्वत:ला शांत करण्याचा प्रयत्न केला. पण त्यांचं डोकं अधिकच दुखायला लागल्यामुळे ते कठीणच होतं. या गुंडांची ही अनपेक्षित आणि नको असलेली भेट म्हणजे त्यांचं जीवन आणखी दु:खी बनवणारी घटना होती, यात काही शंकाच नाही. या लोकांना त्यांना काय दाखवायचं होतं, याची त्यांना सुतराम कल्पना नव्हती. पण सिन्डी कार्लसनचं ते काय करणार आहेत, याबद्दलच ते काहीतरी असावं असा त्यांनी अंदाज केला.

''गुड इव्हिनिंग डॉक्.'' रेमंड दिसल्याबरोबर फ्रँको म्हणाला, ''तुम्हाला त्रास देतोय त्याबद्दल माफ करा.''

''काय आहे ते लवकर आटपा.'' रेमंड म्हणाले. त्यांना वाटलं होतं त्यापेक्षा त्यांचा आवाज अधिक आत्मविश्वासपूर्ण आला.

''हे अगदी लगेच आटोपेल... माझ्यावर विश्वास ठेवा.'' फ्रँको म्हणाला, ''तुमची हरकत नसेल तर जरा तिकडे येता?'' फायर हैड्रंटजवळ उभ्या केलेल्या फोर्ड सेडनकडे बोट दाखवत तो म्हणाला. तिथे अँजेलो गाडीच्या डिकीला अर्धवट टेकून सिगारेट ओढत उभा होता.

रेमंड फ्रँकोच्या पाठोपाठ गाडीकडे गेले. अँजेलो सरळ होत थोडा बाजूला सरकला.

''तुम्ही एकदा डिकीच्या आतल्या भागावर नजर टाकावी, अशी आमची इच्छा आहे.'' फ्रँको म्हणाला. गाडीच्या जवळ जाऊन त्यानं किल्लीनं डिकी उघडली. ''जरा या बाजूला या, म्हणजे तुम्हाला नीट दिसेल. आता प्रकाश फारच कमी आहे.''

फोर्ड आणि तिच्या मागे उभ्या असलेल्या गाडीच्या मध्ये असलेल्या छोट्याशा जागेत रेमंड शिरले. फ्रँकोनं डिकीचं दार खोललं, तेव्हा ते त्यापासून काही इंचावरच उभे होते.

पुढच्याच क्षणी रेमंडना आपलं हृदय थांबल्यासारखं वाटलं. डिकीमध्ये कोंबलेल्या सिन्डी कार्लसनच्या मृतदेहाच्या भयानक दृश्याकडे त्यांनी एक क्षणभरच पाहिलं असेल आणि तेवढ्यात एक फ्लॅश उडाला.

रेमंड एकदम धडपडत मागे सरकले. त्या लठ्ठ मुलीचा दगडासारखा चेहरा त्यांच्या मेंदूवर कोरल्यासारखा ठसला. फ्लॅशमुळेही त्यांना थोडं चक्कर आल्यासारखं वाटलं. तो फ्लॅश पोलरॉइड कॅमेराचा होता, हे त्यांच्या लगेचच लक्षात आलं.

फ्रँकोनं डिकी बंद केली आणि हात पुसले. ''कसा आलाय फोटो?'' त्यानं अँजेलोला विचारलं.

''एक मिनिटभर थांबावं लागेल.'' अँजेलो म्हणाला. फोटो डेव्हलप होत होता, म्हणून तो त्याच्या कडा धरून उभा होता.

''एक सेकंदच फक्त थांबा.'' फ्रँको रेमंडना म्हणाला.

स्वत:च्याही नकळत रेमंडच्या तोंडून कण्हल्यासारखा आवाज बाहेर पडला. त्यांनी आजूबाजूला पाहून कोणी बघत तर नाहीये ना, याची खात्री करून घेतली. आणखी कोणी ते प्रेत पाहिलं की काय, अशी त्यांना भीती वाटत होती.

''चांगला आलाय.'' अँजेलो म्हणाला. त्यानं तो फ्रँकोला बघायला दिला. त्यालाही तसंच वाटलं. रेमंडना दाखवण्यासाठी फ्रँकोनं हात लांब करून तो त्यांच्या समोर धरला.

''मला वाटतं, तुम्ही या फोटोत अगदी स्पष्ट दिसताय, नाही का?'' फ्रँको म्हणाला.

रेमंडनी आवंढा गिळला. त्यांच्या चेहऱ्यावरचे आश्चर्याचे भाव आणि मृत मुलीचा भयानक चेहरा, या दोन्ही गोष्टी त्या फोटोत अगदी स्पष्ट दिसत होत्या.

फ्रँकोनं तो फोटो आपल्या खिशात ठेवला. ''झालं आता आमचं काम, डॉक्.'' तो म्हणाला, ''मी म्हटलं नव्हतं तुम्हाला, मी तुमचा फार वेळ घेणार नाही म्हणून...!''

''पण तुम्ही हे का केलंत?'' रेमंड कर्कशपणे म्हणाले.

''ही विनीची कल्पना होती.'' फ्रँको म्हणाला, ''त्याला वाटलं, की गरज पडलीच तर त्यानं तुमच्यावर केलेल्या उपकाराची कुठेतरी नोंद असलेली बरी.''

''कशासाठी गरज पडणार आहे?'' रेमंडनी विचारलं.

फ्रँकोनं आपले दोन्ही हात पसरले. ''कशासाठीही पडू शकेल...''

फ्रँको आणि अँजेलो गाडीत बसले. रेमंड फुटपाथवर चढले. फोर्ड कोपऱ्यावर वळून नजरेआड होईपर्यंत ते तिथेच पाहत उभे राहिले.

''बाप रे !'' ते पुटपुटले. लटपटत्या पावलांनी वळून ते आपल्या घराच्या दाराकडे चालू लागले. प्रत्येक वेळी एक अडचण दूर झाली असं वाटतंय, तोचदुसरी समोर उभी राहत होती.

शॉवर घेतल्यामुळे जॅकला थोडं ताजंतवानं वाटलं. त्यानं सायकलनं येऊ नये असा निर्बंध लॉरीनं आज घातलेला नसल्यामुळे, त्यानं सायकलवरूनच जायचं ठरवलं. त्यानं दक्षिणेचा चांगला रस्ता धरला. मागच्या वर्षी सेंट्रल पार्कमध्ये आलेला वाईट अनुभव लक्षात होता, म्हणून आज त्यानं पश्चिमेकडचा लांबून जाणारा कोलंबस सर्कलचा रस्ता घ्यायचं ठरवलं.

कोलंबस सर्कलवरून एकोणसाठाव्या रस्त्यावरून तो सरळ पार्क अॅव्हेन्यूवर आला. रात्रीच्या वेळी पार्क अॅव्हेन्यू स्वप्नातल्यासारखा दिसत होता. संपूर्ण पार्क अॅव्हेन्यू पार करून तो लॉरीच्या रस्त्यावर आला. सगळी कुलपं लावून त्यानं सायकल सुरक्षितपणे कडेला लावून ठेवली. मगच तो लॉरीच्या घराकडे निघाला.

दारावरच्या घंटेचं बटन दाबण्यापूर्वी क्षणभर त्यानं स्वत:च्या भावना आवरण्याचा प्रयत्न केला. काय बोललं तर आणि कसं वागलं तर चांगलं दिसेल, याबद्दल त्यानं थोडा विचार केला.

लॉरी त्याला दरवाज्यातच भेटली. तिचा चेहरा हास्यानं फुलला होता. तो काही बोलण्यापूर्वीच आपला रिकामा हात त्याच्या गळ्यात टाकत तिनं त्याला मिठी मारली. तिच्या दुसऱ्या हातात वाईनचा ग्लास होता.

"ओह्." थोडी मागे सरकत ती म्हणाली. त्याच्या बारीक कापलेल्या, पण विस्कटलेल्या केसांकडे ती पाहत होती. "मी सायकलीबद्दल तुला सांगायला विसरलेच. तू सायकलवरूनच आला आहेस की काय?"

जॅकनं अपराधीपणानं खांदे उडवले.

"असू दे. निदान तू सुखरूप पोचलास तरी." लॉरी म्हणाली. त्याच्या कातडी जॅकेटची चेन उघडत ते तिनं त्याच्या अंगातून काढलं.

मागे कोचावर बसलेला लू जॅकला दिसत होता. त्याच्या चेहऱ्यावर तर चेशायर कॅटसारखं हास्य विलसत होतं.

जॅकचा हात धरून लॉरीनं त्याला ओढतच आत नेलं. "तुला सरप्राइज आधी हवाय की जेवण?" तिनं विचारलं.

"सरप्राइजच बघू आधी काय आहे तो." जॅक म्हणाला.

"छान." लू म्हणाला. कोचावरून उठून तो टीव्हीपाशी गेला.

लूनं रिकाम्या केलेल्या जागेवर लॉरीनं जॅकला बसायला सांगितलं. "तू थोडी वाईन घेणार?"

जॅकनं मान हलवली. तो गोंधळून गेला होता. त्याला अंगठी वगैरे कुठे दिसेना आणि लू तर व्हीसीआर रिमोटचा अभ्यास करण्यात गुंगून गेला होता. लॉरी स्वयंपाकघरात गेली आणि जॅकसाठी वाईनचा ग्लास भरून घेऊन आली.

"मला हे कसं वापरायचं तेच समजत नाही." लूनं तक्रार केली. "घरी माझी मुलगीच व्हीसीआर चालवते."

लॉरीनं त्याच्या हातातून रिमोट काढून घेतला आणि म्हणाली, "त्यासाठी प्रथम टीव्ही चालू करावा लागतो."

जॅकनं आपल्या हातातील वाईनचा एक घोट घेतला. आदल्या रात्री त्यानं आणलेल्या वाईनपेक्षा ही काही वेगळी चांगली लागत नव्हती.

लॉरी आणि लू सुद्धा जॅकच्या शेजारी कोचावर येऊन बसले. जॅक आळीपाळीनं त्यांच्या चेहऱ्यांकडे पाहत होता. पण त्या दोघांनीही त्याच्याकडे दुर्लक्ष केलं. ते टीव्हीच्या पडद्याकडे लक्षपूर्वक पाहत होते.

"कसला एवढा सरप्राइज् आहे हा?" जॅकनं विचारलं.

"तू नुसता बघतच राहा." लॉरी म्हणाली. बर्फ पडत असल्यासारख्या दिसणाऱ्या टीव्हीच्या पडद्याकडे तिनं बोट दाखवलं.

अधिकच गोंधळून जॅक टीव्हीकडे पाहायला लागला. अचानक संगीत वाजायला लागलं आणि टीव्हीवर सीएन्एन्चं चिन्ह दिसायला लागलं. त्यापाठोपाठ एक थोडासा जाडा माणूस मॅनहॅटनमधल्या एका रेस्टॉरंटमधून बाहेर पडताना दिसला. पॉझिटानो रेस्टॉरंट जॅकनं लगेच ओळखलं. त्या जाड्या माणसाला इतर अनेक लोकांनी घेरलेलं होतं.

"याचं पार्श्वसंगीत सुरू करू का?" लॉरीनं विचारलं.

"नको, काही गरज नाही." लू म्हणाला.

जॅकनं तो सगळा घटनाक्रम बघितला. तो संपल्यावर तो लॉरी आणि लूकडे पाहू लागला. दोघांच्याही चेहऱ्यावर प्रसन्न हास्य होतं.

"काय चाललंय काय इथे?" जॅकनं विचारलं, "तुम्ही दोघांनी आतापर्यंत किती वाईन रिचवलीय?"

"आता एवढं जे बघितलंस, ते काय होतं ते तुला समजलं नाही?" लॉरीनं विचारलं.

"कोणालातरी गोळ्या घालून ठार मारलं एवढं मला समजलं." जॅक म्हणाला.

"तो कार्लो फ्रँकोनी आहे." लॉरी म्हणाली, "हे सर्व पाहिल्यानंतर तुला कसलीतरी आठवण नाही झाली?"

"ली हार्वे ओस्वाल्डच्या खुनाच्या काही जुन्या टेप्स होत्या, त्यांची आठवण झाली बुवा मला." जॅक म्हणाला.

"त्याला ती परत एकदा दाखव." लूनं सुचवलं.

जॅकनं तो सगळा घटनाक्रम परत एकदा बघितला. पण यावेळी पडद्याकडे बघत असताना तो अधूनमधून लॉरी आणि लूच्या चेहऱ्यांकडेही पाहत होता. ते चेटूक केल्यासारखे टीव्हीवर नजर खिळवून बसले होते.

दुसऱ्यांदा टेप संपल्यावर लॉरीनं आशेनं जॅककडे बघितलं आणि ती म्हणाली, "आता तरी समजलं?"

जॅकनं खांदे उडवले. "मी यातलं नेमकं काय पाहावं अशी तुमची कल्पना आहे, तेच मला ठाऊक नाही."

"मी काही भाग तुला स्लो मोशनमध्ये दाखवते..." लॉरी म्हणाली.

फ्रँकोनी लिमोमध्ये चढत असतानाच्या घटनाक्रमापर्यंत ती रिमोटच्या सहाय्यानं आली. तो सगळा भाग तिनं स्लो मोशनमध्ये दाखवला आणि त्याला गोळी लागली त्या दृश्यापाशी तिनं टेप थांबवली. धावत पडद्याच्या जवळ जाऊन तिनं त्या माणसाच्या मानेच्या खाली बोटानं दाखवले. "हे बघ, इथून गोळी आत शिरली." ती म्हणाली.

परत रिमोटचा वापर करून ती पुढची गोळी लागली त्या दृश्यापर्यंत आली. तेव्हा तो माणूस त्याच्या उजव्या बाजूला कलंडत होता.

''बाप रे, आत्ता आलं सगळं माझ्या लक्षात !'' जॅक आश्चर्यानं म्हणाला, ''मला मिळालेला तरंगणारा मृतदेह म्हणजे फ्रँकोनी असू शकेल !''

लॉरी वळून त्याच्याकडे पाहू लागली. तिचे डोळे चमकत होते. ''अगदी बरोबर!'' ती काहीतरी जिंकल्याच्या सुरात म्हणाली, ''अर्थात, त्या तरंगणाऱ्या मृतदेहाच्या शरीरात गोळ्या कुठून शिरल्या आणि पुढे कुठे गेल्या ते आपण अजून निश्चित केलेलं नाहीये. पण तरीही मी या गोष्टीवर पाच डॉलर्सची पैज लावायला तयार आहे.''

''खरंच की!'' जॅक म्हणाला, ''ठीक आहे. मी तयार आहे तुझ्याशी पैज लावायला. पण एक गोष्ट लक्षात ठेव. आतापर्यंत माझ्यासमोर तू लावलेल्या कुठल्याही पैजेपेक्षा ही शंभर टक्क्यांनी मोठी आहे.''

''काही हरकत नाही. मला त्याबद्दल तेवढी खात्री निश्चितच आहे.'' लॉरी म्हणाली.

''लॉरी वेगवेगळ्या गोष्टींचे एकमेकांशी संबंध जोडण्यात एवढी पटाईत आहे,'' लू म्हणाला, ''तिला त्यातल्या सारख्या गोष्टी लगेच दिसतात. मला तर तिच्यासमोर आपण अगदीच मूर्ख आहोत असं वाटायला लागतं.''

''चल, चालता हो इथून !'' लॉरी थट्टेनं लूला हातानं ढकलत म्हणाली.

''हाच सरप्राइज् तुम्ही मला दाखवणार होतात का?'' जॅकनं सावधगिरीनं विचारलं. त्याला परत आपल्या भावनांशी खेळायचं नव्हतं.

''हो, अर्थात.'' लॉरी म्हणाली, ''का? काय झालं? आम्हाला वाटलं तेवढं आश्चर्य तुला वाटलेलं दिसत नाही हं !''

सुटका झाल्यासारखं वाटून जॅक हसला. ''वाटलंय की. मलाही तुमच्यासारखंच आश्चर्य वाटलं.''

''जॅक, तू गंभीर कधी असतोस आणि थट्टा कधी करत असतोस, तेच मला समजत नाही...'' लॉरी म्हणाली. जॅकच्या नेहमीच्या उपरोधिक बोलण्याची झाक त्याच्या आत्ताच्या उत्तरात आहे असं तिला वाटलं.

''गेल्या कित्येक आठवड्यातली मी ऐकलेली ही पहिलीच चांगली बातमी आहे.'' जॅक म्हणाला.

''बरं, ते असू दे. आता फार झालं...'' लॉरी म्हणाली. तिनं टीव्ही आणि व्हीसीआर बंद केले. ''सरप्राइजेस खूप झाले... आता आपण जेवून घेऊया.''

तो तरंगणारा मृतदेह फ्रँकोनीचा असू शकेल हे आतापर्यंत कोणाच्याच कसं लक्षात आलं नाही, यावर त्यांनी जेवताना चर्चा केली.

"मला त्या एअर रायफलच्या गोळ्यांमुळे तसं वाटलं." लॉरी म्हणाली, "फ्रँकोनीला तशा गोळ्या मारलेल्या नव्हत्या. शिवाय हा मृतदेह तिकडे लांब कोनी आयलंडजवळ सापडला होता. तोच जर ईस्ट रिव्हरमध्ये सापडला असता, तर मला थोडीतरी शंका आली असती."

"मला वाटतं, माझाही याच कारणांमुळे गैरसमज झाला." जॅक म्हणाला, "आणि त्या एअर रायफलच्या गोळ्या मृत्यूनंतर मारलेल्या आहेत हे लक्षात आलं, तरी तोपर्यंत त्याच्या यकृताची ही भानगड सुरू झालेली होती. त्यातच मी पुरता अडकलो. हो, आणि खरंच की लू, फ्रँकोनीवर कधी यकृतारोपणाची शस्त्रक्रिया झाली होती?"

"झाली असलीच तर मला तरी माहीत नाही." लू म्हणाला, "तो बरीच वर्षं आजारी होता हे मला ठाऊक आहे. पण त्याला काय झालं होतं हे मात्र मला निश्चित माहीत नाही. मी त्याच्या यकृतारोपणाविषयी काही ऐकलेलं नाही."

"त्याचं जर यकृतारोपण झालेलं नसेल, तर तो तरंगणारा मृतदेह फ्रँकोनीचा नाही." जॅक म्हणाला, "डीएनए प्रयोगशाळेचे निष्कर्ष जरी जुळत नसले तरी माझी पूर्ण खात्री आहे, की त्या तरंगणाऱ्या मृतदेहामधलं यकृत हे त्याला देणगी म्हणूनच मिळालेलं होतं."

"तो तरंगणारा मृतदेह फ्रँकोनीचाच आहे हे सिद्ध करण्यासाठी तुम्हाला आणखी काही चाचण्या करता येणार नाहीत का?" लूनं विचारलं.

"आपण फ्रँकोनीच्या आईचं रक्त तपासून पाहिलं तर ते समजू शकेल." लॉरी म्हणाली, "आपल्या सर्वांच्या शरीरात आईकडून मिळालेलं मायटोकॉंड्रियल डीएनए* या प्रकारचं एक डीएनए असतं. फ्रँकोनीच्या आईच्या आणि त्या तरंगणाऱ्या मृतदेहाच्या डीएनएची तुलना केली, तर तो फ्रँकोनी आहे की नाही ते लगेचच समजून येईल. त्याच्या आईची याला काही हरकत असेल असं मला वाटत नाही. मृतदेहाची ओळख पटवायला तीच तर इथे आली होती."

"फ्रँकोनीला इथे आणलं तेव्हा त्याचे एक्स-रेज् घ्यायचे राहिले, हे फारच वाईट झालं." जॅक म्हणाला, "त्याच्यावरून लगेच समजलं असतं."

"पण त्याचे एक्स-रेज् आहेत." लॉरी एकदम उत्साहानं म्हणाली, "अरे, मला आज संध्याकाळीच ते समजलं. मार्विननं ते काढले होते."

"मग ते गेले कुठे?" जॅकनं विचारलं.

"मार्विन म्हणाला, की बिंगहॅम ते घेऊन गेले." लॉरी म्हणाली, "ते त्यांच्या ऑफिसमध्ये असले पाहिजेत."

"मग आता आपण शवागारावर एक छोटासा हल्ला चढवावा, अशी माझी सूचना आहे." जॅक म्हणाला, "मला आता ही भानगड निपटल्याशिवाय झोप लागणार नाही."

“मला ज्याची अतिशय गरज होती तो या केसमधला माग मिळतोय की काय, असं आता मला वाटायला लागलंय.” लू म्हणाला.

जेवण झाल्यावर त्या तिघांनी मिळून भराभर आवराआवर केली. जॅक आणि लूनं स्वयंपाकघर आपणच स्वच्छ करणार असा आग्रह धरला. नंतर मग टॅक्सी करून ते तिघंही शवागाराकडे निघाले. तिथे पोचल्यावर ते सरळ शवागाराच्या ऑफिसात गेले.

“माय गॉड् !” जॅक आणि लॉरी दोघांनाही एकत्र बघून मार्विन म्हणाला. संध्याकाळच्या वेळी दोन डॉक्टर्सनी एकाच वेळी तिथे येणं, ही गोष्ट जरा दुर्मिळच होती.

“एखादी मोठी नैसर्गिक आपत्ती वगैरे आलीय का?” त्यानं विचारलं.

“सफाई कामगार कुठे आहेत?” जॅकनं विचारलं.

“माझ्या माहितीप्रमाणे ते आत्ता ‘पिट्’मध्ये असावेत.” मार्विन म्हणाला, “खरंच, काय घडलंय ते सांगा ना.”

“ओळख पटवता येत नाहीये.” जॅक थट्टेनं म्हणाला.

ते तिघंही शवविच्छेदन-खोलीकडे गेले. मार्विनचा अंदाज बरोबर होता. दोन सफाई कामगार तिथली लांबलचक फरशी पुसण्यात मग्न होते.

“तुमच्याकडे चीफच्या ऑफिसच्या किल्ल्या असतील ना?” जॅकनं त्यांना विचारलं.

“हो, हो. आहेत ना.” डॅरील फॉस्टर म्हणाला. डॅरील गेली जवळजवळ तीस वर्षं सरकारी डॉक्टरांच्या ऑफिसात काम करत होता. त्याच्याबरोबर काम करत असलेला जिम ओ’डोनेल हा त्यामानानं तिथे नवीन होता.

“आम्हाला तिथे जरा आत जायचंय.” जॅक म्हणाला, “तू आम्हाला ते उघडून देतोस?”

डॅरील थोडा घुटमळला. “आपल्या ऑफिसमध्ये कोणी गेलेलं चीफना आवडत नाही.” तो म्हणाला.

“मी सगळी जबाबदारी घेतो.” जॅक म्हणाला, “आत्ता आमचं काम होणं हे अतिशय महत्त्वाचं आहे. शिवाय आमच्याबरोबर पोलिस खात्याचा हा लेफ्टनंट डिटेक्टिव्ह सोल्डॅनोसुद्धा आहे. आम्ही काही चोरायला वगैरे लागलो तर तो आमच्यावर लक्ष ठेवेल.”

“ते काही मला माहीत नाही.” डॅरील म्हणाला. त्याला काही ते ठीक वाटत नव्हतं. जॅकच्या विनोदी बोलण्याचा त्याच्यावर बिलकुल परिणाम होत नव्हता.

“मग मला तरी किल्ल्या दे,” जॅक म्हणाला. त्यानं आपला हात पुढे केला. “म्हणजे तुझ्यावर जबाबदारी येणार नाही.”

उघडउघड नाराजी दाखवत डॅरीलनं किल्ल्यांच्या जुडग्यातून दोन किल्ल्या

बाहेर काढल्या आणि जॅकला दिल्या. ''त्यांपैकी एक डॉ. बिंगहॅमच्या बाहेरच्या ऑफिसची आहे आणि दुसरी आतल्या ऑफिसची.''

''मी पाच मिनिटांत तुला त्या परत आणून देतो.'' जॅक म्हणाला.

डॅरील त्यावर काहीच बोलला नाही.

''मला वाटतं, त्या गरीब बिचाऱ्यावर तू फारच जबरदस्ती केलीस.'' पहिल्या मजल्यावर जाणाऱ्या लिफ्टमध्ये शिरताना लू म्हणाला.

''एकदा जॅकनं काम हातात घेतलं, की मग काही बघायलाच नको.'' लॉरी म्हणाली.

''या सरकारी कारभाराची मला अतिशय चीड येते.'' जॅक म्हणाला, ''मुळातच त्या एक्स-रे फिल्म्स चीफच्या ऑफिसमध्ये पळवून न्यायचं काय कारण होतं?''

जॅकनं डॉ. बिंगहॅमच्या बाहेरच्या आणि आतल्या अशा दोन्ही ऑफिसांची दारं उघडली. आत गेल्यावर त्यानं तिथले दिवे लावले.

ते ऑफिस चांगलंच मोठं होतं. डाव्या बाजूला उंच खिडक्यांच्या खाली एक मोठं डेस्क ठेवलेलं होतं. उजव्या बाजूला एक प्रचंड लायब्ररी टेबल होतं. फळ्यासहित शिकवण्याचं सगळं साहित्य आणि एक्स-रे बघण्याची बॉक्स त्या टेबलाच्या वरच्या बाजूला होती.

''आपण कुठून बघायला सुरुवात करायची?'' लॉरीनं विचारलं.

''मला वाटलं होतं, की ते एक्स-रे बॉक्सवरच असतील.'' जॅक म्हणाला, ''पण ते तिथे दिसत नाहीयेत. आपण असं करू. मी डेस्कमध्ये आणि फायलींच्या कपाटात बघतो, तू त्या बॉक्सच्या आसपास बघ.''

''ठीक आहे.'' लॉरी म्हणाली.

''मी तुम्हाला काही मदत करू का?'' लूनं विचारलं.

''तू फक्त तिथे उभा राहा आणि आम्ही काही चोरत नाही ना, यावर लक्ष ठेव.'' जॅक उपहासानं म्हणाला.

जॅकनं बरेच ड्रॉवर्स उघडून पाहिले आणि भराभर बंदही केले. शवागारात घेतले जाणारे संपूर्ण शरीराचे एक्स-रेज् खूप मोठे असतात. त्यामुळे ते मोठाल्या पाकिटांतून ठेवावे लागतात. सहजी लपण्यासारखी ती गोष्ट नसते.

''इकडे दिसतंय बरं का काहीतरी...'' लॉरी एकदम मोठ्यानं ओरडली. एक्स-रे बॉक्सच्या बरोबर खाली असलेल्या एका कपाटात तिला एक्स-रेजचा एक मोठा गठ्ठाच सापडला. ती सगळी पाकिटं टेबलावर बाहेर काढत ती त्यांच्यावरची नावं वाचायला लागली. फ्रँकोनीच्या नावाचं पाकीट सापडल्याबरोबर तिनं ते बाहेर काढलं.

तळघरात येऊन जॅकनं तरंगणाऱ्या मृतदेहाचे एक्स-रेज् घेतले आणि ती दोन्ही पाकिटं घेऊन ते शवविच्छेदनाच्या खोलीत आले. प्रथम त्यांनी बिंगहॅमच्या ऑफिसच्या

किल्ल्या डॅरीलला देऊन त्याचे आभार मानले. डॅरीलनं यावर फक्त मान हलवली.

"चला तर मंडळी !" एक्स-रे बॉक्सकडे जात जॅक म्हणाला, "आता खरी परीक्षेची वेळ आलेली आहे." प्रथम त्यानं फ्रँकोनीचे एक्स-रे त्या बॉक्सवर लावले आणि मग त्या मुंडकं नसलेल्या तरंगणाऱ्या मृतदेहाचे.

"काय दिसतंय आता?" एक सेकंदभरच त्यांच्याकडे पाहिल्यावर तो म्हणाला, "मला लॉरीला पाच डॉलर्स द्यायला लागणार."

जॅकनं लॉरीला पैसे दिले, तशी तिनं विजयाची एक छोटीशी आरोळी ठोकली. लूनं आपलं डोकं खाजवलं आणि नीट बघण्यासाठी म्हणून तो एक्स-रे बॉक्सच्या थोडा जवळ आला. "तुम्हाला एवढ्या लगेच कसं काय समजतं?" त्यानं आश्चर्यानं विचारलं.

जॅकनं तरंगणाऱ्या मृतदेहावरील एअर रायफलच्या गोळ्यांच्या पुंजक्यानं झाकल्या गेलेल्या बंदुकीच्या दोन गोळ्यांच्या जखमा दाखवल्या. फ्रँकोनीच्या फिल्म्सवरही बरोबर त्याच दोन ठिकाणी गोळ्या लागलेल्या स्पष्ट दिसत होत्या. शिवाय दोन्ही फिल्म्समध्ये खांद्याचं मोडलेलं आणि नंतर भरून आलेलं हाड सारखंच दिसत होतं.

"हे ग्रेटच आहे..." आपले दोन्ही हात एकमेकांवर चोळत लू म्हणाला. त्यालाही लॉरीइतकाच उत्साह वाटायला लागला. "आता आपल्याकडे मृतदेह असल्यामुळे आपण या केसमध्ये नक्कीच प्रगती करू शकू."

"आणि मलाही या माणसाच्या यकृताची काय भानगड चाललीय ते समजेल," जॅक म्हणाला.

"आणि मलाही मिळालेल्या या पैशांतून शॉपिंगला जाता येईल." जॅकनं दिलेल्या पाच डॉलर्सच्या नोटेचं चुंबन घेत लॉरी म्हणाली, "पण मुळात हा मृतदेह इथून कसा आणि का बाहेर गेला ते शोधून काढल्यानंतरच...."

झोपेच्या दोन गोळ्या घेऊनही रेमंडना झोप येईना, तेव्हा डार्लीनला जाग येणार नाही अशा बेतानं ते पलंगावरून उठले. त्यांना तिची काळजी करायचं तसं फारसं कारण नव्हतं. झोपेत छत डोक्यावर कोसळलं तरी तिला जाग आली असती की नाही कोण जाणे!

रेमंड चाचपडत स्वयंपाकघरात गेले आणि त्यांनी तिथला दिवा लावला. त्यांना फारशी भूक जाणवत नव्हती. पण थोडंसं कोमट दूध घेतलं तर आपल्या गुरगुरणाऱ्या पोटाला थोडं बरं वाटेल, असं त्यांना वाटलं. फोर्डच्या डिकीतलं ते भयानक दृश्य जबरदस्तीनं पाहावं लागल्यापासून त्यांच्या छातीत जळजळ सुरू झाली होती. त्यांनी मालॉक्स, पेप्सिड एसी आणि शेवटी पेप्टो-बिस्मॉलही घेऊन पाहिलं. पण कशाचाच उपयोग झाला नाही.

रेमंडना स्वयंपाकघरात येण्याची अजिबात सवय नव्हती. कुठे काय ठेवलंय ते

त्यांना कधीच सापडत नसे. त्यामुळे दूध गरम करायला आणि नंतर ग्लास शोधायला त्यांना थोडा वेळ लागला. ते झाल्यानंतर ते ग्लास घेऊन आपल्या अभ्यासिकेत आले आणि डेस्कपाशी बसले.

थोडे घोट घेतल्यानंतर त्यांच्या लक्षात आलं, की पहाटेचे तीन वाजून पंधरा मिनिटं झाली होती. झोपेच्या गोळ्यांमुळे डोकं जड झालेलं असूनही, आता 'झोन'मध्ये नऊ वाजून गेले असतील हे त्यांच्या लक्षात आलं. सिग्फ्रीड स्पालेकला फोन करायला ही वेळ चांगली आहे असं त्यांना वाटलं.

फोन लगेचच लागला. या वेळेला उत्तर अमेरिकेतली फोनची वाहतूक कमीत कमी असायची. ऑरिएलोनं ताबडतोब फोन उचलला आणि रेमंडना आपल्या प्रमुखांशी लाईन जोडून दिली.

''तुम्ही आज लवकर उठलेले दिसताय.'' सिग्फ्रीड म्हणाला, ''मी तुम्हाला चार पाच तासांनी फोन करणारच होतो.''

''मला झोपच लागली नाही.'' रेमंड म्हणाले, ''तिकडे काय चाललंय? केविन मार्शलचा काय प्रश्न आहे?''

''मला वाटतं, आता ती अडचण दूर झालीय.'' सिग्फ्रीड म्हणाला. सिग्फ्रीडनं त्यांना काय झालं ते थोडक्यात सांगितलं. केविनबद्दल वेळीच सूचना दिल्याबद्दल त्यानं बर्ट्राम एडवर्ड्सची स्तुतीही केली. त्यामुळेच आपल्याला त्याचा पाठलाग करणं शक्य झालं, हेही त्यानं त्यांना सांगितलं. तो पुढे म्हणाला, की केविनला आणि त्याच्या मैत्रिणींना आता असा सज्जड दम भरलेला आहे, की ते परत कधीही बेटाकडे फिरकणार नाहीत.

''त्याच्या मैत्रिणी?'' रेमंडनी विचारलं, ''केविन नेहमी एकटाच असायचा.''

''त्याच्याबरोबर एक पुनरुत्पादन तंत्रज्ञ आणि वैद्यकीय पथकातली एक नर्स अशा दोघीजणी होत्या.'' सिग्फ्रीड म्हणाला, ''खरं सांगायचं तर आम्हालाही त्याचं आश्चर्यच वाटलं. तो इतका एकलकोंडा आहे आणि लोकांमध्ये तो कधी मिसळतही नाही. काय बरं म्हणता तुम्ही अमेरिकन लोक अशा माणसाला?''

''मूर्ख.'' रेमंड म्हणाले.

''बरोब्बर.'' सिग्फ्रीड म्हणाला.

''आणि त्याला ही बेटाला भेट देण्याची स्फूर्ती बहुतेक तो जो धूर त्याला सतावत होता, त्यामुळे झाली असणार. हो ना?''

''बर्ट्राम एडवर्ड्सना तरी तसंच वाटतंय.'' सिग्फ्रीड म्हणाला, ''आणि बर्ट्रामना एक चांगली कल्पना सुचलीय. बेटाचं दोन भागात विभाजन करणाऱ्या ओढ्यावर पूल बांधण्यासाठी आपल्या कामगारांना आम्हीच तिकडे पाठवलं होतं, असं केविनला सांगायचं.''

''पण तुम्ही खरोखर तिकडे माणसं पाठवली नव्हती ना?'' रेमंडनी विचारलं.

''नाही, नाही.'' सिग्फ्रीड म्हणाला, ''आपण त्या लांब होणाऱ्या पुलाला आधारासाठी बेटावर जेव्हा तो चबुतरा बांधला, तेव्हा आपली माणसं तिथे गेली होती. त्यानंतर ती कधीच तिकडे गेली नाहीत. अर्थात, बर्ट्रामनी जेव्हा ते शंभर पिंजरे तिकडे नेऊन ठेवले होते, तेव्हा त्यांची काही माणसं तिथे गेली होती.''

''बेटावर पिंजरे नेऊन ठेवलेत? हे तर मी प्रथमच ऐकतोय..'' रेमंड म्हणाले, ''कशाबद्दल बोलताय तुम्ही?''

''बेटावर त्या प्राण्यांना एकांतात ठेवण्याची कल्पना सोडून देण्याबद्दल हल्ली बर्ट्राम माझ्या मागे लागलेत.'' सिग्फ्रीड म्हणाला, ''त्यांना असं वाटतंय, की बोनोबोंना प्राणिकेंद्रात आणावं आणि काहीतरी करून सर्वांपासून लपवून ठेवावं.''

''मला ते बेटावरच राहायला हवे आहेत.'' रेमंड एकेका शब्दावर जोर देत म्हणाले, ''माझा जेनसिसशी तसाच करार झालेला आहे. आपण जर ते प्राणी प्राणिकेंद्रात आणले, तर कंपनी हा सगळा कार्यक्रमच बंद करून टाकेल. प्रसिद्धीविषयी त्यांच्या काहीतरी विचित्र कल्पना आहेत.''

''मला कल्पना आहे त्याची.'' सिग्फ्रीड म्हणाला, ''मी बर्ट्रामनाही अगदी हेच सांगितलं. त्यांनाही ते समजतंय, पण गरज पडलीच तर असावेत म्हणून त्यांनी ते तिथेच ठेवलेत. त्यात हरकत घेण्यासारखं मला काहीच दिसत नाही. उलट काही अनपेक्षित गोष्टी घडल्याच तर आपल्याला त्यांचा वापर करता येईल.''

रेमंडनी खेदानं केसांतून हात फिरवला. त्यांना आता कोणत्याही 'अनपेक्षित गोष्टी'बद्दल ऐकायचं नव्हतं.

''केविन आणि त्या मुलींना कसं वागवावं, हे विचारण्यासाठी मी तुम्हाला फोन केलेला होता.'' सिग्फ्रीड म्हणाला, ''परंतु धुरासंबंधी आम्ही आता त्यांना जे स्पष्टीकरण देणार आहोत, त्यामुळे आणि त्यांना दाखवलेल्या भीतीमुळे मला वाटतं की आता परिस्थिती थोडी नियंत्रणाखाली आलेली आहे.''

''ते बेटावर गेले नाहीत ना?'' रेमंडनी विचारलं.

''नाही. ते अलीकडच्या काठावरच होते.'' सिग्फ्रीड म्हणाला.

''कोणी त्याच्या जवळपास जावं, हेदेखील मला आवडत नाही.'' रेमंड म्हणाले.

''मला समजतंय.'' सिग्फ्रीड म्हणाला, ''मी आधीच सांगितलेल्या कारणांसाठी केविन आता परत तिकडे जाईल, असं मला तरी वाटत नाही. पण तरीही काळजी नको म्हणून मी काही दिवस एक मोरोक्कन कमांडो आणि इक्वेटोगिनीयन सैनिकांची तुकडी तिथे ठेवतो. अर्थात, तुमची परवानगी असेल तरच.''

''ते ठीक होईल.'' रेमंड म्हणाले, ''पण मला एक सांगा, केविन म्हणतोय ते बरोबर असेल तर बेटावरून निघणाऱ्या धुराबद्दल तुम्हाला काय वाटतं?''

“मला?” सिग्फ्रीडनं विचारलं, “मला ते प्राणी तिकडे काय करतात याबद्दल अजिबात काळजी वाटत नाही. ते तिकडे सुखेनैव राहतायत, यातच मी खूश आहे. तुम्हाला काळजी वाटते का?”

“अजिबातच नाही.” रेमंड म्हणाले.

“मला वाटतं त्यांचा वेळ जाण्यासाठी आपण तिथे काही फुटबॉल वगैरे पाठवून द्यावेत....” सिग्फ्रीड म्हणाला, “त्यामुळे त्यांचं पुरेसं मनोरंजन होईल.” तो जोरात हसला.

“ही गोष्ट हसण्यावारी नेण्यासारखी आहे असं मला मुळीच वाटत नाही.” रेमंड त्रासून म्हणाले. रेमंडना सिग्फ्रीडच्या शिस्तशीर व्यवस्थापनाचं जरी कौतुक होतं, तरी त्यांना तो अजिबात आवडत नसे. आत्ताही तो त्याच्या शिकारखान्यानं वेढलेल्या टेबलाशी बसलेला त्यांच्या नजरेसमोर येत होता. त्याच्या टेबलावरच्या कवट्याही त्यांना स्पष्ट दिसू लागल्या.

“तुम्ही त्या रुग्णाला न्यायला केव्हा येताय?” सिग्फ्रीडनं विचारलं, “त्याची तब्येत फारच लवकर सुधारली असं मी ऐकलंय. तो आता परत जायचीच वाट पाहतोय.”

“मी पण ऐकलंय...” रेमंड म्हणाले, “मी केंब्रिजला फोन लावतो आणि जेनसिसचं विमान केव्हा मिळू शकेल ते विचारतो. ते मिळालं की लगेच मी तिकडे येईन. एक दोन दिवसांत येईनच बहुतेक तिकडे.”

“मला कळवा आधी.” सिग्फ्रीड म्हणाला, “म्हणजे तुम्हाला आणण्यासाठी मी बाटाला गाडी पाठवीन.”

रेमंडनी फोन ठेवला आणि सुटकेचा एक नि:श्वास सोडला. आफ्रिकेला फोन केला ते बरं झालं असं त्यांना वाटलं. केविनबद्दल काहीतरी प्रश्न उद्भवलाय, असा सिग्फ्रीडचा अर्धवट निरोप मिळाल्यामुळे त्यांना तीही काळजी वाटत होतीच. ती अडचण दूर झालीय असं समजल्यामुळे त्यांना थोडंसं बरं वाटलं. त्यांना तर असंही वाटायला लागलं, की सिन्डी कार्लसनच्या मृतदेहावर वाकलेले असतानाचा आपला तो फोटो जर आपण विसरू शकलो, तर बाकी आता काहीच अडचण नाहीये.

□□

१३

मार्च ६, १९९७
दुपारचे १२३
कोगो, इक्वेटोरियल गिनी

दारावर टकटक झाली तेव्हा केविनला किती वाजलेत याची अजिबात कल्पना नव्हती. गेले कितीतरी तास तो आपल्या कॉम्प्युटरच्या पडद्यावर लक्ष केंद्रित करून बसला होता. प्रयोगशाळेचं दार त्यानं उघडल्याबरोबर मेलनी पटकन आत शिरली आणि तिनं त्याला 'गुड मॉर्निंग' म्हटलं. तिच्या हातात एक मोठी कागदाची पिशवी होती.

''तुझे सगळे तंत्रज्ञ कुठे गेले?'' तिनं विचारलं.

''आज मी त्या सर्वांना सुट्टी दिली.'' केविन म्हणाला, ''नाहीतरी आज माझ्याकडून काही काम होणार नव्हतंच, तेव्हा मी त्यांनाही एक दिवस मजा मारायला पाठवलं. बऱ्याच दिवसांनी पाऊस जरा उघडलाय आणि तो परत केव्हा चालू होईल याचा काही नेम नाही. त्यामुळे विचार केला, आज त्यांना सूर्यप्रकाशाची थोडी मजा लुटू द्यावी.''

''कॅन्डेस कुठे आहे?'' मेलनीनं विचारलं. आपल्या हातातलं पाकीट तिनं प्रयोगशाळेतील टेबलावर ठेवलं.

''मला काय ठाऊक! आज सकाळी तिला हॉस्पिटलमध्ये सोडल्यानंतर मी तरी तिला पाहिलेलं नाही.'' केविन म्हणाला.

त्या तिघांना ती रात्र बरीच लांबलचक वाटली होती. साधारण एक

तासभर पॅथॉलॉजीच्या कूलरमध्ये लपून राहिल्यानंतर मेलनीनं त्यांना सुचवलं होतं, की प्राणिकेंद्रात तिच्यासाठी असलेल्या खोलीत आता जायला हरकत नाही. त्या तिघांनी थोडा वेळ तिथेच झोपण्याचा प्रयत्न केला आणि सकाळी लवकरच्या पाळीचे लोक आत यायला लागल्याबरोबर ते उठले. येणाऱ्या जाणाऱ्या इतर कर्मचाऱ्यांमध्ये मिसळून ते तिथून बाहेर पडले. त्यानंतर विशेष काही न घडता ते सुखरूपपणे कोगोमध्ये येऊन पोचले.

"तिच्याशी संपर्क कसा साधता येईल याबद्दल तुला काही कल्पना आहे?" मेलनीनं विचारलं.

"मला वाटतं हॉस्पिटलला फोन करून तुला तिला पेज करता येईल." केविननं सुचवलं, "ती बहुतेक 'इन्'मधल्या आपल्या खोलीत आता असेल. कारण होरेस विन्चेस्टरची तब्येत आता चांगली सुधारलीय आणि आता त्यांना काही तिची गरज पडत नाही."

हॉस्पिटलमध्ये काही दिवसांसाठी येणाऱ्या लोकांना तात्पुरतं राहण्यासाठी ज्या क्वार्टर्स दिल्या जात, त्यांना 'इन्' असं नाव होतं. हॉस्पिटल आणि प्रयोगशाळा संकुलाचाच तो एक भाग होता.

"ही कल्पना चांगली आहे." मेलनी म्हणाली. तिनं हॉस्पिटलला फोन लावला आणि तिथल्या ऑपरेटरला कॅन्डेसच्या खोलीत फोन जोडून द्यायला सांगितलं. तिसऱ्या घंटेनंतर कॅन्डेसचा आवाज आला. ती बहुतेक झोपलेली असावी.

"केविन आणि मी आत्ता बेटावर जाणार आहोत." कसलीही प्रस्तावना न करता मेलनी म्हणाली, "तुला यायचंय की इथेच थांबायची इच्छा आहे?"

"तू हे काय बोलतेयस, मेलनी !" केविन खेदानं म्हणाला.

"केव्हा निघायचंय?" तिनं विचारलं.

"तू इकडे आलीस की लगेच." मेलनी म्हणाली, "आम्ही आत्ता केविनच्या प्रयोगशाळेत आहोत."

"मला अर्धा तास तरी लागेल...." कॅन्डेस म्हणाली, "मला अजून अंघोळ करायचीय."

"आम्ही थांबतो तुझ्यासाठी." मेलनी म्हणाली आणि तिनं फोन बंद केला.

"मेलनी, तुला काय वेडबिड लागलंय का?" केविन म्हणाला, "परत बेटावर जाण्याचा प्रयत्न करण्यापूर्वी आपण थोडा तरी वेळ मध्ये जाऊ द्यायला हवा."

"या मुलीला तसं वाटत नाही." मेलनीनं स्वत:कडे बोट दाखवत म्हटलं, "उलटं आपण जेवढ्या लवकर जाऊ तेवढं बरं. एक किल्ली कमी आहे असं बर्ट्रामच्या लक्षात आलं, तर ते ते कुलूपदेखील बदलण्याची शक्यता आहे आणि त्यामुळे आपली सगळीच फजिती होईल. शिवाय मी काल रात्री म्हटलं त्याप्रमाणे,

आत्ता आपण खूप घाबरलेलो आहोत अशी त्यांची कल्पना आहे. त्यामुळे आत्ताच आपण त्यांना बेसावध गाठू शकू.''

''माझी काही आत्ता येण्याची तयारी आहे असं वाटत नाही.'' केविन म्हणाला.

''खरंच का?'' मेलनीनं आढ्यतेनं त्याला म्हटलं, ''आपल्या हातून कसली निर्मिती झालीय याची काळजी तुलाच ना वाटतेय? आणि आता तर मलाही काळजी वाटायला लागलीय. आज सकाळी मला आणखी एक परिस्थितीजन्य पुरावा आढळून आलाय.''

''काय बघितलंस तू?'' केविननं विचारलं.

''आज मी प्राणिकेंद्रातल्या बोनोबोंच्या विभागात गेले होते.'' मेलनी म्हणाली, ''आत जाताना मला कोणी पाहत नाहीये याबद्दल मी खात्री करून घेतली होती; तेव्हा तू त्याची काळजी करायला लागू नकोस. मला तिथे तासभर शोधाशोध करावी लागली, पण आपलं एक पिल्लू आणि त्याची आई यांना शोधण्यात शेवटी मला यश आलं.''

''मग काय दिसलं तुला?'' केविननं विचारलं. बाकीचं ऐकण्यात आपल्याला फारसा इंटरेस्ट वाटत नाहीये, असं त्याच्या लक्षात आलं.

''ते पिल्लू तुझ्या-माझ्यासारखं दोन पायांवर चालत होतं. जेवढा वेळ मी त्याचं निरीक्षण केलं, तेवढा सगळा वेळ ते त्याच्या मागच्या दोन पायांवरच वावरत होतं.'' मेलनी म्हणाली. तिचे काळेभोर डोळे चिंतेनं आणि रागानं चमकत होते. ''त्यांची जी वागणूक फार गोड वाटतेय असं आम्ही इतके दिवस म्हणत होतो, ती त्यांची सवयच आहे. चालता यायला लागलं, की ते दोन पायांवरच चालायला लागतात असा त्याचा अर्थ होतो.''

केविननं मान हलवली आणि तो दुसरीकडे पाहायला लागला. मेलनीच्या तीव्र भावनांमुळे त्याला अधिकच उदास वाटायला लागलं. मेलनीच्या बोलण्यामुळे त्याला वाटत असलेल्या भीतीवर शिक्कामोर्तबच केल्यासारखं होत होतं.

''या प्राण्यांची काय परिस्थिती आहे, ते आपल्याला शोधून काढायलाच हवं.'' मेलनी म्हणाली, ''आणि त्यासाठी बेटावर जाणं अतिशय आवश्यक आहे.''

केविननं मान हलवली.

''म्हणून मी काही सँडविचेस बनवले.'' मेलनीनं स्वत:बरोबर आणलेल्या कागदी पिशवीकडे बोट दाखवत म्हटलं, ''आणि एका छोट्याशा पिकनिकला जायचं असं ठरवलं.''

''मलाही आज सकाळी अस्वस्थ करणारी अशी आणखी एक गोष्ट दिसून आलीय.'' केविन म्हणाला, ''चल, मी तुला दाखवतो.'' त्यानं एक स्टूल ओढलं आणि आपल्या कॉंप्युटरसमोर ते सरकवलं. मेलनीला त्यावर बसण्याची खूण करत तो स्वत: आपल्या खुर्चीवर बसला. त्याची बोटं सराईतपणे की-बोर्डवर फिरू

लागली. लवकरच पडद्यावर इस्ला फ्रॅन्सेस्काचं कॉंप्युटरवरचं चित्र दिसायला लागलं.

''हे बोनोबो दिवसभर बेटावर काय करतात हे पाहण्यासाठी मी कॉंप्युटरला सर्वच्या सर्व त्र्याहत्तर बोनोबोंच्या हालचालींचा मागोवा घेण्याची आज्ञा दिली. गेले कित्येक तास मी तेच पाहत बसलो होतो.'' केविननं स्पष्टीकरण दिलं, ''मग मी ती सगळी माहिती एकत्र केली आणि फास्ट फॉरवर्ड करत ती सगळी परत एकदा नीट बघितली. मला काय आढळलं ते मी आता तुला दाखवतो.''

तो सगळा क्रम चालू करण्यासाठी केविननं कॉंप्युटरच्या माऊसचं बटन दाबलं. अनेक छोटे छोटे दिवे पडद्यावर भराभर इकडून तिकडे हलत असलेले दिसू लागले. त्यामुळे भूमितीतल्या आकृत्यांसारख्या विचित्र आकृत्या तयार होत होत्या. काही सेकंदातच ते सगळं संपलं.

''कोंबड्यांच्या पायांनी उठलेल्या रेघांसारख्या या रेघा दिसताहेत.'' मेलनी म्हणाली.

''या दोन ठिपक्यांचा मात्र अपवाद.'' केविन म्हणाला. त्यानं बोटानं दोन लाल दिवे दाखवले.

''ते दोघे फारसे हललेले दिसत नाहीत.'' मेलनी म्हणाली.

''अगदी बरोबर.'' केविन म्हणाला, ''प्राणी क्रमांक साठ आणि प्राणी क्रमांक सदुसष्ट.'' बर्ट्रामच्या ऑफिसातून नकळत उचललेला बेटाचा नकाशा केविननं उघडला. ''लागो हिप्पोच्या दक्षिणेला हे जे दलदलीचं मोकळं मैदान दिसतंय, तिथे हा प्राणी क्रमांक साठ आहे असं मला आढळलं. नकाशावर दिसतंय त्यानुसार तरी तिथे आजूबाजूला झाडं वगैरे काही नाहीत.''

''याचं स्पष्टीकरण काय असेल असं तुला वाटतंय?'' मेलनीनं विचारलं.

''थोडी थांब...'' केविन म्हणाला, ''नंतर मी ग्रिडचं प्रमाण मोठं केलं. त्यामुळे बेटावर जिथे तो बोनोबो आहे, तेवढं पन्नास फुटाचं क्षेत्रच मला पडद्यावर दिसायला लागलं. मग काय झालं ते मी तुला दाखवतो.''

केविननं त्या माहितीच्या कीज् दाबल्या आणि तो सगळा क्रम परत सुरू करण्यासाठी क्लिक् केलं. परत एकदा साठ क्रमांकाचा प्राणी त्याच ठिकाणी असलेला त्यांना दिसून आला.

''तो अजिबातच हलला नाहीये.'' मेलनी म्हणाली.

''मलाही तीच भीती वाटतेय.'' केविन म्हणाला.

''तो झोपलाय असं तुला वाटतंय का?''

''आत्ता एवढ्या सकाळच्या वेळी?'' केविननं विचारलं, ''आणि आता आपण त्यांना एवढ्या मोठ्या स्केलवर पाहतोय, की तो झोपेत कुशीवर जरी वळला तरी ती हालचाल आपल्याला इथे दिसायला हवी. ही प्रणाली तेवढी संवेदनक्षम आहे.''

''तो जर झोपलेला नाहीये, तर मग करतोय तरी काय?'' मेलनीनं विचारलं.

केविननं खांदे उडवले. ''मला काहीच कल्पना नाही. अशीही एक शक्यता आहे, की त्यानं कॉम्प्युटर चिप काढून टाकली असेल. त्यामुळे आपल्याला त्याचा प्रतिसाद मिळत नाहीये.''

''हे माझ्या लक्षातच आलं नव्हतं..'' मेलनी म्हणाली, ''पण हा विचारच भयानक आहे.''

''दुसरी एकच शक्यता माझ्या नजरेसमोर येतेय, ती म्हणजे तो मेलेला तरी असेल.'' केविन म्हणाला.

''एक शक्यता म्हणून त्याचा विचार करायला हरकत नाही.'' मेलनी म्हणाली, ''पण मला ते जरा कठीण वाटतंय. नाही का? हे प्राणी तरुण आणि अतिशय निरोगी असे आहेत. ते तसे राहतील याची आपण पूर्ण खात्री करून घेतलेली आहे. शिवाय ज्या परिस्थितीत ते तिथे राहतायत, त्या परिस्थितीत त्यांना तिथे कोणी नैसर्गिक शत्रूही नाहीत आणि त्यांना खायलाही त्यांच्या गरजेपेक्षा अधिक अन्न तिथे आहे.''

केविननं एक उसासा सोडला. ''ते काहीही असेल. पण ही गोष्ट नक्कीच अतिशय अस्वस्थ करणारी आहे.... आपण जेव्हा कधी तिथे जाऊ, तेव्हा त्याचाही शोध घ्यायला हवा.''

''बर्ट्रामना ही गोष्ट ठाऊक आहे की नाही कोण जाणे.'' मेलनी म्हणाली, ''आपल्या प्रकल्पाच्या दृष्टीनं ही काही चांगली गोष्ट नाही एवढं नक्की.''

''मला वाटतं मी हे त्यांना सांगायला पाहिजे.'' केविन म्हणाला.

''आपण बेटावर जाऊन येईपर्यंत तरी सांगू नकोस.'' मेलनी म्हणाली.

''अर्थातच.'' केविन म्हणाला.

''दिवसभराच्या हालचालींचा मागोवा घेण्याच्या या कार्यक्रमात तुला अजून काही वेगळं असं आढळून आलं?''

''हो.'' केविन म्हणाला, ''ते गुहांचा वापर करत असावेत अशी मला जी शंका होती, तिला आता चांगलीच पुष्टी मिळालीय. आता बघ हं !''

कॉम्प्युटरच्या पडद्यावर दिसत असलेल्या ग्रिडच्या मांडणीत काही बदल करून केविननं त्यावर चुनखडीच्या दगडाचा काही विशिष्ट भागच दिसेल अशी व्यवस्था केली. नंतर त्यानं कॉम्प्युटरला आपली स्वत:ची प्रतिकृती असलेल्या प्राणी क्रमांक एकच्या हालचाली दाखवायला सांगितल्या.

मेलनी पाहत होती. प्रथम तो लाल ठिपका एका भूमितीय आकृतीत फिरला आणि दिसेनासा झाला. मग दुसऱ्यांदा तो त्याच ठिकाणी परत दिसायला लागला आणि आणखी थोडा फिरला. हीच सगळी क्रिया तिसऱ्यांदा झाली.

“तुझं म्हणणं बरोबर आहे असं मलाही वाटायला लागलंय.” मेलनी म्हणाली, “तुझी प्रतिकृती असलेला हा प्राणी एकसारखा त्या दगडाच्या आतबाहेर करतोय असं वाटतंय खरं.”

“आपण तिथे जाऊ तेव्हा आपल्या प्रतिकृतींना भेटायलाच हवं.” केविन म्हणाला, “ते तिथले वयानं सर्वात मोठे असलेले प्राणी आहेत. त्यामुळे आपल्या या ट्रान्सजेनिक बोनोबोंपैकी कोणी आदिमानवासारखे वागत असलेच, तर त्याची सुरुवात नक्कीच या दोघांपासून झाली असली पाहिजे.”

मेलनीनं मान हलवून आपली सहमती दर्शवली. “आपल्या प्रतिकृतींना समोरासमोर भेटायचं या कल्पनेनंच माझ्या अंगावर शहारे येतात. पण आपल्याला तिकडे काही फारसा वेळ मिळेलसं वाटत नाही. ते बेट बारा चौरस मैल एवढं मोठं आहे. तिथे एखादा विशिष्ट प्राणी शोधून काढणं हे अजिबात सोपं नाहीये.”

“इथे मात्र तू चुकलीस.” केविन म्हणाला, “प्राणी पकडण्याच्या वेळी ते जी उपकरणं वापरतात, ती माझ्याजवळ आहेत.” कॉम्प्युटरजवळून उठत तो आपल्या टेबलाकडे गेला. तो परत आला, तेव्हा त्याच्या हातात बर्ट्रामनी त्याला दिलेली स्थानशोधक आणि दिशादर्शक यंत्रं होती. ती उपकरणं त्यानं मेलनीला दाखवली आणि त्यांचा उपयोग काय आहे तेही समजावून सांगितलं. मेलनी त्यामुळे चांगलीच प्रभावित झाली.

“ही मुलगी गेली कुठे?” घड्याळात पाहत मेलनीनं विचारलं, “जेवणाच्या सुट्टीत बेटावर जाऊन यावं असा माझा बेत होता.”

“आज सकाळी त्या सिग्फ्रीडचा तुला काही फोनबिन आला होता?” केविननं विचारलं.

“नाही. बर्ट्रामचा आला होता.” मेलनी म्हणाली, “ते खूपच चिडले होते आणि मी त्यांची अगदी निराशा केलीय असं म्हणत होते. त्यांची माझ्याबद्दल काय कल्पना आहे कोण जाणे... ते मला बोलल्यावर मी रडावं किंवा अशीच काहीतरी त्यांची अपेक्षा होती बहुतेक.”

“मला दिसलेल्या धुराबद्दल त्यांनी तुला काही स्पष्टीकरण दिलं?” केविननं विचारलं.

“हो तर !” मेलनी म्हणाली, “बेटावर पुलाचं काम करण्यासाठी सिग्फ्रीडनं काही माणसं पाठवली होती म्हणे... त्यांनी तिथे काही कचरा वगैरे जाळला असं बर्ट्रामना नुकतंच समजलं. बराच वेळ मला ते त्याबद्दल सांगत बसले होते. त्यांना त्याबद्दल आधी काही सांगण्यात आलं नव्हतं असं त्यांचं म्हणणं होतं.”

“मला वाटलंच.” केविन म्हणाला, “मलाही नऊनंतर लगेच सिग्फ्रीडचा फोन आला होता. त्यानंही मला हेच सगळं सांगितलं. त्यानं तर मला असंही सांगितलं, की नुकताच त्याचा डॉ. लीयॉन्सना फोन झालाय आणि त्यांचीही आपल्या बाबतीत

फार निराशा झालीय, असं ते म्हणाले म्हणे...''

"आपल्याला रडवायला हे पुरेसं आहे असं त्यांना वाटलं बहुतेक.'' मेलनी म्हणाली.

"कामासाठी तिकडे माणसं पाठवली होती, हे त्याचं म्हणणं काही मला खरं वाटलं नाही.'' केविन म्हणाला.

"ते खरं असणं शक्यच नाही.'' मेलनी म्हणाली, "मला असं म्हणायचंय, की इस्ला फ्रॅन्सेस्कावर जे जे काही चालतं, त्याची माहिती आपल्याला असलीच पाहिजे असा बर्ट्रामचा नेहमीच आग्रह असतो. आपण काल जन्माला आलेले छोटे बच्चे आहोत असं त्यांना वाटतंय की काय कोण जाणे !''

केविन उठून उभा राहिला. त्यानं थोडी चुळबुळ केली आणि तो लांबवर दिसणाऱ्या बेटाकडे पाहू लागला.

"आता तुझं काय बिनसलं?'' मेलनीनं विचारलं.

केविननं वळून मेलनीकडे बघितलं. "सिग्फ्रीड... आपल्याला तो इक्वेटोगिनीयन कायदाच लावणार आहे अशी धमकी दिलीय त्यानं. बेटावर जाणं हा मृत्युदंडाला पात्र गुन्हा आहे, हेही त्यानं आपल्याला बजावलंय. आपण त्या धमकीकडे दुर्लक्ष करावं असं तुला वाटतं?''

"अर्थात.'' मेलनी म्हणाली.

"तुला त्याबद्दल एवढी खात्री कशी काय वाटते?'' केविननं विचारलं, "मला तर त्याची भयंकर भीती वाटते.''

"मी जर इक्वेटोगिनीयन असते तर मलाही त्याची भीतीच वाटली असती.'' मेलनी म्हणाली, "पण आपण इक्वेटोगिनीयन नाही; आपण अमेरिकन आहोत. आपण इथे 'झोन'मध्ये आहोत तोपर्यंत आपल्याला अमेरिकन कायदाच लागू होतो. वाईटात वाईट काय होईल, तर ते आपल्याला नोकरीवरून काढून टाकतील. आणि मी काल रात्रीच सांगितल्याप्रमाणे माझी त्याला काहीच हरकत नाही. नाहीतरी मॅनहॅटनची मला हल्ली फारच आठवण यायला लागलीय.''

"मलाही तुझ्यासारखाच आत्मविश्वास वाटला असता तर किती बरं झालं असतं !'' केविन म्हणाला.

"आज सकाळी तू कॉम्प्युटरवर जे काही केलंस, त्यातून बोनोबो दोन गट करून राहतायत हे नक्की समजलं ना?''

केविननं होकारार्थी मान हलवली. "पहिला गट मोठा आहे आणि गुहांच्या आसपास राहतो. वयानं मोठे असलेले बहुतेक सगळे बोनोबो याच गटात आहेत. तुझी आणि माझी प्रतिकृतीही याच गटामध्ये आहे. दुसरा गट रिओ डिव्हिजोच्या उत्तरेला असलेल्या जंगलात राहतो. वयानं लहान असलेले बहुतेक सगळे बोनोबो

या गटात आहेत. पण वयानं मोठे असलेल्यांपैकी तिसऱ्या क्रमांकाचा प्राणी या गटात आहे. तो रेमंड लीयॉन्सची प्रतिकृती आहे.''

''ही गोष्ट फारच विचित्र आहे.'' मेलनी म्हणाली.

''आले की नाही मी वेळेवर?'' दारावर टकटक न करता सरळ आत येत कॅन्डेस म्हणाली, ''मी माझे केस ड्रायरनं वाळवलेसुद्धा नाहीत.'' तिच्या केसांच्या नेहमीच्या फ्रेंच ट्विस्टऐवजी आज तिनं आपले ओले केस नुसतेच मागे फिरवले होते.

''तू अगदी वेळेवर आलीस.'' मेलनीनं तिला सांगितलं, ''आणि थोडी तरी झोप काढण्याएवढी अक्कलहुशारी फक्त तुझ्याजवळच आहे. मी मात्र प्रचंड दमलेय हे मला कबूल केलंच पाहिजे.''

''सिग्फ्रीड स्पालेकनं तुला फोन केला होता?'' केविननं विचारलं.

''साडेनऊच्या आसपास.'' कॅन्डेस म्हणाली, ''मी गाढ झोपेत असताना त्यानं मला उठवलं. झोपेत मी त्याच्याशी काहीतरी वेडवाकडं बोलले नसले म्हणजे मिळवली.''

''काय म्हणाला तो?'' केविननं विचारलं.

''तो माझ्याशी अगदी व्यवस्थित बोलला.'' कॅन्डेस म्हणाली, ''काल रात्री झालेल्या प्रकाराबद्दल त्यानं माझी माफीही मागितली. बेटावरून निघणाऱ्या धुराबद्दल स्पष्टीकरण दिलं त्यानं मला. तिथे कामासाठी गेलेल्या लोकांनी तिथे काही कचरा वगैरे जाळला असं तो म्हणाला.''

''आम्हालाही हाच निरोप देण्यात आला.'' केविन म्हणाला.

''तुम्हाला त्याबद्दल काय वाटतं?'' कॅन्डेसनं विचारलं.

''आमचा त्यावर अजिबात विश्वास बसला नाही.'' मेलनी म्हणाली, ''ते फारच सोयिस्कर स्पष्टीकरण आहे.''

''मलाही तसंच वाटलं.'' कॅन्डेस म्हणाली.

मेलनीनं आपली कागदी पिशवी उचलली. ''चला, आपण आता आपल्या कामाला लागूया.''

''तुझ्याकडे किल्ली आहे का?'' केविननं विचारलं. त्यानं स्थानशोधक आणि दिशादर्शक उचलले.

''अर्थात, ती किल्ली माझ्याजवळ आहेच.'' मेलनी म्हणाली.

दारातून बाहेर पडता पडता मेलनीनं कॅन्डेसला सांगितलं, की तिनं जेवणाचे काही पदार्थ बरोबर घेतलेत.

''मस्त !'' कॅन्डेस म्हणाली, ''मला प्रचंड भूक लागलीय.''

''एक सेकंद थांबा..'' जिन्यापाशी पोचल्यावर केविन म्हणाला, ''एक गोष्ट आताच माझ्या लक्षात आली. काल आपला पाठलाग झाला असला पाहिजे. आपल्याला त्यांनी आश्चर्याचा जो धक्का दिला, त्याचं हे एकच कारण असू शकतं.

अर्थात, त्याचा अर्थ माझा पाठलाग झाला असला पाहिजे असाच होतो. कारण बर्ट्राम एडवर्ड्सशी मीच धुराच्या परिस्थितीबद्दल बोललो होतो.''

''हा मुद्दा खरंच बरोबर वाटतोय.'' मेलनी म्हणाली.

एक क्षणभर ते तिघं एकमेकांकडे पाहत राहिले.

''आपण काय करावं?'' कॅन्डेसनं विचारलं, ''आज आपल्याला पाठलाग व्हायला नकोय.''

''पहिली गोष्ट म्हणजे आपण माझी गाडी घेऊन चालणार नाही.'' केविन म्हणाला, ''मेलनी, तुझी गाडी कुठे आहे? आज हवा कोरडी आहे, त्यामुळे फोर व्हील ड्राईव्हवाली गाडी नसली तरी चालेल.''

''माझी गाडी खाली पार्किंग लॉटमध्ये आहे.'' मेलनी म्हणाली, ''मी आत्ता प्राणिकेंद्रातून येताना तिच्यातूनच आले.''

''तुझा कोणी पाठलाग करत होतं?''

''काही कल्पना नाही.'' मेलनी म्हणाली, ''मी बघत नव्हते.''

''हं...'' केविननं थोडा विचार केला, ''मला अजूनही वाटतं, की इतर कोणाचा नाही केला तरी माझा पाठलाग ते नक्कीच करतील. तेव्हा, मेलनी, तू असं कर; खाली गाडीत जाऊन बस आणि सरळ घरी जा.''

''आणि तुम्ही दोघं काय करणार?''

''तळघरात थेट पॉवर स्टेशनकडे जाणारा एक बोगदा आहे. तू पाचएक मिनिटं घरी थांब आणि मग आम्हाला घ्यायला पॉवर स्टेशनपाशी ये. तिथे कडेला पार्किंग लॉटमध्ये उघडणारं एक दार आहे. तुला माहीत आहे ना ते दार?''

''असं वाटतंय.'' मेलनी म्हणाली.

''ठीक आहे तर मग.'' केविन म्हणाला, ''तिथेच भेटू आपण.''

पहिल्या मजल्यावरच ते वेगवेगळ्या दिशांनी चालू लागले. मेलनी दुपारच्या तळपत्या उन्हात बाहेर पडली आणि कॅन्डेस आणि केविन तळघराचा जिना उतरायला लागले.

पंधरा मिनिटं चालल्यावर कॅन्डेस म्हणाली, ''बोगद्यांचा हा एक भुलभुलैय्याच आहे.''

''इथली सगळी वीज इथे एकाच ठिकाणी निर्माण केली जाते.'' केविन म्हणाला, ''हे बोगदे सगळ्या मुख्य इमारतींना जोडलेले आहेत. फक्त प्राणिकेंद्राशी याचा काही संबंध नाही. त्यांचं स्वत:चं वेगळं पॉवर हाऊस आहे.''

''इथे एखादा माणूस सहज हरवून जाईल.'' कॅन्डेस म्हणाली.

''मीच हरवलो होतो ना !'' केविन म्हणाला, ''आणि एकदा नाही तर अनेकदा. पण पावसाळ्याच्या दिवसांत हे बोगदे फार सोयीचे पडतात. ते कोरडेही असतात

आणि थंडही.''

ते जसजसे पॉवर स्टेशनच्या जवळ यायला लागले, तसतसा त्यांना विद्युत जनित्रांचा आवाज ऐकू येऊ लागला आणि त्यामुळे होणारी थरथरही जाणवायला लागली. एका लोखंडी जिन्यावरून ते पार्किंग लॉटच्या त्या कडेच्या दाराकडे आले. ते दिसल्याबरोबर एका मलापा झाडाच्या सावलीत गाडीत थांबलेली मेलनी गाडी घेऊन त्यांच्याकडे आली आणि तिनं त्यांना गाडीत घेतलं.

केविन मागच्या सीटवर बसला. तर कॅन्डेस मेलनीशेजारी पुढे बसली. मेलनीनं लगेच गाडी चालू केली. बाहेर खूप गरम आणि शंभर टक्के आर्द्रता असल्यामुळे आतलं वातानुकूलन खूपच सुखावह वाटत होतं.

''संशयास्पद असं काही दिसलं?'' केविननं विचारलं.

''काहीच नाही.'' मेलनी म्हणाली, ''आणि काही वेळ मी उगाचच इकडेतिकडे फिरले. कोणीही माझा पाठलाग करत नाहीये. माझी त्याबद्दल नव्याण्णव टक्के खात्री आहे.''

केविननं मेलनीच्या होंडा गाडीच्या मागच्या खिडकीतून मागे पडणाऱ्या पॉवर हाऊसच्या आसपासच्या भागावर एकदा नजर टाकली. वळणावरून वळल्यावर ते दिसेनासं झालं. कोणी माणसंही त्याला दिसली नाहीत किंवा एखादी गाडीही मागावर येताना दिसली नाही.

''आत्ता तरी परिस्थिती ठीक वाटतेय.'' केविन म्हणाला. आपलं डोकं दिसू नये म्हणून मागच्या सीटवर तो थोडा खाली सरकून बसला.

मेलनीनं शहराचं उत्तरेचं टोक ओलांडलं. तेवढ्यात कॅन्डेसनं सँडविचेस काढली.

''हं... अगदीच वाईट नाहीयेत.'' गव्हाच्या ब्रेडवरच्या ट्यूना फिशच्या सँडविचचा एक घास खात कॅन्डेस म्हणाली.

''प्राणिकेंद्राच्या कँटीनमधून मी ते बनवून घेतले.'' मेलनीनं सांगितलं, ''त्या पिशवीच्या तळाशी ड्रिंक्स आहेत.''

''केविन, तुला काही हवंय?'' कॅन्डेसनं विचारलं.

''दे ना काहीतरी...'' केविन म्हणाला. तो आपल्या जागेवर होता तसाच बसून राहिला. कॅन्डेसनं त्याला पुढच्या दोन सीट्सच्या मधून एक सँडविच आणि एक सॉफ्ट ड्रिंक दिलं.

लवकरच ते शहराच्या उत्तरेला असलेल्या खेडेगावाकडे जाणाऱ्या रस्त्यावरून जायला लागले. केविन खाली सरकून बसलेला असल्यामुळे त्याला रस्त्याच्या कडेच्या झाडांचे शेंडे आणि त्यांच्यामधून दिसणारा निळ्या आभाळाचा पट्टा एवढंच फक्त दिसत होतं. एवढे दिवस फक्त आभ्राच्छादित आभाळ आणि पाऊस बघितल्यानंतर आता सूर्यदर्शन फारच चांगलं वाटत होतं.

थोडं पुढं आल्यानंतर केविननं विचारलं, ''कोणी आपल्या मागावर आहे?''

मेलनीनं मागे पाहायच्या आरशावर नजर टाकली. ''मला तर गाडीबिडी काही दिसत नाहीये,'' ती म्हणाली.

आता त्या रस्त्यावर वाहनांची रहदारी अजिबातच नव्हती. पण डोक्यावर गाठोडी घेऊन चाललेल्या स्थानिक बायका मात्र बऱ्याच दिसत होत्या.

खेडेगावातल्या एका जनरल स्टोअर्सच्या पार्किंग लॉटमधून ते सरळ पुढे गेले. बेटाच्या पुलाच्या भागाकडे जाणाऱ्या कच्च्या रस्त्याला लागल्यावर केविन सरळ होऊन बसला. आता आपल्याला कोणी पाहील ही भीती त्याला वाटत नव्हती. तरीही थोड्या थोड्या वेळानं मागे बघून तो आपला पाठलाग होत नाहीये ना, याची खात्री करून घेत होता. त्यानं त्या मुलींजवळ कबूल केलं नसलं, तरी तो अतिशय घाबरलेला होता.

''काल आपण ज्या ओंडक्यावर धडपडलो तो येईलच एवढ्यात.'' केविननं मेलनीला सावध केलं.

''पण त्या लोकांनी आपल्याला परत आणलं, तेव्हा आपण त्याच्यावरून गेलो नाही.'' मेलनी म्हणाली, ''त्यांनी तो हलवला असला पाहिजे.''

''तुझं म्हणणं बरोबर दिसतंय.'' केविन म्हणाला. मेलनीला आठवत होतं याचं त्याला कौतुक वाटलं. रात्रीच्या मशीनगनच्या त्या फैरीनंतर त्याला स्वत:ला रात्रीच्या गोष्टी नीटशा आठवत नव्हत्या.

इच्छित स्थळाच्या जवळ येत चाललोय असं पाहिल्यावर केविन थोडा पुढे सरकून बसला आणि समोरच्या काचेतून बाहेर पाहू लागला. दुपारची वेळ असूनही दाट जंगलामुळे रस्त्यावर उजेड खूपच कमी होता. काल संध्याकाळी जेवढा प्रकाश होता, तेवढाच आत्ता आहे असं वाटत होतं. दोन भिंतीच्या मधून गाडी जातेय असं वाटत होतं.

मैदानात आल्यावर ते थांबले. पुलाची यंत्रणा असलेलं ते गॅरेज त्यांच्या डाव्या बाजूला होतं, तर पाण्याकडे आणि पुलाकडे जाणारी पायवाट उजवीकडे होती.

''मी गाडी पुलापर्यंत घेऊ का?'' मेलनीनं विचारलं.

केविनची खिन्नता आणखीच वाढली. रस्ता संपतोय असं वाटलं, की त्याला काळजी वाटायला लागायची. पाण्याच्या काठापर्यंत गाडी न्यावी का, यावर त्यानं थोडा विचार केला. पण मग पुढे वळायला कदाचित जागा मिळाली नसती आणि त्यांना रिव्हर्समध्ये मागे यावं लागलं असतं.

''मला वाटतंय की गाडी इथेच ठेवावी.'' केविन म्हणाला, ''पण उतरण्यापूर्वी गाडी वळवून ठेव.''

केविनला वाटलं होतं की यावर मेलनी नक्की काहीतरी वाद घालेल. परंतु तिनं काहीही न बोलता गाडी वळवायला सुरुवात केली. काल जिथे त्यांच्यावर गोळीबार

झाला होता, त्या ठिकाणावरून आता त्यांना पुढे जायला लागणार होतं हे त्या तिघांच्याही लक्षात आलेलं होतं. पण त्या विषयावर कोणीही चकार शब्दसुद्धा बोललं नाही.

मेलनीनं तीनदा गाडी वळवून रस्त्याकडे तोंड करून ठेवली. ''चला मंडळी, इथपर्यंत तर आलो आपण.'' ती खुशीनं म्हणाली. तिनं गाडीचा इमर्जन्सी ब्रेक लावून ठेवला. ती सगळ्यांचा मूड थोडा सुधारण्याचा प्रयत्न करत होती, पण ते सगळेच प्रचंड ताणाखाली होते.

''आताच माझ्या डोक्यात एक कल्पना आलीय. मला स्वत:लाच ती काही फारशी चांगली वाटत नाहीये....'' केविन म्हणाला.

''आता आणखी काय?'' मागे बघायच्या आरशातून त्याच्याकडे पाहत मेलनीनं विचारलं.

''मला तरी वाटतं, मी एकट्यानं हळूच पुलापर्यंत जाऊन तिथे कोणी नाहीये ना, याची खात्री करून घ्यावी.'' केविन म्हणाला.

''कोण असणार आहे तिथे आत्ता?'' मेलनीनं विचारलं; पण आपल्याला नको असलेलं कोणीतरी तिथे असण्याची शक्यता आहे, असं तिलाही जाणवलं होतंच.

अंगात असलेलं नसलेलं सगळं धैर्य एकवटण्यासाठी केविननं एक खोल श्वास घेतला. ''का?.. कोणीही असू शकेल.'' तो म्हणाला, ''अगदी अल्फोन्स किंबादेखील असू शकतो.'' त्यानं आपली पँट वर ओढली आणि तो चालायला लागला.

पाण्याकडे जाणाऱ्या या रस्त्याच्या दुतर्फा एवढी गर्द झाडी होती, की नुकत्या लागलेल्या कच्च्या रस्त्यापेक्षाही तो अधिकच बोगद्यासारखा वाटत होता. केविन त्या बोगद्यात शिरल्याबरोबर तो रस्ता उजवीकडे वळला. झाडांच्या आणि वेलींच्या कमानीनं पुष्कळसा प्रकाश अडवला होता. मध्ये असलेली झाडंही एवढी उंच होती, की त्यांच्यामुळे एका पायवाटेचे दोन वाटा असल्यासारखे भाग झाले होते.

पहिल्या वळणावरून वळल्यावर केविन थांबला. ओल्या जमिनीवर होत असलेल्या धावणाऱ्या बुटांचा आवाज आणि एकमेकींवर आपटणाऱ्या धातूच्या वस्तूंचा आवाज त्याला स्पष्ट ऐकू आला. त्याच्या पोटात भीतीचा गोळा उठला. पुढे तो रस्ता डावीकडे वळत होता. केविन श्वास रोखून तिथेच उभा राहिला. पुढच्याच क्षणी गणवेश घातलेल्या इक्वेटोगिनीयन शिपायांचा एक गट वळणावरून वळून त्याच्याच दिशेनं येत असलेला त्याच्या नजरेला पडला. त्या सर्वांच्या हातात चिनी रायफली होत्या.

केविन टाचांवरच गर्रकन मागे वळला आणि यापूर्वी कधीही धावला नसेल एवढ्या वेगानं त्या पायवाटेवरून धावायला लागला. मैदानात पोचल्याबरोबर त्यानं लांबूनच ओरडून मेलनीला तिथून ताबडतोब निघायचंय असं सांगितलं. तो कसाबसा गाडीपाशी पोचला. त्यानं घाईनं मागचं दार उघडलं आणि स्वत:ला आत झोकून दिलं.

मेलनी गाडी सुरू करायचा प्रयत्न करत होती. ''काय झालं?'' तिनं किंचाळत विचारलं.

“शिपाई !” केविन खेकसला, “त्यांची एक तुकडीच आहे... !”

शेवटी एकदाची गाडी चालू झाली आणि त्याचवेळी ते शिपाई मैदानात पोचले. मेलनीनं ॲक्सेलरेटरवर पाय दाबला, तेव्हा त्यांच्यापैकी एकजण काहीतरी ओरडल्याचं त्यांना ऐकू आलं.

ती छोटीशी गाडी उडी मारल्यासारखी जोसात पुढे धावू लागली. मेलनी स्टिअरिंग व्हीलशी झगडत होती. मागून बंदुकीच्या फैरी झाडल्याचा आवाज आला आणि होंडाच्या मागच्या काचेचे लक्षावधी तुकडे झाले. केविन मागच्या सीटवर जवळजवळ आडवा झाला. कॅन्डेसच्या बाजूची खिडकीही फुटली. तशी ती जोरात ओरडली.

मैदान संपल्याबरोबर लगेचच तो रस्ता डावीकडे वळत होता. तेवढं वळण पार केल्यावर मेलनीनं गाडी सुसाट वेगानं चालवायला सुरुवात केली. ते जेमतेम सत्तर यार्ड गेले असतील नसतील, तोच गोळ्यांची आणखी एक फैर झाडल्याचा आवाज आला. कशाही मारलेल्या त्या गोळ्यांपैकी काही त्यांच्या गाडीवरून सूं सूं करत वेगानं जात होत्या. मेलनीनं गाडी आणखी एका बारक्या वळणावरून पुढे काढली.

“बाप रे !” अंगावर पडलेल्या मागच्या खिडकीच्या काचा झटकत केविन म्हणाला.

“आता मात्र मी खरंच रागावलेय हं.” मेलनी म्हणाली, “या गोळ्या म्हणजे थेट आपल्या डोक्यांवरच मारल्या होत्या. मागच्या खिडकीची अवस्था काय झालीय ती बघ ना !”

“मला वाटतं, मी आता यातून संपूर्ण माघार घ्यावी.” केविन म्हणाला, “या शिपायांची मला नेहमीच भीती वाटायची आणि आत्ता मला समजलं, ती भीती का वाटत होती ते.”

“मला वाटतं की पुलाची किल्ली मिळाल्याचा आपल्याला काही फारसा उपयोग होणार नाहीये.” कॅन्डेस म्हणाली, “ती मिळवण्यासाठी आपण केलेले सगळे कष्ट वायाच गेले म्हणायचे.”

“हे फारच चीड आणणारं आहे.” मेलनीनं सहमती दाखवली, “आपल्याला काहीतरी पर्यायी योजना तयार करावी लागणार.”

“मी आता झोपणार आहे.” केविन म्हणाला.

त्याचा या मुलींवर विश्वासच बसत नव्हता. त्यांना जणू काही कुठल्याच गोष्टीची भीती वाटत नव्हती. त्यानं आपल्या छातीवर हात ठेवला. यापूर्वी कधीच त्याचं हृदय एवढ्या जोरानं धडधडलं नव्हतं.

□□

१४

मार्च ६, १९९७
सकाळी ६ वाजून ४५ मिनिटे
न्यूयार्क

फर्स्ट ॲव्हेन्यू आणि तिसाव्या रस्त्याच्या चौकातला हिरवा दिवा जॅकनं वेगानं ओलांडला आणि तो जोरातच पुढे जायला लागला. शवागाराच्या आवारात शिरल्यावरदेखील शेवटच्या मिनिटापर्यंत त्यानं सायकलला ब्रेक लावला नाही. काही सेकंदातच सायकलला कुलपं लावून तो रात्रीची गुन्हे अन्वेषक, जॅनिस जेगरच्या ऑफिसकडे निघाला.

त्याला कसलीतरी खूप घाई असल्यासारखं वाटत होतं. तो तरंगणारा मृतदेह कार्लो फ्रँकोनीचाच आहे असं जवळजवळ नक्की समजल्यापासून जॅकला झोपच लागली नव्हती. तो रात्रभर एकसारखे जॅनिसला फोन लावत होता. शेवटी त्यानं तिला मॅनहटन जनरल हॉस्पिटलमधून (MGH) कार्लो फ्रँकोनीच्या सर्व रेकॉर्ड्सच्या प्रती मागवायला सांगितलं. फ्रँकोनीला मॅनहटन हॉस्पिटलमध्ये काही काळ उपचारांसाठी ठेवण्यात आलं होतं, असं तिच्या प्राथमिक चौकशीतून निष्पन्न झालं होतं.

जॅकनं तिला बार्ट अर्नोल्डच्या फाईलमधून युरोपमधल्या मानवी अवयवारोपण करणाऱ्या सर्व संस्थांचे फोन नंबर्सही घेऊन ठेवायला सांगितलं. त्यांच्या वेळात सहा तासांचा फरक असल्यामुळे पहाटे तीननंतर त्यानं त्या सर्वांना फोन लावायला सुरुवात केली. नेदरलँड्समधील

'युरो ट्रान्सप्लँट फाउंडेशन' नावाच्या संस्थेत त्याला विशेष रस वाटत होता. अलीकडेच यकृतारोपण केलेल्या कार्लो फ्रँकोनी नावाच्या माणसाचं रेकॉर्ड त्यांच्याकडे नाहीये हे समजल्यावर त्यानं सगळ्या राष्ट्रीय संस्थांना फोन लावले. त्यामध्ये फ्रान्स, इंग्लंड, इटली, स्वीडन, हंगेरी आणि स्पेन या देशांचा समावेश होता. कार्लो फ्रँकोनीचं नावही त्यांच्यापैकी कोणाला ठाऊक नव्हतं. सगळ्यावर कडी म्हणजे त्या सर्वांनी त्याला सांगितलं, की त्यांच्या स्वत:च्याच देशातले नागरीक असल्या शस्त्रक्रियांसाठी प्रतीक्षा यादीत थांबलेले आहेत. त्यामुळे एखाद्या परदेशी माणसाला ही सुविधा उपलब्ध करून दिली जाणं, हे जरा अशक्यच आहे.

काही तासच झोप झाल्यानंतर जॅकला आपोआप जाग आली होती. त्याची उत्सुकता त्याला स्वस्थ झोपू देत नव्हती. जॅनिसनं जमवलेली माहिती बघण्यासाठी लवकर शवागारात जावं असा निर्णय त्यानं शेवटी घेतला.

''बाप रे ! तुला खरंच फारच उत्सुकता वाटतेय हं...'' जॅक जॅनिसच्या ऑफिसमध्ये शिरल्याबरोबर ती म्हणाली.

''ही केस गुन्ह्यांचा शोध लावणाऱ्या शास्त्राची टिंगल करतेय, असं मला वाटायला लागलंय.'' जॅक म्हणाला, ''तुला सांगितलेल्या एम्‌जीएच्‌च्या कामाचं काय झालं?''

''मला भरपूर कागदपत्रं मिळालीयत.'' जॅनिस म्हणाली, ''गेल्या काही वर्षांत अनेक वेळा मि. फ्रँकोनीला या हॉस्पिटलमध्ये राहावं लागलं. बहुतेक वेळा त्याच्यावर हेपटायटिस आणि सिऱ्हॉसिससाठी उपचार केले गेले.''

''हां, म्हणजे आता हे कथानक चांगलं जुळत चाललंय.'' जॅक म्हणाला, ''सर्वात शेवटी तो केव्हा त्या हॉस्पिटलमध्ये गेला होता?''

''जवळजवळ दोन महिन्यांपूर्वी.'' जेनिस म्हणाली, ''पण यात कुठेही अवयवारोपणाचा उल्लेख नाही. म्हणजे ते करावं लागेल असं यात एके ठिकाणी म्हटलंय, पण एम्‌जीएच्‌मध्ये तरी ते केलं गेल्याची काही नोंद नाही.'' तिनं जॅकच्या हातात एक जाडजूड पाकीट दिलं.

आपल्या हातात ते पाकीट तोलत जॅक हसला. ''मला बरंच वाचन करावं लागणार असं दिसतंय.''

''मला तरी त्यात त्याच गोष्टी परत परत लिहिल्या आहेत असं वाटलं.'' जॅनिस म्हणाली.

''त्याचे डॉक्टर कोण होते?'' जॅकनं विचारलं, ''तो एकाच डॉक्टरांकडून उपचार करून घेत होता, की वेगवेगळ्या डॉक्टरांकडे गेला होता?''

''बहुतेक वेळा एकाच डॉक्टरांकडे गेलेला दिसतोय.'' जॅनिस म्हणाली, ''चौसष्टाव्या आणि पासष्टाव्या रस्त्यांच्या मध्ये असलेल्या फिफ्थ ॲव्हेन्यूवरील

डॉ. डॅनियल लेविट्झ यांच्याकडे. तुला मी आताच दिलेल्या पाकिटावर त्यांचा फोन नंबर लिहिलेला आहे.''

''तू भलतीच कार्यक्षम आहेस हं.'' जॅक म्हणाला.

''मी माझ्यापरीनं सगळे प्रयत्न करते.'' जॅनिस म्हणाली, ''अवयवारोपण करणाऱ्या त्या युरोपियन संस्थांकडून काही माहिती मिळाली?''

''काहीच नाही.'' जॅक म्हणाला, ''बार्ट आला रे आला, की त्याला मला फोन करायला सांग. आपल्याला आता रुग्णाचं नाव कळल्यामुळे देशातीलच ट्रान्सप्लँट केंद्रांना परत फोन करून विचारायला हवं.''

''मी जाईपर्यंत जर बार्ट आला नाही, तर मी त्याच्या डेस्कवर त्याच्यासाठी चिठ्ठी लिहून ठेवते.'' जॅनिस म्हणाली.

संपर्क विभागातून आय् डी रूमकडे जाताना जॅक चक्क शीळ घालत होता. कॉफीची चव आताच त्याच्या जिभेवर यायला लागली होती. कॉफीच्या पहिल्या कपानं त्याला नेहमीच हुशारी वाटायची. पण तो तिथे पोचला तेव्हा त्याच्या असं लक्षात आलं, की तो फारच लवकर आला होता. व्हिनी अमेंडोला अजून कॉफी तयार करत होता.

''जरा लवकर कॉफी बनव, बरं का.'' जॅक म्हणाला. व्हिनी ज्या टेबलावर पेपर वाचत बसायचा, त्याच्यावर त्यानं आपल्या हातातलं जाड पाकीट टाकलं. ''आज सकाळी मला खूप कामं आहेत.''

व्हिनीनं यावर काहीच उत्तर दिलं नाही. हे त्याच्या नेहमीच्या स्वभावाला धरून नव्हतं; आणि जॅकच्या ते लक्षातही आलं. ''अजूनही तू वाईट मूडमध्येच दिसतोयस!'' तो म्हणाला.

तरी व्हिनी काही बोलला नाही. पण जॅकचं लक्ष आता दुसरीकडे वेधलं गेलं. त्याला व्हिनीच्या पेपरातली मुख्य बातमी दिसली : *फ्रँकोनीचा मृतदेह सापडला.* या शीर्षकाखाली याहून थोड्या लहान अक्षरात छापलं होतं : *''ओळख पटण्यापूर्वी चोवीस तास फ्रँकोनीचा मृतदेह सरकारी डॉक्टरांच्या दवाखान्यात सडत पडला होता.''*

जॅक ती बातमी वाचण्यासाठी खाली बसला. नेहमीप्रमाणे ती उपरोधिक सुरात लिहिलेली होती. या शहरातले सरकारी डॉक्टर्स किती गबाळे आहेत, असा अर्थ त्यातून ध्वनित होत होता. त्या वार्ताहराजवळ ही बातमी लिहिण्याएवढा सगळा मजकूर होता, पण त्या मृतदेहाची ओळख पटू नये म्हणून हेतुपुरस्सर त्याचे हात आणि डोकं तोडण्यात आलं होतं हे मात्र त्याला समजलेलं दिसत नव्हतं. ही गोष्ट विशेष महत्त्वाची होती. त्याचप्रमाणे त्याच्या वरच्या उजव्या भागात मारलेल्या एअर रायफलच्या गोळ्यांचाही कुठेच उल्लेख नव्हता.

कॉफी करून झाल्यावर व्हिनी, जॅक पेपर वाचत होता त्या डेस्कच्या शेजारी येऊन उभा राहिला. आपलं वजन एका पायावरून दुसऱ्या पायावर टाकत तो थोडा

वेळ तसाच अस्वस्थपणे उभा होता. शेवटी एकदा जॅकनं जेव्हा मान उचलून वर बघितलं, तेव्हा तो चिडून म्हणाला, ''मला माझा पेपर परत मिळेल का?''

''तू ही बातमी वाचलीस?'' त्याच्या तोंडासमोर पेपर धरत जॅक म्हणाला.

''हो, मी बघितली ती.'' विनी म्हणाला.

''याचं तुला आश्चर्य नाही वाटलं? काल आपण शवविच्छेदन करत होतो, तेव्हा तो मृतदेह म्हणजे हरवलेला फ्रँकोनी असेल असा संशय तुला आला होता?'' जॅकनं विचारलं.

''नाही, मला कसा संशय येणार?'' व्हिनीनं उलट विचारलं.

''तुला संशय यायला हवा होता असं मी म्हणत नाहीये...'' जॅक म्हणाला, ''फक्त आला का तेवढं विचारतोय.''

''नाही.'' व्हिनी म्हणाला, ''मला माझा पेपर परत दे पाहू. तू स्वत: का पेपर विकत घेत नाहीस? नेहमी माझा घेऊन वाचत असतोस.''

जॅक उठून उभा राहिला. त्यानं व्हिनीचा पेपर त्याच्याकडे सरकवला आणि जॅनिसनं दिलेलं बंडल उचललं. ''तू हल्ली फार विचित्र वागतोयस हं. तुला सध्या सुट्टीची गरज आहे असं मला वाटायला लागलंय. भराभर म्हातारा होत चाललायस तू बहुतेक.''

''असू दे. कमीत कमी तुझ्यासारखा फुकट्या तर नाही ना मी?'' व्हिनी म्हणाला. त्यानं आपला पेपर उचलला आणि जॅकनं विस्कटलेली पानं नीट लावली.

जॅक कॉफी मशीनकडे गेला आणि त्यानं स्वत:साठी कप भरून कॉफी ओतून घेतली. ती घेऊन तो नियोजनाच्या डेस्ककडे गेला. चवीनं कॉफीचे घुटके घेत त्यानं फ्रँकोनीच्या हॉस्पिटलमधील नोंदी चाळायला सुरुवात केली. प्रथम त्याला सगळी प्राथमिक माहिती हवी होती. म्हणून त्यानं प्रत्येक वेळी त्याला दिलं गेलेलं डिस्चार्ज कार्ड बघायला सुरुवात केली. जॅनिसनं सांगितल्याप्रमाणे बहुतेक वेळा त्याला यकृताच्या आजारासाठीच हॉस्पिटलमध्ये भरती व्हावं लागलं होतं. इटलीत नेपल्समध्ये त्याला हेपटायटिसचा पहिला झटका आला होता.

तेवढ्यात लॉरी आली. आपला कोटदेखील काढण्यापूर्वी तिनं जॅकला 'पेपर पाहिलास का?' 'सकाळच्या बातम्या ऐकल्यात का?' म्हणून विचारलं. जॅकनं तिला 'पोस्ट' बघितल्याचं सांगितलं.

''तुझा उद्योग दिसतोय हा !'' आपल्या कोटाची घडी करून तो खुर्चीवर ठेवत लॉरी म्हणाली.

''कशाबद्दल बोलते आहेस तू?''

''तुला मिळालेला तरंगणारा मृतदेह फ्रँकोनीचा आहे, हा आपण केलेला अंदाज बाहेर फुटला कसा?'' लॉरीनं विचारलं.

जॅक अविश्वासानं थोडा हसला. ''तू हे विचारतेस तरी कसं याचंच मला आश्चर्य वाटतंय... असलं काहीतरी मी कशाला करेन?''

''ते काही मला ठाऊक नाही, पण काल मात्र तू खूपच चुळबुळ करत होतास. त्यामुळे मला आपलं तसं वाटलं.....'' लॉरी म्हणाली, ''मला काही तुला दुखवायचं नव्हतं, मला फक्त ते एवढ्या लवकर पेपरात छापून आल्यामुळे फार आश्चर्य वाटलं.''

''आपण दोघांनीही ते बाहेर सांगितलेलं नाही.'' जॅक म्हणाला, ''याचा अर्थ ते लूनं सांगितलं असणार.''

''त्यानं सांगितलं असेल, तर मला तू सांगितलं असतंस तर वाटलं असतं त्यापेक्षाही अधिक आश्चर्य वाटेल.'' लॉरी म्हणाली.

''का? असं का?'' जॅकनं विचारलं. तो थोडा दुखावल्यासारखा वाटला.

''मागच्या वर्षी प्लेगची बातमी तूच बाहेर फोडली होतीस.'' लॉरी म्हणाली.

''त्या वेळची परिस्थिती संपूर्णपणे वेगळी होती.'' जॅक आपला बचाव करत म्हणाला, ''लोकांचे जीव वाचवण्यासाठी तेव्हा ते करणं आवश्यकच होतं.''

''ठीक आहे. तू चिडू नकोस बाबा.'' लॉरी म्हणाली. विषय बदलण्यासाठी तिनं विचारलं, ''आज कसल्या कसल्या केसेस् आल्या आहेत आपल्याकडे?''

''ते काही मी अजून बघितलं नाही.'' जॅकनं कबुली दिली, ''पण तो गठ्ठा तरी काही फारसा मोठा दिसत नाहीये आणि माझी तुला एक विनंती आहे. शक्य असेल तर आज मला लिखाण करायला वेळ हवाय. खरं म्हणजे संशोधन करायला असंच म्हणायला हवं.''

लॉरीनं खाली वाकून शवविच्छेदनाची पाकिटं मोजायला सुरुवात केली. ''फक्त दहाच केसेस् आहेत. काहीच अडचण नाही.'' ती म्हणाली, ''मला वाटतंय, मी यापैकी फक्त एकच करीन. आता फ्रँकोनीचा मृतदेह परत आलाय, तर तो मुळात इथून बाहेर गेलाच कसा हे शोधण्यात मला आता अधिकच इंटरेस्ट वाटायला लागलाय. त्यावर मी जेवढा अधिक विचार करते, तेवढं मला असं वाटायला लागलंय, की हे काम आतल्याच कोणाचं तरी असलं पाहिजे...''

काहीतरी पडल्याचा मोठा आवाज झाला आणि पाठोपाठ भरपूर शिव्या दिलेल्या ऐकू आल्या. लॉरी आणि जॅक दोघेही वळून व्हिनीकडे पाहायला लागले. तो उडी मारून उभा राहिला होता. त्याची सगळी कॉफी त्याच्या अंगावर आणि डेस्कवर सांडली होती.

''आज व्हिनीकडे जरा जास्त लक्ष दे बरं का.'' जॅकनं लॉरीला सूचना दिली. ''आज परत तो अगदी वाईट मूडमध्ये आहे.''

''व्हिनी, तू ठीक आहेस का?'' लॉरीनं त्याला ओरडून विचारलं.

''हं, मी ठीक आहे.'' व्हिनी म्हणाला. पेपर नॅपकिन्स घेण्यासाठी तो वेडावाकडा चालत कॉफीच्या टेबलापाशी गेला.

"मला एक गोष्ट समजली नाही, की फ्रँकोनी परत आल्यामुळे तुला त्याच्या नाहीसं होण्यात अधिक इंटरेस्ट का वाटायला लागला?" जॅकनं विचारलं.

"त्याचं मुख्य कारण आहे, तुला शवविच्छेदन करताना सापडलेल्या काही गोष्टी." लॉरी म्हणाली, "प्रथम मला वाटलं होतं, की ज्या कोणी तो मृतदेह चोरलाय तो केवळ सूडबुद्धीनं तसं वागतोय. म्हणजे त्या माणसाचे अंत्यसंस्कार व्यवस्थित होऊ नयेत अशी त्या खुनी व्यक्तीची इच्छा असेल किंवा असंच काहीतरी. पण आता मात्र असं वाटतंय, की त्या मृतदेहाचं यकृत नाहीसं करून टाकण्यासाठी त्याला बाहेर नेलं गेलं होतं. हे फारच विचित्र आहे. आधी मला वाटलं होतं, की तो मृतदेह बाहेर कसा गेला हे शोधणं हेच एक आव्हान आहे. आता मला असं वाटतंय, की तो मृतदेह कसा बाहेर गेला हे जर आपल्याला समजलं, तर ते कोणी केलं तेही आपल्याला शोधून काढता येईल."

"लू जे म्हणत होता, की तुझी वेगवेगळ्या गोष्टींचे एकमेकांशी संबंध जोडण्याची जी कला आहे, त्यामुळे त्याला आपण अडाणी असल्यासारखं वाटायला लागतं, त्याचा अर्थ आता माझ्या लक्षात यायला लागलाय..." जॅक म्हणाला, "फ्रँकोनीचा मृतदेह नाहीसा होण्याच्या रहस्यामध्ये 'कसा' पेक्षा 'का' अधिक महत्त्वाचा आहे, असं मलाही वाटत होतं. तू आत्ता जे सुचवते आहेस, त्यानुसार त्या दोन्ही गोष्टी एकमेकांशी संबंधितच आहेत."

"अगदी बरोबर." लॉरी म्हणाली, " 'कसा'वरून आपल्याला 'कोण' ते समजेल आणि 'कोण'मुळे 'का'चं स्पष्टीकरण मिळेल."

"आणि हे कृत्य आतल्याच कोणाचं तरी आहे असंही तुला वाटतंय?" जॅकनं विचारलं.

"हो, तसंच वाटतंय." लॉरी म्हणाली, "आतल्या कोणीतरी त्यांना मदत केल्याशिवाय त्यांना तो मृतदेह इथून बाहेर नेताच आला नसता. पण ते कसं केलं असेल याबद्दल मात्र मला काहीच अंदाज बांधता येत नाहीये."

सिग्फ्रीडशी फोनवर बोलणं झाल्यानंतर अखेर रेमंडना आपल्या मेंदूवर होत असलेला झोपेच्या दोन गोळ्यांचा परिणाम जाणवू लागला. पहाटेच्या उरलेल्या वेळात त्यांना स्वस्थ झोप लागली. त्यांना जाग आली तेव्हा सूर्यप्रकाश आत यावा म्हणून डार्लीन खिडक्यांचे पडदे उघडत होती. आठ वाजत आले होते. त्याचवेळी आपल्याला उठव, असं त्यांनी तिला सांगून ठेवलं होतं.

"आता बरं वाटतंय तुम्हाला, डिअर?" डार्लीननं विचारलं. त्यांची उशी सारखी करण्यासाठी तिनं त्यांना बसतं केलं.

"हो, आता चांगलंच बरं वाटतंय." रेमंड म्हणाले. झोपेच्या गोळ्यांमुळे त्यांना थोडंसं गुंगीत असल्यासारखं वाटत होतं.

“मी तुमचा आवडता नाश्ताही बनवलाय.” डार्लीन म्हणाली. कपाटाजवळ जाऊन तिनं पलंगावर वापरायचा वेताचा ट्रे उचलला. मग पलंगाजवळ येत तिनं तो रेमंडच्या मांडीवर ठेवला.

रेमंडचे डोळे एकदा त्या ट्रेवरून फिरले. त्यामध्ये ताजा काढलेला संत्र्यांचा रस, बेकनचे दोन तुकडे, एका अंड्याचं ऑम्लेट, टोस्ट आणि ताजी कॉफी होती. कडेच्या खिशात ताजा पेपर होता.

“कसा काय आहे नाश्ता?” डार्लीननं गर्वानं विचारलं.

“उत्कृष्ट !” रेमंड म्हणाले. त्यांनी पुढे होऊन तिचं चुंबन घेतलं.

“तुम्हाला आणखी कॉफी हवी असेल तर मला हाक मारा.” डार्लीन म्हणाली आणि ती त्या खोलीतून बाहेर पडली.

लहान मुलाच्या उत्सुकतेनं रेमंडनी टोस्टला लोणी लावलं आणि संत्र्याच्या रसाचा घोट घेतला. सकाळच्या वेळी कॉफी आणि बेकनच्या या सुंदर वासासारखी दुसरी कोणतीच गोष्ट या जगात चांगली नसेल, असं त्यांना आत्ता तरी वाटत होतं.

बेकन आणि ऑम्लेट दोन्हीची एकदम चव घेण्यासाठी त्यांनी दोन्हीचा एकत्र घास घेतला आणि मुख्य बातम्या वाचण्यासाठी पेपर उघडला.

अचानक तोंडातलं अन्न नकळत घशात जाऊन त्यांना जोराचा ठसका लागला. त्यांना एवढ्या जोरात खोकला आला की त्यांच्या मांडीवरचा वेताचा ट्रे त्या धक्क्यानं उडाला आणि खालच्या गालिच्यावर उलटा पडला.

डार्लीन धावतच खोलीत आली आणि हात चोळत उभी राहिली. रेमंडना खोकल्याची उबळ परत परत येत होती. त्यामुळे त्यांचा चेहरा टोमॅटोसारखा लालेलाल झाला.

“पाणी !” दोन उबळींच्या मध्ये ते कसेबसे म्हणाले.

डार्लीन पळतच आत गेली आणि ग्लासात पाणी घेऊन आली. रेमंडनी ग्लास घेतला आणि ते त्यातलं थोडं पाणी प्यायले. त्यांच्या तोंडात असलेलं बेकन आणि ऑम्लेट पलंगाभोवती वर्तुळाकार पसरलं होतं.

“तुम्हाला बरं वाटतंय का?” डार्लीननं विचारलं, “मी ९११ ला फोन करू का?”

“भलतीकडेच गेलं ते...” आपल्या घशाकडे बोट दाखवत रेमंड घोगऱ्या आवाजात म्हणाले.

रेमंडना पूर्ण बरं वाटेपर्यंत पाच मिनिटं गेली. तोपर्यंत त्यांचा घसा दुखायला लागला होता आणि आवाज घोगरा झाला होता. त्यांच्यामुळे झालेला बराचसा पसारा डार्लीननं आवरला होता. पांढऱ्या गालिच्यावरचे कॉफीचे डाग फक्त तसेच होते.

“तू आजचा पेपर पाहिलास का?” रेमंडनी डार्लीनला विचारलं.

तिनं नकारार्थी मान हलवल्यामुळे त्यांनी पेपर तिच्यासमोर उघडून धरला.

“बाप रे !” ती म्हणाली.

“बाप रे !” तिला चिडवल्यासारखं करत रेमंड उपरोधानं म्हणाले, “आणि तू मला म्हणत होतीस, मी अजून फ्रँकोनीची काळजी कशासाठी करतोय म्हणून !” रेमंडनी जोरजोरात तो पेपर चुरगळून टाकला.

“मग आता तुम्ही काय करणार?” डार्लीननं विचारलं.

“मला वाटतं, मला परत विनी डॉमिनिकला जाऊन भेटावं लागणार.” रेमंड म्हणाले, “त्यानं तर मला खात्रीपूर्वक सांगितलेलं होतं, की तो मृतदेह नाहीसा करण्यात आलेला आहे म्हणून. काय बेकार काम केलंय या माणसानं...!”

तेवढ्यात फोन वाजला आणि रेमंड ताड्कन् उठून बसले.

“मी फोन घेऊ का?” डार्लीननं विचारलं.

रेमंडनी मान हलवली. सकाळी एवढ्या लवकर कोणी फोन केला असेल याबद्दल त्यांना आश्चर्य वाटायला लागलं.

डार्लीननं फोन उचलला आणि आधी ‘हॅलो’ म्हटल्यानंतर तिनं बऱ्याच वेळा नुसतंच ‘हो, हो, हो’ असं म्हटलं. मग तिनं फोन होल्डवर ठेवला.

“डॉ. वॉलर अँडरसनचा फोन आहे.” डार्लीन हसत म्हणाली, “त्यांना आपल्या कार्यक्रमात यायचं आहे.”

रेमंडनी एक मोठा नि:श्वास सोडला. आपण श्वास रोखून धरलाय, हे तोपर्यंत त्यांच्या लक्षातच आलं नव्हतं. “त्यांना सांग की हे ऐकून आम्हाला बरं वाटलं. पण त्याबद्दल बोलण्यासाठी मी त्यांना नंतर फोन करीन.”

डार्लीननं तिला सांगितल्याप्रमाणे केलं आणि फोन बंद केला. “निदान ही तरी एक चांगली बातमी मिळाली.” ती म्हणाली.

रेमंडनी कपाळ चोळलं आणि मोठ्यानं गुरगुरल्यासारखा आवाज काढला. “कार्यक्रमाच्या या धंद्याच्या बाजूप्रमाणेच इतर गोष्टीही सुरळीत चालल्या असत्या, तर किती बरं झालं असतं...”

परत एकदा फोन वाजला. रेमंडनी डार्लीनला तो घेण्याची खूण केली.

‘हॅलो’ म्हणून नंतर कोण बोलतंय ते ऐकल्यावर तिच्या चेहऱ्यावरचं हास्य लोपलं. तिनं फोन होल्डवर टाकला आणि टेलर कॅबोट बोलतायत असं रेमंडना सांगितलं.

रेमंडनी मोठ्या कष्टानं आवंढा गिळला. आधीच दुखत असलेल्या त्यांच्या घशाला आता कोरडही पडली. त्यांनी पटकन एक घोटभर पाणी प्यायलं आणि फोन घेतला.

“हॅलो, सर !” ते कसंबसं म्हणाले. त्यांचा आवाज अजूनही घोगरा येत होता.

“मी माझ्या गाडीतल्या फोनवरून बोलतोय.” टेलर म्हणाले, “त्यामुळे मी

फार स्पष्ट बोलणार नाही. पण जी अडचण दूर झालीय असं मी समजत होतो, ती परत उपटल्याचं मला नुकतंच समजलंय. या प्रकाराबद्दल मी तुम्हाला पूर्वी जे सांगितलंय तेच अजूनही लागू आहे. मी काय बोलतोय ते तुम्हाला समजतंय असं मी गृहीत धरतो.''

''अर्थात, सर...'' रेमंड घाबऱ्या घाबऱ्या म्हणाले, ''मी...''

रेमंड बोलायचे थांबले. त्यांनी फोन कानापासून दूर केला आणि त्याच्याकडे पाहिलं. टेलरनी फोन मध्येच तोडला होता.

''आता मला याचीच गरज होती जणू काही.'' फोन डार्लीनला परत देत रेमंड म्हणाले, ''कॅबोटनी प्रकल्प बंद करण्याची धमकी परत एकदा दिलीय.''

रेमंडनी आपले पाय पलंगाच्या एका बाजूला घेतले. उठून अंगात गाऊन चढवताना कालची डोकेदुखी अजून थोड्या प्रमाणात चालूच असल्याचं त्यांना जाणवलं. ''विनी डॉमिनिकचा नंबर मला परत एकदा शोधायला हवा. आपल्याला आणखी एका चमत्काराची गरज आहे.''

आठच्या सुमारास लॉरी आणि इतर सर्वजण शवविच्छेदनासाठी 'पिट्'मध्ये हजर होते. कार्लो फ्रँकोनीच्या हॉस्पिटलमधल्या मुक्कामाचे तपशील वाचण्यासाठी जॅक मागे आय् डी रूममध्येच थांबला. बऱ्याच वेळानं एकदा घड्याळाकडे नजर टाकल्यावर त्याच्या अचानक लक्षात आलं, की मुख्य गुन्हे अन्वेषक बार्ट अर्नोल्डनं त्याला अजूनपर्यंत फोन केला नव्हता. तो आलाय की नाही ते पाहण्यासाठी जॅक गुन्हे विभागाकडे निघाला. बार्ट तिथे आलेला आहे हे बघितल्यावर त्याला खूप आश्चर्य वाटलं.

''आज सकाळी जॅनिस तुला भेटली नाही?'' जॅकनं विचारलं. बार्ट आणि जॅक चांगले मित्र होते. त्यामुळे सरळ त्याच्या ऑफिसात शिरताना जॅक अजिबात घुटमळला नाही.

''मी पंधरा मिनिटांपूर्वीच आलो.'' बार्ट म्हणाला, ''जॅनिस केव्हाच गेली.''

''तुझ्या डेस्कवर तिनं निरोपाची काही चिठ्ठी वगैरे ठेवलेली नव्हती?'' जॅकनं विचारलं.

आपल्या डेस्कवरच्या कागदांच्या ढिगाऱ्यामध्ये बार्ट शोधायला लागला. बार्टचं डेस्क जॅकच्या डेस्कसारखंच दिसत होतं. बार्टनं त्या सगळ्या पसाऱ्यातून एक चिठ्ठी बाहेर काढली आणि तो ती मोठ्यानं वाचायला लागला, ''महत्त्वाची गोष्ट. जॅक स्टेपलटनला आल्यानंतर ताबडतोब फोन करणे.'' त्याच्याखाली 'जॅनिस' अशी सही होती.

''सॉरी..'' बार्ट म्हणाला, ''मी ती थोड्या वेळानं बघितलीच असती...'' जॅकला सांगायला आपल्याकडे काहीच सबब नाहीये हे जाणवून तो ओशाळवाणं हसला.

"मला मिळालेला तरंगणारा मृतदेह बहुतेक कार्लो फ्रँकोनीचा आहे, ही बातमी तुला समजली असेलच." जॅक म्हणाला.

"मी ऐकलं खरं तसं काहीतरी." बार्ट म्हणाला.

"तेव्हा आता तू परत UNOS आणि इतरही सगळ्या केंद्रांना फोन लावून त्यांच्याकडे या नावाच्या कोणा माणसानं यकृतारोपण केलंय का, याची चौकशी करावीस अशी माझी इच्छा आहे."

"अलीकडेच आरोपणाची शस्त्रक्रिया केलेला कोणी रुग्ण हरवलाय का,असं विचारण्यापेक्षा हे खूपच बरं आहे." बार्ट म्हणाला, "माझ्याकडे सगळ्यांचे फोन नंबर्स वरच ठेवलेले आहेत. त्यामुळे मी लगेचच ते करू शकेन."

"अवयव देणाऱ्या युरोपातील सर्व संस्थांना मी रात्रभर फोन लावत बसलो होतो." जॅक म्हणाला, "पण त्यातून काहीच निष्पन्न झालं नाही."

"तू नेदरलँडस्‌मधल्या 'युरो ट्रान्सप्लँट'शी बोललास का?" बार्टनं विचारलं.

"त्यांना तर मी प्रथम फोन लावला." जॅक म्हणाला, "त्यांच्याकडे फ्रँकोनी या नावाची नोंदच नाही."

"म्हणजे फ्रँकोनीची शस्त्रक्रिया युरोपात झाली नाही, असं नक्की समजायला हरकत नाही;" बार्ट म्हणाला, "कारण 'युरो ट्रान्सप्लँट' ही सबंध युरोप खंडामधल्या अवयवारोपणाचं नियंत्रण करते."

"आणखी एक गोष्ट मला हवीय. ती म्हणजे कोणीतरी फ्रँकोनीच्या आईकडे जाऊन तिला रक्ताचा नमुना देण्यासाठी पटवायचं. त्या तरंगणाऱ्या मृतदेहाच्या आणि फ्रँकोनीच्या आईच्या मायटोकाँड्रियल डीएनएची तपासणी मला टेड लीन्चकडून करून घ्यायची आहे. ते दोन्ही जर जुळले, तर तो मृतदेह फ्रँकोनीचाच आहे हे नि:संशय सिद्ध होईल. शिवाय तू ज्या कोणाला हे काम करायला पाठवशील त्याला त्या बाईला हेदेखील विचारायला सांग, की फ्रँकोनीची यकृतारोपणाची शस्त्रक्रिया झाली होती का. ती काय म्हणते ते नक्कीच अतिशय महत्त्वाचं ठरणार आहे."

बार्टनं जॅकच्या सगळ्या विनंत्या कागदावर लिहून घेतल्या. "अजून काही?" बार्टनं विचारलं.

"मला वाटतं आत्ता तरी एवढं पुरेसं आहे." जॅक म्हणाला, "जॅनिसनं मला सांगितलं, की फ्रँकोनीच्या डॉक्टरांचं नाव डॅनियल लेविट्झ असं आहे. या नावाच्या माणसाशी तुझा कधी संबंध आलाय?"

"ते जर फिफ्थ ॲव्हेन्यूवरचे लेविट्झ असतील तर मला ते ठाऊक आहेत."

"तुला ते कसे वाटले?" जॅकनं विचारलं.

"खूपसे श्रीमंत रुग्ण असलेला उच्चभ्रू असा तो डॉक्टर आहे, अशी माझी समजूत झाली. तो एक चांगला डॉक्टर आहे असं मला वाटतं. महत्त्वाची गोष्ट

म्हणजे तो गुन्हेगारी टोळ्यांमधल्या बऱ्याच लोकांवर उपचार करतो. त्यामुळे तो जर कार्लो फ्रँकोनीचा डॉक्टर असला, तर त्यात फारसं आश्चर्य वाटायला नको.''

''वेगवेगळ्या टोळ्यांच्या गुंडांवर तो उपचार करतो?'' जॅकनं विचारलं, ''म्हणजे एकमेकांचे शत्रू असलेल्यांवरही?''

''विचित्र वाटतं, नाही?'' बार्ट म्हणाला, ''रुग्णांना अपॉईंटमेंट्स देताना त्याच्या रिसेप्शनिस्टचे बिचारीचे फार हाल होत असतील. एकमेकांचे शत्रू असलेले दोन कुविख्यात गुंड एकाच वेळी आपापल्या अंगरक्षकांसह वेटिंग रूममध्ये बसलेले आहेत, हे दृश्य कसं दिसत असेल?''

''जीवन हे आपल्याला कल्पनाही करता येणार नाही अशा विचित्र गोष्टींनी भरलेलं आहे.'' जॅक म्हणाला.

''मी डॉ. लेविट्झकडे जाऊन फ्रँकोनीविषयी माहिती काढावी, असं तुला वाटतं का?'' बार्टनं विचारलं.

''नको. मला वाटतं हे काम मी स्वत:च करीन.'' जॅक म्हणाला, ''मला एक संशय आहे, की फ्रँकोनीच्या डॉक्टरांशी बोलताना ज्या गोष्टी ते बोलतील त्यापेक्षा ज्या बोलणार नाहीत त्या अधिक महत्त्वाच्या असणार आहेत. फ्रँकोनीचे अवयवारोपण कुठे झालं असेल ते शोधून काढण्यावर तू सध्या तुझं लक्ष केंद्रित कर. मला असं वाटतंय, की या केसमधला तो सर्वात महत्त्वाचा दुवा ठरणार आहे. कोणी सांगावं, एखादे वेळी त्यामुळे सगळ्या केसचाच उलगडा होऊन जाईल.''

''सापडलास एकदाचा !'' एक भरदार आवाज घुमला. जॅक आणि बार्ट दोघांनीही एकदमच वळून बघितलं. डेप्युटी चीफ डॉ. कॅल्व्हिन वॉशिंग्टनचा धिप्पाड देह दरवाजा अडवून उभा होता.

''स्टेपलटन, मी तुला सगळीकडे शोधतोय.'' कॅल्व्हिन गुरगुरत म्हणाला, ''चल नीघ लवकर ! चीफना तुला भेटायचंय.''

उठताना जॅकनं बार्टला डोळा मारला. ''चीफ आज मला आणखी एखादं बक्षीस देणार असं दिसतंय.''

''मी जर तुझ्या जागी असतो ना, तर अशी बकबक केली नसती.'' जॅकला बाहेर जाण्यासाठी जागा करून देत कॅल्व्हिन म्हणाला, ''परत एकदा तू त्यांच्या रागाला कारणीभूत झालेला आहेस.''

जॅक कॅल्व्हिनच्या पाठोपाठ व्यवस्थापन विभागात आला. पुढच्या ऑफिसात जाण्यापूर्वी त्यानं वेटिंग रूमवर एक नजर टाकली. तिथे नेहमीपेक्षा अधिक वार्ताहर थांबलेले आहेत असं त्याला दिसलं.

''काही विशेष घडलंय का?'' जॅकनं विचारलं.

''जसं काही मी सांगितल्यावरच तुला समजणार आहे...'' कॅल्व्हिन गुरगुरला.

जॅकला काहीच समजलं नाही. पण त्याला आणखी काही विचारायची संधीच मिळाली नाही. त्यापूर्वीच कॅल्व्हिननं डॉ. बिंगहॅमची सेक्रेटरी मिसेस सॅन्फर्डला चीफच्या ऑफिसात जाऊ का, असं विचारलं.

आताची वेळ काही बरोबर नव्हती. जॅकला मिसेस सॅन्फर्डसमोरच्या बाकावर थोडा वेळ नाईलाजानं बसावं लागलं. तीही आपल्या बॉसप्रमाणेच जॅकवर चिडलेली दिसत होती. ती एकसारखी त्याच्याकडे रागाचे कटाक्ष टाकत होती. हेडमास्तरांना भेटण्यासाठी थांबलेल्या खोडकर मुलासारखं जॅकला वाटायला लागलं. तेवढ्या वेळात काही फोन करण्याच्या निमित्तानं कॅल्व्हिन आपल्या ऑफिसात निघून गेला.

चीफ आपल्यावर का चिडले असतील, याची बऱ्यापैकी कल्पना असल्यामुळे जॅक त्यांना काय स्पष्टीकरण द्यावं याचा विचार करू लागला. दुर्दैवानं त्याला काहीच सुचलं नाही. फ्रँकोनीचे एक्स-रेज् मिळवण्यासाठी त्यानं बिंगहॅम सकाळी येईपर्यंत वाट पाहायला हवी होती.

''आता आत जायला हरकत नाही.'' चालू असलेल्या टायपिंगमधून नजर वर न करता मिसेस सॅन्फर्ड त्याला म्हणाली. आपल्या एक्स्टेन्शन फोनवरील लाल दिवा बंद झालेला तिनं पाहिला होता. याचा अर्थ, चीफचं फोनवरचं बोलणं संपलं होतं.

बिंगहॅमच्या ऑफिसात शिरताना पूर्वी एकदा हे सगळं घडलंय अशी काहीशी भावना जॅकच्या मनात आली. वर्षापूर्वी साथीच्या रोगांच्या अनेक केसेस् इथे आल्या होत्या तेव्हा. त्यावेळी तर जॅकमुळे चीफ रागानं पिसाळूनच गेले होते. त्या काळात जॅकला अनेकदा त्यांच्याशी असा सामना करावा लागला होता.

''इकडे ये आणि खाली बस.'' बिंगहॅम त्याला म्हणाले.

जॅक त्यांच्या समोरच्या खुर्चीत बसला. गेल्या काही वर्षांत बिंगहॅम एकदम थकल्यासारखे दिसायला लागले होते. त्यांचं वय त्रेसष्ट होतं. पण ते त्यापेक्षा अधिक म्हातारे दिसायचे. आपल्या तारेची फ्रेम असलेल्या चष्म्यातून त्यांनी जॅककडे बघितलं. त्यांचे गाल जरी खाली लोंबल्यासारखे दिसायला लागले होते, तरी त्यांचे डोळे मात्र पूर्वीइतकेच तीक्ष्ण आणि हुशारीची चमक असलेले असे दिसत होते.

''तू सुधारायला लागला आहेस असं मला खरंच वाटायला लागलं होतं....'' बिंगहॅम म्हणाले.

जॅक काहीच बोलला नाही. आपल्याला प्रश्न विचारेपर्यंत काहीही न बोललेलंच बरं, असं त्यानं ठरवलं.

''निदान मी 'का' असं तरी विचारू शकतो का?'' बिंगहॅम आपल्या खोल, घोगऱ्या आवाजात म्हणाले.

जॅकनं खांदे उडवले. ''उत्सुकतेमुळे.'' जॅक म्हणाला, ''मला खूपच घाई झाली होती. त्यामुळे आणखी थांबणं शक्य नाही, असं मला वाटलं.''

''उत्सुकता !'' बिंगहॅम एकदम जोरात म्हणाले, ''गेल्या वर्षी माझ्या आज्ञेचं उल्लंघन करून तू एम्‌जीएच्‌ला गेला होतास, तेव्हादेखील तू हीच लंगडी सबब पुढे केली होतीस.''

''मी दर वेळी निदान वेगवेगळ्या सबबी तरी देत नाहीये.'' जॅक म्हणाला.

बिंगहॅमनी कण्हल्यासारखा आवाज काढला. ''वर आणखी हा उद्धटपणा ! तू खरंच अजिबात बदलला नाहीयेस.''

''मी बास्केटबॉल अधिक चांगला खेळायला लागलोय...'' जॅक म्हणाला.

जॅकला दार उघडल्याचा आवाज आला. हळूच आत शिरत असलेल्या कॅल्व्हिनकडे त्यानं वळून बघितलं. कॅल्व्हिननं आपल्या जाड हातांची छातीवर घडी घातली आणि जनानखान्याबाहेर उभ्या राहणाऱ्या एखाद्या उच्च दर्जाच्या पहारेकऱ्याप्रमाणे तो एका बाजूला उभा राहिला.

''मला हा काहीच पत्ता लागू देत नाहीये.'' बिंगहॅमनी कॅल्व्हिनला तक्रारीच्या सुरात सांगितलं. जणू काही जॅक त्या खोलीत नव्हताच. ''त्याची वागणूक सुधारलीय असं तू मला म्हणाला होतास ना?''

''ही भानगड होईपर्यंत तरी सुधारलेली होती.'' कॅल्व्हिन म्हणाला. मग त्यानं जॅककडे पाहिलं. ''मला सर्वात जर कुठल्या गोष्टीचा राग येत असेल, तर ती म्हणजे,'' अखेर जॅककडे बघत तो म्हणाला, ''तुम्हा लोकांना हे चांगलं ठाऊक आहे, की सरकारी डॉक्टरांच्या ऑफिसातल्या गोष्टी डॉ. बिंगहॅम आणि जनसंपर्क अधिकारी यांच्याशिवाय कोणीही बाहेर सांगायच्या नसतात आणि तरीही तुम्ही असे वागता. तुम्ही तपासनीस डॉक्टरांनी कोणतीही माहिती बाहेर कोणाला सांगायचा संबंधच कुठे येतो? वास्तविक ही केस विशेष राजकीय महत्त्वाची आहे आणि आत्ता आपल्यासमोर आधीच एवढे प्रश्न उभे आहेत, की आणखी वाईट प्रसिद्धीची आपल्याला मुळीच आवश्यकता नाही.''

''एक मिनिट!'' जॅक म्हणाला, ''इथे काहीतरी चुकतंय. आपण काहीतरी भलतंच बोलतोय असं मला वाटायला लागलंय.''

''तू परत असं बोल तर खरं..!'' बिंगहॅमनी त्याला दम भरला.

''मला असं म्हणायचंय,'' जॅक म्हणाला, ''की आपण दोघं वेगवेगळ्या मुद्यांवर बोलतोय असं मला वाटतं. फ्रँकोनीच्या फिल्म्स मिळवण्यासाठी काल मी त्या सफाई कामगाराला ओरडून किल्ल्या घेतल्या, त्यासाठी मला तुम्ही इथे बोलावलंय असं मला आधी वाटत होतं...''

''छे, अजिबातच नाही.'' बिंगहॅम ओरडले. आपलं बोट जॅकच्या नाकाकडे रोखत ते पुढे म्हणाले, ''फ्रँकोनीचा मृतदेह इथून चोरीला गेल्यानंतर परत तो इथेच सापडलाय ही बातमी तू बाहेर फोडलीस, त्याबद्दल तुला इथे बोलावण्यात आलेलं

आहे. तुला काय वाटलं?.. असं केल्यामुळे तुला आम्ही बढती देऊ?''

''जरा थांबा.'' जॅक म्हणाला, ''पहिली गोष्ट म्हणजे मला बढतीबिढती काहीही नकोय. दुसरं म्हणजे ही गोष्ट प्रसिद्धीमाध्यमांना मी दिलेली नाही.''

''तू नाही दिलीस?'' बिंगहॅमनी विचारलं.

''मग तुला असं तर म्हणायचं नाहीये ना, की लॉरी मॉँटगोमेरीनं ही बातमी बाहेर फोडली असेल?'' कॅल्व्हिननं विचारलं.

''बिलकुलच नाही.'' जॅक म्हणाला, ''पण मी तरी ती नक्कीच फोडलेली नाही. कारण तुम्हाला खरी गोष्ट सांगायची झाली, तर या बातमीत काही विशेष आहे असं मला अजिबात वाटत नाही.''

''पण प्रसिद्धीमाध्यमांना तसं वाटत नाही ना !'' बिंगहॅम म्हणाले, ''आणि मेयरनाही तसं वाटत नाही. आज सकाळपासून दोनदा मला त्यांचे फोन येऊन गेले. इथे काय सर्कस चालू आहे का, असं ते मला विचारत होते. फ्रँकोनीच्या या भानगडीमुळे आपलं संपूर्ण शहरभर हसू झालंय. विशेषत: आपल्याच ऑफिसातली बातमी आपल्यालाच माहीत नाही त्यामुळे.''

''फ्रँकोनीचा मृतदेह शवागाराबाहेर गेला ही त्याबद्दलची कथा अजिबात महत्त्वाची नाहीये.'' जॅक म्हणाला, ''खरी महत्त्वाची गोष्ट अशी आहे, की त्याच्यावर यकृतारोपणाची शस्त्रक्रिया झालेली होती आणि त्याबद्दल कोणालाही माहीत नाहीये. डीएन्ए चाचणीमध्ये या गोष्टीला पुष्टी देणारे निष्कर्ष येत नाहीयेत आणि कोणीतरी ते लपवायचा प्रयत्न केलेला आहे.

बिंगहॅमनी कॅल्व्हिनकडे पाहिलं. त्यानं बचावाच्या पावित्र्यात आपले दोन्ही हात वर केले. ''मी हे सगळं आत्ता प्रथमच ऐकतोय.'' तो म्हणाला.

मग जॅकनं त्यांना आपल्याला शवविच्छेदनामध्ये काय सापडलं ते थोडक्यात सांगितलं. टेड लीन्चच्या गोंधळवून टाकणाऱ्या डीएन्ए विश्लेषणाविषयी त्यानं त्यांना माहिती दिली.

''हे फारच विचित्र आहे.'' बिंगहॅम म्हणाले. आपला चष्मा काढून त्यांनी डोळे चोळले. ''आणि वाईटही आहे. फ्रँकोनीची ही सगळी भानगड विशेष गाजावाजा न होता मिटावी अशी माझी इच्छा होती. फ्रँकोनीनं जर कुठूनतरी अनधिकृत यकृत मिळवण्यासारखे उद्योग केले असले, तर आता ते कठीणच दिसतंय.''

''आज मला त्याबद्दल अधिक माहिती मिळेल.'' जॅक म्हणाला, ''बार्ट अर्नोल्डला मी देशातल्या सगळ्या अवयवारोपण केंद्रांशी संपर्क साधायला सांगितलंय. शरीराकडून यकृत नाकारलं जाऊ नये म्हणून काय औषधं वापरण्यात आली होती, त्याचं विश्लेषण डी व्हराईझ वरच्या प्रयोगशाळेत आत्ता करतो आहे, हिस्टॉलॉजी विभागात मॉरीन ओ'कॉनर स्लाईड्स बनवतेय आणि टेड सहा पॉलीमार्कर टेस्ट

करतोय. त्याच्या दृष्टीनं ही टेस्ट अगदी परिपूर्ण असते. आज दुपारपर्यंत यकृतारोपण झालं होतं की नाही, ते आपल्याला नक्की समजेल आणि आपलं नशीब चांगलं असलं, तर ते कुठे झालं होतं तेही समजेल.''

बिंगहॅमनी आपल्या डेस्कवरून तिरके डोळे करून जॅककडे बघितलं. ''आणि आज पेपरात आलेली बातमी तू त्यांना दिली नाहीस हे नक्की.''

''मी हे शपथ घेऊन सांगतो....'' छातीवर हातानं क्रॉसची खूण करत जॅक म्हणाला.

''ठीक आहे. मग मी तुझी माफी मागतो.'' बिंगहॅम म्हणाले, ''पण स्टेपलटन, एक गोष्ट नीट लक्षात ठेव. आत्ता मला सांगितलेल्या गोष्टी इतर कोणालाही सांगू नकोस. आणि तुझ्या वागणुकीबद्दल तक्रारी येतील असं लोकांना त्रास देणारं काही करू नकोस. लोकांना छळायची तुला सवय आहे आणि एका गोष्टीबद्दल मला तुझ्याकडून वचन हवंय. मला विचारल्याशिवाय कोणतीही गोष्ट प्रसिद्धीमाध्यमांकडे जाता कामा नये. समजलं?''

''यस् बॉस ! स्फटिकाइतकं स्वच्छ समजलं.'' जॅक म्हणाला.

आपली सायकल दिवसा चालवण्याची संधी जॅकला क्वचितच मिळायची. त्यामुळे डॉ. डॅनियल लेविट्झना भेटायला जायचं ठरवल्यावर फर्स्ट अॅव्हेन्यूवरच्या वाहतुकीच्या गर्दीतून तो मजेत सायकलला पेडल्स मारत निघाला. ऊन नव्हतं, पण तापमान पन्नास अंशाच्या आसपास असल्यामुळे फारशी थंडीही नव्हती. वसंताची चाहूल लागली होती. न्यूयॉर्कमध्ये वसंत हा सर्वात चांगला ऋतू असतो असं जॅकचं मत होतं.

'नो पार्किंग'च्या पाटीला आपल्या सायकलची साखळी सुरक्षितपणे बांधून जॅक फूटपाथवरून डॉ. डॅनियल लेविट्झच्या ऑफिसच्या दाराकडे चालत निघाला. डॉक्टर दवाखान्यात आहेत याबद्दल त्यानं आधी फोन करून खात्री करून घेतली होती. पण अपॉईंटमेंट घेणं मात्र त्यानं हेतुपुरस्सर टाळलं होतं. त्याला असं वाटत होतं, की अचानक दिलेल्या भेटीतूनच काहीतरी निष्पन्न होईल. फ्रँकोनीवर जर यकृतारोपणाची शस्त्रक्रिया झालेली असलीच, तर त्यात नक्कीच काहीतरी गोलमाल होतं.

''आपलं नाव सांगाल का, प्लीज?'' पांढऱ्या केसांची प्रौढ रिसेप्शनिस्ट विचारत होती.

जॅकनं तिला आपला सरकारी डॉक्टरचा बिल्ला दाखवला. त्याचा चकचकीत पृष्ठभाग आणि सरकारी शिक्क्यामुळे बऱ्याच लोकांना तो पोलिसाचा बिल्ला वाटायचा. या प्रकारच्या परिस्थितीत जॅक त्यातला फरक सांगण्याच्या भानगडीत पडत नसे. समोरच्या माणसावर त्या बिल्ल्याचा परिणाम नेहमीच जॅकला इष्ट असा व्हायचा.

''मला डॉक्टरना भेटणं अतिशय आवश्यक आहे.'' बिल्ला परत आपल्या

पाकिटात सरकवत जॅकनं तिला सांगितलं. ''जेवढ्या लवकर ते मला भेटतील तेवढं बरं.''

जॅकचा बिल्ला पाहून अवाक झालेल्या त्या रिसेप्शनिस्टनं त्याला पुन्हा एकदा त्याचं नाव विचारलं. ते सांगताना जॅकनं आपण डॉक्टर आहोत असं मुद्दामच सांगितलं नाही; आणि त्यामुळे आपल्या कामाचं स्वरूपही त्याला तिला सांगावं लागलं नाही.

रिसेप्शनिस्टनं ताबडतोब आपली खुर्ची मागे ढकलली आणि ती आतल्या ऑफिसात गेली.

जॅकचे डोळे एकदा त्या वेटिंग रूमवरून फिरले. ती बरीच मोठी होती आणि बराच खर्च करून सजवली होती. तिथे उत्तम पोशाख केलेले पाच रुग्ण बसले होते. हातात असलेल्या नियतकालिकांच्या आडून त्या सर्वांनी जॅककडे चोरून पाहिलं. त्या नियतकालिकांची पानं ते जोरजोरात उलटत होते. त्यामुळे जॅकला थोडी अस्वस्थता वाटायला लागली. तो त्यांच्या आधी डॉक्टरांना भेटणार होता आणि त्यामुळे त्यांना थोडं अधिक थांबावं लागणार होतं, हे जणू काही त्यांना कळलं होतं. त्यांच्यापैकी कोणी प्रख्यात गुंड नसू दे, त्याच्या मनात आलं; नाहीतर या गैरसोयीमुळे तो त्याच्यावर सूड घ्यायला उठायचा.

तेवढ्यात रिसेप्शनिस्ट परत आली आणि जॅकला थांबायला लागल्याबद्दल दिलगिरी व्यक्त करत तिनं त्याला डॉक्टरांच्या खाजगी अभ्यासिकेत जायला सांगितलं. तो आत गेल्यावर तिनं त्याच्यामागे दार लावून घेतलं.

डॉ. लेविट्झ त्या खोलीत नव्हते. जॅक टेबलासमोरच्या एका खुर्चीवर बसला आणि त्यानं आजूबाजूला बघायला सुरुवात केली. नेहमीसारखे तिथेही फ्रेम केलेली सर्टिफिकेटं, परवाने वगैरे होते. शिवाय काही कौटुंबिक फोटो आणि न वाचलेल्या वैद्यकीय जर्नल्सचा एक ढीगही होता.

डॉ. डॅनियल लेविट्झ दुसऱ्या दरवाज्यातून आत आले. त्यांच्या अंगावर पांढरा कोट होता. त्याच्या खिशात जीभ दाबायची काही उपकरणं आणि वेगवेगळी पेनं दिसत होती. त्यांनी गळ्यात स्टेथॉस्कोप अडकवला होता. जॅकच्या बांधेसूद, रुंद खांद्याच्या, सहाफुटी शरीरयष्टीपुढे डॉ. लेविट्झ थोडे बुटके आणि अशक्तच वाटत होते.

त्यांच्या उदास हालचाली जॅकच्या ताबडतोब लक्षात आल्या. मानेला अधून-मधून झटके देण्याची विचित्र सवय त्यांना होती. डॉ. लेविट्झना आपल्या या हालचालींची अजिबात जाणीव नव्हती. त्यांनी जॅकशी अवघडल्यासारखा शेकहँड केला आणि ते आपल्या भल्यामोठ्या टेबलामागे जाऊन बसले.

''खरं तर मी आत्ता फार बिझी आहे.'' डॉ. लेविट्झ म्हणाले, ''पण अर्थात, पोलिसांसाठी वेळ काढलाच पाहिजे.''

"मी पोलिस नाही." जॅक म्हणाला, "मी न्यूयॉर्क शहराच्या सरकारी डॉक्टरांच्या ऑफिसातून आलोय. माझं नाव डॉ. जॅक स्टेपलटन."

डॉ. लेविट्झच्या मानेला एक जोरदार झटका बसला. त्याबरोबर त्यांची बारीकशी मिशीदेखील थरथरली. त्यांनी एक आवंढा गिळला आणि काहीतरी बोलायचं म्हणून ते म्हणाले, "ओह्.."

"मला तुमच्याशी तुमच्या एका रुग्णाबद्दल बोलायचंय." जॅक म्हणाला.

"माझ्या रुग्णांविषयीची सर्व माहिती मला गुप्त ठेवावी लागते डॉ. स्टेपलटन." डॉ. लेविट्झ पाठ केल्यासारखं म्हणाले.

"अर्थात." जॅक म्हणाला, "पण जोपर्यंत तुमचा रुग्ण जिवंत आहे तोपर्यंतच ही गोष्ट त्याच्या बाबतीत लागू होईल. तो मरून त्याचं शव सरकारी डॉक्टरांच्या ताब्यात आल्यानंतर नाही. मला तुमच्याकडून कार्लो फ्रँकोनीविषयी काही माहिती हवी आहे."

डॉ. लेविट्झ अचानक काहीतरी विचित्र अशा हालचाली करू लागले. जॅक त्यांच्याकडेच पाहत होता. ते मेंदूचे डॉक्टर झाले नाहीत ही किती चांगली गोष्ट आहे, असं त्याच्या मनात आलं.

"तरीही मी माझ्या रुग्णांच्या खाजगी गोष्टी गुप्तच ठेवणं पसंत करतो." ते म्हणाले.

"नीतिमत्तेच्या दृष्टिकोनातून मी तुमची परिस्थिती समजू शकतो." जॅक म्हणाला, "पण तुम्हाला आठवण करून देऊ इच्छितो, की आम्हा न्यूयॉर्कच्या सरकारी डॉक्टर्सना अशा परिस्थितीत पुरावे दाखवण्याचं समन्स काढायचे अधिकार आहेत. तेव्हा आपण थोडंसं बोललो तर तुमची काय हरकत आहे? कोणी सांगावं, नुसत्या बोलण्यातूनच बऱ्याच गोष्टी स्पष्ट होऊन जातील."

"तुम्हाला काय माहिती हवी आहे?" डॉ. लेविट्झनी विचारलं.

"मि. फ्रँकोनीच्या हॉस्पिटलमधल्या बऱ्याच नोंदी पाहिल्यानंतर माझ्या असं लक्षात आलं, की त्याला यकृताच्या दुखण्याचा बराच त्रास होत होता. अखेर त्याचं यकृत काम करेनासं झालं होतं..." जॅक म्हणाला.

डॉ. लेविट्झनी मान हलवली. त्यामुळे त्यांच्या उजव्या खांद्याला बरेच झटके बसले. त्यांची ही अनैच्छिक हालचाल थांबेपर्यंत जॅक गप्प बसला.

"आता मुख्य मुद्दा असा आहे," जॅकनं विचारलं, "की मि. फ्रँकोनीचं कधी यकृतारोपण झालं होतं का?"

प्रथम डॉ. लेविट्झ काहीच बोलले नाहीत..ते फक्त झटके मारत राहिले. पण जॅक त्यांचे झटके संपेपर्यंत थांबायला तयार होता.

"मला यकृतारोपणाविषयी काही माहीत नाही." अखेर डॉ. लेविट्झ म्हणाले.

"तुम्ही त्याला शेवटचं केव्हा पाहिलंत?" जॅकनं विचारलं.

डॉ. लेविट्झनी फोन उचलून आपल्या एका सहाय्यकाला मि. फ्रँकोनीच्या सगळ्या नोंदी आत आणायला सांगितलं.

"अगदी थोडा वेळ लागेल त्यांना." डॉ. लेविट्झ म्हणाले.

"मि. फ्रँकोनीला तीन वर्षांपूर्वी एकदा हॉस्पिटलमध्ये ठेवलेलं असताना तुम्ही त्यावेळच्या नोंदींवर, त्याला यकृतारोपणाची गरज आहे, असा एक शेरा मारलेला आहे. तुम्हाला ते लिहिलेलं आठवतंय?"

"नीटसं काही आठवत नाही." डॉ. लेविट्झ म्हणाले, "पण त्याच्या यकृताच्या दिवसेंदिवस खराब होत चाललेल्या परिस्थितीची आणि तो पिणं काही थांबवत नाही या गोष्टीची मला कल्पना होती."

"पण तुम्ही पुढे कुठे त्याबद्दल उल्लेख केलेला आढळत नाही." जॅक म्हणाला, "पुढच्या दोन वर्षांत त्याच्या यकृताची परिस्थिती अधिकाधिक बिघडत गेलेली त्याच्या चाचण्यांवरून स्पष्ट दिसून येतंय."

"एखादा डॉक्टर आपल्या रुग्णाला त्याची वागणूक सुधारायला यापेक्षा अधिक काय सांगू शकणार?" डॉ. लेविट्झ म्हणाले.

दार उघडून नम्रपणे आत येत त्यांच्या रिसेप्शनिस्टनं एक जाड पाकीट त्यांच्या टेबलावर ठेवलं आणि काही न बोलता ती बाहेर निघून गेली.

डॉ. लेविट्झनी फ्रँकोनीच्या नोंदीवर एक नजर टाकली आणि एक महिन्यापूर्वी तो त्यांना भेटायला आला होता, असं जॅकला सांगितलं.

"त्यावेळी तो कशासाठी तुमच्याकडे आला होता?"

"त्याच्या श्वासनलिकेला कसल्यातरी संसर्गाचा त्रास होत होता." डॉ. लेविट्झ म्हणाले, "मी त्याला काही अँटिबायॉटिक्स घ्यायला सांगितली. त्यांचा त्याला उपयोग झाला."

"त्यावेळी तुम्ही त्याला तपासलं होतं?"

"अर्थात." डॉ. लेविट्झ रागावून म्हणाले, "मी नेहमीच रुग्णांना तपासतो."

"त्यावेळी त्याची यकृतारोपणाची शस्त्रक्रिया झालेली होती?"

"त्यावेळी मी काही त्याची संपूर्ण शारीरिक तपासणी केली नाही." डॉ. लेविट्झनी सांगितलं, "त्याची तक्रार शरीराच्या ज्या भागाबद्दल होती, तिथली तपासणी फक्त मी केली."

"त्याच्या यकृताची परिस्थिती ठाऊक असून तुम्ही त्याचं यकृत साधं दाबूनदेखील बघितलं नाही?" जॅकनं विचारलं.

"मी बघितलं असलं तरी इथे मी त्याबद्दल काही लिहिलेलं तरी नाही." डॉ. लेविट्झ म्हणाले.

"यकृताची परिस्थिती समजू शकेल, अशा काही रक्ताच्या चाचण्या तुम्ही

त्यावेळी केल्या होत्या?'' जॅकनं विचारलं.

''फक्त बिलिरुबिन चाचणी केली होती.'' डॉ. लेविट्झ म्हणाले.

''फक्त बिलिरुबिनच का?''

''त्याला पूर्वी कावीळ झालेली होती.'' डॉ. लेविट्झ म्हणाले, ''तेव्हा तो बरा दिसत होता, पण मला त्याची नोंद करून ठेवायची होती.''

''त्याचे निकाल काय आले होते?'' जॅकनं विचारलं.

''ते नॉर्मल मर्यादेमध्ये होते.'' डॉ. लेविट्झ म्हणाले.

''म्हणजे श्वासनलिकेचा संसर्ग सोडला, तर बाकी त्याची तब्येत त्यावेळी अगदी उत्तम होती.'' जॅक म्हणाला.

''हो, असं म्हणायला हरकत नाही.'' डॉ. लेविट्झ म्हणाले.

''हा एक चमत्कारच म्हणायला हवा.'' जॅक म्हणाला, ''विशेषत: तुम्ही सांगताय त्यावरून तो पिणं थांबवायला तयार नसूनही त्याची तब्येत सुधारली, हे आश्चर्यच आहे.''

''कदाचित त्यानं ते थांबवलं असेलही.'' डॉ. लेविट्झ म्हणाले, ''शेवटी कधी ना कधी माणसं बदलतातच की.''

''मला जरा तुमची रेकॉर्ड्स बघायला देता?'' जॅकनं विचारलं.

''छे, छे, ते अजिबात शक्य नाही.'' डॉ. लेविट्झ म्हणाले, ''मी आधीच माझ्या रुग्णांच्या गुप्ततेविषयी तुम्हाला सांगितलंय. तुम्हाला जर ती पाहायची असतील, तर तुम्हाला त्याबाबतचं समन्स आणावं लागेल. सॉरी. मला तुमच्या कामात अडथळा आणायचा नाही, पण ते शक्य नाही...''

''काही हरकत नाही...'' जॅक त्यांना समजून घेत म्हणाला. तो उठून उभा राहिला. ''मी सरकारी वकिलांना तुमचं मत कळवतो. तुम्ही तुमचा अमूल्य वेळ मला दिल्याबद्दल मी तुमचा आभारी आहे. आणि अजून काही लागलंच, तर मी तुम्हाला परत फोन करीनच. या केसमध्ये काही फार विचित्र गोष्टी आहेत आणि मला त्यांच्या मुळापर्यंत जाण्याची इच्छा आहे.''

आपल्या सायकलची कुलपं काढताना जॅक स्वत:शीच हसत होता. डॉ. लेविट्झ सांगत होते त्यापेक्षा त्यांना नक्कीच काहीतरी जास्त माहिती होती. किती जास्त माहिती होती, त्याची जॅकला आत्ता नेमकी कल्पना नव्हती. पण त्यामुळे त्याची जिज्ञासा नक्कीच जागी झाली होती. त्याच्या गुन्हे अन्वेषणाच्या कारकीर्दीतलीच नाही, तर त्याच्या आयुष्यातलीच ही सर्वात महत्त्वाची केस ठरणार आहे, असं त्याला आता वाटायला लागलं होतं.

शवागारात परतल्यावर त्यानं आपली सायकल नेहमीच्या जागी लावून ठेवली. आपला कोट ठेवण्यासाठी तो आपल्या ऑफिसात गेला आणि तिथून त्यानं आपला

मोर्चा सरळ डीएनए प्रयोगशाळेकडे वळवला. पण टेडचं काम अजून झालेलं नव्हतं.

"मला अजून दोन तास तरी लागतील." टेड म्हणाला, "आणि मी तुला कळवतो. तुला परत इथे वर येण्याची गरज नाही."

निराशा झाली होती तरी आपल्या निश्चयापासून न ढळता जॅक एक मजला खाली असलेल्या हिस्टॉलॉजी विभागात आला. इतके दिवस निनावी असलेल्या, पण आता फ्रँकोनी असं लेबल लावलेल्या टिश्यूच्या त्या पातळ कापांची प्रगती कुठवर झालीय, ते त्याला बघायचं होतं.

"बाप रे !" मॉरीननं तक्रारीच्या सुरात म्हटलं, "तुझी अपेक्षा तरी काय आहे? आम्ही काय जादूगार वगैरे आहोत का? तुझ्या स्लाईड्स बनवण्यासाठी मी इतर सर्वांचं काम बाजूला ठेवलंय. पण तरीही आज देता आलं, तर तुझं नशीब फारच चांगलं आहे असं म्हणायला हवं."

तरीही आशा न सोडता आणि आपल्या उत्सुकतेला लगाम घालत जॅक लिफ्टनं दुसऱ्या मजल्यावर आला. जॉन डी व्हराईस त्याच्या प्रयोगशाळेत होता.

"सायक्लोस्पोरिन ए आणि FK506 चं परीक्षण करणं हे काही सोपं काम नाही." जॉन रागावत म्हणाला, "शिवाय माझं आधीचंही बरंच काम राहिलेलं आहे. आपल्याला काम करण्यासाठी जेवढे पैसे दिले जातात, तेवढ्यात तुला ताबडतोब काम करून देणं मला तरी शक्य नाही."

"ठीक आहे !" जॅक त्याची समजूत घातल्यासारखं म्हणाला आणि तिथून बाहेर पडला. जॉनचा तापट स्वभाव त्याला ठाऊक होता आणि त्याला थोडं जरी चिडवलं, तर तो आपलं काम अजिबातच करणार नाही, हेही त्याला माहीत होतं. तसं झालं असतं तर जॅकला आपल्या चाचणीचे रिझल्ट्स मिळण्यासाठी कित्येक आठवडे थांबावं लागलं असतं.

आणखी एक मजला उतरून जॅक बार्ट अर्नोल्डच्या ऑफिसात आला. इतर सगळ्या ठिकाणी निराशा झाली असल्यामुळे इथे तरी काहीतरी समजेल अशी त्याला आशा होती.

"मी पुष्कळ फोन केले." बार्ट म्हणाला, "पण व्हॉईस मेलची परिस्थिती तुला ठाऊक आहेच. हल्ली तुम्हाला फोनवर कोणी भेटतच नाही. त्यामुळे मी सगळीकडे निरोप ठेवलेले आहेत आणि त्यांचे परत फोन येण्याची आता वाट बघत बसलोय."

"छे !" आता मात्र जॅक खरा वैतागला. "एखाद्या युवतीनं नवीन ड्रेस घालून आता आपल्याला पार्टीला कोण नेतंय याची वाट पाहत राहावं, तसं मला वाटतंय."

"सॉरी." बार्ट म्हणाला, "त्यातल्या त्यात एक बरी बातमी म्हणजे फ्रँकोनीच्या आईच्या रक्ताचा नमुना मिळवण्यात आम्हाला यश आलं. तो मी आधीच वरती डीएनए प्रयोगशाळेत दिलेला आहे."

“तिच्या मुलाचं यकृतारोपण झालं होतं का, हे तिला विचारलं का?”

“हो तर..!” बार्ट म्हणाला, “मिसेस फ्रँकोनीनं आपल्या माणसाला खात्रीपूर्वक सांगितलं, की यकृतारोपणाविषयी तिला काहीही माहीत नाही. पण हल्ली त्याची तब्येत खूपच चांगली दिसत होती, हे मात्र तिनं कबूल केलं.”

“त्याची तब्येत अचानक एवढी चांगली कशी झाली, हे तिला ठाऊक नव्हतं का?”

“ती म्हणाली, की तो कुठल्यातरी उपचारं शिबिरात गेला होता आणि परत आल्यापासून एकदम सुधारलेला दिसायला लागला होता.”

“तो कुठे गेला होता त्याबद्दल तिनं काही सांगितलं का?” जॅकनं विचारलं.

“तिलाच ते ठाऊक नव्हतं.” बार्ट म्हणाला, “निदान आपल्या माणसाला तरी तिनं तसंच सांगितलं आणि ती खरंच सांगत होती असं त्यालाही वाटलं.”

जॅकनं उठता उठता मान हलवली. “ठीक आहे.” तो म्हणाला, “आईकडून थोडं सत्य कळलं असतं, तर आपलं काम फारच सोपं झालं असतं.”

“मला परत फोन यायला लागले की मी तुला कळवतोच.” बार्ट म्हणाला.

“थँक्स.” जॅक म्हणाला.

निराश झाल्यासारखा जॅक संपर्क विभागातून चालत आय् डी रूमकडे निघाला. थोडी कॉफी घेतली तर आपल्याला जरा बरं वाटेल असं त्याला वाटलं. आय् डी रूममध्ये लेफ्टनंट डिटेक्टिव्ह लू सोल्डॅनो आपल्या कपात कॉफी ओतून घेत असलेला दिसल्यावर त्याला खूपच आश्चर्य वाटलं.

“अरे बाप रे !” लू म्हणाला, “रंगेहाथ पकडलंस हं तू मला अगदी.”

जॅकनं त्याच्याकडे निरखून पाहिलं. गेल्या कितीतरी दिवसात तो इतका चांगला दिसला नव्हता. त्यानं आपल्या शर्टचं वरचं बटन तर लावलं होतंच, पण टायही जागेवर नीट बसवलेला होता. सर्वात कडी म्हणजे त्यानं स्वच्छ दाढी केली होती आणि केसही अगदी व्यवस्थित विंचरले होते.

“आज तू जरा माणसात आल्यासारखा दिसतोयस.” जॅक म्हणाला.

“मलाही तसंच वाटतंय.” लू म्हणाला, “कित्येक रात्रींनंतर काल रात्री प्रथम मला स्वस्थ झोप घ्यायला मिळाली. लॉरी कुठेय?”

“पिट्मध्ये असावी बहुतेक.” जॅक म्हणाला.

“काल तो व्हिडिओ पाहून तिनं तो तरंगणारा मृतदेह फ्रँकोनीचाच आहे हे ओळखल्याबद्दल मला परत एकदा तिला शाबासकी द्यायची आहे.” लू म्हणाला, “हेडक्वार्टर्समधल्या आमच्या सगळ्यांनाच असं वाटतंय, की त्यामुळे आता या केसचा लवकरच उलगडा होईल. आत्ताच आम्हाला आमच्या खबऱ्यांकडून काही चांगल्या बातम्या मिळायला लागल्या आहेत. कारण रस्त्यावर आता लोक त्याविषयी

बोलायला लागलेत, विशेषत: क्वीन्समध्ये.''

''आज ती बातमी पेपरात पाहून लॉरीला आणि मला खूपच आश्चर्य वाटलं.'' जॅक म्हणाला, ''आमच्या अपेक्षेपेक्षा ती खूपच लवकर पेपरात आली. ती कोणी त्यांना सांगितली असेल, याची तुला काही कल्पना आहे?''

''मीच सांगितली.'' लू निष्पापपणे म्हणाला, ''पण मी त्यांना जास्त काही तपशील दिले नाहीत. फक्त मृतदेहाची ओळख पटलीय एवढंच सांगितलं... का? काही गोंधळ झाला का?''

''नाही, विशेष काही नाही. फक्त बिंगहॅम जरा रागावले.'' जॅक म्हणाला, ''आणि मलाच त्यांनी त्याबद्दल जबाबदार धरलं.''

''बाप रे, माफ कर हं.'' लू म्हणाला, ''वार्ताहरांना ही बातमी सांगितल्यामुळे इथे काही पेच निर्माण होऊ शकेल हे माझ्या अजिबात डोक्यातच आलं नाही. मला वाटतं, बातमी बाहेर सांगायचं हे काम मी तुम्हालाच करू द्यायला हवं होतं. छे..! माझं चुकलंच.''

''जाऊ दे रे.'' जॅक म्हणाला, ''मी त्यांना सगळं समजावून सांगितलं.'' त्यानं स्वत:साठी कॉफी ओतून घेतली, त्यात थोडी साखर आणि क्रीम घातलं.

''पण लोकांवर मात्र त्याचा आपल्याला हवा तसा परिणाम झालाय.'' लू म्हणाला, ''आणि आम्हाला काही महत्त्वाच्या बातम्याही मिळायला सुरुवात झालीय. ज्या लोकांनी त्याला मारलं ते आणि ज्यांनी त्याचा मृतदेह पळवला ते लोक वेगवेगळे होते.''

''यात मला आश्चर्यकारक असं काही वाटत नाही.'' जॅक म्हणाला.

''नाही वाटत?'' लूनं विचारलं, ''मला वाटलं इथे सर्वांची अशी समजूत होती, की ती दोन्ही कृत्यं एकाच गटानं केली असावीत. निदान लॉरीनं तरी मला तसंच सांगितलं.''

''तिला आता असं वाटतंय, की त्याचं यकृतारोपण झालं होतं असं कोणाला कळू नये म्हणून त्या लोकांनी त्याचा मृतदेह पळवला.'' जॅक म्हणाला, ''पण मला मात्र अजूनही असं वाटतंय, की त्याची ओळख पटू नये असं त्यांना वाटत होतं म्हणून त्यांनी तो पळवला.''

''हो का?'' आपल्या कॉफीचा घोट घेत लू म्हणाला, ''यात मला काही अर्थ वाटत नाहीये. आम्हाला आता जवळजवळ नक्की समजलेलं आहे, की तो मृतदेह ल्युसिया टोळीवाल्यांच्या आदेशावरून पळवण्यात आला होता आणि फ्रँकोनीला मारणारे व्हॅकारो टोळीवाले त्यांचे सरळसरळ शत्रू आहेत.''

''बाप रे !'' जॅक म्हणाला, ''तुझी याबद्दल पक्की खात्री आहे?''

''बऱ्यापैकी खात्री आहे.'' लू म्हणाला, ''ज्या खबऱ्यानं आम्हाला ही बातमी

दिली, तो आमचा अगदी चांगला भरवशाचा माणूस आहे. अर्थात, आम्हाला अजून कोणाची नावं समजलेली नाहीत. तिथेच खरा वैताग होणार आहे.''

''पण यात टोळीवाल्यांसारखे संघटित गुन्हेगार गुंतलेले आहेत, ही कल्पनाच घाबरवून टाकणारी आहे.'' जॅक म्हणाला, ''याचा अर्थ असा होतो, की या ल्युसिया टोळीचे लोक कोणत्या ना कोणत्या तरी प्रकारे अवयवारोपणामध्ये गुंतलेले आहेत. या बातमीनं जर तुमची झोप उडाली नाही, तर इतर कुठल्याच बातमीनं उडणार नाही !''

''जरा शांत व्हा !'' रेमंड फोनमध्ये जोरात ओरडले. ते आपल्या घरातून बाहेर पडणार, एवढ्यात फोन वाजला होता. डॉ. डॅनियल लेविट्झ फोनवर आहेत असं समजल्यावरच त्यांनी फोन घेतला होता.

''मला शांत व्हायला सांगू नका!'' डॅनियलही तेवढ्याच जोरात ओरडून बोलले, ''तुम्ही पेपर पाहिलेत ना? त्यांना फ्रँकोनीचा मृतदेह सापडलाय... आणि मुख्य म्हणजे डॉ. जॅक स्टेपलटन नावाचा एक सरकारी डॉक्टर फ्रँकोनीविषयीच्या सगळ्या तपशिलांच्या नोंदी मागायला माझ्याकडे येऊनही गेलाय.''

''तुम्ही त्याला त्या दिल्या नाहीत ना?'' रेमंडनी विचारलं.

''अर्थातच नाही !'' डॅनियल त्यांना तोडल्यासारखं म्हणाले.

''पण तो सतत मला आठवण करून देत होता, की तो समन्सच्या द्वारे त्या नोंदी केव्हाही मागवू शकतो. मी तुम्हाला सांगतो, तो फारच आक्रमक होता आणि सरळ मुद्यालाच हात घालत होता. त्यानं या सगळ्या प्रकरणाच्या मुळाशी जाण्याची शपथच घेतलीय. फ्रँकोनीचं अवयवारोपण झालंय अशी त्याला दाट शंका येतेय. त्यानं मला तसं सरळच विचारलं.''

''तुमच्या नोंदींमध्ये त्याच्या आरोपणाच्या शस्त्रक्रियेविषयी किंवा आपल्या कार्यक्रमाविषयी काही माहिती आहे?'' रेमंडनी विचारलं.

''नाही, त्याबाबतीत मी तुमच्या सूचनांचं पुरेपूर पालन केलंय.'' डॅनियल म्हणाले, ''पण कोणी जर माझ्या नोंदी बघितल्या, तर त्याला ते फारच विचित्र वाटणार आहे. कारण फ्रँकोनीच्या बिघडत चाललेल्या तब्येतीच्या नोंदी मी गेली कित्येक वर्षं ठेवलेल्या आहेत. नंतर अचानक त्याचं यकृत व्यवस्थित काम करायला लागलंय असं दिसून येतं. ते कसं घडून आलं, याचं तर आपल्याजवळ काहीही स्पष्टीकरण नाही. त्याच्याबद्दल काही मतही मी व्यक्त केलेलं दिसत नाही. मी तुम्हाला सांगतो, आपल्याला अनेक प्रश्न विचारले जाणार आहेत आणि या सगळ्याला कसं तोंड द्यायचं ते मला अजिबात ठाऊक नाही. मी फार अस्वस्थ झालोय... या सगळ्या भानगडीत मी पडलोच नसतो तर फार बरं झालं असतं, असं आता मला वाटायला लागलंय.''

''आता आपण असं घाबरून जाण्यात काही अर्थ नाही.'' स्वत:च्या शांतपणाचं रेमंडना आश्चर्य वाटलं. ''स्टेपलटन कितीही म्हणाला, तरी त्याला या केसच्या

मुळाबिळाशी जाणं काही जमणार नाही. शवविच्छेदनाविषयी आपल्याला वाटत असलेली काळजी निव्वळ सैद्धांतिक स्वरूपाची होती. आरोपणासाठी आपण अवयव कुठून मिळवला हे शोधून काढायला आईन्स्टाईनच्या बुद्धिमत्तेचा कोणी आला तरी त्याला ते समजणार नाही. ती शक्यता जवळजवळ नाहीच. पण तुम्ही मला डॉ. स्टेपलटनच्या भेटीविषयी सांगायला फोन केलात ते मात्र चांगलं केलंत. मी दुसऱ्या काही कामासाठी आता विनी डॉमिनिकला भेटायलाच निघालोय. अशा अडचणींवर मात करण्यासाठी त्याच्याकडे भरपूर योजना असतील याबद्दल मला खात्री आहे. थोड्या वेगळ्या दृष्टीनं विचार केला, तर आताच्या या परिस्थितीला तोही कारणीभूत आहेच. तेव्हा आपल्याला मदत करणं हे त्याच्याही फायद्याचंच आहे.''

रेमंडनी घाईनंच फोन बंद केला. डॉ. डॅनियल लेविट्झना त्यांनी शांत केलं, तरी त्यांची स्वत:ची काळजी त्यामुळे थोडीसुद्धा कमी झाली नव्हती. टेलर कॅबोटचा आता फोन येईल ही शक्यता फारच दूरची होती. पण आलाच तर त्यांच्याशी काय बोलायचं, याच्या सविस्तर सूचना डार्लीनला देऊन मगच ते घरातून बाहेर पडले. मॅडिसन आणि चौसष्टाव्या रस्त्याच्या कोपऱ्यावर त्यांनी टॅक्सी पकडली आणि एल्महर्स्टमधल्या करोना ॲव्हेन्यूला कसं जायचं ते त्यांनी टॅक्सी ड्रायव्हरला सांगितलं.

नीओपॉलिटन रेस्टॉरंटमधलं दृश्य कालच्यासारखंच होतं. फक्त आणखी दोनेकशे सिगारेटींच्या शिळ्या वासाची त्यात भर पडली होती. विनी डॉमिनिक त्याच्या कालच्याच बूथमध्ये बसलेला होता आणि त्याचे चमचे बारजवळच्या स्टुलांवर बसलेले होते. दाढीवाला जाड माणूस कालच्याप्रमाणेच आजही काचेची भांडी धूत होता.

रेमंडजवळ वाया घालवायला अजिबात वेळ नव्हता. दारावरचा जाड मखमली पडदा सारून आत आल्यावर ते तडक विनीच्या बूथमध्ये गेले आणि काही न बोलता खाली बसले. आपल्याजवळचं चुरगळलेलं वर्तमानपत्र त्यांनी त्याच्यासमोर टेबलावर पसरलं. ते त्यांनी प्रयत्नपूर्वक सरळ केलं.

विनीनं बेफिकीरपणे त्यातल्या मुख्य बातम्यांवर एक नजर टाकली.

''एक मोठी अडचण आलेली आहे. तुला दिसतंच आहे...'' रेमंड म्हणाले, ''तो मृतदेह नाहीसा केलाय असं तू मला शपथेवर सांगितलं होतंस. ते तू खोटंच सांगितलंस असं या बातमीवरून उघडच दिसतंय.''

विनीनं आपली सिगारेट उचलली, एक मोठा झुरका मारला आणि छताकडे धूर सोडला.

''डॉक्,'' विनी म्हणाला, ''मला तुमचं एक नेहमीच आश्चर्य वाटतं. तुम्ही एकतर अतिशय शूर आहात किंवा मूर्ख आहात. माझ्या अतिशय विश्वासातल्या माणसांकडूनही मी असा अनादर कधी सहन करत नाही. आता जे तुम्ही बोललात, ते

एकतर अधिक चांगल्या शब्दात बोला किंवा मी आणखी चिडण्यापूर्वी इथून चालते व्हा.''

रेमंडनी आपली कॉलर सारखी करत एक मोठा आवंढा गिळला. आपण कोणाशी बोलतोय हे लक्षात आल्यामुळे त्यांच्या अंगावर एकदम शहारे आले. विनी डॉमिनिकनं नुसती मान हलवली असती तरी त्यांचा मृतदेह ईस्ट रिव्हरमध्ये तरंगत असलेला सापडला असता.

''सॉरी.'' रेमंड म्हणाले, ''मला स्वत:ची शुद्धच राहिली नाही. मी फार अस्वस्थ झालोय. मी या मुख्य बातम्या पाहिल्यानंतर जेनसिसच्या सीईओंचा मला फोन आला. त्यांनी मला हा सगळा कार्यक्रमच बंद करायची धमकी दिली. फ्रँकोनीच्या डॉक्टरांचाही मला फोन आला. त्यांच्याकडे एक सरकारी डॉक्टर येऊन गेला असं ते म्हणाले. जॅक स्टेपलटन नावाचा एक सरकारी डॉक्टर त्यांच्याकडे गेला आणि आपल्याला फ्रँकोनीच्या केसच्या नोंदींचे तपशील बघायचेत, असं त्यानं त्यांना सांगितलं.''

''अँजेलो,'' विनीनं हाक मारली. ''जरा इकडे ये पाहू.''

अँजेलो मंद गतीनं चालत बूथकडे आला.

''शवागारातल्या डॉ. जॅक स्टेपलटनला ओळखतोस का?'' विनीनं विचारलं.

अँजेलोनं नकारार्थी मान हलवली.

''मी कधीच त्यांना बघितलं नाही.'' अँजेलो म्हणाला, ''पण व्हिनी अमेंडोलानं आज सकाळी फोन केला होता तेव्हा त्यानं त्याचं नाव घेतलं होतं. तो म्हणाला, की फ्रँकोनीची केस स्टेपलटनकडे आहे आणि काही कारणानं त्यावरून त्याला काल झाडण्यात आलं.''

''खरं सांगायचं, तर मलाही काही फोन आले आहेत.'' विनी म्हणाला, ''व्हिनी अमेंडोलाचा फोन तर मला आलाच होता. फ्रँकोनीला शवागाराच्या बाहेर काढण्यासाठी आम्ही त्याची मदत घेतली होती, म्हणून तो अजूनही प्रचंड घाबरलेला आहे. माझ्या बायकोच्या भावाचाही मला फोन आला होता. ज्या अंत्यविधी संस्थेनं तो मृतदेह बाहेर नेला, ते तो चालवतो. तिथे लॉरी मॉँटगोमेरी गेली होती असं तो म्हणत होता. तिला एक अस्तित्वातच नसलेला मृतदेह बघायचा होता.''

''या सगळ्या प्रकाराचं मला फारच वाईट वाटतंय...'' रेमंड म्हणाले.

''तुम्हाला आणि मलाही.'' विनी म्हणाला, ''तुम्हाला खरं सांगायचं तर त्यांना तो मृतदेह परत कसा मिळाला तेच मला समजत नाहीये. वेस्टचेस्टरमधली जमीन मृतदेह पुरण्यासाठी आता फारच कडक असेल म्हणून आम्ही विशेष काळजी घेतली. आम्ही तो लांब तिकडे कोनी बेटाकडे घेऊन गेलो आणि तिथे त्याला समुद्रात फेकून दिलं.''

"काहीतरी चुकलं हे तर उघडच दिसतंय." रेमंड म्हणाले, "आत्ताच्या या परिस्थितीत काय करता येईल असं तुम्हाला वाटतं?"

"मृतदेहाच्या बाबतीत तर आपण आता काहीच करू शकत नाही. व्हिनी अमेंडोलानं अँजेलोला सांगितलं, की शवविच्छेदन आता पार पडलेलं आहे. त्यामुळे तो मार्ग तर आता बंदच झालेला आहे."

रेमंडनी कण्हल्यासारखं केलं आणि मान खाली घातली. त्यांचं डोकं आता अधिकच दुखायला लागलं होतं.

"एक सेकंद हं, डॉक्." विनी म्हणाला, "एक गोष्ट तुम्हाला सांगायची राहूनच गेली. शवविच्छेदनामुळे तुमच्या कार्यक्रमात काय प्रॉब्लेम्स येऊ शकतील याची मला कल्पना असल्यामुळे मी अँजेलो आणि फ्रँकोला फ्रँकोनीचं यकृत नष्ट करून टाकायला सांगितलं होतं."

रेमंडनी मान उचलून वर बघितलं. क्षितिजावर कुठेतरी त्यांना एक आशेचा किरण दिसला होता. "ते तुम्ही कसं काय केलंत?" त्यांनी विचारलं.

"एअर रायफलनं." विनी म्हणाला, "त्यांनी त्याचं यकृत पूर्णपणे नाहीसं करण्यासाठी त्यात पुष्कळ गोळ्या मारल्या. त्यांनी पोटाचा हा सगळाच भाग जवळजवळ संपूर्ण नष्ट केला." विनीनं आपल्या पोटाच्या उजव्या वरच्या भागात हातानं गोलाची आकृती काढत दाखवलं. "बरोबर, अँजेलो?"

अँजेलोनं मान हलवली. "पंप ॲक्शन असलेल्या रेमिंग्टनचं एक अख्खं मॅगझिन आम्ही त्याच्या पोटात रिकामं केलं. त्याचं आतडं हॅम्बर्गरसारखं दिसायला लागलं होतं."

"त्यामुळे तुम्हाला वाटतेय तेवढी काळजी करायचं काही कारण आहे, असं मला वाटत नाही." विनी रेमंडला म्हणाला.

"फ्रँकोनीचं यकृत जर पूर्णपणे नष्ट करण्यात आलेलं होतं, तर मग जॅक स्टेपलटन 'त्याचं यकृतारोपण झालंय का,' असं कशासाठी विचारत होता?" रेमंड म्हणाले.

"त्यानं विचारलं?" विनीनं विचारलं.

"त्यानं डॉ. लेविट्झना सरळ सरळच विचारलं." रेमंड म्हणाले.

विनीनं खांदे उडवले. "त्याला दुसऱ्या कुठल्यातरी गोष्टीमुळे तसं वाटलं असेल. काहीही असलं, तरी आता आपला पेच मला या दोघांवर केंद्रित झालेला दिसतोय; डॉ. जॅक स्टेपलटन आणि डॉ. लॉरी मॉंटगोमेरी."

रेमंडनी आशेनं भुवया वर करत त्याच्याकडे पाहिलं.

"डॉक्, मी तुम्हाला आधीच सांगितल्याप्रमाणे," विनी पुढे म्हणाला, "विनी ज्युनियरची मूत्रपिंडं खराब नसती, तर मी या भानगडीत पडलोच नसतो. शिवाय

माझ्या बायकोचा भाऊही यात गुंतल्यामुळे तर माझी परिस्थिती वाईट झाली आहे. आता त्याला यात ओढल्यामुळे मी हे प्रकरण तसंच सोडू शकत नाही. तुमच्या लक्षात येतंय ना मी काय म्हणतोय ते? तेव्हा मला तरी आता असं वाटतंय, की अँजेलो आणि फ्रँकोनं एकदा या दोघा डॉक्टरांना भेटावं आणि काय तो निकाल लावून टाकावा. अँजेलो, तुझी याला काही हरकत आहे?''

रेमंडनी आशेनं अँजेलोकडे पाहिलं. आणि रेमंडनी त्याला पाहिल्यापासून प्रथमच तो प्रसन्न हसला. त्याच्या चेहऱ्यावरच्या व्रणांमुळे ते हास्य बघायला काही फारसं चांगलं वाटत नव्हतं, पण तो हसत होता हे खरं.

''मी तर गेली पाच वर्षं लॉरी मॉंटगोमेरीला भेटायची संधीच शोधतोय.'' अँजेलो म्हणाला.

''मला ती शंका होतीच...'' विनी म्हणाला, ''मग तू व्हिनी अमेंडोलाकडून त्यांचे पत्ते मिळवशील?''

''डॉ. स्टेपलटनचा पत्ता तर तो मला आनंदानं देईल.'' अँजेलो म्हणाला, ''हा सगळा गोंधळ केव्हा एकदा संपतोय असं त्याला झालंय. लॉरी मॉंटगोमेरीचा पत्ता मला ठाऊक आहेच.''

विनीनं सिगारेट विझवली आणि भुवया उंचावून बघितलं. ''मग डॉक्? अँजेलो आणि फ्रँकोनं त्या दोघा उपद्व्यापी डॉक्टरांना भेटून त्यांना समजावण्याची कल्पना कशी काय वाटतेय तुम्हाला? त्यांना हे सांगायलाच हवं की त्यांच्यामुळे आपली प्रचंड गैरसोय होतेय.... तुम्हाला कळलं ना मी काय म्हणतोय ते?'' त्याच्या चेहऱ्यावर एक छद्मी हास्य पसरलं. रेमंडकडे बघून त्यानं आपला डोळा मिचकावला.

रेमंडच्या तोंडूनही सुटकेचं एक हसू बाहेर पडलं. ''हा पेच सोडवायला दुसरा काही मार्ग आहे असं मला वाटत नाही.'' त्या मखमली गोल सीटवरून सरकत ते बाहेर पडले आणि उठून उभे राहिले. ''थँक यू, मि. डॉमिनिक. माझ्यावर तुम्ही फारच उपकार केले आहेत. आणि मघाशी आल्या आल्या अविचारानं मी जे काही वेड्यासारखं बोललो, त्याबद्दल परत एकदा माफी मागतो.''

''एक मिनिट, डॉक्.'' विनी म्हणाला, ''आपण अजून मोबदल्याचं काहीच बोललो नाही.''

''मला वाटलं हे आपल्या आधीच्या करारापैकीच आहे...'' व्यवहारीपणानं, पण विनी दुखावला जाणार नाही अशा बेतानं रेमंड म्हणाले, ''फ्रँकोनीचा मृतदेह नाहीसा करायचा असा आपला करार होता.''

''मला तसं वाटत नाही.'' विनी म्हणाला, ''हे काम जादा आहे. ट्यूशन फीचा तर आता प्रश्नच नाही. मला वाटतं, आता आपल्याला माझ्या शस्त्रक्रियेच्या फीचा विचार करावा लागणार. वीस हजार ठीक वाटतायत? पूर्ण संख्या बरी वाटते, नाही?''

रेमंड एकदम खूप चिडले, पण त्यांनी स्वत:वर ताबा ठेवला. मागच्या वेळी विनी डॉमिनिकशी सौदेबाजी केल्यावर काय झालं होतं ते त्यांच्या लक्षात होतं. किंमत लगेच दुप्पट झाली होती.

''एवढी मोठी रक्कम गोळा करायला मला थोडा वेळ लागेल.'' रेमंड म्हणाले.

''त्याला काही हरकत नाही, डॉक्.'' विनी म्हणाला, ''तुम्ही करार करायला तयार आहात, तोपर्यंत मला काही काळजी नाही. मी अँजेलो आणि फ्रँकोला त्या कामावर पाठवून देतो.''

''फारच छान.'' तिथून निघण्यापूर्वी रेमंड कसंबसं म्हणाले.

''तू हे गंभीरपणे बोलतोयस का?'' अँजेलोनं विनीला विचारलं.

''हो, असं वाटतंय खरं...'' विनी म्हणाला, ''माझ्या मेहुण्याला मी या भानगडीत गुंतवायलाच नको होतं. अर्थात, त्यावेळी आपल्यासमोर दुसरा काहीच पर्यायच नव्हता. काही झालं तरी आता ही भानगड मला निस्तरायलाच हवी. नाहीतर माझी बायको मला फाडून खाईल. यातला चांगला भाग एवढाच आहे, की मला जे करावंच लागणार होतं, त्याचीही किंमत मी या वेडपट डॉक्टरकडून वसूल करणार आहे.''

''आम्ही त्या दोघांना केव्हा निजधामी पोचवावं असं तुला वाटतंय?'' अँजेलोनं विचारलं.

''जितक्या लवकर हे काम होईल तेवढं चांगलंच.'' विनी म्हणाला, ''खरं म्हणजे आजच रात्री तुम्ही ते उरकलंत तर बरं होईल.''

□□

१५

मार्च ६, १९९७
संध्याकाळी ७ वाजून ३० मिनिटे
कोगो, इक्वेटोरियल गिनी

''तुमचे पाहुणे किती वाजता येणारेत?'' एस्मराल्डानं केविनला विचारलं. तिच्या अंगावर भगव्या आणि हिरव्या रंगाचे सुंदर कपडे होते.

''सात वाजता.'' केविन म्हणाला. थोडं वेगळं काहीतरी बोलायला मिळालं म्हणून तो बऱ्यापैकी खूश झाला होता. आपण आपल्या टेबलापाशी मॉलेक्यूलर बायॉलॉजीचं जर्नल वाचत बसलोय, अशी त्यानं जणू स्वत:च्याच मनाची समजूत करून दिली होती. परंतु प्रत्यक्षात मात्र दुपारच्या भयानक प्रसंगाची त्याच्या मनात परत परत उजळणी होत होती आणि त्याचा त्याला अतिशय त्रास होत होता.

जंगलाच्या रंगाशी जुळणारा पोशाख आणि चपट्या लाल टोप्या घातलेले ते शिपाई पुन्हापुन्हा कुठूनतरी त्याच्या नजरेसमोर टपकत होते. ते पळताना ओल्या जमिनीवर होणारा त्यांच्या बुटांचा आणि त्यांच्याजवळच्या धातूच्या वस्तूंचा एकमेकांवर आपटण्याचा होणारा आवाज अजूनही त्याच्या कानात घुमत होता. त्याहूनही वाईट गोष्ट म्हणजे तो जेव्हा मागे वळून पळायला लागला, तेव्हा त्यांच्या मशीनगन्सच्या फैरींचा आवाज कोणत्याही क्षणी चालू होईल, ही त्याला वाटलेली भीती आताही त्याला वाटत होती.

मैदानात येऊन गाडीत बसण्याचा आणि त्यानंतर वेगानं निघालेल्या

गाडीचा अनुभव मात्र या भीतीच्या अगदी उलट होता. ते शिपाई प्रथम नजरेला पडले, तेव्हा वाटलेल्या भीतीसमोर गाडीच्या खिडकीच्या काचा फुटल्याची भीती त्याला फारच कमी वाटली होती.

केविनच्या तुलनेत मेलनीची या प्रसंगावरची प्रतिक्रिया फारच वेगळी होती. मॅनहॅटनमध्ये लहानाची मोठी झाल्यामुळे तिला अशा प्रसंगांची सवय झालेली असेल की काय, असं केविनला वाटायला लागलं. ती घाबरली तर मुळीच नव्हती. उलट अतिशय चिडली होती. आपल्या गाडीची मोडतोड केल्याबद्दल तिला त्या शिपायांचा खूप राग आला होता. प्रत्यक्षात त्या गाडीवर जेनसिसची मालकी होती; तरी तिला ती आपलीच प्रॉपर्टी वाटायची.

''जेवण तयार आहे.'' एस्मराल्डा म्हणाली, ''मी ते गरम ठेवायची व्यवस्था करते.''

केविननं काळजीपूर्वक काम करणाऱ्या त्या स्त्रीचे मनापासून आभार मानले. आपलं जर्नल बाजूला टाकून तो टेबलाजवळून उठला आणि व्हरांड्यात जाऊन उभा राहिला. रात्र झालेली होती. मेलनी आणि कॅन्डेस आता कुठे असतील, याची त्याला काळजी वाटू लागली होती.

केविनच्या घरासमोर जुन्या पद्धतीच्या दिव्यांनी प्रकाशित केलेला हिरवळीचा एक चौकोनी तुकडा होता. या चौकोनाच्या बरोबर समोरच्या बाजूला सिग्फ्रीड स्पालेकचं घर होतं. तेही केविनच्या घरासारखंच पहिल्या मजल्यावर कमानी असलेलं, दुसऱ्या मजल्यावर चारी बाजूंना व्हरांडा असलेलं आणि उतरत्या छपरातून बाहेर खिडक्या काढलेलं असं होतं. आत्ता तिथे फक्त स्वयंपाकघरात दिवे दिसत होते. याचा अर्थ, मॅनेजर अजून आलेले दिसत नव्हते.

डाव्या बाजूनं हसण्याचा आवाज आल्यामुळे केविननं वळून किनाऱ्याच्या दिशेनं पाहिलं. गेला जवळजवळ तासभर जोराचा पाऊस पडत होता. पंधरा मिनिटांपूर्वीच तो थोडा थांबला होता. उन्हात गरम झालेल्या रस्त्यावरच्या गोट्यांमधून अजूनही वाफा निघत होत्या. त्या धूसर प्रकाशात हातात हात घालून, जोरानं खिदळत येत असलेल्या त्या दोघी मुली केविनला दिसल्या.

''हाय केविन !'' वरच्या बाल्कनीत उभ्या असलेल्या केविनला पाहून मेलनी ओरडली, ''तू आम्हाला घ्यायला गाडी कशी काय पाठवली नाहीस?''

त्या दोघीजणी थेट त्याच्या बाल्कनीच्या खाली येऊन उभ्या राहिल्या. त्या करत असलेल्या आरडाओरडीमुळे केविनला फारच बुजल्यासारखं झालं.

''तुम्ही कशाबद्दल बोलत आहात?'' केविननं विचारलं.

''आम्ही भिजावं अशी काही तुझी इच्छा नव्हती; हो ना?'' मेलनीनं थट्टेनं विचारलं. कॅन्डेस परत एकदा खिदळली.

"वर या." केविननं त्यांना म्हटलं. त्यानं त्या छोट्या चौकाच्या चारी बाजूंना एक नजर टाकली. आपल्या कोणा शेजाऱ्यांना त्रास होत नाहीये ना, याची त्यानं खात्री करून घेतली.

जोरजोरात गप्पा मारत आणि हसत खिदळत त्या दोघी जिना चढून वर आल्या. केविन त्यांना हॉलमध्येच भेटला. मेलनीनं केविनच्या दोन्ही गालांचं चुंबन घेण्याचा आग्रहच धरला. कॅन्डेसनंही तिचीच री ओढली.

"आम्हाला उशीर झाल्याबद्दल माफ कर हं..." मेलनी म्हणाली, "पण पावसामुळे आम्हाला थोडा वेळ चिकी बारमध्ये थांबावं लागलं."

"आणि मोटर पूलमधल्या काही पुरुषांचा एक घोळका तिथे बसला होता, त्यांनी आमच्यासाठी पिना कोलाडा विकत घेऊन आम्हाला ते पिण्याचा आग्रह सुरू केला..." कॅन्डेस गमतीनं सांगत होती.

"ठीक आहे." केविन म्हणाला, "पण इथे मात्र जेवण तयार आहे."

"खरंच? किती मस्त?" कॅन्डेस म्हणाली, "मला प्रचंड भूक लागलीय."

"मलाही." मेलनी म्हणाली. खाली वाकून तिनं आपले बूट काढायला सुरुवात केली. "मी बुटांशिवाय तुझ्या घरात वावरले तर तुझी काही हरकत नाही ना? इथे येताना माझे बूट थोडे ओले झालेत."

"माझे पण." असं म्हणत कॅन्डेसनंही आपले बूट काढले.

केविननं डायनिंग रूमकडे बोट दाखवलं आणि त्या दोघींच्या पाठोपाठ तो आत गेला. तिथलं टेबल बारा लोकांना पुरेल एवढं मोठं असल्यामुळे एस्मराल्डानं त्याच्या एका बाजूलाच जेवणाचं सगळं साहित्य ठेवलं होतं. भांड्यांच्या खाली फक्त एक छोटा टेबलक्लॉथ घातलेला होता. काचेच्या छोट्या छोट्या होल्डर्समध्ये मेणबत्त्या लावून ठेवलेल्या होत्या.

"किती रोमँटिक वाटतंय...!" कॅन्डेस म्हणाली.

"आपण वाईन घेणार आहोत ना?" मेलनीनं विचारलं आणि ती तिच्याजवळ असलेल्या खुर्चीवर बसली.

कॅन्डेस पलीकडे जाऊन मेलनीच्या समोरच्या खुर्चीत बसली. टेबलावरची यजमानाची जागा तिनं केविनसाठी मोकळी सोडली.

"पांढरी की लाल?" केविननं विचारलं.

"कोणत्याही रंगाची चालेल." मेलनी म्हणाली आणि हसली.

"जेवायला काय आहे?" कॅन्डेसनं विचारलं.

"इथेच मिळणारे मासे आहेत." केविन म्हणाला.

"मासे? सगळं अगदी बरोबर जमतंय." मेलनी म्हणाली आणि त्या दोघी डोळ्यांत पाणी येईपर्यंत हसल्या.

‘‘मला काही समजलं नाही.’’ केविन म्हणाला. या दोघी मुलींच्या सहवासात असताना आपला कुठल्याच गोष्टीवर ताबा नसतो आणि संभाषणातल्या अर्ध्याअधिक गोष्टी आपल्याला समजत नाहीत, असं आता त्याला वाटायला लागलं होतं.

‘‘आम्ही नंतर सांगतो तुला त्याबद्दल...’’ मेलनीनं हसू आवरत म्हटलं, ‘‘तू आपला वाईन आण कसा. ते अधिक महत्त्वाचं आहे.’’

‘‘आपण पांढरी वाईनच घेऊया.’’ कॅन्डेस म्हणाली.

केविननं आधीच रेफ्रिजरेटरमध्ये वाईन ठेवली होती. स्वयंपाकघरात जाऊन तो ती घेऊन आला. तिथे असलेल्या एस्मराल्डाच्या नजरेला नजर देणं त्यानं टाळलं. या वेड्या मुली पाहुण्या म्हणून आलेल्या पाहिल्यावर तिला काय वाटेल याची त्याला काळजी वाटत होती. आपल्याला त्याबद्दल काय वाटतंय, हे तर त्याचं त्यालाच समजत नव्हतं.

बाहेर त्यांच्या ज्या जोरजोरात गप्पा आणि हसणं चाललं होतं, ते वाईनची बाटली उघडत असताना आत त्याला ऐकू येत होतं. मेलनी आणि कॅन्डेस आजूबाजूला असताना अस्वस्थ शांतता कधीच पसरत नाही, ही त्यातली एक चांगली बाब आहे याची त्यानं स्वत:लाच आठवण करून दिली.

‘‘कसली वाईन घेणार आहोत आपण?’’ केविन परत आल्यावर मेलनीनं विचारलं. केविननं तिला हातातली बाटली दाखवली.

‘‘क्या बात है !’’ खोटी खोटी आदब दाखवत ती म्हणाली, ‘‘माँट्राशेट ! आपलं नशीब आज जोरावर आहे.’’

केविननं आपल्या बाटल्यांच्या साठ्यातून हाताला येतील त्या बाटल्या उचलल्या होत्या. पण मेलनीला ती आवडलेली पाहून त्याला बरं वाटलं. तो वाईन ग्लासात ओतत असतानाच एस्मराल्डा जेवणातले पहिले पदार्थ घेऊन आली.

जेवण नि:संशय सुरेख झालं होतं. त्या दोघींच्या बरोबर राहिलं पाहिजे, म्हणून केविननंही थोडी अधिकच वाईन घेतली. त्यामुळे त्यालाही आता मोकळं मोकळं वाटायला लागलं. जेवण अर्ध्यावर आलेलं असताना त्याला आत जाऊन वाईनची दुसरी बाटली आणावी लागली.

‘‘चिकी बारमध्ये आम्हाला कोण भेटलं त्याचा तुला अंदाजच करता येणार नाही...’’ मेलनी म्हणाली. पहिल्या पदार्थांच्या रिकाम्या बशा एस्मराल्डा आत घेऊन गेली. ‘‘आपला निर्भय नेता, सिग्फ्रीड...’’

केविनला एकदम वाईनचा ठसका लागला. त्यानं आपल्या नॅपकिननं आपला चेहरा पुसला. ‘‘तुम्ही त्याच्याशी बोलला तर नाही?’’

‘‘त्याला टाळणं शक्यच नव्हतं.’’ मेलनी म्हणाली, ‘‘त्यानं अतिशय मार्दवानं विचारलं, की मी तुमच्या टेबलावर बसलो तर चालेल का म्हणून. त्यानं आम्हाला आणि आमच्याबरोबर त्या मोटर पूलमधल्या सर्वांना ड्रिंकही दिलं.’’

“तो आज खरोखरच खूप छान वागत होता.” कॅन्डेस म्हणाली.

केविनच्या अंगावर थंडीची एक शिरशिरी उठली. दुपारच्या त्या पहिल्या प्रसंगाइतकाच त्याला घाबरवून टाकणारा दुसरा प्रसंग म्हणजे त्याला सिग्फ्रीडच्या ऑफिसला द्यावी लागलेली भेट हा होता. त्या इक्वेटोगिनीयन शिपायांच्या तावडीतून ते सुटतायत न सुटतायत, तोच मेलनीनं सिग्फ्रीडला ताबडतोब भेटायचा आग्रहच धरला होता. केविनचं त्याबद्दल काय म्हणणं होतं ते ऐकून घ्यायला ती तयारच नव्हती.

“अशी वागणूक मी कदापि सहन करणार नाही.” जिना चढायला लागल्यावर मेलनी म्हणाली होती. ऑरिएलोशी बोलण्याची तसदीही तिनं घेतली नाही. ती सरळ सिग्फ्रीडच्या ऑफिसमध्ये घुसली होती आणि आपली गाडी त्यानं स्वत: लक्ष घालून ताबडतोब दुरुस्त करून द्यावी, अशी स्पष्ट मागणी तिनं सिग्फ्रीडकडे केली होती.

कॅन्डेस मेलनीबरोबर आत गेली, पण केविन मात्र बाहेरच उभा राहिला होता. ऑरिएलोच्या टेबलाच्या पलीकडे उभं राहून चाललेला प्रकार पाहणं त्यानं अधिक पसंत केलं.

“काल माझा गॉगल हरवला...” मेलनी म्हणाली होती, “तो शोधायला आम्ही तिकडे गेलो, तर परत आमच्यावर गोळ्यांची बरसात करण्यात आली.”

सिग्फ्रीडचा आता बहुतेक स्फोट होणार असं केविनला वाटलं होतं. पण तसं काहीच झालं नाही. उलट त्यानं ताबडतोब त्यांची माफी मागितली होती. त्यानं सांगितलं, की इतर लोकांना बेटापासून दूर ठेवण्यासाठी ते शिपाई तिथे ठेवलेले होते. त्यांनी तुमच्यावर गोळ्या चालवल्या हे त्यांचं चुकलंच. मेलनीची गाडी दुरुस्त करून देण्याचं तर त्यानं कबूल केलंच, पण तोपर्यंत तिला एक दुसरी बदली गाडी देण्याचंही त्यानं ठरवलं. तिचा हरवलेला गॉगल शोधण्याचं काम आपण शिपायांना सांगतो, असंही तो म्हणाला होता.

तेवढ्यात एस्मराल्डा स्वीट डिश घेऊन आली. त्या दोघी मुली एकदम खूश झाल्या. ती स्वीट डिश तिथेच पिकवलेल्या कोकोपासून बनवलेली होती.

“आज जे काही झालं त्याचा सिग्फ्रीडनं उल्लेख केला?” केविननं विचारलं.

“त्यानं परत एकदा माफी मागितली.” कॅन्डेस म्हणाली, “तो म्हणाला, की मी त्या मोरोक्कन कमांडोशी बोललोय आणि आता परत तिथे गोळीबार होणार नाही, याची पूर्ण खात्री बाळगा. परत कोणी त्या पुलापाशी घुटमळताना दिसलं तर त्याच्याशी आधी बोलून त्याला, ‘तिथे जायला सर्वांनाच बंदी आहे’ असं सांगण्यात येईल.”

“हे मला जरा कठीणच दिसतंय.” केविन म्हणाला, “शिपाई म्हणवणारी ती पोरं गोळ्या झाडायला इतकी उतावळी झालेली असतात, की ती असलं काही कबूल करतील असं मला अजिबात वाटत नाही.”

मेलनी हसली. ''शिपायांच्या विषयावरून मला आठवलं. सिग्फ्रीड म्हणाला, की माझा अस्तित्वात नसलेला गॉगल शोधण्यासाठी त्या शिपायांनी तिथे कितीतरी तास खर्च केले. बरी शिक्षा मिळाली त्यांना...''

''त्यानं आम्हाला हे मात्र विचारलं, की तिथे जाऊन ज्या कामगारांनी कचरा जाळला त्यांच्याशी बोलायची तुम्हाला इच्छा आहे का म्हणून.'' कॅन्डेस म्हणाली, ''तुला हे खरं तरी वाटतंय का?''

''तुम्ही त्याला काय उत्तर दिलंत?'' केविननं विचारलं.

''आम्ही त्याला सांगितलं की त्याची आता काही गरज नाही म्हणून.'' कॅन्डेस म्हणाली, ''म्हणजे त्याला असं वाटायला नको, की आपल्याला अजूनही त्या धुराबद्दल काळजी वाटतेय आणि त्याला हे तर नक्कीच कळायला नकोय, की आपण परत बेटावर जाण्याच्या योजना बनवतो आहोत.''

''पण आपण कुठे तशा योजना केल्या आहेत?'' केविन म्हणाला. त्या दोघी एकमेकींकडे काहीतरी कारस्थान केल्यासारख्या बघत हसायला लागल्या, तसा केविन त्यांच्या तोंडाकडे बघत बसला. ''आपला खरंच तिकडे जायचा विचार आहे का?'' दोनदा आपल्या अंगावर गोळ्यांचा वर्षाव झाल्यानंतर आता केविननं स्वत:पुरता तरी तो विचार डोक्यातून काढून टाकायचा असं ठरवलं होतं.

''जेवणात आज मासे आहेत असं तू सांगितल्यावर आम्ही हसलो, ते तुला आठवतंय?'' मेलनीनं विचारलं.

''हो.'' केविन काळजीनं म्हणाला. मेलनी आता जे काही सांगणार आहे, ते आपल्याला आवडणार नाहीये अशी त्याची भावना होत चालली होती.

''आम्ही त्यावेळी हसलो, याचं कारण आज दुपारचा वेळ आम्ही किनाऱ्यावर घालवला. आठवड्यातून दोनदा कोगोला मासे पकडण्यासाठी येणारे काही कोळी आम्हाला तिथे भेटले. आम्ही दोघी त्यांच्याशी बराच वेळ बोलत होतो.'' मेलनी म्हणाली, ''मला तर वाटतं, आपण आत्ता खाल्लेले मासे बहुतेक त्यांनीच पकडलेले असावेत. इथून पूर्वेला दहाबारा मैलांवर अकालायाँग नावाचं एक गाव आहे. तिथून ते आले होते.''

''मला ते गाव माहीत आहे.'' केविन म्हणाला. इक्वेटोरियल गिनीमधून गॅबनमधल्या कोकोबीचला जायचं असेल तर तिथे बोट बदलावी लागायची. पिरोग नावाच्या मोटर लावलेल्या बोटी त्या मार्गावर चालवल्या जायच्या.

''आम्ही त्यांची एक बोट दोन तीन दिवसांसाठी भाड्यानं घेतलीय.'' मेलनीनं अभिमानानं सांगितलं, ''त्यामुळे आपल्याला त्या पुलाच्या जवळपासदेखील जावं लागणार नाही. आपण पाण्यातूनच इस्ला फ्रॅन्सेस्कावर जाऊ शकतो.''

''तुमच्या या 'आपण'मध्ये तुम्ही माझा समावेश करू नका.'' केविन थोडा

जोरातच म्हणाला, ''माझ्यापुरतं बोलायचं झालं तर मला आता हे साहस अतिच होतंय असं वाटायला लागलंय. खरं सांगायचं, तर आपण आता जिवंत आहोत हे आपलं नशीबच म्हणायला हवं. तुम्हाला जायचं असेल तर तुम्ही जा. नाहीतरी मी काहीही सांगितलं तरी मी तुम्हाला अडवू शकणार नाहीच.''

''हो का? हे मात्र ग्रेटच आहे.'' मेलनी उपहासानं म्हणाली, ''तू या सगळ्यातून बाहेरच पडायला पाहतोयस. तसं जर असेल तर तू आणि मी आदिमानव निर्माण केलाय की काय, हे तू कसं काय शोधणार आहेस? मला असं म्हणायचंय, की या सगळ्याची सुरुवात तूच केलेली आहेस आणि तुझ्यामुळे आम्हाला ही अस्वस्थता वाटायला लागली.''

मेलनी आणि कॅन्डेस टेबलाच्या पलीकडून पाहू लागल्या. थोडा वेळ कोणीच काही बोललं नाही. बाहेरच्या जंगलातले किड्यांचे आवाज आता आत ऐकू येऊ लागले. आतापर्यंत त्यांना कोणालाच ते ऐकू आले नव्हते.

हळूहळू अतिशय अस्वस्थ वाटायला लागलं. शेवटी केविननं त्या शांततेचा भंग केला. ''काय करावं हे आता तरी मला समजत नाहीये.'' तो म्हणाला, ''मला काहीतरी सुचलं की मी तुम्हाला सांगतो.''

''तुला तर यावंच लागेल.'' मेलनी म्हणाली, ''ते प्राणी त्या बेटावर काय करतायत ते शोधून काढण्यासाठी बेटाला भेट देणं हा एकच मार्ग आहे, असं तूच म्हणाला होतास... ते तुझे स्वत:चेच शब्द होते. आठवतंय? विसरलास की काय एवढ्यात?''

''नाही, विसरलो नाही.'' केविन म्हणाला, ''फक्त एवढंच आहे... की...''

''असू दे.'' मेलनी मोठेपणाचा आव आणत म्हणाली, ''अनुवंशशास्त्राशी खेळ केल्यामुळे आपल्या हातून कसली निर्मिती झालीय हे बघण्याची तुलाच जर भीती वाटत असेल, तर राहू दे... पिरोगमधली मोटर चालू करायला तू आम्हाला मदत करशील असं आम्हाला वाटत होतं. पण ते काही एवढं महत्त्वाचं नाही. मी आणि कॅन्डेस ते करू शकू. हो ना, कॅन्डेस?''

''अगदी बरोबर.'' कॅन्डेस म्हणाली.

''आम्ही अतिशय काळजीपूर्वक सगळी योजना तयार केलीय.'' मेलनी म्हणाली, ''आम्ही त्यांच्याकडून एक स्वयंचलित बोट भाड्यानं घेतली आणि शिवाय त्यांना एक छोटी वल्ही असलेली होडीसुद्धा आणायला सांगितलीय. ती वल्ही असलेली होडी आपण ओढत न्यायची असं आम्ही ठरवलं. एकदा आपण बेटापर्यंत पोचलो, की रिओ डिव्हिजोमध्ये आपल्याला या छोट्या होडीचा वापर करता येईल. अशीही शक्यता आहे, की आपल्याला जमिनीवर उतरावंही लागणार नाही. आपल्याला त्या प्राण्यांचं थोडा वेळ फक्त निरीक्षणच करायचंय.''

केविननं मान हलवली. निष्ठुरपणे त्याच्याकडे पाहत असलेल्या त्या दोघींच्या चेहऱ्यांकडे तो आळीपाळीनं बघत राहिला. शेवटी त्याला फारच अस्वस्थ वाटायला लागल्यावर तो उठला आणि खोलीच्या बाहेर जायला लागला.

"तू कुठे निघालास?" मेलनीनं विचारलं.

"आणखी वाईन आणायला." केविन म्हणाला.

आपल्याला कसला तरी प्रचंड राग आलाय असं त्याला वाटत होतं. त्यानं पांढऱ्या बर्गंडीची तिसरी बाटली घेतली, उघडली आणि ती घेऊन तो परत भोजनगृहात आला. मेलनीला त्यानं ती दाखवल्यावर तिनं मान हलवली आणि मग त्यानं ती तिच्या ग्लासात ओतली. तशीच कॅन्डेसला दाखवून तिनंही संमती दिल्यावर त्यानं तिचाही ग्लास भरला आणि मग स्वत:चा ग्लास भरून घेतला.

आपल्या खुर्चीत परत जाऊन बसल्यावर त्यानं वाईनचा एक मोठा घोट घेतला. तो गिळल्यावर त्याला किंचित ठसका लागला. मग त्यानं त्या दोघींना, या साहसी मोहिमेवर कधी निघायचा त्यांचा विचार आहे, ते विचारलं.

"उद्या सकाळी लवकर निघावं असं आम्हाला वाटतंय." मेलनी म्हणाली, "बेटापर्यंत पोचायला तासभर तरी लागेल असं मला वाटतं. त्यामुळे सूर्य फार वर चढण्यापूर्वी आपण परत येऊ शकलो तर बरं."

"खाद्यपदार्थ आणि पेयं आम्ही आजच कॅन्टीनमधून घेऊन ठेवलेली आहेत." कॅन्डेस म्हणाली, "ती ठेवण्यासाठी मी हॉस्पिटलमधला एक पोर्टेबल कूलर घेऊन येईन."

"आपण पूल आणि पुलाच्या भागापासून शक्य तेवढं दूर राहायचं." मेलनी म्हणाली, "म्हणजे ती अडचण दूर झाली."

"मला तर वाटतंय, आपली ही पिकनिक मस्त होईल." कॅन्डेस म्हणाली, "मला हिप्पोपोटॅमस पाहण्याची अतिशय इच्छा आहे."

केविननं वाईनचा आणखी एक घोट घेतला.

"प्राण्यांना शोधून काढण्यासाठी आम्ही तुझी ती छोटी इलेक्ट्रॉनिक उपकरणं नेली, तर तुझी काही हरकत नाही ना?" मेलनीनं विचारलं, "आणि तो नकाशाही आम्हाला उपयोगी पडेल. अर्थात, आम्ही योग्य ती काळजी घेऊच."

केविननं एक उसासा टाकला आणि आपल्या खुर्चीतच तो खाली सरकून बसला. "ठीक आहे. मी माझा हट्ट मागे घेतो. उद्या केव्हा निघायचा तुमचा बेत आहे?"

"आता कसं बोललास !" कॅन्डेस टाळ्या वाजवत म्हणाली, "मला माहीतच होतं तू येशील म्हणून...!"

"सूर्य सहानंतर उगवतो." मेलनी म्हणाली, "तोपर्यंत आपण बोटीत बसून

निघालेलो असलो पाहिजे. माझी कल्पना अशी आहे, की आपण आधी पश्चिमेकडे जायचं, नंतर एस्ट्युरिओमध्ये थोडं फिरायचं आणि मगच पूर्वेकडे मोर्चा वळवायचा. त्यामुळे आपण इथून निघताना कोणी आपल्याला बोटीत बसताना पाहिलंच, तरी त्यांना संशय यायला नको. आपण अकालायाँगालाच निघालोय असं त्यांना वाटावं अशी माझी इच्छा आहे.''

''आणि कामाचं काय?'' केविननं विचारलं, ''आपण कामावर हजर नाही हे कोणाच्या लक्षात आलं तर?''

''त्याची व्यवस्था मी केलीय. मला प्राणिकेंद्रात अशा ठिकाणी काम आहे असं मी लोकांना सांगितलंय, की जिथे कोणी माझ्याशी संपर्क साधू शकणार नाही. आणि प्राणिकेंद्रातल्या लोकांना मी सांगितलंय की...''

''आलं माझ्या लक्षात सगळं...'' केविन मध्येच म्हणाला, ''कॅन्डेस, तुझं काय?''

''काहीही अडचण नाही.'' कॅन्डेस म्हणाली, ''मि. विन्चेस्टरची तब्येत आता आहे तितकी चांगली जोपर्यंत राहील, तोपर्यंत मला काही कामच नाहीये. त्यांचे सर्जन्सदेखील दिवसभर गोल्फ नाहीतर टेनिस खेळत असतात. मला मनाला येईल ते करायची मुभा आहे.''

''मी मुख्य तंत्रज्ञाला फोन करून सांगतो.'' केविन म्हणाला, ''मी त्याला सांगतो, की मला वेडाचा प्रचंड झटका आलाय आणि म्हणून मी कामावर येऊ शकणार नाही असं.''

''एक मिनिट.'' कॅन्डेस म्हणाली, ''आत्ताच मला एक अडचण आठवली...''

केविन एकदम ताठ होऊन बसला. ''आता काय?'' त्यानं विचारलं.

''माझ्याकडे उन्हात वापरायचं लोशन नाहीये.'' कॅन्डेस म्हणाली, ''यापूर्वीच्या तिन्ही ट्रिप्समध्ये सूर्यदर्शनच झालं नाही, त्यामुळे मी ते आणलेलं नाहीये.''

□□

१६

मार्च ६, १९९७
दुपारी २ वाजून ३० मिनिटे
न्यूयॉर्क

फ्रँकोनीच्या एकाही चाचणीचे रिझल्ट्स अजून तयार नसल्यामुळे जॅक नाईलाजानं स्वत:च्या ऑफिसात आला आणि आपल्या तुंबलेल्या कामांपैकी काही पूर्ण करण्याचा प्रयत्न करायला लागला. अडीचला फोन वाजला तोपर्यंत त्याचं बरंचसं काम पूर्ण होत आलं होतं, हे पाहून त्यालाच खूप आश्चर्य वाटलं.

"डॉ. स्टेपलटन बोलताय का?" इटालियन पद्धतीनं बोलणाऱ्या एका बाईनं विचारलं.

"हो. मीच बोलतोय." जॅक म्हणाला, "आपण मिसेस फ्रँकोनी का?"

"इमोजिन फ्रँकोनी. तुम्हाला फोन करायचाय असा निरोप मला मिळाला, म्हणून मी फोन केला."

"हे तुम्ही चांगलं केलंत, मिसेस फ्रँकोनी." जॅक म्हणाला, "तुमच्या मुलाच्या मृत्यूची बातमी फारच दु:खदायक आहे. मी तुमच्या दु:खात सहभागी आहे."

"थँक यू." इमोजिन म्हणाली, "कार्लो चांगला मुलगा होता. पेपरात त्याच्याबद्दल छापून आलंय तसलं काही तो करत नव्हता. इथल्या क्वीन्समधल्या अमेरिकन फ्रेश फ्रूट कंपनीसाठी तो काम करत

होता. संघटित गुन्हेगारीमध्ये त्याचा सहभाग होता, असलं काहीतरी त्या पत्रकारांना कोणी सांगितलं कोण जाणे. हे वर्तमानपत्रवाले काहीही छापतात.''

''आपल्या वर्तमानपत्राचा खप वाढवण्यासाठी ते कोणत्याही थराला जातात.'' जॅक म्हणाला.

''आज सकाळी आलेला तुमचा माणूस म्हणत होता, की तुम्हाला त्याचा मृतदेह सापडलाय म्हणून.'' इमोजिन म्हणाली.

''असं आम्हाला वाटतंय खरं.'' जॅक म्हणाला, ''पण ते नक्की ठरवण्यासाठीच आम्हाला तुमच्या रक्ताचा नमुना हवा होता. तुम्ही चांगलं सहकार्य केलंत, त्याबद्दल मी तुमचा आभारी आहे.

''मी त्याला विचारलं, की गेल्या वेळेसारखं यावेळीही मृतदेहाची ओळख पटवायला मलाच तिकडे का बोलावत नाही म्हणून...'' इमोजिन म्हणाली, ''पण तो म्हणाला की ते काही त्याला ठाऊक नाही.''

ओळख पटवण्यात काय अडचण आहे, हे तिला चांगल्या शब्दांत कसं सांगता येईल त्याचा जॅक विचार करू लागला. पण त्याला काहीच सबब सुचेना. ''त्या मृतदेहाचे काही भाग अजून सापडलेले नाहीत.'' तो मोघमपणे म्हणाला. तेवढ्यावर मिसेस फ्रँकोनीचं समाधान होईल असं त्याला वाटलं.

''असं का?'' इमोजिन म्हणाली.

''तो कुठे गेला होता हे तुम्हाला ठाऊक नाही असं तुम्ही म्हणालात, असं मला समजलं.'' जॅक म्हणाला, ''तुम्हाला ते काहीकरून शोधून काढता येईल, अशी काही शक्यता आहे का?''

''मला तरी काही ते शक्य दिसत नाही.'' इमोजिन म्हणाली, ''तो मला एवढंच म्हणाला होता, की ते त्याच्या कामापैकी नाही आणि अतिशय खासगी आहे.''

''ही कधीची गोष्ट आहे ते तुम्हाला आठवतंय?'' जॅकनं विचारलं.

''नेमकं काही आठवत नाही...'' इमोजिन म्हणाली, ''बहुतेक पाच ते सहा आठवड्यांपूर्वी असावं.''

''तो आपल्या देशातच कुठेतरी गेला होता, की परदेशी?'' जॅकनं विचारलं.

''तेही मला ठाऊक नाही.'' इमोजिन म्हणाली, ''ते अतिशय खासगी आहे एवढंच त्यानं मला जाताना सांगितलं होतं.''

''तुम्हाला जर तो कुठे गेला होता ते समजलं, तर तुम्ही मला ते कळवाल?'' जॅकनं विचारलं.

''हो, कळवीन की.'' इमोजिन म्हणाली.

''थँक यू.'' जॅक म्हणाला.

''जरा थांबा.'' इमोजिन म्हणाली, ''जाण्यापूर्वी तो काहीतरी विचित्र बोलला ते

मला आत्ताच आठवलं. तो म्हणाला, की जर मी परत आलो नाही, तर माझं तुझ्यावर खूप प्रेम आहे हे तू विसरू नकोस.''

''त्याबद्दल तुम्हाला आश्चर्य वाटलं?'' जॅकनं विचारलं.

''हो, वाटलं खरं !'' इमोजिन म्हणाली, ''पण मला असंही वाटलं, की आईच्या प्रेमापोटी तो असं बोलतोय.''

जॅकनं मिसेस फ्रँकोनीचे परत एकदा आभार मानले आणि फोन बंद केला. रिसीव्हरवरचा हात तो उचलतोय न उचलतोय तोच फोन परत वाजला.

टेड लीन्च फोनवर होता.

''जॅक, तू आत्ता इकडे येऊ शकशील का?'' टेडनं विचारलं.

''लगेच येतो.'' जॅक म्हणाला.

जॅक तिथे पोचला, तेव्हा टेड आपल्या टेबलापाशी अक्षरश: डोकं खाजवत बसलेला त्याला आढळला.

''मला जर पुरेशी माहिती नसती, तर तू माझी फिरकी घेतोयस असंच मला वाटलं असतं.'' टेड म्हणाला, ''बस खाली !''

जॅक बसला. टेडच्या हातात कॉंप्युटरनं छापलेल्या कागदांचा एक मोठा गठ्ठा आणि शिवाय डेव्हलप केलेल्या फिल्मच्या कितीतरी गुंडाळ्या होत्या. त्या फिल्म्सवर शेकडो छोटे छोटे काळे पट्टे होते. टेड पुढे आला आणि त्यानं ते सगळं सामान जॅकच्या मांडीवर टाकलं.

''काय आहे हे एवढं सगळं?'' जॅकनं विचारलं. त्या फिल्म्स प्रकाशाच्या दिशेला धरून तो काय दिसतंय ते पाहू लागला.

टेड थोडा पुढे वाकला आणि पेन्सिलीच्या मागच्या टोकानं जॅकला त्यातल्या काही गोष्टी दाखवू लागला. ''डीएन्ए पॉलीमार्कर चाचणीचे हे रिझल्ट्स आहेत.'' आणि मग कॉंप्युटरच्या प्रिंट्सकडे बोट दाखवत तो पुढे म्हणाला, ''आणि एम्‌एच्‌सीमधल्या डी क्यू अल्फा भागातील न्युक्लिओटाईड्सच्या क्रमांची तुलना या कागदांच्या गठ्ठ्यात आहे.''

''काय हे टेड !'' जॅकनं त्याला विनंतीच्या सुरात म्हटलं, ''माझ्याशी तू जरा मला समजेल अशा भाषेत बोलशील का? या प्रांतात आलं की मला अगदी जंगलात हरवल्यासारखं वाटतं.''

''ठीक आहे.'' टेड थोडा वैतागल्यासारखा म्हणाला, ''मला असं म्हणायचंय, की फ्रँकोनीचं डीएन्ए आणि त्याच्या यकृताच्या टिश्यूचं डीएन्ए संपूर्णपणे वेगळं आहे, असं या पॉलीमार्कर चाचणीवरून दिसून येतंय.''

''अरे वा, ही बातमी मस्तच आहे.'' जॅक म्हणाला, ''याचा अर्थ, त्याचं यकृतारोपण झालेलं होतं असाच होतो.''

"असं म्हणायला हरकत नाही..." टेड खात्रीपूर्वक म्हणाला, "पण डी क्यू अल्फामधल्या सर्व न्युक्लिओटाईड्सचा क्रम मात्र अगदी शेवटपर्यंत सारखाच आहे."

"याचा अर्थ काय होतो?" जॅकनं विचारलं.

टेडनं याचना केल्यासारखे आपले दोन्ही हात पसरले. त्याच्या कपाळाला आठ्या पडल्या. तो म्हणाला, "मलाच माहिती नाही. मला त्याचं काही स्पष्टीकरणच देता येत नाही. शास्त्रीय दृष्टिकोणातून विचार केला, तर हे अशक्य आहे. म्हणजे तशी शक्यता इतकी कमी आहे, की माझा यावर विश्वासच बसत नाहीये. क्रोमोझोम्स- मध्ये आम्लारींच्या जोड्यांचे (Base Pairs) हजारो, लाखो क्रम असतात, ते इतके पूर्णपणे कसे काय जुळतायत, तेच मला समजत नाही. ते सर्वच्या सर्व संपूर्णपणे सारखे आहेत. त्यामुळेच आपण डी क्यू अल्फा स्क्रीन टेस्ट केली, तेव्हा आपल्याला ते गोंधळवून टाकणारे रिझल्ट्स मिळाले."

"हे बघ, महत्त्वाची गोष्ट काय आहे, तर यकृतारोपण झालं होतं हे अगदी नक्की !" जॅक म्हणाला, "आपल्याला फक्त त्याच्याशी कर्तव्य आहे."

"यकृतारोपण झालं होतं असं जरा ओढूनताणूनच म्हणायला लागतंय." टेड म्हणाला, "पण डी क्यू अल्फा इतके सारखे असलेला देणगीदार त्यांना कुठून मिळाला, याला काहीच स्पष्टीकरण नाहीये. हे म्हणजे काहीतरी अतिमानवी शक्तीमुळे होणाऱ्या एखाद्या योगायोगासारखं वाटायला लागलंय..."

"तो तरंगणारा मृतदेह फ्रँकोनीचाच होता हे नक्की करण्यासाठी आपण जी मायटोकाँड्रियल* डीएन्एची चाचणी करणार होतो, त्याचे रिझल्ट्स आले का?" जॅकनं विचारलं.

"काय माणूस आहेस रे तू ! एखाद्याला तात्पुरता आसरा दिला, तर तो कायमचाच पसारा मांडायला लागतो !" टेड तक्रारीच्या सुरात म्हणाला, "आता कुठे आपल्याला रक्ताचा नमुना मिळतोय. रिझल्ट्स मिळेपर्यंत थोडा तरी वेळ लागणार नाही का? आत्ता तुला जे रिझल्ट्स दिलेत ना, ते देण्यासाठी मला संपूर्ण प्रयोगशाळा उलथीपालथी करावी लागली. शिवाय पॉलीमार्कर रिझल्ट्सपेक्षा मला या डी क्यू अल्फाच्या प्रकरणात अधिक इंटरेस्ट होता. इथे काहीतरी चुकतंय, असं मला अजूनही वाटतंय."

"जाऊ दे रे, त्याच्यामुळे तुझी झोप तू उडू देऊ नकोस." जॅक म्हणाला. तो उठून उभा राहिला. टेडनं त्याच्या मांडीवर टाकलेल्या सगळ्या गोष्टी त्यानं त्याला परत केल्या. "तू खरंच मोठंच काम केलं आहेस. थँक्स ! मला नेमकी हीच माहिती हवी होती. मायटोकाँड्रियल रिझल्ट्स मिळाले की मला फोन कर."

टेडच्या निष्कर्षांमुळे जॅकला फारच बरं वाटलं. आता त्याला मायटोकाँड्रियल रिझल्ट्सचीही काळजी नव्हती. एक्स-रेज् जुळल्यामुळे तो तरंगणारा मृतदेह फ्रँकोनीचाच

आहे, याबद्दल त्याची आता पूर्ण खात्री पटली होती.

जॅक लिफ्टमध्ये शिरला. यकृतारोपण आहे हे आता नक्की समजल्यामुळे बार्ट अर्नोल्ड्सकडून उरलेल्या रहस्याचा उलगडा होईल, असं त्याला वाटत होतं. डी क्यू अल्फा रिझल्ट्सच्या बाबतीत टेड एवढा हळवा का झाला, याबद्दल लिफ्ट- मधून बाहेर पडताना त्याला आश्चर्य वाटत होतं. तो हळवा वगैरे फारसा कधी होत नाही, हे जॅकला ठाऊक होतं. याचा अर्थ, ते नक्कीच काहीतरी महत्त्वाचं असलं पाहिजे. दुर्दैवानं त्याबद्दल मत बनवण्याएवढं त्या विषयाचं ज्ञान जॅकला नव्हतं. संधी मिळाली की त्या विषयावरची पुस्तकं वाचायची असं त्यानं ठरवून टाकलं.

जॅकचा आनंद थोडा काळच टिकला. बार्टच्या ऑफिसमध्ये शिरल्याबरोबर त्याच्या आनंदावर विरजण पडलं. बार्ट फोनवरच बोलत होता. पण जॅकला पाहिल्याबरोबर त्यानं नकारार्थी मान हलवली. जॅक त्याच्यासमोरच्या खुर्चीवर जाऊन बसला.

''काहीच समजलं नाही?'' बार्टनं फोन खाली ठेवल्याबरोबर जॅकनं विचारलं.

''नाही ना..'' बार्ट म्हणाला, ''UNOS बद्दल मला फार आशा होती. पण त्यांनी जेव्हा सांगितलं, की त्यांच्याकडून फ्रँकोनीला यकृत दिलं गेलेलं नाहीये आणि तो त्यांच्या प्रतीक्षायादीतही नव्हता, तेव्हाच माझ्या लक्षात आलं की आता हे रहस्य उलगडणं अवघड होणार आहे. आत्ता मी फोनवर कोलंबिया-प्रेस्बिटेरियनशी बोलत होतो. तिथेही हे ऑपरेशन झालेलं नाहीये असंच समजलं. त्यामुळे यकृतारोपण करणाऱ्या सर्व संस्थांशी आता माझं बोलणं झालेलं आहे, असं म्हणायला हरकत नाही आणि त्यांच्यापैकी कोणीही कार्लो फ्रँकोनी हे नावदेखील ऐकलेलं नाही.''

''हे विचित्रच आहे.'' जॅक म्हणाला. फ्रँकोनीचं यकृतारोपण झालं होतं हे टेडच्या संशोधनावरून नक्की ठरल्याचं त्यानं बार्टला सांगितलं.

''यावर काय बोलायचं तेच मला कळत नाहीये...'' बार्ट म्हणाला.

''उत्तर अमेरिका किंवा युरोपमध्ये जर एखाद्याचं ऑपरेशन झालं नसेल, तर ते कुठे झालं असण्याची शक्यता आहे?'' जॅकनं विचारलं.

बार्टनं खांदे उडवले. ''आणखी काही शक्यता आहेत. ऑस्ट्रेलिया, साऊथ आफ्रिका, साऊथ अमेरिकेतल्या एक दोन जागा. पण UNOS मधल्या माझ्या माणसाशी बोलल्यानंतर माझी तरी पूर्ण खात्री झालीय, की तिथे ही शस्त्रक्रिया झालेली असणं शक्य नाही.''

''तू माझी गंमत तर करत नाहीयेस?'' जॅक म्हणाला. त्याला ज्या गोष्टीची अपेक्षा होती ते त्याला बार्टकडून ऐकायला मिळत नव्हतं.

''हे एक मोठं रहस्यच आहे...'' बार्ट म्हणाला.

''या केसमधली कोणतीच गोष्ट सरळ नाहीये.'' जॅक उठत म्हणाला.

''मी माझे प्रयत्न चालूच ठेवतो.'' बार्ट म्हणाला.

''ते बरं होईल.'' जॅक म्हणाला.

गुन्हे अन्वेषणाच्या विभागातून बाहेर पडताना जॅकला थोडंसं उदास वाटत होतं. काहीतरी महत्त्वाची गोष्ट आपल्या लक्षात येत नाहीये, अशी भावना मनात येऊन तो अस्वस्थ झाला. पण ती महत्त्वाची गोष्ट काय असेल आणि ते शोधायचं कसं, हेच त्याला समजत नव्हतं.

आय् डी रूममध्ये आल्यावर त्यानं स्वत:साठी आणखी एक कप कॉफी बनवून घेतली. आतापर्यंत तिचं पेयाऐवजी घट्ट साक्यात रूपांतर झालं होतं. हातात कप तसाच घेऊन तो वरच्या प्रयोगशाळेचा जिना चढू लागला.

''मी तुझे नमुने तपासले.'' जॉन डी व्हराईज् म्हणाला, ''सायक्लोस्पोरिन ए आणि FK 506 हे दोन्ही मला त्यात सापडलं नाही.''

जॅकला अतिशय आश्चर्य वाटलं. तो जॉनच्या फिकट आणि हडकुळ्या चेहऱ्याकडे बघतच राहिला. जॉननं एवढ्या लवकर नमुने तपासले याचं आश्चर्य करावं, की त्याचे रिझल्ट्स निगेटिव्ह आहेत याचं आश्चर्य करावं तेच त्याला समजेना.

''तू माझी थट्टा करतोयस का?'' जॅक कसंबसं म्हणाला.

''बिलकुलच नाही.'' जॉन म्हणाला, ''मी कधीच कोणाची थट्टा करत नाही.''

''पण अवयव नाकारला जाऊ नये यासाठी घ्यावी लागणारी ही औषधं या रुग्णानं घेतली असलीच पाहिजेत.'' जॅक म्हणाला, ''त्याचं नुकतंच यकृतारोपण झालेलं होतं. बरं, तुला चुकीचे रिझल्ट्स मिळाले असतील अशी काही शक्यता आहे का...?''

''या चाचण्या आम्ही स्टँडर्ड पद्धती वापरून करतो.'' जॉन म्हणाला.

''दोन्हींपैकी एक औषध तरी यात सापडेल अशी मला आशा होती.'' जॅक म्हणाला.

''तुला आशा होती म्हणून मी मला मिळालेले रिझल्ट्स बदलू तर शकत नाही ना?'' जॉन चिडून म्हणाला, ''तुझं काम झालं असलं तर मला दुसऱ्या कामाकडे वळायचंय.''

प्रयोगशाळेचा प्रमुख असलेला जॉन त्याच्या एका उपकरणाकडे चालायला लागला. तसा जॅक बघतच राहिला. काही वेळानं जॅक वळला आणि प्रयोगशाळेतून बाहेर पडला. आता त्याला अधिकच उदास वाटायला लागलं. टेड लीन्चचे डीएन्ए रिझल्ट्स आणि जॉन डी व्हराईज्चे औषधांचे रिझल्ट्स हे एकमेकांच्या विरुद्ध होते. फ्रँकोनीचं यकृतारोपण झालं असलंच तर त्याच्या शरीरात सायक्लोस्पोरिन ए किंवा FK 506 या दोन्ही औषधांपैकी एक तरी सापडायला हवंच होतं. अशा ऑपरेशन्सनंतर अवयव नाकारला जाऊ नये म्हणून त्यांचा वापर करणं हे अतिशय आवश्यक असतं आणि सगळे डॉक्टर्स त्यांचा वापर करतातच.

पाचव्या मजल्यावर लिफ्टमधून बाहेर पडून तो हिस्टॉलॉजी विभागाकडे चालू

लागला. पण आपल्याला मिळालेल्या परस्परविरोधी निष्कर्षांचं स्पष्टीकरण काय असेल, याबद्दलचा विचार त्याच्या मनात चालूच होता. त्याच्या काहीच लक्षात येत नव्हतं...

"वा ! आलास का तू परत इथे?" मॉरीन ओ'कॉनर तिच्या आयरिश पद्धतीच्या बोलीत म्हणाली, "काय चाललंय तरी काय? तुझ्याकडे काय ही फक्त एकच केस दिलेली आहे का? आणि म्हणून तू आम्हाला असा छळतोयस का?"

"तसं काही नाही. पण मी एक मूर्ख माणूस आहे असं मला वाटायला लावणारी ही एकच केस आहे..." जॅक म्हणाला, "स्लाईड्सची परिस्थिती काय आहे?"

"काही थोड्या स्लाईड्स तयार आहेत." मॉरीन म्हणाली, "तू त्या आत्ता घेऊन जातोस की तुला सगळ्या एकदमच हव्या आहेत?"

"जेवढ्या तयार आहेत तेवढ्या मी आत्ता घेऊन जातो." जॅक म्हणाला.

मॉरीननं आपल्या नाजूक बोटांनी टिश्यूच्या पातळ कापांचे वाळलेले नमुने उचलले आणि मायक्रोस्कोपसाठी असलेल्या स्लाईड होल्डरमध्ये ते ठेवले. मग तो ट्रे तिनं जॅकला सुपूर्द केला.

"यात यकृताचे काही नमुने आहेत?" जॅकनं आशेनं विचारलं.

"असं वाटतंय..." मॉरीन म्हणाली, "एखाददुसरा असेल. बाकीचे तुला नंतर मिळतील."

जॅकनं मान हलवली आणि तो बाहेर गेला. हॉलमधली काही दारं ओलांडून तो आपल्या ऑफिसात शिरला. चेटनं कामातून मान वर करून पाहिलं आणि जॅककडे पाहून तो हसला.

"काय रे, कसं काय चाललंय तुझं काम?" चेटनं विचारलं.

"काही विशेष चांगलं चाललंय असं वाटत नाही." खाली बसत त्यानं आपल्या मायक्रोस्कोपचा दिवा चालू केला.

"फ्रँकोनी केसचे पेच अजून चालूच आहेत का?" चेटनं विचारलं.

जॅकनं होकारार्थी मान हलवली. त्याच्याजवळच्या स्लाईड्सच्या ट्रेमध्ये तो यकृताच्या कापांच्या स्लाईड्स शोधू लागला. त्याला यकृताची एकच स्लाईड सापडली.

"या केसच्या बाबतीतली प्रत्येक गोष्ट म्हणजे दगड पिळून पाणी काढण्याएवढी कठीण आहे."

"मी काय सांगतो ते ऐक. तू आता इथे आलास ते बरंच झालं." चेट म्हणाला, "मला आत्ता नॉर्थ कॅरोलायनामधल्या एका डॉक्टरचा फोन येणार आहे. त्याच्या एका रुग्णाला हृदयविकाराचा काही त्रास होता का, एवढी माहिती फक्त मला त्याच्याकडून हवी आहे. मला माझ्या इंडियाच्या ट्रिपसाठी पासपोर्ट फोटो काढायला जायचंय. तू तेवढा फोनवरचा निरोप माझ्यासाठी घेऊन ठेवशील?"

"घेईन की." जॅक म्हणाला, "रुग्णाचं नाव काय आहे?"

"क्लॅरेन्स पॉटेम्किन." चेट म्हणाला, "त्या केसचं पाकीट तिथे माझ्या डेस्कवरच ठेवलेलं आहे." चेटनं दाराच्या मागून आपला कोट घेतला आणि तो खोलीच्या बाहेर गेला. जॅकनं त्याच्याकडे पूर्ण दुर्लक्ष केलं. जॅकनं मायक्रोस्कोपची नळी स्लाईडपर्यंत आणली आणि आता तो त्यातून पाहणार, एवढ्यात क्षणभर तो थांबला. चेटच्या बोलण्यामुळे त्याच्या मनात आंतरराष्ट्रीय प्रवासासंबंधी विचार चालू झाले. फ्रँकोनीचं यकृतारोपण परदेशी झालं असण्याची बरीच शक्यता होती. तो कुठे गेला होता ते शोधून काढण्यासाठी काहीतरी मार्ग असलाच पाहिजे.

जॅकनं फोन उचलला आणि पोलिस हेडक्वार्टर्सचा नंबर फिरवला. लेफ्टनंट डिटेक्टिव्ह लू सोल्डॅनो तिथे आहे का, असं त्यानं विचारलं. त्याच्यासाठी आपल्याला निरोप ठेवावा लागेल असं त्याला वाटलं होतं, पण लू स्वत:च फोनवर आल्यावर त्याला बरंच आश्चर्य वाटलं.

"बरं झालं तू फोन केलास ते..." लू म्हणाला, "शवागारातून फ्रँकोनीचा मृतदेह ल्यूसिया टोळीच्या लोकांनी पळवला असण्याची शक्यता आहे, असं तुला मी आज सकाळी सांगितलं होतं, ते आठवतंय? तशी खात्रीची बातमी आम्हाला आत्ताच मिळाली. तुला हे ऐकून बरं वाटेल असं मला वाटलं."

"सनसनाटी बातमी आहे खरी." जॅक म्हणाला, "पण आता मला तुला एक वेगळाच प्रश्न विचारायचाय..."

"बोल." लू म्हणाला.

कार्लो फ्रँकोनी यकृतारोपणासाठी परदेशी गेला असण्याची शक्यता आहे असं आपल्याला का वाटतं, ते जॅकनं त्याला थोडक्यात सांगितलं. त्यानं हेही सांगितलं, की त्याच्या आईच्या म्हणण्याप्रमाणे पाच सहा आठवड्यांपूर्वी तो कुठल्यातरी उपचार शिबिरासाठी गेला होता.

"आता मला अशी माहिती हवी आहे, की फ्रँकोनी जर परदेशी गेला असेल तर तो कुठे गेला होता हे कस्टमच्या लोकांशी किंवा इतर कोणाशीतरी बोलून शोधून काढता येईल का?"

"कस्टम्स किंवा इमिग्रेशन आणि नॅचरलायझेशनच्या लोकांकडून ते समजू शकेल." लू म्हणाला, "इमिग्रेशनलाच विचारलेलं अधिक चांगलं. कारण त्यानं कस्टम ड्यूटी भरण्यासारखं काही सामान बरोबर आणलं नसलं, तर कस्टमकडे त्याच्याविषयीची माहिती सापडणार नाही. शिवाय माझा एक मित्र इमिग्रेशनमध्ये आहे. नेहमीच्या सरकारी खाक्यानं चौकशी करण्यापेक्षा त्याच्याकडून आपल्याला लवकर माहिती मिळू शकेल. मग विचारू का मी त्याला?"

"फारच बरं होईल तू हे काम केलंस तर." जॅक म्हणाला, "या केसनं माझं डोकं पुरतं खाल्लंय."

''हे मी नक्कीच करीन तुझ्यासाठी.'' लू म्हणाला, ''नाहीतरी मला तुझी परतफेड करायची होतीच.''

या केसचा विचार करायला आता नवीन मार्ग सापडला, या आनंदात जॅकनं फोन बंद केला. आता त्याला त्याबद्दल थोडी अधिक आशा वाटायला लागली. तो लगेच आपल्या मायक्रोस्कोपवर वाकला आणि त्यानं तो स्लाईडवर नीट केंद्रित करून घ्यायला सुरुवात केली.

लॉरीचा आजचा दिवस काही तिच्या अपेक्षेप्रमाणे गेला नव्हता. तिनं आज एकच शवविच्छेदन करायचं असं ठरवलं होतं. पण प्रत्यक्षात तिला दोन करावी लागली. नंतर जॉर्ज फॉंटवर्थला गोळ्यांच्या अनेक जखमा असलेल्या त्याच्या केसमध्ये काहीतरी अडचण आल्यामुळे तिनं त्याला मदत करण्याची तयारी दर्शवली. तिनं जेवणाची सुट्टीही घेतली नाही, तरीही पिट्मधून बाहेर पडायला तिला तीन वाजून गेले.

आपले बाहेर जायचे कपडे घालून लॉरी आपल्या ऑफिसात निघाली. शवागाराच्या ऑफिसात मार्विन काम करत असलेला तिच्या नजरेला पडला. तो नुकताच तिथे आला होता आणि दिवसभरातला पसारा आवरण्याचं त्याचं काम चालू होतं. लॉरीनं त्याच्या ऑफिसच्या दारातून आत डोकावून बघितलं.

''आम्हाला फ्रँकोनीचे एक्स-रेज् सापडले बरं का रे.'' ती म्हणाली, ''त्यामुळे आम्हाला हेही समजलं, की परवा आलेला तो तरंगणारा मृतदेह आपल्या हरवलेल्या माणसाचा होता म्हणून.''

''वाचलं मी पेपरात.'' मार्विन म्हणाला, ''बरं झालं.''

''एक्स-रेज्मुळेच त्याला ओळखता आलं.'' लॉरी म्हणाली, ''त्यामुळे तू ते घेऊन ठेवले होतेस, या गोष्टीचं मला अधिकच बरं वाटलं.''

''ते तर माझं कामच आहे.'' मार्विन म्हणाला.

''तू ते घेतले नसशील असं सुचवण्यात माझी चूकच झाली. त्याबद्दल मला तुझी माफी मागायची होती.''

''त्याचं एवढं काही महत्त्व नाही.'' मार्विन म्हणाला.

लॉरी चार पावलं चालून गेली आणि परत मागे फिरली. यावेळी तिनं आत शिरून दरवाजा लावून घेतला.

मार्विननं तिच्याकडे प्रश्नार्थक नजरेनं बघितलं.

''फक्त तुझ्या माझ्यातच राहील असा एखादा प्रश्न मी तुला विचारला, तर काही हरकत नाही ना?'' लॉरीनं विचारलं.

''त्यात हरकत काय असायची?'' मार्विन सावधपणे म्हणाला.

''फ्रँकोनीचा मृतदेह इथून कसा चोरीला गेला यात मला इंटरेस्ट आहे, हे तर

उघडच आहे.'' लॉरी म्हणाली, ''म्हणूनच परवा दुपारी मी तुझ्याशी बोलायला आले होते. आठवतं?''

''हो. आठवतंय की.'' मार्विन म्हणाला.

''त्या रात्रीही परत मी इथे आले होते आणि माईक पासानोचं आणि माझं बोलणंही झालं.'' लॉरी म्हणाली.

''ते समजलं मला.'' मार्विन म्हणाला.

''समजलं असणारच.'' लॉरी म्हणाली, ''पण माझ्यावर विश्वास ठेव. मी त्याच्यावर कसलाही आरोप ठेवला नाही.''

''तू काय म्हणतेयस त्याची कल्पना आहे मला.'' मार्विन म्हणाला, ''कधी कधी तो फार तिरसटासारखा वागतो.''

''तो मृतदेह कसा चोरीला गेला असेल तेच माझ्या लक्षात येत नाहीये.'' लॉरी म्हणाली, ''माईक आणि सुरक्षा रक्षक यांच्यापैकी कोणीतरी एकजण इथे कायम असतोच.''

मार्विननं खांदे उडवले. ''मलाही काहीच समजत नाही...'' तो म्हणाला.

''मला समजतंय तू काय म्हणतोयस ते.'' लॉरी म्हणाली, ''तुला जर संशय आला असता, तर तू मला नक्कीच सांगितलं असतंस. पण आता मी तुला ते विचारायला आलेली नाही. आता मला असं वाटायला लागलंय, की या प्रकरणामध्ये आतल्या कोणाचा तरी हात असावा. शवागारातल्या एखाद्या कर्मचाऱ्याचा तुला संशय येतोय का, हा प्रश्न मला तुला विचारायचा होता.''

मार्विननं एक मिनिटभर विचार केला आणि नकारार्थी मान हलवली. ''मला नाही तसं वाटत...''

''ते माईकच्या पाळीच्या वेळात झालेलं असलं पाहिजे.'' लॉरी म्हणाली, ''ते दोघे ड्रायव्हर्स - पीट आणि जेफ, त्यांना तू ओळखतोस?''

''नाही.'' मार्विन म्हणाला, ''म्हणजे तसा मी त्यांना भेटलोय. एकदोनदा त्यांच्याशी बोललोय देखील. पण त्यांच्या आणि माझ्या कामाच्या वेळा वेगळ्या असल्यामुळे आमचा फारसा संबंध येत नाही.''

''पण त्यांच्याबद्दल तुला संशय येत नाही ना?''

''नाही. इतर सर्वांसारखेच वाटतात ते मला.'' मार्विन म्हणाला.

''थँक्स.'' लॉरी म्हणाली, ''मी प्रश्न विचारून तुला फार अस्वस्थ तर केलं नाही ना?''

''अजिबातच नाही..'' मार्विन म्हणाला.

लॉरीनं एक मिनिटभर विचार केला. स्वत:च्या नकळत ती आपला खालचा ओठ चावत होती. काहीतरी गोष्ट राहून जातेय, असं तिला एकसारखं वाटत होतं. ''माझ्या

डोक्यात एक कल्पना आलीय.'' एकदम ती म्हणाली, ''इथून मृतदेह जेव्हा बाहेर नेला जातो, तेव्हा नेमकं काय काय घडतं ते तू मला एकदा सविस्तर सांग.''

''सगळं सांगू असं तुझं म्हणणं आहे?'' मार्विन म्हणाला.

''प्लीज...'' लॉरी म्हणाली, ''म्हणजे तशी मला इथे काय काय होत असेल त्याची कल्पना आहे. पण नेमक्या गोष्टी माहीत नाहीत.''

''मी कुठून सुरुवात करावी असं तुला वाटतंय?'' मार्विननं विचारलं.

''अगदी सुरुवातीपासून.'' लॉरी म्हणाली, ''म्हणजे अंत्यविधी संस्थेचा तुम्हाला फोन येतो, तिथपासून सगळं सांग तू मला.''

''ठीक आहे.'' मार्विन म्हणाला, ''त्यांचा आम्हाला फोन येतो. आम्ही अमक्या तमक्या फ्यूनरल होममधून बोलतोय आणि आम्हाला मृतदेह बाहेर न्यायचाय, असं ते आम्हाला सांगतात. मग ते आम्हाला त्याचं नाव आणि प्रवेश क्रमांक सांगतात.''

''झालं? एवढंच?'' लॉरीनं विचारलं, ''मग तुम्ही फोन बंद करता?''

''नाही.'' मार्विन म्हणाला, ''मी त्यांना फोनवरच थांबायला सांगतो आणि त्यांनी सांगितलेला प्रवेश क्रमांक माझ्या कॉंप्युटरमध्ये टाकतो. तुम्ही लोकांनी तो मृतदेह न्यायची परवानगी दिलेली आहे की नाही ते मला तपासावं लागतं आणि तो कुठे आहे तेही शोधून ठेवावं लागतं.''

''मग तू परत टेलिफोनकडे जातोस आणि त्यांना काय सांगतोस?''

''मी त्यांना सांगतो, की ठीक आहे. मी तो मृतदेह तुमच्यासाठी तयार ठेवतो. ते साधारणपणे केव्हा येतील, तेही मी त्यांना विचारून घेतो. म्हणजे ते जर दोन तीन तासांनी येणार असले, तर मग मला उगाच घाई करावी लागत नाही.'' मार्विन म्हणाला.

''त्यानंतर काय होतं?'' लॉरीनं विचारलं.

''मग मी मृतदेह बाहेर काढतो आणि त्याचा प्रवेश क्रमांक तपासतो.'' मार्विन म्हणाला, ''नंतर मी तो चाकं असलेल्या कूलरमध्ये ठेवून देतो. आम्ही नेहमी त्यांना त्याच जागी ठेवतो. शिवाय ज्या क्रमानं ते बाहेर जाणार असतात, त्या क्रमानं ते लावून ठेवतो. त्यामुळे ड्रायव्हर्सचं काम सोपं होतं.''

''त्यानंतर तुम्ही काय करता?''

''त्यानंतर ते येतात.'' मार्विन परत एकदा खांदे उडवत म्हणाला.

''आणि ते आल्यानंतर काय होतं?'' लॉरीनं विचारलं.

''ते इथे येतात आणि मग आम्ही एक पावती बनवतो.'' मार्विन म्हणाला, ''या सगळ्या गोष्टींची नोंद ठेवावी लागते. त्यांनी तो मृतदेह ताब्यात घेतला, की त्यांना एक सही करावी लागते.''

''ठीक आहे..'' लॉरी म्हणाली, ''मग तू परत जातोस आणि मृतदेह घेऊन येतोस?''

''किंवा त्यांच्यापैकी कोणीतरी जाऊन तो आणतात.'' मार्विन म्हणाला, ''ते सगळेजण इथे शेकडो वेळा येऊन गेलेले आहेत.''

''अखेरची म्हणून काही तपासणी होते?'' लॉरीनं विचारलं.

''होते तर.'' मार्विन म्हणाला, ''त्यांनी तो मृतदेह बाहेर नेण्यापूर्वी परत एकदा आम्ही त्याचा प्रवेश क्रमांक तपासून बघतो. हे नीट केलंय, असं आम्हाला कागदपत्रांवर लिहून ठेवावं लागतं. ड्रायव्हर्स अंत्यविधी संस्थेत गेल्यानंतर जर त्यांच्या लक्षात आलं, की ते भलतंच प्रेत घेऊन आलेत, तर त्यांची परिस्थिती किती वाईट होईल ना !''

''ही सगळी पद्धत मला तरी अगदी योग्य अशीच वाटतेय.'' लॉरी म्हणाली. आणि तिला खरंच तसंच वाटत होतं. एवढ्या वेळा तपासणी होत असल्यामुळे तिथे काही गडबड करणं शक्यच नव्हतं.

''इतकी वर्षं हे सगळं असंच चालू आहे. पण कधीच काही गोंधळ झालेला नाही.'' मार्विन म्हणाला, ''अर्थात कॉम्प्युटरमुळे आम्हाला खूपच मदत होते. त्यापूर्वी आम्हाला लॉगबुकमध्येच सगळ्या नोंदी करून ठेवाव्या लागायच्या.''

''थँक्स, मार्विन.'' लॉरी म्हणाली.

''हं, त्यात काही विशेष नाही, डॉक्.'' मार्विन म्हणाला.

लॉरी शवागाराच्या ऑफिसमधून बाहेर पडली. आपल्या ऑफिसमध्ये जाण्यापूर्वी तिनं दुसऱ्या मजल्यावरच्या कॅन्टिनमधल्या व्हेन्डिंग मशीनमधून खाण्याचे काही पदार्थ घेतले. मगच ती पाचव्या मजल्यावर जायला निघाली. तिथे पोचल्यावर जॅकच्या ऑफिसचं दार उघडंच असलेलं तिला दिसलं. तिनं आत डोकावून पाहिलं. जॅक आपल्या मायक्रोस्कोपमध्ये बघत होता.

''काही इंटरेस्टिंग आहे का?'' तिनं विचारलं.

जॅक वर बघून हसला. ''फारच इंटरेस्टिंग आहे.'' तो म्हणाला, ''तुला बघायचंय?''

जॅक एका बाजूला झाल्यावर लॉरीनं मायक्रोस्कोपमध्ये पाहिलं. ''या यकृतामध्ये सूक्ष्म ग्रॅन्युलोमा * असल्यासारखं वाटतंय.'' ती म्हणाली.

''बरोबर आहे.'' जॅक म्हणाला, ''फ्रँकोनीच्या यकृताचे जे काही छोटे छोटे तुकडे मला मिळाले, त्यांच्यापैकीच हा एक आहे.''

''हं...'' मायक्रोस्कोपमधून निरीक्षण चालूच ठेवत लॉरी म्हणाली, ''हे जरा विचित्रच आहे, नाही का? आरोपण करण्यासाठी त्यांनी संसर्गित यकृत कसं काय वापरलं? त्यांनी देणगीदाराची आधी नीट तपासणी करायला हवी होती. असे बरेच ग्रॅन्युलोमा आहेत का?''

''मॉरीननं मला यकृताची आत्ता एकच स्लाईड दिलीय.'' जॅक म्हणाला,

''आणि त्यामध्ये तरी मला हा एकच ग्रॅन्युलोमा सापडला. त्यामुळे माझा अंदाज तरी असा आहे, की ग्रॅन्युलोमा काही फार नसावेत. परंतु त्या गोठलेल्या तुकड्याच्या कापावरही मला ग्रॅन्युलोमा आढळून आला. त्याच्या पृष्ठभागावर तर फुटलेल्या छोट्या छोट्या गाठीदेखील होत्या; आणि त्या तर मायक्रोस्कोपशिवाय, अगदी साध्या डोळ्यांनादेखील दिसत होत्या. माझ्या मते, ज्या डॉक्टर लोकांनी हे आरोपण केलंय, त्यांना या सगळ्या गोष्टींची कल्पना नक्कीच असणार. पण त्यांनी त्याची पर्वा केलेली दिसत नाहीये.''

''पण निदान हे यकृत सुजलेलं तरी दिसत नाहीये.'' लॉरी म्हणाली, ''याचा अर्थ, आरोपणाचा स्वीकार अगदी चांगला झाला होता असा होतो.''

''फारच चांगला झाला होता.'' जॅक म्हणाला, ''फारच चांगला. पण तो एक वेगळाच विषय आहे. आत्ता बाणाच्या खाली जे दिसतंय, ते काय असावं असं तुला वाटतं?''

लॉरीनं नीट केंद्रीकरण करून घेतलं आणि ती त्या कापामध्ये सगळीकडे काळजीपूर्वक पाहू लागली. पांढऱ्या रक्तपेशींसारखे काहीतरी विचित्र आकाराचे छोटे पदार्थ त्यामध्ये दिसत होते. ''मला काहीच समजत नाहीये. त्या एखादेवेळी मानवनिर्मित अशाही काही वस्तू असतील.''

''मलाही समजत नाहीये.'' जॅक म्हणाला, ''पण त्यामुळेच ग्रॅन्युलोमाची सुरुवात झाली असेल, ही शक्यताही नाकारता येत नाही.''

''ही कल्पना चांगली आहे.'' लॉरी म्हणाली, ''पण त्या शरीरानं यकृत फार चांगल्या प्रकारे स्वीकारलंय, असं जे तू म्हणत होतास, त्याचा अर्थ काय?''

''प्रयोगशाळेच्या रिपोर्टप्रमाणे टिश्यूचा स्वीकार करताना शरीराकडून होणारा विरोध टाळण्यासाठी जी औषधं दिली जातात, त्यापैकी कोणतीच फ्रँकोनीच्या शरीरात सापडली नाहीत.'' जॅक म्हणाला, ''पण यकृतावर सूज अजिबात दिसत नाहीये, त्यामुळे तेही अशक्यच वाटतंय.''

''आरोपण झालं होतं याबद्दल तुझी पक्की खात्री आहे का?'' लॉरीनं विचारलं.

''अगदी शंभर टक्के.'' जॅक म्हणाला. टेड लीन्चच्या रिपोर्टबद्दल त्यानं तिला थोडक्यात सांगितलं.

आता मात्र लॉरीलाही जॅकइतकंच आश्चर्य वाटायला लागलं. ''एकसारखी जुळी भावंडं सोडली, तर इतर कोणत्याही दोन माणसांचे डी क्यू अल्फा क्रम इतके सारखे असतील या गोष्टीवर विश्वास बसणं खरंच कठीण आहे.''

''तुला या विषयाची माझ्यापेक्षा बरीच अधिक माहिती आहे असं दिसतंय.'' जॅक म्हणाला, ''मी तर दोन दिवसांपूर्वीपर्यंत डी क्यू अल्फा हा शब्दसुद्धा ऐकलेला नव्हता.''

“फ्रँकोनीनं हे यकृतारोपण कुठे करून घेतलं असेल याबद्दल तुला काही माहिती मिळाली?” लॉरीनं विचारलं.

“ती माहिती मिळायला हवी अशी माझीही इच्छा आहे,” जॅक म्हणाला.

बार्टनं केलेले सर्व प्रयत्न कसे निष्फळ ठरले ते त्यानं लॉरीला सांगितलं. आपण स्वत:ही आदल्या रात्री बराच वेळ युरोपमधल्या सर्व केंद्रांना कसे फोन लावले तेही त्यानं तिला सांगितलं.

“बाप रे !” लॉरी म्हणाली.

“आता मी लूची मदत घ्यायची असं ठरवलंय.” जॅक म्हणाला, “फ्रँकोनीच्या आईकडून मला असं समजलं, की तो कुठल्यातरी उपचार शिबिरात किंवा अशाच एखाद्या जागी गेला होता. तिथून परत आला, तेव्हा त्याचं रूपांतर एका अगदी वेगळ्याच निरोगी अशा माणसात झालेलं तिला दिसून आलं. माझा अंदाज असा आहे, की तेव्हाच त्याची ही आरोपणाची शस्त्रक्रिया झालेली असावी. दुर्दैवानं तो कुठे गेला होता याबद्दल तिला अजिबात कल्पना नाहीये. तो देशाबाहेर गेला असला तर इमिग्रेशनमध्ये ती माहिती आपल्याला समजू शकेल. लूकडे मी हेच काम दिलेलं आहे.”

“लू ते नक्कीच शोधू शकेल.” लॉरी म्हणाली.

“एक गोष्ट तुला सांगायची राहूनच गेली.” तिला चिडवण्याच्या सुरात जॅक म्हणाला, “फ्रँकोनीची बातमी आपणच वर्तमानपत्रवाल्यांना सांगितली, असं लूनं माझ्याजवळ कबूल केलं बरं का !”

“काय, म्हणतोस काय !” लॉरी म्हणाली.

“त्यानं स्वत:च मला ते सांगितलं.” जॅक म्हणाला, “तेव्हा आता साहजिकच तू माझी माफी मागावीस अशी माझी इच्छा आहे.”

“माफी तर मी मागतेच.” लॉरी म्हणाली, “पण मला या गोष्टीचं फारच आश्चर्य वाटतंय. त्यानं ते का केलं याबद्दल तो काही बोलला?”

“आपल्या खबऱ्यांकडून त्याबद्दल काही माहिती मिळते का, हे बघण्यासाठी त्यांना ती बातमी लगेच प्रसिद्ध करणं आवश्यक वाटलं. त्याचा थोडासा उपयोगही झाला असं तो म्हणाला. ल्युसिया गुन्हेगारी टोळीच्या आदेशावरून फ्रँकोनीचा मृतदेह पळवण्यात आला, असं त्यांना समजलं आणि नंतर ते दुसऱ्या खबऱ्यांकडून नक्कीही करण्यात आलं.”

“बाप रे !” लॉरी म्हणाली. तिच्या अंगावर शहारे आले. “या केसमुळे मला सेरिनो भानगडीची परत परत आठवण यायला लागलीय.”

“तुला काय म्हणायचंय ते मला समजतंय.” जॅक म्हणाला, “फरक फक्त एवढाच आहे, की यावेळी डोळ्यांच्याऐवजी यकृत आहे.”

"इथे युनायटेड स्टेट्समध्येच एखादं खासगी हॉस्पिटल चोरून या यकृता-रोपणाच्या शस्त्रक्रिया करत असेल, अशी काही शक्यता आहे असं तुला वाटतं?" लॉरीनं विचारलं.

"ते मला जरा कठीण वाटतंय." जॅक म्हणाला, "त्यात बरेच पैसे मिळतील हे खरं आहे. पण मुळात अवयवांच्या पुरवठ्याचा प्रश्न आहेच. आत्ताच या देशात सात हजारांपेक्षा अधिक माणसं यकृत बदलण्याच्या प्रतीक्षा-यादीत थांबलेली आहेत. यापैकी फारच थोड्या लोकांजवळ एवढा पैसा असेल, की जे अशा प्रकारच्या खासगी रुग्णालयातून शस्त्रक्रिया करून घेऊ शकतील."

"मलाही तुझ्याएवढीच खात्री वाटत असती तर किती बरं झालं असतं." लॉरी म्हणाली, "सध्या अमेरिकेतल्या वैद्यकीय व्यवसायातील लोकांना अधिक नफ्याच्या कल्पनेनं घेरून टाकलंय."

"पण वैद्यकीय व्यवसायातला हा पैसा रुग्ण अधिक संख्येनं मिळण्यावर अवलंबून आहे." जॅक म्हणाला, "यकृताची गरज असलेल्या किती लोकांच्याजवळ एवढे पैसे असतील? शिवाय असला उद्योग उभारण्यासाठी आणि त्यातली गुप्तता पाळण्यासाठी प्रचंड भांडवल त्यात गुंतवावं लागेल आणि मग जर आवश्यक अशा अवयवांचा पुरवठा योग्य वेळी झाला नाही, तर तो उद्योग तोट्यातच जाईल. 'बर्क ॲन्ड हेअर'च्या आधुनिक अशा आवृत्तीसारखं काहीतरी तुम्हाला त्यासाठी गृहीत धरावं लागेल. आणि अशा गोष्टीदेखील बी दर्जाच्या सिनेमातच खऱ्या होऊ शकतात. प्रत्यक्षात ते फारच धाडसाचं आणि अनिश्चित असं काम होईल. डोकं जाग्यावर असलेला कोणीही असलं काही करायला धजेल, असं मला वाटत नाही. पैशाचा अगदी कितीही लोभी असला तरीदेखील."

"तुझा हा मुद्दा मात्र बरोबर असण्याची शक्यता आहे." लॉरी म्हणाली.

"यात आणखी काही विचित्र गोष्टी गुंतलेल्या आहेत, याबद्दल माझी तरी आता पूर्ण खात्री झालेली आहे." जॅक म्हणाला, "या केसमधल्या, फ्रँकोनी टिश्यू नाकारली जाण्याची औषधं घेत नव्हता इथपासून ते डी क्यू अल्फा क्रमाच्या निरर्थक साम्यापर्यंतच्या कोणत्याच गोष्टींचं आपल्याला स्पष्टीकरण देता येत नाहीये. एखादी गोष्ट आपल्या ध्यानात यायची राहून जातेय, असं मला एकसारखं वाटतंय. काहीतरी अतिशय महत्त्वाची किंवा अगदी अनपेक्षित अशी गोष्ट..."

"किती प्रयत्न करतोयस तू !" लॉरी आश्चर्यानं म्हणाली, "एक गोष्ट मात्र नक्की. ही केस मी तुझ्याकडे सोपवली हे फारच बरं केलं."

"आता मी तुझे आभार तरी कसे मानू?" जॅक उपहासानं म्हणाला, "या केसनं मला अतिशय वैताग दिलाय. पण एक चांगली गोष्ट तुला सांगायची राहूनच गेली. काल संध्याकाळी बास्केटबॉल खेळताना वॉरन मला म्हणाला, की नटाली तुझी चौकशी

करत होती म्हणून. या आठवड्याच्या अखेरीला तुझं जर इतर काही ठरलं नसेल, तर आपण सगळ्यांनी बाहेर जेवायला आणि नंतर वाटलं तर सिनेमाला जायचं का?''

''हा कार्यक्रम मला खूपच आवडेल.'' लॉरी म्हणाली, ''मीही त्या दोघांबद्दल विचारत होते, ते तू वॉरनला सांगितलंस ना?''

''हो, सांगितलं की.'' जॅक म्हणाला, ''विषयांतर करण्यासाठी विचारतोय असं नाही, पण तुझा आजचा दिवस कसा काय गेला? फ्रँकोनीचा मृतदेह बाहेर कसा गेला, याबद्दल तुला काही नवी माहिती समजली का? या प्रकारात टोळीवाल्यांचा हात होता हे लूनं आपल्याला सांगितलं, म्हणजे सगळंच समजलं असं होत नाही. आपल्याला नेमकी माहिती मिळाली पाहिजे.''

''दुर्दैवानं माझी काहीच प्रगती झालेली नाही.'' लॉरीनं कबूल केलं, ''आता थोड्या वेळापूर्वीपर्यंत मी पिट्‌मधल्याच कामात अडकलेली होते. ठरवल्याप्रमाणे कुठल्याच गोष्टी आज मी करू शकले नाही.''

''हे फारच वाईट झालं.'' जॅक हसत म्हणाला, ''माझ्याकडूनही काहीच प्रगती न झाल्यामुळे तुझ्याकडून तरी काही दुवा मिळेल अशा आशेवर मी होतो.''

शेवटी, आठवड्याच्या अखेरीच्या बेताबद्दल संध्याकाळी फोनवर बोलायचं असं त्या दोघांनी ठरवलं आणि लॉरी आपल्या ऑफिसकडे जायला निघाली. डेस्कपाशी बसून तिच्या अपूर्ण केसेस्‌च्या संदर्भात आलेलं काही टपाल आणि प्रयोगशाळांचे रिपोर्ट्‌स ती चाळायला लागली. पण त्या कामावर चित्त एकाग्र करणं तिला जमेना.

फ्रँकोनीचा मृतदेह शवागारातून बाहेर कसा गेला असेल याबद्दल आपण काहीच अंदाज बांधू शकत नाही आणि जॅकला मात्र तरीही आपण या केसमध्ये काहीतरी महत्त्वाचा दुवा देऊ शकू असं वाटतंय, यामुळे तिला अपराधी वाटायला लागलं. जॅक त्यासाठी करत असलेले कष्ट पाहिल्यावर आपणही आता दुप्पट काम करायला हवं, असं तिच्या मनात आलं.

एक नवीन कागद बाहेर ओढून काढत तिनं मार्विननं सांगितलेल्या सगळ्या गोष्टी त्यावर लिहायला सुरुवात केली. त्या रात्री जे दोन मृतदेह बाहेर गेले त्यांचा आणि फ्रँकोनीचा मृतदेह नाहीसा झाला या गोष्टीचा एकमेकांशी निश्चित काहीतरी संबंध आहे, असं तिला आता राहून राहून वाटायला लागलं. आणि आता तर लूनंही नक्की सांगितलंय, की ल्यूसिया टोळीवाले यात गुंतलेले आहेत. त्याअर्थी स्पॉलेटो फ्यूनरल होमचा या भानगडीत नक्की काहीतरी हात आहे, याबद्दल तिची अधिकाधिक खात्री पटत चालली.

रेमंडनी फोन खाली ठेवला आणि अभ्यासिकेत आलेल्या डार्लीनकडे नजर वर करून बघितलं.

''काय झालं?'' डार्लीननं विचारलं. तिनं आपल्या सोनेरी केसांचं पोनीटेल

बांधलं होतं. ती दुसऱ्या खोलीत सायकलवर व्यायाम करत होती. तिच्या अंगात व्यायामाचेच कपडे होते. पण त्यामध्ये ती भलतीच उत्तान दिसत होती.

रेमंड खुर्चीत मागे टेकून बसले आणि त्यांनी एक उसासा सोडला. ते थोडे हसलेदेखील. "आता कुठे गोष्टी जरा नीट झाल्यासारख्या वाटतायत." ते म्हणाले, "केंब्रिज, मॅसॅच्युसेट्स इथल्या जेनसिसच्या ऑफिसरचा फोन होता. उद्या संध्याकाळी त्यांचं विमान मिळणार आहे. मग मला आफ्रिकेला जावं लागेल. इंधन भरण्यासाठी वाटेत कुठेतरी थांबावं लागेल. पण नेमकं कुठे थांबणार, ते मला अजून त्यांच्याकडून समजलेलं नाही."

"मी पण येऊ का?" डार्लीननं आशेनं विचारलं.

"तुला आत्ता नेणं शक्य नाही, डिअर." रेमंड म्हणाले. त्यांनी पुढे होऊन तिचा हात धरला. गेले दोन दिवस आपण फारच विचित्र वागतोय, हे त्यांना समजत होतं आणि त्याबद्दल वाईटही वाटत होतं. त्यांनी टेबलाच्या पलीकडून तिला आपल्याकडे आणलं आणि मांडीवर बसवलं. पण ती मांडीवर बसल्याक्षणीच त्यांना आपली चूक कळून आली. ती काही लहान मुलगी नव्हती.

"रुग्ण आणि त्याच्याबरोबर असलेलं वैद्यकीय पथक परतीच्या प्रवासात आमच्याबरोबर असणार आहे. त्यामुळे आणखी एका माणसाला विमानात अजिबात जागा होणार नाही." ते कसंबसं म्हणाले. परंतु त्यांचा चेहरा लाल होत चालला होता.

डार्लीननं एक उसासा टाकला आणि तोंडाचा चंबू केला. "मला तुम्ही कुठे नेतच नाही..."

"पुढच्या वेळी मी नक्की नेईन." रेमंड घोगऱ्या आवाजात म्हणाले आणि तिच्या पाठीवर थाप मारत त्यांनी तिला आपल्या मांडीवरून उठवलं. "आताची आमची ट्रिप फारच कमी वेळाची आहे. तिथे जायचं आणि लगेच परत यायचं. त्यात काहीच मजा येणार नाही."

डार्लीनच्या डोळ्यातून एकदम अश्रू ओघळले. ती खोलीतून बाहेर धावली. तिची समजूत घालायला तिच्यामागे जावं असं रेमंडना एकदा वाटलं, पण डेस्कवरच्या घड्याळाकडे नजर गेल्यावर त्यांचा विचार बदलला. तीन वाजून गेले होते. याचा अर्थ, कोगोमध्ये आता नऊ वाजून गेले असणार. सिग्फ्रीडशी बोलायचं असेल तर आत्ताच फोन करायला हवा होता.

रेमंडनी सिग्फ्रीडच्या घरी फोन लावला. सिग्फ्रीडच्या घरच्या व्यवस्थापकानं फोन त्याच्याकडे दिला.

"सगळं ठीक चाललंय?" रेमंडनी आशेनं विचारलं.

"हो, अगदी व्यवस्थित..." सिग्फ्रीड म्हणाला, "रुग्ण कसा आहे याची मी चौकशी केली, तेव्हा तो अगदी उत्तम असल्याचं मला सांगण्यात आलं."

"हे बरं झालं." रेमंड म्हणाले.

"याचा अर्थ, आता आमचे बोनस आम्हाला दिले जातील असा घ्यायला हरकत नाही ना?" सिग्फ्रीडनं विचारलं.

"अर्थात." रेमंड म्हणाले. पण त्याला उशीर लागणार आहे हे त्यांना चांगलं ठाऊक होतं. विनी डॉमिनिकसाठी वीस हजार रोख गोळा करायचे असल्यामुळे आणखी एका शस्त्रक्रियेची फी मिळेपर्यंत बोनस देता येणार नव्हता.

"केविन मार्शलबद्दलची काय बातमी आहे?" रेमंडनी विचारलं.

"त्या आघाडीवर आता सगळं आलबेल आहे." सिग्फ्रीड म्हणाला, "फक्त परत एकदा दुपारच्या जेवणाच्या वेळी ते पुलाच्या भागापर्यंत गेले होते."

"याला काही आलबेल परिस्थिती म्हणता येणार नाही." रेमंडनी तक्रारीच्या सुरात म्हटलं.

"जरा शांत होऊन मी काय सांगतोय ते ऐका." सिग्फ्रीड म्हणााला, "ते फक्त मेलनी बेकेटचा हरवलेला गॉगल तिथे सापडतोय का ते बघायला गेले होते. पण मी तिथे आधीच ठेवलेल्या शिपायांनी त्यांच्यावर गोळ्यांची बरसातच केली." सिग्फ्रीड मनापासून हसत म्हणाला.

सिग्फ्रीडचं हसणं होईपर्यंत रेमंड काहीच बोलले नाहीत.

"त्यात एवढं हसण्यासारखं काय आहे?" रेमंडनी विचारलं.

"त्या मूर्ख शिपायांनी मेलनीच्या गाडीची मागची काच फोडून टाकली." सिग्फ्रीड म्हणाला, "त्यामुळे मेलनी भयंकर चिडली. पण त्याचा परिणाम मात्र मला हवा होता तसाच झाला. आता ते परत कधीही तिकडे फिरकणारसुद्धा नाहीत, अशी माझी पूर्ण खात्री आहे."

"ते तिकडे न गेलेलेच बरे." रेमंड म्हणाले.

"शिवाय आज दुपारी मला त्या दोघींबरोबर ड्रिंक्स घेण्याची संधी मिळाली." सिग्फ्रीड म्हणाला, "मला तर असं वाटायला लागलंय, की आपल्या त्या बावळट संशोधकाचं त्या दोघींबरोबर काहीतरी लफडं चालू असावं."

"काय, सांगताय काय?" रेमंडनी विचारलं.

"आता त्याला इस्ला फ्रॅन्सेस्कावरच्या धुराबद्दल काळजी करायला वेळही मिळणार नाही आणि तेवढा उत्साहही राहणार नाही." सिग्फ्रीड म्हणाला, "त्या तिघांची काहीतरी भानगड आहे, असं मला खात्रीपूर्वक वाटतंय."

"खरंच?" रेमंडनी विचारलं.

रेमंडना ठाऊक असलेला केविन मार्शल असं काही करेल ही शक्यता त्यांना फार कमी वाटत होती. आतापर्यंत जेव्हा जेव्हा ते त्याला भेटले होते, तेव्हा तेव्हा त्याला स्त्रियांमध्ये काही रस वाटत असल्याचं त्याच्या वागणुकीवरून कधी दिसलं

नव्हतं. आणि आत्ताच त्याला एकदम दोन मुली आवडायला लागल्या असतील, ही गोष्ट जरा विचित्रच वाटत होती.

''माझी तरी तशीच समजूत झाली.'' सिग्फ्रीड म्हणाला, ''त्या सतत आपल्या त्या गोड संशोधकाविषयीच बोलत होत्या. तुम्ही त्यांचं ते बोलणं ऐकायला हवं होतं. तो त्यांना फारच गोड वाटतो. आणि त्या त्याच्याकडे रात्री जेवायला जाणार होत्या. माझ्या माहितीप्रमाणे त्यानं प्रथमच कोणालातरी आपल्या घरी जेवायला बोलावलंय. मी त्याच्या समोरच राहतो ना?''

''तसं असेल तर मला वाटतं आपण देवाचे आभारच मानायला हवेत.'' रेमंड म्हणाले.

''आपल्याला त्याचा हेवा वाटायला हवा असं म्हणा....'' सिग्फ्रीड म्हणाला आणि परत एकदा मोठ्यांदा हसला.

आता मात्र रेमंडना ते सहन होईना. ''मी हे सांगायला फोन केला होता, की आम्ही उद्या संध्याकाळी इथून निघतोय.'' रेमंड म्हणाले, ''आम्ही बाटामध्ये केव्हा पोचू ते आत्ताच सांगता येणार नाही. कारण इंधन भरण्यासाठी आम्ही कुठे थांबणार आहोत ते मलाच अजून ठाऊक नाही. जिथे आम्ही थांबू, तिथून मी तुम्हाला फोन करीन किंवा पायलटला रेडिओवरून पुढे कळवायला सांगेन.''

''तुमच्याबरोबर आणखी कोणी येणार आहे?'' सिग्फ्रीडनं विचारलं.

''माझ्या माहितीप्रमाणे तरी नाही.'' रेमंड म्हणाले, ''बहुतेक कोणी नसेलच. कारण परतीच्या प्रवासात विमानात अजिबात जागा नसेल.''

''आम्ही तुमची वाट बघतो.'' सिग्फ्रीड म्हणाला.

''भेटूच तर मग आपण.'' रेमंड म्हणाले.

''तुम्ही आमचे बोनस येताना घेऊन येऊ शकलात तर बरं होईल.'' सिग्फ्रीडनं सुचवलं.

''मी बघतो काही जमलं तर.'' रेमंड म्हणाले.

त्यांनी फोन बंद केला आणि ते स्वत:शीच हसले... केविन मार्शलच्या वागणुकीचं त्यांना आश्चर्य वाटलं. त्यांनी मान हलवली. ''छे, काही काही गोष्टी आपल्याला कधीच समजत नाहीत.'' उठताना ते स्वत:शीच मोठ्यानं म्हणाले. त्या खोलीतून बाहेर पडून ते डार्लीनला शोधायला निघाले. डार्लीनची समजूत घालणं आवश्यक होतं. आज रात्री तिला काही झालं तरी तिच्या आवडत्या रेस्टॉरंटमध्ये जेवायला घेऊन जायचं, असं त्यांनी ठरवलं.

मॉरीननं दिलेला यकृताचा एकुलता एक कापवजा तुकडा जॅकनं या टोकापासून त्या टोकापर्यंत परत परत तपासून बघितला. त्या सूक्ष्म ग्रॅन्युलोमाच्या केंद्रभागी पांढऱ्या रक्तपेशींसारखे दिसणारे ते कण कसले असतील ते नीट बघण्यासाठी त्यानं

ऑईल इमर्शन भिंगाचाही उपयोग करून पाहिला. पण व्यर्थ. ही आपल्याला खरोखरच काही नवीन गोष्ट सापडलीय का, आणि असलीच तर ती काय आहे, याबद्दल त्याला काहीच कल्पना करता येत नव्हती.

आपल्या हिस्टॉलॉजी आणि पॅथॉलॉजी या दोन्ही विषयांचं सगळं ज्ञान पणाला लावूनदेखील काहीच उलगडा होईना, तेव्हा त्यानं ती स्लाईड न्यूयॉर्क युनिव्हर्सिटीच्या पॅथॉलॉजी विभागात घेऊन जायची असं ठरवलं. तो जायला निघणार, एवढ्यात त्याचा फोन वाजला. नॉर्थ कॅरोलायनाहून चेटसाठी आलेला तो फोन होता. जॅकनं योग्य ते प्रश्न विचारून आवश्यक ती सर्व माहिती एका कागदावर लिहून घेतली. फोन बंद केल्यानंतर त्यानं कपाटातून आपलं जॅकेट काढलं आणि ते अंगात घालून त्यानं मायक्रोस्कोपमधली स्लाईड उचलली. तेवढ्यात फोन परत वाजला. या वेळी लू सोल्डॅनो फोनवर होता.

''बिंगो !'' लू आनंदानं ओरडला, ''माझ्याकडे तुझ्यासाठी एक चांगली बातमी आहे.''

''ऐकतोय मी.'' जॅक म्हणाला. त्यानं आपलं बॉमर जॅकेट काढून ठेवलं आणि तो खाली बसला.

''मी इमिग्रेशनमधल्या माझ्या मित्राला फोन लावला होता. त्याचा आत्ताच मला परत फोन आला.'' लू म्हणाला, ''मी त्याला तुझा प्रश्न विचारल्यानंतर त्यानं मला थोडं थांबायला सांगितलं. तो कॉम्प्युटरमध्ये ते नाव टाकत होता. त्याचा आवाजही मला ऐकू येत होता. दोन सेकंदातच त्याला हवी ती माहिती मिळाली. न्यू जर्सीमधल्या टेटरबरो इथे सदतीस दिवसांपूर्वी म्हणजे एकोणतीस जानेवारीला कार्लो फ्रँकोनीनं देशात प्रवेश केला.''

''टेटरबरो हे नाव मी कधी ऐकलेलं नाही.'' जॅक म्हणाला.

''तो एक खासगी विमानतळ आहे.'' लू म्हणाला, ''तिथे इतर विमानंही येतात, पण शहराच्या जवळ असल्यामुळे मोठ्या खासगी कंपन्यांची उत्तमोत्तम जेट विमानं तिथे अधिक येतात.''

''कार्लो फ्रँकोनी मोठ्या कंपनीच्या जेटमधून आला होता का?'' जॅकनं विचारलं.

''ते काही मला समजलं नाही.'' लू म्हणाला, ''मला त्या विमानाचा नंबर किंवा कॉल लेटर्स, जे काही त्याला म्हणतात, तेवढं फक्त मिळालं. तुला माहीत आहे ना? विमानाच्या शेपटीवर काही अक्षरं किंवा आकडे लिहिलेले असतात ते? हे बघ हं. आहेतच ते इथे माझ्याजवळ. N 69 SU.''

''ते विमान कुठून आलं होतं याबद्दल काही माहिती मिळाली?'' जॅकनं विचारलं. ते आकडे, अक्षरं आणि तारीख त्यानं आपल्याकडच्या एका कागदावर लिहून घेतले.

"हो, मिळाली ना." लू म्हणाला, "त्याची नोंद करावीच लागते. ते विमान फ्रान्समधल्या लीयॉनहून आलं होतं."

"छे, हे शक्यच नाही." जॅक म्हणाला.

"कॉम्प्युटरमधली नोंद तरी तशीच आहे." लू म्हणाला, "पण ते बरोबर नाही असं तुला का वाटतंय?"

"कारण फ्रान्समधल्या अवयव देणाऱ्या संस्थेशी मी आज पहाटेच फोनवर बोललो." जॅक म्हणाला, "फ्रँकोनी नावाच्या अमेरिकन माणसाची काहीही नोंद त्यांच्याकडे नाहीये. आणि त्यांनी हेही स्पष्ट केलं, की त्यांच्याकडे फ्रेंच नागरिकांचीच एवढी लांबलचक प्रतीक्षा-यादी आहे, की ते परक्या अमेरिकन नागरिकाला अवयव देतील हे कधीच शक्य नाही."

"इमिग्रेशनमधली माहिती ही एफ्एए आणि युरोपमधली तशीच संस्था, यांच्याकडे असलेल्या त्या फ्लाईटच्या माहितीशी जुळावी लागते." लू म्हणाला, "निदान माझी तरी तशीच समजूत आहे."

"तुझ्या इमिग्रेशनमधल्या त्या मित्राची फ्रान्समध्ये काही ओळख निघू शकेल?" जॅकनं विचारलं.

"निघाली तर मला त्याचं बिलकुल आश्चर्य वाटणार नाही." लू म्हणाला, "हे काम करणाऱ्या लोकांना एकमेकांची मदत नेहमीच घ्यावी लागते. मी त्याला विचारून पाहतो. तुला कशासाठी ती माहिती हवी आहे?"

"फ्रँकोनी जर फ्रान्सला गेलाच असला तर तो तिथे कधी पोचला ही माहिती मला हवीय." जॅक म्हणाला, "आणि फ्रान्समध्ये तो कुठे गेला ते जर त्यांना माहीत असलं, तर आणखीनच चांगलं. युरोपच्या बाहेरचे प्रवासी आले, तर ते त्यांच्या हॉटेलांमार्फत त्यांच्यावर लक्ष ठेवतात असं मी ऐकलंय."

"ठीक आहे, मला काय करता येईल ते मी पाहतो." लू म्हणाला, "आधी मी त्याला फोन करतो आणि मग तुला कळवतो."

"अजून एक गोष्ट आहे," जॅक म्हणाला, "N 69 SU हे विमान कोणाच्या मालकीचं आहे ते आपल्याला शोधून काढता येईल?"

"ते तर अगदीच सोपं आहे." लू म्हणाला, "ओक्लाहोमा सिटीतल्या एफ्एएच्या कंट्रोल एव्हिएशन सेंटरला फक्त फोन करायचा. ते कोणीही करू शकेल. पण तिथेही माझा एक मित्र आहे."

"कमाल आहे हं. सगळ्या सोयीस्कर ठिकाणी तुझे मित्र कसे असतात?" जॅक म्हणाला.

"तो आमच्या कामाचाच एक भाग आहे." लू म्हणाला, "आम्ही नेहमीच एकमेकांची कामं करत असतो. सरळ मार्गानं एखादं काम होईल म्हणून वाट बघत

बसलं, तर ते कधीच होत नाही. अशा ओळखीतूनच कामं भराभर होतात.''

''तुझ्या या मित्रांचा फायदा करून घेणं हे नक्कीच माझ्या सोयीचं आहे.'' जॅक म्हणाला.

''मग मी माझ्या एफ्एएतल्या मित्राला फोन करू म्हणतोस?'' लूनं विचारलं.

''केलास तर माझ्यावर मोठेच उपकार होतील.'' जॅक म्हणाला.

''अरे त्यात काय एवढं?'' लू म्हणाला, ''माझी आपली अशी भावना होत चाललीय, की जेवढी मी तुला अधिक मदत करीन तेवढं मलाही फायद्याचंच आहे. ही केस लवकर सुटावी अशी माझीही इच्छा आहेच. नाहीतर माझ्या नोकरीवर गदा येण्याची शक्यता आहे.''

''मी थोडा वेळ युनिव्हर्सिटी हॉस्पिटलमध्ये जातोय.'' जॅक म्हणाला, ''मी तुला अर्ध्याएक तासानं फोन केला तर चालेल?''

''नक्कीच चालेल.'' लू म्हणाला आणि त्यानं फोन बंद केला.

जॅकनं डोकं हलवलं. या केसमधल्या इतर सर्व गोष्टींप्रमाणेच लूकडून आत्ता मिळालेली माहितीही आश्चर्यकारक आणि गोंधळून टाकणारी आहे, असं त्याला वाटलं. फ्रँकोनी फ्रान्सला गेला असेल हे जॅकच्या स्वप्नातदेखील आलं नसतं.

परत अंगात कोट घालत जॅक आपल्या ऑफिसच्या बाहेर पडला. युनिव्हर्सिटी हॉस्पिटल जवळच असल्यामुळे त्यानं सायकल घेण्याचे कष्ट केले नाहीत. चालत तो दहा मिनिटांत तिथे पोचला.

बरीच वर्दळ असलेल्या त्या वैद्यकीय केंद्रात पोचल्यावर जॅक वरच्या पॅथॉलॉजी विभागाकडे जाण्यासाठी लिफ्टमध्ये शिरला. डॉ. मॅलोव्हर आता तिथे भेटतील असं त्याला वाटत होतं. पीटर मॅलोव्हर हे या क्षेत्रातले दादा समजले जात. ब्याऐंशी वर्षांचे असूनही जॅकला आतापर्यंत भेटलेल्या पॅथॉलॉजिस्ट्समध्ये ते सर्वांत कुशाग्र बुद्धीचे डॉक्टर होते. महिन्यांतून एकदा ते या विषयावर एक चर्चासत्र घेत असत. जॅक ती चर्चासत्रं कधीच चुकवत नसे. पॅथॉलॉजीच्या संदर्भातील काहीही अडचण आली, तर जॅक बिंगहॅमकडे जात नसे; कारण बिंगहॅमचा विषय गुन्हेगारी वैद्यकशास्त्र हा होता. जनरल पॅथॉलॉजी नव्हता. त्याबाबतचा सल्ला घेण्यासाठी तो नेहमीच डॉ. मॅलोव्हरकडे यायचा.

''प्रोफेसर नेहमीप्रमाणे त्यांच्या प्रयोगशाळेत आहेत.'' पॅथॉलॉजी विभागाच्या प्रौढ सेक्रेटरीनं त्याला सांगितलं, ''प्रयोगशाळा कुठे आहे ते ठाऊक आहे ना?''

जॅकनं मान हलवली. 'मॅलोव्हरची गुहा' म्हणून ओळखल्या जाणाऱ्या, दुधी काचेचं दार असलेल्या त्या लॅबच्या दिशेनं तो चालू लागला. त्यानं दारावर टकटक केलं. पण आतून काहीच उत्तर न मिळाल्यामुळे त्यानं दार ढकलून बघितलं. ते उघडंच होतं. आतमध्ये डॉ. मॅलोव्हर आपल्या लाडक्या मायक्रोस्कोपवर वाकून

कसलंतरी निरीक्षण करत असलेले त्याला आढळले. त्यांचे पांढरे केस आणि मोठाल्या मिशा यामुळे ते थोडेसे आईन्स्टाईनसारखे दिसायचे. त्यांना थोडंसं पोकही होतं. जणू काही मायक्रोस्कोपमध्ये वाकून बघण्यासाठीच त्यांच्या शरीराची घडण झालेली होती. एक ऐकणं सोडलं, तर या वयातदेखील त्यांची बाकीची ज्ञानेंद्रियं चांगली शाबूत होती.

प्रोफेसरांनी जॅककडे एक नजर टाकली आणि त्याच्या हातातल्या स्लाईडकडे ते उत्सुकतेनं पाहू लागले. आपल्याकडे लोकांनी अडचणीच्या केसेस् आणल्या, की त्यांना फार आनंद व्हायचा. याच त्यांच्या स्वभावाचा फायदा घेऊन जॅक त्यांच्याकडे यापूर्वीही अनेकदा आला होता.

डॉ. मॅलोव्हरच्या हातात ती स्लाईड देताना जॅकनं त्यांना त्याबद्दलची थोडी माहिती सांगायला सुरुवात केली. पण त्यांनी हातानंच खूण करून थांबवलं. डॉ. मॅलोव्हरचा स्वभाव एखाद्या डिटेक्टिव्हसारखा होता. एखाद्या स्लाईडबद्दलचं आपलं मत बनवण्यापूर्वी इतर कोणाची मतं ऐकायला त्यांना आवडत नसे. आपल्या मायक्रोस्कोपखालची स्लाईड काढून त्यांनी तिथे जॅकनं दिलेली स्लाईड ठेवली. पूर्ण मिनिटभर एक शब्दही न बोलता त्यांनी तिचं निरीक्षण केलं.

नंतर डॉ. मॅलोव्हरनी मान वर करून तेलाचा एक थेंब स्लाईडवर टाकला आणि मॅग्निफिकेशन वाढवण्यासाठी ते ऑईल इमर्शन भिंगातून पाहू लागले. यावेळी त्यांनी त्या स्लाईडचं काही क्षणच निरीक्षण केलं.

डॉ. मॅलोव्हरनी वर जॅककडे बघितलं. "इंटरेस्टिंग !" ते म्हणाले. त्यांनी तसं म्हटल्यामुळे जॅकला बरं वाटलं. स्वत:ला कमी ऐकू येत असल्यामुळे ते मोठ्यांदा बोलायचे. "हा यकृताचा सूक्ष्म असा ग्रॅन्युलोमा आहे आणि यावर एक व्रणदेखील आहे. ग्रॅन्युलोमाकडे पाहून असं वाटतंय, की त्यामध्ये एक प्रकारचे मेरोझोइट्स* असावेत. पण मी तसं खात्रीनं सांगू शकत नाही."

जॅकनं मान डोलावली. त्या ग्रॅन्युलोमाच्या मध्यभागी दिसणाऱ्या पांढऱ्या रक्तपेशींसारख्या त्या कणांकडे पाहून ते हे म्हणतायत, हे त्याच्या लक्षात आलं. डॉ. मॅलोव्हर आपल्या फोनकडे गेले आणि त्यांनी आपल्या एका सहकाऱ्याला तिथे बोलावलं. काही मिनिटांतच एक उंच, बारीक, चेहऱ्यावर गंभीर भाव असलेला एक आफ्रिकन अमेरिकन माणूस आत आला. त्यानं अंगात लांब, पांढऱ्या रंगाचा कोट घातला होता. डॉ. मॅलोव्हरनी त्याची जॅकशी ओळख करून दिली. ते परोपजीवी जीवाणूशास्त्र (Parasitology) विभागाचे प्रमुख डॉ. कोलिन ऑस्गुड् होते.

"कोलिन, तुम्हाला याबद्दल काय वाटतं ते जरा सांगता का?" डॉ. मॅलोव्हरनी आपल्या मायक्रोस्कोपकडे बोट दाखवत त्यांना विचारलं.

डॉ. ऑस्गुड्नी डॉ. मॅलोव्हरपेक्षा थोडा अधिक वेळ त्या स्लाईडचं निरीक्षण

केलं. ''हा नक्कीच एखादा परोपजीवी जिवाणू* आहे.'' मायक्रोस्कोपमधून निरीक्षण चालूच ठेवत ते म्हणाले, ''ते मेरोझोइट्‌स आहेत, पण मला ते नक्की कोणते आहेत हे ओळखता येत नाहीये. ती एकतर त्यांची एखादी नवीन जात असावी किंवा माणसांमध्ये आढळून न येणारे असे ते कुठलेतरी जिवाणू असावेत. मला असं वाटतं, की डॉ. लॅन्डर हॅमरस्मिथना आपण ते एकदा पाहायला सांगावेत आणि त्यांचं त्याबद्दलचं मत विचारावं.''

''ही कल्पना चांगली आहे.'' डॉ. मॅलोव्हर म्हणाले. त्यांनी जॅककडे पाहिलं. ''ही स्लाईड एक दिवस इथेच राहिली तर तुझी काही हरकत आहे का? उद्या सकाळी मी ती डॉ. हॅमरस्मिथना दाखवतो.''

''डॉ. हॅमरस्मिथ कोण आहेत?'' जॅकनं विचारलं.

''ते पशुवैद्यकातले पॅथॉलॉजिस्ट आहेत.'' डॉ. ऑस्गुड् म्हणाले.

''माझी काहीच हरकत नाही,'' जॅक म्हणाला. पशुवैद्यकातल्या पॅथॉलॉजिस्टला ती स्लाईड दाखवावी हे त्याच्या डोक्यातच आलं नव्हतं.

त्या दोघांचे आभार मानल्यानंतर जॅक बाहेर त्या सेक्रेटरीकडे आला आणि त्यानं तिला आपल्याला फोन वापरता येईल का असं विचारलं. तिनं त्याला एका रिकाम्या टेबलाकडे जायला सांगितलं आणि बाहेर फोन करण्यापूर्वी नऊ आकडा दाबायला सांगितला. जॅकनं पोलिस हेडक्वॉर्टर्सला लूला फोन लावला.

''अरे, बरं झालं तू फोन केलास ते...'' लू म्हणाला, ''मला इथे बरीच इंटरेस्टिंग माहिती मिळालीय. पहिली गोष्ट म्हणजे ते विमान म्हणजे फारच खास विमान आहे. त्याला 'जी 4' असं म्हणतात. याचा अर्थ तुला माहीत आहे?''

''मला नाही वाटत माहित्येय असं...'' जॅक म्हणाला. लूच्या सुरावरून असं वाटत होतं, की त्याला ही माहिती असायलाच हवी होती.

''त्याचा अर्थ आहे गल्फस्ट्रीम 4.'' लूनं स्पष्टीकरण केलं, ''मोठ्या खासगी कंपन्यांच्या जेट विमानांमधली 'रोल्स रॉइस' असं त्याला म्हणायला हरकत नाही. त्याची किंमत दोन कोटी डॉलर्सच्या घरात असते.''

''बाप रे !'' जॅक म्हणाला.

''मग? वाटलं काय तुला?'' लू म्हणाला, ''ठीक आहे. आता मला बाकी काय माहिती मिळाली ते तुला सांगतो. अं, कुठे बरं आहे ती? हं, सापडली. नेवाडातील रेनोच्या बाहेर असणाऱ्या अल्फा एव्हिएशन नावाच्या एका कंपनीच्या मालकीचं हे विमान आहे. तू कधी ऐकलं आहेस या कंपनीचं नाव?''

''नाही.'' जॅक म्हणाला, ''तू ऐकलं आहेस का?''

''नाही, मी पण ऐकलेलं नाही.'' लू म्हणाला, ''ती बहुतेक एखादी लिझिंग वगैरे करणारी कंपनी असावी. अजून काय बरं आहे माझ्याकडे?... हं, हे सर्वात

इंटरेस्टिंग असण्याची शक्यता आहे. माझ्या इमिग्रेशनमधल्या मित्रानं त्याच्या फ्रान्समधल्या संबंधित मित्राला त्याच्या घरी फोन लावला. ग्रेट आहे की नाही? त्यानं त्याला कार्लो फ्रँकोनीच्या फ्रान्स भेटीविषयी विचारलं. या फ्रेंच गृहस्थाच्या घरचा कॉंप्युटर बहुतेक इमिग्रेशनच्या मुख्य कॉंप्युटरशी जोडलेला असावा. कारण काय ठाऊक आहे?''

''लवकर सांग, माझी उत्सुकता फार ताणू नकोस.'' जॅक म्हणाला.

''फ्रँकोनी फ्रान्सला कधी गेलाच नव्हता, असं त्यानं आपल्या कॉंप्युटरवर बघून लगेच सांगितलं.'' लू म्हणाला, ''म्हणजे खोट्या पासपोर्टवर किंवा खोट्या नावानं गेला असला तर गोष्ट वेगळी. पण त्यानं फ्रान्समध्ये प्रवेश केल्याच्या किंवा तो तिथून बाहेर पडल्याच्या कुठल्याही नोंदी अस्तित्वातच नाहीयेत.''

''मग ते विमान निर्विवादपणे फ्रान्समधल्या लीयॉन इथून आलं होतं असं तू जे म्हणालास, त्याला काय अर्थ आहे?'' जॅकनं विचारलं.

''ए, रागावू नकोस.'' लू म्हणाला.

''मी रागावत नाहीये रे...'' जॅक म्हणाला, ''मला फक्त एवढंच म्हणायचंय की त्याचा फ्लाईट प्लॅन आणि इमिग्रेशनमधल्या नोंदी जुळल्या असल्याच पाहिजेत असं तू जे म्हणाला होतास, त्याला मग काहीच अर्थ उरत नाही...!''

''त्या जुळाव्या लागतातच.'' लू म्हणाला, ''फ्रान्समधल्या लीयॉनहून ते विमान परत आलं होतं, याचा अर्थ असा होत नाही की त्यातले सगळे उतारू किंवा एखादा उतारू तिथे विमानाच्या बाहेर पडला होता. अशीही शक्यता आहे, की ते फक्त इंधन भरण्यासाठी किंवा अशाच काही इतर कारणासाठी तिथे उतरलं असेल.''

''हे तुझं म्हणणं मला बरोबर वाटतंय.'' जॅक म्हणाला, ''हे माझ्या लक्षातच आलं नाही. याचा शोध आपल्याला कसा लावता येईल?''

''मला वाटतं, मी माझ्या एफ्‌एएमधल्या मित्राला परत फोन लावतो.'' लू म्हणाला.

''उत्तम !'' जॅक म्हणाला, ''आता मी परत शवागारातल्या माझ्या ऑफिसात जायला निघालोच आहे. मी तुला फोन करू, की तुला काहीतरी कळल्यावर तूच मला कळवशील?''

''मीच फोन करतो तुला.'' लू म्हणाला.

शवागारातून मृतदेह अंत्यविधी संस्थेकडे पाठवण्याबाबतच्या संपूर्ण प्रक्रिये-बद्दल मार्विनशी झालेल्या बोलण्यातल्या जेवढ्या गोष्टी लॉरीला आठवत होत्या, तेवढ्या तिनं एका कागदावर उतरवून काढल्या. तो कागद बाजूला ठेवून तिनं प्रयोगशाळेमधलं थोडं तातडीचं काम होतं ते उरकायला सुरुवात केली. जवळजवळ अर्ध्या तासानं तिनं तो कागद परत हातात घेतला.

मनाची पाटी कोरी ठेवून ती तो काळजीपूर्वक वाचायचा प्रयत्न करू लागली.

दुसऱ्यांदा तो वाचत असताना एक गोष्ट तिच्या एकदम डोक्यात आली, ती म्हणजे 'प्रवेश क्रमांक' (अॅक्सेशन क्रमांक) हा शब्द किती तरी वेळा वापरला गेला आहे. तिला त्याचं अजिबात आश्चर्य वाटलं नाही; कारण एखाद्या जिवंत माणसाला दिल्या गेलेल्या सामाजिक सुरक्षा क्रमांकाचं जेवढं महत्त्व असतं, तेवढंच महत्त्व मृतदेहाच्या दृष्टीनं 'प्रवेश क्रमांका'ला होतं. शवागारामध्ये येणारे हजारो मृतदेह ओळखण्यासाठी, त्यांच्याबाबतचे कागदपत्र तयार करण्यासाठी आणि अखेरीस तिथून ते बाहेर पाठवण्यासाठी या प्रकारच्या 'कोड नंबर'ची गरज होतीच. मृतदेह सरकारी डॉक्टरांच्या ताब्यात आला, की त्याला हा प्रवेश क्रमांक दिला जात असे आणि नंतर त्या क्रमांकाचा एक टॅग त्या मृतदेहाच्या अंगठ्याला बांधून टाकला जात असे.

'अॅक्सेशन' शब्दाबद्दल अधिक विचार करायला लागल्यावर तिच्या असं लक्षात आलं, की आपल्याला त्याचा नक्की अर्थ विचारला तर तो काही सांगता येणार नाही. रोज तो इतक्या वेळा वापरायला लागल्यामुळे तो तिच्या फक्त ओळखीचा झाला होता एवढंच. प्रयोगशाळेच्या प्रत्येक चिठ्ठीवर, प्रत्येक एक्स-रे फिल्मवर, प्रत्येक तपासनीसाच्या रिपोर्टवर, त्याच्याशी संबंधित असलेल्या अक्षरश: प्रत्येक कागदावर तो लिहिलेला असायचा. शवागारातील कामाच्या दृष्टीनं विचार केला, तर तो त्या व्यक्तीच्या नावापेक्षाही अधिक महत्त्वाचा असायचा.

फ्रँकोनीचा मृतदेह चार मार्चच्या रात्रपाळीमध्ये नाहीसा झाला होता. त्यावेळी तिथून जे मृतदेह बाहेर नेण्यात आले होते, त्यांचे प्रवेश क्रमांक आणि नावं लॉरी पाहायला लागली. कडेच्या एका ट्रेखाली तिला तो कागदाचा कपटा सापडला. त्यावर लिहिलं होतं, *'डोरोथी क्लाईन १०१४५५'* आणि *'फ्रँक ग्लीसन १००३८५.'*

एवढा वेळ या गोष्टीचा विचार केल्यावर, आतापर्यंत विशेष लक्षात न आलेली एक गोष्ट तिला प्रकर्षानं जाणवली. त्या दोन्ही प्रवेश क्रमांकांमध्ये जवळजवळ हजार आकड्यांचा फरक होता ! ही गोष्ट फारच विचित्र होती. कारण शवागारात येणाऱ्या मृतदेहांना क्रमानंच प्रवेश क्रमांक दिले जातात. नेहमी तिथे किती मृतदेह साधारणपणे आणले जातात हे ठाऊक असल्यामुळे तिनं थोडा हिशेब केला. तेव्हा तिच्या असं लक्षात आलं, की त्यातला पहिला आणल्यानंतर कित्येक आठवड्यांनी दुसरा तिथे आणला गेला असला पाहिजे.

मात्र वेळाचं हे गणित काही जुळत नव्हतं. कारण मृतदेह तिथे एक-दोन दिवसांपेक्षा जास्त दिवस ठेवले जात नसत. लॉरीनं फ्रँक ग्लीसनचा प्रवेश क्रमांक आपल्या कॉम्प्युटरमध्ये टाकला. त्याचा मृतदेहच स्पॉलेटो फ्यूनरल होमवाल्यांनी त्या दिवशी बाहेर नेला होता.

कॉम्प्युटरच्या पडद्यावर तिला जे काही दिसलं, त्यामुळे तिला आश्चर्याचा धक्काच बसला.

''बाप रे !'' ती म्हणाली.

लूचा वेळ मजेत चालला होता. सामान्य माणसाच्या मनात गुप्तहेरांच्या कामाबद्दल फार वेगळ्या कल्पना असतात. पण प्रत्यक्षात मात्र त्यांचं काम अतिशय चिकाटीचं, किचकट आणि दमवून टाकणारं असतं आणि त्याबद्दलचं श्रेयही त्यांना मिळत नाही. पण आता लू जे करत होता ते मनोरंजकही होतं आणि कामाचं पूर्ण समाधान देणारंही होतं. ऑफिसमध्ये आरामात बसून तो आता काही महत्त्वाचे फोन करत होता. शिवाय बऱ्याच दिवसानंतर त्याला जुन्या मित्रांशी फोनवर बोलायलाही मिळत होतं.

''सोल्डॅनो, परत तूच बोलतोयस का?'' मार्क सर्व्हर्टनं आश्चर्यानं विचारलं. ओक्लाहोमा सिटीतल्या एफ्‌एएमध्ये काम करणारा मार्क हा लूचा मित्र होता. ''गेलं एक वर्षभर मला तुझ्याकडून काहीही समजलं नव्हतं आणि आज एका दिवसात एकदम दोन फोन? फारच महत्त्वाची केस दिसतेय ही.''

''वैताग देणारी केस आहे ही असं मी म्हणेन.'' लू म्हणाला, ''आणि मला तुला आणखी एक प्रश्न विचारायचाय. मी तुला आधी ज्या जी-4 विमानासंदर्भात फोन केला होता, ते एकोणतीस जानेवारीला फ्रान्समधल्या लीयॉनहून आलं आणि न्यू जर्सीतल्या टेटरबरो विमानतळावर उतरलं असं आम्हाला समजलं. पण आम्हाला ज्या माणसाची माहिती हवी आहे, तो फ्रेंच इमिग्रेशनमधून गेलाच नाही. त्यामुळे लीयॉनला उतरण्यापूर्वी ते N 69 SU विमान कुठून निघालं होतं, याची काही माहिती काढता येईल का, असा आम्ही विचार करत होतो.''

''हे मात्र मला थोडं कौशल्याचं काम वाटतंय.'' मार्क म्हणाला, ''मला हे ठाऊक आहे, की आय्‌सीएओ......''

''एक सेकंद...'' लू मध्येच म्हणाला, ''शक्य असेल तर तू शब्दांच्या लघु-रूपांचा कमीत कमी वापर कर. आय्‌सीएओ म्हणजे काय?''

''इंटरनॅशनल सिव्हिल एव्हिएशन ऑर्गनायझेशन.'' मार्क म्हणाला, ''युरोप-मध्ये येणाऱ्या आणि तिथून बाहेर जाणाऱ्या सर्व उड्डाणांची माहिती त्यांच्याजवळ नोंदलेली असते.''

''छान.'' लू म्हणाला, ''तिथे तुझ्या ओळखीचं कोणी आहे का?''

''आहे एक माणूस माझ्या ओळखीचा.'' मार्क म्हणाला, ''पण त्याचा तुला विशेष काही उपयोग होणार नाही. कारण आय्‌सीएओ आपल्या सर्व फाईल्स दर पंधरा दिवसांनी फाडून टाकतात. त्या साठवून ठेवल्या जात नाहीत.''

''वा, क्या बात है !'' लू उपहासानं म्हणाला.

''ब्रुसेल्समधल्या युरोपियन एअर ट्रॅफिक कंट्रोल सेंटरमध्येही हीच परिस्थिती आहे.'' मार्क म्हणाला, ''रोजच्या रोज एवढी विमानं उडत असतात, की सगळ्या उड्डाणांच्या नोंदी फार दिवस साठवून ठेवणं त्यांना केवळ अशक्य आहे.''

“थोडक्यात काय, तर आपल्यासमोर काहीही मार्ग नाही...” लू म्हणाला.

“मी तुला थोडा विचार करून मग सांगतो.” मार्क म्हणाला.

“मी तुला परत फोन करू का?” लूनं विचारलं, “मी अजून एक तासभर तरी इथे थांबणार आहे.”

“नको. मीच करतो तुला परत फोन.” मार्क म्हणाला.

लू फोन बंद करणार, एवढ्यात मार्क आपल्याला हाका मारून थांबायला सांगतोय असं त्याला वाटलं.

“आताच मला एक वेगळीच गोष्ट आठवली.” मार्क म्हणाला, “सेंट्रल फ्लो मॅनेजमेंट या नावाची एक संस्था आहे. त्यांची ब्रुसेल्स आणि पॅरिस या दोन्ही शहरांत ऑफिसं आहेत. विमानं उतरण्यासाठी आणि उडण्यासाठीच्या वेळांचं नियंत्रण ते करतात. ऑस्ट्रिया आणि स्लोव्हेनिया सोडले, तर युरोपमधल्या बाकी सर्व देशांमधल्या उड्डाणांच्या वेळा ते ठरवतात. हे दोन देश त्यांनी का वगळले आहेत, देव जाणे. त्यामुळे हे दोन देश सोडून इतर कोणत्याही देशातून हे N 69 SU विमान आलं असलं, तर त्याचा फ्लाईट प्लॅन आपल्याला त्यांच्याजवळ मिळू शकेल.”

“या संस्थेत तुझ्या ओळखीचं कोणी आहे?” लूनं विचारलं.

“नाही. पण माझ्या एका मित्राचा मित्र तिथे काम करतो.” मार्क म्हणाला, “त्याला विचारून काही माहिती मिळाली तर मी बघतो.”

“फार बरं होईल तू हे काम केलंस तर.” लू म्हणाला.

“त्यात विशेष असं काहीच नाही.” मार्क म्हणाला.

लूनं फोन बंद केला आणि आपल्या जुन्या, खड्डे पडलेल्या, राखाडी रंगाच्या टेबलाच्या पृष्ठभागावर हातातली पेन्सिल टकटक वाजवायला सुरुवात केली. त्यानं टाकलेल्या सिगारेटींच्या थोटकांनी त्या टेबलावर असंख्य जळल्याच्या खुणा उमटवल्या होत्या. त्याच्या मनात आता अल्फा एव्हिएशनसंबंधी विचार चालू होता आणि ही संस्था कशी शोधून काढावी, यासाठी त्याला काही मार्ग सापडत नव्हता.

सर्वप्रथम त्यानं रेनोमधल्या टेलिफोन-माहिती विभागाला फोन लावला. त्यांच्या डिरेक्टरीत अल्फा एव्हिएशन हे नाव नोंदलेलं नव्हतं असं त्याला समजलं. लूला या गोष्टीचं अजिबात आश्चर्य वाटलं नाही. मग त्यानं रेनोच्या पोलिस खात्याला फोन लावला. आपण कोण बोलतोय हे सांगितल्यावर आपल्याच हुद्याच्या व्यक्तीशी, म्हणजे गुन्हे अन्वेषण विभागाच्या प्रमुखाशी त्यानं संपर्क जोडून द्यायला सांगितलं. त्याचं नाव होतं, पॉल हर्सी.

थोडा वेळ पॉलशी इकडच्या तिकडच्या गप्पा मारल्यानंतर लूनं त्याला फ्रँकोनी केससंबंधी थोडक्यात सगळी माहिती सांगितली. मग त्यानं त्याला अल्फा एव्हिएशनबद्दल विचारलं.

''हे नाव मी तरी कधी ऐकलेलं नाही.'' पॉल म्हणाला.

''एफ्एएकडून मला असं समजलं, की नेवाडामधल्या रेनोच्या बाहेर ते आहे म्हणून.'' लू म्हणाला.

''त्याचं कारण असं, की नेवाडामध्ये एखादी कंपनी चालू करणं हे फार सोपं काम असतं.'' पॉलनं सांगितलं, ''इथे रेनोमध्ये कायद्याच्या अशा कितीतरी महागड्या फर्म्स आहेत, की ज्या संपूर्ण वेळ हाच उद्योग करतात.''

''ही संस्था मला कशी शोधून काढता येईल, यासाठी तुम्ही काही मार्ग सुचवू शकाल?'' लूनं विचारलं.

''कार्सन सिटीमधल्या नेवाडा सेक्रेटरी ऑफ स्टेटच्या ऑफिसला फोन करून पाहा.'' पॉल म्हणाला, ''अल्फा एव्हिएशनची स्थापना जर इथे नेवाडामध्ये झाली असेल तर त्याची पब्लिक नोंद झालेली असेल. तुमच्यासाठी मी त्यांना फोन करून विचारू का?''

''नको, मी करतो ना फोन.'' लू म्हणाला, ''कारण आत्ता या क्षणी तरी त्यांना काय विचारायचं हे मीच अजून ठरवलेलं नाही.''

''मग मी तुम्हाला त्यांचा नंबर तरी सांगतो.'' पॉल म्हणाला. तो एक क्षणभर फोनपासून दूर झाला. आपल्या एका शिपायावर तो खेकसलेला लूला फोनमधून ऐकू आलं. काही सेकंदातच तो परत फोनवर बोलायला लागला आणि त्यानं लूला तो नंबर सांगितला. तो पुढे म्हणाला, ''बहुतेक ते तुम्हाला मदत करतीलच. पण काही अडचण आलीच तर परत मला फोन करा. कार्सन सिटीमध्ये जर तुम्हाला कुठल्याही प्रकारची मदत लागली, तर तिथल्या टॉड् ॲरोन्सन नावाच्या माणसाला फोन करा. तो तिथल्या गुन्हे अन्वेषण विभागाचा प्रमुख आहे आणि तो तुम्हाला हवी ती मदत नक्की करेल.''

काही वेळातच लूनं नेवाडा सेक्रेटरी ऑफ स्टेटच्या ऑफिसला फोन लावला. तिथल्या ऑपरेटरनं त्याला एका कारकून बाईशी लाईन जोडून दिली. ती फारच चांगली आणि पूर्ण सहकार्य करणारी वाटत होती. तिचं नाव ब्रेन्डा व्हाइटहॉल असं होतं.

रेनो नेवाडाच्या बाहेर असलेल्या अल्फा एव्हिएशन कंपनीविषयी आपल्याला माहिती हवीय, असं लूनं तिला सांगितलं.

''एक मिनिट हं.'' ब्रेन्डा म्हणाली. तिनं की-बोर्डवर ते नाव टाईप केलेलं लूला ऐकू येत होतं. ''हं, हे मिळालं मला.'' ती म्हणाली, ''जरा थांबा हं. मी त्यांचं फोल्डर बाहेर काढते.''

लूनं आपले पाय डेस्कवर पसरले आणि तो खुर्चीत मागे रेलून बसला. सिगारेट ओढायची त्याला अतिशय तीव्र इच्छा झाली. पण त्यानं ती दाबली.

''आता बोला, काय माहिती हवीय तुम्हाला?'' ब्रेन्डा म्हणाली. लूला कागदांची सळसळ ऐकू येत होती.

"तुमच्याकडे काय काय माहिती आहे?" लूनं उलट विचारलं.

"माझ्याकडे आर्टिकल्स ऑफ इनकॉर्पोरेशन आहेत." ब्रेन्डा म्हणाली. ती ते वाचत असताना थोडा वेळ फोनवर शांतता होती. मग ती म्हणाली, "ती एक लिमिटेड भागीदारीतली कंपनी आहे आणि अल्फा मॅनेजमेंट हे त्यांचे जनरल पार्टनर आहेत."

"साध्या भाषेत याचा अर्थ काय होतो?" लूनं विचारलं, "मी वकील किंवा उद्योजक नाहीये. त्यामुळे ही कायद्याची भाषा मला समजत नाही."

"याचा सरळ अर्थ असा आहे, की अल्फा मॅनेजमेंट ही कंपनी लिमिटेड भागीदारीत अल्फा एव्हिएशन ही कंपनी चालवते." ब्रेन्डानं समजावल्यासारखं लूला सांगितलं.

"तिथे कोणाची नावं लिहिलेली आहेत?" लूनं विचारलं.

"अर्थात." ब्रेन्डा म्हणाली, "आर्टिकल्स ऑफ इनकॉर्पोरेशनमध्ये कंपनीचे डिरेक्टर्स, कंपनीच्या कामासाठी नियुक्त केलेला एजंट आणि कॉर्पोरेशनचे ऑफिसर्स एवढ्या लोकांची नावं आणि पत्ते असावेच लागतात."

"वा ! हे ऐकून बरं वाटलं मला." लू म्हणाला, "मग आता मला तुम्ही ही नावं देऊ शकाल?"

लूला परत एकदा पानांच्या सळसळीचा आवाज आला.

"अं..." ब्रेन्ड म्हणाली, "या कंपनीमध्ये इथे एकाच माणसाचं नाव आणि पत्ता दिलेला दिसतोय."

"एकच माणूस ही सगळी नाटकं करतोय?"

"या कागदपत्रांवरून तरी तसंच वाटतंय खरं." ब्रेन्डा म्हणाली.

"काय आहे त्याचं नाव आणि पत्ता?" लूनं विचारलं. त्यानं एक कागद जवळ ओढला.

"व्हीलर, हार्टमन, गॉट्लिब आणि सॉयर या फर्मचा सॅम्युएल हार्टमन. त्याचा पत्ता आहे - आठ, रोडिओ ड्राईव्ह, रेनो."

"हे तर एखाद्या वकिलाच्या फर्मचं नाव वाटतंय." लू म्हणाला.

"वकिलांचीच फर्म आहे ही." ब्रेन्डा म्हणाली, "मला हे नाव ओळखीचंही वाटतंय."

"याचा मला काही उपयोग नाही." लू म्हणाला. वकिलांच्या फर्मकडून कसलीही माहिती मिळेल ही आशा करण्यात काहीच अर्थ नसतो, हे त्याला चांगलं ठाऊक होतं.

"नेवाडामधल्या बऱ्याचशा कंपन्या अशाच पद्धतीनं स्थापन केल्या जातात." ब्रेन्डानं सांगितलं, "पण थांबा हं... यात नंतर काही बदल करण्यात आलेले आहेत का ते मी बघते...."

सॅम्युएल हार्टमनचा ठावठिकाणा शोधण्यासाठी परत एकदा पॉलला फोन लावायचा विचार लूच्या मनात येतच होता. तेवढ्यात ब्रेन्डाला तिकडे काहीतरी सापडल्यासारखं त्याला वाटलं.

''इथे बदल केलेले दिसतायत बरं का.'' ती म्हणाली, ''अल्फा मॅनेजमेंटच्या पहिल्याच बोर्ड मिटिंगमध्ये मि. हार्टमननी आपल्या अध्यक्षपदाचा आणि सेक्रेटरीपदाचा राजिनामा दिला. त्यांच्या जागी फ्रेडरिक राऊस यांची नियुक्ती करण्यात आली.''

''या मि. राऊसचा पत्ता दिलेला आहे का तिथे?'' लूनं विचारलं.

''आहे ना.'' ब्रेन्डा म्हणाली, ''जेनसिस कॉर्पोरेशनचे चीफ फायनॅन्शियल ऑफिसर असा त्यांचा हुद्दा इथे लिहिलेला आहे. त्यांचा पत्ता आहे - १५०, केन्डॉल स्क्वेअर, केंब्रिज, मॅसॅच्युसेट्स.''

लूनं ही सगळी माहिती उतरवून घेतली आणि ब्रेन्डाचे आभार मानून फोन बंद केला. त्याच्या स्वत:च्या आल्बनी राज्यातल्या स्टेट सेक्रेटरीच्या ऑफिसमधून देखील त्याला एवढी सौजन्यपूर्ण वागणूक मिळाली असती की नाही, याबद्दलत्याच्या मनात शंका होती. त्यामुळे त्याला ब्रेन्डाचं अधिकच कौतुक वाटलं.

विमानाच्या मालकीसंबंधीची ही माहिती जॅकला सांगण्यासाठी लू त्याला फोन करणार, एवढ्यात अक्षरश: त्याच्या हाताखालीच फोन खणखणला. तो फोन मार्क सर्व्हर्टचा होता.

''तुझं नशीब जोरावर आहे, बरं का.'' मार्क त्याला म्हणाला, ''युरोपमधल्या सेंट्रल फ्लो मॅनेजमेंटमध्ये काम करणाऱ्या लोकांना ओळखणारा माझा एक मित्र आहे, असं मी तुला म्हटलं होतं ना? तर त्याला मी फोन केला तेव्हा तो कामावरच होता. खरं म्हणजे तोच तुझ्या सर्वात उपयोगाचा माणूस आहे असं म्हणायला हवं. तो आत्ता केनेडी विमानतळावरच होता आणि उत्तर अटलांटिकवरच्या विमानांच्या वाहतुकीच्या नियंत्रणाचं काम करत होता. तो या सेंट्रल फ्लो मॅनेजमेंटवाल्यांच्या सारखाच संपर्कात असतो. त्यानं ताबडतोब एकोणतीस जानेवारीच्या या N 69 SU च्या उड्डाणाविषयी चौकशी करायला सुरुवात केली. त्याला ती माहिती बहुतेक लगेच त्याच्या कॉंप्युटरच्या पडद्यावर दिसली. हे N 69 SU विमान इक्वेटोरियल गिनीमधल्या बाटा या ठिकाणाहून निघून लीयॉनला आलं होतं.''

''अरे वा !'' लू म्हणाला, ''पण हे ठिकाण कुठे आहे?''

''मलाही नक्की काही ठाऊक नाही.'' मार्क म्हणाला, ''पण नकाशात न बघता मी एवढा अंदाज बांधू शकतो की, ते पश्चिम आफ्रिकेत कुठेतरी असावं.''

''गमतीची आहे खरी ही गोष्ट...!'' लू म्हणाला.

''त्याहूनही गमतीची गोष्ट म्हणजे लीयॉनमध्ये जमिनीला चाकं टेकवल्याबरोबर त्या विमानानं न्यू जर्सीतल्या टेटरबरो इथे जाण्याची परवानगी मागितली.'' मार्क

म्हणाला, ''माझ्या अंदाजाप्रमाणे उड्डाणाची परवानगी मिळेपर्यंतच ते फक्त त्या धावपट्टीवर थांबलं होतं.''

''एखादवेळी त्यांनी तिथे इंधनही भरून घेतलं असेल.'' लूनं सुचवलं.

''शक्यता आहे.'' मार्क म्हणाला, ''पण तरीही दोन वेगळे फ्लाईट प्लॅन्स करण्याऐवजी ते लीयॉनला थांबून पुढे जाण्याचा एकच प्लॅन करू शकले असते. मला असं म्हणायचंच की, या प्लॅनमुळे ते तासन्‌तास लीयॉनला अडकून पडण्याचा धोका होता. हे म्हणजे दैवाची परीक्षा पाहण्यासारखंच होतं.''

''त्यांनी आपला विचार आयत्यावेळी बदलला असण्याची शक्यता आहे.'' लू म्हणाला.

''हं, ती एक शक्यता आहे.'' मार्क म्हणाला.

''किंवा आपण इक्वेटोरियल गिनीहून येतोय हे कोणाला समजू नये, अशी त्यांची इच्छा असेल...'' लूनं सुचवलं.

''खरंच की, ही कल्पना माझ्या डोक्यातच आली नाही..!'' मार्कनं कबूल केलं, ''म्हणूनच मला वाटतं तू एवढा हुशार गुप्तहेर झालास आणि मी मात्र इथे एफ्‌एएच्या राजकारणात सडत पडलोय.''

लू जोरात हसला. ''हुशार काही मी नाहीये. उलट मला तर असं वाटतंय, की माझ्या या कामामुळेच मी संशयी आणि छिद्रान्वेषी झालोय.''

''पण कंटाळवाणं काम करण्यापेक्षा ते कितीतरी बरं.'' मार्क म्हणाला.

लूनं त्याचे मनापासून आभार मानले. लवकरच एकमेकांना भेटण्याचं कबूल करत त्यांनी थोड्या इकडच्या तिकडच्या गप्पा मारल्या आणि फोन बंद केला.

लू थोडा वेळ आपल्याला मिळालेल्या माहितीबद्दल विचार करत बसला... त्यानं कधी नावही न ऐकलेल्या, तिसऱ्या जगातल्या एका मागासलेल्या आफ्रिकन देशातून, न्यूयॉर्कच्या क्वीन्समधल्या एका मध्यम प्रतीच्या गुंडाला आणण्यासाठी दोन कोटींचं खासगी जेट विमान का वापरलं गेलं असेल, याबद्दल त्याला आश्चर्य वाटत होतं. यकृतारोपणसारखी नाजूक शस्त्रक्रिया करून घेण्यासाठी एखाद्या व्यक्तीनं जावं असा वैद्यकीय जगाची मक्का वगैरे मानला जाणारा देश तो नक्कीच नसणार. अखेर तो एक मागासलेला देशच असणार. तिथे अशी काय खास गोष्ट होती?

फ्रँक ग्लीसनचा प्रवेश क्रमांक कॉम्प्युटरमध्ये टाकल्यानंतर दिसलेल्या माहितीतील तफावतीमुळे लॉरी थोडा वेळ अवाक होऊन तशीच बसून राहिली. फ्रँकोनीचा मृतदेह नाहीसा होण्याच्या संदर्भात या माहितीचं काय महत्त्व असू शकेल, यावर तिनं थोडा विचार केला. हळूहळू एक कल्पना तिच्या मनात साकार होऊ लागली.

अचानक ती टेबलापासून दूर झाली आणि मार्विन भेटतो का हे पाहण्यासाठी शवागाराच्या दिशेनं चालू लागली. तो शवागाराच्या ऑफिसमध्ये तरी नव्हता. वॉक-

इन-कूलरमध्ये शिरल्यावर तो तिथे काम करत असलेला तिला आढळला. तिथले स्ट्रेचर्स इकडे तिकडे हलवून तो बाहेर पाठवायच्या मृतदेहांची तयारी करून ठेवत होता.

त्या थंड खोलीमध्ये शिरल्याबरोबर लॉरीला सेरिनो भानगडीच्या वेळी त्या वॉक-इन विभागात आलेल्या भयानक अनुभवाची आठवण झाली. त्या आठवणीनं तिला फारच अस्वस्थ वाटायला लागलं. त्यामुळे मार्विन तिथून बाहेर पडल्यावरच त्याच्याशी बोलायचं असं तिनं ठरवलं. मार्विनचं काम झाल्यावर शवागाराच्या ऑफिसात येऊन आपल्याला भेटण्याबद्दल त्याला सांगून ती तिथून बाहेर पडली.

मार्विन काही मिनिटांतच आला. कागदांचा एक मोठा ढीग त्यानं डेस्कवर टाकला आणि हात धुण्यासाठी तो कोपऱ्यातल्या सिंककडे गेला.

''झालं.सगळं काम?'' संभाषण सुरू करण्यासाठी लॉरीनं विचारलं.

''असं वाटतंय तरी...'' मार्विन म्हणाला. डेस्कपाशी येऊन तो खाली बसला. डेस्कवरचे कागद पुढे ओढून मृतदेह ज्या क्रमानं बाहेर जाणार होते, त्या क्रमानं त्यानं ते लावायला सुरुवात केली.

''मघाशी आपलं बोलणं झाल्यानंतर मला एक फारच आश्चर्यकारक गोष्ट आढळून आलीय.'' आपल्या मूळ मुद्याकडे वळत लॉरी म्हणाली.

''कोणती?'' मार्विननं विचारलं. त्याचे कागद लावून झाले होते. त्यामुळे तो आरामात खुर्चीवर मागे टेकून बसला.

''मी फ्रँक ग्लीसनचा प्रवेश क्रमांक कॉंप्युटरमध्ये टाकला.'' लॉरी म्हणाली, ''आणि मला असं दिसून आलं, की तो मृतदेह जवळजवळ पंधरा दिवसांपूर्वी इथे शवागारात आला होता. तेव्हा तो निनावी होता आणि त्याची ओळखही पटलेली नव्हती.''

''काय, सांगतेस काय...?'' मार्विन आश्चर्यानं म्हणाला, ''हे फारच विचित्र आहे...!''

''आहे ना?'' लॉरी म्हणाली, ''त्याचं शवविच्छेदन डॉ. बेसरमननी केलं होतं. त्यांना फोन लावायचा मी प्रयत्न केला. फ्रँक ग्लीसन म्हणून त्याची अलीकडे ओळख पटवण्यात आली होती का, हे मला त्यांना विचारायचं होतं. पण ते त्यांच्या ऑफिसात नव्हते. त्या मृतदेहाची ओळख पटलेली नाही, अशी नोंद कॉंप्युटरमध्ये अजून तशीच आहे हे माईक पासानोला माहीत नसावं, या गोष्टीचं तुला आश्चर्य नाही वाटत?''

''नाही, त्यात फारसं विशेष असं काही आहे, असं मला वाटत नाही.'' मार्विन म्हणाला, ''माझ्याही ते एखादेवेळी लक्षात आलं नसतं. कारण तो मृतदेह बाहेर पाठवायला तुम्ही लोकांनी परवानगी दिलीय की नाही, एवढं बघण्यासाठीच फक्त आम्ही त्याचा प्रवेश क्रमांक कॉंप्युटरमध्ये टाकतो. त्यावेळी त्याचं नाव बघण्याचं काही कारणच नसतं.''

"आधीही तू मला हेच सांगितलं होतंस." लॉरी म्हणाली, "आणि तू आणखी हेही म्हणाला होतास, की कधीकधी तुमच्याऐवजी अंत्यविधी संस्थेमधून आलेले लोकही तो मृतदेह आतून बाहेर घेऊन येतात. तेही मला थोडं खटकत होतं."

"असं कधीकधीच होतं." मार्विन म्हणाला, "आणि तेदेखील एकाच वेळी दोन मृतदेह बाहेर पाठवण्याची वेळ आली आणि ती माणसं बऱ्याच वेळा इथे आलेली असली आणि त्यांना सगळ्या गोष्टी नीट ठाऊक असल्या तरच. त्यामुळे काम थोडं लवकर व्हायला मदत होते एवढंच. त्यांच्यापैकी एकजण आत जाऊन तो मृतदेह बाहेर आणतो आणि दुसरा माझ्याबरोबर कागदपत्रांची पूर्तता करण्यासाठी इथेच थांबतो."

"तुझी आणि माईक पासानोची कितपत ओळख आहे?" लॉरीनं विचारलं.

"बाकीच्या तंत्रज्ञांची आणि माझी आहे तेवढीच." मार्विन म्हणाला.

"आपण गेली सहा वर्षं एकमेकांना ओळखतोय." लॉरी म्हणाली, "आपण एकमेकांना मित्र समजतो असं मला वाटतं."

"हो, मलाही तसंच वाटतं." मार्विन सावधपणे म्हणाला.

"माझा मित्र म्हणून माझं एक काम तू करावंस असं मला वाटतं. फ्रँकोनीचा मृतदेह नाहीसा झाला, त्या रात्री त्यानं बाहेर पाठवलेल्या एका मृतदेहाची ओळख पटलेली नव्हती हे मला समजलंय, असं तू त्याला फोन करून सांगायचंस."

"हे विचित्र आहे...." मार्विन म्हणाला, "तो इथे कामावर येण्याची वाट पाहण्याऐवजी मी त्याला फोन कशासाठी करायचा?"

"तुला आत्ताच ते समजलंय असं तू भासव. आणि ते खरं आहे." लॉरी म्हणाली, "आणि तू त्याला हेही सांग, की तो त्या रात्री ड्यूटीवर असल्यामुळे त्याला हे लगेच समजायला हवं असं तुला वाटलं; आणि म्हणून तू त्याला लगेच कळवलंस."

"असं काही करणं योग्य दिसेल का?" मार्विननं विचारलं. त्याची अजून खात्री पटत नव्हती.

"यात महत्त्वाची गोष्ट अशी आहे, की हे तू विचारत असल्यामुळे त्याला त्यात, कबुलीजबाब देतोय वगैरे असं काही वाटणार नाही." लॉरी म्हणाली, "मी त्याला विचारलं तर त्याला वाटेल, की मी त्याच्यावर आरोपच ठेवते आहे. आणि बचावाचा पवित्रा न घेता त्याची यावरची प्रतिक्रिया काय होते ते मला बघायचंय. पण त्याहूनही महत्त्वाची गोष्ट म्हणजे तू त्याला हे विचार, की त्या रात्री स्पॉलेटो फ्यूनरल होममधून दोन माणसं इथे आली होती का; आणि जर दोघेजण आले असतील, तर मृतदेह बाहेर आणायला कोण आत गेलं होतं ते त्याला आठवतंय का."

''हे म्हणजे त्याला जाळ्यात पकडण्यासारखंच होतंय.'' मार्विन तक्रारीच्या सुरात म्हणाला.

''मला काही तसं वाटत नाही.'' लॉरी म्हणाली, ''उलट यामुळे त्याला स्वत:बद्दलचे गैरसमज दूर करायची संधी मिळतेय असं मला वाटतं. काय आहे, की या स्पॉलेटोवाल्यांनीच फ्रँकोनीला नेलं असावं अशी मला दाट शंका आहे.''

''मला काही त्याला फोन करणं बरोबर वाटत नाहीये.'' मार्विन म्हणाला, ''काहीतरी कारस्थान शिजतंय असं त्याला वाटण्याची शक्यता आहे. तू स्वत:च का त्याला फोन करत नाहीस? तुला समजतंय ना मी काय म्हणतोय ते?''

''मी तुला आधीच सांगितलं ना, की मी विचारलं तर तो लगेचच बचावाचा पवित्रा घेईल...'' लॉरी म्हणाली, ''मागच्या वेळी मी त्याला अगदी मोघम प्रश्न विचारले, तरीही तो सावधपणे उत्तरं देत होता. पण ठीक आहे. तुला जर एवढं अस्वस्थ वाटणार असेल तर तू ते करावंस असं मला वाटत नाही. त्याऐवजी मी तुला इथेच एक वेगळंच काम देते.''

''आता काय?'' मार्विननं विचारलं. लॉरी त्याच्या सहनशक्तीचा अंतच पाहत होती.

''रेफ्रिजरेटरच्या जेवढ्या कप्प्यांमध्ये आत्ता मृतदेह आहेत, त्या सर्वांची यादी तू मला देऊ शकशील?'' लॉरीनं विचारलं.

''होऽऽ. हे काम अगदीच सोपं आहे.'' मार्विन म्हणाला.

''मग प्लीज कर ना तेवढं.'' मार्विनच्या कॉम्प्युटरकडे बोट दाखवत लॉरी म्हणाली, ''आणि त्याच्या मला दोन प्रती हव्या आहेत बरं का.''

मार्विननं खांदे उडवले आणि तो कॉम्प्युटरपाशी बसला. भराभर वेगवेगळ्या कीज् दाबत त्यानं लॉरीला हवी असलेली यादी लगेच छापून दिली. ते दोन्ही कागद त्यानं लॉरीकडे दिले.

''वा ! उत्तम.'' लॉरी त्या कागदावर एक नजर टाकत म्हणाली, ''आता इकडे ये !'' शवागाराच्या ऑफिसातून बाहेर पडून तिनं मार्विनला आपल्या मागून येण्याची खूण केली. मार्विन तिच्यापाठोपाठ चालू लागला.

शवागाराचा सर्वात मोठा भाग असलेल्या त्या हॉलच्या डाग पडलेल्या, सिमेंटच्या कॉरिडॉरमधून ते जायला लागले. त्यांच्यासमोरच्या बाजूला असलेल्या रेफ्रिजरेटरच्या कप्प्यांमध्ये मृतदेह शवविच्छेदन होण्यापूर्वी ठेवले जात असत.

लॉरीनं आपल्या हातातल्या यादीची एक प्रत मार्विनच्या हातात दिली.

''रिकामे असलेले सर्व कप्पे मला उघडून बघायचेत.'' लॉरी म्हणाली, ''तू एका बाजूला जा, मी दुसरी बाजू बघते.''

मार्विननं डोळे विस्फारले. पण ती यादी त्यानं घेतली. कप्पा उघडायचा, आत

डोकावून पाहायचं आणि मग त्याचं दार आपटून बंद करायचं या कामाला त्यानं सुरुवात केली. लॉरी त्या कप्प्यांच्या दुसऱ्या बाजूला गेली आणि तिनंही त्या बाजूचे सर्व कप्पे बघायला सुरुवात केली.

"ओह् !" पाचच मिनिटांत मार्विनचा आवाज आला.

लॉरी थांबली. "काय झालं?"

"तू इकडे येऊनच बघ." मार्विन म्हणाला.

लॉरी पलीकडे गेली. मार्विन दुसऱ्या टोकाला उभा होता. डोकं खाजवत तो आपल्या हातातली यादी पाहत होता. त्याच्यासमोर रेफ्रिजरेटरचा एक उघडा कप्पा होता.

"हा कप्पा रिकामा असायला हवा होता..." मार्विन म्हणाला.

लॉरीनं आत पाहिलं आणि तिला आपलं हृदय जोरात धडधडत असल्याचं जाणवलं. आतमध्ये असलेल्या नग्न पुरुषाच्या मृतदेहाच्या पायाच्या अंगठ्याला कसलाच टॅग लावलेला नसल्याचं तिला दिसलं. त्या कप्प्याचा नंबर होता चौऱ्याण्णव.

फ्रँकोनीला ज्या एकशे अकरा नंबरच्या कप्प्यात ठेवलेलं होतं, त्याच्यापासून हा फारसा दूर नव्हता.

मार्विननं तो ट्रे ओढून बाहेर काढला. शवागाराच्या शांत वातावरणात त्याच्या बॉल बेअरिंगच्या खडखडीचा आवाज खूपच मोठा वाटत होता. तो मृतदेह मध्यम वयाच्या एका माणसाचा होता. त्याच्या पायांना आणि धडाला खूप जखमा झालेल्या दिसत होत्या.

"आता सगळं समजलं." लॉरी म्हणाली. तिच्या आवाजात विजय, राग आणि भीती अशा वेगवेगळ्या भावनांचं मिश्रण होतं. "हाच तो ओळख न पटलेला मृतदेह. एफ् डी आर ड्राईव्हवर त्याला एका गाडीनं उडवलं होतं..."

लिफ्टमधून बाहेर पडत असतानाच फोनची घंटा जोरजोरात वाजत असलेली जॅकला ऐकू आली. हॉलमधून जात असताना त्याची खात्री होत चालली, की हा नक्कीच आपला फोन वाजत असणार. कारण त्याच्या एकट्याच्याच ऑफिसचं दार उघडं होतं.

जॅक भराभर चालत निघाला. पण गुळगुळीत व्हिनील फरशीवरून त्याचा पाय घसरला आणि दारावर आपटता आपटता तो थोडक्यात बचावला.

"गेला होतास तरी कुठे तू?" लूनं तक्रारीच्या सुरांत विचारलं.

"मी युनिव्हर्सिटी हॉस्पिटलमध्येच अडकून पडलो होतो." जॅक म्हणाला.

लूशी फोनवर बोलल्यानंतर डॉ. मॅलोव्हर तिथे आले होते आणि त्यांनी जॅकला त्यांच्याजवळ असलेल्या गुन्हेगारी वैद्यकशास्त्रातल्या काही स्लाईड्स पाहण्याची विनंती केली होती. आत्ताच त्यांचा सल्ला विचारलेला असल्यामुळे जॅकला त्यांना 'नाही' देखील म्हणता येईना.

"मी दर पंधरा मिनिटांनी तुला फोन लावत होतो." लू म्हणाला.

“सॉरी.” जॅक म्हणाला.

“मला अतिशय आश्चर्यकारक अशी काही माहिती मिळालीय. ती केव्हा एकदा तुला सांगतो असं मला झालं होतं....” लू म्हणाला, “ही खरोखरच फार विचित्र केस आहे.”

“हे मला ठाऊक आहेच.” जॅक म्हणाला, “तुला नवीन काय समजलंय?”

जॅकला आपल्या डोळ्यांच्या कोपऱ्यांतून काहीतरी हालचाल दिसली. मान वळवून पाहिल्यावर लॉरी त्याच्या ऑफिसच्या दारात उभी असलेली त्याला दिसली. ती नॉर्मल वाटत नव्हती. तिचे डोळे रागानं धगधगत होते. ओठ घट्ट मिटलेले होते आणि चेहरा पांढराफटक पडला होता.

“एक सेकंद हं...” लूचं बोलणं मध्येच तोडत जॅक म्हणाला, “लॉरी, काय झालं तरी काय?”

“मला तुझ्याशी बोलायचंय.” लॉरी पुटपुटली.

“बोल की.” जॅक म्हणाला, “पण दोन मिनिटं थांबशील का?” त्यानं फोनकडे बोट दाखवत आपण कोणाशीतरी बोलतोय असं सूचित केलं.

“नाही. आत्ताच !”लॉरी ओरडून म्हणाली.

“ओके, ओके...” जॅक म्हणाला. पियानोच्या तुटायला आलेल्या तारेसारखी ती आत्ता ताणाखाली आहे, हे जॅकला स्पष्ट जाणवलं.

“हे बघ, लू...” तो फोनमध्ये म्हणाला, “आत्ताच लॉरी इथे आलीय आणि ती अतिशय अस्वस्थ वाटतेय. मी तुला थोड्या वेळानं फोन करतो.”

“एक मिनिट...” लॉरी एकदम म्हणाली, “तू लूशी बोलतोयस का?”

“अं... हो.” जॅक थोडं घुटमळत म्हणाला. त्याला क्षणभर वाटलं की तो लूशी बोलतोय म्हणूनच लॉरी एवढी चिडलीय.

“तो कुठे आहे?” लॉरीनं विचारलं.

जॅकनं खांदे उडवले. “मला वाटतं तो त्याच्या ऑफिसात असावा.”

“त्याला विचार.” लॉरी थोड्या जोरात म्हणाली.

जॅकनं लूला तसं विचारल्यावर त्यानं होकारार्थी उत्तर दिलं. जॅकनं लॉरीकडे पाहून मान हलवली. “ऑफिसमध्येच आहे तो.” तो म्हणाला.

“त्याला सांग आम्ही आत्ता लगेच तिथे येतोय म्हणून.” लॉरी म्हणाली.

जॅक थोडा घुटमळला. तो गोंधळून गेला होता.

“सांग की त्याला.” लॉरी परत म्हणाली, “त्याला म्हणावं आम्ही ताबडतोब इथून निघतो आहोत.”

“ऐकलंस का तू सगळं, लू?” जॅकनं फोनमध्ये विचारलं.

लॉरी बाहेर पडून आपल्या ऑफिसच्या दिशेनं चालायलाही लागली होती.

"ऐकलं मी." लू म्हणाला, "पण हे सगळं चाललंय तरी काय?"

"मलाच काही समजेनासं झालंय." जॅक म्हणाला, "ती नीट काही बोलतच नाहीये. माझा तुला परत फोन आला नाही, तर आम्ही तिथे येतोय असं समज."

"ठीक आहे." लू म्हणाला, "मी तुमची वाट पाहतो."

जॅकनं फोन बंद केला आणि हॉलमध्ये धाव घेतली. लॉरी परत येतच होती आणि हातातला कोट अंगात चढवण्याचा प्रयत्न करत होती. लिफ्टकडे जाता जाता तिनं त्याच्याकडे एक नजर टाकली. तिला गाठण्याकरता जॅकदेखील घाईघाईनं चालायला लागला.

"काय झालंय तरी काय एवढं?" जॅकनं थोडं घुटमळतच तिला विचारलं. आपण काही विचारल्यामुळे तिचा राग आणखी वाढायला नको असं त्याला वाटत होतं.

"फ्रँकोनीचा मृतदेह इथून कसा बाहेर नेला गेला असेल, ते मला जवळजवळ नक्की समजलंय." लॉरी रागानं म्हणाली, "आणि दोन गोष्टी यातून स्पष्टपणे दिसतायत. पहिली म्हणजे स्पॉलेटो फ्यूनरल होमचा या भानगडीशी काहीतरी संबंध आहे आणि दुसरी, इथे काम करणाऱ्या कोणीतरी तो मृतदेह बाहेर नेण्यासाठी नक्की मदत केलीय. आणि तुला खरं सांगायचं तर यापैकी कोणत्या गोष्टीमुळे मला अधिक त्रास होतोय, ते माझं मलाच समजत नाहीये."

"हॅऽऽ! वाहतुकीच्या या गर्दीकडे बघ तरी एकदा..." फ्रँको पॉंटी अँजेलो फॅशिओलोला म्हणाला, "आपण मॅनहटनमधून बाहेर पडण्याऐवजी आत चाललोय, ही इतकी चांगली गोष्ट आहे."

फ्रँकोच्या काळ्या कॅडिलॅक गाडीत फ्रँको आणि अँजेलो बसले होते. ते पश्चिमेला असलेल्या क्वीन्सबरो पुलाकडे निघाले होते. साडेपाच वाजले होते. त्यामुळे वाहतुकीची गर्दी आता सर्वात अधिक होती. एखाद्या उत्तम दर्जाच्या रेस्टॉरंटमध्ये जेवायला निघाल्यासारखे उत्तम कपडे त्या दोघांच्याही अंगावर होते.

"आपण हे कोणत्या क्रमानं करावं असं तुला वाटतंय?" फ्रँकोनं विचारलं.

अँजेलोनं खांदे उडवले. "मला वाटतं त्या पोरीकडेच प्रथम जावं." तो म्हणाला. हसू आल्यामुळे त्याचा चेहरा थोडा वाकडा झाला.

"तू याची अगदी वाटच पाहत होतास ना?" फ्रँको म्हणाला.

चेहऱ्यावरच्या व्रणांतून करता येतील तेवढ्या भुवया वर करत अँजेलो म्हणाला, "या पोरीला धडा शिकवायचाच असं गेल्या पाच वर्षांपासून माझ्या मनात होतं. पण खरोखरच मला ती संधी चालून येईल असं मात्र मला वाटत नव्हतं."

"आपण आपल्याला मिळालेला हुकुमांचं फक्त पालन करतो, याची मी तुला आठवण करून देण्याची गरज नाही." फ्रँको म्हणाला, "जेवढं सांगतील तेवढं करायचं."

“सेरिनो असं स्पष्ट कधीच सांगत नसे.” अँजेलो म्हणाला, “तो फक्त आम्हाला काम काय आहे तेवढं सांगायचा. ते कसं करायचं हे त्यानं आम्हाला कधीच सांगितलं नाही.”

“म्हणूनच सेरिनो आता तुरुंगात आहे आणि विनी आपला बॉस आहे.” फ्रँको म्हणाला.

“आपण असं करूया...” अँजेलो म्हणाला, “आपण जॅक स्टेपलटनच्या घरावरून जाऊ. लॉरी मॉंटगोमेरीच्या घरी मी यापूर्वी एकदा गेलेलो आहे. त्यामुळे तिथल्या सगळ्या गोष्टींची मला पूर्ण माहिती आहे. पण या दुसऱ्या पत्त्याचं मात्र मला आश्चर्य वाटतंय. पश्चिमेला एकशे सहाव्या रस्त्यावर एखादा डॉक्टर राहत असेल, असं मला वाटलं नव्हतं.”

“ही तुझी कल्पना मला ठीक वाटतेय.” फ्रँको म्हणाला.

मॅनहटनमध्ये पोचल्यानंतर फ्रँको एकोणसाठाव्या रस्त्यावरून पश्चिमेकडे जात राहिला. सेंट्रल पार्कचं दक्षिणेकडचं टोक ओलांडल्यानंतर तो सेंट्रल पार्क वेस्टवरून उत्तरेकडे जायला लागला.

अमेरिकन फ्रेश फ्रूट कंपनीच्या धक्क्यावर झालेल्या त्या भयानक स्फोटाची अँजेलोला आठवण येत होती. तो स्फोट व्हायला लॉरी कारणीभूत ठरली होती. अँजेलोला देवी आल्यामुळे आणि मुरुमाच्या फोडांमुळे त्याचा चेहरा आधीच विद्रूप झालेला होता. त्यात आणखी या भाजल्याच्या खुणांची भर पडली. लॉरी मॉंटगोमेरीमुळे घडलेल्या या घटनेनं आपल्याला असं चक्रम बनवलंय, असं त्याला वाटायचं.

फ्रँकोनं त्याला काहीतरी प्रश्न विचारला, पण आपल्या या रागीट विचारात मग्न असल्यामुळे अँजेलोला तो ऐकूच गेला नाही. फ्रँकोनं परत एकदा त्याला विचारलं.

“मला वाटतं या लॉरी मॉंटगोमेरीचं काम तुला स्वत:लाच करायला आवडेल, होय ना?” फ्रँको म्हणाला, “मी तुझ्या जागी असतो तर मी तरी हेच केलं असतं.”

अँजेलो उपहासानं हसला. नकळत त्याचा डावा हात त्याच्या खांद्याला अडकवलेल्या वॉल्थर टीपीएच् ऑटोमॅटिक पिस्तुलावरून फिरला. त्या स्पर्शानं त्याला थोडं बरं वाटलं.

फ्रँको एकशे सहाव्या रस्त्यावर डावीकडे वळला. त्यांना उजव्या बाजूला खेळाचं एक मैदान लागलं. तिथे आत्ता बरीच गर्दी दिसत होती, विशेषत: बास्केटबॉल कोर्टवर. त्याच्या कडेला बरेच लोक उभे राहून खेळ बघत होते.

“आता डाव्या बाजूला असावं बहुतेक...” फ्रँको म्हणाला.

जॅकचा पत्ता लिहिलेला कागदाचा कपटा काढून अँजेलोनं बघितला. “आलोच आपण जवळ आता.” तो म्हणाला, “ते वरती असं वेगळंच बांधकाम केलेलं दिसतंय ना तिथे.”

फ्रँकोनं गाडी थोडी हळू चालवायला सुरुवात केली आणि जॅकच्या घराच्या थोडी अलीकडे रस्त्याच्या विरुद्ध बाजूला एका पार्क केलेल्या गाडीच्या कडेलाच उभी केली. मागचा गाडीवाला लगेच हॉर्न वाजवायला लागला. फ्रँकोनं आपल्या गाडीची काच खाली केली आणि हातानं खूण करून त्याला पुढे जायला सांगितलं. तो गाडीवाला शिव्या घालतच पुढे गेला. फ्रँकोनं मान हलवली. ''ऐकलंस तू तो काय म्हणाला ते? या शहरात कोणाला काही मॅनर्सच नाहीत.''

''एखाद्या डॉक्टरनं असल्या वस्तीत का राहावं तेच मला समजत नाही.'' अँजेलो म्हणाला. गाडीच्या समोरच्या खिडकीतून तो जॅकच्या इमारतीची पाहणी करत होता.

फ्रँकोनं मान हलवली. ''मलाही काही समजत नाही. ही इमारत तर अगदीच रद्दी दिसतेय.''

''अमेंडोला म्हणत होता, तो थोडा विचित्र आहे म्हणून.'' अँजेलो म्हणाला, ''इथपासून ते फर्स्ट अॅव्हेन्यू आणि तिसाव्या रस्त्यावर असलेल्या शवागारापर्यंत तो रोज सायकल चालवत जातो म्हणे.''

''काय सांगतोस काय?'' फ्रँको म्हणाला.

''निदान अमेंडोला तरी असंच म्हणाला.'' अँजेलो म्हणाला.

फ्रँकोनं आजूबाजूच्या परिसराची बसल्या जागेवरूनच पाहणी केली. ''हा सगळाच भाग एखाद्या कचरा डेपोसारखा वाटतोय. मला वाटतं, हा डॉक्टर बहुतेक अंमली पदार्थांचा व्यापार वगैरे करत असावा.''

अँजेलो गाडीतून उतरला.

''तू कुठे निघालास आता?'' फ्रँकोनं विचारलं.

''तो इथेच राहतो ना याची मी खात्री करून घेतो.'' अँजेलो म्हणाला, ''अमेंडोलाच्या म्हणण्याप्रमाणे त्याचं घर चौथ्या मजल्यावर मागच्या बाजूला आहे. मी आलोच लगेच परत.''

अँजेलोनं गाडीला वळसा घातला आणि वाहतुकीच्या गर्दीत रस्ता ओलांडण्यासाठी तो थांबला. पलीकडे गेल्यावर तो जॅकच्या इमारतीच्या पायऱ्या चढून गेला. शांतपणे त्यानं दरवाजा ढकलला आणि तो तिथल्या टपालपेट्या पाहू लागला. त्यातल्या बऱ्याचशा मोडलेल्या होत्या आणि कुलूप तर त्यांपैकी एकाही पेटीवर नव्हतं.

अँजेलोनं भरकन टपाल तपासलं. जॅक स्टेपलटन अशा नावाचा एक कॅटलॉग सापडल्याबरोबर त्यानं ते सर्व टपाल परत पेटीत टाकून दिलं. नंतर त्यानं आतला दरवाजा उघडता येतो का, ते बघितलं. तो सहजी उघडला.

समोरच्या हॉलमध्ये आल्यावर अँजेलोनं एक श्वास घेतला. तिथे कसलीतरी उबट दुर्गंधी येत होती. जिन्यात बराच कचरा साठलेला होता आणि भिंतींच्या रंगाचे पोपडे

निघालेले होते. कधीतरी सुंदर दिसणाऱ्या एका झुंबरामध्ये दिव्यांचे फुटलेले बल्ब होते. दुसऱ्या मजल्यावर कोणाचं तरी घरगुती भांडण चाललं होतं. तिथून दबलेल्या किंकाळ्याही ऐकू येत होत्या. अँजेलो स्वत:शीच हसला. जॅक स्टेपलटनचा समाचार घेणं अगदीच सोपं जाणार असं दिसत होतं. ही इमारत अगदीच मोडकीतोडकी होती.

पुढच्या भागात परत येऊन अँजेलोनं जॅकच्या इमारतीकडे कोणता भूमिगत मार्ग जात असेल, ते निश्चित केलं. त्या प्रत्येक इमारतीच्या खालच्या बाजूला एक कॉरिडॉर होता. चार पाच पायऱ्या उतरून खाली गेलं की त्या कॉरिडॉरमधून मागच्या अंगणात जाता येत असे.

त्यातला कुठला कॉरिडॉर जॅकच्या घराकडे जाईल हे पाहिल्यानंतर अँजेलो त्या कॉरिडॉरमधून सावधगिरीनं चालायला लागला. मध्ये मध्ये पाण्याची डबकी साठलेली होती. त्यामुळे त्याचे ब्रुनो माग्ली बूट खराब होण्याची शक्यता होती.

मागच्या अंगणाची परिस्थिती तर फारच भयानक होती. तुटलेलं कुंपण, कुजणाऱ्या गाद्या, टाकून दिलेले टायर्स आणि इतर सगळा कचरा तिथे अस्ताव्यस्त पसरलेला होता. अतिशय काळजीपूर्वक पावलं टाकत अँजेलो चालू लागला. त्या इमारतीपासून थोडा दूर उभा राहत अँजेलोनं मागे वळून बघितलं. आगीच्या वेळी वापरण्याच्या जिन्यावर त्यानं एक नजर टाकली. चौथ्या मजल्यावरच्या दोन उघड्या खिडक्यांतून आत प्रवेश करता येईल, असं त्याला दिसून आलं. त्या खिडक्यांमध्ये आत्ता काळोख होता. याचा अर्थ तो डॉक्टर अजून घरी आलेला दिसत नव्हता.

परत येऊन अँजेलो गाडीत बसला.

''काय? कसं काय?'' फ्रँकोनं विचारलं.

''तो तिथे राहतो हे बरोबर आहे.'' अँजेलो म्हणाला, ''तुला खोटं वाटेल, पण आतून ही इमारत आणखीनच घाण आहे. दाराला कुलूप नव्हतंच. दुसऱ्या मजल्यावर चाललेलं एका जोडप्याचं भांडण आणि आणखी कोणाचातरी जोरजोरात बोंबलत असलेला टीव्ही हे दोन्ही मला ऐकू येत होतं. हे काम फारसं कठीण आहे असं मला वाटत नाही.''

''हेच तुझ्या तोंडून ऐकायची माझी इच्छा होती.'' फ्रँको म्हणाला, ''आपण त्या मुलीकडे आधी जावं असं तुला अजूनही वाटतंय?''

अँजेलो तोंडभरून हसला. ''वाटतंय खरं मला तसंच...''

फ्रँकोनं गाडी गिअरमध्ये टाकली. कोलंबस ॲव्हेन्यूवरून ते दक्षिणेकडे ब्रॉडवेकडे जायला लागले आणि तिथून सेकंड ॲव्हेन्यूवर वळले. लवकरच ते एकोणिसाव्या रस्त्याला आले. आता अँजेलोला पत्त्याची गरजच नव्हती. त्यानं लॉरीच्या इमारतीकडे बोट दाखवलं. फ्रँकोनं सोयिस्कर असा नो पार्किंगचा एक भाग निवडला आणि गाडी पार्क करून टाकली.

“मग काय, आपण मागच्या बाजूनं आत शिरावं असं तुझं म्हणणं आहे तर..!” फ्रँकोनं त्या इमारतीचं निरीक्षण करत विचारलं.

“त्याची अनेक कारणं आहेत.” अँजेलो म्हणाला, “ती पाचव्या मजल्यावर राहते, पण तिच्या खिडक्या मागच्या बाजूला उघडतात. ती घरी आहे की नाही, हे पाहण्यासाठी आपल्याला मागच्या बाजूला जावं लागणार आहेच. आणि पुढच्या बाजूनं गेलं, तर तिची एक चोंबडी शेजारीण आहे ती आपल्याला नक्कीच पाहील. तिच्या घरातले दिवे चालू असलेले मला दिसतायत. माँटगोमेरीच्या पुढच्या दाराच्या बाहेर दोन वेळा मी उभा असताना ती अशीच चोरून मला पाहत असलेली मला दिसली होती. शिवाय माँटगोमेरीच्या घरामधून बाहेर पडायला मागच्या जिन्यापाशी उघडणारा एक दरवाजा आहे. मागचा हा जिना सरळ खाली मागच्या अंगणात जातो. हे सगळं मला ठाऊक आहे, कारण या मार्गानंच आम्ही तिचा पाठलाग केला होता.”

“ठीक आहे.” फ्रँको म्हणाला, “तू सांगतो आहेस ते सर्व मला पटतंय. चल, आपण कामाला लागू या.”

फ्रँको आणि अँजेलो गाडीतून खाली उतरले. गाडीचं मागचं दार उघडून अँजेलोनं कुलपं तोडायची हत्यारं असलेली आपली पिशवी उचलली. आणीबाणीच्या वेळी दरवाजे तोडण्यासाठी आगीचा बंबवाले वापरतात, तसला एक हॅलिगन बारही त्या पिशवीत होता.

मागच्या अंगणाकडे जाणाऱ्या पॅसेजमधून ते दोघेजण चालायला लागले.

“तुझ्या आणि टोनी रगेरिओच्या हातून ती सुटली असं मी ऐकलं,” फ्रँको म्हणाला, “म्हणजे अर्थात, काही काळापुरती तरी... म्हणजे पक्की चालू असली पाहिजे ती.”

“त्या प्रसंगाची आठवणदेखील करून देऊ नकोस.” अँजेलो म्हणाला, “अर्थात, टोनीबरोबर काम करायचं म्हणजे वाळूचं पोतं बरोबर घेऊन हिंडण्यासारखंच होतं.”

मागचं अंगण म्हणजे दुर्लक्षित बागेचा काळोखा भाग होता. पाचवा मजला दिसेल इतपत अंतरावर काळजीपूर्वक जाऊन फ्रँको आणि अँजेलो थांबले. वर पाहिल्यावर त्यांना दिसलं, की पाचव्या मजल्यावरच्या लॉरीच्या घराच्या सगळ्या खिडक्या अंधाऱ्याच आहेत.

“आपल्याला तिच्या स्वागताची तयारी करायला भरपूर वेळ मिळणार असं दिसतंय.” फ्रँको म्हणाला.

अँजेलोनं त्यावर काहीच उत्तर दिलं नाही. त्याऐवजी कुलपं उघडायची आपली हत्यारं घेऊन तो मागच्या जिन्याकडे जाणाऱ्या आणीबाणीच्या वेळी वापरायच्या लोखंडी दाराकडे गेला. घट्ट बसणारे लेदरचे हातमोजे त्यानं चढवले. फ्रँकोनं फ्लॅशलाईट तयार केला.

पाच वर्षं मनात सूडाची भावना बाळगल्यानंतर आता लॉरी माँटगोमेरीला

आमनेसामने भेटायचंय, या कल्पनेनंच प्रथम अँजेलो उत्तेजित झाला होता. ते कुलूप जेव्हा त्याला दाद देईना, तेव्हा त्यानं आपल्या मनातून लॉरीचा विचार काढून टाकून कामावर लक्ष एकाग्र केलं. काही सेकंदातच ते कुलूप उघडलं आणि ते दार ढकलून आत शिरले.

पाचव्या मजल्यावर पोचल्यावर अँजेलोनं कुलूप उघडण्याची हत्यारं बाहेर काढायचीही तसदी घेतली नाही. लॉरीच्या दाराला भरपूर कड्याकुलपं असतात हे त्याला चांगलं ठाऊक होतं. त्यानं सरळ हॅलिगन बारचा उपयोग केला. लाकूड तुटल्याचा बारीक आवाज आला आणि दार उघडण्याचं काम अगदी सोपं झालं. वीस सेकंदांच्या आत ते लॉरीच्या घरात होते.

त्यांनी लॉरीच्या कोठीच्या खोलीत प्रवेश केला होता. आतल्या अंधारात काही वेळ ते तसेच कानोसा घेत स्तब्ध उभे राहिले. तिथे राहणाऱ्या इतर कोणी आपल्या या घरातल्या प्रवेशाचा आवाज ऐकला तर नाहीये ना, याबद्दल त्यांना खात्री करून घ्यायची होती.

"बाप रे !" फ्रँको एकदम दचकून कुजबुजला. "आत्ताच माझ्या पायाला कसलातरी स्पर्श झाला !"

"काय आहे ते?" अँजेलोनं विचारलं. असं काही होईल अशी त्याला बिलकुल कल्पना नव्हती. त्यामुळे त्याचं हृदय एकदम जोरजोरात धडधडायला लागलं.

"हात्तीच्या, हे तर साधं मांजरच दिसतंय !" सुटकेचा निश्वास टाकत फ्रँको म्हणाला. एकदम त्या दोघांनाही तिथल्या अंधारात त्या मांजराच्या पोटातल्या गुरगुरीचा आवाज ऐकू येऊ लागला.

"आपलं नशीब जोरावर दिसतंय." अँजेलो म्हणाला, "यामुळे आपल्याला यात वेगळाच रंग भरता येईल. आण त्याला इकडे."

हळूहळू चालत ते दोघे कोठीच्या खोलीतून स्वयंपाकघरात आणि तिथून हॉलमध्ये आले. तिथे खिडक्यांमधून बाहेरचा रस्त्यावरचा प्रकाश आत येत होता. त्यामुळे तिथे त्यांना आजूबाजूचं बऱ्यापैकी दिसायला लागलं.

"आत्तापर्यंत तरी सगळं ठीक चाललंय." अँजेलो म्हणाला.

"आता आपण फक्त वाट पाहत बसायचं." फ्रँको म्हणाला, "रेफ्रिजरेटरमध्ये काही वाईन किंवा बीयर असली तर मी बघतो. तुला हवीय?"

"बीयर चालेल मला." अँजेलो म्हणाला.

पोलिस हेडक्वार्टर्सला पोचल्यावर लॉरी आणि जॅकला ओळख पटवणारे आयडी बॅजेस घ्यावे लागले आणि धातूशोधक यंत्रामधूनही जावं लागलं. मगच त्यांना लूच्या मजल्यावर जाण्याची परवानगी देण्यात आली. ते लिफ्टच्या बाहेर पडले, तर लू त्यांच्या स्वागताला तिथे उभाच होता.

प्रथम त्यानं लॉरीच्या दोन्ही खांद्यावर हात ठेवून तिच्या डोळ्यांत निरखून पाहिलं आणि काय घडलंय ते तिला विचारलं.

''आता ती अगदी ठीक आहे.'' लूच्या पाठीवर थोपटत जॅक म्हणाला, ''तिची मघाची बेचैनी आता पूर्ण नाहीशी झालीय. ती नॉर्मल झालीय असं म्हणायला हरकत नाही.

''नक्की?'' लूनं विचारलं. तो अजूनही लॉरीकडे रोखून बघत होता.

त्याच्या तशा बघण्यामुळे लॉरीला हसू आलं. ''जॅक म्हणतोय ते खरं आहे.'' ती म्हणाली, ''मी आता अगदी व्यवस्थित आहे. उलट मी एवढ्या घाईनं जॅकला इथे घेऊन आले, त्याबद्दल मला आता फारच ओशाळवाणं वाटतंय.''

लूनं सुटकेचा एक निश्वास टाकला. ''पण तुम्ही आल्यामुळे मला मात्र फारच बरं वाटलं. चला, आपण माझ्या राजवाड्यात जाऊ.'' तो त्यांना आपल्या ऑफिसकडे घेऊन जायला लागला.

''मी आता तुम्हाला कॉफी विचारू शकतो, पण तुम्ही ती घेऊ नये असं मीच तुम्हाला सुचवीन.'' लू म्हणाला, ''कारण दिवसाच्या या वेळेपर्यंत ती एवढी स्ट्राँग झालेली असते, की सफाई कामगारांना ती सिंकचे पाईप साफ करण्यासाठीही वापरता येईल.''

''आम्हाला काहीच नकोय.'' लॉरी म्हणाली. ती तिथल्या एका खुर्चीत बसली.

जॅकनंही तसंच केलं. आजूबाजूला नजर टाकल्यावर त्याच्या अंगावर एक बारीक शिरशिरी उठली. याआधी एक वर्षापूर्वी एकदा त्याला इथे यावं लागलं होतं. त्याच्यावर झालेल्या खुनाच्या प्रयत्नांतून तो थोडक्यात वाचला होता त्यावेळी.

''फ्रँकोनीचा मृतदेह शवागारातून कसा नाहीसा झाला हे मला समजलंय, असं मला वाटतंय.'' लॉरीनं सुरुवात केली, ''स्पॉलेटो फ्यूनरल होमबद्दल मी संशय घेतला, म्हणून तुम्ही दोघांनी मला चिडवलं होतंत. पण आता तुम्हाला तुमचे शब्द मागे घ्यावे लागणार असं वाटतंय. खरं म्हणजे आता ही केस माझ्याकडून तुम्हीच ताब्यात घ्यायलादेखील माझी हरकत नाही.''

नंतर लॉरीनं, काय घडलं असण्याची शक्यता आहे असं जे तिला वाटतंय ते त्यांना समजावून सांगितलं. तिनं लूला सांगितलं, की सरकारी डॉक्टरांच्या ऑफिसातल्याच कोणीतरी त्यामानानं अलीकडल्या, ओळख न पटलेल्या अशा एखाद्या मृतदेहाचा प्रवेश क्रमांक आणि फ्रँकोनीचा मृतदेह कुठे ठेवलेला आहे ती जागा स्पॉलेटोच्या लोकांना सांगितली असावी, असा आपल्याला दाट संशय आहे.

''फ्यूनरल होममधून जेव्हा दोन ड्रायव्हर्स एखादा मृतदेह नेण्यासाठी येतात, तेव्हा बऱ्याच वेळा त्यांच्यापैकी एकजण वॉक-इन कूलरमध्ये जातो आणि दुसरा बाहेर तंत्रज्ञांबरोबर कागदपत्रांची पूर्तता करतो.'' लॉरीनं स्पष्टीकरण केलं. ''अशा

वेळी शवागारातला तंत्रज्ञ तो मृतदेह कापडानं झाकून आणि स्ट्रेचरवर ठेवून तो स्ट्रेचर कूलरच्या दाराच्या आतल्या बाजूला तयार ठेवतो. फ्रँकोनीच्या केसमध्ये काय झालं असेल की, त्या ड्रायव्हरनं त्याला मिळालेल्या प्रवेश क्रमांकाचा मृतदेह घेतला. त्याचा टॅग काढला आणि तो मृतदेह तिथल्याच रेफ्रिजरेटरच्या एखाद्या रिकाम्या कप्प्यामध्ये कोंबून टाकला. नंतर फ्रँकोनीच्या मृतदेहावर तो टॅग अडकवून, तो घेऊन तो आरामात बाहेर ऑफिसमध्ये आला. त्या वेळी तंत्रज्ञ फक्त प्रवेश क्रमांकच तपासतात.''

''आहे खरी चमत्कारिक गोष्ट.'' लू म्हणाला, ''या गोष्टीचा तुझ्याकडे काही पुरावा आहे का? की सगळा नुसताच कल्पनाविलास आहे?''

''स्पॉलेटोनी जो प्रवेश क्रमांक सांगितला त्या नंबरचा मृतदेह मला सापडला.'' लॉरी म्हणाली, ''रेफ्रिजरेटरचा जो कप्पा रिकामा असायला हवा होता, त्यात तो ठेवलेला आढळून आला. फ्रँक ग्लीसन हे नाव खोटंच आहे.''

''बाप रे !'' लू म्हणाला. आता त्याला यात खूपच रस वाटायला लागला. तो आपल्या टेबलावर पुढे वाकून बसला. ''आता मला हे फारच आवडायला लागलंय. विशेषत: या स्पॉलेटो आणि ल्युसिया लोकांनी आपापसात लग्नं करून नाती जुळवली आहेत त्यामुळे. हे काहीतरी फार महत्त्वाचं असू शकेल. यामुळे मला अल् कॅपोन्ला कर चुकवण्यासाठी पकडलं होतं त्यावेळची आठवण झाली. म्हणजे मृतदेह चोरल्याच्या आरोपावरून आम्ही जर ल्युसिया टोळीच्या काही लोकांना पकडू शकलो, तर फारच मजा येईल.''

''यामुळे संघटित गुन्हेगारीचा आणि बेकायदेशीर यकृतारोपणाचा संबंधही उघड व्हायला मदत होईल.'' जॅक म्हणाला, ''हे सर्व जर खरं असलं, तर हा फारच भयानक प्रकार आहे असं म्हणायला हवं.''

''आणि तेवढाच धोकादायकही आहे.'' लू म्हणाला, ''त्यामुळे आता तुझी हेरगिरी बस्स झाली. आता आम्ही ही केस हातात घेतो. मला तू असं वचन दे, की आता मी यात लक्ष घालणार नाही.''

''तुम्ही आता ही केस हातात घेतल्यामुळे मला उलट बरंच वाटणार आहे.'' लॉरी म्हणाली, ''पण सरकारी डॉक्टरांच्या ऑफिसातल्या त्या फितुराचा तपासही लावायचा आहे.''

''ते कामही मीच केलं तर अधिक चांगलं.'' लू म्हणाला, ''या केसमध्ये असलेल्या संघटित गुन्हेगारांच्या संबंधामुळे जुलूम जबरदस्ती करून खंडणी उकळण्याचे प्रकारही आढळून आले, तर मला त्यात बिलकुल आश्चर्य वाटणार नाही. पण याबाबतीत मी सरळ बिंगहॅमशी बोलतो.... हे लोक खरोखरच फार धोकादायक असतात, हे मी तुम्हाला वेगळं सांगायची काही गरज नाही.''

"मला तर याबाबतीत चांगलाच धडा मिळालाय." लॉरी म्हणाली.

"या केसच्या बाबतीतल्या मी सोडवत असलेल्या रहस्यातच मी इतका गुरफटून गेलोय, की इतर कुठे लक्ष द्यायला मला वेळच नाहीये." जॅक म्हणाला, "माझ्यासाठी तू काय माहिती मिळवली आहेस?"

"भरपूर." लू म्हणाला. डेस्कच्या कोपऱ्यातलं एक जाडजूड पुस्तक त्यानं पुढे वाकून उचललं आणि जॅकच्या हातात दिलं.

गोंधळून जॅकनं ते उघडलं. "काय चाललंय?" तो म्हणाला, "हा अ‍ॅटलास कशाला दिलास मला?"

"कारण तुला त्याची गरज पडणार आहे." लू म्हणाला, "इथे पोलिस हेडक्वार्टर्समध्ये तो मिळवण्यासाठी मला किती वेळ खर्च करावा लागला, याची तुला कल्पनाच येणार नाही."

"मला काहीच समजत नाहीये." जॅक म्हणाला.

"युरोपमधल्या विमानवाहतुकीचं नियंत्रण करणाऱ्या संस्थेत काम करणाऱ्या एकाला ओळखणारा एकजण माझ्या या एफ्एएमधल्या मित्राच्या ओळखीचा आहे. त्यानं त्याला फोन लावला." लूनं सांगितलं, "त्याच्याकडे सर्व उड्डाणांचे प्लॅन्सही असतात आणि ते ते साठ दिवसांपर्यंत जपून ठेवतात. फ्रँकोनीचं जी-4 हे विमान इक्वेटोरियल गिनीहून फ्रान्सला आलं होतं."

"कुठून?" जॅकनं विचारलं. पूर्ण गोंधळून गेल्यामुळे त्याच्या कपाळाला आठ्या पडून दोन्ही भुवया जुळल्या होत्या. "इक्वेटोरियल गिनी हे नाव मी कधी ऐकलेलं नाही. तो एखादा देश आहे का?"

"पान क्रमांक एकशे बावन्नवर बघ !" लू म्हणाला.

"फ्रँकोनी आणि जी-4 ही काय भानगड आहे?" लॉरीनं विचारलं.

"जी-4 हे खासगी जेट विमान असतं." लूनं माहिती पुरवली. "फ्रँकोनी देशाबाहेर गेला होता हे मी जॅकसाठी शोधून काढलं. ही नवी माहिती मिळेपर्यंत तो फ्रान्सला गेला होता अशीच आमची समजूत होती."

जॅकनं अ‍ॅटलासचं १५२ क्रमांकाचं पान उघडलं. त्या नकाशाचं नाव होतं "पश्चिम काँगो खोरं." त्यामध्ये पश्चिम आफ्रिकेचा बराच मोठा भाग दिलेला होता.

"ठीक आहे, आता मी साधारण कुठे बघू ते तरी सांग ना." जॅक म्हणाला.

जॅकच्या खांद्यावरून डोकावून पाहत लूनं बोटानं त्याला दाखवलं. "कॅमेरून आणि गॅबनच्या मध्ये हा छोटासा देश दिसतोय ना, तो आहे तो. तिथल्या किनाऱ्यावरच्या बाटा नावाच्या शहरातून हे विमान निघालेलं होतं." त्यानं नकाशावरचा एक बिंदू दाखवला. अ‍ॅटलासमध्ये दाखवल्याप्रमाणे तरी हा देश माणसाची चाहूल नसलेला हिरवागार प्रदेश वाटत होता.

लॉरी आपल्या खुर्चीतून उठली आणि जॅकच्या खांद्यावरून डोकावून पाहू लागली. ''मी एकदा या देशाचं नाव ऐकलंय असं मला वाटतं. फ्रेडरिक फॉर्सीथ हे लेखक आपली 'डॉग्ज ऑफ वॉर' ही कादंबरी लिहिण्यासाठी तिथेच गेले होते, असं मला वाटतं.''

लूनं आश्चर्यानं कपाळावर हात मारून घेतला. ''या असल्या गोष्टी तुझ्या लक्षात तरी कशा राहतात? मला गेल्या मंगळवारी मी कुठे जेवलो होतो, तेदेखील आठवणार नाही.''

लॉरीनं खांदे उडवले. ''मी कादंबऱ्या खूप वाचते....'' ती म्हणाली, ''आणि लेखकांमध्येही मला इंटरेस्ट असतो.''

''पण तरीही याचा मला काही संदर्भच लागत नाहीये...'' जॅक तक्रारीच्या सुरात म्हणाला, ''आफ्रिकेचा देखील हा अतिशय अविकसित असा भाग आहे. या देशात जंगलाखेरीज इतर काही असेल असं मला बिलकुल वाटत नाही. वास्तवात आफ्रिकेचा हा सगळाच भाग म्हणजे पूर्ण जंगलच आहे. फ्रँकोनीचं यकृतारोपण तिथे झालं असणं शक्य नाही.''

''माझीही प्रतिक्रिया अशीच झाली होती.'' लू म्हणाला, ''पण आणखी इतर माहिती जी मिळालीय, त्यामुळे याला अर्थ येतो. अल्फा एव्हिएशनचे खरे मालक कोण आहेत, हे मी त्यांच्या नेवाडातल्या मॅनेजमेंट कार्पोरेशनवरून शोधून काढलं. ती फर्म मॅसॅच्युसेट्‌मधल्या केंब्रिज येथील जेनसिस कॉर्पोरेशच्या मालकीची आहे.''

''जेनसिसचं नाव मी नक्की ऐकलंय.'' लॉरी म्हणाली, ''व्हॅक्सीन्स आणि लीम्फोकाईन्सची* निर्मिती करणारी जीवतंत्रज्ञानातली ती एक मोठी कंपनी आहे. माझ्या एका मैत्रिणीनं मला त्यांचे शेअर्स घेऊन ठेवायला सांगितलं होतं. तिचा भाऊ शिकागोला स्टॉक एक्स्चेंजमध्ये काम करतो. माझ्याकडे टनांनी पैसे पडलेत असं तिला वाटतं बहुतेक. कारण एकसारखी ती मला कुठले ना कुठले शेअर्स घ्यायला सांगत असते.''

''जीवतंत्रज्ञानातली कंपनी काय !'' जॅक विचार करत म्हणाला, ''हं... हे एक काहीतरी वेगळंच वळण आहे. याचं काहीतरी महत्त्व नक्कीच असलं पाहिजे. पण ते काय असावं ते माझ्या आत्ता तरी लक्षात येत नाहीये. एवढंच नाही तर जीवतंत्रज्ञानातली कंपनी इक्वेटोरियल गिनीमध्ये कशाला गेली असेल, तेही मला समजत नाहीये.''

''या कंपनीचा नेवाडापर्यंतचा माग तुला लपूनछपून काढावा लागला, याचा अर्थ काय?'' लॉरीनं विचारलं. ''आपल्याकडे विमान आहे हे जेनसिसला लपवून ठेवायचं होतं की काय?''

''छे. तसं काही नसावं.'' लू म्हणाला, ''त्यांच्याशी संबंध आहे हे मला लगेचच समजलं. जेनसिसला आपली मालकी लपवून ठेवायची असती, तर अल्फा

एव्हिएशनचे प्रमुख, ऑफिसर्स म्हणून नेवाडातल्या ज्या वकिलांची नावं त्यात आधी दिलेली होती, ती त्यांनी तशीच ठेवली असती. त्याऐवजी त्यांच्या पहिल्या बोर्ड मीटिंगमध्ये जेनसिसच्या फायनॅन्शियल ऑफिसरनं अध्यक्ष आणि सेक्रेटरी म्हणून सूत्रं हातात घेतली.''

''मग मॅसॅच्युसेट्समधल्या कंपनीला नेवाडामध्ये आपलं विमान ठेवायचं कारणच काय?'' लॉरीनं विचारलं.

''मी काही वकील नाही.'' लू म्हणाला, ''पण करांबाबतच्या सवलती किंवा कर्ज मिळण्याबाबतच्या काही अडचणी असं काहीतरी त्यात असावं असं मला वाटतं. मॅसॅच्युसेट्समध्ये तुमच्यावर कोणी खटला लावला तर परिस्थिती कठीण असते. मला असं वाटतं, की जेनसिसला जेव्हा त्या विमानाची गरज नसते तेव्हा ते ते भाड्यानं वगैरे देत असावेत. नेवाडामधल्या कंपन्यांसाठी विम्याचे हप्तेदेखील खूप कमी असतात.''

''तुझी ही ब्रोकर मैत्रिण तुझ्या कितपत ओळखीची आहे?'' जॅकनं लॉरीला विचारलं.

''चांगलीच ओळखीची आहे.'' लॉरी म्हणाली ''वेस्लेयन युनिव्हर्सिटीत आम्ही एकत्रच शिकत होतो.''

''जेनसिस आणि इक्वेटोरियल गिनीचा काय संबंध आहे, हे तिला फोन करून विचारलं तर?'' जॅक म्हणाला, ''तिनं तुला त्या कंपनीचे शेअर्स घ्यायला सांगितले, याचा अर्थ तिनं त्या कंपनीचा चांगलाच अभ्यास केलेला असणार.''

''नक्कीच.'' लॉरी म्हणाली, ''जीन कॉर्विन ही फार अभ्यासू मुलगी होती. आम्हा ज्युनिअर मुलींना तर तिच्यापुढे आपण काहीच अभ्यास करत नाही, असं वाटायला लागायचं.''

''लॉरीनं तुझा फोन वापरला तर चालेल?'' जॅकनं लूला विचारलं.

''माझी काहीच हरकत नाही.'' लू म्हणाला.

''आत्ता लगेच मी फोन करावा असं तुझं म्हणणं आहे?'' लॉरीनं आश्चर्यानं विचारलं.

''ती कामावर असतानाच तिला गाठलेलं बरं.'' जॅक म्हणाला, ''तिच्याकडे जर त्यांच्याविषयी काही फाईल वगैरे असली, तर ती तिच्या ऑफिसातच असणार ना?''

''बरोबर आहे तुझं म्हणणं.'' लॉरीनं कबूल केलं. लूच्या टेबलापाशी बसून तिनं शिकागो इन्फर्मेशनला फोन लावला.

लॉरी फोनवर बोलत होती, तेवढ्यात जॅकनं लूला सगळी माहिती कशी मिळाली ते तपशीलवार विचारून घेतलं. इक्वेटोरियल गिनीच्या संबंधाचा लूनं

लावलेला शोध त्याला विशेष महत्त्वाचा वाटत होता. त्यांनी दोघांनी नकाशाची परत एकदा एकत्र पाहणी केली. तो देश विषुववृत्ताच्या खूपच जवळ आहे, असं यावेळी त्यांच्या लक्षात आलं. त्यांच्या हेही लक्षात आलं, की त्यांची राजधानी मुख्य जमिनीवर नसून बियोको नावाच्या एका बेटावर आहे.

"ही जागा कशी असेल याबद्दल मला फार कुतूहल वाटतंय." लू म्हणाला.

"मी सांगतो तुला कशी असेल ते." जॅक म्हणाला, "तिथली हवा अतिशय गरम असणार. वेगवेगळ्या प्रकारचे किडे तिथे विपुल प्रमाणात असणार, सतत पाऊस आणि सगळीकडे नुसता चिखल असेल तिकडे."

"ऐकायला तरी अगदी छान वाटतंय." लू मजेनं म्हणाला.

"कोणी आपली सुट्टी घालवायला ही जागा निवडेल ही शक्यताच नाही." जॅक म्हणाला, "उलट ती एका बाजूला आहे."

लॉरीनं आपलं फोनवरचं बोलणं संपवलं आणि खुर्ची फिरवून घेत ती इतरांकडे तोंड करून बसली. "मला वाटलं होतं तशीच जीन अतिशय व्यवस्थित मुलगी निघाली." ती म्हणाली, "जेनसिसबद्दल तिच्यापाशी जी काही माहिती होती, ती तिला लगेच सापडली. अर्थात, तिला मला हे विचारावंच लागलं, की मी त्यांचे किती शेअर्स विकत घेतले आहेत म्हणून आणि मी काहीच घेतलेले नाहीत हे ऐकल्यावर ती चाटच पडली. तो शेअर फारच थोड्या काळात तिपटीनं वर गेला आणि नंतर त्याचं विभाजन करण्यात आलं."

"ही काही विशेष चांगली गोष्ट आहे का?" लूनं चेष्टेनं विचारलं.

"म्हणजे काय? मी जर तिचा सल्ला ऐकून त्यावेळी ते शेअर्स घेतले असते, तर आज माझ्याजवळ एवढे पैसे असते की मला निवृत्त होता आलं असतं." लॉरी म्हणाली, "ती म्हणाली, की जेनसिसचे सीईओ, टेलर कॅबोट यांनी सुरू केलेली जीवतंत्रज्ञान क्षेत्रातली ही दुसरी यशस्वी कंपनी आहे म्हणून."

"इक्वेटोरियल गिनीबद्दल तिला काही माहिती होती का?" जॅकनं विचारलं.

"होती तर." लॉरी म्हणाली, "ती म्हणाली, त्या कंपनीचा कारभार एवढा चांगला चाललाय याचं एक मुख्य कारण म्हणजे कंपनीनं माकडांचा एक फार्म चालू केलाय. सुरुवातीला त्याचा वापर कंपनीच्या अंतर्गत संशोधनकार्यासाठी केला जायचा. मग कोणालातरी कल्पना सुचली, की जीवतंत्रज्ञानातील आणि औषधांच्या क्षेत्रातील इतर कंपन्यांना जर या सुविधेचा वापर करण्याची परवानगी दिली, तर त्यात आपला अधिकच फायदा आहे. या सेवेला इतकी मागणी आली, की त्यामुळे त्यांच्या शेअर्सच्या भावाबाबतचे भल्याभल्यांचे अंदाज खोटे ठरले."

"माकडांचा हा फार्म इक्वेटोरियल गिनीमध्ये आहे का?" जॅकनं विचारलं.

"अगदी बरोबर." लॉरी म्हणाली.

"याचं तिनं काही कारण दिलं?" जॅकनं विचारलं.

"तिच्याकडे या कंपनीचं एक मेमोरॅन्डम होतं. त्यात त्यांनी म्हटलं होतं, की इक्वेटोरियल गिनीच्या सरकारनं त्यांना या कामात खूपच मदत केली. त्यांच्यासाठी त्यांनी तिथले काही कायदेही बदलले. त्यामुळे जेनसिसनं या देशाची निवड केली. त्या देशाला अतिशय गरज असलेलं परकीय चलन त्यांना जेनसिसकडून मिळतं असं दिसतंय."

"या प्रकारचा उद्योग उभारण्यासाठी किती प्रचंड भांडवल गुंतवावं लागलं असेल याची कल्पना आहे तुला?" जॅकनं लूला विचारलं.

लूनं फक्त शीळ घातली.

"त्या मेमोरॅन्डममध्ये असंही लिहिलं आहे, की त्यांना ज्या माकडांची गरज असते ती या जागी भरपूर संख्येनं सापडतात." लॉरीनं पुढे म्हटलं, "त्यामुळे चिम्पान्झींसारख्या हळूहळू नाहीशा व्हायला लागलेल्या जातींपैकी काही जातीच्या माकडांच्या आयात-निर्यातीवर इतर देशांमध्ये जे निर्बंध असतात, त्यांचाही कंपनीला त्रास होत नाही."

"माकडांचा फार्म." जॅक डोकं हलवत म्हणाला, "यामुळे आणखीनच भयानक शक्यता निर्माण होतात. याचा अर्थ, आपल्याला झीनोग्राफ्ट* मिळालाय की काय?"

"अशक्य." लॉरी म्हणाली. "झीनोग्राफ्टमुळे शरीराच्या अतिशय तीव्र अशा नकारात्मक प्रतिक्रिया होतात. तू मला दाखवलेल्या यकृताच्या तुकड्यामध्ये बाह्य किंवा पेशींमधल्या सुजेचं थोडंसुद्धा लक्षण नव्हतं."

"खरं आहे." जॅक म्हणाला, "आणि अशा नकारात्मक प्रतिक्रिया होऊ नयेत म्हणून जी औषधं घेतली जातात, त्यांचंही त्याच्या शरीरात चिन्ह सापडलं नाही."

"ए, अरे काय चाललंय तुमचं हे?" लूनं आर्जवाच्या स्वरात म्हटलं, "जरा मला समजेल अशा भाषेत बोला की. झीनोग्राफ्ट म्हणजे काय?"

"आरोपण करायचा अवयव जेव्हा वेगळ्या जातीच्या प्राण्यामधून घेतला जातो, तेव्हा त्याला झीनोग्राफ्ट असं म्हणतात." लॉरीनं सांगितलं.

"म्हणजे दहा-बारा वर्षांपूर्वी त्या बेबी फे नावाच्या बबून माकडाच्या हृदयासंबंधी जी भानगड झाली होती, तसलं काहीतरी...?" लूनं विचारलं.

"अगदी बरोबर." लॉरी म्हणाली.

"शरीराची नकारात्मक प्रतिक्रिया टाळण्यासाठी हल्ली जी नवीन औषधं निघालेली आहेत, त्यामुळे आता झीनोग्राफ्ट्सचा वापर परत एकदा वाढण्याची बरीच शक्यता निर्माण झालीय." जॅकनं स्पष्टीकरण केलं. "आणि बेबी फेच्या वेळेपेक्षा आता ते यशस्वी होण्याची शक्यताही वाढलेली आहे."

"विशेषत: डुकराच्या हृदयातल्या झडपांचा वापर अधिक प्रमाणात केल्यानंतर..." लॉरी म्हणाली.

''अर्थात, त्यामुळे नीतिमत्तेच्या बाबतीतले खूपच प्रश्न निर्माण होतात...'' जॅक म्हणाला, ''आणि प्राण्यांच्या अधिकारांसाठी झगडणारे लोकही त्यामुळे चवताळून उठतात.''

''त्यातून ही नकारात्मक प्रतिक्रिया थोडी सुसह्य होण्यासाठी, आता डुकरांमध्ये माणसांचे जीन्स घालण्याचे प्रयोग ते करतायत.'' लॉरीनं आणखी माहिती पुरवली.

''फ्रँकोनीनं आफ्रिकेत जाऊन माकडाच्या यकृताचं आरोपण करून घेतलं असेल, अशी काही शक्यता आहे का?'' लूनं विचारलं.

''काही कल्पना करता येत नाही.'' जॅक म्हणाला, ''पण लॉरीचा मुद्दा मात्र विचार करण्यासारखा आहे. फ्रँकोनीमध्ये नकारात्मक प्रतिक्रिया अजिबात दिसून आली नाही हे खरं आहे. जुळी भावंडं सोडली, तर इतर कोणाकडूनही एवढा जुळणारा अवयव मिळणं हे केवळ अशक्य आहे.''

''पण फ्रँकोनी आफ्रिकेला गेला होता हे नक्की.'' लू म्हणाला.

''खरं आहे. आणि त्याची आई हेही म्हणाली, की तो परत आला तेव्हा अगदी नवाच माणूस होऊन आला होता.'' जॅक म्हणाला. आपले दोन्ही हात वर हवेत उडवत तो उठून उभा राहिला. ''या सगळ्या गोष्टींचा एकमेकींशी काय संबंध आहे, तेच माझ्या लक्षात येत नाहीये. हे रहस्य फारच गुंतागुंतीचं होत चाललंय. त्यात आणखी या संघटित गुन्हेगारीची भर पडलीय.''

लॉरीही उठून उभी राहिली.

''तुम्ही निघालात का?'' लूनं विचारलं.

जॅकनं मान हलवली. ''मी तर पुरता गोंधळून गेलोय आणि प्रचंड दमलोय देखील.'' तो म्हणाला, ''काल रात्री माझी झोप फारच कमी झाली. फ्रँकोनीच्या मृतदेहाची ओळख पटवल्यानंतर कित्येक तास मी फोन लावत बसलो होतो. युरोपातल्या अवयव देणाऱ्या जेवढ्या संस्थांचे फोन नंबर मला मिळाले, तेवढ्या सगळ्यांना मी फोन केले.''

''आपण सर्वांनीच आता 'लिटल इटली'मध्ये जाऊन थोडंसं काहीतरी जेवूया का?'' लूनं सुचवलं, ''ते इथे कोपऱ्यावरच आहे.''

''मी नाही येत बाबा.'' जॅक म्हणाला, ''मला अजून माझी सायकल घेऊन घरी जायचंय. आत्ता मी जेवलो म्हणजे संपलंच.''

''मी पण नाही येऊ शकत.'' लॉरी म्हणाली, ''घरी जाऊन केव्हा एकदा अंघोळ करते असं मला झालंय. गेल्या दोन्ही रात्री मला झोपायला खूप उशीर झाला होता. मीही खूप दमलेय.''

आपल्याला अजून अर्धा तास तरी ऑफिसमध्येच काम आहे, असं लूनंही कबूल केलं. त्यामुळे लॉरी आणि जॅक त्याचा निरोप घेऊन पहिल्या मजल्यावर आले.

आपल्याला दिले गेलेले पाहुण्यांचे तात्पुरते बॅजेस त्यांनी परत केले आणि ते पोलिस हेडक्वार्टर्समधून बाहेर पडले. सिटी हॉलच्या जवळच त्यांना टॅक्सी मिळाली.

''आता थोडं बरं वाटतंय?'' जॅकनं लॉरीला विचारलं. बॉवेरीवरून ते उत्तरेला चालले होते. रस्त्यावरच्या दिव्यांचा प्रकाश त्यांच्या चेहऱ्यांवर लपंडाव खेळत होता.

''खूपच बरं वाटतंय...'' लॉरीनं कबूल केलं. ''आता ही केस लूच्या समर्थ हातात गेल्यामुळे मला किती सुटल्यासारखं वाटतंय, याची तुला कल्पनाच येणार नाही. मी स्वत:ला त्यात एवढं गुंतवून घेतलं ते चुकलंच माझं. मला माफ कर.''

''माफी वगैरे मागायची काही गरज नाही.'' जॅक म्हणाला, ''आपल्यामध्ये कोणीतरी फितूर वावरतोय आणि या केसमध्ये संघटित गुन्हेगार गुंतलेले आहेत, या दोन्ही गोष्टी कोणालाही अस्वस्थ करायला पुरेशा आहेत.''

''आणि तरी तू या सगळ्या गोष्टींशी सामना कसा करतोयस?'' लॉरीनं विचारलं, ''तुला तर फ्रँकोनीविषयी एकेक भयानक गोष्टीच समजायला लागल्या आहेत.''

''त्या भयानक आहेत, पण तेवढ्याच गुंगवून टाकणाऱ्याही आहेत.'' जॅक म्हणाला, ''विशेषत: जेनसिससारखी जीवतंत्रज्ञान क्षेत्रातली मोठी कंपनी त्यात गुंतलेली असल्यामुळे त्याला एक वेगळंच परिमाण मिळतंय. या मोठ्या कंपन्यांच्या बाबतीतली घाबरण्यासारखी गोष्ट ही असते, की त्यांचं सगळं संशोधन बंद दारांच्या मागे चालतं. सगळ्या गोष्टी अतिशय गुप्त ठेवायच्या असं त्यांचं धोरणच असतं. आपण गुंतवलेल्या पैशांतून आपल्याला पुरेसा फायदा मिळावा म्हणून या कंपन्या कोणत्या थराला जातील, ते काही सांगता येत नाही. दहा-वीस वर्षांपूर्वी परिस्थिती वेगळी होती. जैव-वैद्यकीय क्षेत्रांतल्या सर्व प्रकारच्या संशोधनाला एन्आय्एच् पैसा पुरवत असे. त्यावेळी सगळा कारभार खुल्लम्खुल्ला होता. पण त्याचवेळी त्यांच्या कामावर बारकाईनं लक्षही ठेवलं जात असे. आता ते काही उरलं नाही.''

''मी जशी माझी जबाबदारी लूवर टाकून मोकळी झाले तसं तुला करता येत नाही, हे किती वाईट आहे नाही?'' लॉरी चुकचुकत म्हणाली.

''तसं झालं असतं तर फारच बरं झालं असतं.'' जॅक म्हणाला.

''आता पुढे तू काय करणार आहेस?'' लॉरीनं विचारलं.

जॅकनं एक उसासा टाकला. ''माझ्यापुढे फारसे काही पर्याय नाहीयेत. एकच गोष्ट आता उरलीय. ती म्हणजे उद्या ती यकृताच्या तुकड्याची स्लाईड व्हेटरनरी पॅथॉलॉजिस्ट बघणार आहेत. त्यांचं त्याच्यावर काय म्हणणं आहे ते बघायचं.''

''म्हणजे झीनोग्राफ्टची ही कल्पना आधीच तुझ्या डोक्यात आली होती?'' लॉरीनं आश्चर्यानं विचारलं.

''नाही, माझ्या डोक्यात नाही आलं ते.'' जॅकनं कबूल केलं, ''व्हेटरनरी पॅथॉलॉजिस्टनं ती स्लाईड नजरेखालून घालावी ही सूचना माझी नव्हती. हॉस्पिटलमध्ये

जे परोपजीवी जिवाणू शास्त्रज्ञ होते, त्यांना असं वाटलं की यकृतामधला तो ग्रॅन्युलोमा एखाद्या परोपजीवी जिवाणूमुळे झाला असावा आणि तो त्यांना ओळखता आला नाही.''

''तो झीनोग्राफ्ट असण्याची शक्यता आहे, हे तू टेड लीन्चच्या कानावर का घालत नाहीस?'' लॉरीनं सुचवलं, ''तो डीएनए तज्ज्ञ असल्यामुळे आपल्या जादूच्या पोतडीतून तो नक्कीच काहीतरी शोधून काढू शकेल आणि हो किंवा नाही ते सांगू शकेल.''

''ही कल्पना तर फारच चांगली आहे.'' जॅक कौतुकानं म्हणाला, ''एवढी दमलेली असतानादेखील एवढ्या चांगल्या कल्पना तुला कशा काय सुचू शकतात? तुझं मला खरोखरच आश्चर्य वाटतं. माझी तर विचार करायची शक्तीच आता संपल्यासारखी वाटतेय...''

''माझी स्तुती ऐकायला मला नेहमीच आवडेल.'' लॉरी त्याला चिडवत म्हणाली, ''विशेषत: अंधारात. म्हणजे मी लाजलेली तुला दिसणार नाही.''

''या केसचं रहस्य सोडवण्यासाठी माझ्यासमोर आता एकच पर्याय उरलाय असं मला वाटायला लागलंय आणि तो म्हणजे इक्वेटोरियल गिनीला एक छोटीशी भेट द्यायची.''

लॉरी टॅक्सीत बसल्याजागीच थोडीशी वळली आणि जॅकच्या रुंद चेहऱ्याकडे रोखून पाहू लागली. त्या अर्धवट प्रकाशात तिला त्याचे डोळे दिसत नव्हतेच. ''तू हे काही मनापासून बोलत नाहीयेस... गंमत करतोयस ना?''

''मी असं काही तर करू शकत नाही ना, की जेनसिसला सरळ फोन करायचा किंवा केंब्रिजला त्यांच्या ऑफिसमध्ये जाऊन ठाकायचं आणि त्यांना विचारायचं, काय मंडळी, इक्वेटोरियल गिनीमध्ये काय चाललंय तुमचं?''

''पण आपण हे आफ्रिकेविषयी बोलतोय...'' लॉरी म्हणाली, ''हा मूर्खपणाच होईल. ही म्हणजे जवळजवळ अर्धी पृथ्वीप्रदक्षिणा होईल. शिवाय केंब्रिजमध्ये काय चाललंय हे आपल्याला समजू शकणार नाही असं जर तुला वाटत असेल, तर आफ्रिकेला जाऊन अशी काय वेगळी माहिती मिळणार आहे?''

''तिथे काहीतरी कळू शकेल. कारण त्यांना माझी ही भेट अगदीच अनपेक्षित असेल.'' जॅक म्हणाला, ''तिथे त्यांना भेटायला फारसं कोणी येत असेल असं मला नाही वाटत.''

''हा पुरता वेडेपणा आहे असं मला वाटतं.'' आपले हात हवेत उडवत आणि डोळे विस्फारत लॉरी म्हणाली.

''ए, शांत हो वेडे.'' जॅक म्हणाला, ''मी काही लगेच निघालो नाहीये. तसा फक्त विचार माझ्या मनात आलाय असं मी म्हटलं.''

"मग तो विचारही मनातून काढून टाक." लॉरी म्हणाली, "मला आधीच भरपूर काळज्या आहेत."

जॅक तिच्याकडे पाहून हसला. "तुला खरंच माझी काळजी वाटतेय? मला खूप बरं वाटलं हे ऐकून."

"हो का?" लॉरी उपहासानं म्हणाली, "आपली डोंगरात वापरायची सायकल इथे शहरात वापरू नको अशी विनंती मी तुला इतक्या वेळा केली, तेव्हा तुला माझी ही काळजी दिसली नाही का?"

लॉरीच्या इमारतीसमोर टॅक्सी उभी राहिली. लॉरी पैसे बाहेर काढायला लागली. तिच्या दंडावर हात ठेवत जॅकनं तिला थांबवलं. "मी देईन पैसे."

"ठीक आहे. पुढच्या वेळी मी देईन." लॉरी म्हणाली. ती टॅक्सीतून उतरणार, एवढ्यात तिला कसलीतरी आठवण झाली. "तू टॅक्सीनं घरी जाशील असं मला वचन देत असलास तर वर चल. माझ्या घरीच आपण काहीतरी खाऊ."

"थँक्स, पण आज नको." जॅक म्हणाला, "मला माझी सायकल घेऊन घरी जायचंय. जेवण करून भरल्यापोटी निघालो तर मला वाटेतच झोप लागेल."

"यापेक्षाही वाईट गोष्टी घडू शकतील..." लॉरी म्हणाली.

"हे आमंत्रण मी पुढच्या एखाद्या वेळेसाठी राखून ठेवतो." जॅक म्हणाला.

लॉरी टॅक्सीतून खाली उतरली. खिडकीतून वाकून बघत ती त्याला म्हणाली, "पण एक वचन मात्र मला नक्की दे. आज रात्री आफ्रिकेला जायला निघणार नाहीस म्हणून.."

जॅकनं गमतीनं तिला मारल्याचा अविर्भाव केला. लॉरीनं ती चापटी सहज चुकवली.

"गुड नाईट, जॅक." लॉरीनं प्रेमानं हसत त्याचा निरोप घेतला.

"गुड नाईट, लॉरी." जॅक म्हणाला, "मी वॉरनशी बोलल्यानंतर तुला फोन करीन."

"हो, खरंच की." लॉरी म्हणाली, "आत्ता आत्ता एवढ्या गोष्टी घडल्यात, की त्याबद्दल मी सगळं विसरूनच गेले होते. मी तुझ्या फोनची वाट पाहीन."

लॉरीनं टॅक्सीचं दार बंद केलं आणि फर्स्ट ॲव्हेन्यूच्या कोपऱ्यावर ती दिसेनाशी होईपर्यंत ती तिथेच बघत थांबली. जॅक आकर्षक आहे, परंतु त्याचं मन समजणं अवघड आहे असा विचार करत ती आपल्या दाराकडे वळली.

लिफ्टमधून वर जाताना तिच्या मनात गरम पाण्याच्या शॉवरचे आणि आपल्या उबदार अंगरख्याचे विचार घोळायला लागले होते. आता यापुढे लवकर घरी यायचं, असं तिनं ठरवून टाकलं.

आपली अनेक कुलपं उघडताना तिनं डेब्रा एंग्लरकडे एक जळजळीत कटाक्ष

टाकला. मिसेस एंग्लरला आणखी धडा शिकवण्यासाठी आपल्या मागे तिनं दरवाजा खाडकन आपटला. एका हातातलं टपाल दुसऱ्या हातात घेत तिनं अंगातला कोट काढला. अंधारातच तिनं कपाटातून हँगर बाहेर काढला.

हॉलमध्ये आल्यावर तिनं दिव्याचं बटन दाबलं. स्वयंपाकघराच्या दिशेनं तिनं दोन पावलं टाकताच तिच्या तोंडून एक दबलेली किंकाळी बाहेर पडली. तिच्या हातातलं सगळं टपाल जमिनीवर पडलं. हॉलमध्ये दोन माणसं बसलेली होती. एक तिच्या लाडक्या आरामखुर्चीत बसला होता आणि दुसरा कोचावर. कोचावर बसलेल्या माणसानं टॉमला मांडीवर घेतलं होतं आणि तो त्याला कुरवाळत होता. टॉम त्याच्या मांडीवर आरामशीर झोपला होता.

आणखी एक गोष्ट लॉरीच्या लक्षात आली, ती म्हणजे तिच्या लाडक्या खुर्चीच्या हातावर सायलेन्सर लावलेली एक मोठी हँडगन ठेवलेली होती.

''आपल्या घरात आम्ही आपलं स्वागत करतोय, डॉ. मॉंटगोमेरी.'' फ्रँको म्हणाला, ''वाईन आणि बीयरबद्दल आभारी आहोत.''

लॉरीचे डोळे कॉफी टेबलकडे वळले. तिथे बीयरची एक रिकामी बाटली आणि वाईनचा रिकामा ग्लास होता.

''या, अशा इकडे या आणि खाली बसा.'' फ्रँको म्हणाला. कडेची एक खुर्ची ओढून त्यानं ती आधीच खोलीच्या मधोमध आपल्यासमोर घेऊन ठेवलेली होती.

लॉरी जागची हलली नाही. तिला काही हालचाल करताच येत नव्हती. धावत स्वयंपाकघरात जाऊन कोणालातरी फोन करावा असा एक किंचित विचार तिच्या मनात डोकावला, पण लगेच तिनं तो फेटाळून लावला. पुढच्या दाराकडे पळत जावं असंही तिला एकदा वाटलं. पण दाराला तिनंच लावलेल्या अनेक कुलपांचा विचार मनात आल्यावर, त्याचाही फारसा काही उपयोग होणार नाही हे तिच्या लक्षात आलं.

''प्लीज !'' खोटं खोटं सौजन्य दाखवत फ्रँको परत एकदा म्हणाला. पण त्यामुळे लॉरी आणखीनच घाबरली.

आता अँजेलोनं मांजराला बाजूला ठेवलं आणि तो उठून उभा राहिला. लॉरीच्या दिशेनं एक पाऊल पुढे येत अचानक त्यानं खाड्कन तिच्या एक थोबाडीत लगावली. त्या धक्क्यानं ती मागे जाऊन धडपडत भिंतीवर आदळली आणि तिथे मात्र पायातलं त्राण जाऊन खाली कोसळली. तिचे हात आणि गुडघे जमिनीवर जोरात आपटले. तिच्या फाटलेल्या वरच्या ओठांतून लालभडक रक्ताचे काही थेंब बाहेर आले आणि खालच्या लाकडी जमिनीवर पडले.

अँजेलोनं तिला दंडाला धरून ओढलं आणि धसमुसळेपणानं तिला तिच्या पायांवर उभं केलं. नंतर तिला खुर्चीकडे ओढत नेत त्यानं तिला खुर्चीवर बसायला भाग पाडलं.

लॉरी एवढी घाबरली होती, की कसलाही प्रतिकार करणं तिला शक्य नव्हतं.

"आता हे ठीक झालं..." फ्रँको म्हणाला.

अँजेलोनं खाली वाकत आपला चेहरा लॉरीच्या चेहऱ्यासमोर आणला. "मला ओळखलंस?"

लॉरीनं नाईलाजानं मान वर करून त्याच्या त्या व्रणभरल्या चेहऱ्याकडे बघितलं. भीतिदायक चित्रपटातल्या एखाद्या व्यक्तिरेखेसारखा तिला तो दिसत होता. तिनं एक आवंढा गिळला; तिच्या तोंडाला कोरड पडली होती. भीतीमुळे तिच्या तोंडातून काहीच शब्द बाहेर पडेना, म्हणून तिनं नुसतीच मान हलवली.

"नाही?" फ्रँकोनं विचारलं, "डॉक्टर, मला असं वाटतंय की तुम्ही अँजेलोच्या भावना दुखावताय आणि आत्ताच्या या परिस्थितीत तर ते फार धोकादायक आहे."

"मला माफ करा..." लॉरी कशीबशी म्हणाली. पण तिच्या तोंडून हे शब्द बाहेर पडतायत न पडतायत तोच तिला आठवलं, की तिच्यासमोर उभ्या असलेल्या भाजलेल्या चेहऱ्याच्या माणसाचं नाव अँजेलो आहे. हा तर सेरिनोचा मुख्य मारेकरी आहे, अँजेलो फॅशिओलो. तो तुरुंगातून सुटलेला दिसतोय.

"मी गेली पाच वर्षं तुझी वाट बघतोय..." अँजेलो गुरगुरला. त्यानं परत एकदा लॉरीच्या जोरात थोबाडीत मारली. खुर्चीवर बसल्या बसल्या ती अर्धवट खाली पडली. तिचं डोकं खाली झुकलं. आणखी रक्त वाहायला लागलं. यावेळी ते तिच्या नाकातून येत होतं आणि खालच्या गालिच्यामध्ये मुरत होतं.

"अँजेलो, पुरे आता." फ्रँको म्हणाला, "आपण तिच्याशी बोलायला आलोय, लक्षात आहे ना?"

लॉरीच्या शरीरावर वाकलेला अँजेलो एक क्षणभर थरथरला. जणू काही तो स्वत:वर ताबा मिळवण्याचा प्रयत्न करत होता. एकदम तो कोचाकडे परत गेला आणि खाली बसला. त्यानं परत मांजराला मांडीवर घेतलं आणि तो त्याला जोरजोरात थोपटू लागला. टॉमनं या गोष्टीला काहीच हरकत घेतली नाही. त्याच्या पोटातली गुरगुर परत चालू झाली.

लॉरीनं स्वत:ला जरा सावरलं. ओठाला आणि नाकाला तिनं हात लावून पाहिलं. तिचा ओठ सुजायला लागला होता. नाकातून येणारं रक्त थांबावं म्हणून तिनं नाक दाबून धरलं.

"डॉ. माँटगोमेरी, मी काय सांगतो ते नीट ऐका." फ्रँको म्हणाला, "इथे आम्ही अगदी सहज आत येऊ शकलो, हे तुमच्या लक्षात आलंच असेल. मी मुद्दाम तुम्हाला हे सांगतोय. म्हणजे आम्ही किती सहजी तुम्हाला गाठू शकतो हे तुम्हाला समजेल. असं बघा, आम्हाला एक अडचण आलीय, त्यासाठी आम्हाला तुमची मदत हवीय. फ्रँकोनी केसचा नाद तुम्ही सोडावा, हे तुम्हाला अगदी सौम्यपणे

सांगण्यासाठी म्हणून आम्ही इथे आलेलो आहोत. मला काय म्हणायचंय ते समजतंय ना तुम्हाला?''

लॉरीनं होकारार्थी मान हलवली. नाही म्हणायचीही तिला अतिशय भीती वाटत होती.

''छान !'' फ्रँको म्हणाला, ''तसे आम्ही फार चांगले लोक आहोत. तुम्ही आमच्यावर हे उपकारच करताय असं आम्ही समजू. आणि त्याबद्दल तुमच्यासाठीही काहीतरी करायची आमची इच्छा आहे. मि. फ्रँकोनीला कोणी मारलं ते आम्हाला ठाऊक आहे आणि ती माहिती तुम्हाला सांगायला आम्ही तयार आहोत. त्याचं काय आहे, की फ्रँकोनी काही फारसा चांगला माणूस नव्हता. म्हणून त्याला ठार मारण्यात आलं. संपलं. तुम्ही आम्हाला साथ देणार ना?''

लॉरीनं परत मान हलवली. अँजेलोकडे बघण्याचा तिनं एकदा प्रयत्न केला, पण लगेच नजर दुसरीकडे वळवली.

''त्या खुन्याचं नाव आहे व्हिडो डेल्बारिओ.'' फ्रँको पुढे सांगतच होता, ''तोही काही चांगला माणूस नाहीये. पण फ्रँकोनीला मारून त्यानं जगावर मोठेच उपकार केलेत. मी त्याचं नाव लिहून ठेवण्याचे कष्टही घेतलेत.'' पुढे वाकून फ्रँकोनं कागदाचा एक चिटोरा समोरच्या टेबलावर ठेवला. ''समजलं ना...? उपकाराच्या बदल्यात उपकार.''

फ्रँको बोलायचा थांबला आणि अपेक्षेनं लॉरीकडे पाहू लागला.

''मी काय सांगतोय ते तुम्हाला समजतंय ना?'' थोडा वेळ थांबल्यानंतर फ्रँकोनं विचारलं.

लॉरीनं तिसऱ्यांदा मान हलवली.

''मला काय म्हणायचंय, की आम्ही फार काही मागत नाही.'' फ्रँको म्हणाला, ''स्पष्टच सांगायचं तर फ्रँकोनी हा एक अतिशय वाईट माणूस होता. त्यानं बऱ्याच लोकांना ठार मारलं होतं, तो मारला गेला ही त्याला मिळालेली अगदी योग्यच शिक्षा होती. तुम्ही हे समजून घ्यायचा प्रयत्न कराल अशी मला आशा आहे. कारण या एवढ्या मोठ्या शहरात तुम्हाला स्वतःचं रक्षण करणं अशक्य आहे आणि हा अँजेलो तर तुमच्यावर सूड उगवायला टपलेलाच आहे. तुमचं नशीब चांगलं आहे, की आमचा बॉस भडक डोक्याचा नाही. त्याचा तडजोडीवर विश्वास आहे... आलं लक्षात?''

फ्रँको परत बोलायचा थांबला. आता लॉरीला काहीतरी उत्तर देणं भागच आहे असं वाटायला लागलं. अतिशय कष्टानं तिनं, तो म्हणतोय ते आपल्याला समजलंय असं त्याला सांगितलं.

''फार उत्तम !'' फ्रँको म्हणाला. आपल्या मांडीवर एक थाप मारत तो उठून उभा राहिला. ''डॉक्, तुम्ही किती हुशार आणि हिकमती आहात ते मला समजलं

होतं. त्यामुळे तुमच्याशी तडजोड करणं फारसं अवघड जाणार नाही, असाच माझा अंदाज होता.''

फ्रँकोनं आपली हँडगन उचलून खांद्यावरच्या पट्ट्यात सरकवली आणि आपला फेरागामो कोट चढवला. ''चल, अँजेलो...'' तो म्हणाला, ''डॉक्टरला अजून शॉवर घेऊन जेवायचंय. मला तरी ती खूप दमलेली दिसतेय...''

अँजेलो उठला, लॉरीच्या दिशेनं एक पाऊल पुढे आला आणि अतिशय दुष्टपणानं त्यानं आपल्या हातातल्या मांजराची मान मुरगळली. त्याची मान मोडल्याच्या आवाजानं लॉरीचं हृदय पिळवटून गेलं आणि कसलाही आवाज न करता टॉमचं शरीर लुळं पडलं. अँजेलोनं त्याला लॉरीच्या मांडीवर टाकलं आणि तो फ्रँकोच्या पाठोपाठ पुढच्या दारातून बाहेर पडला.

''नाही, नाही.. !'' सहा वर्षं आपल्याकडे असलेल्या त्या लाडक्या मांजराला कुरवाळत ती हुंदके देत रडू लागली... त्याची मान किती क्रूरपणे मुरगळली होती, ते तिनं पाहिलं होतं.. कसंबसं त्राण गोळा करत ती जागची उठली. बाहेर पॅसेजमध्ये लिफ्ट वर आल्याचा आणि परत खाली गेल्याचा आवाज तिनं ऐकला.

एकदम काहीतरी सुचल्यासारखी ती पुढच्या दाराकडे धावत गेली आणि तिनं भराभर सगळी कड्याकुलपं लावली. टॉमचं मृत शरीर तिच्या हातातच होतं. मग तिच्या लक्षात आलं, की ते गुंड मागल्या दारानं आत आले असण्याची शक्यता आहे. तिकडे धावल्यावर तिला दिसलं, की ते दार सताड उघडंच आहे आणि मोडलेलंही आहे. तिनं ते जमेल तेवढं नीट बंद करायचा प्रयत्न केला.

स्वयंपाकघरात परत आल्यावर तिनं थरथरत्या हातांनी टेलिफोन उचलला. प्रथम पोलिसांना फोन लावावा असंच तिला वाटलं. पण तेवढ्यात, आपल्याला ते गुंड परत किती सहजी गाठू शकतात याबद्दलची फ्रँकोनं दिलेली धमकी तिला आठवली आणि ती थोडी घुटमळली. अँजेलोचा भयानक चेहरा आणि त्याचे सूडानं पेटलेले डोळेही तिच्या नजरेसमोर परत परत येत होते.

आपल्याला प्रचंड धक्का बसलेला आहे आणि आपल्या डोळ्यांतून अश्रू वाहतायत, हे लक्षात येऊन तिनं फोन परत ठेवून दिला. जॅकला फोन करावा असं तिला वाटलं; पण तो अजून घरी पोचला नसेल हेही तिच्या ध्यानात आलं. त्यामुळे कोणालाच फोन न करता ती उठली. तिनं आपल्या लाडक्या टॉमचं मृत शरीर स्टायरोफोमच्या एका पेटीत ठेवलं आणि त्याच्यावर बर्फाचे भरपूर खडे ओतून ठेवले. मग बाथरूममध्ये जाऊन ती आपल्या जखमा पाहू लागली.

शवागारापासून घरापर्यंतचा जॅकचा सायकलवरचा प्रवास त्याला वाटला होता तेवढा वाईट झाला नाही. उलट दिवसभरातला त्याचा शीण त्यामुळे कमीच होऊन त्याला थोडंसं ताजंतवानं वाटायला लागलं. त्यानं स्वत:लाच सेंट्रल पार्कमधून

जाण्याची परवानगी देऊन टाकली. जवळजवळ पूर्ण एक वर्षानंतर तो अंधार पडल्यावर पार्कमधून जात होता. त्याला थोडंसं अस्वस्थ वाटत होतं, तरीही पार्कमधल्या त्या नागमोडी, अंधाऱ्या रस्त्यांवरून सायकल चालवताना त्याला खूप मजा येत होती.

संपूर्ण प्रवासात त्याच्या मनात जेनसिस आणि इक्वेटोरियल गिनीचाच विचार चालू होता. आफ्रिकेचा तो भाग कसा असेल याबद्दलच तो विचार करत होता. लूजवळ आधी त्यानं गमतीनं म्हटलं होतं, की तिथे पुष्कळ किडे वगैरे असतील, हवा गरम असेल, सगळीकडे चिखल असेल, पण त्याला नक्की असं काहीच माहिती नव्हतं.

टेड लीन्चबद्दलचा विचारही त्याच्या मनात चालू होता. टेडला उद्या काय करता येईल याबद्दल तो विचार करत होता. शवागारातून बाहेर पडण्यापूर्वी जॅकनं त्याच्या घरी फोन करून तो झीनोग्राफ्ट असण्याची दूरची शक्यता आहे, हे त्याच्या कानावर घातलं होतं. टेड त्यावर म्हणाला होता, की रायबोझोमल प्रथिनं * निश्चित करणाऱ्या डीएन्‌एवरील भागाची तपासणी केल्यावर आपण त्याबद्दल नक्की काहीतरी सांगू शकू. त्यानं असंही सांगितलं होतं, की प्राण्यांच्या वेगवेगळ्या जातींमधल्या या भागामध्ये पुष्कळ फरक दिसून येतात आणि या पद्धतीनं एखाद्या विशिष्ट प्राण्याची जात ओळखायची असेल, तर त्यासंबंधीची माहिती सीडीवर उपलब्ध आहे.

इक्वेटोरियल गिनीबद्दल माहिती देणारं काही साहित्य उपलब्ध आहे का, ते पाहण्यासाठी म्हणून जवळच्या पुस्तकांच्या दुकानात जायचा विचार करत जॅक आपल्या घराच्या रस्त्यावर वळला. पण खेळाच्या मैदानाजवळ यायला लागल्यावर त्याचा विचार हळूहळू बदलायला लागला. तिथे रोजचा बास्केटबॉलचा खेळ चालू असलेला पाहिल्यावर त्याच्या डोक्यात एक वेगळीच कल्पना आली... त्याला वाटलं, की न्यूयॉर्कमध्ये काही निर्वासित इक्वेटोगिनीयन लोक असू शकतील. या शहरानं जगातल्या प्रत्येक देशातल्या लोकांना उदार आश्रय दिलेला होता.

मैदानामध्ये आपली सायकल वळवून घेत जॅक खाली उतरला आणि साखळ्यांच्या कुंपणाला टेकवून त्यानं सायकल उभी केली. दुसऱ्या एखाद्याला इथे हजार डॉलर किंमतीची सायकल कुलूप न घालता अगदी शेजारीच उभी करून ठेवणंही धोक्याचं वाटलं असतं, परंतु जॅकला मात्र इथे सायकलला कुलूप लावण्याचीही गरज वाटत नसे. संपूर्ण न्यूयॉर्क शहरात हीच एक जागा जॅकला सर्वात सुरक्षित वाटायची.

जॅकनं मैदानाच्या कडेला जात स्पिट आणि फ्लॅशला मानेनं खूण केली. ते खेळायची संधी मिळायची वाट पाहत तिथे थांबले होते. चालू असलेल्या खेळामधले खेळाडू मैदानभर एकदा या टोकाला, तर एकदा त्या टोकाला असे धावत होते.

नेहमीप्रमाणे वॉरनचं संपूर्ण खेळावर वर्चस्व होतं. प्रत्येक शॉट मारण्यापूर्वी तो 'मनी' असं ओरडायचा. त्यामुळे विरोधक चिडायचे, कारण नव्व्याण्णव टक्के इतक्या वेळा बॉल बास्केटमध्ये जायचा.

पंधरा मिनिटांनी वॉरनच्या एका शॉटनंतर खेळ संपला. हरलेले लोक कोर्टमधून बाहेर गेले. वॉरननं जॅककडे बघितलं आणि तो तोऱ्यात चालत त्याच्याकडे आला.

"काय रे बाबा, तू खेळणारेस का आता?" वॉरननं विचारलं.

"माझा विचार चालू आहे..." जॅक म्हणाला, "पण त्यापूर्वी मला तुला एकदोन प्रश्न विचारायचेत. पहिली गोष्ट म्हणजे तू, नटाली, मी आणि लॉरी असे चौघंजणं या वीकएण्डला एकत्र बाहेर कुठेतरी जायचं का?"

"हो, नक्की जाऊ या." वॉरन म्हणाला, "माझ्या त्या बुटकीचं तोंड बंद ठेवण्यासाठी मी तर काहीही करायला तयार आहे. तिनं मला तुझ्यासंबंधी आणि लॉरीसंबंधी विचारून विचारून माझं डोकं खाल्लंय नुसतं..."

"दुसरं म्हणजे, इक्वेटोरियल गिनी नावाच्या एका छोट्याशा आफ्रिकन देशातून इथे आलेल्या कोणा लोकांना तू ओळखतोस?"

"छे ! तुझ्या तोंडातून कधी काय बाहेर पडेल ते मला कळतच नाही." वॉरन लटक्या तक्रारीच्या सुरात म्हणाला, "थांब हं... मला थोडा विचार करू दे."

"ते आफ्रिकेच्या पश्चिम किनाऱ्यावर आहे." जॅक म्हणाला, "कॅमेरून आणि गॅबनच्या मध्ये..."

"मला ठाऊक आहे ते कुठे आहे ते." वॉरन रागानं म्हणाला, "ते पोर्तुगीजांनी शोधून काढलं अशी समजूत आहे आणि स्पॅनिश लोकांनी तिथे वसाहती केल्या होत्या. खरं म्हणजे त्याच्या कितीतरी आधी काळ्या लोकांनी त्याचा शोध लावला होता."

"तुला हे चांगलंच माहीत दिसतंय." जॅक म्हणाला, "मी या देशाचं कधी नावही ऐकलं नव्हतं."

"त्याचं मला बिलकुल आश्चर्य वाटत नाही." वॉरन म्हणाला, "काळ्यांच्या इतिहासाचा अभ्यास तू कधीच केला नसशील याबद्दल माझी पूर्ण खात्री आहे. पण तुझ्या प्रश्नाचं उत्तर द्यायचं तर हो, मला तिथून आलेले एक दोन लोक माहीत आहेत. आणि एक परिवार तर चांगलाच माहितीचा आहे. त्यांचं नाव आहे एन्देमे. तुझ्या घरापासून दोन घरं टाकून पलीकडे ते राहतात, पार्कच्या बाजूला."

जॅकनं तो दाखवत असलेल्या इमारतीकडे एक नजर टाकली आणि परत वॉरनकडे वळून तो म्हणाला, "माझी त्यांच्याशी ओळख करून देण्याइतपत तुझी त्यांच्याशी चांगली ओळख आहे का? मला इक्वेटोरियल गिनीमध्ये अचानक इंटरेस्ट वाटायला लागलाय."

"हो, नक्कीच." वॉरन म्हणाला, "वडिलांचं नाव आहे एस्टेबान. कोलंबसमधलं मर्काडो मार्केट त्यांच्या मालकीचं आहे. त्यांचा मुलगा तिकडे नारिंगी रंगाचे बूट घालून खेळतोय. तो बघ तिकडे...."

वॉरन बोटानं दाखवत असलेल्या दिशेनं जॅक पाहू लागला. नारिंगी रंगाचे बूट घालून खेळणारा तो मुलगा त्याला लगेच दिसला. नेहमी बास्केटबॉल खेळायला येणारा म्हणून जॅकनं त्याला ओळखलं. तो शांत स्वभावाचा होता आणि खेळायचाही चांगला.

"तू एकदोन डाव खेळायला ये ना." वॉरननं सुचवलं, "मग मी तुझी त्यांच्याशी गाठ घालून देतो आणि एस्टेबानची आणि तुझी ओळखही करून देतो. ते लोक स्वभावानं तसे चांगले आहेत."

"चालेल." जॅक म्हणाला. सायकलच्या प्रवासानं त्याला थोडी तरतरी आली होती. बास्केटबॉल खेळण्यासाठी त्याला काहीतरी निमित्तच हवं होतं. दिवसभरात घडलेल्या घटनांनी त्याचं डोकं अगदी पिकून गेलं होतं.

जॅकनं आपली सायकल घेतली आणि तो आपल्या इमारतीकडे घाईघाईनं निघाला. जिन्यातून त्यानं सायकल उचलूनच वर नेली. ती खांद्यावरून न उतरवताच त्यानं दाराचं लॅच उघडलं. आत गेल्यावर तो सरळ आपल्या बेडरूमकडे गेला आणि बास्केटबॉलचे कपडे बाहेर काढायला लागला.

पाच मिनिटांतच तो तयार होऊन बाहेर पडणार, एवढ्यात त्याचा फोन वाजला. तो घ्यावा की नाही असं एक सेकंदभरच त्याला वाटलं. पण एखादे वेळी टेड लीन्चनं डीएन्एचं अवघड कोडं सोडवण्यासाठी काहीतरी सुचल्यामुळे फोन केला असेल असं त्याला वाटलं आणि त्यानं फोन उचलला.

तो लॉरीचा फोन होता. तिचा स्वर अतिशय दु:खाचा आणि वेदनेचा होता.

टॅक्सीच्या भाड्यापेक्षा कितीतरी अधिक पैसे ड्रायव्हरच्या हातात कोंबून जॅकनं टॅक्सीबाहेर उडी मारली. तासाभरापूर्वीच लॉरीच्या या इमारतीच्या बाहेर तो आला होता. बास्केटबॉलचे कपडे त्याच्या अंगावर तसेच होते. धावतच तो लिफ्टपर्यंत गेला आणि वर जायला निघाला. लॉरी तिच्या मजल्यावरच्या लिफ्टच्या पॅसेजमध्येच त्याला भेटली.

"बाप रे !" जॅकनं कळवळून विचारलं, "तुझ्या ओठांचं काय झालंय हे?"

"ते भरून येईल." लॉरी निर्विकारपणे म्हणाली. नंतर तिला दाराच्या फटीतून पाहणारा डेब्रा एंग्लरचा डोळा दिसला. लॉरीनं अचानक तिच्याकडे झेप घेतली आणि ती तिच्या अंगावर जोरात खेकसली. ते दार लगेच बंद झालं.

जॅकनं तिला शांत करण्यासाठी आपला हात तिच्या खांद्याभोवती टाकला आणि तिला तिच्या घराकडे नेलं.

''ठीक आहे, आता बोल.'' लॉरीला तिच्या कोचावर नीट बसवल्यावर तो म्हणाला, ''काय झालं ते सगळं मला नीट सांग बरं आता.''

''त्यांनी टॉमला मारलं.'' लॉरी रडक्या आवाजात म्हणाली. सुरुवातीच्या धक्क्यातून थोडी सावरल्यानंतर ती टॉमसाठी खूप रडली होती. पण जॅक येईपर्यंत तिचे अश्रू आटले होते.

''कोणी मारलं?'' जॅकनं विचारलं.

आपल्या भावनांवर थोडा ताबा मिळवेपर्यंत लॉरी थांबली. ''ते दोघेजण होते आणि त्यांच्यापैकी एकालाच मी ओळखते.'' ती म्हणाली, ''त्यानंच माझ्या थोबाडीत मारल्या आणि टॉमला ठार केलं. त्याचं नाव आहे अँजेलो. त्याच्याविषयीच मला भयानक स्वप्नं पडत असत. सेरिनो भानगडीच्या वेळी माझी त्याच्याशीच फार भयानक गाठ पडली होती. मला वाटलं होतं, तो अजून तुरुंगातच आहे म्हणून. तो तुरुंगातून का आणि कसा बाहेर पडला तेच मला समजत नाही. दिसायलाही तो फार भयानक आहे. त्याच्या तोंडावर सगळीकडे भाजल्याचे व्रण आहेत आणि माझी खात्री आहे, की त्या घटनेचा सर्व दोष तो मलाच देतो.''

''म्हणजे तुझ्यावर सूड उगवण्यासाठी ते आत्ता तुझ्याकडे आले होते की काय?'' जॅकनं विचारलं.

''नाही.'' लॉरी म्हणाली, ''ते मला सावधगिरीची सूचना द्यायला आले होते. त्यांच्याच शब्दांत सांगायचं, तर 'फ्रॅंकोनी केसचा नाद मी सोडावा' असं मला बजावायला ते आले होते.''

''मला तर हे खरंच वाटत नाहीये...'' जॅक म्हणाला, ''या केसचा तपास मी करतोय, तू नाही...''

''तू मला सूचना दिली होतीस... फ्रँकोनीचा मृतदेह शवागारातून कसा नाहीसा झाला, हे शोधून काढताना माझ्या हातून बहुतेक भलतेच लोक डिवचले गेलेत.'' लॉरी म्हणाली, ''माझ्या समजुतीप्रमाणे तरी मी स्पॉलेटो फ्यूनरल होमला भेट दिल्यामुळे या सगळ्याची सुरुवात झाली असावी.''

''तुला याबद्दल सूचना देण्याचं श्रेय मी अजिबातच घेणार नाही.'' जॅक म्हणाला, ''याचं कारण, मला वाटलं होतं की तुला बिंगहॅमकडून काहीतरी त्रास होईल. टोळीवाल्या गुन्हेगारांपासून तुला धोका आहे हे माझ्या मुळीच लक्षात आलं नव्हतं.''

''आणि आपली ही सूचना देताना त्यांनी त्याला 'उपकाराच्या बदल्यात उपकार' असं गोंडस नाव दिलंय.'' लॉरी म्हणाली, ''त्यांनी सांगितलेलं मी ऐकणार आहे म्हणून त्याच्या बदल्यात त्यांनी मला फ्रँकोनीला कोणी मारलं ते सांगितलं. त्यानं ते नाव तिथं कागदावर लिहूनही ठेवलंय.'' लॉरीनं टेबलावरचा कागदाचा कपटा

उचलला आणि जॅकच्या हातात दिला.

"व्हिडो डेल्बारिओ." जॅकनं त्याच्यावरचं नाव वाचलं. मग तो लॉरीच्या सुजलेल्या चेहऱ्याकडे पाहू लागला. तिचं नाक आणि ओठ दोन्ही खूपच सुजले होते आणि एका डोळ्याभोवतीही काळानिळा डाग पडायला सुरुवात झाली होती. "ही केस सुरुवातीपासूनच अतिशय वेगळी आणि विचित्र भयानक होती. आता ती आपल्या नियंत्रणाच्या बाहेर चाललीय. मला वाटतं, जे जे घडलं ते सगळं तू मला नीट सांगावंस..."

आपण घराच्या दारातून आत शिरल्यापासून ते त्याला फोन करेपर्यंत काय काय झालं, ते लॉरीनं जॅकला सविस्तर सांगितलं. आपण ९११ ला का फोन केला नाही, तेही तिनं त्याला सांगितलं.

जॅकनं मान हलवली. "मी समजू शकतो..." तो म्हणाला, "आत्ता अशा वेळी स्थानिक पोलिस आपल्याला कितपत मदत करू शकतील, याबद्दल मलाही शंकाच वाटते."

"पण आता मी काय करायचं?" लॉरी स्वगत बोलल्याप्रमाणे म्हणाली. तिला उत्तराची अपेक्षा नव्हती.

"मला मागचं दार बघू दे." जॅक म्हणाला.

लॉरी स्वयंपाकघर आणि कोठीमधून त्याला मागच्या दाराकडे घेऊन गेली.

"बाप रे !" जॅक म्हणाला. त्यालाही अनेक कड्या होत्या आणि बळानं ते फोडल्यामुळे त्याची एक बाजू संपूर्ण तुटली होती. "एक गोष्ट मी तुला नक्की सांगतो. आज रात्री तू इथे राहायचं नाहीस."

"मला वाटतं, आज मी माझ्या आईवडिलांकडेच राहायला जाते." लॉरी म्हणाली.

"तू आज माझ्याबरोबर माझ्या घरी येणार आहेस." जॅक अधिकारवाणीनं म्हणाला, "मी कोचावर झोपेन."

लॉरीनं जॅकच्या डोळ्यात खोलवर डोकावून पाहिलं. अचानक हे आमंत्रण देण्यामागे आपल्या सुरक्षिततेखेरीज आणखी काही भावना त्याच्या मनात आहे की काय, असा विचार तिच्या मनात आल्याशिवाय राहिला नाही.

"तुझ्या वस्तू गोळा कर." जॅक म्हणाला, "आणि थोडे अधिक दिवस राहण्याची तयारी ठेव. हे दार बदलायला तेवढा वेळ लागेलच."

"मला परत एकदा हा विषय काढताना अतिशय दुःख होतंय," लॉरी म्हणाली, "पण इथून जाण्यापूर्वी बिचाऱ्या टॉमचं आपल्याला काहीतरी करायला हवं..."

जॅकनं डोकं थोडं खाजवलं. "तुला एखादं फावडं वगैरे मिळू शकेल का?"

''माझं बागेत काम करायचं खुरपं आहे.'' लॉरी म्हणाली, ''कसला विचार करतोयस तू?''

''आपण त्याला मागच्या अंगणात पुरून टाकू.''

लॉरी थोडी हसली. ''तुलादेखील वाईट वाटतंय ना?''

''आपल्या प्रिय व्यक्ती गमावण्याचं दु:ख काय असतं ते मला चांगलं ठाऊक आहे, लॉरी.'' जॅक म्हणाला. त्याचा आवाज थोडा घोगरा झाला होता. त्याची बायको आणि मुलगी एका विमानाच्या अपघातात मरण पावल्या आहेत हे कळवणारा फोन त्याला आला होता, त्यावेळची दु:खद आठवण त्याच्या मनात जागृत झाली.

लॉरी आपल्या गोष्टी बॅगेत भरत असताना जॅक तिच्या बेडरूममध्ये येरझाऱ्या घालत होता. वर्तमानकाळातल्या घटनांवर लक्ष केंद्रित करण्याचा त्यानं प्रयत्न केला. ''....आपल्याला लूला हे सांगावंच लागेल.'' जॅक म्हणाला, ''आणि त्याला व्हिडो डेल्बारिओचं नावही सांगायला हवं.''

''मीही तोच विचार करत होते.'' लॉरी तिच्या वॉक-इन कपाटातून म्हणाली, ''आपण आज रात्रीच त्याला हे सांगावं असं तुला वाटतं का?''

''हो. आज रात्रीच सांगावं.'' जॅक म्हणाला, ''म्हणजे त्याबद्दल पुढे काय करायचं ते त्याला ठरवता येईल. आपण माझ्या घरून फोन करू. तुझ्याकडे त्याचा घरचा नंबर आहे?''

''आहे.'' लॉरी म्हणाली.

''तुला कल्पना आहे का, की आताच्या या प्रकारामुळे तुझ्या सुरक्षिततेखेरीज आणखीही बरेच प्रश्न निर्माण होत आहेत...'' जॅक म्हणाला, ''संघटित गुन्हेगारी आणि यकृतारोपण यांचा काहीतरी संबंध आहे, या माझ्या काळजीत त्यामुळे भर पडतेय. काळ्या बाजारातले काही व्यवहारही यामध्ये होत असण्याची शक्यता आहे.''

खांद्याला अडकवायची एक बॅग घेऊन लॉरी वॉक-इन कपाटातून बाहेर आली. ''पण फ्रँकोनी जर शरीराकडून अवयव नाकारला जाऊ नये यासाठी असलेली काही औषधं घेत नव्हता, तर हे आरोपण कसं असू शकेल? आणि डीएनए परीक्षणाच्या वेळी टेडला मिळालेले विचित्र रिझल्ट्‌सही विसरू नकोस.''

जॅकनं एक उसासा टाकला. ''तुझं म्हणणंही बरोबर आहे...'' त्यानं कबूल केलं, ''पण या सगळ्या गोष्टी एकमेकांशी जुळत नाहीयेत.''

''लू त्यांचा एकमेकींशी संबंध जोडू शकेल, अशी शक्यता आहे.'' लॉरी म्हणाली.

''तसं झालं तर खरंच किती बरं होईल !'' जॅक म्हणाला, ''पण त्या दरम्यान आफ्रिकेला जाण्याची कल्पना मला अधिकच अर्थपूर्ण वाटायला लागलीय.''

लॉरी बाथरूमकडे जाता जाता मध्येच थांबली. ''तू कशाबद्दल बोलतोयस?'' तिनं विचारलं.

''संघटित गुन्हेगारीचा मला आतापर्यंत कधीच काही अनुभव आलेला नाही.'' जॅक म्हणाला, ''पण रस्त्यावरच्या पोरांच्या टोळ्यांचा मला अनुभव आहे आणि त्यावरून एक गोष्ट मला चांगली समजलीय, की त्या सर्वांच्या कामाच्या पद्धती सारख्याच असतात. त्यांच्यापैकी एखाद्या टोळीनं जर तुमच्यावर सूड उगवायचा असं ठरवलं, तर पोलिस तुमच्या संरक्षणोसाठी काहीही करू शकत नाहीत. चोवीस तास पोलिसांनी तुमच्याबरोबर राहायचं ठरवलं, तरच एखादे वेळी ते शक्य आहे. पण अडचण अशी आहे, की पोलिसांकडे नेहमीच मनुष्यबळ कमी असतं. आपण दोघंही काही दिवस शहराबाहेर राहिलो, तर तोपर्यंत परिस्थितीत काहीतरी सुधारणा होईल. लूलाही हे काम निपटून टाकायला सवड मिळेल.''

''मीदेखील जावं असं म्हणतोयस तू?'' लॉरीनं विचारलं. आफ्रिकेला जाण्याच्या जॅकच्या या सूचनेला अचानक वेगळाच अर्थ प्राप्त होतोय, असं तिच्या लक्षात आलं. ती आफ्रिकेला कधीच गेलेली नव्हती. त्यामुळे तिथे जाणं खूपच इंटरेस्टिंग आणि मजेचं होतं.

''म्हणजे आपल्याला ही जबरदस्तीची सुट्टीच घ्यावी लागणार असं दिसतंय.'' जॅक म्हणाला, ''अर्थात, सुट्टीवर जाण्यासाठी इक्वेटोरियल गिनी हे काही फारसं चांगलं ठिकाण नसावं, पण ते इतर ठिकाणांपेक्षा वेगळं नक्कीच असेल. आणि कदाचित, त्यावेळी आपल्याला जेनसिस तिकडे काय करतंय आणि फ्रँकोनी तिथे कशाला गेला होता तेही समजू शकेल.''

''हं...'' लॉरी म्हणाली, ''मलाही ही कल्पना आवडायला लागलीय...''

लॉरीची तयारी झाल्यावर तिनं आणि जॅकनं टॉमची स्टायरोफोमची पेटी उचलली आणि ते मागच्या अंगणात गेले. बागेच्या एका कोपऱ्यात थोडी मऊ माती होती. तिथे त्यांनी एक खोल खड्डा खणला. योगायोगानं त्यांना तिथे एक गंजलेली कुदळ मिळाली. त्यामुळे त्यांचं काम थोडं सोपं झालं. टॉमला त्या खड्ड्यात ठेवून त्यांनी त्याच्यावर माती लोटली.

दारातून लॉरीची सूटकेस उचलून नेताना जॅकनं तक्रार केली. ''बाप रे ! काय घेतलंयस तरी काय तू यात एवढं?''

''तू मला काही दिवसांसाठी पुरेशा गोष्टी घ्यायला सांगितलंस ना?'' लॉरी बचावाच्या पवित्र्यात म्हणाली.

''पण त्यासाठी तुला तुझे बोलिंगचे बॉल वगैरे बरोबर आणायची गरज नव्हती.'' जॅक गमतीनं म्हणाला.

''ती सगळी जड सौंदर्यप्रसाधनं आहेत.'' लॉरी म्हणाली, ''ती प्रवासाला

नेण्याच्या आकारापैकीची नाहीत.''

फर्स्ट ॲव्हेन्यूवर त्यांनी टॅक्सी पकडली. जॅकच्या घराकडे जाताना वाटेत फिफ्थ ॲव्हेन्यूवर एका पुस्तकांच्या दुकानापाशी ते थांबले. जॅक टॅक्सीतच थांबला आणि लॉरी इक्वेटोरियल गिनीवरचं एखादं पुस्तक आणायला आत गेली. दुर्दैवानं तसं काही पुस्तक उपलब्धच नव्हतं. संपूर्ण मध्य आफ्रिकेवरचं एक मार्गदर्शनपर पुस्तक तिला मिळालं. ते तिनं घेतलं.

''इक्वेटोरियल गिनीवरचं काही पुस्तक आहे का, असं मी विचारल्यावर तिथला क्लार्क हसायलाच लागला...'' टॅक्सीत परत आल्यावर लॉरी म्हणाली.

''सुट्टी घालवण्यासाठी ते काही फारसं चांगलं ठिकाण नाही, याचा हा आणखी एक पुरावाच मिळाला.'' जॅक म्हणाला.

लॉरी हसली. पुढे होऊन तिनं त्याच्या दंडाला बारीकसा चिमटा घेतला. ''तू माझ्या घरी आल्याबद्दल मी अजून तुझे आभार मानले नाहीत.'' ती म्हणाली, ''ते तू खरंच फार चांगलं केलंस. त्यामुळे मला आता खूपच बरं वाटायला लागलंय.''

''चला, हे एक बरं झालं.'' जॅक म्हणाला.

जॅकच्या इमारतीपाशी पोचल्यावर जॅकला आपल्या मोडक्यातोडक्या जुनकट जिन्यावरून लॉरीची सूटकेस वर उचलून न्यायला फारच कष्ट पडले. बराच वेळ हायहुय करत त्यानं ती अर्ध्या जिन्यापर्यंत नेल्यावर लॉरीनं त्याला विचारलं, ''मी ती वर नेऊ का?''

जॅक म्हणाला, ''सूटकेस एवढी जड भरल्याबद्दल आता माझं हायहुय ऐकणं हीच तुला शिक्षा..''

अखेर एकदाची त्यानं ती सूटकेस आपल्या दारापर्यंत आणली. धडपडत त्यानं आपली किल्ली शोधली आणि कुलूप उघडलं. पण तेवढ्यानं दार काही उघडलं गेलं नाही.

''अं...'' तो पुटपुटला, ''मला काही मी दाराला डबल लॅच लावल्याचं आठवत नाही.'' लॅचचं दुसरं कुलूप उघडण्यासाठी त्यानं किल्ली परत एकदा फिरवली. आता मात्र दार उघडलं. आत अंधार असल्यामुळे दिवा लावण्यासाठी म्हणून तो लॉरीच्या आधी आत गेला. लॉरी त्याच्या मागोमाग गेली; पण तिची त्याच्याशी टक्कर झाली, कारण तो अचानक मध्येच थांबला होता....

''लाव, लाव, पुढे ये आणि दिवा लाव ना..!'' आतून एक आवाज आला.

जॅकनं दिवा लावला. त्याला एका क्षणापूर्वी ज्या दोन माणसांच्या आकृत्या दिसल्या होत्या, ते आता त्याला प्रकाशात दिसले. दोघांनीही काळे, लांब कोट घातले होते. ते समोरच जॅकच्या सोफ्यावर बसलेले होते.

''बाप रे !'' लॉरी म्हणाली, ''हे तेच आहेत.''

फ्रँको आणि अँजेलो लॉरीच्या घरी बसले होते, तसेच इथेही अगदी आरामात बसले होते. इथेही ते बीयरच्या बाटल्या घेऊन प्याले होते. त्यांच्या अर्धवट रिकाम्या बाटल्या कॉफी टेबलावर होत्या आणि तिथेच सायलेन्सर बसवलेली हँडगनही ठेवलेली होती. खोलीच्या मध्यावर कोचाच्या समोर एक सरळ पाठीची खुर्ची आणून ठेवलेली होती.

''आपणच डॉ. जॅक स्टेपलटन आहात, होय ना?'' फ्रँकोनं विचारलं.

जॅकनं मान हलवली. आता या संकटाला कसं तोंड द्यावं, याबद्दलचा विचार त्याच्या मनात चालू झाला होता. आपल्यामागचा मुख्य दरवाजा सताड उघडा आहे हे त्याच्या लक्षात आलं. दाराला डबल लॉक लावलेलं पाहिल्याबरोबरच आपल्याला संशय का आला नाही, याबद्दल तो स्वत:लाच दूषणं देऊ लागला. तो घरातून एवढ्या घाईघाईनं बाहेर पडला होता, की आपण कुठली कुठली कुलपं लावली ते त्याचं त्यालाच आठवत नव्हतं.

''मूर्खासारखं काहीतरी करू नका.'' जॅकच्या मनातले विचार समजल्यासारखा फ्रँको म्हणाला, ''आम्ही काही फार वेळ इथे थांबणार नाही; आणि डॉ. मॉंटगोमेरी इथे येणार आहे हे आधी ठाऊक असतं, तर आमची तिच्या घरची फेरी तरी वाचली असती. शिवाय तोच निरोप आम्हाला आता दोनदा सांगायला लागतोय, ते कष्टही वाचले असते.''

''आमच्या घरी येऊन आम्हाला धमक्या देण्याइतकी कोणती महत्त्वाची गोष्ट आम्हाला समजेल अशी तुम्हाला भीती वाटतेय?'' जॅकनं विचारलं.

फ्रँको हसला आणि त्यानं अँजेलोकडे बघितलं. ''या माणसाच्या धीटपणाची कमाल आहे की नाही? त्याला असं वाटतंय, की आपण त्याच्या प्रश्नांची उत्तरं द्यायला इथे आलोय...''

''त्याला आपल्याबद्दल काही आदरच वाटत नाही...'' अँजेलो म्हणाला.

''डॉक्, या बाईसाठी एखादी खुर्ची घ्या की.'' फ्रँको जॅकला म्हणाला, ''मग आपण आपली कामाची बोलणी करू; म्हणजे मग आम्हाला लगेच निघता येईल.''

जॅक जागचा हलला नाही. त्याच्या मनात कॉफी टेबलावर असलेल्या गनसंबंधी विचार चालू होते. त्या दोघांपैकी कोणाजवळ अजून हत्यार असेल का, याचाही विचार तो करत होता. त्यांच्या शक्तीबद्दल विचार करत असताना त्याच्या लक्षात आलं, की ते दोघेही काटकुळेच आहेत. त्यांच्या तब्येतीही काही फारशा चांगल्या दिसत नव्हत्या.

''माफ करा, डॉक्.'' फ्रँको म्हणाला, ''तुम्ही आम्हाला साथ देणार आहात की नाही?''

जॅकनं त्याला काही उत्तर देण्यापूर्वीच त्याला आपल्यामागे काहीतरी गोंधळ

चालू असल्याचा आवाज आला. कोणीतरी त्याला धक्का मारून बाजूला केलं. दुसरं कोणीतरी ओरडलं, ''कोणीही जागचं हलू नका...''

क्षणभर झालेल्या गोंधळातून सावरल्यावर जॅकला दिसलं, की तीन आफ्रिकन-अमेरिकन मुलांनी खोलीत उड्या मारल्या होत्या. त्यांच्या प्रत्येकाच्या हातात स्वयंचलित पिस्तुलं होती. अगदी खंबीरपणे त्यांनी ती फ्रँको आणि अँजेलोवर रोखून धरलेली होती. त्या सर्वांच्या अंगावर बास्केटबॉलचे कपडे होते. जॅकनं त्यांना लगेच ओळखलं. ते फ्लॅश, डेव्हिड आणि स्पिट् होते. खेळातून मध्येच आल्यामुळे त्यांना अजूनही घाम येत होता.

फ्रँको आणि अँजेलो भलतेच बेसावध पकडले गेले होते. ते नुसतेच डोळे विस्फारून बघत राहिले. एरवी अशा प्रसंगामध्ये ते नेहमी विरुद्ध बाजूला असत. त्यामुळे आपण हललो तर काय होईल याची त्यांना पूर्ण कल्पना होती.

काही वेळ तिथे संपूर्ण शांतता पसरली. मग वॉरननं रुबाबात खोलीत प्रवेश केला. ''डॉक्, तुला जिवंत ठेवणं हा आता माझा संपूर्ण वेळचा उद्योगच झालाय. तुला समजतंय ना मी काय म्हणतोय ते? आणि मी तुला सांगून ठेवतो, असला गोरा कचरा इथे आणून तू सगळ्या वस्तीला लाज आणतो आहेस...''

वॉरननं स्पिट्च्या हातातलं स्वयंचलित पिस्तुल घेतलं आणि त्याला त्या दोघांची झडती घ्यायला सांगितली. काही न बोलता स्पिट्नं अँजेलोकडचं वॉल्थर ऑटो पिस्तुल काढून घेतलं. फ्रँकोची झडती घेऊन झाल्यावर त्यानं कॉफी टेबलवरची गनही उचलून आपल्या ताब्यात घेतली.

जॅकनं मोठ्यानं आवाज करत एक निःश्वास सोडला. ''वॉरन, दोस्ता, दर वेळी इतक्या वेळेवर माझ्या आयुष्यात तू कसा काय टपकतोस, तेच मला कळत नाही...! पण मी तुझे हे उपकार कधी विसरणार नाही, बरं का.''

''ही दोन बावळट माणसं आज संध्याकाळी इकडून तिकडे फेऱ्या मारताना आम्ही बघितली होती.'' वॉरननं सांगितलं, ''त्यांना वाटत होतं, की ते जणू काही अदृश्यच आहेत. एवढे महागडे कपडे अंगात घालून आणि एक मोठी काळी, चकचकीत कॅडिलॅक घेऊन फिरल्यावर कोणाचं तुमच्याकडे लक्ष जाणार नाही, हे शक्य तरी आहे का? हा सगळा एक विनोदच आहे.''

अचानक सत्तास्थान बदलल्याची दखल घेत जॅकनं दोन्ही हात एकमेकांवर चोळले. अँजेलो आणि फ्रँकोला त्यानं त्यांची नावं विचारली. पण ते काहीही उत्तर न देता थंड नजरेनं पाहत राहिले.

''तो तिकडचा आहे ना, तो अँजेलो फॅशिओलो आहे.'' लॉरी म्हणाली.

''स्पिट्, त्यांची पाकिटं बाहेर काढ.'' वॉरननं हुकूम सोडला.

स्पिट्नं त्याला सांगितल्याप्रमाणे केलं आणि त्या दोघांची नावं आणि पत्ते

वाचले. ''अरेच्च्या, हे काय आहे?'' ओझोन पार्कचा पोलिस बिल्ला असलेली पाकिटं उघडून पाहिल्यावर तो म्हणाला आणि त्यानं तो वॉरनला दाखवण्यासाठी उंच धरला.

''ते पोलिस ऑफिसर्स वगैरे काही नाहीत..'' हाताच्या खुणेनं फेटाळल्यासारखं दाखवत वॉरन म्हणाला, ''त्याची काही काळजी करू नकोस.''

''लॉरी,'' जॅक म्हणाला, ''मला वाटतं आता लूला फोन करण्याची वेळ झाली. या सज्जनांशी बोलायला त्याला नक्कीच आवडेल. आणि त्याला त्याची पोलिस व्हॅनही घेऊन यायला सांग; म्हणजे या लोकांना रात्री सरकारी पाहुणचार द्यावा असं त्याला वाटलं, तर तयारी असावी.''

लॉरी स्वयंपाकघरात गेली.

जॅक अँजेलोच्या दिशेनं गेला आणि त्याच्यासमोर जाऊन उभा ठाकला.

''ऊठ, उभा रहा.'' जॅक म्हणाला.

अँजेलो उभा राहिला आणि उद्धटपणानं जॅककडे पाहू लागला. जॅकनं अंगातल्या होत्या नव्हत्या तेवढ्या सर्व शक्तीनिशी त्याच्या तोंडावर एक ठोसा लगावला. अँजेलोसहित सगळ्यांनाच हे अनपेक्षित होतं. अँजेलो मागच्यामागे आधी सोफ्यावर आणि नंतर सोफा उलटून जमिनीवर लोळागोळा होत पडला.

क्षणभर जॅकही दचकला. शिव्या घालत त्यानं स्वत:चाच हात दाबून धरला. मग त्यानं तो थोडा खालीवर हलवला. ''शी !'' तक्रारीच्या सुरात तो म्हणाला, ''मी आजवर कधीच कोणाला एवढ्या जोरात मारलेलं नाही. माझ्याच हाताला लागलं...''

''थांब जरा.'' वॉरन म्हणाला, ''या कुत्र्यांना असं मारायला मला बरं वाटत नाही. ती माझी पद्धतच नाही.''

''माझं झालं आता.'' आपला दुखरा हात हलवत जॅक म्हणाला, ''त्याचं काय झालं, की तो कोचाच्या मागे पडलेला कुत्रा आहे ना, त्यानं आज संध्याकाळी लॉरीला मारलं... इथे येण्यापूर्वी ते तिच्या घरी गेले होते. तू तिचा चेहरा पाहिला असशीलच.''

अँजेलो कसाबसा उठून बसला. त्याचं नाक उजव्या बाजूला वाकडं झालं होतं. जॅकनं त्याला कोचापलीकडून येऊन बसायला सांगितलं. अँजेलो हळूहळू चालत पुढे आला. नाकातून येणारं रक्त खाली गालिच्यावर पडू नये, म्हणून त्यानं आपल्या दोन्ही हातांची नाकाभोवती ओंजळ केली होती.

''आता पोलिस येण्यापूर्वी, मी परत एकदा तुम्हाला विचारतो, की अशी कोणती गोष्ट आहे, जी मला आणि लॉरीला समजेल म्हणून तुम्ही लोक एवढे घाबरताय? आणि फ्रँकोनी केसबद्दल हा सगळा काय मूर्खपणा चाललाय?'' जॅक म्हणाला.

जॅक तिथे आहे हे जणू काही आपल्याला माहीतच नाही, असा चेहरा करून ते दोघे त्याच्याकडे पाहत राहिले. जॅकनं चिकाटीनं त्यांना प्रश्न विचारणं चालूच ठेवलं. फ्रँकोनीच्या यकृताविषयी त्यांना काय माहिती आहे का, हेही त्यानं त्यांना विचारलं. पण ते दोघेही नुसते दगडासारखे स्तब्ध होऊन बसून राहिले होते.

तेवढ्यात लॉरी स्वयंपाकघरातून बाहेर आली. "मला लू भेटला..." ती म्हणाली, "तो इकडे यायला निघालाच आहे. इथला सगळा प्रकार ऐकून त्याला तर आनंदाचं भरतंच आलं, विशेषत: व्हिडो डेल्बारिओचं नाव समजल्यामुळे...!"

तासाभरानंतर जॅक, लॉरी आणि वॉरन, एस्टेबान एन्देमेच्या घरी आरामात गप्पा मारत बसलेले होते.

"आणखी एखादी बीयर मला नक्कीच चालेल..." एस्टेबाननं जॅकला विचारल्यावर तो म्हणाला. पहिल्या बीयरची थोडीशी सुखद झुणझुण जॅकच्या मेंदूला जाणवत होतीच. सकाळपासून एवढ्या वाईट घटना घडूनदेखील दिवस संपताना झालेल्या चांगल्या गोष्टीमुळे त्याला फारच बरं वाटत होतं.

लॉरीनं फोन केल्यानंतर वीस मिनिटांतच लू आपल्या संपूर्ण फौजफाट्यासहित जॅकच्या घरी हजर झाला होता. घर फोडून आत प्रवेश करणे, अनधिकृत हत्यारं जवळ बाळगणे, हल्ला करून दुखापत करणे, धमक्या देणे आणि पोलिस ऑफिसर्स असल्याचा बहाणा करणे असे विविध आरोप फ्रँको आणि अँजेलोवर ठेवून त्यांना अटक करताना त्याला आनंदाच्या उकळ्या फुटत होत्या. न्यूयॉर्क शहरातील संघटित गुन्हेगारीबद्दल, विशेषत: ल्युसिया टोळीबद्दलची माहिती त्यांच्याकडून मिळेपर्यंत त्यांना कोठडीत डांबून ठेवता यावं, अशी त्याची योजना होती.

लॉरी आणि जॅकला मिळालेल्या धमक्यांबद्दल लूला फार काळजी वाटत होती. त्यामुळे जॅकनं थोडे दिवस शहराबाहेर जाण्याचा प्रस्ताव त्याच्यासमोर ठेवला, तेव्हा त्यानं त्याला पूर्ण पाठिंबा दिला. लॉरी आणि जॅकची शहराबाहेर जाण्याची तयारी होईपर्यंत त्यांच्या संरक्षणासाठी त्यानं एक पोलिसही नेमून टाकला. त्याचं काम सोपं करण्यासाठी जॅक आणि लॉरीनं तोपर्यंत एकत्रच राहण्याचा निर्णयघेतला.

जॅकनं आग्रह धरल्यावरून वॉरन त्याला आणि लॉरीला मर्काडो मार्केटमध्ये घेऊन गेला होता आणि तिथे त्यानं त्यांची एस्टेबान एन्देमेशी ओळख करून दिली होती. वॉरननं त्यांना आधीच सांगितल्याप्रमाणे एस्टेबान हसतमुख, मनमिळाऊ आणि वागायला छान माणूस होता. तो जवळजवळ जॅकच्याच वयाचा म्हणजे बेचाळीसच्या आसपासचा होता, पण त्याच्या शरीराची ठेवण जॅकच्या अगदी विरुद्ध होती. जॅकचं शरीर भरदार होतं, तर एस्टेबान चांगलाच बारीक होता. त्याचा चेहरादेखील रेखीव होता. त्याच्या त्वचेचा रंग गव्हाळ, पण वॉरनपेक्षा कितीतरी काळा होता. पण त्याच्या चेहऱ्यावरची प्रामुख्यानं लक्षात येणारी गोष्ट म्हणजे त्याचं

उंच कपाळ ही होती. त्याचे पुढचे सगळे केस गेलेले होते. त्यामुळे डोक्याच्या फक्त वरच्या भागात या कानापासून त्या कानापर्यंत असे केस होते.

जॅक इक्वेटोरियल गिनीला जायचा विचार करतोय हे कळल्याबरोबर त्यानं जॅक, लॉरी आणि वॉरनला आपल्या घरी येण्याचं आमंत्रण दिलं.

टिओडोरा एन्देमे आपल्या नवऱ्याप्रमाणेच हसतमुख आणि प्रेमळ होती. त्यांना तिथे जाऊन थोडा वेळच झाला होता, तरी तिनं त्या सर्वांना जेवायला थांबायचा आग्रह सुरू केला.

स्वयंपाकघरातून येणाऱ्या चमचमीत वासांचा आस्वाद घेत जॅक आपल्या दुसऱ्या बीयरचे आरामात घुटके घेऊ लागला. ''तुम्ही आणि टिओडोरा न्यूयॉर्कला कसे काय आलात?'' त्यानं एस्टेबानला विचारलं.

''आम्हाला आमच्या देशातून पळून यावं लागलं.'' एस्टेबान म्हणाला. क्रूर हुकुमशहा न्गुएमाच्या दहशतवादी राजवटीचं वर्णन करून त्यानं सांगितलं, की तिथल्या एकतृतीयांश लोकांना देश सोडून पलायन करावं लागलं होतं. त्यामध्ये स्पॅनिश वंशाचे लोकही होते. ''पन्नास हजार लोकांची हत्या करण्यात आली...'' एस्टेबान सांगत होता. ''फारच भयानक प्रकार होता तो. आमचं नशीब चांगलं म्हणून आम्हाला देशाबाहेर पडता तरी आलं. मी स्पेनमध्ये प्रशिक्षण घेतलेला शाळामास्तर होतो आणि म्हणून त्यांचा माझ्यावर संशय होता.''

''आता परिस्थिती बदलली असेल अशी आशा करायला हरकत नाही.'' जॅक म्हणाला.

''हो. नक्कीच.'' एस्टेबान म्हणाला, ''१९७९ च्या हिंसक राज्यक्रांतीनं बरेच बदल घडवून आणले. पण मुळात तो एक अतिशय गरीब देश आहे. गॅबनच्या किनाऱ्याप्रमाणेच इथेही समुद्रात काही तेल सापडलंय, असं म्हणतात. गॅबन हा आता त्या प्रदेशातला सर्वात श्रीमंत देश आहे.''

''तुम्ही तिकडे परत कधी गेला होतात?'' जॅकनं विचारलं.

''कितीतरी वेळा.'' एस्टेबान म्हणाला, ''आता काही वर्षांपूर्वीच शेवटचे गेलो होतो. टिओडोराचे आणि माझेही नातेवाईक अजून तिथे आहेत. मुख्य भूमीवरील बाटा नावाच्या गावात टिओडोराच्या भावाचं छोटंसं हॉटेल आहे.''

''बाटाचं नाव मी ऐकलंय.'' जॅक म्हणाला, ''तिथे विमानतळ आहे असं मला समजलं.''

''मुख्य भूमीवर तो एकच विमानतळ आहे.'' एस्टेबान म्हणाला, ''सेंट्रल आफ्रिकन काँग्रेससाठी ऐंशीच्या आसपास तो बांधला होता. देशाला ते परवडण्यासारखं नव्हतंच. पण ती एक वेगळीच कथा आहे...''

''तुम्ही जेनसिस नावाच्या कंपनीचं नाव ऐकलंय?'' जॅकनं विचारलं.

''ऐकलंय की..'' एस्टेबान म्हणाला, ''आमच्या सरकारचा परकीय चलन मिळवण्याचा तो एक मुख्य मार्ग आहे. कारण कोको आणि कॉफीच्या किंमती आता एकदम खाली गेल्यात.''

''ऐकलंय खरं मी तसं.'' जॅक म्हणाला, ''मी असंही ऐकलंय, की जेनसिसनं तिथे एक माकडांचा फार्म चालू केलाय म्हणून. हा फार्म बाटामध्ये आहे का?''

''नाही. तो दक्षिणेला आहे.'' एस्टेबान म्हणाला, ''कोगो नावाचं एक जुनं रिकामं पडलेलं स्पॅनिश शहर आहे. त्याच्या जवळच्या जंगलामध्ये त्यांनी त्याची उभारणी केलीय. त्यांच्या अमेरिकेतल्या आणि युरोपमधल्या कर्मचाऱ्यांसाठी त्यांनी या शहराचं संपूर्ण नूतनीकरण केलं आणि तिथले जे स्थानिक लोक त्यांच्यासाठी काम करतात, त्यांना राहण्यासाठी जवळच एक छोटं खेडं जवळजवळ नवीन बांधून दिलं. त्यांनी बऱ्याच इक्वेटोगिनीयन लोकांना रोजगार दिलाय.''

''जेनसिसनं तिथे एखादं हॉस्पिटल वगैरे बांधलंय, असं काही तुम्हाला ठाऊक आहे का?'' जॅकनं विचारलं.

''हो, आहे ना!'' एस्टेबान म्हणाला, ''टाऊन हॉलच्या समोरच्या जुन्या मुख्य चौकात त्यांनी एक हॉस्पिटल आणि प्रयोगशाळा बांधलीय.''

''तुम्हाला ही एवढी सगळी माहिती कशी काय आहे?'' जॅकनं आश्चर्यानं विचारलं.

''कारण माझा चुलतभाऊ तिथे काम करत होता.'' एस्टेबान म्हणाला, ''पण त्याच्या एका मित्राला, त्यानं शिकार केली म्हणून तिथल्या शिपायांनी गोळ्या घालून ठार मारलं. तेव्हा माझ्या या भावानं त्यांची नोकरी सोडली. काही लोकांना जेनसिस आवडतं, कारण ते पगार चांगले देतात. पण इतर बऱ्याचजणांना ते आवडतही नाही, कारण सरकारमध्ये त्यांना खूप सत्ता आहे.''

''तीही पैशामुळेच ना?'' जॅकनं विचारलं.

''हो, अर्थातच.'' एस्टेबान म्हणाला, ''ते मंत्र्यांना बरेच पैसे चारतात. सैन्याच्या काही भागालाही ते पैशाचा पुरवठा करतात.''

''हे म्हणजे फारच झालं...!'' लॉरी म्हणाली.

''आम्ही जर बाटाला गेलो तर आम्हाला कोगोला जाता येईल?'' जॅकनं विचारलं.

''हो. असं वाटतंय तरी.'' एस्टेबान म्हणाला, ''पंचवीस वर्षांपूर्वी स्पॅनिश लोक तिथून गेल्यानंतर कोगोला जाणारा रस्ता तोडून टाकण्यात आला होता. पण जेनसिसनं तो परत बांधून काढला. त्यांना त्यांच्या ट्रक्सच्या वाहतुकीसाठी त्याची गरज होती. पण तुम्हाला तिथे एखादी गाडी भाड्यानं घ्यावी लागेल.''

''ते शक्य आहे का?'' जॅकनं विचारलं.

“तुमच्याजवळ पैसे असले तर इक्वेटोरियल गिनीमध्ये काहीही अशक्य नाही.” एस्टेबान म्हणाला, “कधी जायचा तुमचा विचार आहे? कारण हवा कोरडी असताना तिथे गेलं तर बरं असतं.”

“तिथे हवा कोरडी केव्हा असते?” जॅकनं विचारलं.

“फेब्रुवारी आणि मार्चमध्ये.” एस्टेबान म्हणाला.

“मग हे आपल्याला सोयीचं आहे.” जॅक म्हणाला, “कारण मी आणि लॉरी उद्या रात्री निघायचा विचार करतोय.”

“काय?” एस्टेबानच्या घरी आल्यापासून प्रथमच वॉरन बोलला. जॅक आणि लूमध्ये झालेलं संभाषण त्याला ठाऊक नव्हतं. “या वीकएण्डला मी, नटाली आणि तुम्ही दोघं असं आपण बाहेर जायचंय असं तू म्हणाला होतास. मी नटालीला तसं सांगूनही बसलोय.”

“अरेरे, असं झालं का?” जॅक म्हणाला, “त्याबद्दल मी विसरूनच गेलो...”

“हे बघ, तुला शनिवार रात्रीपर्यंत थांबायला हवं, बरं का. नाहीतर मी तोंडघशी पडेन. तुम्हाला भेटण्यासाठी तिनं माझं डोकं खाल्लंय नुसतं. आता परत हे रद्द झालंय असं तिला समजलं, म्हणजे संपलंच.”

पण जॅक आता भलत्याच आनंदी मूडमध्ये होता. त्याच्या डोक्यात एक वेगळीच कल्पना आली. “मला एक चांगली कल्पना सुचलीय. माझ्याबरोबर आणि लॉरीबरोबर, तू आणि नटालीदेखील इक्वेटोरियल गिनीला का येत नाही? मी घेऊन जातो तुम्हा सर्वांना.”

लॉरीनं डोळे मिचकावले. आपण हे जे ऐकतोय ते खरं आहे, यावर तिचा विश्वासच बसत नव्हता.

“अरे, काय बोलतो आहेस तू हे !” वॉरननं विचारलं, “तुझं डोकं फिरलंय बहुतेक. तू सध्या आफ्रिकेविषयी बोलतोयस, हे तुझ्या लक्षात आहे ना?”

“चांगलं लक्षात आहे.” जॅक म्हणाला, “मला आणि लॉरीला जायला लागणारच असलं, तर निदान थोडी मजा तरी करून घेऊ. खरंच, एस्टेबान, तुम्ही आणि तुमची पत्नीदेखील आमच्याबरोबर का येत नाही? आपण सगळे मिळून तिकडे पार्टीच करू.”

“तुम्ही हे गंभीरपणे बोलताय का?” एस्टेबाननं विचारलं.

लॉरीच्या चेहऱ्यावरही अविश्वासाचे भाव होते.

“नक्कीच, मी खरंच तुम्हाला आमंत्रण देतोय.” जॅक म्हणाला, “एखाद्या नवीन देशात जायचं असेल, तर तिथला माहितगार माणूस बरोबर घेणं हे सर्वात चांगलं. यात विशेष असं काहीच नाही... पण मला एक सांगा, तिथे जाण्यासाठी आम्हाला सर्वांना व्हिसा वगैरे काढावा लागेल का?”

“हो, पण इक्वेटोरियल गिनीयन दूतावास इथे न्यूयॉर्कमध्येच आहे.” एस्टेबान म्हणाला, “दोन फोटो, पंचवीस डॉलर्स आणि तुम्ही पैसेवाले आहात असं तुमच्या बँकेचं पत्र, एवढं असलं की तुम्हाला लगेच व्हिसा मिळू शकेल.”

“इक्वेटोरियल गिनीला कसं जातात?” जॅकनं विचारलं.

“बाटाला जाण्यासाठी पॅरिसहून जाणं हा सर्वात सोपा मार्ग आहे.” एस्टेबान म्हणाला, “कॅमेरूनमधल्या डौलाला पॅरिसहून रोजची विमान सेवा आहे. डौलाहून बाटाला रोज विमानं जातात. माद्रिदहूनही जाता येतं, पण ते विमान बियोको बेटावरच्या मलाबो इथे जातं, आणि ती सेवा आठवड्यातून दोनदाच आहे.”

“मला तर पॅरिसच बरं वाटतंय.” जॅक आनंदानं म्हणाला.

“टिओडोरा !” स्वयंपाकघरात असलेल्या आपल्या बायकोला एस्टेबाननं हाक मारली, “जरा इकडे ये बरं.”

“तुला वेड लागलंय..!” वॉरन जॅकला म्हणाला, “तू पहिल्या दिवशी बास्केटबॉलच्या मैदानातून रागानं बाहेर गेला होतास ना, त्या दिवशीच तू किती वेडा आहेस ते मला समजलं होतं... पण तुला एक सांगू, मलाही ही कल्पना आवडायला लागलीय...!”

□□

१७

मार्च ७, १९९७
सकाळी ६ वाजून १५ मिनिटे
कोगो, इक्वेटोरियल गिनी

ठीक सव्वासहाला केविनच्या घड्याळाचा गजर वाजला. बाहेर अजूनही संपूर्ण अंधार होता. मच्छरदाणीतून बाहेर पडून आपला गाऊन आणि चपला शोधण्यासाठी त्यानं दिवा लावला. त्याच्या तोंडात थोडीशी कापसासारखी चव आली आणि डोकं थोडंसं दुखतंय असं त्याला वाटलं. तेव्हा आदल्या रात्री घेतलेल्या वाईनची त्याला आठवण झाली. बिछान्याजवळ ठेवलेलं पाणी थरथरत्या हातांनी ग्लासात ओतून घेत त्यानं एक मोठा घोट घेतला. थोडं बरं वाटल्यावर तो पाहुण्यांच्या खोल्यांच्या दरवाजावर टकटक करण्यासाठी लटपटत्या पायांनी आपल्या खोलीच्या बाहेर पडला.

आदल्या रात्री त्यानं, मेलनीनं आणि कॅन्डेसनं असं ठरवलं, की त्या दोघींनी रात्रभर तिथेच राहणं योग्य ठरलं असतं. केविनकडे जागेचा काही प्रश्न नव्हताच आणि खेरीज त्यामुळे दुसऱ्या दिवशी सकाळी त्यांना बेटावर निघणंही अधिक सोपं गेलं असतं. शिवाय कोणाचं त्यांच्याकडे विशेष लक्षही गेलं नसतं. त्यामुळे रात्री अकराच्या सुमारास केविन त्या दोघींनाही गाडीतून त्यांच्या क्वार्टर्समध्ये घेऊन गेला. त्यांना त्या रात्रीपुरत्या लागणाऱ्या वस्तू, बदलायचे कपडे आणि कँटीनमधून घेतलेले अन्नपदार्थ वगैरे सर्व घेऊन ते सर्वजण परत केविनच्या घरी आले.

त्या दोघी आपापलं सामान घेईपर्यंत केविन पटकन आपल्या प्रयोगशाळेत जाऊन आला. तिथून त्यानं स्थानशोधक यंत्र, दिशादर्शक यंत्र, टॉर्च आणि बेटाचा नकाशा एवढ्या गोष्टी बरोबर घेतल्या.

दोन्ही पाहुण्यांच्या खोल्यांच्या दारांवर केविनला दोनदा टकटक करावी लागली. प्रथम त्यानं अगदी हळूच दार वाजवलं, पण आतून काहीच आवाज न आल्यामुळे दुसऱ्यांदा मात्र त्या चांगल्या जाग्या होईपर्यंत तो दारावर टिचक्या मारत राहिला. त्या दोघींनाही हँगओव्हर आलेला आहे हे त्याच्या लक्षात आलं; विशेषत: तयार होऊन स्वयंपाकघरात यायला त्यांना थोडा अधिकच वेळ लागला त्यावेळी. दोघींनीही आपापल्या कपात कॉफी ओतून घेतली आणि काहीही न बोलता ती संपवली.

नाश्ता झाल्यानंतर ते सर्वचजण चांगले ताजेतवाने झाले. केविनच्या घरातून ते सगळे बाहेर पडले, तेव्हा तर एखाद्या ट्रिपला निघाल्यासारखा उत्साह त्या सर्वांनाच वाटायला लागला होता. जगाच्या त्या भागात हवा जेवढी उत्तम असू शकत होती, तेवढी होती. पहाट फुटत होती. गुलाबी आणि राखाडी दिसणारं आकाश बऱ्यापैकी स्वच्छ होतं. दक्षिणेला ढगांची एक रांग दिसत होती आणि पश्चिम क्षितिजावरही वादळाचे मोठाले, जांभळे ढग होते. पण ते समुद्रावर तिकडे लांब होते आणि बहुधा दिवसभर ते तिकडेच राहिले असते.

किनाऱ्याकडे जात असताना वाटेत त्यांना निरनिराळ्या रंगांचे सुंदर पक्षी दिसले. निळ्या रंगाचे तुराको, पोपट, सुगरण, मासेमार आफ्रिकन गरुड, काळे आफ्रिकन पक्षी अशा विविधरंगी पक्ष्यांच्या कलकलाटानं वातावरण भरलं होतं.

शहर आता अगदी ओस पडलेलं होतं. रस्त्यावर पादचारीही नव्हते आणि वाहनंही नव्हती. घरांचे दरवाजे अजूनही बंद होते. त्यांना दिसलेला एकच माणूस 'चिकी हट बार'मध्ये साफसफाई करत होता.

चालत चालत ते जेनसिसनं बांधलेल्या सुंदर धक्क्यापर्यंत आले. तो वीस फूट रुंद आणि सहा फूट उंच होता. पायाखालच्या वेड्यावाकड्या फळ्या रात्रीच्या ओलसर हवेमुळे अजूनही दमट होत्या. धक्क्याच्या टोकाला, खालच्या दुसऱ्या तरंगत्या धक्क्याकडे जाणारी एक लाकडी उतरंड होती. शांत पाण्याचा पृष्ठभाग नजर जाईल तिथपर्यंत धुक्यानं झाकलेला होता. त्यामुळे तो खालचा तरंगता धक्का काहीसा रहस्यमय वाटत होता.

त्या मुलींनी सांगितल्याप्रमाणे धक्क्याच्या एका टोकाला तीस फूट लांबीचा एक स्वयंचलित मध्यम आकाराचा पिरोग - पडाव बांधलेला दिसत होता खरा. फार पूर्वी त्याला बाहेरून लाल आणि आतून पांढरा रंग दिलेला असावा, पण आता ते रंग उडून गेले होते. बऱ्याच ठिकाणी रंग खरवडूनही टाकलेला होता. पडावाचा तीन-चतुर्थांश भाग लाकडी खांबांचा आधार दिलेल्या गवती छपरानं झाकलेला

होता. छपराखाली तीन बाकं होती. पडावाला एक जुनीपुराणी वाटणारी 'एव्हिन्रुड' मोटर बसवलेली होती. त्याच्या मागे दोरानं बांधलेली एक कॅनो - छोटी अरुंद बोट तरंगत होती. त्यात एका टोकापासून दुसऱ्या टोकापर्यंत असे चार बाक होते.

''ठीक आहे ना?'' पडावाचा दोर ओढता ओढता मेलनीनं विचारलं.

''माझ्या अपेक्षेपेक्षा ही बोट चांगलीच मोठी आहे.'' केविन म्हणाला, ''तिची मोटर जोपर्यंत चालतेय, तोपर्यंत आपल्याला काही काळजी नाही. मात्र लांब अंतरापर्यंत ती वल्हवणं कठीण आहे ...!''

''वाईटात वाईट काय होईल, तर आपल्याला त्यावरून तरंगत तरंगत परत यावं लागेल.'' मेलनी मागे न हटता म्हणाली, ''आपण प्रवाहात वरच्या दिशेनं जाणार आहोत.''

त्यांनी आपलं सगळं सामान आणि खाद्यपदार्थ त्या बोटीत चढवले. मेलनी धक्क्यावरच उभी असताना केविननं बोटीच्या टोकाला जाऊन मोटरची पाहणी चालू केली. त्याच्यावर इंग्लिशमध्ये सूचना लिहिलेल्या होत्या. त्यानं थ्रॉटल सुरू केला आणि दोर ओढला. इंजिन लगेचच चालू झालं. केविनला फारच आश्चर्य वाटलं. त्यानं मेलनीला आत उडी मारण्याची खूण केली, पुढे जाण्याचा गिअर टाकला आणि त्यांच्या साहसाला सुरुवात झाली.

धक्क्यापासून दूर जात असताना ते सर्वचजण मागे पडणाऱ्या कोगोकडे पाहत होते. आपल्याला निघताना कोणी बघितलं तर नाही ना, याची त्यांना नीट खात्री करून घ्यायची होती. 'चिकी हट बार'ची साफसफाई करत असलेला एकच माणूस किनाऱ्यावर होता आणि त्यानं त्यांच्या दिशेनं वळून बघण्याचीही तसदी घेतली नव्हती.

तरीही आधी ठरल्याप्रमाणे प्रथम त्यांनी अकालायाँगला जात असल्यासारखी बोट पश्चिमेला वळवली. केविननं थ्रॉटल अर्धा उघडला. बोटीला वेग चांगलाच होता, त्यामुळे त्याला बरं वाटलं. ती बोट बऱ्यापैकी मोठी आणि जड होती आणि अगदी थोडीशी एका बाजूला झुकत होती. मागे असलेली छोटी बोट नीट येतेय की नाही, हे केविननं एकदा बघून घेतलं. ती मस्तपैकी पाण्यावर झुलत होती.

मोटरच्या आवाजामुळे त्यांना काही बोलणं शक्य होत नव्हतं. त्यामुळे ते आजूबाजूच्या देखाव्याचा आनंद लुटू लागले. सूर्य अजून उगवला नव्हता, पण आकाश आता अधिक उजळलं होतं. गॅबन शहरावर दिसणाऱ्या ढगांच्या पूर्वेकडच्या कडा आता सोनेरी दिसू लागल्या. उजवीकडे त्यांना इक्वेटोरियल गिनीचा किनारा दिसत होता. तो दाट जंगलानं संपूर्ण झाकलेला होता. मधलीच काही झाडं पाण्यामध्ये बुडालेली दिसत होती. खाडीच्या रुंद पात्रात इतरही काही छोटे पडाव दिसत होते, पण पाण्यावर अजूनही पसरलेल्या धुक्यामुळे त्यांची हालचाल भुताटकीसारखी वाटत होती.

कोगो बरंच मागे पडल्यानंतर मेलनीनं केविनच्या खांद्यावर चापट्या मारल्या. त्याचं तिच्याकडे लक्ष गेल्यावर तिनं हातानं त्याला मोठ्या गोलाची खूण केली. केविननं मान डोलावली आणि बोट दक्षिणेकडे वळवली.

दक्षिण दिशेला दहा मिनिटं प्रवास केल्यानंतर केविननं हळूहळू बोट पूर्वेला वळवायला सुरुवात केली. कोगोच्या किनाऱ्यापासून ते आता जवळजवळ मैलभर तरी दूर पाण्यात होते. तिथल्या इमारती एवढ्या लांबून ओळखूही येत नव्हत्या.

अखेरीस सूर्यानं जेव्हा दर्शन दिलं, तेव्हा तो लाल, सोनेरी अशा मोठ्या चेंडूसारखा दिसत होता. सुरुवातीला धुकं एवढं दाट होतं, की साध्या डोळ्यांनीदेखील सूर्याकडे पाहता येत होतं. पण हळूहळू त्याच्या उष्णतेनं धुकं वितळायला लागलं आणि सूर्याचे किरण तापदायक वाटू लागले. मेलनीनं प्रथम आपला गॉगल चढवला. कॅन्डेस आणि केविननंही लगेचच तिचं अनुकरण केलं. सकाळी थोडीशी थंडी होती म्हणून अंगावर चढवलेले जादा कपडे काही मिनिटांतच त्या सर्वांनी उतरवायला सुरुवात केली.

इक्वेटोगिनीयन किनाऱ्याला लागून असलेली बेटांची मालिका आता त्यांच्या डाव्या बाजूला होती. कोगोभोवतीचा मोठा गोल वळसा पूर्ण करण्यासाठी इतका वेळ केविन उत्तरेला चालला होता. आता सुकाणूचा दांडा दाबून धरत त्यानं बोटीचं तोंड सरळ इस्ला फ्रॅन्सेस्काकडे केलं. लांब अंतरावर त्यांना ते बेट आता दिसायला लागलं होतं.

सूर्यप्रकाशामुळे सगळं धुकं नाहीसं झाल्यावर थोडा वारा वाहू लागला. आता पाण्यावर थोड्या लाटाही उठू लागल्या होत्या. बोटीच्या वेगामुळे पाण्याचे शिंतोडे त्या तिघांच्या अंगावर उडू लागले.

इस्ला फ्रॅन्सेस्का त्याच्या आजूबाजूच्या इतर बेटांपेक्षा वेगळं दिसत होतं. ते जसजसे त्याच्या जवळ जायला लागले, तसतसं त्यांना त्याचं वेगळेपण अधिक जाणवायला लागलं. ते आकारानं सर्वात मोठं तर होतंच, पण त्याच्यावरच्या चुनखडीच्या दगडांमुळे त्याचं वेगळेपण उठून दिसत होतं. त्या दगडांच्या टोकांवरही धुक्याचे ढग जमा झाल्यासारखे दिसत होते.

कोगोचा धक्का सोडल्यापासून जवळजवळ सव्वा तासानं केविननं थ्रॉटल बंद केला आणि त्यांचा पडाव थोडा हळू चालायला लागला. त्यांच्यासमोर शंभर फुटांवर इस्ला फ्रॅन्सेस्काच्या नैऋत्य टोकावरील दाट झाडी दिसत होती.

''इथून तरी ते फारच भयानक दिसतंय...'' इंजिनच्या आवाजापेक्षा मोठा आवाज काढत मेलनी ओरडली.

केविननं मान हलवली. त्या बेटावर जावं असं वाटण्यासारखं तिथे काहीही दिसत नव्हतं. किनारा तर तिथे नव्हताच. किनाऱ्यावर सगळीकडे दाट मॅन्ग्रोव्हज् उगवलेली होती.

“रिओ डिव्हिजो जिथे या खाडीला मिळतो, ती जागा आपल्याला शोधायला हवी.” केविननं त्यांना ओरडून सांगितलं. मॅन्ग्रोव्हज्च्या जितपत जवळ जाणं सुरक्षित आहे असे केविनला वाटलं, तेवढा त्यानं पडाव जवळ घेतला. मग किनाऱ्याला समांतर असा तो पश्चिम किनाऱ्याच्या बाजूबाजूनं जात राहिला. किनाऱ्यावर आपटणाऱ्या लाटा दिसेनाशा होत होत्या. पाण्याच्या खाली काही अडथळे असतील या कल्पनेनं केविन उठून उभा राहून पाहू लागला. पण तसं त्याला काहीच दिसलं नाही. सगळंच पाणी सारख्याच चिखलाच्या रंगाचं होतं.

“तिकडे वेताची बरीच झाडं दिसतायत. तिकडे गेलं तर चालेल का?” कॅन्डेस दुसऱ्या टोकावरून ओरडली. समोर दिसणाऱ्या मोठ्या दलदलीकडे तिनं बोट दाखवलं.

केविननं मान डोलावली आणि थ्रॉटल आणखी कमी केला. सहाफुटी बांबूंच्या बनाकडे त्यानं पडाव न्यायला सुरुवात केली.

“तुला पाण्याखाली काही अडथळे दिसतायत का?” त्यानं ओरडून कॅन्डेसला विचारलं.

कॅन्डेसनं नकारार्थी मान हलवली. “पाणी फारच गढूळ आहे.” ती म्हणाली.

केविननं परत एकदा पडाव वळवला. परत एकदा ते किनाऱ्याला समांतर जाऊ लागले. इथे बांबूचं बन अधिकच दाट झालं होतं आणि दलदल समोरच्या जमिनीवर जवळजवळ शंभर यार्डांपर्यंत पसरली होती.

“इथे नदीचं मुख असावं.” केविन म्हणाला, “आपल्याला आत जायला रस्ता मिळाला पाहिजे, नाही तर काहीच उपयोग नाही. या बांबूंच्या मधून आपल्याला ही छोटी बोट नेणं केवळ अशक्य आहे.”

बांबूंच्या मध्ये कुठेच मोकळी जागा न दिसल्यामुळे दहा मिनिटांनंतर केविननं परत एकदा पडाव उलटा वळवला. मागच्या छोट्या बोटीची दोरी गुंतू नये, म्हणून तो काळजीपूर्वक वळत होता.

“या दिशेनं आणखी पुढे जाण्यात काही अर्थ आहे, असं मला वाटत नाही.” केविन म्हणाला, “इथे दलदलीची रुंदी कमी होतेय. पण आपल्याला आत जायला रस्ता मिळेलसं काही वाटत नाही. शिवाय पुलाजवळ असलेल्या भागाच्या फार जवळ जाऊनही चालायचं नाही.

“बरोबर आहे.” मेलनी म्हणाली, “बेटाच्या दुसऱ्या बाजूला रिओ डिव्हिजो जिथून आत शिरतो तिकडे जाऊन पाहिलं तर?”

“माझ्या मनातही आत्ता नेमका हाच विचार होता...” केविन म्हणाला.

मेलनीनं आपला हात वर केला.

“हे काय करतेयस तू?” केविननं विचारलं.

"याला टाळी देणं म्हणतात, वेडपटा." मेलनीनं त्याला चिडवलं.

केविननंही हात वर करत तिला टाळी दिली आणि तो हसला.

पडावाची मोटर सुरू करून ते परत आल्या दिशेनं निघाले आणि बेटाला वळसा घालून त्याच्या पूर्व किनाऱ्याकडे जाऊ लागले. केविननं परत एकदा थ्रॉटल उघडून पडावाला वेग दिला. या बाजूनं त्यांना बेटाच्या दक्षिणेकडच्या डोंगरांचं खूप चांगलं दृश्य दिसत होतं. चुनखडीचा दगड या बाजूनं दिसतच नव्हता. ते बेट म्हणजे अस्पर्श जंगल असलेला अखंड डोंगरच वाटत होतं.

"इथून मला सगळे फक्त पक्षीच दिसतायत." मेलनी इंजिनाच्या आवाजावर आवाज चढवत ओरडून म्हणाली.

केविननं मान डोलावली. त्यालाही बरेच इबिस आणि श्राइक जातींचे पक्षी दिसले होते.

आता सूर्य बराच वर आला होता. गवताच्या छपराचा आता खरा उपयोग होत होता. सावलीमध्ये बसण्यासाठी म्हणून ते सगळेच आता पडावाच्या मागच्या भागात आले. केविननं आपल्या औषधांच्या कपाटात सापडलेलं, सूर्यप्रकाशापासून संरक्षण करणारं लोशन कॅन्डेसला दिलं. ते ती अंगाला चोपडू लागली.

"बेटावरचे बोनोबोदेखील इतर बोनोबोंसारखेच अवखळ असतील असं तुला वाटतं?" मेलनीनं ओरडून विचारलं.

केविननं खांदे उडवले. "ते मला माहीत असतं तर बरं झालं असतं." तोही ओरडून बोलला, "ते जर तसे असतील, तर आपल्याला ते दिसणंही मुश्कील होईल आणि आपले सगळे प्रयत्न वाया जातील."

"प्राणिकेंद्रातल्या पिंजऱ्यांमध्ये असताना त्यांचा माणसांशी कमीत कमी संबध यायचा." मेलनी ओरडली, "आपण त्यांच्या फार जवळ गेलो नाही, तर आपल्याला ते दिसतील असं मला वाटतं."

"जंगलात राहत असलेले बोनाबो भित्रे असतात?" कॅन्डेसनं मेलनीला विचारलं.

"असं म्हणायला हरकत नाही." मेलनी म्हणाली, "चिम्पान्झीएवढेच किंवा त्यांच्यापेक्षाही जास्तच. ज्या चिम्प्सनी कधी माणसं पाहिलेली नसतात, ती तर आपल्यासमोर कधी येतच नाहीत. ती फारच भित्री असतात आणि त्यांची नाकं आणि कान आपल्यापेक्षा इतके संवेदनक्षम असतात, की आपण त्यांच्यापर्यंत पोचूच शकत नाही."

"आफ्रिकेमध्ये खरा जंगली भाग असा अजून उरलेला आहे?" कॅन्डेसनं विचारलं.

"अरे बाप रे, हो तर!" मेलनी म्हणाली, "विशेषत: इक्वेटोरियल गिनीच्या या किनारपट्टीपासून ते पश्चिमेला आणि ईशान्येला खूप मोठमोठाली जंगलं अशीही आहेत, की ज्यांना मनुष्यप्राण्याचा अजूनपर्यंत स्पर्शही झालेला नाही. मी तुला

सांगते, हा भाग जवळजवळ दहा लाख चौरस मैल एवढा मोठा आहे.''

''हे सगळं किती दिवस टिकणार आहे?'' कॅन्डेसनं विचारलं.

''ते आणखीनच वेगळं !'' मेलनी म्हणाली

''ए, मला जरा एखादं कोल्ड ड्रिंक देता का?'' केविन ओरडला.

''हो, लगेच.'' कॅन्डेस म्हणाली. ती स्टायरोफोमच्या पेटीजवळ गेली आणि तिनं झाकण उघडलं.

वीस मिनिटांनंतर इस्ला फ्रॅन्सेस्काच्या पूर्व टोकाला वळसा घालून केविन परत उत्तरेकडे निघाला होता. आता त्यानं थ्रॉटल थोडा कमी केला. सूर्य आता चांगलाच वर चढला होता आणि हवाही चांगलीच गरम झाली होती. कॅन्डेसनं स्टायरोफोमची पेटी सावलीत ढकलून ठेवली.

''अजून एक दलदल येतेय...'' कॅन्डेस म्हणाली.

''मला दिसलीय ती.'' केविन म्हणाला.

केविननं पडाव परत एकदा किनाऱ्याच्या जवळ घेतला. आकारानं ही दलदलही बेटाच्या पश्चिम भागातल्या दलदलीएवढीच वाटत होती. इथेही जंगल पाण्याच्या कडेपासून जवळजवळ शंभर यार्ड आत गेलं होतं.

आपले सगळे प्रयत्न वाया गेलेत अशी घोषणा केविन करणार, एवढ्यात झुडपांच्या अखंड भिंतीतून त्याला एक बोगदा दिसला. त्यानं थ्रॉटल आणखी कमी केला. आता बोट अगदी हळू चालायला लागली. आणखी तीस फूट पुढे गेल्यावर केविननं मोटर न्यूट्रलमध्ये टाकली आणि नंतर बंद केली.

इंजिनाचा आवाज बंद झाल्यामुळे एकदम शांतता पसरली.

''काय हे ! माझ्या कानात अजूनही इंजिनाचा तो आवाज घुमतोय.'' मेलनीनं तक्रार केली.

''हा आत जाण्याचा मार्ग असेल असं वाटतंय का?'' केविननं कॅन्डेसला विचारलं. ती परत एकदा बोटीच्या पुढच्या टोकापाशी गेली होती.

''तसं नक्की सांगणं कठीण वाटतंय...'' कॅन्डेस म्हणाली.

आता केविननं मोटरची मागची बाजू धरून ती उचलली आणि वाकडी करून पाण्याच्या बाहेर काढली. खालच्या वेलींमध्ये जर ती गुंतली असती, तर त्यांची पंचाईतच झाली असती.

त्यांचा पडाव समोरच्या झुडपांमध्ये घुसला. काही झाडांच्या फांद्यांना, खोडांना घासत जात थोड्याच वेळात तो थांबला. केविन मागच्या बाजूला गेला आणि मागून येणारी छोटी बोट पडावावर आपटू नये म्हणून त्यानं ती धरून ठेवली. नंतर त्यानं पडाव जवळच्याच एका झाडाच्या खोडाला बांधला.

''हा ओढा खूप वळणं घेत पुढे जातोय असं दिसतंय.'' कॅन्डेस म्हणाली. ती

पडावाच्या अगदी टोकाला उभी होती आणि वरच्या गवती छपराला धरून झुडपांच्या वरून काही दिसतंय का ते पाहत होती.

केविननं एक फांदी तोडली आणि तिचे बारीक तुकडे करून ते प्रवाहात टाकले. ते अगदी हळूहळू, पण निश्चितपणे पुढच्या दिशेनं वाहू लागले.

''इथे प्रवाह पुढे चाललेला दिसतोय.'' केविन म्हणाला, ''मला वाटतं हे एक चांगलं चिन्ह आहे. आपण आपली छोटी बोट इथे प्रवाहात सोडून पाहायला हरकत नाही.'' केविननं ती छोटी बोट पडावाच्या कडेला ओढून घेतली.

ती छोटी बोट एकसारखी हलत होती. त्यामुळे त्यात बसताना आणि आपलं सामान त्यात हलवताना त्यांना थोडा त्रास पडला. केविन मागच्या बाजूला बसला आणि कॅन्डेस पुढची बाजू सांभाळू लागली. मेलनी मध्ये बसली, पण बाकावर न बसता तिला खालीच बसणं अधिक बरं वाटलं. छोट्या बोटीत तिला नेहमीच थोडं धसकल्यासारखं वाटायचं.

थोडा वल्ह्यांचा वापर करत, बाजूच्या झुडपांवर थोडा जोर देत आणि पडाव हातानं मागे ढकलत असे ते पडावाच्या पुढे निघाले. त्यांना जो आत जाण्याचा मार्ग वाटत होता, त्यावरून एकदा पुढे निघाल्यानंतर त्यांची ती छोटी बोट जरा सुरळीतपणे चालू लागली.

पुढच्या बाजूला कॅन्डेस आणि मागे केविन वल्हवत होते. एरवीच्या हळू चालण्याएवढा त्यांचा वेग मंद होता. सहा फूटच रुंद असलेला तो ओढा दलदलीतून जाताना एकसारखा वळत होता. सकाळचे आठच वाजले होते, तरी विषुववृत्तावरील सूर्याचा ताप आता चांगलाच जाणवायला लागला होता. आजूबाजूच्या झुडपांमुळे वारा पूर्ण अडला होता; त्यामुळे तिथे आणखीनच गरम होत होतं.

''या बेटावर फारशा पायवाटा तयार केलेल्या दिसत नाहीयेत.'' मेलनी म्हणाली. तिनं बेटाचा नकाशा उघडला होता आणि ती त्याचं निरीक्षण करत होती.

''स्टेजिंग एरियापासून लागो हिप्पोपर्यंत जाणारी एक मुख्य पायवाट बांधलेली आहे.'' केविन म्हणाला.

''आणखीही काही आहेत.'' मेलनी म्हणाली, ''या सगळ्या लागो हिप्पोपासून दूर जाणाऱ्या आहेत. मला वाटतं, या वाटा प्राणी पकडणं सोपं जावं म्हणून बांधलेल्या असाव्यात...''

''माझाही तर्क तसाच आहे.'' केविन म्हणाला.

केविननं खाली अंधाऱ्या पाण्यात डोकावून बघितलं. ते जात होते, त्याच दिशेनं काही वनस्पती वाहत असलेल्या त्याला दिसल्या. याचा अर्थ, प्रवाह अजूनही वाहता होता. त्याला बरं वाटलं.

''तू शोधक यंत्र वापरून का बघत नाहीस?'' केविन म्हणाला, ''आपण

मागच्या वेळी बघितलं, त्यानंतर आता बोनोबो क्रमांक साठची काही हालचाल झालीय की नाही ते आपल्याला समजेल.''

मेलनीनं आवश्यक ती माहिती स्थानशोधक यंत्राला पुरवली आणि त्याचं बटन दाबलं.''

''त्याची अजूनही काहीच हालचाल नाही.'' ती म्हणाली.

तिनं शोधक यंत्राचं प्रमाण वाढवलं आणि नकाशाएवढं प्रमाण आल्यावर लाल दिवा कुठे दिसतोय ते बघितलं. ''तो अजूनही त्याच दलदलीच्या मैदानात आहे.'' ती म्हणाली.

''हे रहस्य आपल्याला सोडवता आलं तरी पुष्कळ झालं...! इतर कुठले बोनोबो नाही दिसले तरी चालेल...'' केविन म्हणाला.

पुढे गेल्यावर त्यांच्यासमोर सुमारे शंभर फूट उंच जंगलाची भिंत उभी असलेली त्यांना दिसली. दलदलीतलं शेवटचं वळण ओलांडल्यावर त्यांना असं दिसलं, की समोरच्या झाडांच्या जंगलांत तो ओढा दिसेनासा झाला आहे.

''आपण लवकरच सावलीत जाऊ.'' कॅन्डेस म्हणाली, ''तिथे इथल्यापेक्षा बरंच थंड असेल.''

''असं काही समजू नकोस...'' केविन म्हणाला.

वाटेत येणाऱ्या फांद्या बाजूला करत ते समोरच्या जंगलाच्या चिरस्थायी अंधारात शिरले. कॅन्डेसला वाटलं होतं, त्याच्या अगदी विरुद्ध वातावरण तिथल्या छोट्या जागेत होतं. तिथे खूपच कोंडल्यासारखं वाटत होतं आणि भयानक गरम होत होतं. हवेची एखादी झुळुकदेखील येत नव्हती आणि सगळीकडून पाणी झिरपत होतं. झाडांच्या फांद्या, त्यांना वेढा घालून बसलेल्या वेली आणि खाली लोंबणारी झुडपं यांच्यामुळे सूर्यप्रकाश जरी पूर्णपणे अडलेला होता, तरी त्यांच्यामुळेच आत असलेली उष्णताही बाहेर जाऊ शकत नव्हती; आणि त्यामुळे एखाद्या जाड गरम पांघरुणात लपेटल्यासारखं वाटत होतं. तिथल्या काही काही पानांचा व्यास एक फूट इतका मोठा होता. जंगलाच्या त्या बोगद्यातला अंधार पाहून त्या सर्वांनाच आश्चर्य वाटलं होतं. हळूहळू त्यांच्या डोळ्यांना त्या प्रकाशाची सवय होऊ लागली आणि आजूबाजूचे तपशील दिसायला लागले. परंतु तो प्रकाश संधिप्रकाशासारखाच वाटत होता.

त्या बोगद्यात शिरल्यानंतर पहिल्या काही सेकंदातच वेगवेगळ्या जातीच्या किड्यांच्या झुंडींनी त्यांच्यावर हल्ला चढवला. त्यामध्ये डास, डीयर फ्लाईज् आणि ट्रिगोना नावाच्या मधमाशांचा समावेश होता. मेलनीनं घाईघाईनं कीटक पळवून लावणारं औषध शोधून काढलं. स्वत:च्या अंगाला ते फासल्यावर तिनं त्या दोघांनाही ते लावायला दिलं.

"इथे घाणेरड्या दलदलीसारखा वास येतोय." मेलनीनं तक्रार केली.

"हे भीतिदायकही आहे." कॅन्डेस आपल्या जागेवरून म्हणाली, "आताच मला एक साप दिसला... सापांची मला अगदी घाण वाटते."

"आपण जोपर्यंत बोटीत आहोत तोपर्यंत आपल्याला त्यांची काळजी करायचं काही कारण नाही." केविन म्हणाला.

"मग आपली बोट उलटणार नाही एवढं तू बघ." मेलनी म्हणाली.

"असलं काही बोलूसुद्धा नकोस." कॅन्डेस रडक्या आवाजात म्हणाली, "मी इकडे प्रथमच येतेय हे तुम्ही लक्षात ठेवा. तुम्ही गेली कित्येक वर्षं इथे राहिला आहात."

"आपल्याला फक्त हिप्पोज् आणि मगरींपासून जपून राहायला हवं." केविन म्हणाला, "तुला एखादी दिसली तर लगेच मला सांग."

"वाः वाः !" कॅन्डेस नाराजीनं म्हणाली, "आणि ते दिसल्यावर तू काय करणार आहेस?"

"तुला काळजीत पाडण्याचा माझा उद्देश नाहीये." केविन म्हणाला, "आपण तळ्यापर्यंत पोचेस्तोवर आपल्याला ते दिसायची शक्यता फार कमी आहे."

"पण नंतर काय?" कॅन्डेसनं विचारलं, "तुमच्याबरोबर येण्याचं ठरवण्यापूर्वीच मी तुम्हाला या ट्रिपमधल्या धोक्यांबद्दल विचारून घ्यायला हवं होतं, असं मला आता वाटायला लागलंय."

"ते आपल्याला काही त्रास देणार नाहीत." केविन म्हणाला, "निदान मला तरी तसंच सांगण्यात आलं होतं. ते जोपर्यंत पाण्यात असतात, तोपर्यंत आपण त्यांच्यापासून फक्त सुरक्षित अंतरावर राहायचं. जमिनीवर त्यांना जर पकडण्याचा प्रयत्न केला, तर मात्र ते काय करतील ते सांगता येत नाही. आणि मगरी आणि हिप्पोज् दोघंही आपल्याला वाटतं त्यापेक्षा खूप जोरानं पळतात, बरं का.."

"अचानक मला या सर्व प्रकाराची भयंकर भीती वाटायला लागलीय." कॅन्डेसनं कबूल केलं, "मला वाटलं होतं, की ही सफर अगदी मजेत पार पडेल."

"आपण काही इथे पिकनिकला आलेलो नाही." मेलनी म्हणाली, "किंवा निसर्गसौंदर्य पाहायलाही आलेलो नाही. आपण काही महत्त्वाच्या गोष्टींचा शोध घेण्यासाठी इथे आलोय."

"आपल्याला यात यश मिळेल, एवढीच आशा आपण करू शकतो." केविन म्हणाला. कॅन्डेसच्या मनाची परिस्थिती त्याला समजू शकत होती. आपण स्वतः येण्याचा निर्णय घेतला या गोष्टीचं त्याला प्रथमच जरा बरं वाटलं.

वातावरणातले किडे सोडले तर तिथे बाकीचे जंगली प्राणी म्हणजे फक्त वेगवेगळे पक्षी दिसत होते. ते झाडांच्या फांद्यांमधून एकसारखे इकडेतिकडे उडत होते आणि त्यांचा गोड आवाजात किलबिलाट चालला होता.

ओढ्याच्या दोन्ही बाजूंना दाट जंगल होतं. केव्हाही आणि कोणत्याही दिशेनं बघितलं, तरी त्यांना वीस फुटांच्या पलीकडलं काही दिसत नव्हतं. पाण्यातल्या वनस्पतींमुळे आणि झाडांच्या पाण्यात आलेल्या मुळांमुळे किनाराही पूर्णपणे झाकला गेला होता.

वल्ही मारतामारता केविन मध्येच खाली पाण्यात डोकावून पाहत होता. शाईच्या रंगाचं ते पाणी पाण्यातल्या कोळ्यांच्या जाळ्यांनी संपूर्ण झाकलं गेलं होतं. तो मारत असलेल्या प्रत्येक वल्ह्याबरोबर पाण्यातून फेसाळ बुडबुडे वर येत होते.

लवकरच तो ओढा दलदलीत होता त्यापेक्षा पुष्कळच सरळ झालेला दिसू लागला. वळणं बरीचशी कमी झाल्यामुळे आता त्यांना वल्हीही अधिक भराभर मारता येऊ लागली. बाजूला असलेल्या झाडांच्या मागे पडणाऱ्या खोडांकडे पाहून केविननं अंदाज बांधला, की ते साधारणपणे भराभर चालण्याच्या वेगानं चालले होते. या वेगानं लागो हिप्पोपर्यंत पोचायला त्यांना अंदाजे दहा ते पंधरा मिनिटं लागली असती.

''जरा शोधक यंत्र चालू करून बघ ना...'' केविननं मेलनीला सुचवलं, ''या भागापुरतं त्याचं प्रमाण तू वाढवलंस, तर आपल्याला इथे आसपास एखादा बोनोबो आहे की नाही तेही समजू शकेल.''

मेलनी आपल्या कॉंप्युटरशी झगडत होती, तेवढ्यात डावीकडच्या झुडपांमध्ये अचानक कसलीतरी गडबड उडाल्यासारखी त्यांना वाटली. पुढच्याच क्षणी त्यांना दाट जंगलातून फांद्या तोडल्याचा आवाज ऐकू आला.

कॅन्डेसनं आपला हात छातीवर दाबून धरला. ''बाप रे, काय आहे ते?'' तिनं विचारलं.

''मला वाटतं ते एखादं ड्यूकर असावं.'' केविन म्हणाला, ''ती छोटी हरणं या बेटावरही भरपूर आढळून येतात.''

मेलनीनं परत एकदा आपलं लक्ष स्थानशोधक यंत्रावर केंद्रित केलं. लवकरच तिला दिसून आलं, की त्या भागात एकही बोनोबो नाहीये.

''अर्थात, ते नसणारच.'' केविन म्हणाला, ''पण असते तर आपलं काम फारच सोपं झालं असतं.''

वीस मिनिटांनी कॅन्डेसनं घोषणा केली, की आपल्याला समोरच्या फांद्यांमधून सूर्यप्रकाश दिसत आहे.

''तो तलाव असावा.'' केविन म्हणाला.

आणखी थोडी वल्ही मारल्यानंतर त्यांची बोट लागो हिप्पो तलावाच्या मोकळ्या पाण्यात आली. एकदम प्रखर सूर्यप्रकाश आल्यामुळे त्या तिघांचेही डोळे दिपले. त्यांनी पटापट आपापले गॉगल्स चढवले.

ते तळं काही फारसं मोठं नव्हतं. उलट ते एखाद्या लांबट डबक्यासारखं वाटत होतं. त्याच्या चारी बाजूंना त्या बेटावरच्या विशिष्ट झाडांची गर्द दाटी झालेली होती. त्यावर पांढरे इबिस पक्षी खेळत होते. किनाऱ्यावर भरपूर झुडपं वाढलेली होती. तळ्याच्या पृष्ठभागावर मध्येमध्ये पांढरी लिलीची फुलं डोलत होती. पाण्यात मोकळेपणानं तरंगणाऱ्या झुडपांच्या पुंजक्यांवरून पक्षी इकडून तिकडे चालत जात होते. मंद वाऱ्याच्या झुळकेमुळे ती झुडपं हळूहळू गोल फिरत होती.

झाडांच्या या भिंतींमधून तळ्याच्या दोन्ही बाजूंना हिरवळीची मैदानं तयार झालेली दिसत होती. त्यातली काही काही एक एकर एवढी मोठी होती. या शेतांमध्ये काही ठिकाणी पामची झाडं उगवलेली होती. डाव्या बाजूला, जंगलाच्या वरून चुनखडीच्या दगडाची शिखरं डोकावत असलेली स्पष्ट दिसत होती.

''खरं सांगायचं ना, तर हे सर्व फारच सुंदर आहे.'' मेलनी म्हणाली.

''इतिहासपूर्व काळातल्या चित्रांसारखा दिसतोय हा देखावा.'' केविन म्हणाला, ''या पार्श्वभूमीवर काही ब्रॅंटोसॉरस इकडे तिकडे फिरत असलेलेही मला कल्पनेनं दिसतायत.''

''अरे बाप रे, इकडे डाव्या बाजूला मला काही हिप्पोज् दिसतायत...'' कॅन्डेसनं सावधगिरीनं म्हटलं. तिनं आपल्या वल्ह्यानंच दिशा दाखवली.

ती दाखवत असलेल्या बाजूला केविननं एक नजर टाकली. पाण्यात खरोखरच या प्रचंड सस्तन प्राण्यांचे छोटेसे कान आणि डोकी दिसत होती. ते दहा-बारा तरी असावेत. त्यांच्या डोक्यांवर बसून अनेक पांढऱ्या पक्ष्यांचा आरामात फराळ चालला होता; आणि डोक्याची साफसफाई होत असल्यामुळे हिप्पोही या गोष्टीला हरकत घेत नव्हते.

''त्यांची काही काळजी करू नकोस.'' केविननं कॅन्डेसला धीर दिला, ''तू नीट पाहिलंस तर तुला दिसून येईल, की ते हळूहळू आपल्यापासून लांबच जात आहेत. ते काही आपल्याला त्रास देणार नाहीत.''

''मी काही एवढी निसर्गप्रेमी वगैरे नाहीये, बरं का.'' कॅन्डेस म्हणाली.

''त्याचं एवढं स्पष्टीकरण द्यायची काही गरज नाही.'' केविन म्हणाला. तो प्रथम कोगोमध्ये आला, तेव्हा त्यालाही जंगली प्राणी म्हटलं की अशीच अस्वस्थता वाटायची हे त्याला आठवलं.

''या नकाशानुसार तरी आता डाव्या बाजूला एखादी पायवाट असली पाहिजे.'' मेलनी म्हणाली. ती त्या नकाशाचा अभ्यास करत होती.

''मला आठवतंय त्याप्रमाणे तरी या तळ्याच्या पूर्व टोकाला वळसा घालून जाणारी अशी एक पायवाट इथे नक्कीच आहे.'' केविन म्हणाला, ''त्या रस्त्याची सुरुवात पुलापाशी होते.''

"खरं आहे, आणि तो इथे आपल्या डाव्या बाजूला येऊन संपतो." मेलनी म्हणाली.

केविननं आता बोट डाव्या किनाऱ्याकडे वळवली. झुडपांमध्ये कुठे मोकळी जागा दिसते का ते तो पाहू लागला. दुर्दैवानं त्याला ती सापडेना.

"मला वाटतं, आपण झुडपांच्या मधूनच वल्ही मारत जाऊन पाहिलं पाहिजे." केविन म्हणाला.

"कोरडी जमीन लागल्याशिवाय मी अजिबात या बोटीच्या बाहेर पाऊल ठेवणार नाही." मेलनीनं साफ सांगून टाकलं.

सहाफुटी उंच झुडपांच्या दिशेनं जात केविननं जोरात वल्ही मारायला सुरुवात केली. त्यानं कॅन्डेसला वल्ही मारू नको, म्हणून सांगितलं. बोटीच्या बाहेरच्या भागावर झाडांनी खरवडल्याचा आवाज येत होता, तरी त्यामानानं ती सहजी त्या झुडपांमध्ये घुसली. त्या सर्वांनाच या गोष्टीचं आश्चर्य वाटलं. त्यांच्या अपेक्षेपेक्षा लवकरच ते कोरड्या जमिनीच्या जवळ पोचले.

"हे तर अगदीच सोपं होतं." केविन म्हणाला. आपण आलो त्या रस्त्याकडे केविन वळून पाहू लागला. पण त्यांच्या बोटीनं बाजूला झालेली झाडं परत आपल्या जागेवर आल्यामुळे तो मार्ग बंद झाल्यासारखा दिसत होता.

"आता मला बाहेर पडायला हरकत नाही ना?" कॅन्डेसनं विचारलं, "मला इथे पाण्यातच उतरावं लागेल. किडे आणि साप असले तर काय करायचं?"

"तुझ्या वल्ह्याचा उपयोग करून थोडीशी जागा साफ करून घे." केविननं सुचवलं.

कॅन्डेस बोटीच्या पुढच्या भागातून खाली उतरल्याबरोबर केविननं आणखी थोडी वल्ही मारून बोट किनाऱ्यापर्यंत आणली. मेलनीला सहजपणे बोटीतून बाहेर पडता आलं.

"खाद्यपदार्थांचं काय करायचं?" केविननं पुढे येत विचारलं.

"ते आपण इथेच ठेवून जाऊया." मेलनी म्हणाली, "आपलं दिशादर्शक यंत्र आणि टॉर्च असलेली बॅग फक्त घेऊन ये. शोधक यंत्र आणि नकाशा माझ्याजवळ आहेच."

केविन बोटीतून बाहेर येईपर्यंत त्या दोघीजणी तिथेच थांबल्या. नंतर त्यांनी त्याला पुढे होण्याची खूण केली. आपली बॅग खांद्यावर टाकून एका हातानं झुडपं बाजूला करत केविन त्या जमिनीवरून चालायला लागला. तिथे जमिनीवरही थोडा चिखल होता आणि त्याचे बूट त्यामुळे ओले आणि खराब होत होते. पण दहाएक फूट चालल्यावर लगेच तो कोरड्या हिरवळीच्या जमिनीवर आला.

"हे दिसायला शेतासारखं दिसतंय. पण हीदेखील दलदलच आहे." मेलनी

आपल्या टेनिसच्या बुटांकडे पाहत तक्रारीच्या सुरांत म्हणाली. ते चिखलानं पूर्ण बरबटून ओलेचिंब झाले होते.

आपला ठावठिकाणा निश्चित करण्यासाठी केविन नकाशा बघत होता. मग त्यानं उजव्या बाजूला बोट दाखवलं. ''झाडांनी वेढलेली आणि पलीकडच्या बाजूनं बंद असलेली ती वाट दिसतेय ना, तिच्यावर शंभर फुटांच्या आतच कुठेतरी बोनोबो क्रमांक साठची प्रक्षेपण करणारी चिप असली पाहिजे.'' तो म्हणाला.

''चला, आपण या एका गोष्टीचा तरी निर्णय लावून टाकू.'' मेलनी म्हणाली.

आपले नवीन टेनिसचे बूट खराब झाल्यापासून आता तिलाही आपण इथे आलो ती चूक केली की काय, असं वाटायला लागलं होतं. इथे कोणतीच गोष्ट सोपी नव्हती.

केविन पुढे चालायला लागला आणि त्या दोघी त्याच्या मागे. सुरुवातीला निसरड्या वाटेमुळे त्यांना चालणं थोडं अवघड जात होतं. तिथलं गवत लांबून जरी सगळीकडे सारखं वाढलेलं दिसत होतं, तरी जवळून पाहिल्यावर त्याचे पुंजके झालेले दिसून येत होते. त्यांच्या तळाशी चिखलाचं पाणी साठलेलं होतं. पण तळ्यापासून पन्नास फुटांवर आल्यावर जमीन थोडीशी उंच आणि कोरडी झालेली दिसू लागली. त्यामुळे आता चालणं जरा सोपं झालं. थोड्या वेळातच त्यांना एक पायवाट लागली.

ती पायवाट बरीच वापरलेली दिसत होती हे पाहून त्यांना खूप आश्चर्य वाटलं. तलावाच्या किनाऱ्याशी समांतर अशी ती पुढे गेलेली होती.

''आपल्याला वाटलं होतं त्यापेक्षा अधिक वेळा सिग्फ्रीड इथे कामगार पाठवत असला पाहिजे.'' मेलनी म्हणाली, ''ही पायवाट खूपच चांगल्या अवस्थेत आहे.''

''तुझं म्हणणं बरोबर आहे.'' केविन म्हणाला, ''प्राणी पकडण्याच्या कामासाठी ती त्यांना व्यवस्थित ठेवावी लागत असावी. इथे जंगल खूप दाट आहे आणि झाडंही खूप भराभर वाढतात. पण आपल्या दृष्टीनं हे बरंच झालं. त्यामुळे आपल्याला इथे हिंडणं सोपं जाईल. माझ्या आठवणीप्रमाणे ही वाट आपल्याला चुनखडीच्या दगडांकडे घेऊन जाईल.''

''हे रस्ते दुरुस्त करण्यासाठी ते जर वारंवार इकडे येत असतील, तर त्यांनीच इकडे शेकोटी पेटवली होती या सिग्फ्रीडच्या सांगण्यात काहीतरी तथ्य असावं.'' मेलनी म्हणाली.

''तसं असतं तर किती बरं झालं असतं...'' केविन म्हणाला.

''मला कसलातरी घाणेरडा वास येतोय.'' कॅन्डेस हवा हुंगत म्हणाली, ''काहीतरी कुजल्यासारखं वाटतंय.''

थोडंसं घुटमळत दोघांनीही हवेचा वास घेण्याचा प्रयत्न केला आणि ती म्हणतेय ते बरोबर आहे असं कबूल केलं.

“हे काही चांगलं चिन्ह नाही...” मेलनी म्हणाली.

केविननं मान डोलावली आणि तो त्या झाडांनी बंद होणाऱ्या रस्त्याकडे निघाला. काही मिनिटांनी त्या तिघांनाही आपापली नाकं दाबून धरावी लागली. त्यांच्यासमोर एक अतिशय किळसवाणं दृश्य होतं. बोनोबो क्रमांक साठच्या शरीराचे अवशेष तिथे पडलेले होते. त्याचा अर्धा भाग किड्यांनी खाऊन टाकलेला होता. गिधाडासारख्या मोठ्या पक्ष्यांनीही त्याच्यावर ताव मारलेला दिसत होता.

पण त्या प्रेताच्या अवस्थेपेक्षाही तो प्राणी कसा मेला असावा हे दाखवणारा तिथला पुरावा अधिक भयानक होता. चुनखडीच्या दगडाचा पाचरीच्या आकाराचा एक तुकडा त्या दुर्दैवी प्राण्याच्या दोन डोळ्यांच्या मधोमध डोक्यात घुसला होता आणि त्याची दोन शकलं झाली होती. तो दगड अजूनही तिथेच होता. त्याचे लोळागोळा झालेले डोळे खोबणीतून बाहेर आले होते आणि दोन विरुद्ध दिशांना बघत होते.

“छे !” मेलनी म्हणाली, “हेच दृश्य दिसू नये अशी आपली इच्छा होती. यावरून हेच सिद्ध होतंय, की त्यांचे नुसतेच दोन गट झालेत असं नाही, तर ते एकमेकांना ठारही मारायला लागलेत. सदुसष्ट क्रमांकाचीही हीच अवस्था आहे की काय, अशी मला शंका यायला लागलीय.”

केविननं पायानं लाथ मारून त्या कुजत असलेल्या प्राण्याच्या डोक्यातून तो दगड बाहेर काढला. ते तिघंही त्याच्याकडे पाहत राहिले.

“हेदेखील आपल्याला दिसू नये अशी आपली इच्छा होती. तो दगड मुद्दाम आकार देऊन पाचरीसारखा तयार केलेला आहे.” केविन म्हणाला. आपल्या बुटाच्या अंगठ्यानं त्यानं त्या दगडाच्या कडेला असलेल्या, नवीनच केल्यासारख्या दिसणाऱ्या घावांच्या खुणा दाखवल्या. “ते हत्यारं बनवायला लागलेत, हेच यावरून दिसून येतं.”

“हा अजून एक परिस्थितीजन्य पुरावा आहे, नाही का?” मेलनी म्हणाली.

“आपण इथून जरा वाऱ्याच्या विरुद्ध दिशेला जाऊ या...” केविन कसाबसा म्हणाला, “नाहीतर मला उलटी होईल. या वासामुळे मला इथे उभंही राहवत नाहीये.”

केविन पूर्वेच्या बाजूला जेमतेम तीन पावलंच गेला असेल, तेवढ्यात कोणीतरी त्याला हाताला हिसडा देऊन थांबवलं. त्यानं मागे वळून पाहिलं, तर ती मेलनी होती. ओठांवर बोट ठेवून ती त्याला काही न बोलण्याचा इशारा करत होती. मग तिनं दक्षिणेकडे बोट दाखवलं.

केविननं त्या दिशेला बघितलं. एक क्षणभर त्याचा श्वासच कोंडल्यासारखा झाला. झाडांनी बंद झालेल्या त्या वाटेवर सावलीत अगदी टोकाला, त्यांच्यापासून जवळजवळ पन्नासएक यार्डांवर एक बोनोबो उभा होता. तो अतिशय ताठ आणि काहीही हालचाल न करता अगदी स्तब्ध उभा होता. जणू मानवंदना द्यायला उभा

राहिलेला सैन्यातला एखादा सैनिकच. हे लोक त्याच्याकडे पाहत होते, तसाच तोही त्यांचं निरीक्षण करत होता.

केविनला त्याचा आकार पाहून आश्चर्य वाटलं. तो पाच फुटांपेक्षाही उंच होता. त्याचं वजनही बरंच अधिक वाटत होतं. त्याच्या प्रचंड देहावर एक नजर टाकत केविननं अंदाज बांधला, की त्याचं वजन अदमासे सव्वाशे ते दीडशे पौंड असावं.

''आरोपणाच्या शस्त्रक्रियांसाठी आणल्या जाणाऱ्या बोनोबोंपेक्षा हा उंच दिसतोय.'' कॅन्डेस म्हणाली, ''निदान मला तरी तसं वाटतंय. अर्थात, शस्त्रक्रियेसाठी आणल्या जाणाऱ्या बोनोबोंना आधीच गुंगीचं औषध दिलेलं असतं आणि माझ्यापर्यंत पोचेस्तवर त्यांना स्ट्रेचरवर घट्ट आवळून टाकलेलं असतं.''

''श्शूऽऽऽ...'' मेलनी थोडी रागावत म्हणाली, ''आपण त्याला घाबरवायला नको. कारण आपल्याला आणखी बोनोबो न दिसण्याची शक्यताच अधिक आहे...''

कुठलीही हालचाल अचानक झालीय असं वाटणार नाही, याची काळजी घेत केविननं खांद्यावरची बॅग खाली काढली आणि त्यातून दर्शक यंत्र बाहेर काढलं. ते त्यानं स्कॅन पोझिशनवर लावलं. त्यातून बारीक बीप् बीप् असे आवाज यायला लागले. ते त्या बोनोबोवर रोखल्यानंतर त्यातून अखंड बीप् यायला लागला. केविननं त्याच्या एल्सीडी पडद्याकडे बघितलं आणि तो आश्चर्यानं थक्कच झाला.

''काय झालं?'' मेलनीनं कुजबुजत विचारलं. केविनच्या चेहऱ्यावरचे बदललेले भाव तिनं पाहिले होते.

''हा तर क्रमांक एकचा प्राणी आहे.'' केविनही कुजबुजत म्हणाला, ''म्हणजे माझी प्रतिकृती !''

''ओह् माय गॉड !'' मेलनी परत कुजबुजली, ''मला तुझा हेवा वाटतो. मला माझ्या प्रतिकृतीला भेटायची इच्छा होती..''

''आपल्याला याहून नीट दिसलं असतं तर बरं झालं असतं.'' कॅन्डेस म्हणाली, ''आपण त्याच्या अधिक जवळ जाऊन पाहिलं तर चालेल का?''

केविनला दोन गोष्टींचा धक्का बसला होता. पहिली म्हणजे, त्यांना प्रथम दिसणारा बोनोबो हा त्याची प्रतिकृती निघावा, या योगायोगाचं त्याला विलक्षण आश्चर्य वाटलं होतं आणि दुसरी म्हणजे, स्वत:च्या नकळत त्याच्या हातून जर आदिमानवाची निर्मिती झाली असलीच, तर आत्ता तो साठ लाख वर्षांपूर्वीच्या वेगळ्या रूपातल्या स्वत:लाच भेटत होता.

''हे मात्र फारच झालं...'' केविनला मोठ्यांदा कुजबुजल्याशिवाय राहवलं नाही.

''कशाबद्दल बोलतोयस तू?'' मेलनी म्हणाली.

''एका दृष्टीनं पाहिलं तर आत्ता तिकडे उभा असलेला तो मीच आहे...!'' केविन म्हणाला.

“हे बघ, आता काहीतरी तर्कट लढवू नकोस.” मेलनी म्हणाली.

“तो नक्कीच माणसासारखा उभा आहे, हे खरं.” कॅन्डेस म्हणाली, “पण त्याच्या अंगावर कोणत्याही माणसापेक्षा अधिक केस आहेत. मला आजवर भेटलेल्या कोणत्याही पुरुषापेक्षा हा जास्त केसाळ आहे.”

“आपण विनोदी बोलतोय असं तुला वाटतंय का..?” अजिबात न हसता मेलनी म्हणाली.

“मेलनी, आजूबाजूचा भाग पाहण्यासाठी जरा शोधक यंत्राचा वापर करून बघ ना.” केविन म्हणाला, “बोनोबो हे सहसा एकटे फिरत नाहीत. आणखीही काही प्राणी, दिसत नसले तरी आपल्या आजूबाजूला असण्याची शक्यता नाकारता येत नाही. ते झुडपांमध्ये लपून बसले असतील...”

मेलनीनं लगेच ते उपकरण चालू केलं.

“तो किती स्तब्ध उभा राहिलाय, नाही?” कॅन्डेस म्हणाली.

“तो बहुतेक खूप घाबरलेला असावा.” केविन म्हणाला, “आपलं काय करावं हे त्याला समजत नाहीये असं वाटतंय. किंवा इथे फारशा माद्या नाहीयेत हे मेलनीचं म्हणणं बरोबर मानलं, तर तुम्हा दोघींना पाहून तो खूश झाला असेल.”

“हेही काही फारसं विनोदी नाही, बरं का.” मेलनी म्हणाली. तिची नजर शोधक यंत्राच्या कीबोर्डवर खिळलेली होती.

“सॉरी...” केविन म्हणाला.

“त्याच्या कमरेभोवती काय आहे?” कॅन्डेसनं विचारलं.

“मीदेखील तेच पाहत होतो.” केविन म्हणाला, “ते काय आहे याचा मी काहीच अंदाज करू शकत नाही. कदाचित झुडुपांमधून येताना एखादी वेल त्याच्या कमरेभोवती गुंडाळली गेली असण्याची शक्यता आहे.”

“इकडे बघ जरा.” मेलनी एकदम आश्चर्यानं म्हणाली. इतरांना नीट दिसावं म्हणून तिनं ते उपकरण उंच धरलं. “केविन तुझा तर्क बरोबर आहे. तुझ्या या प्रतिकृतीच्या मागच्या झाडांमध्ये त्यांचा एक मोठा ताफाच उभा आहे.”

“मग हा एकटाच असा पुढे कशासाठी आला असेल?” कॅन्डेसनं विचारलं.

“तो या गटाचा प्रमुख असावा.” मेलनी म्हणाली, “त्यांच्यात फार कमी माद्या असल्यामुळे ते चिम्पससारखे वागत असतील, हीदेखील एक शक्यता आहे. तसं जर असेल, तर तो आपल्या शौर्याचं प्रदर्शन करत असेल.”

बराच वेळ असाच गेला. तो बोनोबो जागचा अजिबात हलला नव्हता.

“हॅं ! मला तर आता कंटाळा आला.” कॅन्डेस म्हणाली, “चला ! आपल्याला त्याच्या जेवढं जवळ जाता येईल तेवढं जाऊ या. त्यात आपलं काय जाणार आहे! जरी तो पळून गेला, तरी आपल्याला इतर बोनोबो तर बघायला मिळतील.”

“ठीक आहे.” केविन म्हणाला, “पण कोणतीही हालचाल अचानक करू नका. मला त्याला घाबरवायचं नाहीये. नाहीतर आपल्याला इतर प्राणी पाहायला मिळणार नाहीत.”

“तुम्ही दोघं पुढे व्हा.” कॅन्डेस म्हणाली.

एक एक पाऊल काळजीपूर्वक टाकत ते तिघंही पुढे चालायला लागले. केविन सर्वात पुढे होता, त्याच्या मागे मेलनी आणि सर्वात मागून कॅन्डेस चालत होती. त्या बोनोबोपासून निम्म्या अंतरावर आल्यावर ते थांबले. आता त्यांना तो बऱ्यापैकी दिसत होता. त्याच्या भुवया खूप जाड होत्या आणि कपाळ चिम्पसारखं उतरतं होतं. पण त्याच्या चेहऱ्याचा खालचा भाग मात्र सामान्य बोनोबोंपेक्षा देखील कितीतरी वेगळा होता. त्याच्या जबड्याचा खालचा भाग फार पुढे आलेला नव्हता. त्याचं नाक चपटं होतं आणि नाकपुड्या फुगलेल्या होत्या. चिम्प्स आणि बोनोबोंपेक्षाही त्याचे कान अधिक लहान आणि डोक्याच्या दोन्ही बाजूंना चिकटलेले होते.

“माझ्या मनात आत्ता जे विचार चालू आहेत, तेच तुमच्याही मनात चालू आहेत का?” मेलनी कुजबुजली.

कॅन्डेसनं मान हलवली. “याला पाहून तिसऱ्या इयत्तेत असताना पाहिलेल्या चित्रांची मला आठवण होतेय. अगदी सुरुवातीच्या गुहेत राहणाऱ्या माणसांची...”

“ओह्, तुम्हाला त्याचे हात दिसतायत का?” केविन कुजबुजला.

“दिसतायत की.” कॅन्डेस हळूच म्हणाली, “त्यात विशेष असं काय आहे?”

“त्याचा अंगठा बघा.” केविन परत कुजबुजत म्हणाला, “तो चिम्प्सच्या अंगठ्यासारखा नाहीये. याचा अंगठा तळहातापासून निघतोय.”

“अगदी बरोब्बर !” मेलनी कुजबुजली, “आणि याचा अर्थ, तो आपला अंगठा इतर बोटांच्या समोर आणू शकतो.”

“बाप रे ! परिस्थितीजन्य पुरावा वाढत चाललाय...” केविन कुजबुजला, “दोन पायांवर उभं राहण्यासारख्या शारीरिक विकासासाठी आवश्यक असलेली जनुकं जर क्रोमोझोम सहाच्या छोट्या भागावर असतील, तर अशा प्रकारे बोटांसमोर येणाऱ्या अंगठ्याच्या विकासासाठी आवश्यक असलेली जनुकंही त्याच्यावर असण्याची शक्यता पुष्कळच आहे.”

“त्याच्या कमरेभोवती वेलीचा दोर बांधलेला आहे.” कॅन्डेस म्हणाली, “आता मला तो स्पष्ट दिसतोय.”

“आपण अजून जवळ जाऊन बघू या...” मेलनीनं सुचवलं.

“मला काही माहीत नाही हं.” केविन म्हणाला, “मला वाटतं आपला धीटपणा जरा जास्तच होतोय. त्यानं अजूनपर्यंत हल्ला कसा काय केला नाही, याचंच मला आश्चर्य वाटतंय. मला वाटतं आपण इथेच खाली बसावं.”

''इथे उन्हात ज्वाळांपेक्षाही खूप गरम होतंय....'' मेलनी म्हणाली, ''आणि अजून तर नऊदेखील वाजलेले नाहीत. म्हणजे ऊन अजून वाढणारच आहे. आपल्याला जर बसून त्याचं निरीक्षण करायचं असेल, तर ते कुठेतरी सावलीत बसून केलेलंच बरं असं मला वाटतं. आपली खाण्याच्या पदार्थांची बास्केटही आणायला हरकत नाही.''

''हे मात्र बरोबर आहे.'' कॅन्डेस म्हणाली.

''बरोबर आहे म्हणे.'' केविन तिला चिडवत म्हणाला, ''तुला ते बरोबर वाटलं नसतं तरच मला नवल वाटलं असतं !'' मेलनीनं एकेक सूचना करायच्या आणि कॅन्डेसनं तिला पाठिंबा द्यायचा, या गोष्टीचा त्याला अगदी वीट आला होता. त्यामुळे तो एकदा अडचणीत आलाच होता.

''असं काय बोलतोस रे !'' कॅन्डेस दुखावल्यासारखी म्हणाली.

''बरं, चुकलं माझं...'' केविन म्हणाला. त्याला तिच्या भावना दुखवण्याची बिलकुल इच्छा नव्हती.

''ठीक आहे, मी तरी त्याच्या आणखी जवळ जाणार आहे.'' मेलनीनं घोषणा केली, ''जेन गुडॉल तिच्या चिम्प्सच्या शेजारी जाऊन बसायची.''

''खरं आहे.'' केविन म्हणाला, ''पण ते कित्येक महिने त्यांना त्याची सवय केल्यानंतरच.''

''पण तरीही मी प्रयत्न करून बघणारच.'' मेलनी म्हणाली. केविन आणि कॅन्डेसच्या पुढे ती दहा फूट चालत गेली. त्यांनी दोघांनी एकमेकांकडे पाहत खांदे उडवले आणि तेही तिच्यामागे गेले.

''माझ्यासाठी म्हणून तुम्ही माझ्यामागे येण्याची गरज नाही.'' मेलनी कुजबुजली.

''माझ्या या प्रतिकृतीच्या चेहऱ्यावर काही भाव दिसतात का, ते मलाही जवळून पाहायचं होतंच.'' केविन कुजबुजला, ''आणि त्याच्या डोळ्यात रोखून बघायचंय मला.''

त्यानंतर काहीही न बोलता अगदी हळूहळू चालत ते त्या बोनोबोपासून वीस फुटांवर जाऊन उभे राहिले. मग ते परत थांबले.

''मला तर अगदी ग्रेट वाटतंय !'' त्या प्राण्याच्या चेहऱ्यावरून नजर न हलवता मेलनी कुजबुजली. तो बोनोबो जिवंत असल्याची एकच खूण होती, ती म्हणजे त्याचे अधूनमधून मिटणारे डोळे आणि प्रत्येक श्वासोच्छ्वासाबरोबर होणारी त्याच्या नाकपुड्यांची हालचाल.

''त्याची छाती किती भरदार आहे बघ ना...'' कॅन्डेस म्हणाली, ''जणू काही नियमितपणे व्यायामशाळेत जाऊन व्यायाम करतोय.''

''त्याच्या चेहऱ्यावर तो व्रण कशामुळे झाला असावा?'' मेलनीनं विचारलं.

त्या बोनोबोच्या चेहऱ्यावर डाव्या बाजूला तोंडापर्यंत येणारा एक मोठा व्रण होता.

केविन थोडा पुढे झुकून त्याच्या डोळ्यांत पाहण्याचा प्रयत्न करू लागला. त्याचे डोळे केविनप्रमाणेच तपकिरी रंगाचे होते. तो सूर्याकडे तोंड करून उभा असल्यामुळे त्याची बुब्बुळं अगदी छोटी दिसत होती. केविननं त्याच्यात बुद्धीची काही खूण दिसते का, ते शोधायचा प्रयत्न केला; पण ते सांगणं अवघड होतं.

अचानक कसलीही सूचना न देता त्या बोनोबोनं खूप जोरात टाळी वाजवली. तिथे असलेल्या झाडांच्या भिंतीवर आपटून तिचा प्रतिध्वनी उमटला. त्याबरोबरच तो ओरडला : ''आटाह्ऽऽ''

केविन, मेलनी आणि कॅन्डेस घाबरून एकदम उडालेच. ते प्रथमपासूनच अशा समजुतीत होते, की कुठल्याही क्षणी तो पळून जाईल. तो आपल्याशी आक्रमकपणे वागेल असं त्यांना स्वप्नातही वाटलं नव्हतं. त्याची ती जोरदार टाळी आणि आरोळी यामुळे ते खूपच घाबरले. तो आता आपल्यावर हल्ला करणार असंच त्यांना वाटलं. पण त्यानं तसं काही केलं नाही. परत तो आपला दगडासारखा स्तब्ध उभा राहिला.

थोड्या वेळानं गोंधळलेल्या मन:स्थितीतून सावरल्यानंतर ते त्या बोनोबोकडे उदासपणे पाहू लागले.

''हे सगळं त्यानं कशासाठी केलं?'' मेलनीनं विचारलं.

''आपण समजत होतो तेवढा काही तो आपल्याला घाबरलेला दिसत नाहीये.'' कॅन्डेस म्हणाली, ''मला वाटतं आपण थोडं मागे जावं.''

''मलाही असंच वाटतंय...'' केविन अस्वस्थपणे म्हणाला, ''पण अतिशय हळू चाला. कोणतीही हालचाल अचानक करू नका.''

स्वत:च्याच उपदेशाचं पालन करत तो काही पावलं काळजीपूर्वक मागे गेला आणि त्या दोघींनाही त्यानं तसंच करण्याची खूण केली.

त्यांच्या या हालचालीवरची प्रतिक्रिया म्हणून त्या बोनोबोनं आपला हात पाठीमागे नेला आणि कमरेभोवती गुंडाळलेल्या त्या वेलाच्या दोरातून एक हत्यार बाहेर काढलं. ते हत्यार आपल्या डोक्यावर उंच धरून तो परत एकदा ओरडला, ''आटाह्ऽऽ''

ते तिघं जागच्याजागी गोठल्यासारखे झाले. भीतीनं त्यांचे डोळे खोबणीतून बाहेर यायचेच बाकी राहिले होते.

''याच्या ह्या 'आटाह्'चा अर्थ काय बरं असेल?'' थोडा वेळ काहीच झालं नाही, तेव्हा केविलवाणं होत मेलनीनं विचारलं, ''तो एखादा शब्द असेल का? तो काहीतरी बोलतोय का?''

''मला तरी काहीच कल्पना नाही...'' केविन पुटपुटला, ''पण तो निदान आपल्या दिशेनं पुढे तरी आलेला नाही.''

''त्याच्या हातात काय आहे?'' कॅन्डेसनं भयभीतपणे विचारलं, ''मला तरी तो हातोडा वाटतोय.''

''हातोडाच आहे तो...'' केविन कसाबसा म्हणाला, ''सुतारकामासाठी नेहमी वापरण्यात येतो तसला हातोडा. पुलाचं बांधकाम चालू असताना बोनोबोंनी काही कामगारांची हत्यारं चोरली होती, त्यांपैकी असावा तो.''

''त्यानं तो कसा धरलाय ते पाहिलंस का? मी किंवा तू जसा धरू, तसाच धरलाय त्यानं तो.'' मेलनी म्हणाली, ''त्याचा अंगठा नक्कीच माणसाच्या अंगठ्यासारखा बोटांच्या समोर येणारा असला पाहिजे.''

''आपल्याला इथून जायला हवं.'' कॅन्डेस रडकुंडीला येत म्हणाली, ''तुम्ही दोघांनी मला खात्रीपूर्वक सांगितलं होतं, की हे प्राणी भित्रे असतात म्हणून... हा तर अजिबातच घाबरलेला दिसत नाहीये.''

''पळू नकोस !'' केविन म्हणाला. त्यानं आपले डोळे बोनोबोच्या डोळ्यांशी खिळवून ठेवले होते.

''तुम्हाला हवं असलं तर तुम्ही इथे थांबा. पण मी तरी बोटीकडे परत जाणार.'' कॅन्डेसनं निर्वाणीच्या सुरात सांगितलं.

''आपण सगळ्यांनीच जायचंय, पण अगदी सावकाश.'' केविन म्हणाला.

इतक्या वेळा सूचना देऊनही कॅन्डेस चटकन मागे वळली आणि पळायला लागली. पण काही पावलं टाकल्यानंतर लगेचच ती थांबली आणि तिनं किंकाळी फोडली.

केविन आणि मेलनी तिच्या दिशेला वळून पाहू लागले. तिला कसला धक्का बसला होता हे पाहिल्यावर त्या दोघांचे श्वास रोधले गेले. आजूबाजूच्या जंगलांतून आणखी वीसएक बोनोबो गुपचुप बाहेर आले होते आणि त्यांनी त्यांच्याभोवती कडं केलं होतं. तिथून बाहेर पडण्याचा त्यांचा मार्ग बंद झाला होता.

कॅन्डेस हळूहळू मागे येऊ लागली आणि मेलनीवर आपटली.

काही क्षण कोणीही काहीच बोललं नाही किंवा कसली हालचालही केली नाही. बोनोबोंनीदेखील. मग परत बोनोबो क्रमांक एक मोठ्याने ओरडला, ''आटाह्ऽऽ'' त्याबरोबर ते सगळे प्राणी माणसांभोवती रिंगण करून उभे राहिले.

कॅन्डेस, मेलनी आणि केविन एकमेकांच्या पाठींना चिकटून एक छोटा त्रिकोण करून मधोमध उभे राहिले होते. कॅन्डेस स्फुंदत होती. त्याच्याभोवतीचं त्या प्राण्यांचं कडं हळूहळू फासासारखं आवळलं जात होतं. बोनोबो एका वेळी एक पाऊलच पुढे येत होते. या तिघांना आता त्यांच्या शरीरांचा वासही यायला लागला. तो वास फारच उग्र होता. त्या प्राण्यांचे चेहरे भावनाशून्य, पण निश्चयी दिसत होते; आणि त्यांचे डोळे चमकत होते.

या तिघांपासून हाताच्या अंतरावर आल्यावर बोनोबो पुढे यायचे थांबले. त्यांनी त्या माणसांचं पायापासून डोक्यापर्यंत निरीक्षण केलं. बोनोबो क्रमांक साठला जशा दगडाच्या पाचरीनं मारण्यात आलं होतं, तसल्या पाचरी त्यापैकी काहीजणांच्या हातात होत्या.

केविन, मेलनी आणि कॅन्डेस कसलीही हालचाल करत नव्हते. खरं म्हणजे त्यांना काही हालचाल करताच येत नव्हती; कारण भीतीनं ते अर्धमेले झाले होते. ते सगळेच बोनोबो, बोनोबो क्रमांक एकसारखेच शक्तिमान वाटत होते.

बोनोबो क्रमांक एक या रिंगणाच्या बाहेरच उभा होता. हातातला हातोडा त्यानं अजूनही घट्ट पकडला होता. पण आता त्यानं तो डोक्यावर उचलून धरलेला नव्हता. आता तो पुढे आला आणि त्यानं रिंगणाच्या बाहेरून एक चक्कर मारली. आपल्या मित्रांच्या डोक्यांच्या मधून दिसणाऱ्या या मानवांचं तो निरीक्षण करत होता. मग त्यानं हातवारे करत एकामागून एक असे बरेच आवाज काढले.

इतर बऱ्याच प्राण्यांनी त्याला उत्तर दिलं. मग त्यांच्यापैकी एकानं कॅन्डेसच्या दिशेनं आपला हात पुढे केला. कॅन्डेस भीतीनं थरथरू लागली.

''काहीही हालचाल करू नकोस.'' केविननं कसंबसं तिला सांगितलं, ''त्यांनी आतापर्यंत आपल्याला काहीही इजा केलेली नाही, हे मला चांगलं चिन्ह वाटतंय.''

त्या बोनोबोचा हात कॅन्डेसच्या केसांवरून फिरायला लागला. तिनं एक मोठा आवंढा गिळला. त्याला तिचे सोनेरी केस भलतेच आवडलेले दिसले. आपल्या तोंडून किंकाळी बाहेर पडू नये किंवा आपण चुकून खाली वाकू नये, यासाठी तिला खूपच प्रयास पडत होते.

आता दुसरा एक बोनोबो बोलायला आणि हातवारे करायला लागला. नंतर त्यानं आपल्या शरीराच्या कडेला बोट दाखवलं. केविनला तिथे शस्त्रक्रियेमुळे झालेला आणि आता भरून येत असलेला एक मोठा व्रण दिसला. ''डल्लासच्या उद्योगपतीला ज्या प्राण्याची किडनी दिली तो हा आहे.'' केविन घाबरून म्हणाला, ''तो आपल्याकडे कसं बोट दाखवतोय ते बघ. मला वाटतंय, की आपण प्राणी पकडणारे आहोत असं त्यांना वाटतंय.''

''तसं असेल तर त्याचे परिणाम काही चांगले होणार नाहीत.'' मेलनी कुजबुजली.

आता आणखी एक प्राणी पुढे झाला आणि तो त्यांच्या तुलनेत अजिबातच केस नसलेल्या केविनच्या दंडाला हात लावून पाहू लागला. मग केविननं हातात धरलेल्या दर्शक यंत्राला त्यानं स्पर्श केला. परंतु त्यानं ते त्याच्या हातातून काढून घेण्याचा प्रयत्न मात्र केला नाही; या गोष्टीचं केविनला खूप आश्चर्य वाटलं.

मेलनीच्या समोर उभ्या असलेल्या बोनोबोनं पुढे होत तिच्या ब्लाऊजचा कपडा

अंगठा आणि तर्जनीमध्ये पकडून पाहिला. जणू काही तो त्याचा पोत वगैरे तपासून पाहत होता. नंतर तिच्या हातात असलेल्या शोधक यंत्राला त्यानं तर्जनीच्या टोकानं अगदी हळूच स्पर्श केला.

''त्यांना आपल्याबद्दल कुतूहल वाटतंय असं दिसतंय हं....'' केविन थोडा चाचरत म्हणाला, ''आणि विचित्र गोष्ट म्हणजे ते आपल्याशी आदरानंही वागतायत. ते आपल्याला इजा करतील असं मला वाटत नाही. कदाचित, आपण देव आहोत असं त्यांना वाटत असेल.''

''आपण काय केलं तर त्यांच्या या विचाराला पुष्टी मिळेल?'' मेलनीनं विचारलं.

''मी त्यांना काहीतरी देण्याचा प्रयत्न करतो.'' केविन म्हणाला. आपल्या अंगावरच्या वस्तूंपैकी काय देता येईल याचा विचार केल्यावर त्यानं ठरवलं, की आपलं हातातलं घड्याळ त्यांना द्यायला हरकत नाही. अगदी हळूच हालचाल करत त्यानं दर्शक यंत्र बगलेत पकडलं आणि मनगटावरून घड्याळ उतरवलं. त्याचा पट्टा धरून त्यानं ते आपल्यासमोरच्या बोनोबोसमोर धरलं.

त्या प्राण्यानं मान वाकडी करून त्या घड्याळाकडे बघितलं आणि मग ते घड्याळ घेतलं. त्यानं ते हातात घेतल्याबरोबर बोनोबो क्रमांक एकनं आवाज काढला, ''ओट्.'' त्याबरोबर त्या प्राण्यानं ते घड्याळ ताबडतोब बोनोबो क्रमांक एकच्या हातात सुपूर्द केलं. बोनोबो क्रमांक एकनं त्याची तपासणी केली आणि ते आपल्या हातावर चढवलं.

''बाप रे !'' केविनच्या तोंडून आवाज फुटला, ''माझं घड्याळ घातलेली ही माझी प्रतिकृती...! मला तर खरोखर हे सगळं एखाद्या भयानक स्वप्नासारखं वाटतंय...''

बोनोबो क्रमांक एकला क्षणभर त्या घड्याळाचं कौतुक वाटल्यासारखं दिसलं. मग त्यानं अंगठा आणि तर्जनी एकमेकांना जुळवली आणि त्याचा गोल करत तो म्हणाला, ''रान्दा.''

त्याबरोबर एक बोनोबो पळत सुटला. थोडा वेळ तो जंगलात दिसेनासा झाला. तो परत आला तेव्हा त्याच्या हातात एक लांबलचक दोरखंड होता.

''दोर?'' केविन धास्तीनं म्हणाला, ''आता हे आणखी काय करतायत?''

''त्यांना हा दोर मिळाला कुठून?'' मेलनीनं विचारलं.

''तो त्यांनी हत्यारांबरोबरच चोरला असावा बहुतेक.'' केविन म्हणाला.

''ते आपलं काय करणार आहेत?'' भीतीनं गोऱ्यामोऱ्या झालेल्या कॅन्डेसनं विचारलं.

तो बोनोबो सरळ केविनकडे गेला आणि त्यानं त्याच्या कमरेभोवती तो दोर

गुंडाळला. केविन कौतुक आणि भीती अशा संमिश्र भावनेनं त्याच्या चेहऱ्याकडे पाहत होता. त्यानंतर त्यानं एक साधीशी गाठ मारून तो दोर केविनच्या पोटाभोवती आवळला.

केविननं त्या दोघी मुलींकडे बघितलं. "सोडवण्याचा अजिबात प्रयत्न करू नका." तो त्यांना म्हणाला, "आपण त्यांना चिडवत नाही किंवा घाबरवत नाही, तोपर्यंत सगळं काही ठीक होईल असं मला वाटायला लागलंय."

"पण मला बांधून घ्यायचं नाही..." कॅन्डेस ओरडली.

"आपल्याला ते जोपर्यंत काही इजा करत नाहीत, तोपर्यंत काय हरकत आहे?" कॅन्डेसला शांत करण्याच्या उद्देशानं मेलनी म्हणाली.

त्या बोनोबोनं केविनप्रमाणेच मेलनी आणि कॅन्डेसलाही त्या दोरानं बांधलं. त्याचं काम झाल्यावर त्या दोराचं दुसरं टोक हातात धरून तो लांब जाऊन उभा राहिला.

"आपण काही वेळ इथेच थांबावं अशी त्यांची इच्छा दिसतेय." परिस्थितीचा ताण थोडा कमी करण्याच्या उद्देशानं केविन म्हणाला.

"मी तुझ्या या विनोदाला हसले नाही तर रागावू नकोस, बरं का." मेलनी म्हणाली.

"आपण गप्पा मारतोय या गोष्टीला तरी त्यांची काही हरकत दिसत नाहीये, हे काय कमी आहे?" केविन म्हणाला.

"यातली विचित्र गोष्ट म्हणजे आपल्या गप्पांमध्ये त्यांना इंटरेस्ट वाटतोय." मेलनी म्हणाली. कारण प्रत्येक वेळी त्यांच्यापैकी कोणीही काही बोललं, की त्यांच्याजवळ उभा असलेला बोनोबो नीट ऐकू यावं म्हणून आपलं डोकं किंचित पुढे झुकवायचा.

अचानक बोनोबो क्रमांक एकनं आपल्या बोटांची उघडझाप केली आणि दोन्ही हात आधी छातीवर जुळवून नंतर शरीरापासून दूर नेले. त्याचवेळी तो म्हणाला, "अरकऽऽ"

ताबडतोब तो सगळा गट चालायला लागला. केविन, मेलनी आणि कॅन्डेसचा दोर धरलेला बोनोबोही चालायला लागल्यामुळे त्यांना त्यांच्याबरोबर पुढे जाणं भागच पडलं.

"आत्ता त्यानं जे हातवारे केले ना, तसेच हातवारे ऑपरेशन थिएटरमधल्या बोनोबोनंही केले होते." कॅन्डेस म्हणाली.

"म्हणजे मग त्याचा अर्थ, 'जा' किंवा 'हला' किंवा 'दूर' असा असला पाहिजे ." केविन म्हणाला, "हे सगळं खरंच एक नवलच आहे. ते चक्क बोलतायत."

झाडांनी तयार झालेली ती अरुंद वाट सोडून ते बाहेर पडले आणि समोरच्या मैदानातून चालायला लागले. पुढे त्यांना एक पायवाट लागली. तिथून त्यांना

उजव्या बाजूला वळवण्यात आलं. ते चालत असताना बोनोबो अगदी गप्प होते, मात्र ते त्यांच्यावर नीट लक्ष ठेवून होते.

''या पायवाटा एवढ्या चांगल्या अवस्थेत ठेवण्याचं श्रेय सिग्फ्रीडला देता येणार नाही की काय, अशी आता मला शंका यायला लागलीय.'' मेलनी म्हणाली, ''मला असं वाटतंय, की या बोनोबोंनीच हे रस्ते एवढे चांगले ठेवलेत.''

आता तो रस्ता दक्षिणेकडे वळला आणि तिथून जंगलात शिरला. जंगलातदेखील तो स्वच्छ ठेवलेला होता आणि चांगला गुळगुळीत केलेला दिसत होता.

''आपल्याला ते कुठे घेऊन चाललेत?'' कॅन्डेसनं खिन्नपणे विचारलं.

''मला तर वाटतंय, ते बहुतेक आपल्याला गुहेमध्ये घेऊन जातील.'' केविन म्हणाला.

''हे फारच विचित्र आहे.'' मेलनी म्हणाली, ''दोरी बांधलेल्या कुत्र्यासारखं ते आपल्याला नेतायत. ते जर आपल्यामुळे एवढे प्रभावित झालेले असतील, तर आपण विरोध करून पाहायला काय हरकत आहे?''

''मला असं अजिबात वाटत नाही.'' केविन म्हणाला, ''त्यांना राग येणार नाही याबद्दल आपण अतिशय दक्ष राहिलं पाहिजे.''

''कॅन्डेस, तुला काय वाटतं?'' मेलनीनं विचारलं.

''भीतीमुळे माझी विचार करण्याची शक्तीच नाहीशी झालीय....'' कॅन्डेस म्हणाली, ''मला फक्त लवकरात लवकर बोटीत परत जायचंय.''

अचानक त्यांचा दोर धरलेला बोनोबो वळला आणि त्यानं दोराला जोराचा हिसडा मारला. त्या धक्क्यानं ते तिघंही जवळजवळ खालीच पडले. आपल्या तळहाताची खालीवर हालचाल करत तो हळूच म्हणत होता, ''हानाऽऽ''

''देवा ! कसली शक्ती आहे याच्या अंगात !'' परत आपल्या पायांवर उभी राहत मेलनी म्हणाली.

''तो आपल्याला काय सांगत असेल असं तुला वाटतं?'' कॅन्डेसनं विचारलं.

''मला असं वाटतंय, की तो आपल्याला गप्प बसायला सांगतोय.'' केविन म्हणाला.

एकदम ते सगळेजण जागीच थांबले. बोनोबोंनी एकमेकांकडे पाहून काही हातवारे केले. बऱ्याचजणांनी उजवीकडच्या झाडांकडे वर बोटं दाखवली. बोनोबोंचा एक छोटा गट हळूच बाजूच्या झाडीत दिसेनासा झाला. तिघेजण चपळपणे भराभर झाडांवर चढले. उरलेले एक मोठं रिंगण करून उभे राहिले.

''हे काय चाललंय?'' कॅन्डेस कुजबुजली.

''काहीतरी महत्त्वाचं चाललंय एवढं नक्की.'' केविन म्हणाला, ''ते सगळेजण एकदम कसल्यातरी ताणाखाली आल्यासारखे वाटतायत.''

बराच वेळ गेला. जमिनीवरच्या बोनोबोंनी कसलाही आवाज केला नाही किंवा ते जागचे हललेही नाहीत. नंतर उजवीकडे अचानक जोरात गडबड सुरू झाली आणि जोरजोरात किंकाळ्या मारल्याचाही आवाज येऊ लागला. एकदम झाडांच्या फांद्या जोरात हलायला लागल्या आणि त्यामधून छोटी कोलोबस् माकडं बाहेर पडून सैरावैरा धावू लागली. दिशाहीनपणे पळताना ती झाडांवर चढलेल्या बोनोबोंच्या समोरच जाऊन ठाकत होती.

अतिशय घाबरलेल्या त्या माकडांनी दिशा बदलायचा प्रयत्न केला, की घाईमुळे त्यांच्यापैकी कितीतरी फांदीवरचा हात सुटून खाली जमिनीवर पडत होती. तिथून उठून ती पळायच्या आतच जमिनीवरचे बोनोबो त्यांना दगडाच्या पाचरींनी ताबडतोब ठार मारत होते.

त्या भयानक प्रकारामुळे रडकुंडीला येऊन कॅन्डेसनं मान फिरवली.

''एकमेकांच्या मदतीनं योजनापूर्वक केलेल्या शिकारीचं हे अगदी उत्तम उदाहरण आहे.'' मेलनी कुजबुजली, ''यामध्ये अतिशय उच्च दर्जाच्या सहकाराची आवश्यकता असते.'' स्वत:च्या वाईट परिस्थितीतही तिला त्यांचं कौतुक वाटल्याशिवाय राहिलं नाही.

''परत परत तेच बोलू नकोस.'' केविन कुजबुजला, ''मला वाटतं, आपण ज्या कामासाठी इथे आलो होतो ते झालेलं आहे, पण एकूण निकाल मात्र चांगला नाहीये... आपल्याला इथे बेटावर येऊन एखादा तासच झाला असेल, पण जो प्रश्न सोडवण्यासाठी आपण आलो त्याचं उत्तर आपल्याला मिळालंय. ते एकत्र शिकार करतायत हे तर आपण बघितलंच; शिवाय ताठ उभं राहण्याची त्यांची पद्धत, बोटांसमोर येणारा अंगठा, हत्यारं बनवणं आणि आवाज काढून प्राथमिक भाषेच्या साहाय्यानं एकमेकांशी संपर्क साधणं एवढ्या गोष्टी आपल्याला दिसलेल्या आहेत. मला तर वाटतंय, की ते तुझ्या माझ्यासारखंच बोलत असावेत.

''हे खरोखरच अतिशय आश्चर्यजनक आहे.'' मेलनी कुजबुजली, ''मानव उत्क्रांतीची चाळीस पन्नास लाख वर्षं या प्राण्यांनी त्यांच्या या बेटावरच्या काही वर्षांच्या वास्तव्यातच पार केली आहेत.''

''ओह्!, शट् अप् !'' कॅन्डेस ओरडली, ''आपण इथे या पशूंचे कैदी बनलो आहोत आणि तुम्ही दोघंही शास्त्रीय चर्चा कसली करताय?''

''ही नुसती शास्त्रीय चर्चा नाहीये.'' केविन म्हणाला, ''आम्ही आमची भयानक चूक कबूल करतोय आणि याला मीच सर्वस्वी जबाबदार आहे. बेटावरून धूर निघताना पाहिल्यावर मला जी भीती वाटली होती, त्यापेक्षाही इथली परिस्थिती फारच वाईट आहे. हे प्राणी म्हणजे आदिमानव आहेत.''

''यातला थोडा दोष माझ्याकडेही येतो.'' मेलनी म्हणाली.

“हे मात्र बरोबर नाही...” केविन म्हणाला, “मानवी क्रोमोझोम्सचे तुकडे त्यांच्यात घालून मी हे किमेरा* निर्माण केलेले आहेत. ते काही तू केलेलं नाहीस..”

“आता ते काय करतायत?” कॅन्डेसनं विचारलं.

केविन आणि मेलनीनं वळून पाहिलं, तर बोनोबो क्रमांक एक त्यांच्या दिशेनंच येत होता. त्याच्या हातात एक मेलेलं, रक्ताळलेलं कोलोबस् माकड होतं. केविनचं घड्याळ अजूनही त्याच्या हातात होतं. पशू आणि माणूस या दोघांच्यामधली त्याची त्रिशंकू अवस्था फारच दयनीय वाटत होती.

बोनोबो क्रमांक एक त्या मेलेल्या माकडाला घेऊन सरळ कॅन्डेसकडे आला आणि दोन्ही हातांनी ते तिच्यासमोर धरत तो म्हणाला, “स्टा.”

कॅन्डेसच्या तोंडून कण्हल्यासारखा आवाज बाहेर पडला आणि घृणा येऊन तिनं मान फिरवली. तिला उलटी होईल असं तिच्याकडे पाहून वाटत होतं.

“तो ते तुला देतोय.” मेलनीनं कॅन्डेसला सांगितलं, “त्याला काहीतरी उत्तर द्यायचा प्रयत्न कर.”

“मला ते पाहवत नाहीये.” कॅन्डेस म्हणाली.

“प्रयत्न तरी कर.” मेलनीनं तिची आर्जवं केली.

कॅन्डेस हळूहळू वळली. तिला वाटत असलेली किळस तिच्या चेहऱ्यावर स्पष्ट दिसत होती. त्या माकडाचं डोकं चेचून टाकलेलं होतं.

“खाली वाक किंवा असंच काहीतरी कर.” मेलनीनं तिला उत्तेजन देत म्हटलं.

कॅन्डेस क्षीणपणे हसली आणि तिनं आपलं डोकं खाली झुकवलं.

बोनोबो क्रमांक एकही खाली वाकला आणि मग तिच्यापासून लांब गेला.

“हे फारच आश्चर्यकारक आहे !” तो दूर जाताना पाहिल्यावर मेलनी म्हणाली, “तो जरी त्यांचा प्रमुख असला, तरीही बोनोबो समाजातील परंपरागत मातृसत्ताक पद्धत तो विसरलेला दिसत नाहीये.”

“कॅन्डेस, तू तुझं काम अगदी व्यवस्थित केलंस.” केविन म्हणाला.

“मी पूर्ण खचून गेलेय...” कॅन्डेस म्हणाली.

“माझेही केस सोनेरी असते तर काय छान झालं असतं !” मेलनी गमतीनं म्हणाली.

दोर धरलेल्या बोनोबोनं दोराला एक हलकासा हिसका दिला. परत ते सगळेजण पुढे चालायला लागले. केविन, मेलनी आणि कॅन्डेसला त्यांच्यापाठोपाठ जाण्याशिवाय पर्यायच नव्हता.

“मी अजिबात आणखी पुढे येणार नाही.” कॅन्डेस रडत म्हणाली.

“शांत हो कॅन्डेस,” मेलनी तिला समजावत म्हणाली, “सगळं काही अगदी ठीक होणार आहे... केविन म्हणाला ते बरोबर होतं, असं आता मलाही वाटायला

लागलंय. त्यांना आपण देवासारखे वगैरे काहीतरी वाटतोय. विशेषत: तुझ्या या सोनेरी केसांमुळे तू त्यांना एखादी देवीच वाटत असावीस. त्यांना वाटलं असतं तर त्या माकडांना त्यांनी मारलं तसं आपल्यालाही ते मारू शकले असते.''

''त्या माकडांना तरी त्यांनी का मारलं?'' कॅन्डेसनं विचारलं.

''मला वाटतं खाण्यासाठीच.'' मेलनी म्हणाली, ''हे थोडंसं आश्चर्यकारक आहे यात शंकाच नाही. कारण चिम्प्ससारखे बोनोबो मांसाहारी नसतात.''

''मला तर भीती वाटतेय, की माणसासारखेच ते निव्वळ खेळ म्हणून त्या माकडांची शिकार करत होते.'' कॅन्डेस म्हणाली.

थोड्याशा दलदलीतून चालत गेल्यावर ते सगळेजण एका चढावर चढायला लागले. पंधरा मिनिटांनंतर ते जंगलातल्या संधिप्रकाशातून बाहेर पडून चुनखडीच्या दगडाच्या पायथ्याशी हिरवळीच्या मैदानात उभे होते.

त्या कड्याच्या अर्ध्या उंचीवर एका गुहेचं तोंड दिसत होतं. तिथपर्यंत जाण्यासाठी बरेच उभे कडे चढून जावं लागणार होतं. गुहेच्या तोंडाशी आणखी डझनभर तरी बोनोबो उभे होते. त्या बहुतेक सगळ्या माद्याच होत्या. त्या तळहातांनी आपली छाती पिटून घेत होत्या आणि परत परत मोठ्यानं ''बाडाऽऽ'' असं ओरडत होत्या.

केविन, मेलनी आणि कॅन्डेसबरोबरच्या बोनोबोंनीही तसंच केलं आणि हातातली मेलेली कोलोबस् माकडं उंचावून त्यांना दाखवली. ती पाहून त्या माद्यांनी चिम्प्ससारख्या आनंदाच्या आरोळ्या ठोकल्या.

आता त्या कड्याच्या पायथ्याशी असलेल्या बोनोबोंच्या गटाचे आणखी छोटे छोटे गट झाले. केविन, मेलनी आणि कॅन्डेसला पुढे ओढण्यात आलं. ते दिसल्याबरोबर वरच्या माद्या एकदम गप्प बसल्या.

''आपल्याला पाहून या माद्यांना काही एवढा आनंद झालेला दिसत नाहीये.'' मेलनी कुजबुजली.

''तसं काही नसावं... मला वाटतंय की त्या फक्त गोंधळून गेल्यात.'' केविन कुजबुजला, ''या प्राण्यांबरोबर पाहुणे आलेले असतील याची त्यांना कल्पना नसावी.''

अखेर बोनोबो क्रमांक एक म्हणाला, ''झिट्'' आणि त्यानं अंगठा वरच्या दिशेनं दाखवला. केविन, मेलनी आणि कॅन्डेसला ओढत तो गट पुढचा मार्ग आक्रमू लागला.

□□

१८

मार्च ७, १९९७
सकाळी ६ वाजून १५ मिनिटे
न्यूयॉर्क

जॅक डोळे चोळत चोळत जागा झाला आणि क्षणार्धातच त्याला चांगली जाग आली. तो उठून बसला आणि परत एकदा त्यानं आपले चुरचुरणारे डोळे चोळले. रात्री झालेल्या कमी झोपेमुळे त्याला अजूनही दमल्यासारखं वाटत होतं. काल त्याला झोपायला, ठरवल्यापेक्षा जरा जास्तच उशीर झाला होता. कोचावर पडल्यावर देखील त्याला बराच वेळ झोप लागली नव्हती.

आत्ता सकाळी हवा थोडी थंड वाटत होती, म्हणून कोचावरून उठत त्यानं ब्लँकेट अंगाभोवती लपेटून घेतलं आणि तो बेडरूमच्या दाराकडे गेला. एक क्षणभर त्यानं आतला कानोसा घेतला. लॉरी अजून शांत झोपलीय अशी खात्री पटल्यावर त्यानं बेडरूमचा दरवाजा हळूच उघडला. त्याला वाटलं होतं त्याप्रमाणेच लॉरी आपल्या पांघरुणामध्ये एका कुशीवर स्वस्थ झोपली होती. तिचा श्वासोच्छ्वास गाढ झोपेत असल्यासारखा चालला होता.

शक्य तेवढ्या गुपचुप जॅकनं बेडरूम पार करून बाथरूम गाठली. बाथरूमचं दार बंद करत त्यानं भराभर दाढी, अंघोळ उरकली. बाहेर आल्यावर अजूनही लॉरीची झोपमोड झालेली नसल्याचं पाहून त्याला बरं वाटलं. कपाटातून आपले कपडे काढून घेत जॅक बाहेर लिव्हिंग

रूममध्ये आला आणि त्यानं कपडे अंगावर चढवले. काही मिनिटांतच तो आपल्या इमारतीच्या बाहेर पडलेला होता. बाहेर अजून पहाटेचा अंधार होता. वाऱ्याबरोबर काही हिमकण इकडे तिकडे उडत होते.

रस्त्याच्या पलीकडे पोलिसांच्या एका गाडीत गणवेश घातलेले दोन पोलिस कॉफी पीत बसले होते. गाडीतला दिवा लावून ते पेपर वाचत होते. जॅकला ओळखून त्यांनी त्याला हात केला. जॅकनंही परत त्यांना हात केला. लूनं आपला शब्द पाळला होता.

कोलंबस अॅव्हेन्यूवरच्या एका छोट्या हॉटेलकडे जॅक हळूहळू पळत गेला. त्या पोलिसांपैकी एकजण त्याच्यापाठोपाठ येत होता. त्यांच्यासाठीही डोनट वगैरे काहीतरी घ्यावं, असं जॅकला मनापासून वाटलं. पण त्यांची त्यामुळे गैरसमजूत व्हायची शक्यता आहे, हे लक्षात आल्यामुळे त्यानं तो विचार सोडून दिला.

दोन्ही हातात फळांचे रस, कॉफी, फळं वगैरे घेऊन जॅक आपल्या घरी परत आला. लॉरी आता उठली होती आणि बाथरूममध्ये अंघोळ करत होती. जॅकनं तिच्या दारावर टकटक करून नाश्ता तयार असल्याचं तिला सांगितलं.

काही मिनिटांतच जॅकचा बाथ-रोब चढवून लॉरी बाथरूममधून बाहेर आली. तिचे केस अजून ओलेच होते. आदल्या रात्री अँजेलोनं केलेली दुखापत आता बरीच बरी दिसत होती. मात्र डोळ्याभोवती थोडासा काळानिळा डाग दिसत होता.

"रात्रभर झोप झाल्यानंतर आता अजूनही तुझा त्या ट्रिपबद्दल कालचाच विचार कायम आहे का?" लॉरीनं विचारलं.

"नक्कीच." जॅक म्हणाला, "मला त्याचा ध्यासच लागल्यासारखं झालंय."

"तू खरंच सगळ्यांच्या तिकिटांचे पैसे देणार आहेस का?" तिनं विचारलं, "हे तुला बरंच महाग पडण्याची शक्यता आहे."

"नाहीतरी माझे पैसे मी कशावर खर्च करणार आहे?" जॅक म्हणाला. त्यानं आपल्या घरावरून एक नजर फिरवली. "माझी राहणी तर खूपच साधी आहे आणि सायकलचे पैसे तर फेडून झालेले आहेत."

"तसं नाही, मी खरंच विचारतेय..." लॉरी म्हणाली, "एस्टेबानचं एक वेळ मी समजू शकते, पण वॉरन आणि नटालीसुद्धा?"

आदल्या रात्री टिओडोराला जेव्हा एस्टेबाननं आफ्रिकेला जाण्याचा बेत सांगितला, तेव्हा तिनं नवऱ्याला सांगितलं, की दुकानाकडे आणि वाढत्या वयातल्या आपल्या मुलांकडे बघण्यासाठी दोघांपैकी एकानं कोणीतरी घरी थांबणं आवश्यक आहे. त्या दोघांपैकी कोणी आफ्रिकेला जायचं ते मग नाणेफेक करून ठरवण्यात आलं आणि नाण्याचा कौल एस्टेबानच्या बाजूनं मिळाला.

"जातोच आहोत तर मजा तरी करून घ्यायची, हे तर मी नक्कीच ठरवलं होतं." जॅक म्हणाला, "आपल्याला जर काहीही माहिती मिळाली नाही, आणि तशी

ती न मिळण्याची शक्यताही भरपूर आहे, तरी एक मस्त ट्रिप तरी होईल. वॉरनला आफ्रिकेच्या त्या भागात येण्याची इच्छा आहे, हे मला त्याच्या डोळ्यात स्पष्ट दिसत होतं आणि परत येताना आपण एक-दोन रात्री पॅरिसमध्येही थांबू शकतो.''

''माझी खात्री पटवण्याचं काही कारण नाही.'' लॉरी म्हणाली, ''प्रथम मी तुझ्या या जाण्याच्या बेताविरुद्धच होते, पण आता मलाच अधिक उत्सुकता वाटायला लागलीय.''

''आता आपल्याला हे सर्व बिंगहॅमला पटवायचं काम तेवढं करावं लागेल...'' जॅक म्हणाला.

''त्यात काही अडचण येईल असं मला वाटत नाही. '' लॉरी म्हणाली, ''ते आपल्याला सुट्टी घ्यायला सांगत असताना आपण दोघांनीही कधी सुट्टी घेतलेली नाही आणि लूलाही आपली काळजी वाटतेच आहे. आपण शहराबाहेर गेल्यानं त्यालाही ते सोयीचं होणार आहे.''

''या नोकरशाहीवर माझा अजिबात विश्वास नाही.'' जॅक म्हणाला, ''पण आशावादी राहायला काही हरकत नाही. आणि आता आपण जायचं ठरवलं असलंच, तर कामं तरी वाटून घेऊ. मी तिकिटं काढायला जातो. तू, वॉरन आणि नटाली व्हिसाची व्यवस्था बघा. आपल्याला काही इंजेक्शन्स घ्यावी लागतील आणि मलेरिया रोगप्रतिबंधक औषधोपचारही चालू करावा लागेल. ही सर्व औषधं घेण्यासाठी आपल्याला थोडा अधिक वेळ मिळायला हवा होता. पण जमेल तेवढं आपण करायलाच हवं. आपण बरोबर कीटक पळवायची औषधं मात्र भरपूर घेऊन जाऊ.''

''ही कल्पना चांगली वाटतेय.'' लॉरी म्हणाली.

केवळ लॉरीनं सांगितल्यामुळेच जॅकनं आपली लाडकी सायकल घरीच ठेवली. ते दोघे एकत्रच टॅक्सीनं सरकारी डॉक्टरांच्या ऑफिसमध्ये जायला निघाले. ते जेव्हा आय् डी रूममध्ये पोचले, तेव्हा व्हिनीनं आपला पेपर खाली केला आणि जणू काही भुतं दिसावीत अशा नजरेनं त्यांच्याकडे बघितलं.

''तुम्ही इथे काय करताय?'' चिरक्या आवाजात त्यानं विचारलं. मग त्यानं खाकरून घसा साफ केला.

''हा काय प्रश्न झाला?'' जॅक म्हणाला, ''आम्ही इथे काम करतो व्हिनी. विसरलास की काय...?''

''तुम्ही आत्ता इथे येणार आहात याची मला बिलकुल कल्पना नव्हती.'' व्हिनी म्हणाला. त्यानं घाईघाईनं आपल्या कपातली कॉफी प्यायली आणि परत त्याला ठसका लागला.

जॅक आणि लॉरी कॉफीच्या किटलीकडे गेले. ''गेले दोन-तीन दिवस तो जरा विचित्रच मूडमध्ये आहे.'' जॅक कुजबुजला.

लॉरीनं मान वळवून परत एकदा व्हिनीकडे पाहिलं. तो परत आपल्या हातातल्या पेपरमागे दडला होता.

"त्याची ही प्रतिक्रिया फारच विचित्र आहे हे खरं..!" ती म्हणाली, "कालही माझ्याभोवती वावरताना मला तो थोडा गडबडलेला, खचलेला असा वाटत होता."

जॅक आणि लॉरीची नजरानजर झाली. एक क्षणभर ते तसेच एकमेकांकडे पाहत उभे राहिले.

"मी जो विचार करतेय, तोच तूही करतोयस का?" लॉरीनं विचारलं.

"शक्यता आहे." जॅक म्हणाला, "हे सगळं जुळतंय.... त्याला इथे कुठेही जायला कोणाची परवानगी विचारावी लागत नाही."

"मला वाटतं आपण लूला हे सांगायला हवं." लॉरी म्हणाली, "व्हिनीनं ते केलं असेल, तर मला खरोखर फार वाईट वाटेल. पण आपली सगळी गुप्त माहिती इथून बाहेर जाते कशी, ते आपल्याला शोधून काढायलाच हवं."

आणखी एक गोष्ट लॉरीच्या दृष्टीनं सोयीस्कर होती आणि ती म्हणजे आठवडाभर दिवसाच्या कामाची प्रमुख म्हणून चालू असलेली तिची ड्यूटी आजच संपत होती. आजपासून ते काम पॉल प्लॉजेट्कडे होतं. आदल्या रात्री आलेल्या केसेस्ची छाननी करत पॉल आपल्या डेस्कपाशी बसलेलाच होता. लॉरी आणि जॅकनं त्याला, आम्ही दोघं सुट्टीवर जायचा विचार करतोय म्हणून सांगितलं. त्यामुळे अगदी तशीच काही खास गरज नसेल, तर आज त्यांना शवविच्छेदनातून सुट्टी हवी होती. पॉलनंही त्यांना, आज फारशा केसेस् नाहीयेत, तेव्हा आज तुम्ही तुमची कामं करायला हरकत नाही असं सांगितलं.

जॅकपेक्षा लॉरीला धोरणीपणा थोडा अधिक होता. तिला असं वाटत होतं, की बिंगहॅमकडे थेट जाण्यापेक्षा आपल्या सुट्टीच्या बेताविषयी कॅल्व्हिनजवळ आधी बोलावं. तिच्या दूरदर्शीपणाला दाद देत जॅकनं या कल्पनेला आपली संमती दर्शवली. तुम्ही थोडी आधी सूचना द्यायला हवी होती, अशी कुरकुर करत का होईना, पण कॅल्व्हिननं त्यांना परवानगी दिली.

बिंगहॅम ऑफिसामध्ये आल्याबरोबर लॉरी आणि जॅक त्याला भेटायला गेले. आपल्या सोनेरी फ्रेमच्या चष्म्याच्या भिंगांवरून बिंगहॅमनं त्यांच्याकडे कुतूहलानं पाहिलं. त्याच्या हातात सकाळी आलेलं टपाल होतं आणि तो ते चाळत होता.

"तुम्हाला आजपासून दोन आठवडे सुट्टी हवीय?" त्यानं अविश्वासानं विचारलं, "एवढी घाई कसली आहे? काही तातडीचं काम निघालंय का?"

"एका साहसपूर्ण सफरीला जायचा आमचा बेत आहे." जॅक म्हणाला, "आम्हाला आज संध्याकाळी निघायचंय."

बिंगहॅमचे पाणीदार डोळे आळीपाळीनं जॅक आणि लॉरीवरून फिरले. "तुम्ही लग्न वगैरे करायला जाताय का?"

“नाही. तेवढं साहसी काम नाहीये हे.” जॅक म्हणाला.

लॉरी खुदखुदत हसायला लागली. “आम्ही तुम्हाला यापूर्वीच सांगू शकलो नाही, याबद्दल माफ करा.” ती म्हणाली, “पण एवढ्या घाईचं कारण म्हणजे काल रात्री फ्रँकोनी केसवरून आम्हाला धमक्या देण्यात आल्या.”

“धमक्या?” बिंगहॅमनं विचारलं, “त्यामुळेच तुझ्या चेहऱ्यावर हे डाग पडलेत का?”

“हो.” लॉरीनं कबूल केलं. मेकअपच्या साहाय्यानं ते डाग कमी करण्याचा तिनं प्रयत्न केला होता, पण त्यात तिला फारसं यश आलं नव्हतं.

“कोणी दिल्या या धमक्या तुम्हाला?” बिंगहॅमनं विचारलं.

“न्यूयॉर्कमधल्या गुन्हेगारी टोळ्यांपैकी एका टोळीनं.” लॉरी म्हणाली, “लेफ्टनंट लुई सोल्डॅनो तुम्हाला त्याविषयी सांगणार आहेच. शिवाय त्या गुंडांचा एखादा हेर इथे आपल्या ऑफिसमध्येच असण्याची शक्यता आहे, त्याबद्दलही तो तुम्हाला सांगणार आहे. फ्रँकोनीचा मृतदेह इथून कसा बाहेर गेला, ते आम्हाला समजलंय असं आम्हाला वाटतंय.”

“सांगा, सांगा, मी ऐकतोय.” बिंगहॅम म्हणाला. हातातलं टपाल खाली ठेवून तो खुर्चीत मागे रेलून बसला.

लॉरीनं काय काय घडलं ते सगळं त्याला सांगितलं. ओळख न पटलेल्या मृतदेहाचा प्रवेश क्रमांक स्पॉलेटो फ्यूनरल होमला देण्यामध्ये आतल्याच कोणाचातरी हात कसा असला पाहिजे, या गोष्टीवर तिनं अधिक भर दिला.

“तुम्ही शहराबाहेर जाणं हे शहाणपणाचं आहे, असं गुप्तहेर सोल्डॅनोलाही वाटतंय का?” बिंगहॅमनं विचारलं.

“हो, त्यालाही तसंच वाटतंय.” लॉरी म्हणाली.

“मग उत्तम.” बिंगहॅम म्हणाला, “मग तुम्हाला जायला काहीच हरकत नाही... सोल्डॅनोला मी फोन करू, की तोच मला कळवणार आहे?”

“आमच्या कल्पनेप्रमाणे तरी तोच तुम्हाला फोन करेल.” लॉरी म्हणाली.

“ठीक आहे.” बिंगहॅम म्हणाला. आता तो जॅककडे वळला, “... आणि त्या यकृताच्या प्रकरणाचं काय झालं?”

“ते सगळं अजून हवेतच आहे.” जॅक म्हणाला, “काही चाचण्यांचे निकाल तर अजून मला मिळालेलेही नाहीत.”

बिंगहॅमनं मान हलवली आणि तो म्हणाला, “ही केस म्हणजे सर्वांच्याच डोक्याला एक ताप झालाय. तुम्ही इथे नसताना कोणाला काही विशेष समजलं, तर ते माझ्या कानावर घालायला सांगून मगच तुम्ही जा. मला एकसारखे आश्चर्याचे धक्के बसायला नकोयत.” मग खाली आपल्या डेस्ककडे पाहत त्यानं टपाल

उचललं. ''तुम्ही दोघं मस्तपैकी ट्रिप मारून या आणि मला एखादं पोस्टकार्ड पाठवायला विसरू नका.''

लॉरी आणि जॅक बाहेरच्या हॉलमध्ये आले आणि एकमेकांकडे पाहून हसले.

''चला, हे काम तर छान झालं.'' जॅक म्हणाला, ''बिंगहॅमच आपल्या बेतात बिब्बा घालेल अशी मला मुख्य भीती वाटत होती.''

''यकृत-प्रकरणाचा शोध लावायलाच आपण आफ्रिकेला चाललोय, हे आपण त्याला सांगायला हवं होतं असं नाही तुला वाटत?'' लॉरीनं विचारलं.

''बिलकुल नाही.'' जॅक म्हणाला, ''तसं सांगितलं असतं, तर एखादेवेळी त्यानं आपल्याला परवानगी दिली नसती. त्याच्या दृष्टिकोनातून बघितलं, तर ही केस कसंही करून जेवढ्या लवकर निपटली जाईल, तेवढं त्याला हवंच आहे.''

आपापल्या ऑफिसमध्ये आल्यावर लॉरीनं व्हिसासाठी इक्वेटोगिनीयन दूतावासाला फोन लावला, तर जॅकनं एअरलाईन्सच्या ऑफिसला. एस्टेबाननं सांगितल्याप्रमाणे व्हिसा मिळणं खरोखरच फार सोपं होतं, हे तिच्या लगेच लक्षात आलं. तिचं हे काम सकाळीच होऊन गेलं असतं. एअर फ्रान्स त्यांच्या प्रवासाची सगळी व्यवस्था करायला तयार आहे, असं जॅकला दुपारी समजलं. दुपारी तुमच्या ऑफिसमध्ये येऊन तिकिटं घेतो, असं जॅकनं त्यांना सांगितलं.

आता लॉरी जॅकच्या ऑफिसात आली. तिला आनंदाचं भरतंच आलं होतं. ''आता मात्र आपण खरंच जाणार असं मला वाटायला लागलंय...'' ती उत्साहानं म्हणाली, ''तुझं काम झालं?''

''हो झालं की.'' जॅक म्हणाला, ''आज संध्याकाळी सात वाजून पन्नास मिनिटांनी आपण निघायचंय.''

''माझा तर यावर विश्वासच बसत नाहीये...!'' लॉरी म्हणाली, ''एखादी लहान मुलगी आपल्या पहिल्या सहलीला निघावी, तशी माझी अवस्था झालीय.''

प्रवासाची आणि मॅनहटन जनरल हॉस्पिटलमध्ये लसी टोचून घेण्याची सगळी तयारी पूर्ण झाल्यावर त्यांनी वॉरनला फोन केला. त्यानं नटालीला हे सांगण्याचं आणि त्यांना हॉस्पिटलमध्ये भेटण्याचं कबूल केलं.

हॉस्पिटलमधल्या नर्सनं त्यांना ढीगभर तरी इंजेक्शनं टोचली आणि मलेरिया रोगप्रतिबंधक औषधं लिहून दिली. बाहेर कुठे जाण्यासाठी आठवडाभर तरी थांबावं, अशी विनंतीही तिनं त्यांना केली. मात्र जॅकनं, ते शक्य होणार नाही असं तिला स्पष्ट सांगितलं. त्यावर ती नर्स, मी तुमच्याजागी असते तर नक्कीच थांबले असते, असं म्हणाली.

एअरलाईन्सच्या ऑफिसच्या बाहेरच्या हॉलमध्ये उभे असताना वॉरननं जॅकला त्या नर्सच्या बोलण्याचा अर्थ विचारला.

"या सर्व इंजेक्शन्सचा आणि औषधांचा परिणाम व्हायला एक आठवडा तरी जावा लागतो." जॅकनं त्याला स्पष्ट करून सांगितलं, "म्हणजे फक्त गॅमा ग्लोब्युलिन सोडून."

"म्हणजे आपण यात काही धोका पत्करतो आहोत का?" वॉरननं विचारलं.

"माणसाचं जीवन हाच एक धोका आहे." जॅक तत्त्वज्ञानी माणसासारखं बोलला, "खरं सांगायचं तर त्यात धोका आहेच. पण रोज आपली प्रतिकारशक्ती थोडी थोडी वाढत जाईल. सर्वात मुख्य अडचण मलेरियाची आहे. पण त्यासाठी मी कीटक पळवून लावायचं औषध भरपूर बरोबर घेऊन ठेवणार आहे."

"म्हणजे तुला काही काळजी वाटत नाहीये तर..!" वॉरननं विचारलं.

"त्यासाठी आपण घरीच थांबावं, एवढी काळजी करण्यासारखं त्यात काही आहे, असं मला वाटत नाही." जॅक म्हणाला.

हॉस्पिटलमधलं काम झाल्यावर ते सगळेजण पासपोर्टचे फोटो काढायला गेले. ते हातात घेऊनच लॉरी, वॉरन आणि नटाली इक्वेटोगिनीयन दूतावासाकडे गेले.

जॅकनं टॅक्सी पकडली आणि तो युनिव्हर्सिटी हॉस्पिटलकडे निघाला. तिथे पोचल्यावर तो सरळ डॉ. पीटर मॅलोव्हरच्या प्रयोगशाळेत गेला. नेहमीप्रमाणे प्रोफेसर आपल्या मायक्रोस्कोपवर वाकून कसलंतरी निरीक्षण करत होते. त्यांचं निरीक्षण पूर्ण होईपर्यंत त्यांचा मान राखण्यासाठी म्हणून जॅक गप्प उभा राहिला.

"ओह्, डॉ. स्टेपलटन." जॅकला पाहिल्यावर डॉ. मॅलोव्हर म्हणाले, "तू आलास ते बरं झालं. आता तुझी ती स्लाईड कुठे गेली बरं...?"

डॉ. मॅलोव्हरच्या प्रयोगशाळेत पुस्तकं, जर्नल्स आणि स्लाईडस्चा सगळा पसारा पडला होता. त्यांची कचऱ्याची टोपली तर नेहमीच अक्षरश: वाहून चाललेली असायची. तिथे सफाई करायला जाण्याची कोणालाही बिलकुल परवानगी नव्हती. कारण त्यामुळे कदाचित तिथल्या पसाऱ्याची घडी विस्कटून, प्रोफेसरांना हवी ती वस्तू अचूक मिळणं कठीण गेलं असतं !

एका पशुवैद्यकीय पॅथॉलॉजीच्या पुस्तकावर असलेली जॅकची स्लाईड प्रोफेसरांना लगेच सापडली. त्यांनी ती काळजीपूर्वक उचलत मायक्रोस्कोपमध्ये घातली.

"डॉ. हॅमरस्मिथनी ही स्लाईड बघावी अशी जी सूचना डॉ. ऑस्गुडनी केली होती, तिचा फारच चांगला उपयोग झाला." मायक्रोस्कोपचं केंद्र नीट जुळवून घेत डॉ. मॅलोव्हर म्हणाले. स्लाईड व्यवस्थित दिसतेय असं त्यांचं समाधान झाल्यावर ते मागे टेकून बसले आणि त्यांनी एक पुस्तक उचललं. त्या पुस्तकात एका पानावर त्यांनी एक स्वच्छ स्लाईड खुणेसाठी घालून ठेवलेली होती. तिथे पुस्तक उघडून त्यांनी ते जॅकच्या हातात दिलं.

डॉ. मॅलोव्हरनी दाखवलेलं पान जॅक पाहायला लागला. तो यकृताच्या एका

तुकड्याचा फोटोमायक्रोग्राफ होता. जॅकच्या स्लाईडमध्ये जसा ग्रॅन्युलोमा होता, तसलाच ग्रॅन्युलोमा त्यात दिसून येत होता.

''हे दोन्ही सारखेच आहेत.'' डॉ. मॅलोव्हर म्हणाले. त्यांनी जॅकला पुढे येऊन मायक्रोस्कोपमध्ये बघायला सांगितलं.

जॅकनं पुढे वाकून स्लाईडचं नीट निरीक्षण केलं. त्या दोन्ही प्रतिमा सारख्या दिसत होत्या खऱ्या.

''तू आतापर्यंत माझ्याकडे आणलेल्या स्लाईड्समधली ही सर्वात इंटरेस्टिंग स्लाईड आहे.'' डॉ. मॅलोव्हर म्हणाले. आपल्या विस्कटलेल्या पांढऱ्या केसांची डोळ्यांसमोर येणारी एक बट त्यांनी मागे केली. ''आपल्याला छळणाऱ्या या विषाणूचं नाव त्या पुस्तकात दिलंय त्याप्रमाणे 'हेपॅटोसिस्टीस' असं आहे.''

सरळ होत जॅक पुस्तकात पाहू लागला. 'हेपॅटोसिस्टीस' हे नाव त्यानं यापूर्वी कधी ऐकलं नव्हतं.

''हा विषाणू दुर्मिळ आहे का?'' जॅकनं विचारलं.

''न्यूयॉर्क शहराच्या शवागारात तरी तो दुर्मिळच म्हटला पाहिजे.'' डॉ. मॅलोव्हर म्हणाले, ''फारच दुर्मिळ ! त्याचं काय आहे, की तो फक्त माकडांमध्येच आढळून येतो. एवढंच नाही, तर आदिकाळातल्या माकडांमध्येच फक्त तो आढळतो. ही माकडं आफ्रिकेत आणि आग्नेय आशिया खंडात सापडतात. नवीन जगात तो कधीच दिसलेला नाहीये आणि माणसांमध्येही कधी आढळून आलेला नाही.''

''कधीच नाही?'' जॅकनं विचारलं.

''आपण असं म्हणू, की मी तो पाहिलेला नाही.'' डॉ. मॅलोव्हर म्हणाले, ''आणि यकृतातले पुष्कळच परोपजीवी जिवाणू मी पाहिलेले आहेत... त्याहूनही महत्त्वाचं म्हणजे डॉ. ऑस्गुडनीही तो कधी पाहिलेला नाही; आणि त्यांनी तर माझ्यापेक्षाही अधिक यकृतातले परोपजीवी जिवाणू पाहिलेत. आमच्या दोघांच्या एकत्र अनुभवाचा विचार करता असं म्हणायला हरकत नाही, की तो जिवाणू माणसांमध्ये आढळून येत नाही. अर्थात, काही विशिष्ट प्रदेशाचाच विचार केला, तर त्यात काही फरक पडण्याची शक्यता आहे. पण तिथेही तो दुर्मिळच म्हणायला हवा. नाहीतर आत्तापर्यंत एखाददुसरी तरी केस आमच्या नजरेखालून गेली असती.''

''मी तुमचा अतिशय आभारी आहे.'' जॅक थोडासा गोंधळून म्हणाला. या आश्चर्यकारक माहितीचा अर्थ काय असेल या विचारात तो बुडून गेला होता. फ्रँकोनी नुसताच आफ्रिकेला गेला नव्हता, तर त्यानं आपल्या शरीरात झीनोग्राफ्ट बसवून घेतला होता, हेच यावरून सूचित होत होतं.

''आमच्या मोठ्या कॉन्फरन्समध्ये मांडायला ही एक चांगली केस आहे.'' डॉ. मॅलोव्हर म्हणाले, ''तुला जर तसं वाटलं तर मला कळव...''

‘‘हो, हो, कळवीन की.’’ जॅकच्या तोंडून नकळत शब्द गेले. त्याचं मन दुसराच कसलातरी विचार करत होतं.

प्रोफेसरांचा निरोप घेऊन जॅक बाहेर पडला. हॉस्पिटलच्या लिफ्टनं तो पहिल्या मजल्यावर आला आणि सरकारी डॉक्टरांच्या ऑफिसकडे निघाला. आदिकाळातल्या माकडांमधला परोपजीवी जिवाणू यकृताच्या नमुन्यात सापडणं, हा चांगलाच भक्कम पुरावा होता. पण डीएनए विश्लेषणात टेड लीन्चला मिळालेले निष्कर्षही गोंधळवून टाकणारे होते. आणि या सर्वांवर कडी म्हणजे, अवयव नाकारला जाऊ नये म्हणून काही औषधंही घेतलेली दिसत नव्हती आणि त्यामुळे यकृताला येणारी सूजही इथे दिसत नव्हती. या सगळ्या गोष्टींचा अर्थ एकच होता, की कुठेतरी काहीतरी प्रचंड गोंधळ आहे. या सर्व गोष्टी एकमेकांच्या विरुद्ध होत्या.

शवागारात आल्यावर जॅक सरळ डीएनए प्रयोगशाळेत गेला. हे सर्व काय चाललंय, याबद्दल टेड काहीतरी स्पष्टीकरण देऊ शकेल अशी त्याला आशा वाटत होती. जॅकपुढला मोठा प्रश्न असा होता, की सध्या डीएनएच्या क्षेत्रात चाललेल्या उलाढालींबद्दल त्याला फारच कमी माहिती होती; आणि त्या क्षेत्रात तर अक्षरश: रोज नवीन शोध लागत होते.

‘‘आत्ता येतोयस तू, स्टेपलटन !’’ जॅकला पाहिल्यावर टेड म्हणाला, ‘‘मी प्रत्येकाला तुझ्याविषयी विचारतोय आणि कुणालाच तुझा पत्ता ठाऊक नव्हता.’’

‘‘मी जरा बाहेर गेलो होतो.’’ जॅक हळूच म्हणाला. काय चाललंय ते टेडला सांगावं असं एकदा त्याला वाटलं, पण लगेचच त्यानं विचार बदलला. गेल्या बारा तासांत खूपच पाणी पुलाखालून वाहून गेलं होतं.

‘‘बस खाली.’’ टेडनं त्याला हुकूम सोडला.

जॅक खाली बसला.

टेडनं आपल्या डेस्कच्या पसाऱ्यात शोधाशोध करायला सुरुवात केली. डेव्हलप केलेली एक फिल्म त्यानं शेवटी त्या कागदांच्या ढिगाऱ्यातून बाहेर काढली. तिच्यावर अगदी सूक्ष्म असे शेकडो काळे पट्टे होते. ती फिल्म त्यानं जॅकच्या हातात दिली.

‘‘टेड, तू माझ्याशी असा का वागतोस?’’ जॅकनं तक्रारीच्या सुरात म्हटलं, ‘‘या फिल्म्स बघून मला ओ का ठो कळत नाही, हे तुला चांगलं ठाऊक आहे.

टेडनं जॅककडे संपूर्ण दुर्लक्ष केलं. तो टेबलावर आणखी एक फिल्म शोधत होता. जॅक येण्यापूर्वी तो प्रयोगशाळेच्या अंदाजपत्रकाचं काम करत होता. त्याखालीच हवी असलेली फिल्म त्याला मिळाली. तीही त्यानं जॅकच्या हातात दिली.

‘‘या दोन्ही फिल्म्स प्रकाशाच्या दिशेनं धरून बघ.’’ टेड म्हणाला.

जॅकनं सांगितल्याप्रमाणे केलं. त्यानं त्या दोन्ही फिल्म्स वर धरून पाहिल्या. त्यांच्यात फरक आहे, हे त्यालादेखील स्पष्ट दिसत होतं.

आता टेडनं पहिल्या फिल्मकडे बोट दाखवलं. ''माणसामधल्या रायबोसोमल प्रथिनांसंबंधीची सांकेतिक माहिती डीएन्एच्या ज्या भागात साठवलेली असते, तो हा भाग आहे. तो कसा दिसतो, ते तुला दाखवण्यासाठी आत्ता मी अशीच कुठलीतरी एक फिल्म घेतली.''

''फारच सुरेख आहे हं हे...'' जॅक म्हणाला.

''तू आता असं उपरोधिक बोलू नकोस.'' टेड म्हणाला.

''प्रयत्न करतो...'' जॅक म्हणाला.

''आता ही दुसरी फिल्म आहे ना, ती फ्रँकोनीच्या यकृताच्या नमुन्याची आहे.'' टेड म्हणाला, ''हीदेखील त्या पहिल्या फिल्मप्रमाणे यकृताच्या त्याच भागाची आहे आणि तेच विकर (enzymes) वापरून तयार केलेली आहे. पण त्या दोन्हीमध्ये किती फरक दिसतोय, ते आलं ना तुझ्या लक्षात?''

''तेवढंच फक्त माझ्या लक्षात आलंय.'' जॅक म्हणाला.

टेडनं त्याच्या हातातून सामान्य माणसाची फिल्म काढून घेऊन ती बाजूला ठेवली. मग जॅकच्या हातातल्या फिल्मकडे बोट दाखवत तो म्हणाला, ''काल मी तुला बोललो त्याप्रमाणे ही माहिती सीडीवर उपलब्ध होती. त्यामुळे हा प्रकार कोणाशी जुळतोय ते बघण्याचं काम मी कॉम्प्युटरकडे सोपवलं. त्याचे निष्कर्ष असे आले, की तो बराचसा चिम्पान्झींसारखा आहे.''

''नक्की चिम्पान्झी आहे असं समजलं नाही का?'' जॅकनं विचारलं. या केसमधली कुठलीच गोष्ट नक्की समजत नव्हती.

''नाही. पण त्यांच्या खूपच जवळचे असे कुठलेतरी प्राणी असावेत...'' टेड म्हणाला, ''चिम्पान्झींचे चुलत-आते-मामे भाऊ असावेत तसं काहीतरी...''

''चिम्पान्झींना चुलत-आते-मामे भावंडं असतात का?'' जॅकनं विचारलं.

''ते काही मला ठाऊक नाही.'' टेड खांदे उडवत म्हणाला, ''पण ही माहिती तुला केव्हा एकदा देतो असं मला झालं होतं. ही माहिती महत्त्वाची आहे हे तुला कबूल करावंच लागेल.''

''म्हणजे तुझ्या म्हणण्याप्रमाणे हा झीनोग्राफ्ट होता, हे नक्की का?'' जॅक म्हणाला.

टेडनं परत एकदा खांदे उडवले. ''मलाही तसं वाटतंय. पण डी क्यू अल्फा चाचण्यांचा विचार केला, तर याला काय म्हणावं तेच मला समजत नाहीये. ए बी ओ रक्तगटांचे डीएन्एदेखील मी आपणहूनच तपासले. त्याचे निष्कर्षही डी क्यू अल्फासारखेच येतायत; आणि ते फ्रँकोनीशी पूर्णपणे जुळताहेत. त्यामुळे या केसमधला गोंधळ आणखीनच वाढतोय. फारच विचित्र केस आहे ही.''

''हे तू मला सांगतोयस !'' जॅक म्हणाला. मग त्यानं टेडला आदिकाळातल्या

माकडांमधल्या परोपजीवी जिवाणूच्या शोधाविषयी सांगितलं.

टेडनं अधिकच गोंधळल्यासारखा चेहरा केला. ''ही केस तुझ्याकडे आहे ही एक चांगली गोष्ट आहे. माझ्याकडे असती तर माझं काय झालं असतं कोण जाणे.'' तो म्हणाला.

जॅकनं आपल्या हातातली फिल्म टेडच्या टेबलावर ठेवली. ''माझ्या नशिबानं साथ दिली, तर पुढच्या काही दिवसांतच मला या सर्व प्रश्नांची उत्तरं मिळतील.'' तो म्हणाला, ''फ्रँकोनी आफ्रिकेतल्या ज्या देशात गेला होता, तिथे जाण्यासाठी मी आज रात्रीच निघतोय.''

''आपलं ऑफिस तुला तिकडे पाठवतंय?'' टेडनं आश्चर्यानं विचारलं.

''नाही...'' जॅक म्हणाला, ''ऑफिस नाही पाठवत, मी स्वतःच जातोय. म्हणजे मी एकटा जात नाहीये. लॉरीही माझ्याबरोबर येणार आहे. पण सर्वांचे पैसे मात्र मीच भरणार आहे.''

''अरे वा ! तू कुठलंही काम अगदी तडीला नेतोस हं.'' टेड म्हणाला.

''स्वतःच्या डोक्याला अधिक त्रास करून घेतोस, असं म्हटलंस तर जास्त बरोबर होईल.'' जॅक म्हणाला.

जॅक जाण्यासाठी उठला. पण तो दारापर्यंत पोचला, तोच टेडनं त्याला परत बोलावलं. ''मला मायटोकॉंड्रियल डीएन्एचे रिझल्ट्स मिळाले बरं का..'' तो म्हणाला, ''ते मिसेस् फ्रँकोनीशी पूर्णपणे जुळताहेत. याचा अर्थ, तू त्या मृतदेहाची ओळख बरोबर पटवली होतीस.''

''चला, एक गोष्ट तरी नक्कीची समजली.'' जॅक म्हणाला.

जॅक परत जायला निघाला, पण टेडनं परत त्याला हाक मारून थांबवलं.

''माझ्या डोक्यात एक अगदी वेगळीच कल्पना येतेय...'' टेड म्हणाला, ''ते यकृत जर ट्रान्सजेनिक असेल, तर हे सर्व निष्कर्ष अगदी बरोबर आहेत असंच म्हणावं लागेल.''

''आता याचा अर्थ आणिक काय?'' जॅकनं विचारलं.

''याचा अर्थ असा, की त्या यकृतामध्ये दोन वेगवेगळ्या प्राण्यांचं डीएन्ए आहे.'' टेड म्हणाला.

''हं...'' जॅक म्हणाला, ''याच्यावर मला थोडा विचार करावा लागेल....''

कोगो, इक्वेटोरियल गिनी

बर्ट्रामनी आपल्या घड्याळाकडे बघितलं. दुपारचे चार वाजले होते. खिडकीतून बाहेर नजर टाकल्यावर त्यांच्या लक्षात आलं, की पंधरा मिनिटांपूर्वीच चालू

असलेलं वादळ अचानक थांबलं होतं. त्या वादळानं मघाशी आकाश पूर्ण झाकोळून टाकलं होतं. पण आता मात्र स्वच्छ ऊन पडलं होतं. आफ्रिकेतल्या या भागात ऊनपावसाचा हा खेळ नेहमीच चालत असे.

अचानक काहीतरी सुचल्यासारखं बर्ट्रामनी एकदम फोन उचलला आणि फलन-विभागाचा नंबर फिरवला. शर्ली कार्लराईट नावाच्या संध्याकाळच्या एका तंत्रज्ञ मुलीनं तो उचलला.

''फलनासाठी आणलेल्या त्या दोन नवीन बोनोबो माद्यांना त्यांची हार्मोन्सची इंजेक्शनं आज दिली का?'' बर्ट्रामनी विचारलं.

''नाही, अजून नाही दिलेली.'' शर्ली म्हणाली.

''मला वाटतं, आपल्या वेळापत्रकाप्रमाणे आज दुपारी दोन वाजताच त्यांना ती द्यायची होती.'' बर्ट्राम म्हणाले.

''तसं वेळापत्रक आहे खरं....'' शर्ली थोडी घुटमळत म्हणाली.

''मग एवढा उशीर का झालाय?'' बर्ट्रामनी विचारलं.

''मिस् बेकेट अजून आलेली नाही.'' शर्लीनं थोड्या नाराजीनंच सांगितलं. तिच्या बॉसला - मेलनीला यामुळे प्रॉब्लेम येऊ शकेल, हे तिला ठाऊक होतं आणि म्हणूनच त्यांना ते सांगायची तिची इच्छा नव्हती. पण ती खोटंही बोलू शकत नव्हती.

''ती केव्हा येणार होती?'' बर्ट्रामनी विचारलं.

''अशी काही नेमकी वेळ ठरलेली नव्हती...'' शर्ली म्हणाली, ''सकाळच्या स्टाफला तिनं सांगितलं होतं, की संपूर्ण सकाळभर तिला हॉस्पिटलमधल्या प्रयोगशाळेत काम आहे म्हणून. मला वाटतं, ती तिथेच अडकली बहुतेक.''

''ती जर दोनपर्यंत आली नाही, तर तुमच्यापैकी कोणीतरी ती इंजेक्शनं द्यावीत अशा सूचना देऊन ती गेली नव्हती?'' बर्ट्रामनी विचारलं.

''तसं दिसत तर नाहीये.'' शर्ली म्हणाली, ''त्यामुळे मला तर वाटतंय, की ती कोणत्याही क्षणी इथे येईल.''

''ती जर पुढच्या अर्ध्या तासात आली नाहीच, तर तू ते ठरलेले डोसेस् देऊन टाक.'' बर्ट्राम म्हणाले, ''तुला त्यात काही अडचण वाटत नाही ना?''

''काहीच अडचण नाही, डॉक्टर.'' शर्ली म्हणाली.

बर्ट्रामनी फोन बंद केला आणि हॉस्पिटल संकुलातील मेलनीच्या प्रयोगशाळेचा नंबर फिरवला. तिथल्या स्टाफपैकी कोणाला ते विशेष ओळखत नव्हते. त्यामुळे फोनवर कोण होतं ते त्यांना समजलं नाही. पण ती पलीकडची व्यक्ती बर्ट्रामना ओळखत होती आणि तिनं सांगितलेल्या गोष्टीमुळे ते चांगलेच अस्वस्थ झाले. मेलनी त्यादिवशी तिथे आलीच नव्हती. प्राणिकेंद्रात तिला काम आहे, असं तिनं आदल्या दिवशीच तिथे सर्वांना सांगून ठेवलं होतं.

बट्र्रामनी फोन बंद केला आणिं ते उद्विग्नतेने तर्जनीच्या नखानं फोनवर टकटक आवाज करू लागले. केविन आणि त्याच्या सुप्रसिद्ध मैत्रिणींमुळे निर्माण होऊ शकणाऱ्या समस्यांची आपण आधीच काळजी घेतलेली आहे अशी खात्री सिग्फ्रीडनं त्यांना दिली होती, तरीही आता त्यांना चिंता वाटू लागली. मेलनी तिच्या कामाच्या बाबतीत फार दक्ष असायची. ठरलेलं इंजेक्शन द्यायला ती विसरेल ही शक्यता फारच कमी होती.

फोनचा रिसीव्हर परत एकदा उचलत बट्र्रामनी केविनला फोन केला. पण तिथे कोणी फोन उचललाच नाही.

आता मात्र बट्र्रामच्या मनात संशय बळावत चालला. ते आपल्या खुर्चीवरून उठले. आपल्या सेक्रेटरीला त्यांनी एका तासाभरात परत येतो, म्हणून सांगितलं आणि बाहेर येऊन ते आपल्या शेरोकी गाडीत बसले.

त्यांनी गाडी सरळ शहराकडे घेतली.

ते जसजसे या प्रकरणाचा विचार करत होते, तसतशी त्यांची खात्री पटत चालली, की केविन आणि त्या मुली काहीतरी करून बेटावरच गेले आहेत. त्यामुळे त्यांच्या मनात राग साठत चालला होता. आपण सिग्फ्रीडच्या सुरक्षेच्या खोट्या भरवशावर विश्वास ठेवला, याबद्दल ते स्वत:लाच दोष देऊ लागले. केविनमुळे आपल्यासमोर काहीतरी बिकट समस्या उभी राहणार आहे, असं त्यांना आतून जाणवायला लागलं.

शहराच्या वेशीवर डांबराचा रस्ता संपून दगडी गोट्यांचा रस्ता सुरू झाला, तेव्हा बट्र्रामना अचानक ब्रेक दाबावे लागले. मनात वाढत चाललेल्या चिंतेमुळे त्यांना आपला वेग किती जास्त आहे ते लक्षातच आलं नव्हतं. नुकत्याच पडून गेलेल्या पावसामुळे ते दगडी गोटे बर्फासारखे गुळगुळीत झाले होते. त्यामुळे बट्र्रामची गाडी त्यावरून घसरली आणि कितीतरी अंतरापर्यंत तशीच फरपटत पुढे जाऊन थांबली.

हॉस्पिटलच्या पार्किंग लॉटमध्ये बट्र्रामनी आपली गाडी उभी केली. जिना चढून ते तिसऱ्या मजल्यावरच्या प्रयोगशाळेत गेले आणि त्यांनी केविनचं दार जोरजोरात ठोठावायला सुरुवात केली. आतून काहीच हालचाल झाली नाही. बट्र्रामनी दार उघडायचा प्रयत्न केला. पण त्याला कुलूप घातलेलं होतं.

बट्र्राम धावतच आपल्या गाडीकडे गेले. शहराच्या मुख्य चौकाला वळसा घालून त्यांनी टाऊन हॉलच्या मागच्या बाजूला गाडी उभी केली. कमानींच्या सावलीत मोडलेल्या वेताच्या खुर्च्यांवर आळशीपणानं बसलेल्या दोन शिपायांकडे पाहून त्यांनी एकदा मान हलवली.

दोनदोन पायऱ्या एकदम चढत वर जाऊन ते ऑरिएलोच्या समोर जाऊन उभे राहिले आणि आपल्याला ताबडतोब सिग्फ्रीडशी बोलायचंय, असं त्यांनी त्याला सांगितलं.

''ते आता सुरक्षाप्रमुखांबरोबर बसलेत.'' ऑरिएलो म्हणाला.

''मी इथे आलोय म्हणून त्यांना सांग.'' बर्ट्राम म्हणाले आणि त्यांनी त्या ऑफिसात येरझाऱ्या घालायला सुरुवात केली. त्यांची अस्वस्थता वेगानं वाढत चालली होती.

पाच मिनिटांनी कॅमेरॉन मॅक्आयव्हर्स आतल्या ऑफिसातून बाहेर आला. त्यानं बर्ट्रामना 'हॅलो' म्हटलं, पण सिग्फ्रीडला भेटण्याच्या घाईत त्यांनी त्याच्याकडे दुर्लक्ष केलं.

''आपल्यापुढे परत एक मोठा प्रश्न उभा राहिलाय...'' बर्ट्राम म्हणाले, ''आज दुपारी ठरलेलं इंजेक्शन देण्यासाठी मेलनी बेकेट आलेली नाही आणि केविन मार्शलही त्याच्या प्रयोगशाळेत नाहीये.''

''मला याचं बिलकुल आश्चर्य वाटत नाही.'' सिग्फ्रीड शांतपणे म्हणाला. तो मागे टेकून बसला आणि आपल्या चांगल्या हातानं त्यानं आळस दिला. ''ते दोघे आणि ती नर्स आज सकाळीच इथून जाताना दिसले होते. त्या तिघांच्या प्रेमाला अगदी उधाण आलेलं दिसतंय. काल रात्री उशिरापर्यंत केविनच्या घरी त्यांची तिघांची डिनर पार्टी चालली होती. नंतर रात्री त्या दोघीजणी तिथेच राहिल्या.''

''खरंच?'' बर्ट्रामनी विचारलं. हा एककल्ली संशोधक अशा काही संबंधात गुंतेल ही गोष्ट फारच अशक्य कोटीतली वाटत होती.

''मला हे समजणं अगदी साहजिकच आहे.'' सिग्फ्रीड म्हणाला, ''मी केविनच्या घराच्या अगदी समोरच राहतो ना ! शिवाय त्याआधी त्या मुलींची आणि माझी 'चिकी बार'मध्ये भेटही झाली होती. त्यांना आधीच थोडी चढलेली होती आणि त्यांनीच मला सांगितलं, की आम्ही केविनकडे निघालोय म्हणून.''

''आज सकाळी ते तिघं कुठे गेले?'' बर्ट्रामनी विचारलं.

''मला वाटतं अकालायाँगला गेले असावेत.'' सिग्फ्रीड म्हणाला, ''सफाई कामगारांपैकी एकानं त्यांना आज पहाटे छोटा पडाव घेऊन जाताना बघितलं.''

''याचा अर्थ, ते पाण्यातून बेटावर गेलेत तर.'' बर्ट्राम पटकन म्हणाले.

''ते पश्चिमेकडे जाताना दिसले, पूर्वेकडे नाही.'' सिग्फ्रीड म्हणाला.

''ती त्यांनी हूल दिली असेल...'' बर्ट्राम म्हणाले.

''तसंही असू शकेल.'' सिग्फ्रीड म्हणाला, ''माझ्याही डोक्यात ती शक्यता आली होती. मी कॅमेरॉनबरोबर त्याची चर्चाही केली. पण आमचं दोघांचंही मत असं पडलं, की पाण्यातून बेटावर जायचं म्हटलं तरीही त्यांना स्टेजिंग एरियापाशीच जमिनीवर उतरावं लागेल. कारण बाकी सगळीकडे मॅन्ग्रोव्ह्ज् आणि दलदलीची जणू काही भिंतच उभी असते.''

बर्ट्रामनी मान वर करून सिग्फ्रीडच्या मागच्या भिंतीवर असलेल्या ऱ्हायनोंच्या डोक्याकडे बघितलं. मेंदू नसलेल्या त्या रिकाम्या डोक्याकडे पाहताना त्यांना मॅनेजर-

साहेबांची आठवण यायची, पण आता तो म्हणतोय ते खरं आहे हे बर्ट्रामना पटलं. मुळात या प्रकल्पासाठी जेव्हा या बेटाची निवड करण्यात आली, तेव्हा त्याच्यावर प्रवेश करणं अतिशय कठीण आहे हेही लक्षात घेतलं गेलं होतं. किंबहुना ते या निवडीचं एक प्रमुख कारण होतं.

''.... आणि स्टेजिंग एरियापाशी जाणं तर त्यांना शक्यच नाहीये.'' सिग्फ्रीड म्हणत होता, ''कारण माझे शिपाई अजूनही तिथे आहेत. ते आपल्या एके-४७ चा वापर करायची संधीच शोधत असतात.'' सिग्फ्रीड हसला. ''त्यांनी मेलनीच्या गाडीची काच गोळ्या मारून फोडली, या गोष्टीची आठवण झाली की दरवेळी मला गुदगुल्या केल्यासारखं हसायला येतं.''

''तुमचं म्हणणं बरोबर असण्याचीही शक्यता आहे.'' थोड्या नाखुशीनंच बर्ट्राम म्हणाले.

''माझं म्हणणं बरोबर आहेच.'' सिग्फ्रीड म्हणाला.

''पण मला मात्र अजूनही काळजी वाटतेय आणि संशयही येतोय.'' बर्ट्राम म्हणाले, ''मला केविनच्या ऑफिसात जाऊन बघायचंय.''

''काय बघायचंय तुम्हाला तिथे?'' सिग्फ्रीडनं विचारलं.

''बोनोबोंना शोधण्यासाठी आपण जे सॉफ्टवेअर विकसित केलंय, त्याचं काम कसं चालतं हे मी त्याला त्यादिवशी मूर्खासारखा दाखवून बसलोय.'' बर्ट्राम म्हणाले, ''दुर्दैवानं तो त्याचा गैरफायदा घेतोय... मला ते समजलं, याचं कारण म्हणजे अनेक वेळा त्यानं त्याचा वापर केला आणि बराच वेळ तो ते पाहत बसला होता. तो नेमकं काय शोधत होता, हे मला समजलं तर हवंय.''

''या तुमच्या म्हणण्यात मला काहीच गैर वाटत नाहीये.'' सिग्फ्रीड म्हणाला. त्यानं ऑरिएलोला हाक मारली आणि प्रयोगशाळेत प्रवेश करण्याचं कार्ड बर्ट्रामना द्यायला सांगितलं. ''तुम्हाला विशेष असं काही सापडलं तर मला लगेच कळवा.''

''त्याची तुम्ही काही काळजी करू नका.'' बर्ट्राम म्हणाले.

मॅग्नेटिक प्रवेश कार्डाची कुमक घेऊन बर्ट्राम परत प्रयोगशाळेत आले आणि त्यांनी केविनच्या राज्यात प्रवेश केला. आत जाऊन त्यांनी दार कुलूपबंद केलं. प्रथम त्यांनी केविनचं डेस्क शोधलं. तिथे काहीच न मिळाल्यामुळे त्यांनी संपूर्ण खोलीभर एक नजर फिरवली. अस्वस्थ करणारी त्यांना दिसलेली पहिली गोष्ट म्हणजे प्रिंटरच्या जवळ असलेला कॉँप्युटरच्या प्रिंटस्‌चा गठ्ठा. त्या सगळ्या बेटाच्या चित्राच्या प्रिंटस् आहेत, हे त्यांनी लगेचच ओळखलं.

बर्ट्रामनी त्यातलं प्रत्येक पान निरखून पाहिलं. ते सगळे वेगवेगळ्या प्रमाणात होते हे त्यांना समजलं, पण त्यातल्या भूमितीय आकृत्यांचा अर्थ काय आहे हे मात्र त्यांच्या लक्षात येईना.

ते कागद बाजूला ठेवून ते केविनच्या कॉम्प्युटरकडे गेले आणि त्याच्या डिरेक्टरीजमध्ये शोधू लागले. तो काय बघत होता ते त्यांना लवकरच समजलं. त्या प्रिंटस्वरच्या माहितीचा उगम काय आहे, तेच तो शोधत असावा.

बर्ट्रामना कॉम्प्युटरवर जे दिसलं, त्यामुळे बराच वेळ ते दिङ्मूढ होऊन पाहतच राहिले. बेटावरच्या त्या प्रत्येक प्राण्याची दिवसभरातली हालचाल काय होते, त्याचं निरीक्षण करण्याचा मार्ग केविननं शोधून काढलेला होता. बर्ट्रामनी कॉम्प्युटरच्या कीज् दाबून थोडा प्रयत्न केल्यावर त्यांना केविननं साठवून ठेवलेली माहिती सापडली. तासन्तास त्या प्राण्यांच्या काय हालचाली होतात, याची नोंद त्यानं करून ठेवलेली होती. या माहितीवरून बर्ट्रामनाही अनेक भूमितीय आकृत्या मिळाल्या.

''तुझ्या या हुशारीमुळे तू स्वत:चाच विनाश ओढवून घेणार आहेस, केविन.'' बर्ट्राम मोठ्यांदा म्हणाले. प्रत्येक प्राण्याची हालचाल क्रमाक्रमानं त्यांच्यासमोरच्या पडद्यावर आपोआप साकार होत होती. तो सगळा प्रोग्रॅम संपल्यावर बोनोबो क्रमांक साठ आणि सदुसष्टची समस्या बर्ट्रामच्याही लक्षात आली.

अस्वस्थता वाढत चाललेली असतानाच बर्ट्रामनी ते दोन प्राणी हलताहेत का, हे पाहण्यासाठी इंडिकेटर्सचा वापर करून बघितला. ते जमेना, तेव्हा त्यांनी चालू हालचाली पाहण्यासाठी कीज् दाबल्या आणि त्यांच्या दिसून आलं, की त्या दोघांची काहीच हालचाल होत नाहीये. ते दोन प्राणी आपल्या जागेवरून तसूभरही हलत नव्हते.

''देवा रे !'' बर्ट्राम विव्हळल्यासारख्या सुरात म्हणाले. केविनबद्दल त्यांना वाटणाऱ्या काळजीची जागा आता अचानक त्याहूनही अधिक महत्त्वाच्या अशा गोष्टींनी घेतली. कॉम्प्युटर बंद करून त्यांनी बेटाच्या चित्रांचे कागद उचलले आणि ते प्रयोगशाळेच्या बाहेर धावत सुटले. बाहेर आल्यावर त्यांनी आपली गाडी ओलांडून टाऊन हॉल पार केला. गाडी घेण्यामध्येही त्यांचा अधिक वेळ मोडला असता. आता चालत जाण्यातच शहाणपणा होता.

जिन्यावरूनही ते धावतच वर गेले. त्यांनी बाहेरच्या ऑफिसात प्रवेश केल्यावरच ऑरिएलोनं मान वर करून त्यांच्याकडे बघितलं. पण बर्ट्रामनी त्याच्याकडे दुर्लक्ष केलं. काही सूचना न देताच ते सिग्फ्रीडच्या ऑफिसात घुसले.

''मला तुमच्याशी ताबडतोब बोलायचंय.'' बर्ट्राम धापा टाकत सिग्फ्रीडला म्हणाले.

सिग्फ्रीड आपल्या अन्नपुरवठ्याच्या पर्यवेक्षकाशी बोलत होता. बर्ट्रामना अशा पद्धतीनं आत घुसलेले पाहून ते दोघेही चाटच पडले.

''ही वेळ आणीबाणीची आहे.'' बर्ट्राम पुढे म्हणाले.

अन्नपुरवठ्याचा पर्यवेक्षक उठून उभा राहिला. ''मी नंतर येतो,'' असं म्हणून

तो निघून गेला.

"आता तुम्ही सांगणार आहात, ते महत्त्वाचं नसलं तर याद राखा..." सिग्फ्रीड गुरगुरत म्हणाला.

बर्ट्रामनी आपल्या हातातली कॉंप्युटरच्या प्रिंटस्‌ची गुंडाळी त्याला दाखवली. "फारच वाईट बातमी आहे..." ते म्हणाले. त्या पर्यवेक्षकानं रिकाम्या केलेल्या खुर्चीत ते बसले.

"त्या बोनोबोंच्या दिवसभरातल्या हालचालींचा मागोवा घेण्याचं तंत्र केविन मार्शलनं शोधून काढलंय."

"मग?" सिग्फ्रीडनं विचारलं.

"निदान दोन तरी बोनोबो अजिबात हलत नाहीयेत." बर्ट्राम म्हणाले, "क्रमांक साठ आणि क्रमांक सदुसष्ट आणि ते जवळजवळ चोवीस तास तरी हललेले नाहीत. याचं एकच स्पष्टीकरण असू शकतं आणि ते म्हणजे ते मेलेले आहेत !"

सिग्फ्रीडनं आपल्या भुवया उंचावल्या. "ठीक आहे. शेवटी ते प्राणीच आहेत... आणि प्राणी मरतातही. थोडी झीज तर आपल्याला सोसावीच लागेल." सिग्फ्रीड म्हणाला.

"तुमच्या लक्षात येत नाहीये." बर्ट्राम म्हणाले. त्यांच्या स्वरात थोडा तिटकारा होता. "ते प्राणी दोन गटांत विभागले गेले आहेत या माझ्या म्हणण्याकडे तुम्ही दुर्लक्ष केलंत. ते महत्त्वाचं आहे, हे मी तुम्हाला वारंवार सांगत होतो. दुर्दैवानं त्याचा हा पुरावाच आपल्याला मिळालाय. मी आत्ता इथे तुमच्यासमोर उभा आहे, या हकीगतीएवढंच ते प्राणी एकमेकांना ठार मारतायत, हेही खरं आहे. "

"तुम्हाला खरंच असं वाटतंय?" आता मात्र सिग्फ्रीडनं थोड्या काळजीयुक्त स्वरात विचारलं.

"माझ्या मनात तरी त्याबद्दल काही शंका नाहीये." बर्ट्राम म्हणाले, "मुळात त्यांचे दोन गट झालेच का, हेच मला समजत नाही. त्यावर अधिक विचार केल्यावर मला तरी असं वाटायला लागलं, की आपण त्यातल्या नर आणि माद्यांचं प्रमाण सारखं न ठेवल्यामुळे हा प्रकार घडला असावा. आता त्यांच्यातले नर माद्यांवरून नक्की भांडत असणार. याचं दुसरं काही स्पष्टीकरण असूच शकत नाही. माझी त्याबद्दल पूर्ण खात्री पटलीय."

"ओह्, माय गॉड !" सिग्फ्रीड आश्चर्यानं मान हलवत म्हणाला, "ही बातमी फारच भयानक आहे."

"नुसतीच भयानक नाही, तर त्यापेक्षाही वाईट आहे." बर्ट्राम म्हणाले, "हे आपल्या नियंत्रणाबाहेर चाललंय. आपण आता जर काही न करता हातावर हात धरून बसून राहिलो, तर संपूर्ण कार्यक्रमाची वाट लागेल."

‘‘आपण काय करायला हवं?’’ सिग्फ्रीडनं विचारलं.

‘‘पहिली गोष्ट म्हणजे हे कोणालाही कळता कामा नये.’’ बर्ट्राम म्हणाले, ‘‘साठ आणि सदुसष्ट क्रमांकाच्या प्राण्यांचा वापर करण्याची गरज पडलीच, तर तेव्हा काय करायचं ते आपण त्यावेळीच ठरवू. दुसरी आणि अधिक महत्त्वाची गोष्ट म्हणजे, मी इतके दिवस सांगतोय त्याप्रमाणे त्या प्राण्यांना इथे आणायचं. बोनोबोंना वेगवेगळ्या पिंजऱ्यांत ठेवल्यानंतर ते एकमेकांना मारू शकणार नाहीत...’’

पांढऱ्या केसांच्या त्या पशूंच्या डॉक्टरचा हा मोलाचा सल्ला ऐकणं सिग्फ्रीडला भागच होतं. त्या प्राण्यांच्या स्वतंत्र हालचालींच्या दृष्टीनं आणि सुरक्षेच्या दृष्टीनं ते त्या बेटावर एकांतात राहिले तर अधिक बरं, असं त्याला वाटत होतं. पण ती वेळ आता टळून गेली होती. त्या प्राण्यांनी एकमेकांना ठार मारावं हे त्यांना परवडण्यासारखं नव्हतं. खरोखरच, त्यांच्यासमोर आता दुसरा काही पर्याय उरला नव्हता.

‘‘त्यांना पकडायला आपण केव्हा जायचं?’’ सिग्फ्रीडनं विचारलं.

‘‘जेवढ्या लवकर जाणं शक्य असेल तेवढ्या लवकर आपण निघायला हवं.’’ बर्ट्राम म्हणाले, ‘‘सुरक्षा विभागानं मान्यता दिलेल्या अशा प्राणी पकडणाऱ्या माणसांची एक टीम मी उद्या पहाटेपर्यंत तयार ठेवू शकेन. प्रथम आपण सुट्या सुट्या माकडांना डार्ट्स मारून पकडू. सगळ्या प्राण्यांना पिंजऱ्यांमध्ये बंदिस्त करायला दोन-तीन दिवसांपेक्षा अधिक वेळ लागणार नाही. एकदा ते काम झालं, की रात्रीच्या वेळी त्यांना आपण प्राणिकेंद्रात हलवू. त्यांच्यासाठी एक वेगळा विभाग मी आधीच तयार करून ठेवीन.’’

‘‘मला वाटतं, पुलापाशी तैनात केलेले शिपाई मी आता परत बोलावून घेतो.’’ सिग्फ्रीड म्हणाला, ‘‘त्यांनी प्राणी पकडणाऱ्या कोणावरती गोळ्या झाडल्या, तर उगाच नसती पंचाईत व्हायची.’’

‘‘त्या शिपायांना तिथे मुळात ठेवलं होतं हेच मला आवडलं नव्हतं.’’ बर्ट्राम म्हणाले, ‘‘ते गंमत म्हणून किंवा खाण्यासाठी म्हणून एखाद्या प्राण्याचीच शिकार करतील, अशी भीती मला वाटत होती.’’

‘‘आपण हा सगळा प्रकार जेनसिसमधल्या आपापल्या वरिष्ठांना कधी कळवायचा?’’ सिग्फ्रीडनं विचारलं.

‘‘हे सगळं काम होईपर्यंत मुळीच नाही.’’ बर्ट्राम म्हणाले, ‘‘किती प्राणी मारले गेले आहेत ते आपल्याला तेव्हाच समजेल. आणि एखादेवेळी यावर उपाय म्हणून आपल्याला एखादी नवी कल्पनाही तोपर्यंत सुचण्याची शक्यता आहे. मला वाटतं, आपण या प्राण्यांसाठी एक वेगळीच, नवीन इमारत बांधावी.’’

‘‘त्यासाठी आपल्याला त्यांची परवानगी घ्यावी लागेल...’’ सिग्फ्रीड म्हणाला.

‘‘अर्थातच.’’ बर्ट्राम म्हणाले आणि उठून उभे राहिले. ‘‘आत्ता या क्षणी मी

एवढंच म्हणू शकतो, की ते पिंजरे बेटाजवळ नेऊन ठेवण्यामध्ये मी फारच दूरदृष्टी दाखवलीय.''

न्यूयॉर्क

रेमंडना आज कित्येक दिवसांनंतर खूपच बरं वाटत होतं. सकाळी ते उठल्यापासूनच सगळं अगदी व्यवस्थित चाललं होतं. नऊनंतर थोड्याच वेळात त्यांनी डॉ. वॉलर अँडरसनला फोन केला होता. तो स्वत: त्यांचा सभासद व्हायला तयार होताच, शिवाय त्यानं दोन ग्राहकही मिळवले होते. ते दोघेही त्यांची आगाऊ वर्गणी भरायला आणि बहामाज्‌ला जाऊन अस्थिमज्जेचा नमुना द्यायला अतिशय उत्सुक होते.

त्यानंतर दुपारी बाराच्या सुमारास बेव्हरली हिलमधल्या रोडिओ ड्राईव्हवर दवाखाना असलेल्या डॉ. ॲलिस नॉर्वूडचा फोन आला होता. तिनं बातमी दिली, की त्यांच्या कार्यक्रमाचे सभासद होण्याची इच्छा असलेल्या तिघा डॉक्टरांना तिनं मेंबर करून घेतलंय. त्यांची खूप मोठी खासगी प्रॅक्टिस आहे. त्यांच्यापैकी एकजण सेंच्युरी सिटीमध्ये आहे, दुसरा ब्रेन्टवूडमध्ये आणि तिसरा बेल-एअरमध्ये आहे. रेमंड देत असलेल्या एवढ्या खास सेवेचा फायदा घेण्यासारखे बरेच लोक पश्चिम किनाऱ्यावरील या डॉक्टरांचे रुग्ण असतील आणि त्यांच्यामुळे आपल्या ग्राहकांमध्ये लवकरच लक्षणीय वाढ होईल, याबद्दल आपली खात्री असल्याचं तिनं त्यांना सांगितलं.

पण रेमंडना सर्वात बरं वाटलं होतं, ते त्यांना न आलेल्या फोन्समुळे. विनी डॉमिनिक किंवा डॉ. डॅनियल लेविट्झ या दोघांचेही फोन आले नव्हते, या गोष्टीमुळे त्यांना खूपच सुटल्यासारखं वाटत होतं. या शांततेचा अर्थ त्यांनी सोयिस्करपणे असा लावला, की फ्रँकोनी प्रकरण आता संपलेलं आहे.

ठीक साडेतीन वाजता दारावरची बेल वाजली. डार्लीननं पाहिलं. अश्रूभरल्या डोळ्यांनी तिनं रेमंडना सांगितलं, की तुम्हाला नेण्यासाठी खाली गाडी आलेली आहे.

रेमंडनी आपल्या मैत्रिणीला मिठीत घेतलं आणि तिच्या पाठीवर थोपटलं. ''पुढच्या वेळी एखादेवेळी मी तुला नेऊ शकेन.'' त्यांनी तिचं सांत्वन करत म्हटलं.

''खरंच?'' तिनं विचारलं.

''आत्ता मी त्याची खात्री देऊ शकत नाही.'' रेमंड म्हणाले, ''पण आपण प्रयत्न नक्की करू.'' जेनसिसच्या विमानाच्या उड्डाणांवर रेमंडचं काहीच नियंत्रण नव्हतं. डार्लीनला यापूर्वी फक्त एकदाच कोगोला जाता आलं होतं. बाकी सगळ्या वेळी जाताना किंवा येताना, एकदातरी विमान भरलेलं असायचं. त्या विमानाचा ठरलेला कार्यक्रम असा असायचा, की अमेरिकेतून ते युरोपला जायचं आणि तिथून

बाटाला. येतानाही साधारणपणे हाच कार्यक्रम पाळला जायचा. फक्त युरोपमध्ये उतरण्याचं शहर दरवेळी वेगवेगळं असायचं.

कोगोमध्ये पोचल्यावर तिला फोन करायचं वचन देऊन, आपली बॅग घेऊन रेमंड खाली उतरले. त्यांच्यासाठी थांबलेल्या सेडन गाडीत ते चढले आणि आरामात मागे टेकून बसले.

"आपल्याला रेडिओ हवाय, सर?" ड्रायव्हरनं विचारलं.

"हो, जरूर लाव." रेमंड म्हणाले. त्यांना आत्ताच मजा वाटायला लागली होती.

त्यांचा शहरातला प्रवास हाच थोडा कटकटीचा होता. वेस्ट साईड हायवेला एकदा लागल्यावर त्यांचा पुढचा प्रवास अगदी मस्त झाला. रस्त्यावर वाहतूक पुष्कळ होती, पण गर्दीची वेळ अजून सुरू झालेली नसल्यामुळे ती अगदी सुरळीत चालू होती. जॉर्ज वॉशिंग्टन पुलावरही तीच परिस्थिती होती. एका तासाच्या आतच रेमंड टेटरबरो विमानतळावर पोचले.

जेनसिसचं विमान अजून आलेलं नव्हतं. पण रेमंडना त्याची काळजी नव्हती. ते लाऊंजमध्ये आरामात बसले आणि त्यांनी एक स्कॉचची ऑर्डर दिली. बसल्या जागेवरून त्यांना धावपट्टीचं सुरेख दृश्य दिसत होतं. त्यांची स्कॉच आली, त्याचवेळी जेनसिसचं डौलदार विमान ढगातून खाली आलं आणि धावपट्टीवर उतरलं. हळूहळू पुढे येत ते बरोबर रेमंडच्या समोर येऊन थांबलं.

कडेला लाल पट्टा रंगवलेलं ते पांढरंशुभ्र विमान फारच सुरेख होतं. त्यावर फक्त एन्-६९-एस् यू एवढी अक्षरं होती आणि एक छोटा अमेरिकन ध्वज त्यावर लागलेला होता. या दोन्ही गोष्टी त्या विमानाच्या शेपटाच्या बाजूला होत्या.

अगदी हळूच त्या विमानाचं दार उघडलं आणि आतला जिना जमिनीच्या दिशेनं बाहेर येऊ लागला. गडद निळ्या रंगाचा उत्तम पोशाख केलेला एक स्टुअर्ड दारात आला आणि जिना उतरून त्यानं विमानतळाच्या इमारतीत प्रवेश केला. त्याचं नाव होतं रॉजर पेरी. रेमंडना तो चांगलाच आठवत होता. रेमंडनी जितक्या वेळा हा प्रवास केला होता, त्या प्रत्येक वेळी तो आणि जास्पर डेव्हरो नावाचा आणखी एक स्टुअर्ड असे दोघेजण विमानात असायचे.

इमारतीत शिरल्यावर रॉजरनं लाऊंजमध्ये इकडेतिकडे पाहायला सुरुवात केली. रेमंड दिसल्याबरोबर तो त्यांच्याकडे आला आणि त्यानं त्यांना सलाम ठोकला.

"आपलं सामान एवढंच आहे का, सर?" रेमंडची बॅग उचलत रॉजरनं विचारलं.

"बस्स, तेवढंच आहे." रेमंड म्हणाले, "आपण लगेच निघायचंय का? विमानाला इंधन वगैरे भरायचं नाही का?" कारण यापूर्वीच्या उड्डाणांच्या वेळी असंच केलं जात असे.

''नाही, आपली सगळी तयारी झालेली आहे.'' रॉजर म्हणाला.

रेमंड उठले आणि त्या स्टुअर्डच्या पाठोपाठ चालू लागले. त्या आरामदायी खाजगी जेटकडे जात असताना आपल्याला बऱ्याच लोकांनी पाहावं अशी त्यांची इच्छा असायची. अशा वेळी त्यांना वाटायचं, की अशा प्रकारचं ऐषारामी जीवन जगण्यासाठीच आपला जन्म झालेला आहे. आपला वैद्यकीय प्रॅक्टिस करण्याचा परवाना रद्द झाला, ही गोष्ट चांगलीच झाली असंही त्यांनी आपल्या मनाला पटवलं होतं.

''रॉजर, मला एक गोष्ट सांग,'' जिन्यापर्यंत पोचल्यावर रेमंड म्हणाले, ''युरोपला जाणाऱ्या आपल्या उड्डाणातल्या जागा पूर्ण भरलेल्या आहेत का?'' रेमंडच्या आत्तापर्यंतच्या प्रत्येक उड्डाणात जेनसिसचे काही अधिकारी असायचे.

''आणखी एकच प्रवासी आहे.'' रॉजर म्हणाला. जिन्याच्या पायथ्याशी तो बाजूला सरून उभा राहिला आणि त्यानं रेमंडना पुढे होण्याची खूण केली.

जिना चढताना रेमंड स्वत:शीच हसत होते. आणखी एकच प्रवासी आणि त्यांची सेवा करायला दोन स्टुअर्ड्स; म्हणजे त्यांना वाटलं होतं त्यापेक्षा या उड्डाणात अधिकच मजा येणार होती. एवढी ऐष करायला मिळणार असेल तर गेल्या काही दिवसांत त्यासाठी जो त्रास सोसावा लागला, तो काहीच नाही असं त्यांना वाटायला लागलं.

विमानात शिरल्याबरोबर त्यांना जास्पर भेटला. त्यानं रेमंडचा ओव्हरकोट आणि जॅकेट घेतलं आणि विमानानं टेक्-ऑफ् करण्यापूर्वी त्यांना ड्रिंक हवंय का, ते विचारलं.

''नको, मला एवढी काही घाई नाही.'' रेमंड ऐटीत म्हणाले.

गॅली आणि केबिनला वेगळा करणारा पडदा जास्परनं बाजूला केला. रेमंड विमानाच्या मुख्य भागात शिरले. त्यांची छाती अभिमानानं फुलून आली होती. त्या मऊ, गुबगुबीत, चामड्याच्या सीट्सपैकी कुठल्या सीटवर बसावं असा विचार ते करत असतानाच त्यांची नजर विमानातल्या दुसऱ्या प्रवाशाकडे गेली. रेमंड जागच्याजागी गोठल्यासारखे उभे राहिले. त्याचवेळी त्यांच्या पोटात भीतीचा मोठा गोळा उभा राहिला.

''हॅल्लो, डॉ. लीयॉन्स. या, या, सुस्वागतम् !''

''टेलर कॅबोट !'' रेमंड चिरक्या आवाजात म्हणाले, ''तुम्ही इथे भेटाल असं मला वाटलं नव्हतं.''

''मलाही वाटलं नव्हतं...'' टेलर म्हणाले, ''मी इथे कसा आलो याचं मलादेखील आश्चर्यच वाटतंय.'' ते हसले आणि त्यांनी रेमंडना आपल्या शेजारच्या सीटवर बसण्याची खूण केली.

रेमंड पटकन खाली बसले. जास्परनं देऊ केलेल्या ड्रिंकला 'नाही' म्हटल्या-बद्दल त्यांनी स्वत:लाच शिव्या घातल्या. त्यांच्या घशाला प्रचंड कोरड पडली होती.

"मला या विमानाच्या उड्डाणाचा कार्यक्रम सांगण्यात आला." टेलर सांगू लागले, "तेव्हा माझ्या नेहमीच्या कामांच्या घाईतून आत्ता मला थोडी सवड आहे, असं माझ्या लक्षात आलं. म्हणून मग आपलं कोगोचं काम कसं चाललंय ते पाहावं, असं मी ठरवलं. अगदी आयत्यावेळी माझा हा बेत ठरला. अर्थात, आपल्याला झुरिचला थोडा वेळ थांबावं लागेल. तिथे माझी बँकेच्या काही लोकांबरोबर छोटीशी मीटिंग आहे. त्यामुळे तुमची गैरसोय तर होणार नाही ना?"

रेमंडनी मान हलवली. "छे, छे, अजिबातच नाही." ते चाचरत म्हणाले.

"आणि आपला बोनोबो प्रकल्प काय म्हणतोय?" टेलरनी विचारलं.

"तो उत्तम चाललाय..." रेमंड कसंबसं म्हणाले, "आपल्याला बरेच नवे ग्राहक मिळतायत. वास्तवात आपल्याला त्यांची मागणी पूर्ण करणं थोडं कठीणच जाणार आहे."

"आणि कार्लो फ्रँकोनीच्या त्या खेदकारक प्रकरणाचं काय झालं?" टेलरनी चौकशी केली. "ते यशस्वीपणे निपटण्यात आलंय, अशी आशा करतो."

"हो, अर्थातच." रेमंड परत चाचरत म्हणाले. त्यांनी हसण्याचा केविलवाणा प्रयत्न केला.

"मी आता या ट्रिपला येतोय याचं हेही एक कारण आहे, की हा प्रकल्प मदत करण्याच्या लायकीचा आहे की नाही याची मला परत एकदा खात्री करून घ्यायचीय." टेलर म्हणाले, "माझ्या मुख्य वित्त अधिकाऱ्यानं मला सांगितलं, की आता त्यातून आपल्याला थोडथोडा फायदा व्हायला लागलाय म्हणून. पण आमच्या कार्यकारी अधिकाऱ्याचं मत मात्र या माकडांवरील संशोधनाच्या प्रकल्पाबद्दल थोडं वेगळं आहे. त्याला असं वाटतंय, की आपण यात कसलातरी धोका पत्करतो आहोत. त्यामुळे आता मला त्याबद्दल काहीतरी निर्णय करायला हवाय. तुम्ही मला यात मदत कराल ना?"

"नक्कीच." रेमंड परत चिरक्या आवाजात म्हणाले. त्यांच्या जेट विमानाची इंजिनं सुरू झाल्याचा विशिष्ट आवाज त्यांच्या कानावर पडला.

न्यूयॉर्कच्या जेएफ्के विमानतळावरच्या आंतरराष्ट्रीय निर्गमन लाऊंजमधल्या बारमध्ये एखाद्या पार्टीसारखं वातावरण होतं. लूदेखील बीयरचे घुटके घेत आणि शेंगदाणे तोंडात टाकत या पार्टीत सामील झाला होता. तो आज फारच छान मूडमध्ये होता आणि आपणही या ट्रिपला जातोय, अशा आविर्भावात वावरत होता.

बारमधल्या एका कोपऱ्यातल्या गोल टेबलापाशी जॅक, लॉरी, वॉरन, नटाली आणि एस्टेबान लूबरोबर बसले होते. त्यांच्या डोक्यावर असलेल्या टेलिव्हिजनवर हॉकीचा खेळ चालला होता. त्या खेळाचं धावतं वर्णन सांगणाऱ्या निवेदकाचा उत्तेजित

आवाज आणि प्रेक्षकांचा आरडाओरडा यामुळे वातावरणाला आणखीच रंगत येत होती.

''आजचा दिवस फारच मस्त आहे.'' लू ओरडून जॅक आणि लॉरीला म्हणाला, ''आम्ही व्हिडो डेल्बारिओला पकडलं आणि आता स्वत:ला वाचवण्यासाठी तो काहीही थापा मारत सुटलाय. मला वाटतं, आम्ही व्हॅकारो टोळीला चांगलाच धक्का देणार आहोत.''

''अँजेलो फॅशिओलो आणि फ्रँको पाँटीचं काय झालं?'' लॉरीनं विचारलं.

''त्यांची एक वेगळीच कथा आहे.'' लू म्हणाला, ''यावेळी न्यायाधीशांनी आमची बाजू घेतली आणि त्या दोघांनाही प्रत्येकी वीस लाख डॉलरचा जामीन भरायला सांगितलाय. त्यांनी पोलिस असल्याचा जो बहाणा केला, त्यामुळे ते या संकटात पडले.''

''स्पॉलेटो फ्यूनरल होमचं काय केलं?'' लॉरीनं विचारलं.

''ती तर आमच्या दृष्टीनं सोन्याची खाणच ठरणार आहे.'' लू म्हणाला, ''त्याचा मालक विनी डॉमिनिकच्या बायकोचा भाऊ आहे. तुला तो आठवतोय ना, लॉरी?''

लॉरीनं मान डोलावली. ''त्याला कशी विसरेन मी?''

''विनी डॉमिनिक कोण?'' जॅकनं विचारलं.

''सेरिनो भानगडीत त्यानं एक महत्त्वाची आणि आश्चर्यकारक भूमिका बजावली होती.'' लॉरीनं माहिती पुरवली.

''आता तो त्यांच्या विरुद्ध असलेल्या ल्युसिया टोळीमध्ये आहे.'' लू म्हणाला, ''सेरिनो तुरुंगात गेल्यापासून त्यांची अगदी मजा चालली होती. पण यावेळी मात्र आम्हाला त्यांचा फुगा फोडण्यात यश येणार, असं माझं अंतर्मन मला सांगतंय.''

''सरकारी डॉक्टरांच्या ऑफिसातल्या फितुराचं काय झालं?'' लॉरीनं विचारलं.

''आधीच्या भानगडी आधी हातावेगळ्या होऊ देत.'' लू म्हणाला, ''आम्ही ते नंतर पाहून घेऊच... तू काही त्याची काळजी करू नकोस.''

''ते करशील तेव्हा व्हिनी ॲमेंडोला नावाच्या एका तंत्रज्ञाचीही चौकशी कर.'' लॉरीनं सांगितलं.

''का? काही खास कारण आहे का?'' लूनं विचारलं आणि ते नाव आपल्या डायरीत टिपून घेतलं. ही डायरी त्याच्या जॅकेटच्या कडेच्या खिशात नेहमी असायची.

''आम्हाला त्याचा थोडा संशय येतोय.'' लॉरी म्हणाली.

''हे काम झालं असं समज.'' लू म्हणाला, ''या प्रकरणामुळे, गोष्टी किती भराभर बदलतात हेच दिसून येतंय, हे तुम्हा सर्वांच्या लक्षात आलंय का? काल मला या केसचं काय होणार आहे, अशी काळजी वाटत होती आणि आज मात्र सोन्याचा दिवस उगवलाय असं वाटतंय. मला तर कॅप्टनचा फोनही आला होता...माझी प्रशंसा करणारा.. तुमचा विश्वास बसतोय या गोष्टीवर?''

“प्रशंसा करण्यासारखंच काम केलंयस तू...” लॉरी म्हणाली.

“या केसमुळे माझी प्रशंसा होणार असेल, तर त्याबरोबरच तुम्हा दोघांचंही कौतुक करायला हवं.” लू म्हणाला.

आपल्या दंडावर कोणीतरी थाप मारतंय असं जॅकला वाटलं. एक वेट्रेस त्याचं लक्ष वेधून घेण्याचा प्रयत्न करत होती. त्यांना अजून बीयर हवी आहे का, असं ती विचारत होती.

तिथल्या गोंधळावर आवाज चढवत जॅकनं ‘कोणाला आणखी बीयर हवीय का’ ते विचारलं.

जॅकनं नटालीकडे प्रथम बघितलं. तिनं आपल्या ग्लासवर हात धरत आपल्याला नकोय म्हणून सांगितलं. तिनं घातलेल्या जांभळ्या रंगाच्या जम्पसूटमध्ये ती फारच छान दिसत होती. हार्लेममधल्या एका सार्वजनिक शाळेत ती तिसऱ्या इयत्तेला शिकवण्याचं काम करायची. पण ती मास्तरणीसारखी मुळीच दिसत नव्हती. जॅकच्या दृष्टीनं तिचा चेहरा एखाद्या ईजिप्शियन पुतळ्यासारखा कोरीव होता. मेट्रोपॉलिटन म्युझियममधले ईजिप्शियन पुतळे बघायला लॉरीनं एकदा त्याला जबरदस्तीनं ओढत नेलं होतं. नटालीचे डोळे बदामाच्या आकाराचे होते आणि जिवणीही सुबक होती. आज तिनं केसही वेगळ्याच पद्धतीनं बांधले होते. ते तिला तिच्या बहिणीनं शिकवलं, असं ती म्हणाली होती.

जॅकनं वॉरनला आणखी एक बीयर हवीय का, म्हणून विचारल्यावर त्यानं मान हलवली. वॉरन नटालीच्या पलीकडेच बसला होता. त्यानं काळा टी-शर्ट आणि त्यावर स्पोर्ट जॅकेट घातलं होतं. त्यातूनही त्याचं कमावलेलं शरीर चांगलंच उठून दिसत होतं. जॅकनं त्याला आतापर्यंत कधीच एवढं खूश पाहिलं नव्हतं. त्याच्या नेहमीच्या ओठ दाबलेल्या कठोर हावभावांऐवजी आज त्याच्या चेहऱ्यावर चक्क स्मितहास्य विलसत होतं.

“माझं झालंय, बरं का.” एस्टेबाननं ओरडून सांगितलं. तो तर वॉरनपेक्षाही अधिक खूश दिसत होता आणि हसतही होता.

जॅकनं लॉरीकडे बघितलं. “मला तर अजिबात नकोय. मी विमानातल्या जेवणाबरोबर येणाऱ्या वाईनसाठी पोटात थोडीशी जागा ठेवतेय.” लॉरीनं आपल्या पिंगट केसांची वेणी घातली होती आणि अंगात मखमली वाटणारा असा एक सैलसर टॉप आणि लेगिंग्ज घातले होते. तिच्या वागण्यातील उत्साहामुळे आणि अंगातल्या साध्या कपड्यांमुळे ती कॉलेजात जाणाऱ्या एखाद्या मुलीसारखी दिसतेय, असं जॅकला वाटलं.

“मी एक बीयर घेईन.” लू म्हणाला.

“एक बीयर.” जॅकनं त्या वेट्रेसला सांगितलं, “आणि मग बिल.”

“तुमचा आजचा दिवस कसा काय गेला?” लूनं लॉरी आणि जॅकला विचारलं.

''आम्ही इथपर्यंत तरी आलोय...'' जॅक म्हणाला, ''सध्या तरी आमचं हेच ध्येय होतं. लॉरी आणि इतरांनी व्हिसा काढला आणि मी तिकिटं.'' त्यानं आपल्या पोटावर थापट्या मारल्या. ''मी काही फ्रेंच फ्रँक्स आणि पैसे सुरक्षित ठेवण्यासाठी पट्टाही घेतला. आफ्रिकेतल्या त्या भागात फ्रेंच फ्रँक्सना बरीच किंमत आहे असं मला समजलं.''

''तुम्ही तिथे गेल्यावर पुढे काय करणार?'' लूनं विचारलं.

जॅकनं एस्टेबानकडे बोट दाखवलं. ''प्रवासातल्या आमच्या या निर्वासित मित्रानं आमच्या तिकडच्या मुक्कामाची सगळी व्यवस्था करून ठेवलेली आहे. त्याचा चुलतभाऊ आम्हाला विमानतळावर भेटणार आहे आणि त्याच्या बायकोच्या भावाचं तिकडे हॉटेल आहे.''

''तर मग तुमची ट्रिप चांगली व्हायला काहीच हरकत दिसत नाहीये.'' लू म्हणाला, ''बरं, तुमचा तिथला कार्यक्रम काय आहे?''

''एस्टेबानच्या चुलतभावानं आमच्यासाठी एक व्हॅन भाड्यानं घ्यायचं ठरवलंय.'' जॅक म्हणाला, ''त्यामुळे कोगोला आम्ही गाडीनंच जाऊ.''

''म्हणजे तुम्ही असेच तिथे जाऊन टपकणार तर..!'' लू म्हणाला.

''तीच तर आमची कल्पना आहे.'' जॅक म्हणाला.

''माझ्या शुभेच्छा आहेत तुम्हाला..!'' लू म्हणाला.

''थँक्स.'' जॅक म्हणाला, ''आम्हाला बहुतेक या शुभेच्छांची गरज पडेलच.''

अर्ध्या तासानं त्यांच्यापैकी लू सोडून बाकीचे सगळेजण ७४७ मध्ये चढले. आपापल्या सीट्स शोधून त्यांनी हातातल्या बॅगा वरच्या कप्प्यांमध्ये टाकल्या. ते आपापल्या जागेवर विराजमान होतात न होतात, तोच विमान सुरूही झालं आणि गेटपासून दूर जायला लागलं.

नंतर जेव्हा इंजिनांचा मोठा आवाज सुरू झाला आणि उडण्यासाठी म्हणून विमान धावपट्टीवरून वेगानं धावू लागलं, तेव्हा जॅकनं आपला हात हातात घेतल्याचं लॉरीला जाणवलं. त्यानं तिचा हात घट्ट पकडून ठेवला होता.

''तुला बरं वाटत नाहीये का?'' तिनं त्याला विचारलं.

जॅकनं मान हलवली. ''विमानाच्या प्रवासाची मला भीती वाटतेय, हे मला आत्ताच समजलं..'' तो म्हणाला.

आता लॉरीच्या लक्षात आलं.

''आपण निघालोय.'' वॉरन आनंदानं म्हणाला, ''आफ्रिका, आम्ही आलोच तुला भेटायला.''

□□

११

मार्च ८, १९९७
पहाटे २ वाजता
कोगो, इक्वेटोरियल गिनी

"**तु**ला झोप लागलीय का?" कॅन्डेस कुजबुजली.

"चेष्टा करतेस?" मेलनीनंही कुजबुजत म्हटलं, "असल्या दगडावर अंथरलेल्या झाडांच्या या फांद्यांवर झोप लागणं शक्य तरी आहे का?"

"मलाही झोप येत नाहीये." कॅन्डेस म्हणाली, "विशेषत: या घोरण्याच्या आवाजामुळे. केविन काय म्हणतोय?"

"मीही जागाच आहे." केविन म्हणाला.

मुख्य गुहेच्या आत शिरल्यावर दाराच्या बाजूलाच असलेल्या एका छोट्या खोलीसारख्या गुहेत ते तिघेजण आता होते. तिथे संपूर्ण काळोख होता. बाहेरून येणाऱ्या क्षीण चंद्रप्रकाशाचं परावर्तन होऊन अगदी मंद असा प्रकाश आत येत होता.

त्या गुहेत प्रवेश केल्याबरोबरच केविन, मेलनी आणि कॅन्डेसला या छोट्या गुहेमध्ये बंदिस्त करण्यात आलेलं होतं. ती गुहा सुमारे दहा फूट रुंद आणि जवळजवळ केविनच्याच उंचीएवढी म्हणजे पाच फूट दहा इंच उंच होती. पण पुढे तिचं छत उतरतं होत गेलं होतं. तिला मागची भिंत अशी नव्हतीच. म्हणजे पुढे पुढे ती फक्त आणखी निमुळती होत गेलेली होती. तिथे आल्यानंतर संध्याकाळी फ्लॅशलाईटच्या उजेडात केविननं त्या बोगद्याची पाहणी केली होती. बाहेर जाण्यासाठी

दुसरा एखादा मार्ग सापडेल अशी त्याला आशा होती. पण तो बोगदा पुढे तीस फुटानंतर संपतच होता.

बोनोबो माद्यांनी त्यांचं सुरुवातीला थंडं स्वागत केलं होतं, तरी आता त्या आणि इतर बोनोबोही त्यांच्याशी चांगले वागत होते. त्यांना या माणसांबद्दल अतिशय कुतूहल वाटत होतं हे नक्की. त्यामुळे त्यांना जिवंत आणि चांगल्या अवस्थेत ठेवण्याचा त्यांचा विचार दिसत होता. त्यांनी त्यांना कमंडलूसारख्या कटोऱ्यातून चिखलाच्या रंगाचं पाणी प्यायला आणि बरेच अन्नपदार्थ खायला दिले होते. पण या माणसांच्या दुर्दैवानं ते अन्नपदार्थ अळ्या, किडे, इतरही वेगवेगळे कीटक आणि लागो हिप्पोमधलं शेवाळ या रूपात होते.

उतरत्या दुपारी त्या प्राण्यांनी गुहेच्या दाराबाहेर शेकोटी पेटवली होती. ते आग कशी चालू करतात हे पाहण्यात केविनला विशेष रस होता, पण तो फारच मागे उभा होता. तिथून त्याला काहीच नीट दिसत नव्हतं. बोनोबोंचा एक गट गोल कडं करून बराच वेळ उभा होता आणि अर्ध्या तासानं शेकोटी चांगली पेटलेली दिसत होती.

''चला धुराबद्दलच्या रहस्याचं उत्तर तर मिळालं...!'' केविन म्हणाला होता.

मग त्या प्राण्यांनी कोलोबस माकडांना सळ्यांवर खोचून त्या आगीमध्ये भाजलं होतं. नंतर त्यांचे तुकडे करून आनंदोत्सव करत ते सगळ्यांना वाटण्यात आले होते. त्यांच्या आरोळ्यांवरून आणि आपापसातील संभाषणावरून असं वाटत होतं, की या माकडांचं मांस म्हणजे या बोनोबोंच्या दृष्टीनं खास मेजवानी असावी.

बोनोबो क्रमांक एकनं त्या मेजवानीतले काही तुकडे एका मोठ्या पानावर ठेवले आणि ते तो या माणसांकडे घेऊन आला. त्यांच्यापैकी केविन एकटाच त्याची चव घ्यायला तयार होता. त्यानं त्या मुलींना सांगितलं, की आपण आजवर खाल्लेल्या कोणत्याही पदार्थापेक्षा ते चावायला चिवट होते. चवीचा विचार करायचा झाला, तर त्यानं पूर्वी एकदा खाल्लेल्या हत्तीच्या मांसासारखेच ते विचित्र लागत होते. मागच्या वर्षी सिग्फ्रीडनं एकदा शिकारीला गेलेला असताना एक जंगली हत्ती मारून आणला होता. त्याचे सुळे बाजूला काढून ठेवल्यानंतर त्याच्या मांसाचा काही भाग त्यानं मध्यवर्ती मुदपाकखान्यातून शिजवून घेतला होता.

बोनोबोंनी या माणसांना बांधून वगैरे ठेवण्याचा प्रयत्न केला नव्हता. केविन आणि त्या मुलींनी आपल्या शरीराभोवती बांधलेले दोर सोडले, तेव्हाही त्यांनी त्याला काही हरकत घेतली नव्हती. पण त्याचवेळी बोनोबोंनी हेही स्पष्ट केलं होतं, की त्यांनी त्या छोट्या गुहेतच राहिलं पाहिजे. मोठ्या नर बोनोबोंपैकी दोघेजण तर सतत त्यांच्या आजूबाजूला वावरत असत. केविन आणि त्या मुलींनी थोडी जरी संशयास्पद हालचाल केली, तरी ते लगेच मोठ्या आवाजात आरोळ्या ठोकू लागत. त्यांना आणखी घाबरवण्यासाठी ते आपली बत्तीशी विचकत त्यांच्यासमोर येऊन उभे

राहायचे. अशा तऱ्हेनं त्यांनी त्या माणसांना एका जागी खिळवून ठेवलं होतं.

"आपल्याला काहीतरी करायला हवं." मेलनी म्हणाली, "आपण काही कायम इथेच राहायचं नाहीये. आणि काहीही करायचं झालं, तरी ते आत्ता झोपलेत तसे झोपलेले असतानाच करायला हवं."

त्यांच्या पहारेकऱ्यांसकट गुहेतले सगळे बोनोबो आता गाढ झोपलेले होते. झाडांच्या फांद्या आणि पानं वापरून त्यांनी बिछाने बनवले होते आणि त्यावर ते मस्त घोरत पडले होते.

"त्यांना राग येईल असं काहीही आपण करायला नको, असं मला वाटतं." केविन म्हणाला, "ते आत्तापर्यंत आपल्याला एवढी चांगली वागणूक देतायत, हे आपलं नशीबच म्हटलं पाहिजे."

"खायला अळ्या आणि किडे देणं याला मी तरी चांगली वागणूक म्हणणार नाही." मेलनी म्हणाली, "खरंच, आपण काहीतरी करायला हवं. शिवाय ते आपल्यावर उलटूही शकतात. ते केव्हा काय करतील, याबद्दल तर आपण काहीच सांगू शकत नाही..."

"तरीही आपण थांबावं असं मला वाटतं." केविन म्हणाला, "आत्ता त्यांना आपल्याबद्दल अपूर्वाई वाटतेय, पण लवकरच हे नावीन्य कमी होईल. शिवाय, गावातही आपण नाहीसे झालो आहोत हे लोकांच्या लक्षात येईलच. आपण काय केलंय हे सिग्फ्रीड आणि बर्ट्रांम यांना लगेच समजेल. मग ते आपल्याला शोधत येतीलच."

"त्याबद्दल मला अजिबात खात्री नाही." मेलनी म्हणाली, "आपण नाहीसे झालोय ही देवाचीच कृपा आहे, असं सिग्फ्रीडला वाटेल."

"सिग्फ्रीडला तसं वाटण्याची शक्यता आहे, पण बर्ट्रांम तसे नाहीत." केविन म्हणाला, "ते मनानं फार चांगले आहेत."

"तुला काय वाटतं कॅन्डेस?" मेलनीनं विचारलं.

"मी काही वाटायच्या पलीकडे गेलेय." कॅन्डेस म्हणाली, "असला विचित्र प्रसंग माझ्यावर कधी येईल, असं मला स्वप्नातही वाटलं नव्हतं. त्यामुळे त्याच्यावरची माझी प्रतिक्रिया काय आहे, ते कसं सांगणार? मी अगदी बधीर होऊन गेल्येय..."

"आपण परत गेल्यावर लोकांना काय सांगायचं?" केविन म्हणाला, "त्याबद्दल आपण आत्तापर्यंत काहीच बोललो नाही."

"जर आपण परत गेलो तर." मेलनी म्हणाली.

"असं बोलू नकोस ग..!" कॅन्डेस म्हणाली.

"आपल्याला वस्तुस्थितीशी संघर्ष हा करायलाच हवा." मेलनी म्हणाली, "म्हणूनच मला असं वाटतं, की आत्ता हे सगळे झोपलेले असतानाच आपण काहीतरी हालचाल करायला हवी."

‘‘त्यांची झोप किती गाढ असते हे आपल्याला कुठे ठाऊक आहे?’’ केविन म्हणाला, ‘‘इथून बाहेर पडायचं म्हणजे सुरुंग पेरलेल्या जागेतून चालत जाण्यासारखं आहे.’’

‘‘आता एक गोष्ट मात्र अगदी नक्की.’’ कॅन्डेस म्हणाली, ‘‘आता यापुढच्या कोणत्याही शस्त्रक्रियेत मी सहभागी होणार नाही. आपण माकडांचा वापर करतोय हे समजल्यावरच मला अस्वस्थ वाटायला लागलं होतं. आता तर ते आदिमानव आहेत असं आपल्याला समजलंय. आता मला ते अजिबातच जमायचं नाही. मी स्वत:ला तेवढी चांगली नक्कीच ओळखते.’’

‘‘याबद्दल तर काही शंकाच नको.’’ केविन म्हणाला, ‘‘कोणत्याही सहृदय माणसाच्या भावना अशाच असतील. पण आता प्रश्न तो नाहीये. प्रश्न असा आहे, की प्राण्यांची ही एक नवी जात जन्माला आलेली आहे आणि त्यांचा जर आरोपणासाठी उपयोग केला गेला नाही, तर त्यांचं करायचं तरी काय?’’

‘‘त्यांना पिल्लं होतील का?’’ कॅन्डेसनं विचारलं.

‘‘नक्कीच होतील.’’ मेलनी म्हणाली, ‘‘त्यांच्या जननक्षमतेवर परिणाम होईल असं काहीच करण्यात आलेलं नाही.’’

‘‘बाप रे !’’ कॅन्डेस म्हणाली, ‘‘हे सगळं फारच भयानक आहे...!’’

‘‘त्यांच्यावर शस्त्रक्रिया करून त्यांना गर्भधारणा होणार नाही अशी व्यवस्था केली तर?’’ मेलनी म्हणाली, ‘‘म्हणजे मग आपल्याला एकाच पिढीचा विचार करावा लागेल.’’

‘‘हा प्रकल्प सुरू करण्यापूर्वीच मी या सगळ्या गोष्टींचा विचार करायला हवा होता, असं मला आता वाटायला लागलंय.’’ केविन म्हणाला, ‘‘क्रोमोझोम्समधले काही भाग एकमेकांत बदलता येतायत हा शोध मला लागल्यानंतर मी माझ्या हुशारीत एवढा वाहवत गेलो, की इतर परिणामांचा विचारच माझ्या डोक्यात आला नाही.’’

बाहेर अचानक जोरात वीज चमकली. त्यामुळे गुहेचा अंतर्भागही प्रकाशित झाला. त्यामागोमाग ढगांच्या गडगडण्याचा मोठा आवाज आला. तो आवाज एवढा मोठा होता, की त्यामुळे सगळा डोंगर हलतोय असं वाटलं. तिथे रोजच होणाऱ्या वादळांपैकी एक आता त्या बेटाला झोडपून काढणार आहे, याची सूचना देण्याचा निसर्गाचा तो एक भीषण मार्ग होता.

‘‘मी म्हणतेय ते बरोबर आहे, हेच यावरून दिसून येतंय.’’ गडगडण्याचा आवाज कमी झाल्यावर मेलनी म्हणाली.

‘‘कशाबद्दल बोलतेयस तू?’’ केविननं विचारलं.

‘‘या गडगडाटामुळे मेलेला माणूसही उठून बसला असता.’’ मेलनी म्हणाली, ‘‘पण या बोनोबोंपैकी एकालाही त्याचा पत्ता लागला नाही.’’

"खरंच की !" कॅन्डेस म्हणाली.

"मला वाटतं, आपल्यापैकी एकानं तरी इथून बाहेर जाण्याचा प्रयत्न करून पाहायला पाहिजे." मेलनी म्हणाली, "त्यामुळे इथे काय झालंय ते बर्ट्रामना समजेल; आणि मग आपल्याला सोडवण्यासाठी ते कोणालातरी इथे पाठवूही शकतील."

"मला वाटतं तू म्हणतेयस ते बरोबर आहे." कॅन्डेस म्हणाली.

"आहेच बरोबर." मेलनी म्हणाली.

काही वेळ तसाच शांततेत गेला. अखेर केविननं त्या शांततेचा भंग केला. "एक सेकंद. मी जावं असं तुम्ही दोघी सुचवत आहात की काय?"

"मला तर त्या छोट्या बोटीमध्ये बसताही येत नाही; मग वल्हवणं तर दूरच." मेलनी म्हणाली.

"मला त्यात बसता येईल, पण अंधारात वल्हवता येईल की नाही याबद्दल मात्र मला शंका आहे." कॅन्डेस म्हणाली.

"आणि मला ते येईल असं तुम्हा दोघींना वाटतंय?" केविननं विचारलं.

"आमच्यापेक्षा नक्कीच चांगलं येईल." मेलनी म्हणाली.

केविनच्या अंगावर शहारे आले. रात्रीच्या अंधारात बाहेर हिप्पो चरत असताना बोटीपर्यंत जाण्याचा विचारच भयावह होता. आणि त्या तलावातून बोट वल्हवत न्यायची, ही कल्पना त्याहूनही भयावह होती, कारण ते तळं मगरींनी भरलेलं होतं.

"पाहिजे तर सकाळ होईपर्यंत तू बोटीतच लपून राहा." मेलनीनं सुचवलं, "हे प्राणी झोपलेले असताना गुहेतून बाहेर पडून त्यांच्यापासून दूर जाणं हे महत्त्वाचं आहे."

रात्री तो तलाव पार करण्यापेक्षा बोटीत लपून राहण्याची कल्पना केविनला अधिक चांगली वाटत होती. पण त्यामुळे दलदलीमध्ये हिप्पोंशी गाठ पडू शकेल, ही अडचण दूर होत नव्हती.

"तुला आठवतंय? इथे येण्याची कल्पना तुझ्या डोक्यातूनच निघाली होती." मेलनीनं त्याला आठवण करून दिली.

केविननं कडक शब्दात आपला निषेध दर्शवण्यासाठी म्हणून काहीतरी बोलायला सुरुवात केली, पण स्वतःला आवरलं. एका अर्थी ती म्हणत होती ते खरं होतं. बोनोबो हे आदिमानव आहेत की नाही हे शोधून काढण्यासाठी बेटावर जाऊनच पाहायला हवं, असं तोच म्हणाला होता. पण नंतर मेलनीनंच त्याला अधिक आग्रह धरला होता.

"तूच ते सुचवलं होतंस." कॅन्डेस म्हणाली, "मला ते चांगलं आठवतंय. आपण तुझ्या ऑफिसमध्येच होतो. त्याचवेळी तू धुराबद्दल तुला वाटत असलेली काळजी प्रथम बोलून दाखवली होतीस."

"पण मी फक्त म्हटलं होतं..." केविननं बोलायला सुरुवात केली, पण तो मध्येच थांबला. वादविवादात मेलनीशी तो कधीच जिंकला नसता; विशेषतः कॅन्डेस आत्ता तिला

जो पाठिंबा देत होती, तसा देत असताना तर ते मुळीच शक्य नव्हतं. आपल्या आधीच्या अनुभवावरून त्याला हे चांगलंच ठाऊक झालेलं होतं. शिवाय केविन आता जिथे बसला होता, तिथून त्याला गुहेच्या दारापर्यंतची जमीन चंद्रप्रकाशात स्पष्ट दिसत होती. काही दगड आणि फांद्या सोडल्या तर तिथे आणखी काही अडथळे नव्हते.

आता केविनलाही वाटायला लागलं, की त्याला हे जमेल; हिप्पोंचा विचार करण्याची काही आवश्यकता नाही; बोनोबोंच्या आदरातिथ्यावर विश्वास ठेवण्यात काही अर्थ नाही, हेही खरं आहे असं म्हणायला हरकत नाही. कारण आता ते नुसतेच बोनोबो राहिले नव्हते; त्यांच्यामध्ये माणसांचाही काही अंश होता.

''ठीक आहे.'' एकदम कसलातरी निश्चय करत केविन म्हणाला, ''मी प्रयत्न करून पाहतो.''

''हुर्रे...'' मेलनी म्हणाली.

केविन हातांचा आणि गुडघ्यांचा आधार घेऊन उठायला लागला. आपल्या आजूबाजूला पन्नास शक्तिमान आणि जंगली प्राणी झोपलेले आहेत आणि आपण जागचं हलू नये अशी त्यांची इच्छा आहे, या कल्पनेनंही त्याला कापरं भरलं होतं.

''काही गडबड होतेय असं वाटलं, तर लगेच इकडे परत ये.'' मेलनी म्हणाली.

''हे काम अगदी सोप्पं आहे, असंच तू मला भासवतेयस.'' केविन म्हणाला.

''ते फारसं कठीणही नाहीये.'' मेलनी म्हणाली, ''बोनोबो आणि चिम्प्स अंधार पडल्याबरोबर गाढ झोपतात, ते एकदम सकाळी उठतात. तुला काहीच त्रास होणार नाही.''

''पण हिप्पोजचं काय?'' केविन म्हणाला.

''त्यांचं काय..?'' मेलनीनं विचारलं.

''जाऊ दे.'' केविन म्हणाला, ''मला आधीच पुष्कळ काळज्या आहेत.''

''नीघ तर मग. गुड लक.'' मेलनी कुजबुजली.

''हं, गुड लक.'' कॅन्डेसनं प्रतिसाद दिला.

केविननं उठून चालायचा प्रयत्न केला, पण त्याला ते जमेना. तो एकसारखं स्वतःच्या मनाला पटवत होता, की तो हीरो वगैरे कधीच नव्हता आणि हीरोगिरी चालू करण्यासाठी आत्ताचा मुहूर्तही काही फारसा चांगला नव्हता.

''काय झालं?'' मेलनीनं विचारलं.

''काही नाही.'' केविन म्हणाला. मग एकदम आतून काहीतरी बळ आल्यासारखा तो उठला. थोडासा खाली वाकून चालत चंद्रप्रकाशाच्या त्या रस्त्यावरून तो गुहेच्या तोंडाकडे चालायला लागला.

चालत असताना त्याच्या मनात विचार चालू होते, की गोगलगाईच्या वेगानं अगदी हळूहळू चालावं, की पटकन बोटीच्या दिशेनं धावत सुटावं?... सावधगिरी

आणि झटकन काम करून टाकायची इच्छा या दोन भावनांमधला तो झगडा होता. शेवटी सावधगिरीचा जय झाला. तो लहान मुलासारखी अगदी हळू पावलं टाकत पुढे जायला लागला. आपल्या पायांचा थोडा जरी आवाज झाला, तरी तो लगेच अंग चोरत होता आणि अंधारातच गोठल्यासारखा उभा राहत होता. त्याच्या चारही बाजूंना झोपलेल्या त्या प्राण्यांच्या घोरण्याचा मोठा आवाज चालू होता.

गुहेच्या दारापासून वीस फुटांवर केविन आलेला असताना एक बोनोबो अचानक हलला. त्याच्या अंगाखालच्या फांद्या चिरडल्याचा आवाज आला. केविन दचकून जागच्या जागीच उभा राहिला. त्याचं हृदय धाडधाड उडत होतं. पण त्या बोनोबोनं फक्त कूस बदलली होती. त्याचा श्वास अजूनही झोपेतल्यासारखाच शांतपणे चालू होता. गुहेच्या दाराच्या जवळ आल्यामुळे बाहेरून येणाऱ्या चंद्रप्रकाशात आजूबाजूला पसरलेले बोनोबो त्याला अधिक स्पष्ट दिसत होते. एवढ्या मोठ्या संख्येनं आजूबाजूला झोपलेले ते पशू पाहून तो परत एकदा जागीच थांबला. एक मिनिटभर अशा बधीर अवस्थेत घालवल्यावर त्याला थोडासा धीर आला आणि सुटकेसाठी त्यानं पुढे कूच केलं. बोनोबोंच्या अंगाच्या वासाऐवजी बाहेरचा ओलसर जंगलाचा वास येऊ लागल्यावर प्रथमच त्याला थोडं सुटल्यासारखं वाटायला लागलं. पण ती भावना फारच थोडा वेळ टिकली.

परत एकदा ढगांच्या गडगडण्याचा जोरदार आवाज झाला आणि एकदम जोराचा पाऊसही सुरू झाला. त्यामुळे केविन इतका घाबरला, की तो जवळजवळ खालीच पडणार होता. पण बराच वेळ हवेत हात वरखाली फिरवून त्यानं आपला तोल सावरला आणि तो परत आपला मार्ग आक्रमू लागला. एखाद्या झोपलेल्या बोनोबोवर आता आपला पाय पडला असता तर काय झालं असतं, या कल्पनेनंच तो शहारला.

त्याला अजून दहा फूटच पुढे जायचं होतं. खालच्या जंगलाची काळी बाह्यरेषा त्याला आता दिसायला लागली होती. बोनोबोंच्या घोरण्याच्या आवाजाच्या वर आता बाहेरच्या जंगलातले किड्यांचे आवाज ऐकू यायला लागले होते.

बाहेरचा उभा कडा उतरून खाली कसं जायचं याचा विचार त्याच्या मनात चालू झाला आणि तेवढ्यात त्याच्यावर ते संकट कोसळलं. कोणाचातरी हात त्याच्या पायाला लागलेला त्याला जाणवला. त्याच्या पोटात गोळा आला. कोणीतरी त्याच्या पायाचा घोटा इतक्या जोरात पकडला होता, की क्षणात त्याच्या डोळ्यात अश्रू उभे राहिले. त्या मंद प्रकाशात त्यानं खाली बघितलं, तर त्याला त्याचं घड्याळ प्रथम दिसलं. शक्तिमान बोनोबो क्रमांक एकच्या केसाळ मनगटावर ते बांधलेलं होतं.

"टाडाऽऽ" आपल्या पायांवर उभा राहत तो बोनोबो ओरडला. तो उठल्यामुळे केविन मागच्यामागे खाली पडला. नशिबानं गुहेच्या त्या भागातल्या जमिनीवर बराच केरकचरा होता. त्यामुळे केविनला फारशी इजा झाली नाही. पण त्याचं डावं ढुंगण मात्र चांगलंच शेकून निघालं.

बोनोबो क्रमांक एकच्या आरोळीमुळे बाकीचे बोनोबोही उठून उभे राहिले. एक क्षणभर तिथे एकच गोंधळ माजला. पण काही धोका नाहीये, हे त्यांच्या लक्षात आल्यावर ते सगळे गप्प बसले.

आता बोनोबो क्रमांक एकनं केविनचा घोटा सोडला आणि उभं राहून खाली वाकत त्याचे दंड पकडले. आपल्या शक्तीचं अचाट प्रदर्शन करत त्यानं केविनला जमिनीपासून एक हातभर अंतरावर उचलून धरलं.

मग त्या बोनोबोनं खूप मोठमोठ्यांदा, खूप लांबलचक असे काही रागीट आवाज काढले. मात्र त्याच्या घट्ट पकडीमुळे दुखत असलेलं अंग चोरण्यापलीकडे केविन काहीही हालचाल करू शकत नव्हता.

आपलं लांबलचक भाषण संपल्यावर बोनोबो क्रमांक एक गुहेच्या आतल्या भागाकडे चालत गेला आणि त्यानं केविनला त्या छोट्या खोलीत अक्षरश: फेकून दिलं. त्याला एकदा शेवटचे रागाचे शब्द ऐकवून मगच तो परत आपल्या बिछान्याकडे गेला.

केविननं उठून बसायचा प्रयत्न केला. तो परत एकदा ढुंगणावरच आपटला होता. त्यामुळे तो भाग बधीर झाल्यासारखा वाटत होता. त्याचं मनगट मुरगळलं होतं आणि त्याच्या कोपरालाही खरचटलं होतं. पण हवेतून त्याला ज्या पद्धतीनं फेकलं गेलं होतं, त्यामानानं त्याला विशेष असं काहीच लागलं नव्हतं.

गुहेच्या आतून आणखी काही आरोळ्यांसारखे आवाज आले. बहुतेक ते बोनोबो क्रमांक एकचेच असावेत असं केविनला वाटलं. पण अंधारामुळे त्याला ते नीटसं समजलं नाही. त्यानं आपल्या उजव्या कोपराला हात लावून बघितलं. तिथे थोडं रक्त आलेलं त्याच्या हाताला जाणवलं.

''केविन..?'' मेलनी कुजबुजली, ''तू ठीक आहेस?''

''हं...ठीकच आहे असं म्हणायला हरकत नाही.'' केविन म्हणाला.

''थँक गॉड्.'' मेलनी म्हणाली, ''काय झालं?''

''मला काही कळलं नाही.'' केविन म्हणाला, ''मला वाटलं होतं मी पोचलो म्हणून. मी अगदी गुहेच्या दारापर्यंत गेलो होतो.''

''तुला कुठे लागलंय का?'' कॅन्डेसनं विचारलं.

''थोडंसं.'' केविननं कबुली दिली, ''पण हाडंबिडं काही मोडली नाहीयेत. निदान मला तसं वाटत तरी नाहीये.''

''काय झालं ते आम्हाला दिसलंच नाही.'' मेलनी म्हणाली.

''माझ्या प्रतिकृतीनं मला दम भरला.'' केविन म्हणाला, ''म्हणजे मला तरी तो मला ओरडला असंच वाटलं. नंतर त्यानं मला परत इथे फेकून दिलं. मी तुमच्या दोघींच्या अंगावर पडलो नाही ही एक चांगली गोष्ट झाली.''

"मी उगाच तुला जाण्याच्या भरीला पाडलं. मला माफ कर." मेलनी म्हणाली, "मला वाटतं, तू म्हणत होतास तेच बरोबर होतं."

"हे तू म्हणतेयस हा तुझा चांगुलपणा आहे." केविन म्हणाला, "पण आपली सुटका अगदी जवळ आली होती... थोडक्यात चुकलं."

कॅन्डेसनं फ्लॅशलाईट लावला. पण त्याच्या पुढच्या भिंगावर आपला हात धरला. केविनच्या हाताजवळ तो लाईट आणत तिनं त्याचं कोपर निरखून पाहिलं.

"मला वाटतं, आपण आता बर्ट्रॅम एडवर्ड्सवरच भरवसा ठेवून बसायला हवं." मेलनी म्हणाली. ती शहारली आणि तिनं एक उसासा टाकला. "आपल्या निर्मितीनंच आपल्याला कैद करून ठेवलंय, या गोष्टीवर विश्वास ठेवणंच किती कठीण आहे...!"

□□

२०

मार्च ८, १९९७
दुपारी ४ वाजून ४० मिनिटे
बाटा, इक्वेटोरियल गिनी

आपण आपले दात एकमेकांवर जोरात दाबून धरलेत, हे जॅकच्या लक्षात आलं. लॉरीचा हातही त्यानं दुखेल एवढ्या घट्ट पकडून ठेवलेला होता. थोडं भानावर येत त्यानं स्वत:ला सावरण्याचा प्रयत्न केला. कॅमेरूनमधल्या डौला येथून बाटाला येणाऱ्या फ्लाईटमध्ये त्याला हा त्रास सुरू झाला होता. ती विमान-वाहतूक गरीब देशातली होती आणि जवळच्या वाहतुकीसाठी ते नेहमी छोट्या आणि जुन्या विमानांचा वापर करायचे. अशा प्रकारच्या एका विमानाच्या अपघातातच जॅकच्या परिवाराचा दुख:द अंत झाला होता. त्यामुळे अशा विमानांबद्दल त्याच्या मनात खूपच भीती होती.

त्यांचा प्रवासही अवघडच होता. ते विमान एकसारखं वादळी ढगांमधून जात होतं. त्या ढगांचे रंग पांढरे ते गडद जांभळे असे विविध होते. एकसारख्या विजा चमकत होत्या आणि हवा खवळलेली असल्यामुळे भीषण वाटत होती.

याआधीचा त्यांचा प्रवास मात्र अगदी छान, स्वप्नवत् झाला होता. पॅरिसपर्यंतच्या प्रवासात विशेष असं काहीच घडलं नाही. तो अगदी व्यवस्थित पार पडला आणि प्रत्येकानं थोडीशी झोपही काढली.

पॅरिसला त्यांचं विमान दहा मिनिटं आधीच पोचलं होतं. त्यामुळे

कॅमेरून एअरलाईन्सशी बोलायला त्यांना भरपूर वेळ मिळाला होता. दक्षिणेला डौलाकडे जाणाऱ्या फ्लाईटवर त्या सर्वांनी आणखी झोप काढली होती. पण बाटाला नेणारा हा शेवटचा टप्पा मात्र सर्वांत कठीण वाटत होता.

"आपण खाली उतरतोय, बरं का." लॉरी जॅकला म्हणाली.

"पायलटचं त्यावर चोख नियंत्रण असलं म्हणजे मिळवलं." जॅक गमतीनं म्हणाला.

त्यानं विमानाच्या घाणेरड्या खिडकीतून बाहेर पाहिलं. त्याच्या अपेक्षेप्रमाणेच खाली हिरवा गालिचा पसरल्यासारखा वाटत होता. झाडांचे शेंडे जसजसे जवळ येऊ लागले, तसतशी पुढे धावपट्टी दिसतेय की नाही अशी काळजी जॅकला वाटायला लागली.

शेवटी एकदाचा त्यांच्या विमानानं डांबरी धावपट्टीला स्पर्श केला आणि वेगवेगळ्या कारणांसाठी जॅक आणि वॉरननं एकदमच सुटकेचे नि:श्वास टाकले.

त्या छोट्या, जुन्या विमानातले ते थकलेले उतारू एकेक करून बाहेर पडू लागले. वाईट अवस्थेत असलेल्या त्या धावपट्टीकडे जॅकनं एक नजर टाकली आणि त्याला एक विचित्र दृश्य दिसलं. जंगलाच्या गडद हिरव्या पार्श्वभूमीवर एक चकचकीत पांढरं जेट विमान एकटंच आरामात उभं होतं. त्याच्या चारही बाजूंना चार शिपाई उभे होते. त्यांच्या अंगात जंगलाशी जुळणाऱ्या रंगाचा गणवेश आणि डोक्यावर लाल चपट्या टोप्या होत्या. वरवर जरी ते सावधपणे ताठ उभे आहेत असं वाटत होतं, तरी नीट पाहिल्यावर ते विश्रामाच्याच वेगवेगळ्या तऱ्हांनी उभे आहेत हे लक्षात येत होतं. त्यांच्या खांद्यावर स्वयंचलित बंदुका लटकत होत्या.

"कोणाचं विमान आहे ते?" जॅकनं एस्टेबानला विचारलं. त्याच्यावर काही खुणा नव्हत्या, त्याअर्थी ते खासगी जेट होतं.

"मला काहीच कल्पना नाही." एस्टेबान म्हणाला.

विमानतळाच्या आगमन कक्षात चालू असलेला गोंधळ एस्टेबानखेरीज बाकी सर्वांनाच अनपेक्षित होता. परदेशातूनच आलेल्या सर्व प्रवाशांना कस्टममधून जावं लागणार होतं. त्या सगळ्यांना त्यांच्या सामानासकट बाजूच्या एका छोट्या खोलीत नेण्यात आलं. घाणेरडे गणवेश घातलेल्या आणि कमरेच्या पट्ट्यांमध्ये स्वयंचलित पिस्तुलं अडकवलेल्या दोन माणसांनी त्यांना त्या खोलीकडे नेलं.

प्रथम एस्टेबानला त्या खोलीत प्रवेश नाकारण्यात आला. पण तिथल्या स्थानिक भाषेत, मोठ्या आवाजात त्यानं त्यांच्याशी थोडा वेळ वाद घातल्यानंतर मात्र त्यालाही आत सोडण्यात आलं. त्या माणसांनी त्यांच्या सगळ्या बॅगा उघडल्या आणि आतलं सामान तिथल्या एका छोट्या टेबलावर पसरून ठेवलं.

एस्टेबाननं जॅकला सांगितलं, की त्यांना पैशाच्या रूपातल्या लाचेची अपेक्षा

आहे. जॅकनं प्रथम या गोष्टीला तत्त्व म्हणून नकारच दिला. पण ते नाही केलं तर तासन्तास आपल्याला इथे थांबावं लागेल, हे लक्षात आल्यावर त्यानं आपला हेका सोडला. दहा फ्रेंच फ्रँक्स दिल्यावर त्यांना सोडण्यात आलं.

विमानतळाच्या मुख्य कक्षात आल्यावर एस्टेबाननं झाल्या प्रकाराबद्दल त्यांची माफी मागितली. "इथे हाच त्रास असतो." तो म्हणाला, "इथले सगळे सरकारी लोक लाच खातातच."

बाहेर आल्यावर त्यांना एस्टेबानचा चुलतभाऊ भेटला. त्याचं नाव होतं आर्टुरो. तो चांगलाच उंचापुरा होता. त्याचे डोळे तेजस्वी होते आणि दात पांढरेशुभ्र. तो सगळ्यांशी अगदी जवळच्या मित्रासारखं बोलत होता. त्यानं प्रत्येकाशी हस्तांदोलन केलं. त्यानं आफ्रिकेतला विशिष्ट पोशाख घातला होता. रंगीबेरंगी नक्षीदार अंगरखा आणि डोक्यावर पिल-बॉक्स हॅट.

विमानतळाच्या बाहेर आल्यावर त्यांना आफ्रिकेची उष्ण, दमट हवा जाणवली. तिथली जमीन त्यामानानं सपाट असल्यामुळे दूरपर्यंतचं दृश्य स्पष्ट दिसत होतं. उतरत्या दुपारचं आकाश त्यांच्या डोक्यावर निळंभोर दिसत होतं, पण क्षितिजावर मात्र सगळीकडे वादळी ढग गोळा होत असलेले दिसत होते.

"दोस्त, माझा यावर विश्वासच बसत नाहीये." वॉरन म्हणाला. खेळण्यांच्या दुकानात गेलेल्या मुलानं सगळीकडे बघावं तसा तो आजूबाजूला पाहत होता. "इकडे यायचं असा विचार मी गेली कितीतरी वर्षं करत होतो, पण मी खरोखरच येईन असं मात्र मला वाटलं नव्हतं." त्यानं जॅककडे बघितलं. "थँक्स, दोस्त, दे टाळी !" वॉरननं आपला हात वर केला. हार्लेममधल्या त्यांच्या घराजवळच्या बास्केटबॉल कोर्टवर असावं तशी त्यांनी एकमेकांना जोरात टाळी दिली.

आर्टुरोनं भाड्यानं घेतलेली व्हॅन एका फुटपाथजवळ पार्क करून ठेवलेली होती. तिथे उभ्या असलेल्या पोलिसाच्या हातात एक-दोन नोटा कोंबत त्यानं सर्वांना आत बसण्याची खूण केली.

जॅकनं ड्रायव्हरजवळच्या पुढच्या सीटवर बसावं असा एस्टेबाननं आग्रहच धरला. जॅकला वादविवाद करायचाही आता कंटाळा आला होता. त्यामुळे तो गुपचुप त्या सीटवर बसला. ती एक जुनी टोयोटा व्हॅन होती. तिच्या पुढच्या भागात दोन बकेट् सीट्स होत्या आणि मागे दोन बाकं होती. लॉरी आणि नटाली सर्वात मागच्या बाकाकडे गेल्या. वॉरन आणि एस्टेबान मधल्या बाकावर बसले.

विमानतळाच्या बाहेर पडल्यावर त्यांना समुद्राचं सुंदर दृश्य दिसलं. तिथला किनारा खूप रुंद होता. समुद्रातल्या मंद लाटा अलगद किनाऱ्यावर येत होत्या.

थोडं पुढं गेल्यावर त्यांना सिमेंट काँक्रीटचं एक मोठं, अर्धवट सोडलेलं बांधकाम लागलं. त्याच्यावर हवेचा बराच परिणाम झालेला दिसत होता आणि काही

ठिकाणी ते आणखी मोडलेलंही होतं. त्याच्या छतावरून समुद्रातल्या अर्चिन या वनस्पतीच्या काट्यांसारख्या सळ्या बाहेर आलेल्या होत्या.

जॅकनं विचारलं, ''ते काय आहे?''

''तिथे एक टुरिस्ट हॉटेल होणार होतं.'' आर्टुरो म्हणाला, ''पण त्यांच्याजवळ पुरेसे पैसेही नव्हते आणि इथे टुरिस्ट्सही नव्हते.''

''धंद्याच्या दृष्टीनं हे दोन्ही नसणं म्हणजे फारच वाईट !'' जॅक म्हणाला.

एस्टेबान त्यांच्या सहलीचा मार्गदर्शक असल्यासारखा आजूबाजूच्या परिसराची माहिती देत होता.

''आपल्याला अजून किती दूर जायचंय?'' जॅकनं आर्टुरोला विचारलं.

''अजून फक्त दहा मिनिटं लागतील.'' आर्टुरो म्हणाला.

''तुम्ही जेनसिसमध्ये काम करत होता असं मला समजलं.'' जॅक म्हणाला.

''तीन वर्षं.'' आर्टुरो म्हणाला, ''पण आता मी ती नोकरी सोडली. तिथला मॅनेजर फार वाईट माणूस आहे. मला बाटातच राहणं अधिक बरं वाटतं. पण मला काम मिळालंय हे माझं नशीबच म्हणायला हवं.''

''आम्हाला जेनसिसमध्ये एक चक्कर मारायची इच्छा आहे.'' जॅक म्हणाला, ''आम्हाला तिथे काही त्रास होईल असं वाटतं तुम्हाला?''

''तुम्ही येणार हे त्यांना माहीत आहे का?'' आर्टुरोनं गोंधळून विचारलं.

''नाही.'' जॅक म्हणाला, ''आम्हाला त्यांना न कळवताच जायचंय.''

''मग तुम्हाला त्रास होण्याची शक्यता आहे.'' आर्टुरो म्हणाला, ''त्यांना कोणी भेटायला आलेलं आवडत नाही. कोगोला जाणारा एकुलता एक रस्ता जेव्हा त्यांनी दुरुस्त केला, तेव्हा तिथे एक प्रवेशद्वार बांधलं. तिथे चोवीस तास त्यांचे शिपाई असतात.''

''ओह् !'' जॅक म्हणाला, ''हे फारच विचित्र आहे.''

शहरात प्रवेश करायलाच बंदी असेल असं त्याला अजिबात वाटलं नव्हतं. गाडी घेऊन आपल्याला सरळ आत जाता येईल, अशी त्याची कल्पना होती. हॉस्पिटलमध्ये किंवा प्रयोगशाळेत जाताना मात्र अडचण येऊ शकेल, असं त्याला वाटलं होतं.

''तुम्ही कोगोला जाणार आहात असं एस्टेबान म्हणाला, तेव्हा मला वाटलं की तुम्हाला तिथे बोलावलेलं आहे.'' आर्टुरो म्हणाला, ''त्यामुळे गेटचा उल्लेख करावा असं मला वाटलंच नाही.''

''बरोबर आहे तुमचं.'' जॅक म्हणाला, ''तुमचं काहीच चुकलं नाही. मला एक गोष्ट सांगा, आम्ही त्या शिपायांना पैसे देऊ केले, तर ते आम्हाला आत जाऊ देतील?''

आर्टुरोनं एकदा जॅकच्या दिशेनं पाहिलं आणि खांदे उडवलं. "त्याची मला काही कल्पना नाही... इतर शिपायांपेक्षा त्यांना चांगले पगार आहेत."

"हे गेट शहरापासून किती दूर आहे?" जॅकनं विचारलं, "एखाद्यानं जर बाजूच्या जंगलातून चालत जायचं ठरवलं, तर तो हे गेट टाळू शकेल का?"

आर्टुरोनं परत एकदा जॅककडे बघितलं. संभाषणाला लागलेलं हे वळण त्याला अगदीच अनपेक्षित होतं.

"ते फारच दूर आहे." थोडा अस्वस्थ होत आर्टुरो म्हणाला, "जवळजवळ पाच किलोमीटर्स. आणि जंगलातून चालत जाणं काही सोपं नाही. त्यात धोकेही अधिक आहेत."

"आणि तिथे जायला हा एकच रस्ता आहे?" जॅकनं विचारलं.

"हो. एकच रस्ता आहे." आर्टुरो म्हणाला.

"मी नकाशात पाहिलं तेव्हा कोगो समुद्रकिनाऱ्यावर आहे असं मला आढळलं होतं." जॅक म्हणाला, "तिथे बोटीनं जाता येईल का?"

"मला वाटतं जाता येईल." आर्टुरो म्हणाला.

"बोट कुठे मिळू शकेल?" जॅकनं विचारलं.

"अकालायाँगमध्ये." आर्टुरो म्हणाला, "तिथे पुष्कळ बोटी असतात. तिथूनच गॅबनलाही जाता येतं."

"तिथे भाड्यानं बोट मिळू शकेल?" जॅकनं विचारलं.

"पुरेसे पैसे दिले तर मिळू शकेल." आर्टुरो म्हणाला.

आता ते बाटाच्या मध्यवर्ती भागातून चालले होते. तिथल्या रस्त्यांवर बराच कचरा पडलेला होता, पण ते बरेच रुंद होते. रस्त्यावरून बरीच माणसं पायी चालत होती. वाहनं मात्र त्यामानानं कमी दिसत होती. तिथल्या सगळ्या इमारती सिमेंटच्या बांधलेल्या आणि बैठ्या होत्या.

शहराच्या दक्षिणेला आल्यावर ते मुख्य रस्त्यावरून बाजूला वळले आणि एका कच्च्या, खडबडीत रस्त्यावरून जायला लागले. नुकत्याच पडून गेलेल्या पावसामुळे तिथे पाण्याची मोठाली डबकी साठलेली होती.

त्यांचं हॉटेल म्हणजे सिमेंट कॉंक्रीटची एक दोन मजली, अगदी सामान्य इमारत होती. पुढे भविष्यात कधीकाळी त्याचा विस्तार करण्याची गरज पडलीच तर, म्हणून त्याच्या छतावरून सळ्या बाहेर काढून ठेवलेल्या होत्या. पण आत्तापर्यंत त्या गंजून गेल्या होत्या. त्या इमारतीला कधीकाळी निळा रंग लावलेला असावा असं वाटत होतं, पण आता मात्र तो रंग नुसता चुना फासल्यासारखा दिसत होता.

त्या इमारतीसमोर ते थांबल्याबरोबर मुलं आणि बायकांची एक मोठी झुंबडच्या झुंबडच बाहेर आली. त्यातल्या छोट्यात छोट्या, लाजऱ्याबुजऱ्या मुलापर्यंत सर्वांची

त्यांच्याशी ओळख करून देण्यात आली. त्या कुटुंबाच्या अनेक पिढ्या तिथे पहिल्या मजल्यावर राहत होत्या. दुसऱ्या मजल्यावर हॉटेल होतं.

तिथल्या खोल्या छोट्या पण स्वच्छ आणि व्यवस्थित ठेवलेल्या होत्या. अंगणाला लागून असलेल्या व्हरांड्यातून वर जायला जिना होता. प्रत्येक "U" च्या टोकाला एक संडास आणि एक स्नानगृह होतं.

जॅकनं आपली बॅग खोलीत ठेवली. तिथे एक अतिशय अरुंद असा पलंग होता. पण त्यावर लावलेली मच्छरदाणी पाहून जॅकला बरं वाटलं. मग तो बाहेर व्हरांड्यात आला. लॉरीदेखील आपल्या खोलीतून बाहेर आली. ते दोघेही कठड्यावरून वाकून खालच्या अंगणात डोकावून पाहू लागले. तिथे त्यांना केळीची झाडं, जुने टाकून दिलेले टायर्स, नागडी मुलं, कोंबड्या असं तऱ्हेतऱ्हेचं विश्वदर्शन झालं.

"सगळ्या गोष्टी कशा चैतन्यमय वाटतायत, नाही?" जॅक म्हणाला.

लॉरी हसली. "मस्तच आहे. मला खूप आवडलं. माझ्या खोलीत किडे वगैरे अजिबात नाहीयेत. मला तीच एक काळजी लागून राहिली होती."

एस्टेबानचा मेहुणा, फ्लॉरेनिको आणि त्याची बायको सेलेस्टिना हेच त्या हॉटेलचे मालक होते. त्यांनी परदेशी पाहुण्यांसाठी मोठ्या मेजवानीची तयारी केली होती. 'मलान्गा' नावाच्या एका वनस्पतीबरोबर एक स्थानिक मासा हा आजचा खास पदार्थ होता. स्वीट डिश म्हणून एका स्वादिष्ट फळाबरोबर एक प्रकारचं पुडिंग देण्यात आलं. कॅमेरूनची थंडगार बीयर भरपूर प्रमाणात उपलब्ध होती. तिच्या घोटाबरोबर पाहुण्यांनी सगळे पदार्थ पोटात ढकलले.

भरपूर जेवण आणि थंडगार बीयर या दोन्हीच्या संयोगामुळे, विमानाच्या प्रवासानं आधीच थकलेल्या पाहुण्यांना लगेच पेंग यायला लागली. त्या सर्वांचेच डोळे मिटायला लागले. कसेबसे ते वरच्या मजल्यावरच्या आपापल्या खोल्यांमध्ये गेले. उद्या सकाळी लवकर उठून दक्षिणेकडे कूच करायचं, असं ठरवून ते सगळेजण झोपेच्या आधीन झाले.

बर्ट्राम सिग्फ्रीडच्या ऑफिसचा जिना चढून वर गेले. ते अतिशय दमलेले होते. आता रात्रीचे साडेआठ वाजले होते आणि आज सकाळी ते साडेपाचलाच उठले होते. इस्ला फ्रॅन्सेस्कावरील प्राण्यांना पकडण्याच्या मोहिमेची सुरुवात सकाळी लवकरच झाली. प्राणी पकडणाऱ्या लोकांना मदत करण्यासाठी म्हणून बर्ट्राम स्वत:ही बेटावर गेले होते. दिवसभर काम केल्यानंतर तासाभरापूर्वीच ते प्राणिकेंद्रात परत आले होते.

ऑरिएलो केव्हाच घरी गेला होता, त्यामुळे बर्ट्राम सरळ मॅनेजरसाहेबांच्या ऑफिसात गेले. सिग्फ्रीड हातात ग्लास घेऊन चौकाच्या समोर असलेल्या खिडकीत

उभा होता. तो हॉस्पिटलकडे पाहत होता. तीन दिवसांपूर्वी ते तिथे आले होते, तेव्हा होता तसाच आत्ताही कवटीच्या स्टँडमध्ये ठेवलेल्या मेणबत्तीचा मंद प्रकाश खोलीत पसरला होता. डोक्यावरच्या पंख्यामुळे तिची ज्योत थोडी फडफडत होती आणि त्यामुळे भिंतीवरच्या प्राण्यांच्या मुंडक्यांच्या सावल्या नाचत होत्या.

"तुम्ही स्वत:साठी ड्रिंक बनवून घ्या." मागे न वळता सिग्फ्रीड म्हणाला. अर्ध्या तासापूर्वी त्यांचं फोनवर बोलणं झालं होतं आणि आत्ता भेटायचं असं ठरलेलंच होतं. त्यामुळे तेच आलेत हे त्याला मागे न बघताच समजलं.

"टेलर कॅबोट येणार आहे, हे तुम्हाला ठाऊक होतं?" बर्ट्रामनी विचारलं.

"छे, मला त्याची अजिबातच कल्पना नव्हती." सिग्फ्रीड म्हणाला.

"त्याला तुम्ही राहायला कुठे जागा दिली?" बर्ट्रामनी विचारलं.

सिग्फ्रीडनं हॉस्पिटलकडे हात दाखवला. "त्याला मी 'इन'मध्ये उतरवलं. तिथल्या प्रेसिडेन्शियल स्यूइटमधून मी प्रमुख सर्जनना दुसरीकडे हलवलं. अर्थात, त्यावरून त्यांनीही कुरकुर केलीच. हे डॉक्टर किती हेकट असतात ते तुम्हाला ठाऊक आहेच. पण मी तरी काय करणार? मी काही इथे हॉटेल वगैरे चालवत नाहीये..."

"कॅबोट कशासाठी आलाय याबद्दल तुम्हाला काही कल्पना आहे?" बर्ट्रामनी विचारलं.

"रेमंड म्हणाला, की बोनोबो प्रकल्प कसा काय चाललाय ते बघण्यासाठी म्हणून तो खास आलाय." सिग्फ्रीड म्हणाला.

"मला वाटलंच." बर्ट्राम म्हणाले.

"आपलं नशीब म्हणायचं... दुसरं काय?" सिग्फ्रीड तक्रारीच्या सुरांत म्हणाला, "गेली इतकी वर्षं हा कार्यक्रम स्विस घड्याळासारखा सुरळीत चालू आहे आणि आत्ता आपल्यासमोर मोठा प्रश्न उद्भवलाय, तर नेमक्या त्याच वेळी त्यानं यावं ना?"

"तुम्ही रेमंडला कुठे ठेवलंत?" बर्ट्रामनी विचारलं.

"तोही तिथेच आहे." सिग्फ्रीड म्हणाला, "तो म्हणजे एक वैताग आहे. त्याला कॅबोटपासून दूर राहायचं होतं. पण त्याला मी ठेवणार तरी कुठे? माझ्या घरात? नको रे बाबा...!"

"त्यानं तुम्हाला केविन मार्शलबद्दल विचारलं?" बर्ट्राम म्हणाले.

"विचारलं ना." सिग्फ्रीड म्हणाला, "मला बाजूला घेतल्यावर त्यानं मला पहिला प्रश्न तोच विचारला."

"मग त्यावर तुम्ही काय म्हणालात?"

"मी खरं तेच सांगितलं." सिग्फ्रीड म्हणाला, "मी त्याला सांगितलं, की एक पुनरुत्पादन तंत्रज्ञ मुलगी आणि अतिदक्षता विभागातील एक नर्स यांना घेऊन केविन बाहेर गेलाय. पण कुठे गेलाय ते मात्र मला ठाऊक नाही.

“त्यावर त्याची प्रतिक्रिया काय होती?”

“तो भयंकर चिडला आणि त्याचा चेहरा लालेलाल झाला.” सिग्फ्रीड म्हणाला, “केविन बेटावर गेलाय का हे त्याला जाणून घ्यायचं होतं. आम्हाला तसं वाटत नाहीये, असं मी त्याला सांगितलं. मग त्याला शोधून काढा, असा त्यानं मला हुकूम सोडला. काय माणसं असतात ! मी काही रेमंड लीयॉन्सच्या हुकुमांचं पालन करण्यासाठी इथे बसलेलो नाहीये.”

“म्हणजे केविन आणि त्या मुली अजून परत आलेल्या नाहीत का?” बर्ट्रामनी विचारलं.

“नाही ना ! आणि ते कुठे आहेत तेदेखील काही समजलेलं नाही.” सिग्फ्रीड म्हणाला.

“त्यांना शोधण्यासाठी तुम्ही काही प्रयत्न केलेत का?” बर्ट्रामनी विचारलं.

“मी कॅमेरॉनला अकालायाँगला पाठवलं होतं. तिथे किनाऱ्यावर असलेल्या एखाद्या स्वस्त हॉटेलमध्ये ते उतरले आहेत का ते बघ, असं मी त्याला म्हटलं होतं. पण तिथे ते नाहीयेत. मला वाटतंय, की ते गॅबनमधल्या कोकोबीचवर गेले असतील. त्यांनी अशा तऱ्हेनं जायला काहीच हरकत नाही; पण जाताना ते कोणाला सांगून का गेले नाहीत ते मात्र समजत नाही.”

“काय वैतागवाणा गोंधळ आहे.” बर्ट्राम म्हणाले.

“तुमचं बेटावरचं काम कसं काय झालं?” सिग्फ्रीडनं विचारलं.

“ते काम अगदी व्यवस्थित झालं. आम्हाला किती घाईत ते सगळं ठरवायला लागलं याचा विचार केला, तर ते चांगलंच झालं असं म्हणायला हवं.” बर्ट्राम म्हणाले, “पाठीमागे एक वॅगन लावलेली गाडी आम्ही इथून घेऊन गेलो होतो. एवढे सगळे प्राणी एकदम स्टेजिंग एरियापर्यंत आणायचे म्हणजे असंच काहीतरी करायला हवं होतं.”

“किती प्राणी पकडलेत तुम्ही?”

“एकवीस.” बर्ट्राम म्हणाले, “माझ्या माणसांना त्याबद्दल शाबासकीच द्यायला हवी. त्यामुळे उद्यापर्यंत हे काम संपेल असं समजायला हरकत नाही.”

“एवढ्या लवकर?” सिग्फ्रीड म्हणाला, “वा ! संपूर्ण दिवसभरातली ही एक तरी चांगली बातमी ऐकायला मिळाली म्हणायची.”

“आम्हाला वाटलं होतं त्यापेक्षा ते काम बरंच सोपं होतं.” बर्ट्राम म्हणाले, “त्या प्राण्यांना आमच्याबद्दल खूप आकर्षण होतं असं आम्हाला वाटलं. त्यामुळे डार्ट गन मारण्यासाठी ते आम्हाला खूपच जवळ येऊ देत होते. आमचं डार्ट्स मारण्याचं काम आम्हाला फारच सोपं गेलं.”

“एकतरी काम व्यवस्थित होतंय हे ऐकून बरं वाटतंय.” सिग्फ्रीड म्हणाला.

''आज आम्ही पकडलेले सगळे एकवीस प्राणी कोणत्याही गटाचे नव्हते. रिओ डिव्हिजोच्या उत्तरेला ते राहत होते. ते कसे राहत होते ते पाहून मला फार गंमत वाटली. त्यांनी बांबूच्या काठ्यांवर अगदी साध्या अशा झोपड्या बनवल्या होत्या आणि लोबोलियाच्या पानांचे थरच्या थर छतावर पसरले होते.''

''ते कसे राहत होते याच्याशी मला काहीही देणंघेणं नाही.'' सिग्फ्रीड त्यांना मध्येच तोडत म्हणाला, ''तुम्हालाही त्यांची दया यायला लागलीय की काय?''

''नाही. दया वगैरे येत नाहीये.'' बर्ट्रॅम म्हणाले, ''पण ते मला इंटरेस्टिंग नक्कीच वाटले. त्यांनी तिथे शेकोट्या पेटवल्याचाही पुरावा मिळाला.''

''म्हणजे मग आपण त्यांना पिंजऱ्यात बंद करतोय, ते बरोबरच आहे असं म्हणायला हवं.'' सिग्फ्रीड म्हणाला, ''आता ते एकमेकांना मारू शकणार नाहीत किंवा आगीशी खेळू शकणार नाहीत.''

''या सगळ्या प्रकाराकडे बघण्याचा हाही एक दृष्टिकोन आहे खरा...'' बर्ट्रॅमनी सहमती दर्शवली.

''बेटावर तुम्हाला केविन किंवा त्या दोघी पोरींचा काही सुगावा लागला का?'' सिग्फ्रीडनं विचारलं.

''अजिबातच नाही.'' बर्ट्रॅम म्हणाले, ''मी खरं म्हणजे तेही पाहत होतोच. पण जिथे त्यांच्या पावलांच्या खुणा उमटायची शक्यता होती, तिथेही मला काहीच आढळलं नाही. आज आम्ही रिओ डिव्हिजोवर लाकडांचा एक पूल बांधला. त्यामुळे उद्या आम्हाला चुनखडीच्या दगडाजवळ राहत असलेले प्राणी पकडता येतील. त्या भागात केविन आणि त्या दोघी मुलींच्या काही खुण दिसतात का, ते मी पाहीनच.''

''बहुतेक तुम्हाला काही सापडणार नाहीच. पण ते परत येत नाहीत तोपर्यंत ते बेटावर गेले असण्याची शक्यता आपल्याला गृहीत धरायला हवीच. पण मी तुम्हाला एक मात्र नक्की सांगतो, जर ते बेटावर गेलेले असतील आणि एखाददिवशी इथे परत आले, तर मी त्यांना सरळ इक्वेटोगिनीयन कायदेमंत्र्याच्या ताब्यात देईन. जेनसिसच्या कामात गंभीर अडथळे आणल्याचा आरोप मी त्यांच्यावर ठेवीन. अर्थात, याचा अर्थ फुटबॉलच्या मैदानात त्यांना गोळ्या घालणाऱ्या शिपायांसमोर उभं करण्यात येईल. काय होतंय हे त्यांना कळण्याच्या आतच त्यांचा सगळा कारभार आटोपलेला असेल.''

''कॅबोट आणि इतर सगळे इथून जाईपर्यंत असलं काही करू नका.'' बर्ट्रॅम त्याला सावध करत म्हणाले.

''हो, ते तर आहेच.'' सिग्फ्रीड म्हणाला, ''शिवाय फुटबॉलच्या मैदानाचा उल्लेख मी उदाहरण म्हणून केला. 'झोन'च्या बाहेर नेऊनच त्यांना गोळ्या घालाव्यात, असं मी त्या मंत्र्याला सांगेन.''

"कॅबोट आणि इतर सगळेजण त्या रुग्णाला घेऊन स्टेट्सला केव्हा परत जाणार आहेत, याबद्दल तुम्हाला काही कल्पना आहे?"

"कोणी तसं काही बोललेलं नाही." सिग्फ्रीड म्हणाला, "पण मला वाटतं, ते सगळं कॅबोटवर अवलंबून आहे. ते उद्याच गेले तर आपल्या दृष्टीनं बरंच होईल. पण मला वाटतं, उशिरात उशिरा ते परवा तरी नक्कीच जातील."

□□

२१

मार्च ९, १९९७
सकाळी ४ वाजून ३० मिनिटे
बाटा, इक्वेटोरियल गिनी

पहाटे साडेचारलाच जॅकला जाग आली. प्रयत्न करूनही त्याला परत झोप लागेना. खाली केळीच्या बागेत चालू असलेला बेडकांचा डरॉंव-डरॉंव आवाज आणि रातकिड्यांच्या ओरडण्याचा कोरस त्याला असह्य होत होता. न्यूयॉर्क शहरातील रात्रीच्या आवाजांची सवय असूनदेखील त्याला या आवाजांमुळे झोप येऊ नये, ही गंमतीची गोष्ट होती.

टॉवेल आणि साबण उचलून तो खोलीतून व्हरांड्यात आला आणि स्नानगृहाच्या दिशेनं चालू लागला. अर्ध्या वाटेतच त्याला लॉरी तिथून परत येत असलेली दिसली.

''तू काय करतेयस यावेळी?'' जॅकनं विचारलं. बाहेर अजून काळाकुट्ट अंधार होता.

''आपण काल आठ वाजताच झोपायला गेलो.'' लॉरी म्हणाली, ''म्हणजे आता आठ तासांची झोप झाली की ! मला तेवढी पुष्कळ होते.''

''बरोबर आहे तुझं म्हणणं.''जॅक म्हणाला. काल रात्री सगळेजण किती दमलेले होते आणि त्यामुळे खूप लवकर झोपले, ते तो विसरलाच होता.

''मी खाली स्वयंपाकघरात जाते आणि कॉफी मिळतेय का ते बघते.'' लॉरी म्हणाली.

"मी आलोच खाली." जॅक म्हणाला.

जॅक आपली अंघोळ वगैरे उरकून खाली जेवणघरात आला. त्यांच्या कंपूतले सगळेजण तिथे नाश्ता करत बसले होते हे पाहून त्याला खूपच आश्चर्य वाटलं. जॅकनं एक कपभर कॉफी घेतली आणि थोडा ब्रेड घेऊन तो वॉरन आणि एस्टेबानच्या मध्ये जाऊन बसला.

"आर्टुरो मला म्हणत होता, की आमंत्रणाशिवाय तुम्ही कोगोला गेलात तर तो तुमचा वेडेपणाच होईल असं त्याला वाटतंय." एस्टेबान म्हणाला.

तोंडात घास असल्यामुळे जॅकनं फक्त मान हलवली.

"तो म्हणाला, की तुम्हाला आत जाता येणार नाही." एस्टेबान म्हणाला.

"ठीक आहे. काय होतंय ते आपण बघू तरी." तोंडातला घास गिळून जॅक म्हणाला, "एवढ्या लांबपर्यंत आलोच आहे, तर प्रयत्नच न करता काही मी परत जाणार नाही."

"निदान तिथपर्यंतचा रस्ता तरी चांगला आहे. त्याबद्दल आपण जेनसिसचे आभारच मानायला हवेत." एस्टेबान म्हणाला.

"आणि समजा, आत नाहीच जाता आलं, तरी एक मस्त फेरफटका तरी होईल." जॅक म्हणाला.

तासाभरात सगळेजण परत त्या जेवणघरात भेटले. जॅकनं सगळ्यांना आठवण करून दिली, की कोगोला आलंच पाहिजे अशी कोणावरही सक्ती नाहीये. ज्यांना बाटातच थांबण्याची इच्छा आहे, त्यांना तसं करायला पूर्ण मोकळीक आहे. जाता-येतानाच्या एकेरी प्रवासाला चार तास लागणार आहेत, अशी माहितीही त्यानं त्यांना पुरवली.

"तू एकटा जाऊ शकशील अशी तुला खात्री आहे?" एस्टेबाननं विचारलं.

"नक्कीच." जॅक म्हणाला, "आम्ही काही कुठे हरवणार नाही. नकाशामध्ये तरी दक्षिणेकडे जाणारा एकच मुख्य रस्ता दाखवलाय. मला वाटतं मला एकट्याला जाण्यात काहीच अडचण नाही."

"मग मला असं वाटतं, मी इथेच थांबतो." एस्टेबान म्हणाला, "नाहीतरी इथे मला माझ्या पुष्कळ नातेवाईकांना भेटायचं आहेच."

शेवटी जॅकच्या ड्रायव्हरशेजारच्या सीटवर वॉरन आणि पाठीमागे मधल्या बाकावर त्या दोन मुली असे ते जायला निघाले, तेव्हा पूर्वेला पहाटेचा मंद प्रकाश दिसायला लागला होता. रस्त्यावर चालत असलेल्या लोकांची गर्दी पाहून त्या सर्वांनाच खूप आश्चर्य वाटलं. ते सगळेजण शहराकडे निघाले होते. त्यात बायका आणि मुलंच अधिक दिसत होती आणि बहुतेक बायका डोक्यावरून मोठाली गाठोडी वाहून नेत होत्या.

''त्यांच्याकडे फारसं काही असेल असं वाटत नाही, आणि तरीही ते सगळे छान आनंदी दिसतायत.'' वॉरन म्हणाला. बरीच मुलं त्यांची व्हॅन आल्यावर थांबून त्यांना हात करत होती. वॉरनही त्यांना हात करत होता.

बाटातून ते बाहेर पडल्यावर आजूबाजूच्या देखाव्यात फरक पडायला लागला. सिमेंटच्या इमारतींच्या जागी आता पांढरा चुना फासलेल्या चिखलाच्या झोपड्या दिसू लागल्या. त्यांची छपरं शाकारलेली होती. वेतांच्या चटयांनी बकऱ्यांसाठी गोठे बांधलेले होते.

बाटातून पूर्णपणे बाहेर पडल्यावर त्यांना हिरव्यागार जंगलाचे लांबचलांब पट्टे दिसू लागले.

त्या रस्त्यावर वाहतूक जवळजवळ नव्हतीच. एखाददुसरा ट्रक विरुद्ध बाजूनं येत होता. ट्रक त्यांच्या बाजूनं गेला की त्यांची व्हॅन हलत होती.

''दोस्त, काय हे ट्रकवाले जोरात जातायत...!'' वॉरन म्हणाला.

बाटापासून दक्षिणेला पंधरा मैल गेल्यावर वॉरननं नकाशा बाहेर काढला. एके ठिकाणी रस्त्याला दोन फाटे फुटत होते आणि एके ठिकाणी एक वळण होतं. चुकीच्या रस्त्यानं गेले असते तर त्यांचा बराच वेळ वाया गेला असता. रस्त्यावर कुठेही पाट्या वगैरे तर लावलेल्या नव्हत्याच.

सूर्योदय झाल्याबरोबर त्या सर्वांनी आपापले गॉगल्स चढवले. मध्ये काही ठिकाणी थोड्या झोपड्या आणि बाकी सगळं अखंड जंगल या बाहेरच्या दृश्याची आता त्यांना सवय झाली. बाटा सोडून जवळजवळ दोन तास झाल्यावर ते कोगोला जाणाऱ्या रस्त्यावर वळले.

''हा रस्ता बराच चांगला आहे.'' जॅक म्हणाला. आधीचा रस्ताही बऱ्यापैकी गुळगुळीत होता, पण वेगवेगळ्या वेळी केलेल्या दुरुस्त्यांमुळे त्याच्यावर डांबराची किंवा सिमेंटची ठिगळं लावल्यासारखी वाटत होती.

आता ते किनाऱ्यापासून दूर आग्नेयेच्या दिशेनं चालले होते. आता जंगल अधिकच दाट झालं. थोडा चढही सुरू झाला. दूरवर त्यांना जंगलानं झाकलेले डोंगर दिसत होते.

अचानक वादळ सुरू झालं. ते येण्यापूर्वी आकाशात खूप काळे ढग जमून आले होते. काही मिनिटांच्या अवधीतच दिवसाची रात्र झाल्यासारखं वाटायला लागलं. पाऊस तर एवढ्या जोरात चालू झाला, की त्या जुन्या व्हॅनच्या वायपर्सचा काच स्वच्छ करायला काहीच उपयोग होईना. जॅकला आपला वेग तासाला वीस मैलांपेक्षाही कमी करावा लागला.

पंधरा मिनिटांनी सूर्य ढगांतून बाहेर आला. रस्त्यावर असलेल्या पाण्यातून वाफ निघू लागली. रस्त्याच्या एका सरळ भागात बबून्सच्या एका गटानं रस्ता पार केला. ते वाफेच्या ढगावरूनच चालत असल्यासारखे वाटत होते.

डोंगर पार केल्यानंतर रस्ता परत एकदा आग्नेयेला वळला. वॉरननं नकाशात पाहिलं आणि 'आपण कोगोपासून वीस मैलांवर आलेलो आहोत' असं सांगितलं.

आणखी एक वळण पार केल्यावर त्या सर्वांना, रस्त्याच्या मधोमधच बांधलेली असावी अशी एक पांढरी इमारत दिसली.

''हा काय वैताग आहे?'' वॉरन म्हणाला, ''आपण एवढ्यात काही कोगोला नक्कीच पोचलेलो नाही.''

''मला वाटतं हे गेट असावं...'' जॅक म्हणाला, ''मला काल रात्री याच्याबद्दल सांगण्यात आलं. आता देवाची प्रार्थना करा. आपल्याला आपल्या 'प्लॅन बी'कडे वळावं लागेल अशी शक्यता आहे.''

ते जसजसे जवळ येऊ लागले, तसं त्यांना दिसलं, की त्या इमारतीच्या दोन्ही बाजूंना प्रचंड मोठं, पांढऱ्या रंगाचं, जाळीचं कुंपण घातलेलं आहे; आणि त्याला, वाहनं आली की तिथला दारासारखा भाग मागे ओढून घेऊन वाहनांना वाट करून देण्याची यंत्रणा बसवलेली आहे.

जॅकनं व्हॅनला ब्रेक लावला आणि कुंपणापासून सुमारे वीस फुटांवर ती उभी केली. गेट-हाऊसच्या दोनमजली इमारतीतून तीन शिपाई बाहेर आले. विमानतळावरच्या शिपायांप्रमाणेच यांच्याही अंगावर गणवेश होता आणि हातात बंदुका होत्या. पण या शिपायांनी त्यांच्या बंदुका जॅकच्या व्हॅनवर नेम धरून रोखलेल्या होत्या.

''मला काही हे ठीक वाटत नाहीये...'' वॉरन म्हणाला, ''आणि हे सैनिक तर अगदीच पोरकट वाटतायत.''

''थांब. जरा शांत राहा.'' जॅक म्हणाला. त्यानं आपल्या बाजूच्या खिडकीची काच खाली केली. ''काय कसं काय, मंडळी? आज हवा बरी आहे, नाही?''

ते सैनिक जागचे अजिबात हलले नाहीत. त्यांच्या भावहीन चेहऱ्यावरही काही फरक पडला नाही.

जॅक त्यांना सौजन्यपूर्वक ते गेट उघडायला सांगणार, एवढ्यात त्या इमारतीमधून आणखी एक माणूस बाहेर आला. त्यानं काळा कोट आणि पांढरा शर्ट घातलेला होता आणि टायही लावला होता. जॅकला त्याचं फारच आश्चर्य वाटलं. जंगलामध्ये एवढं गरम होत असताना त्याचा हा पोशाख चांगलाच विचित्र दिसत होता. आणखी एक आश्चर्याची गोष्ट म्हणजे तो निग्रो नव्हता, तर अरब होता.

''काय हवंय तुम्हाला?'' त्या अरबानं विचारलं. त्याच्या आवाजात उद्धटपणाची झाक होती.

''आम्हाला कोगोमध्ये जायचंय.'' जॅक म्हणाला.

आता त्या अरबानं, गाडीच्या काचेवर गाडी ओळखण्यासाठी काही खूण आहे का ते बघितलं. ती नाहीये हे पाहिल्यावर त्यानं जॅकजवळ पास आहे का, ते विचारलं.

"नाही. माझ्याजवळ पास वगैरे काही नाही." जॅकनं कबूल केलं. "आम्ही दोघं डॉक्टर्स आहोत. इथं कसलं काम चालतंय, ते पाहण्याची उत्सुकता वाटली म्हणून आलोय."

"तुमचं नाव काय?" अरबानं विचारलं.

"डॉ. जॅक स्टेपलटन. मी खूप लांबून, न्यूयॉर्कहून आलोय."

"एक मिनिट थांबा." तो अरब म्हणाला आणि परत त्या गेट-हाऊसमध्ये शिरला.

"हे काही बरोबर वाटत नाहीये." जॅक ओठाच्या कोपऱ्यांतून वॉरनला म्हणाला. त्या शिपायांकडे पाहून त्यानं एक स्मितहास्य केलं. "त्याला मी किती द्यावेत असं तुला वाटतं? मला हे लाच वगैरे देणं काही तेवढं नीट जमत नाही..."

"न्यूयॉर्कमधल्यापेक्षा इथे पैशाला नक्कीच खूप अधिक किंमत असावी." वॉरन म्हणाला, "त्याला एकदम शंभर डॉलर्स देऊ केलेस तर त्याला नक्कीच आश्चर्य वाटेल. म्हणजे अर्थात, तुझी तेवढी तयारी असली तरच."

जॅकनं मनातल्या मनात शंभर डॉलर्सचं फ्रेंच फ्रँक्समध्ये रूपांतर केलं आणि तेवढ्या नोटा आपल्या पैशाच्या पट्ट्यातून बाहेर काढल्या. काही मिनिटांतच तो अरब परत आला.

"मॅनेजरसाहेब म्हणतायत, की ते तुम्हाला ओळखत नाहीत. त्यामुळे मी तुम्हाला आत सोडू शकत नाही." अरब म्हणाला.

"छे !" जॅक म्हणाला. मग आपल्या डाव्या हाताची तर्जनी आणि मधल्या बोटात त्या फ्रेंच फ्रँक्सच्या नोटा अगदी सहजी धरल्याप्रमाणे धरून त्यानं हात पुढे केला. "तुम्ही आम्हाला काही मदत करू शकलात तर फार बरं होईल...."

त्या अरबानं एक क्षणभर त्या पैशाकडे बघितलं आणि हात पुढे करून ते घेतले. निमिषार्धात ते पैसे त्याच्या खिशात गडप झाले.

जॅकनं त्याच्याकडे पाहिलं. पण तो पुढे काहीच हालचाल करेना. जॅकला त्याच्या चेहऱ्यावरून त्याच्या मनात काय आहे तेच समजेना; कारण मोठाल्या मिशांनी त्याचं तोंड झाकून टाकलेलं होतं.

जॅक वॉरनकडे वळला. "मी त्याला आणखी पैसे द्यायला हवे होते का?"

"मला नाही वाटत तो आपलं काम करेल असं." वॉरन मान हलवत म्हणाला.

"म्हणजे त्यानं नुसतेच माझे पैसे हडप केले असं तुला म्हणायचंय..?" जॅकनं विचारलं.

"असंच वाटतंय." वॉरन म्हणाला.

जॅकनं परत एकदा त्या काळ्या सुटवाल्याकडे पाहिलं. त्याचं वजन दीडशे पौंडाच्या आसपास असावं असा जॅकनं अंदाज बांधला. तसा तो बारीकच वाटत होता. एक क्षणभर जॅकला वाटलं, की गाडीतून उतरावं आणि त्याला आपले पैसे

परत करण्यास सांगावं. पण त्यांच्यावरच बंदुका रोखून उभ्या असलेल्या शिपायांकडे नजर गेल्यावर मात्र त्याचा विचार बदलला.

निराशेचा एक सुस्कारा सोडत जॅकनं गाडी तीन वेळा वळवून उलट्या दिशेला फिरवली आणि तो आल्या रस्त्यानं परत जायला निघाला.

"सुटलो बुवा !" लॉरी मागच्या सीटवरून म्हणाली, "मला तर हा सगळा प्रकार बिलकुलच आवडला नाही."

"काय म्हणतेस ! तुला आवडला नाही?" जॅकनं विचारलं, "हे मात्र फारच वाईट झालं."

" 'प्लॅन बी' काय आहे?" वॉरननं विचारलं.

अकालायाँगहून बोटीनं कोगोला जाण्याच्या आपल्या या बेताविषयी जॅकनं त्याला सांगितलं. त्यानं वॉरनला नकाशा उघडायला सांगितला. ते आत्ता जिथे होते तिथे यायला त्यांना जेवढा वेळ लागला होता, त्याचा हिशेब करून अकालायाँगला जायला आपल्याला किती वेळ लागेल, ते त्यानं वॉरनला बघायला सांगितलं.

"मला वाटतं तीन तास तरी लागतील." वॉरन म्हणाला, "रस्ता असाच चांगला असला तर. पण दक्षिणेला जाणाऱ्या त्या रस्त्याला लागण्यापूर्वी आपल्याला बरंच मागे जावं लागेल."

जॅकनं घड्याळाकडे पाहिलं. नऊ वाजत आले होते. "याचा अर्थ, आपण तिथे बाराच्या सुमारास पोचू. जगातली अगदी सर्वात हळू चालणारी बोट घेतली, तरी अकालायाँगहून कोगोला जायला एक तासापेक्षा अधिक वेळ लागणार नाही असा माझा अंदाज आहे. दोन-एक तास आपण कोगोमध्ये राहू असं धरून चाललं, तरी संध्याकाळी आपण वेळेवर घरी पोचू असं मला वाटतं. तुम्हाला काय वाटतं?"

"माझी काही हरकत नाही." वॉरन म्हणाला.

जॅकनं कडेच्या आरशातून मागे लॉरीकडे बघितलं. "तुम्हा दोघा बायकांना बाटाला जायचं असलं, तर मी उद्याही हा कार्यक्रम करू शकतो."

"आपल्यापैकी कोणीही जाणार असलं तरी माझी काळजी एकच आहे, आणि ती म्हणजे ते बंदूकधारी शिपाई." लॉरी म्हणाली.

"त्यात काळजी करण्यासारखं काही आहे असं मला वाटत नाही." जॅक म्हणाला, "त्यांनी गेटवर एकदा शिपाई ठेवल्यानंतर शहरात त्यांना त्यांची गरज पडत नसेल. अर्थात, किनाऱ्यावर ते गस्त घालत असतील ही शक्यता आहेच. तसं झालंच, तर मला 'प्लॅन सी' वापरावा लागेल."

"हा 'प्लॅन सी' काय आहे?" वॉरननं विचारलं.

"मलाच ठाऊक नाही." जॅक म्हणाला, "त्याच्यावर मी अजून काहीच विचार केलेला नाही."

"नटाली, तुझा काय बेत आहे?" जॅकनं विचारलं.

"मला या सगळ्याच प्रकाराची मजा वाटतेय." नटाली म्हणाली, "सगळेजण जे करणार असतील ते करायची माझी तयारी आहे."

तासभर ड्रायव्हिंग करून पुढे गेल्यावर त्यांची निर्णय घेण्याची वेळ आली. जॅकनं गाडी रस्त्याच्या कडेला घेतली.

"मग, काय करायचं मंडळी?" त्यानं विचारलं. त्याला त्यांच्याकडून नक्की काय ते समजायला हवं होतं. "बाटाला जायचं, की अकालायाँगला जाऊन प्रयत्न करून बघायचा?"

"मला असं वाटतंय, की तू एकटा गेलास तर मला अधिक काळजी वाटेल." लॉरी म्हणाली, "तेव्हा मी तुझ्याबरोबर अकालायाँगलाच येते."

"नटाली?" जॅकनं विचारलं, "तू या इतर चक्रम लोकांकडे लक्ष देऊ नकोस. तुला काय करायचंय ते खरं खरं सांग."

"मी यायला तयार आहे." नटाली म्हणाली.

"ठीक आहे तर मग." जॅक म्हणाला. त्यानं गाडी गिअरमध्ये टाकली आणि अकालायाँगला जाण्यासाठी तो डावीकडे वळला.

आपला कॉफीचा मग हातात घेऊन सिग्फ्रीड डेस्कपासून उठला आणि खिडकीत जाऊन उभा राहिला. इथून बाहेरचा चौक दिसत असे. सिग्फ्रीड अगदी गोंधळून गेला होता. कोगोमधला त्यांचा हा कार्यक्रम गेली सहा वर्षं चालला होता. पण आत्तापर्यंत कधीच कोणी गेटवर येऊन आत येण्याची परवानगी मागितली नव्हती. इक्वेटोरियल गिनी हा सहज म्हणून कोणी प्रवाशानं भेट द्यावी असा देश नक्कीच नव्हता.

सिग्फ्रीडनं कॉफीचा एक घोट घेतला. हा आगळावेगळा प्रसंग आणि जेनसिसचे सीईओ, टेलर कॅबोट याचं आत्ताच तिथे येणं, या दोन गोष्टींचा काही परस्परसंबंध असेल का, असा विचार तो करू लागला. दोन्ही घटना अनपेक्षित होत्या आणि आत्ता नको असलेल्याही होत्या. कारण बोनोबो प्रकल्पात आत्ताच काहीतरी मोठा घोटाळा सुरू झालेला होता. ही परिस्थिती जोपर्यंत सुधारत नाही, तोपर्यंत सिग्फ्रीडला तिथे कोणीही परकी माणसं यायला नको होती आणि सीईओंचा समावेश तो परक्या माणसांमध्येच करत होता.

ऑरिएलोनं दारातून आत डोकावून पाहिलं आणि डॉ. रेमंड लीयॉन्स बाहेर आलेले असून त्यांना तुम्हाला भेटायचंय, असं सांगितलं.

सिग्फ्रीडनं डोळे विस्फारले. रेमंडही आत्ता त्याला तिथे यायला नकोच होते. "पाठव त्यांना आत." सिग्फ्रीड नाराजीनं म्हणाला.

नेहमीप्रमाणेच निरोगी आणि सूर्यप्रकाशानं काळवंडलेले असल्यामुळे अधिकच

देखणे दिसणारे रेमंड आत आले. सिग्फ्रीडला त्यांच्या रूपाचा आणि त्यांचे दोन्ही हात शाबूत आहेत या गोष्टीचा नेहमीच हेवा वाटायचा.

"केविन मार्शल तुम्हाला सापडला की नाही अजून?" रेमंडनी अधिकारवाणीनं विचारलं.

"नाही, अजून तरी नाही सापडला." सिग्फ्रीड म्हणाला. पण रेमंडच्या स्वरातील अधिकारानं तो चांगलाच रागावला होता.

"मला वाटतं, तो शेवटचा दिसला होता त्याला आता अठ्ठेचाळीस तास तरी उलटून गेलेले आहेत." रेमंड म्हणाले, "मला तो ताबडतोब सापडायला हवाय..."

"डॉक्टर, जरा खाली बसा." सिग्फ्रीड त्यांना तोडल्यासारखं करत जरबेनं म्हणाला.

रेमंड थोडे घुटमळले. मॅनेजरनं अचानकच दाखवलेल्या या आक्रमकपणाला घाबरावं, की त्याबद्दल त्याच्यावर रागवावं हेच त्यांना समजेना.

"मी तुम्हाला खाली बसायला सांगितलं." सिग्फ्रीड म्हणाला.

रेमंड खाली बसले. चेहऱ्यावर भयानक व्रण असलेला आणि एक हात लुळा असलेला हा गोरा शिकारी आपल्या गल्लीत नक्कीच शेर होता. त्याच्या शिकारीचे पुरावे तिथे आजूबाजूला स्पष्ट दिसत होते.

"आपल्या दोघांच्या अधिकाराच्या कक्षा आपण स्पष्ट करायला हव्यात, असं मला वाटतंय." सिग्फ्रीड म्हणाला, "मी तुमचे हुकूम पाळत नसतो. वास्तवात तुम्ही इथे पाहुणे म्हणून आलेले असताना तुम्हीच माझ्या आज्ञा पाळाव्यात अशी अपेक्षा आहे. समजलं?"

रेमंडनी काहीतरी निषेधात्मक बोलण्यासाठी म्हणून तोंड उघडलं, पण परत कसलातरी विचार करून ते गप्प बसले. सिग्फ्रीड म्हणतोय ते तांत्रिकदृष्ट्या बरोबर आहे, हे त्यांना ठाऊक होतं.

"आणि आता आपण एवढं स्पष्ट बोलतोच आहोत, तर मला हेही सांगा की माझा यावेळचा बोनस कुठे आहे?" सिग्फ्रीडनं विचारलं, "यापूर्वीच्या प्रत्येक वेळी रुग्ण युनायटेड स्टेट्सला परत जाण्यासाठी म्हणून 'झोन'मधून बाहेर पडला, की मला बोनस दिला जायचा."

"ते बरोबर आहे." रेमंड क्षीणपणे म्हणाले, "पण आत्ता एकदम बरेच खर्च निघालेत. नव्या ग्राहकांचे पैसे अजून आलेले नाहीत. ते आले की लगेच मी तुमचा बोनस देऊन टाकीन."

"माझे पैसे तुम्ही बुडवू शकाल अशा भ्रमात मात्र तुम्ही राहू नका...." सिग्फ्रीडनं त्यांना धमकावलं.

"छे, छे, तसं काही नाही." रेमंड गडबडीनं बोलले.

''आणखी एक गोष्ट आहे.'' सिग्फ्रीड म्हणाला, ''काहीतरी करून सीईओ इथून लवकर जातील, असं तुम्ही करू शकणार नाही का? त्यांच्या कोगोमधल्या उपस्थितीमुळे सगळे कार्यक्रम विस्कळीत होतायत. रुग्णाला लवकर परत जायचंय वगैरे काहीतरी तुम्ही त्यांना सांगू शकणार नाही का?''

''हे कसं करायचं तेच मला कळत नाहीये.'' रेमंड म्हणाले, ''रुग्णाची परिस्थिती प्रवास करण्याइतकी चांगली आहे, हे त्यांना आधीच सांगण्यात आलंय. याहून अधिक मी तरी काय करणार?''

''काहीतरी युक्ती लढवा.'' सिग्फ्रीड म्हणाला.

''मी प्रयत्न करतो.'' रेमंड म्हणाले, ''पण तुम्ही मात्र तेवढं केविन मार्शलला शोधायचं काम प्लीज करा. त्याच्या नाहीशा होण्यामुळे मला अतिशय काळजी वाटतेय. तो घाईघाईनं काहीतरी वेडंवाकडं करून बसेल अशी मला भीती वाटतेय.''

''तो गॅबनमधल्या कोकोबीचवर गेला असावा असं आम्हाला वाटतंय.'' सिग्फ्रीड म्हणाला. रेमंडच्या आवाजातील नम्र भावानं तो सुखावला होता.

''तो बेटावर गेला नाही याबद्दल तुमची पूर्ण खात्री आहे?'' रेमंडनी विचारलं.

''तशी पूर्ण खात्री देता येणार नाही.'' सिग्फ्रीडनं कबुली दिली, ''परंतु आम्हाला तसं वाटत नाहीये. जरी तो गेला असताच, तरी तिथे राहणं काही त्याला शक्य नाही. तो आतापर्यंत नक्कीच परत आला असता. त्याला जाऊन अठ्ठेचाळीस तास झालेत.''

रेमंड उठून उभे राहिले आणि त्यांनी एक सुस्कारा सोडला. ''त्यानं लवकर परत यावं अशी माझी इच्छा आहे. त्याच्या काळजीनं मला पार पोखरून टाकलंय. विशेषत: टेलर कॅबोट इथे आलेले असतानाच त्यानं नाहीसं व्हावं, ही गोष्ट फारच वाईट आहे... आपल्या प्रकल्पाला धोकादायक ठरू शकणाऱ्या आणि माझं जगणं असह्य करणाऱ्या ज्या काही घटना न्यूयॉर्कमध्ये घडल्या, त्या साखळीतच पुढे हे घडतंय असं आता मला वाटायला लागलंय.''

''आम्ही आमचा शोध चालू ठेवणारच आहोत.'' सिग्फ्रीडनं त्यांना थोडा दिलासा दिला. त्यानं आपल्या स्वरात थोडी सहानुभूती आणण्याचा प्रयत्न केला. पण प्रत्यक्षात आत्ता या क्षणी मात्र त्याच्या मनात वेगळाच विचार चालला होता. - बोनोबोंना पिंजऱ्यात बंद करून प्राणिकेंद्रात आणलं जातंय, हे रेमंडना समजल्यावर त्यांची त्यावरची प्रतिक्रिया काय होईल? ते प्राणी एकमेकांना ठार मारतायत, या समस्येपुढे इतर सगळ्या समस्या फिक्या होत्या.

''टेलर कॅबोटना काय सांगता येईल याबद्दल मी विचार करून ठेवतो.'' रेमंड म्हणाले आणि दाराकडे जायला लागले. ''मात्र तुम्हाला केविन मार्शलबद्दल काहीही समजलं, तरी मला लगेच कळवलंत तर बरं होईल.''

“नक्कीच.” त्यांच्यावर उपकार केल्यासारखा सिग्फ्रीड म्हणाला. एवढ्या गर्विष्ठपणे वागणाऱ्या डॉक्टरनं अशी मूकपणे माघार घेतलेली पाहताना त्याला एक वेगळंच समाधान वाटत होतं.

रेमंड दिसेनासे झाले आणि तेवढ्यात सिग्फ्रीडला आठवलं, की ते न्यूयॉर्कचे आहेत.

सिग्फ्रीड दाराकडे धावला. जिन्यावरून उतरत असलेल्या रेमंडना त्यानं हाक मारली.

“डॉक्टर रेमंड,” खोटा आदर दाखवत सिग्फ्रीडनं त्यांना बोलावलं.

रेमंड थांबले आणि त्यांनी मागे वळून बघितलं.

“तुम्हाला जॅक स्टेपलटन नावाचा एखादा डॉक्टर माहीत आहे का?”

अचानक रेमंडचा चेहरा पांढराफटक पडला

त्यांची ही प्रतिक्रिया सिग्फ्रीडच्या नजरेतून सुटली नाही. “मला वाटतं तुम्ही जरा परत माझ्या ऑफिसात या.” मॅनेजरसाहेब म्हणाले.

रेमंड आत आल्याबरोबर सिग्फ्रीडनं ऑफिसचं दार लावून घेतलं.

‘जॅक स्टेपलटन’ हे नाव त्याला कुठून समजलं, हे रेमंडनाही ताबडतोब जाणून घ्यायचं होतं.

आपल्या टेबलाला वळसा घालून सिग्फ्रीड खुर्चीत जाऊन बसला. रेमंडनाही त्यानं खाली बसण्याची खूण केली. सिग्फ्रीडला हा सगळा प्रकार काही बरा वाटत नव्हता. परक्या डॉक्टरांनी कोगोला भेट देण्याच्या केलेल्या अनपेक्षित विनंतीचा संबंध टेलर कॅबोटशी असेल असं त्याला वाटत होतं. रेमंडना त्यांच्याबद्दल काही ठाऊक असेल, अशी अपेक्षाही त्यानं केली नव्हती.

“तुम्ही आलात त्यापूर्वी थोडा वेळ मला आपल्या गेट-हाऊसवरून एक वेगळाच फोन आला होता.” सिग्फ्रीड म्हणाला, “तिथल्या मोरोक्कन सुरक्षा-अधिकाऱ्यानं मला सांगितलं, की चार पाच माणसं बसलेली एक व्हॅन तिथे आलीय आणि त्यांना आपल्या प्रकल्प पाहण्याची इच्छा आहे. आपल्याकडे यापूर्वी कधीच आगंतुक पाहुणे आलेले नाहीत. न्यूयॉर्कमधला जॅक स्टेपलटन नावाचा एक डॉक्टर ती व्हॅन चालवत होता.”

रेमंडनी आपल्या कपाळावर आलेला घाम पुसला. मग त्यांनी आपले दोन्ही हात केसांमधून फिरवले. ते स्वत:च्याच मनाला परत परत समजावत होते, की ही गोष्ट घडणं शक्यच नाही; जॅक स्टेपलटन आणि लॉरी मॉंटगोमेरी या दोघांनाही आतापर्यंत विनी डॉमिनिकनं मारलं असलं पाहिजे. त्यांचं नेमकं काय करण्यात आलंय हे विचारायला त्यांनी मुद्दामच फोन केला नव्हता. त्यांना त्यातल्या तपशिलात शिरायचंच नव्हतं. वीस हजार डॉलर्स दिल्यानंतरही त्यांना तपशिलांची काळजी

करायला लागावी, हे काही बरोबर नाही. निदान त्यांची तरी अशीच समजूत होती. आत्ताच्या घटकेला स्टेपलटन आणि माँटगोमेरी अॅटलांटिक महासागरात कुठेतरी तरंगत असतील अशी त्यांची कल्पना होती.

"या गोष्टीवरची तुमची प्रतिक्रिया पाहून मला काळजी वाटायला लागलीय..." सिग्फ्रीड म्हणाला.

"स्टेपलटन आणि त्याच्या मित्रांना तुम्ही आत येण्याची परवानगी दिली नाहीत ना?" रेमंडनी विचारलं.

"अर्थातच नाही." सिग्फ्रीड म्हणाला.

"आता थोडा विचार केल्यावर मला असं वाटतंय, की तुम्ही त्यांना आत घ्यायला हवं होतं." रेमंड म्हणाले, "म्हणजे इथेच आपण त्यांचा निकाल लावला असता. जॅक स्टेपलटनमुळे आपल्या प्रकल्पात फार मोठा धोका उत्पन्न झालाय. इथे 'झोन'मध्ये अशा लोकांना धडा शिकवण्याचा काही मार्ग आहे का?"

"आहे की." सिग्फ्रीड म्हणाला, "आम्ही त्यांना इक्वेटोगिनीच्या कायदामंत्र्याच्या किंवा संरक्षणमंत्र्याच्या हवाली करतो. अर्थात, त्यासाठी आम्हाला बराच बोनसही द्यावा लागतो. पण शिक्षेची अंमलबजावणी मात्र अगदी ताबडतोब आणि निश्चित होते. सोन्याची अंडी देणाऱ्या या कोंबडीला कोणी धक्काही लावू नये म्हणून इथलं सरकार फार दक्ष आहे. जेनसिसच्या कामात ही माणसं अडथळा आणतायत, एवढंच फक्त आपण म्हणायची खोटी असते."

"मग परत जर ते इथे आले, तर त्यांना तुम्ही आत घ्यावं हे बरं." रेमंड म्हणाले.

"मला तुम्ही त्याचं कारण सांगितलं तर बरं होईल." सिग्फ्रीड म्हणाला.

"तुम्हाला कार्लो फ्रँकोनी आठवतो?" रेमंडनी विचारलं.

"आपला रुग्ण होता तो कार्लो फ्रँकोनी?" सिग्फ्रीडनं विचारलं.

रेमंडनी मान हलवली.

"अर्थात, चांगलाच आठवतोय." सिग्फ्रीड म्हणाला.

"त्याच्यापासून या सगळ्याची सुरुवात झालीय." रेमंड म्हणाले आणि त्यांनी त्याला त्या सगळ्या गोंधळाची कथा सांगायला सुरुवात केली.

"ही बोट सुरक्षित आहे असं तुला वाटतंय का?" लॉरीनं विचारलं. किनाऱ्यावर अर्धवट ओढून ठेवलेल्या, शाकारलेलं छप्पर असलेल्या त्या छोट्या पडावाकडे ती पाहत होती. लाकडाचा एक मोठा ओंडका कोरून त्याच्यापासून तो बनवण्यात आला होता. मागच्या बाजूला एक जुनी, मोठी मोटर बसवलेली होती. त्यातलं इंधन बहुतेक थोडं थोडं गळत होतं; कारण पडावाच्या मागच्या टोकापाशी त्या तेलाचा एक गोल तवंग गोळा झालेला दिसत होता.

''दिवसातून दोन वेळा हा पडाव गॅबनच्या फेऱ्या करतो, असं मला सांगण्यात आलंय.'' जॅक म्हणाला, ''आणि ते कोगोपेक्षाही दूर आहे.''

''किती भाडं द्यावं लागलं तुला याच्यासाठी?'' नटालीनं विचारलं. तो भाड्यानं घेताना जॅकला अर्धा तास हुज्जत घालावी लागली होती

''माझ्या अपेक्षेपेक्षा थोडंसंच अधिक.'' जॅक म्हणाला, ''त्यांचा असाच एक छोटा पडाव दोन-तीन दिवसांपूर्वी काही लोकांनी भाड्यानं घेतला, असं ते म्हणत होते. पण ते अजूनपर्यंत परत आलेले नाहीत. ही घटना थोडी विचित्र आहे असं मला त्यांच्या बोलण्यावरून वाटलं. त्यामुळे त्यांनी याचं भाडं वाढवलं असण्याची शक्यता आहे.''

''शंभरपेक्षा जास्त की कमी?'' वॉरननं विचारलं. त्या बोटीच्या रूपावरून त्यालाही त्याची फारशी खात्री वाटत नव्हती. ''कारण तू जर शंभरापेक्षा जास्त दिले असशील, तर तू फसलास असंच म्हणावं लागेल.''

''जाऊ दे रे. आता त्याची चर्चा नको.'' जॅक म्हणाला, ''आता आपण निघूच या. म्हणजे तुम्ही माघार घेणार नसलात तरच.''

त्या सगळ्यांनी थोडा वेळ एकमेकांकडे नुसतंच बघितलं. कोणीच काही बोलत नव्हतं.

''मला काही फारसं चांगलं पोहता येत नाही.'' वॉरन प्रथम म्हणाला.

''आपल्याला पाण्यात उतरावं लागणार नाही, याची मी तुला पूर्ण खात्री देतो.'' जॅक म्हणाला.

''ठीक आहे तर मग.'' वॉरन म्हणाला, ''निघूया आपण.''

''तुम्ही दोघीही येताय ना?'' जॅकनं विचारलं.

थोड्याशा अनुत्साहानंच लॉरी आणि नटाली दोघींनीही माना डोलावल्या. आता दुपारचं सूर्याचं ऊन चांगलंच भाजून काढत होतं. खाडीच्या काठावर उभे असूनही वाऱ्याची एक छोटीशी झुळूकसुद्धा येत नव्हती.

त्या दोघी त्या जड पडावाच्या मागच्या भागात सुकाणू पकडून बसल्या. जॅक आणि वॉरननं तो पाण्यात ढकलला आणि एकामागून एक उड्या मारून ते आत चढले. जवळजवळ पन्नास फुटापर्यंत त्यांनी तो पडाव वल्हवतच नेला. आता जॅक त्याच्या मोटरकडे वळला. त्याच्या इंधनाच्या लाल टाकीवर असलेला हातपंप चालू करायचा प्रयत्न तो करू लागला. लहानपणी मिड्‌वेस्टमध्ये असताना त्यानं तिथल्या तलावात बोटी चालवण्याचा अनुभव घेतलेला होता.

''ही बोट दिसतेय त्यापेक्षा पुष्कळच स्थिर आहे.'' लॉरी म्हणाली. बोटीच्या मागच्या भागात जॅक इकडेतिकडे हिंडत होता, तरीही ती अजिबात हलत नव्हती.

''आणि कुठून गळतही नाहीये.'' नटाली म्हणाली, ''मला तीच एक काळजी होती.''

वॉरन गप्प होता. त्यानं बोटीचं पांढरं टोक पकडून धरलं होतं.

दोनदा दोरी ओढल्याबरोबर इंजिन सुरू झालं. जॅकला त्याचं खूप आश्चर्य वाटलं. काही क्षणातच ते पूर्वेच्या दिशेनं जायला लागले. आता मात्र त्यांना समुद्रावरचा वारा लागू लागला.

अकालायाँगपर्यंतचा प्रवास त्यांना वाटलं होतं त्यापेक्षा लवकर झाला होता. कोगोच्या उत्तरेकडच्या रस्त्याच्या तुलनेत पुढचा रस्ता थोडा खराब होता. पण रस्त्यावर वाहतूक जवळजवळ नव्हतीच. उतारूंनी खचाखच भरलेली एखादी व्हॅन अधूनमधून उत्तरेकडे जाताना दिसायची. तिच्या टपावरही दोन-तीनजण जीव मुठीत धरून बसलेले असायचे.

अकालायाँगला पोचल्यावर सगळ्यांनाच बरं वाटलं. नकाशावर ते शहर म्हणून दाखवलं होतं, तरी प्रत्यक्षात ते खेड्यासारखंच दिसत होतं. सिमेंट काँक्रीटची काही दुकानं, काही मद्यालयं आणि हॉटेल्स सोडली, तर तिथे आणखी काहीच नव्हतं. मात्र तिथे एक छोटीशी पोलिस चौकी होती. तिथल्या पोर्चच्या सावलीत घाणेरडे गणवेश घातलेले काही पोलिस वेताच्या खुर्च्यांवर पसरून बसलेले होते. या लोकांची व्हॅन त्यांच्यासमोरून जाताना त्यांनी या व्हॅनमधल्या सर्वांकडे एक तुच्छतापूर्ण दृष्टिक्षेप टाकला.

त्या शहराची रचना काहीतरी विचित्रच वाटत होती आणि सगळीकडे भरपूर कचराही पसरलेला होता. तरीही त्यांना तिथे खाण्यापिण्याचे पदार्थ मात्र व्यवस्थित मिळाले आणि बोटही भाड्यानं मिळाली. थोड्या अस्वस्थपणेच त्यांनी पोलिस स्टेशनच्या समोरच आपली व्हॅन उभी करून ठेवली. म्हणजे मग परत आल्यावर ती नक्की मिळू शकेल, असं त्यांना वाटलं.

"आपल्याला तिथे पोचायला किती वेळ लागेल असा तुझा अंदाज आहे?" इंजिनाच्या आवाजावर आवाज चढवत लॉरीनं ओरडून विचारलं. इंजिनातील एक भाग हरवलेला असल्यामुळे ते जरा जास्तच आवाज करत होतं.

"तासभर लागेल असं वाटतं." जॅकनं तिला ओरडूनच सांगितलं, "पण बोटीचा मालक म्हणाला, की वीस मिनिटंच लागतील. हा समोरचा डोंगर ओलांडला की कोगो समोरच आहे, असं तो म्हणाला."

रिओ कॉगचं दोन मैल रुंद असलेलं मुख ते आता पार करत होते. संपूर्ण किनारपट्टी जंगलानं झाकलेली होती आणि त्यावर आता धुकंही पसरलेलं दिसत होतं. वादळाचे ढग त्यांच्या डोक्यावरच होते. ते व्हॅनमधून येत असताना दोन वेळा त्यांना वादळ लागलंच होतं.

"इथे आपण पावसात अडकून पडलो नाही म्हणजे मिळवली...!" नटाली म्हणाली. पण निसर्गानं तिची प्रार्थना ऐकली नाही. पाच मिनिटांतच एवढ्या जोराचा

पाऊस सुरू झाला, की काही मोठाले थेंब पाण्यात पडून त्यांच्यामुळे उडणारं पाणी त्यांच्या बोटीत येऊ लागलं. जॅकनं इंजिनाचा वेग थोडा कमी केला आणि बोट प्रवाहात जाईल तशी जाऊ द्यायला सुरुवात केली. इतरांबरोबर तोही शाकारलेल्या छताच्या खाली येऊन उभा राहिला. त्यांच्यापैकी कोणीच थोडंसंसुद्धा भिजलं नाही. त्यामुळे त्यांना बरं वाटलं.

डोंगराला वळसा घातल्याबरोबर त्यांना कोगोचा धक्का दिसायला लागला. अकालायाँगचा धक्का अगदीच मोडकातोडका होता. पण इथला धक्का मात्र दाबाची प्रक्रिया करून खास तयार केलेल्या जाड लाकडांनी बांधलेला होता. ते जसजसे त्या धक्क्याच्या जवळ येऊ लागले, तसं त्यांना दिसून आलं की त्याचा शेवटचा थोडा भाग पाण्यात तरंगता ठेवलेला होता.

कोगोच्या पहिल्या दर्शनानं ते सगळेजणच खूप प्रभावित झाले. बाटा आणि अकालायाँगमधली घरं म्हणजे मोडकळीस आलेल्या किंवा कशातरी बांधलेल्या इमारती या स्वरूपाची होती. तिथल्या छतांवर पत्रे घातलेले होते. कोगोमध्ये मात्र वसाहतीत असल्यासारखी, नवीन बांधलेली, पांढरा रंग लावलेली, सुंदर घरं दिसत होती. डाव्या बाजूला जंगलानं जवळजवळ झाकलं गेलेलं एक आधुनिक पॉवर स्टेशन होतं. तिथे असलेल्या उंच धुराच्या चिमणीमुळेच त्याचं अस्तित्व समजून येत होतं.

शहराच्या जवळ यायला लागल्यावर जॅकनं इंजिन बंद केलं. त्यामुळे आता त्यांना एकमेकांचं बोलणं ऐकू येणं शक्य होतं. त्यांच्या पडावासारखे आणखी बरेच पडाव तिथे धक्क्याला बांधून ठेवलेले होते. फक्त त्या सगळ्या पडावांमध्ये मासेमारीच्या जाळ्यांचा ढीग लावून ठेवलेला होता.

''या इतर बोटी पाहून मला बरं वाटलं...'' जॅक म्हणाला, ''कारण, आपली बोट एकटीच इथे असती, तर सर्वांचं तिच्याकडे लक्ष वेधलं गेलं असतं.''

''ती मोठी आधुनिक इमारत दिसतेय, ते हॉस्पिटल असेल असं तुला वाटतंय का?'' लॉरीनं बोटानं दाखवत म्हटलं.

ती दाखवत असलेल्या दिशेला जॅकनं बघितलं. ''हो, निदान आर्टुरोनं मला सांगितलं होतं त्यावरून तरी तेच हॉस्पिटल असावं असं वाटतंय खरं. इथे सुरुवातीला झालेल्या बांधकामाच्या कर्मचाऱ्यांपैकी तो एक होता.''

''मला वाटतं आपल्याला तिथेच जायचंय, हो ना?'' लॉरीनं विचारलं.

''असं वाटतंय तरी...'' जॅक म्हणाला, ''आधी आपण तिथेच जाऊ. आर्टुरो म्हणाला होता, की त्यांचा प्राणी विभाग जंगलात काही मैल दूर आहे. तिथे जाण्याचा मार्गही आपण शोधून काढूच.''

''मला वाटलं होतं त्यापेक्षा हे शहर मोठं दिसतंय.'' वॉरन म्हणाला.

''मला असं सांगण्यात आलं, की इथे आधी एक स्पॅनिश कॉलनी होती. राज्यक्रांती

झाली तेव्हा ती पार ओस पडली.'' जॅक म्हणाला, ''या संपूर्ण शहराचं काही नूतनीकरण करण्यात आलेलं नाही. पण इथून दिसत असलेल्या दृश्यावरून तरी मला असं वाटतंय, की इथल्या सगळ्याच इमारती त्यांनी नव्यानं बांधलेल्या असाव्यात.''

''पण स्पॅनिश लोक इथे काय करत होते?'' नटालीनं विचारलं. ''इथे तर जंगलाशिवाय दुसरं काहीच दिसत नाहीये.''

''त्यांनी इथे कॉफी आणि कोकोचे मळे लावले होते.'' जॅक म्हणाला, ''मला तरी अशीच माहिती मिळाली. अर्थात, ते मळे कुठे आहेत त्याची मला काहीच कल्पना नाही.''

''ओह्, मला एक शिपाई दिसतोय.'' लॉरी म्हणाली.

''मलाही दिसलाय तो.'' जॅक म्हणाला. ते जसजसे किनाऱ्याच्याजवळ येत होते, तसा तो लक्ष ठेवून होताच.

त्या गेटवरच्या शिपायांप्रमाणेच याच्याही अंगावर जंगलाशी जुळणाऱ्या रंगाचा गणवेश होता आणि डोक्यावर तांबडी चपटी टोपी होती. धक्क्याला लागून असलेल्या, खाली दगडी गोटे असलेल्या चौकीमध्ये तो उद्योग नसल्यासारखा येरझाऱ्या घालत होता. त्याच्या खांद्यावर एक बंदूकही लटकत होती.

''याचा अर्थ, आपण आता 'प्लॅन सी'कडे वळायचं का?'' वॉरननं जॅकला चिडवण्यासाठी विचारलं.

''नाही, एवढ्यात नाही.'' जॅक म्हणाला, ''ज्याअर्थी त्याला तिथे नेमलेला आहे, त्याअर्थी धक्क्यावरून येणाऱ्या लोकांवर त्यानं लक्ष ठेवावं अशीच अपेक्षा असणार. पण तिकडे किनाऱ्यावर असलेल्या त्या 'चिकी हट'कडे बघा. तिथे आपण गेलो तर आपल्याला सहज आत घुसता येईल.''

''आपल्याला ही बोट काही किनाऱ्यावर नेता यायची नाही.'' लॉरी म्हणाली, ''त्याला ते लगेच दिसेल.''

''तो धक्का किती उंच आहे ते पाहिलंत का?'' जॅक म्हणाला, ''आपण त्याच्याखाली जाऊ. तिथे आपली बोट किनाऱ्यावर घेऊ आणि तिथून चालत 'चिकी हट'मध्ये जाऊ. तुम्हाला काय वाटतं?''

''मला ही कल्पना ठीक वाटतेय.'' वॉरन म्हणाला, ''पण ही बोट त्या धक्क्याखाली मुळीच बसणार नाही.''

जॅक उठला आणि शाकारलेल्या छताला आधार देणाऱ्या एका खांबाकडे गेला. त्या खांबाचं दुसरं टोक बोटीच्या टोकाला असलेल्या एका भोकामध्ये घुसवलेलं होतं. जॅकनं तो खांब धरून ओढला. ''किती सोयीस्कर आहे बघा.'' तो म्हणाला, ''हे छत खाली घेता येतं.''

काही मिनिटांतच त्यांनी सगळ्यांनी मिळून त्या छताला आधार देणारे सगळे

खांब ओढले. आता ते शाकारलेलं छत म्हणजे काठ्या आणि वाळलेल्या पानांचा एक ढीग झाला. त्यांनी ते दोन्ही बाजूंच्या बाकांखाली सारून ठेवलं.

''या बोटीच्या मालकाला काही आपला हा प्रकार आवडणार नाही.'' नटाली म्हणाली.

आता जॅकनं बोट वळवली. धक्क्याच्या मागे लपले गेल्यामुळे आता ते चौकातून दिसणार नव्हते. धक्क्याच्या सावलीत शिरत असतानाच जॅकनं बोटीचं इंजिन बंद केलं. आता वल्ही उचलून घेत त्यांनी ती बोट वल्हवत किनाऱ्यापर्यंत नेली. धक्क्याचे आडवे खांब आले, की ते खाली वाकत होते.

किनाऱ्याच्या सावली असलेल्या भागातून फरपटत जात त्यांची बोट किनाऱ्याला लागली आणि थांबली.

''आत्तापर्यंत तरी सगळं काही ठीक आहे.'' जॅक म्हणाला. त्यानं वॉरन आणि त्या मुलींना खाली उतरायला सांगितलं. ते खाली पाण्यात उतरल्यानंतर वॉरननं ती बोट ओढायला सुरुवात केली. जॅक बोटीतच बसून ती वल्हवत होता. त्यांनी ती बोट किनाऱ्यावर उंचावर आणून ठेवली.

आता जॅक खाली उतरला आणि त्यानं एका दगडी भिंतीकडे बोट दाखवलं. ही भिंत धक्क्याच्या पायथ्यापासून सरळ वर किनाऱ्यावरच्या वाळूपर्यंत जात होती. ''आपण या भिंतीला चिकटून चालायला लागू या. भिंत संपली की सरळ 'चिकी बार'कडे जायचं.''

काही मिनिटांतच ते 'चिकी बार'मध्ये पोचले. त्या शिपायानं त्यांच्याकडे काहीच लक्ष दिलं नव्हतं. त्यानं एकतर त्यांना पाहिलं तरी नव्हतं, किंवा कोणी आलं तरी त्याला त्याची पर्वा नव्हती.

आता तो बार पूर्ण रिकामा होता. फक्त एक माणूस लिंबं आणि मोसंबी कापत बसला होता. जॅकनं सर्वांना स्टुलावर बसायला सांगितलं आणि इथपर्यंत आल्याचा आनंद साजरा करण्यासाठी एखादं ड्रिंक घेण्याची सूचना केली. सगळ्यांनाच ड्रिंकची गरज भासत होतीच. सूर्य वर आल्यानंतर आणि शाकारलेलं छप्पर खाली उतरवल्यानंतर त्यांना बोटीत चांगलंच गरम झालं होतं.

बारटेंडर लगेचच त्यांच्याकडे आला. त्याच्या छातीवर लावलेल्या नावाच्या बिल्ल्यावरून त्याचं नाव सॅटर्निनो असल्याचं समजलं. नाव जरी विचित्र होतं, तरी तो माणूस मजेशीर वाटत होता. त्यानं अंगात जंगली नक्षीचा शर्ट घातला होता आणि आदल्या दिवशी आर्टुरोनं त्यांना घ्यायला एअरपोर्टवर येताना जशी पिल-बॉक्स हॅट घातली होती, तसलीच हॅट याच्याही डोक्यावर होती.

नटालीनं सुचवल्यावरून सर्वांनीच लिंबाच्या कापाबरोबर कोक घेतला.

''आज धंदा थंड दिसतोय.'' जॅक सॅटर्निनोला म्हणाला.

"पाचपर्यंत असंच असतं." तो बारटेंडर म्हणाला.

"आम्ही इथे नवीनच आहोत." जॅक म्हणाला, "इथे कुठलं चलन वापरतात?"

"तुम्ही सही केलीत तरी चालेल." सॅटर्निनो म्हणाला.

जॅकनं परवानगीसाठी लॉरीकडे बघितलं. तिनं नकारार्थी मान हलवली. "आम्ही रोखच पैसे देतो." जॅक म्हणाला, "डॉलर्स चालतील ना?"

"काहीही दिलंत तरी चालेल." सॅटर्निनो म्हणाला, "डॉलर्स किंवा फ्रँक्स. त्यामुळे काहीच फरक पडत नाही."

"हॉस्पिटल कुठल्या बाजूला आहे?" जॅकनं विचारलं.

सॅटर्निनोनं आपल्या खांद्यावरून मागे दाखवलं. "या रस्त्यावरून सरळ गेलात की तुम्हाला मुख्य चौक लागेल. तिथे डाव्या बाजूला जी मोठी इमारत आहे तेच हॉस्पिटल आहे.

"तिथे काय करतात?" जॅकनं विचारलं.

हा माणूस वेडा आहे की काय, अशा नजरेनं सॅटर्निनोनं जॅककडे बघितलं. "तिथे लोकांवर उपचार करतात." तो म्हणाला.

"अमेरिकेहून लोक इथे फक्त या हॉस्पिटलमध्ये उपचार करून घेण्यासाठी येतात?" जॅकनं विचारलं.

सॅटर्निनोनं खांदे उडवले. "ते काही मला ठाऊक नाही." तो म्हणाला. जॅकनं बारवर ठेवलेल्या नोटा उचलत तो कॅश रजिस्टरकडे वळला.

"चांगला प्रयत्न केलास हं..." लॉरी कुजबुजली.

"त्यानं अगदी सहजी उत्तरं दिली." जॅक म्हणाला.

कोल्ड-ड्रिंक्स घेऊन ताजंतवानं झाल्यावर ते सर्वजण बाहेर उन्हात आले. त्या शिपायापासून पन्नास फुटांवरून ते पुढे गेले. पण आत्ताही त्यानं त्यांच्याकडे दुर्लक्ष केलं. दगडी गोट्यांच्या रस्त्यावरून थोडंसं चालत गेल्यानंतर पुढे त्यांना वसाहतीतल्यासारख्या घरांनी वेढलेला हिरवळीचा एक छोटा तुकडा लागला.

"हे सगळं पाहून मला काही कॅरिबीयन बेटांची आठवण येतेय." लॉरी म्हणाली.

पाच मिनिटांनी ते शहराच्या मुख्य चौकात शिरले. त्याच्या चारी बाजूंना झाडं होती. ते उभे होते तिथून बरोबर समोर असलेल्या टाऊन हॉलच्या समोर काही शिपायांचं एक टोळकं आरामात बसलं होतं. बाकी सगळ्या सुंदर, आकर्षक असणाऱ्या त्या दृश्याला तेवढाच एक डाग लागल्यासारखं वाटत होतं.

"बाप रे !" जॅक म्हणाला, "इथे तर त्यांची संपूर्ण तुकडीच हजर आहे."

"ते गेटवर आहेत याचा अर्थ ते शहरात असणार नाहीत, असं काहीतरी तू म्हणाल्यासारखं मला वाटतंय." लॉरी म्हणाली.

"माझं चुकलं, बये." जॅकनं कबुली दिली, "पण मुद्दाम पुढे जाऊन 'आम्ही आलोय' हे त्यांना सांगायची काही गरज नाही. हॉस्पिटल-प्रयोगशाळा संकुल हे आपल्यासमोरच आहे."

चौकाच्या त्या कोपऱ्यातून कोगो शहराचा बराच मोठा भाग इमारतीनं व्यापल्यासारखा दिसत होता. चौकाच्या समोरच तिचं मुख्य प्रवेशद्वार होतं. पण त्यांच्या डाव्या बाजूच्या कडेच्या रस्त्यावरही एक दार दिसत होतं. समोरच्या शिपायांना चुकवण्यासाठी ते कडेच्या दाराकडे गेले.

"कोणी काही विचारलं, तर तू काय सांगणार आहेस?..." लॉरीनं थोड्या काळजीनं विचारलं, "आणि हॉस्पिटलमध्ये शिरल्यावर तर आपल्याला कोणीतरी काहीतरी प्रश्न विचारेलच."

"मी आयत्या वेळी काय सुचेत ते ठोकून देईन." जॅक म्हणाला. त्यानं दार उघडून धरलं आणि गंमत म्हणून अदबीनं खाली वाकून आपल्या मित्रांना आत जायची खूण केली.

लॉरीनं नटाली आणि वॉरनकडे पाहून डोळे मोठे केले. परिस्थिती कितीही गंभीर असली तरी जॅक मजा करू शकतो, या त्याच्या वृत्तीचं तिला फार कौतुक वाटलं.

त्या इमारतीत शिरल्याबरोबर त्या सर्वांच्या अंगावर आनंदाचे शहारे आले. वातानुकूलन एवढं सुखदायक त्यांना आजवर कधीच वाटलं नव्हतं. ते शिरले होते ती खोली लाऊंजसारखी वाटत होती. तिथे या भिंतीपासून त्या भिंतीपर्यंत गालिचा घातलेला होता. बसायला खुर्च्या आणि कोच होते. एका भिंतीपाशी पुस्तकांचं एक मोठं कपाट होतं. त्यातले काही शेल्फ तिरके लावून त्यावर 'टाईम', 'नॅशनल जिऑग्राफिक' अशी चांगल्या दर्जाची बरीच मासिकं प्रदर्शनात मांडून ठेवल्यासारखी नीट ठेवलेली होती. पाच-सहा माणसं तिथे बसलेली होती. सगळेचजण काहीतरी वाचत होते.

मागच्या भिंतीपाशी रिसेप्शनसारखा एक भाग दिसत होता. तिथल्या खिडकीला सरकत्या काचा लावलेल्या होत्या. त्या काचेच्या मागे निळा गणवेश घातलेली एक बाई डेस्कपाशी बसलेली होती. उजव्या बाजूला बऱ्याच लिफ्ट्स असलेला एक हॉल होता.

"हे सगळे रुग्ण असतील का?" लॉरीनं विचारलं.

"चांगला प्रश्न विचारलास." जॅक म्हणाला, "पण मला काही तसं वाटत नाहीये. ते सगळेजण चांगले निरोगी आणि व्यवस्थित दिसतायत. ती सेक्रेटरी का कोण आहे, तिच्याशी आपण जरा बोलून बघूया."

हॉस्पिटलच्या वातावरणामुळे वॉरन आणि नटाली थोडे गोंधळून गेले होते. ते जॅक आणि लॉरीच्या पाठोपाठ गुपचुप चालायला लागले.

जॅकनं त्या काचेवर हळूच टकटक केलं. त्या बाईनं आपल्या कामातून डोकं

वर करून पाहिलं आणि काच सरकवली.

"सॉरी." ती म्हणाली, "मी तुम्हाला आत येताना पाहिलं नाही. तुम्हाला आत्ता इथे जागा हवीय ना?"

"नाही." जॅक म्हणाला. "आत्ता तरी माझ्या सगळ्या शारीरिक क्रिया अगदी व्यवस्थित चालू आहेत."

"काय म्हणालात?" त्या बाईनं विचारलं.

"आम्हाला हॉस्पिटल फक्त बघायचं आहे. इथे आम्हाला काही उपचार करून घ्यायचे नाहीत." जॅक म्हणाला, "आम्ही डॉक्टर्स आहोत."

"हे हॉस्पिटल नाही." ती बाई म्हणाली. "हे इथलं विश्रामगृह आहे. हॉस्पिटलमध्ये जाण्यासाठी तुम्हाला इथून बाहेर जाऊन समोरच्या दारातून आत जावं लागेल किंवा उजव्या बाजूला असलेल्या हॉलमधून जावं लागेल. दुहेरी दाराच्या पलीकडे हॉस्पिटल आहे."

"थँक यू." जॅक म्हणाला.

"ठीक आहे." ती बाई म्हणाली. परंतु जॅक आणि त्याच्या बरोबरचे इतरजण कोपऱ्यावरून वळून दिसेनासे होईपर्यंत ती त्यांच्याकडे वळून पाहत राहिली. मग थोड्या गोंधळलेल्या मन:स्थितीत ती मागे टेकून बसली आणि तिनं फोन उचलला.

त्या दुहेरी दारातून आत शिरताना जॅक सर्वांच्या पुढे होता. तिथे शिरल्याबरोबर त्याला आजूबाजूच्या गोष्टी ओळखीच्या वाटायला लागल्या. तिथे व्हिनीलची फरशी होती आणि भिंतींना हॉस्पिटलचा विशिष्ट फिकट हिरवा रंग लावलेला होता. अँटिसेप्टिकचा मंद सुगंधही येत होता.

"आता हे हॉस्पिटल वाटतंय खरं..." जॅक म्हणाला.

चौकाच्या समोर असलेल्या एका खोलीत ते शिरले. दोन खिडक्यांच्या मध्ये बाहेर जाण्यासाठी एक मोठं दुहेरी दार होतं. तिथेही खाली अंथरलेल्या गालिच्यावर काही खुर्च्या आणि कोच होते. पण आधीच्या लाऊंजपेक्षा हे फार वेगळं होतं. इथेही काच लावलेली एक चौकशीची खिडकी होती.

जॅकनं परत काचेवर टकटक केलं. मागे बसलेल्या दुसऱ्या बाईनं काच उघडली. तीसुद्धा आधीच्या बाईसारखीच सौजन्यानं बोलत होती.

"आम्हाला एक प्रश्न विचारायचाय." जॅक म्हणाला, "आम्ही डॉक्टर्स आहोत. आत्ता इथे हॉस्पिटलमध्ये एखादा आरोपणाचा रुग्ण आहे का, ही माहिती आम्हाला हवी आहे."

"हो, आहे ना." ती बाई म्हणाली. तिच्या चेहऱ्यावर तिच्या मनाची गोंधळलेली अवस्था स्पष्ट दिसत होती. "होरेस विन्चेस्टर. तो खोली क्रमांक ३०२ मध्ये आहे आणि आता त्याला केव्हाही डिस्चार्ज दिला जाईल."

"वा ! फारच उत्तम." जॅक म्हणाला, "कुठल्या अवयवाचं आरोपण झालंय?"

"यकृताचं." ती बाई म्हणाली, "तुम्ही सगळे पिट्सबर्ग गटापैकी आहात का?"

"नाही, आम्ही न्यूयॉर्क गटापैकी आहोत." जॅक म्हणाला.

"अस्सं." ती बाई म्हणाली. पण तिच्या चेहऱ्यावरून स्पष्ट दिसत होतं, की तिला काहीही समजलेलं नाही.

"थँक यू." जॅक त्या बाईला म्हणाला. उजव्या बाजूला असलेल्या लिफ्टकडे चलण्याची त्यानं सर्वांना खूण केली.

"शेवटी एकदाची दैवाला आपली दया आली असं दिसतंय." जॅक उत्साहानं म्हणाला, "आता हे काम फारच सोपं वाटायला लागलंय. आपल्याला फक्त त्याचे चार्ट्स पाहायला मिळाले तरी चालेल."

"ते एवढं काही सोपं जाणार नाही, बरं का." लॉरी म्हणाली.

"खरं आहे." थोडा वेळ विचार केल्यावर जॅक म्हणाला, "मग आपण सरळ होरेसलाच जाऊन भेटू आणि प्रत्यक्ष त्यालाच खरी हकीगत विचारू."

"दोस्त," वॉरननं जॅकला थांबवत म्हटलं, "मला वाटतं मी आणि नटालीनं इथेच थांबावं. मला हॉस्पिटलची एवढी काही सवय नाही. त्यामुळे मला इथे फारच विचित्र वाटतंय. तुला समजतंय ना मी काय म्हणतोय ते?"

"समजतंय असं वाटतंय." जॅक थोड्या नाराजीनं म्हणाला, "पण मला आपलं वाटत होतं, की एखादेवेळी पटकन बोटीकडे जाण्याची वेळ आलीच, तर आपण सर्वांनी एकत्र असलेलं बरं. तुला कळतंय का मी काय म्हणतोय ते?"

वॉरननं मान हलवली आणि जॅकनं लिफ्टचं वर जाण्याचं बटन दाबलं.

कॅमेरॉन मॅक्आयव्हर्सला धोक्याच्या खोट्या सूचनांची चांगलीच सवय होती. आत्तापर्यंत जेव्हा जेव्हा त्याला किंवा त्याच्या ऑफिसातल्या इतर कोणाला अशा तऱ्हेनं बोलावण्यात आलं होतं, त्या त्या बहुतेक वेळी त्या सूचना खोट्याच निघाल्या होत्या. त्यामुळे आत्तासुद्धा त्या विश्रामगृहाच्या दारातून आत शिरताना त्याला फारशी काळजी वाटत नव्हती. पण अशी सूचना मिळाल्यावर खरोखरच काही प्रश्न निर्माण झालाय की काय ते जाऊन पाहणं, हे त्याचं आणि त्याच्या अधिकाऱ्यांचं कामच होतं.

लाऊंजमधून चौकशीच्या खिडकीकडे जाताना त्यानं आजूबाजूला नजर टाकल्यावर तिथे नेहमीसारखीच शांतता आहे, असं त्याला दिसून आलं. त्यामुळे हे बोलावणंही नेहमीसारखंच वाया जाणार, अशी त्याची खात्री पटत चालली.

कॅमेरॉननं काचेच्या खिडकीवर टकटक केलं आणि ती उघडली.

"मिस् विल्यम्स." सलाम केल्यासारखा आपल्या हॅटच्या कडेला हात लावत

कॅमेरॉन म्हणाला. कॅमेरॉन आणि त्याच्या सुरक्षा पथकातील माणसं खाकी रंगाचा गणवेश घालत असत. ड्यूटीवर असताना त्यांच्या डोक्यावर ऑसी (ऑस्ट्रेलियन) हॅट असायची. खांद्यावर आणि कमरेला एक चामड्याचा पट्टाही असायचा. या पट्ट्याच्या उजव्या बाजूला एक बेरेटा बंदूक असायची आणि डाव्या हातात धरायचा टू-वे रेडिओ असायचा.

''ते त्या बाजूला गेले...'' कॉरिना विल्यम्स उत्तेजित होत म्हणाली. ते गेले होते त्या कोपऱ्याकडे बोट दाखवण्यासाठी ती आपल्या खुर्चीतून उठून उभी राहिली.

''शांत व्हा, मिस् विल्यम्स.'' कॅमेरॉन सौम्यपणे म्हणाला, ''तुम्ही नेमकं कोणाबद्दल बोलताय?''

''त्यांनी त्यांची नावं वगैरे काही सांगितली नाहीत.'' कॉरिना म्हणाली, ''ते चौघेजण होते. पण त्यांच्यापैकी एकजणच बोलत होता. तो म्हणाला, की मी डॉक्टर आहे.''

''हं...'' कॅमेरॉन म्हणाला, ''यापूर्वी कधी तुम्ही त्यांना पाहिलेलं नाही?''

''कधीच नाही.'' कॉरिना विल्यम्स काळजीच्या स्वरात म्हणाली, ''ते अगदी अचानकच आले. कालच आपल्याकडे नवीन लोक राहायला आले आहेत. त्यामुळे मला वाटलं, की हे लोकही इथे उतरायला आले असावेत. पण ते म्हणाले, की आम्ही हॉस्पिटल बघायला आलेलो आहोत. तिकडे कसं जायचं ते मी सांगितल्यावर ते तडक चालायला लागले.''

''ते काळे होते की गोरे?'' कॅमेरॉननं विचारलं. ही धोक्याची सूचना नेहमीप्रमाणे खोटी नसावी, असं आता त्याला वाटायला लागलं होतं.

''निम्मे निम्मे.'' कॉरिना म्हणाली, ''दोन काळे आणि दोन गोरे. पण त्यांनी घातलेल्या पोशाखावरून ते सगळेजण अमेरिकन होते, एवढं मात्र मी नक्कीच सांगू शकते.''

''अस्सं...'' कॅमेरॉन म्हणाला. आपली दाढी कुरवाळत त्यानं थोडा विचार केला. 'झोन'चे अमेरिकन कर्मचारी इथल्या विश्रामगृहामध्ये येऊन, आपल्याला हॉस्पिटल बघायचं आहे असं सांगण्याची काही शक्यता आहे का, असा विचार तो करत होता.

''त्यांच्यापैकी जो माणूस बोलत होता, त्यानं 'आपल्या सगळ्या शारीरिक क्रिया अगदी उत्तम चालू आहेत' असं काहीतरी विचित्र विधान केलं.'' कॉरिना म्हणाली, ''त्याला काय उत्तर द्यावं हेच मला समजेना.''

''हं...'' कॅमेरॉन परत म्हणाला, ''मी जरा तुमचा फोन वापरू का?''

''हो, हो, जरूर.'' कॉरिना म्हणाली. तिनं आपल्या डेस्कच्या कडेवरून फोन ओढला आणि कॅमेरॉनच्या समोर ठेवला.

कॅमेरॉननं थेट मॅनेजरसाहेबांचा नंबर फिरवला. सिग्फ्रीडनं लगेचच फोन उचलला.

"मी आत्ता आपल्या विश्रामगृहामधून बोलतोय." कॅमेरॉन म्हणाला, "तुम्हाला एका गोष्टीबद्दल सांगणं अतिशय गरजेचं आहे, असं मला वाटतंय. चार परके डॉक्टर्स इथे मिस् विल्यम्सकडे आले होते. त्यांना हॉस्पिटल बघायचंय, असं ते म्हणत होते."

हे ऐकताच सिग्फ्रीड एकदम चिडला आणि रागारागानं काहीतरी बोलायला लागला. त्याचा कर्कश आवाज ऐकवेना, म्हणून कॅमेरॉननं फोनचा रिसीव्हर कानापासून थोडा दूर धरला. कॉरिनाही घाबरून उभी राहिली.

कॅमेरॉननं फोन परत रिसेप्शनिस्टकडे दिला. सिग्फ्रीडच्या भाषणाचा शब्द न् शब्द काही त्यानं ऐकला नव्हता, पण त्याचा अर्थ स्पष्ट होता. कॅमेरॉननं आपल्या सुरक्षा-पथकाला ताबडतोब तिथे बोलावून घ्यायचं होतं आणि त्या परक्या डॉक्टर्सना पकडायचं होतं.

कॅमेरॉननं आपली बेरेटा बंदूक आणि रेडिओ दोन्ही एकदमच पट्ट्यातून बाहेर काढले. त्यानं रेडिओ मोकळा केला आणि सुरक्षा-तळाला तातडीचा संदेश पाठवला. मगच तो हॉस्पिटलच्या दिशेनं चालायला लागला.

खोली क्रमांक ३०२ त्या इमारतीच्या पुढच्या भागात होती. तिथल्या खिडकीतून पूर्वेकडच्या चौकाचं सुरेख दृश्य दिसायचं. जॅक आणि त्याच्या बरोबरच्या इतरांना ती खोली अगदी सहज सापडली होती. कोणी त्यांना अडवलं वगैरे नाही. खरं म्हणजे ते लिफ्टमधून बाहेर पडून त्या खोलीच्या उघड्या दाराकडे जात असताना त्यांना एकही व्यक्ती दिसली नाही.

जॅकनं दारावर टकटक केलं, पण त्या क्षणी तरी खोलीत कोणी नव्हतं. पण तिथे कोणीतरी राहतंय याचा भरपूर पुरावा तिथे आजूबाजूला दिसत होता. व्हीसीआर आणि टीव्ही असा टू-इन्-वन् असलेला एक टीव्ही तिथे चालू होता. त्यावर पॉल न्यूमनची एक जुनी फिल्म चालू होती. हॉस्पिटलच्या बेडवरचं अंथरूण थोडंसं चुरगळलेलं दिसत होतं. सामानाच्या स्टँडवर एक अर्धवट भरलेली, उघडी सूटकेस पडलेली होती.

बाथरूमच्या बंद दारामागून येणारा शॉवरचा आवाज लॉरीनं ऐकल्यावर या रहस्याचा उलगडा झाला.

पाण्याचा आवाज बंद झाल्यावर जॅकनं बाथरूमच्या दारावर टकटक केलं. पण त्यानंतरही बाहेर यायला होरेस विन्चेस्टरनं पूर्ण दहा मिनिटं घेतली.

त्याचं वय पन्नाशीच्या आसपास होतं आणि तो चांगलाच स्थूल होता. पण तो चांगला निरोगी आणि खूश दिसत होता. त्यानं आपल्या बाथ-रोबचा पट्टा आवळला आणि तो पलंगाजवळ असलेल्या खुर्चीकडे गेला. समाधानाचा एक सुस्कारा सोडून

तो खुर्चीत बसला.

"काही विशेष आहे का?" आपल्या पाहुण्यांकडे हसून बघत त्यानं विचारलं, "मी एवढे दिवस इथे आहे, पण एवढी माणसं एकदम माझ्या खोलीत कधीच आली नव्हती."

"तुमची तब्येत कशी काय आहे?"जॅकनं विचारलं. त्यानं तिथली सरळ पाठीची दुसरी एक खुर्ची ओढली आणि तो होरेसच्या समोर जाऊन बसला. वॉरन आणि नटाली दाराबाहेरच रेंगाळत थांबले. खोलीत जाणं त्यांना ठीक वाटत नव्हतं. लॉरी खिडकीकडे गेली. बाहेर बसलेले शिपाई पाहिल्यावर तिला काळजी वाटायला लागली. ही भेट लवकरात लवकर आटपून परत बोटीकडे जायला हवं, असं तिला वाटायला लागलं.

"मी एकदम मस्त आहे." होरेस म्हणाला, "हा एक चमत्कारच म्हणायला हवा. इथे आलो तेव्हा मी मरणाच्या दारात उभा होतो. माझा रंग कॅनरीसारखा पिवळाधमक झालेला होता. आणि आता माझ्याकडे बघा ! आता मी माझ्या एखाद्या रिझॉर्टवर पूर्ण छत्तीस होलचा गोल्फ गेम खेळण्याइतका तंदुरुस्त झालोय. आणि हो, तुमच्यापैकी कोणालाही माझ्या कोणत्याही रिझॉर्टवर कधीही यायला आणि हवे तेवढे दिवस राहायला काहीही हरकत नाही, बरं का. तिथे तुम्हाला विनामूल्य सेवा दिली जाईल. तुम्हाला स्कीईंग करायला आवडतं?"

"मला आवडतं." जॅक म्हणाला, "पण मला तुमच्या केससंबंधी तुमच्याशी थोडंसं बोलायचंय. तुम्ही इथे यकृतारोपण करून घेतलंत असं आम्हाला समजलं. हे यकृत तुम्हाला कुठून मिळालं, हे तुम्ही मला सांगू शकाल का?"

होरेसनं डोळ्यांच्या कोपऱ्यातून एकदा जॅककडे बघितलं आणि त्यांच्या चेहऱ्यावर परत एकदा हसू फुटलं. "ही कसली चाचणी वगैरे आहे का?" त्यानं विचारलं, "कारण आता काही चाचण्या वगैरे करायची मला गरज वाटत नाहीये. तुम्ही काही घाबरू नका. मी ते कोणालाही सांगणार नाही. तुमच्याशी मी कधीच बेईमानी करणार नाही. उलट होईल तेवढ्या लवकर मी माझी प्रतिकृती बनवून घेणार आहे."

" 'प्रतिकृती' म्हणजे तुम्हाला नेमकं काय म्हणायचंय?" जॅकनं विचारलं.

"तुम्ही पिट्सबर्ग टीमचे लोक आहात का?" होरेसनं विचारलं आणि लॉरीकडे बघितलं.

"नाही, आम्ही न्यूयॉर्क टीमपैकी आहोत." जॅक म्हणाला, "आणि आम्हाला तुमच्या केसबद्दल फारच उत्सुकता वाटतेय. तुमची तब्येत उत्तम आहे, हे पाहून आम्हाला फार बरं वाटलं. तेच जाणून घेण्यासाठी आम्ही इथे आलो आहोत." जॅक हसला आणि त्यानं आपले तळवे वर करून हात पसरले. "तुमची सगळी कथा ऐकायची आम्हाला इच्छा आहे. तुम्ही आम्हाला सुरुवातीपासूनचं सगळं का सांगत नाही?"

"म्हणजे मी आजारी पडलो तेव्हापासून?" होरेसनं विचारलं. आता त्याच्या मनाचा उडालेला गोंधळ त्याच्या चेहऱ्यावर स्पष्ट दिसत होता.

"नाही, नाही. तुम्ही इथे आफ्रिकेत ही आरोपणाची शस्त्रक्रिया करून घ्यायचं कसं ठरवलंत तिथपासून." जॅक म्हणाला, "आणि तुम्ही मघाशी जे 'प्रतिकृती' म्हणून म्हणालात, त्याचाही अर्थ मला समजावून सांगा. तुमच्या शरीरात एखाद्या एपचं, माकडाचं यकृत घालण्यात आलंय का?"

होरेस बुचकळ्यात पडून कसंबसं हसला आणि त्यानं मान हलवली. "इथे हे काय चाललंय तरी काय?" त्यानं विचारलं. त्यानं परत एकदा लॉरीकडे आणि नंतर दारात उभ्या असलेल्या नटाली आणि वॉरनकडे बघितलं.

"ओह् !" एकदम लॉरी म्हणाली. ती अजूनही खिडकीतून बाहेर पाहत होती. "काही शिपाई चौकातून इकडेच धावत येतायत."

वॉरन पटकन खोलीत आला आणि खिडकीच्या बाहेर पाहायला लागला. "हॅ ! दोस्त, आता आपलं काही खरं नाही..."

जॅक उठला आणि पुढे होत त्यानं होरेसचे खांदे पकडले. त्यानं आपला चेहरा त्या रुग्णाच्या चेहऱ्याच्या अगदी जवळ आणला. "तुम्ही माझ्या प्रश्नांची उत्तरं दिली नाहीत, तर मी फार निराश होणार आहे. आणि निराश झालो की मी फार विचित्र वागतो.... बोला, तो प्राणी कोणता होता? चिम्पान्झी...?"

"ते हॉस्पिटलकडेच येतायत..." वॉरन ओरडला, "आणि त्या सर्वांकडे एके-४७ आहेत."

"सांगा लवकर !" जॅक होरेसला हलवत म्हणाला, "तो चिम्पान्झी होता का?" जॅकनं त्याच्या खांद्यावरची आपली पकड घट्ट केली.

"तो बोनोबो होता..." होरेस किंचाळला. तो प्रचंड घाबरला होता.

"बोनोबो म्हणजे एक प्रकारचं माकड आहे का?" जॅकनं आणखी खोदून विचारलं.

"हो." होरेस कसंबसं म्हणाला.

"जॅक, चल लवकर... !" वॉरन म्हणाला. तो परत दारापाशी जाऊन उभा राहिला होता. "जॅक, आपल्याला शक्य तितक्या लवकर इथून बाहेर पडायलाच हवं."

"आणि तुम्ही 'प्रतिकृती' म्हणालात त्याचा अर्थ काय?" जॅकनं विचारलं.

लॉरीनं जॅकचा दंड पकडला. "आता अधिक वेळ घालवू नकोस. ते शिपाई कोणत्याही क्षणी इथे वर येऊन पोचतील."

जॅकनं नाराजीनंच होरेसला सोडलं. त्याबरोबर लॉरीनं त्याला दाराकडे ओढत न्यायला सुरुवात केली. "काय वैताग आहे ! त्यानं मला जवळजवळ ते सांगितलंच होतं." त्यानं तक्रारीच्या सुरात म्हटलं.

वॉरन घाईघाईनं त्यांना आपल्या आणि नटालीच्यामागे येण्याची खूण करत

होता. मध्यवर्ती कॉरिडॉरमधून तो सरळ इमारतीच्या मागच्या बाजूला निघाला होता. तेवढ्यात लिफ्टचं दार उघडलं आणि कॅमेरॉन बाहेर पडला. त्यानं आपली बेरेटा हातात घट्ट पकडली होती.

"कोणीही जागचे हलू नका!" परके लोक दिसल्याबरोबर कॅमेरॉन ओरडला. आपली बंदूक दोन्ही हातांनी पकडत ती त्यानं वॉरन आणि नटालीवर रोखून धरली. नंतर ती जॅक आणि लॉरीवर रोखण्यासाठी तो वळला. कॅमेरॉनची अडचण अशी होती, की त्याचे शत्रू त्याच्या दोन्ही विरुद्ध बाजूंना उभे होते. एका गटाकडे पाहत असताना त्याला दुसऱ्या गटाकडे पाठ फिरवावी लागत होती.

"आपापले हात डोक्यावर धरा." कॅमेरॉननं हुकूम सोडला. त्यानं आपल्या बंदुकीच्या नळीनंच त्यांना खूण केली.

सगळ्यांनी त्यानं सांगितल्याप्रमाणे केलं. पण दरवेळी कॅमेरॉननं जॅक आणि लॉरीकडे बंदूक वळवली, की वॉरन एक पाऊल पुढे सरकत होता.

"मी कोणालाही इजा करणार नाही..." वॉरनकडे बंदूक वळवत कॅमेरॉन म्हणाला.

आता वॉरन त्याच्यापासून एका लाथेच्या अंतरावर पोचला होता. विजेच्या चपळाईनं पाय वर करत वॉरननं त्याच्या हातावर लाथ मारली. त्याच्या हातातली बंदूक वर छतावर आपटून खाली पडली.

आपल्या हातातून बंदूक उडालीय ही गोष्ट कॅमेरॉनच्या लक्षात यायच्या आतच वॉरन त्याच्याजवळ गेला आणि त्यानं त्याला दोन ठोसे लगावले. एक पोटात आणि दुसरा नाकावर. कॅमेरॉन मागच्यामागे जमिनीवर कोसळला.

"आज तू माझ्या टीममध्ये आहेस, याचा मला अतिशय आनंद वाटतोय." जॅक म्हणाला.

"आपल्याला कसंही करून ताबडतोब बोटीपर्यंत पोचायलाच पाहिजे." जॅकच्या विनोदाकडे दुर्लक्ष करत वॉरन म्हणाला.

"तू सांगशील ते करायला मी तयार आहे." जॅक म्हणाला.

कॅमेरॉन थोडा कण्हला आणि मोठ्या कष्टानं कुशीवर वळून पालथा झाला.

वॉरननं हॉलच्या दोन्ही बाजूंना बघितलं. काही मिनिटांपूर्वीच मुख्य कॉरिडॉरमधून इमारतीच्या मागच्या बाजूला जायचा विचार तो करत होता. पण आता ते शक्य दिसत नव्हतं. कॉरिडॉरमध्ये अर्ध्या वाटेवरच काही नर्सेस गोळा होऊन त्यांच्याकडे बोट दाखवत असलेल्या त्याला दिसल्या.

लिफ्टच्या पलीकडच्या बाजूला, होरेसच्या खोलीवरून जाणाऱ्या कॉरिडॉरच्या टोकाला त्याला एक बाण काढून दाखवलेली पाटी दिसली. त्यावर 'OR' असं लिहिलेलं होतं.

आता चर्चा करायला वेळ नाही हे जाणवून वॉरननं त्या बाणाकडे बोट दाखवत इतरांना म्हटलं, ''तिकडे चला !''

''ऑपरेशन रूमकडे?'' जॅकनं विचारलं, ''ते कशासाठी?''

''कारण आपण तिथे असू हे त्यांच्या लक्षातच येणार नाही.'' बधीर झालेल्या नटालीचा हात धरून तो हळूहळू धावतच पुढे जायला लागला.

जॅक आणि लॉरी त्यांच्यामागे जायला लागले. होरेसच्या खोलीवरून ते पुढे गेले. पण होरेस बाथरूममध्येच जाऊन लपला होता.

ऑपरेशनच्या खोल्यांचा तो विभाग नेहमीसारख्या दुहेरी झुलत्या दारांनी हॉस्पिटलच्या इतर भागापासून वेगळा करण्यात आला होता. वॉरन जोरात जाऊन त्या दारावर धडकला आणि फुटबॉल खेळाडूसारखा सरळ हात ठेवून पुढे धावायला लागला. जॅक आणि लॉरी त्याच्यामागेच होते.

ऑपरेशन रूम आणि तिच्या शेजारची रिकव्हरी रूम, दोन्ही आता रिकाम्याच होत्या. तिथले दिवेही लावलेले नव्हते. हॉलमध्ये आणखी पुढे असलेल्या पुरवठा-खोलीतले दिवे मात्र चालू दिसत होते. पुरवठा-खोलीचं दारही सताड उघडं होतं.

ऑपरेशन रूमच्या दारावर परत परत मारलेल्या धक्क्यांचा आवाज ऐकून पुरवठा-खोलीतून एक बाई बाहेर आली. तिच्या अंगावर हॉस्पिटलचा गाऊन होता आणि डोक्यावर टोपी. तिच्याकडे धावत येणाऱ्या त्या चौघांना बघून तिचा श्वासच बंद पडायची वेळ आली.

''ए, ए, या रस्त्यावरच्या कपड्यांमध्ये तुम्हाला इथे येता येणार नाही...'' आधी बसलेल्या धक्क्यातून थोडी सावरल्यावर ती ओरडली. परंतु ते सगळेजण तिला ओलांडून केव्हाच पुढे गेले होते. संपूर्ण हॉल पार करून प्रयोगशाळेकडे जाणाऱ्या दारातून ते जाईपर्यंत ती गोंधळलेल्या नजरेनं त्यांच्याकडे पाहत राहिली.

त्यानंतर मागे वळून ती पुरवठा-खोलीत गेली आणि प्रथम तिनं भिंतीवर अडकवलेला फोन उचलला.

त्या कॉरिडॉरला 'T' च्या आकाराचे दोन फाटे फुटल्यावर वॉरन घसरत थांबला. त्यानं दोन्ही बाजूंना बघितलं. डावीकडे अगदी टोकाला आगीच्या धोक्याच्या सूचनेचा लाल दिवा चमकत होता. त्याच्यावरच 'बाहेर जाण्याचं दार' असं लिहिलेलं होतं.

''जरा थांबा !'' जॅक म्हणाला. ज्या दिशेला जिना असेल असं वाटत होतं, तिकडे जाण्यासाठी वॉरन निघालाच होता.

''आता काय झालं, बाबा?'' वॉरननं अस्वस्थपणे विचारलं.

''ही प्रयोगशाळा दिसतेय.'' जॅक म्हणाला. एका चकचकीत दाराकडे जाऊन तो आत डोकावून पाहू लागला. आतलं दृश्य पाहून तो चांगलाच प्रभावित झाला. आफ्रिकेच्या या मागासलेल्या देशात इतकी आधुनिक प्रयोगशाळा असेल या

गोष्टीवर, ही प्रयोगशाळा पाहिली नसती तर त्यानं विश्वासच ठेवला नसता. तिथली सगळी उपकरणं नवीकोरी दिसत होती.

''चल रे!'' लॉरी त्याला ओढत म्हणाली, ''आपली उत्सुकता शमवायला आत्ता आपल्याजवळ बिलकुल वेळ नाही. आपल्याला इथून बाहेर पडायला हवं.''

''खरं आहे दोस्त.'' वॉरन म्हणाला, ''त्या सुरक्षा अधिकाऱ्याला मी मारलंय. त्यामुळे आपल्याला खूपच घाई करायला हवी.''

''तुम्ही तिघं पुढे व्हा.'' प्रयोगशाळेवरून आपली नजर न हटवता जॅक म्हणाला, ''मी तुम्हाला बोटीपाशी येऊन भेटतो.''

वॉरन, नटाली आणि लॉरीनं अस्वस्थ नजरेनं एकमेकांकडे बघितलं.

जॅकनं दार उघडायचा प्रयत्न केला. त्याला कुलूप घातलेलंच नव्हतं. ते उघडून तो सरळ आत गेला.

''जॅक, असं काय करतोस रे...'' लॉरी कळवळून म्हणाली. जॅक फारच विचित्र वागत होता. स्वत:च्या सुरक्षिततेची त्याला काळजी नसणं ही वेगळी गोष्ट होती; पण आता सर्वांचेच प्राण धोक्यात होते.

''थोड्याच वेळात इथे सुरक्षा कर्मचारी आणि शिपाई खच्चून भरतील...'' वॉरन म्हणाला.

''मला माहीत आहे.'' लॉरी म्हणाली, ''असं करा, तुम्ही दोघं पुढे व्हा. मी जमेल तेवढ्या लवकर त्याला घेऊन येते.''

''मी तुम्हाला इथे सोडून जाऊ शकत नाही.'' वॉरन म्हणाला.

''नटालीचा तरी विचार कर.'' लॉरी म्हणाली.

''काहीतरीच काय...!'' नटाली म्हणाली, ''मी काही कोणी अबला स्त्री नाही. आपण सर्वांनी हे धाडस मिळूनच अंगावर घेतलंय.''

''तुम्ही दोघी तिकडे जा आणि त्या मूर्खाला काहीतरी समजावण्याचा प्रयत्न करा.'' वॉरन म्हणाला, ''मी हॉल पार करून तो आगीचा भोंगा चालू करतो.''

''तो आणखी कशासाठी?'' लॉरीनं आश्चर्यानं विचारलं.

''मी लहान असताना शिकलेली ती एक जुनी युक्ती आहे.'' वॉरन म्हणाला, ''जेव्हा काही गडबड होण्याची शक्यता असते, तेव्हा जमेल तेवढा गोंधळ आणखी वाढवण्याचा प्रयत्न करायचा. म्हणजे तुम्हाला निसटायला वेळ मिळतो.''

''ठीक आहे. तुला योग्य वाटत असेल तर कर तसं.'' लॉरी म्हणाली, तिनं नटालीला आपल्यामागे येण्याची खूण केली आणि ती प्रयोगशाळेत शिरली.

आत गेल्यावर तिला दिसलं, की जॅक तिथल्या एका तंत्रज्ञ मुलीशी मजेत गप्पा मारत होता. त्या मुलीनं अंगात लांब कोट घातला होता. तिच्या चेहऱ्यावर ठिपके होते आणि तिचे केस लाल रंगाचे होते. तिच्या हसण्यावरून ती मनमिळाऊ वाटत

होती. जॅक तिला काहीतरी गंमती सांगून हसवत होता.

"एक्स्क्यूज मी !" आपला आवाज खाली ठेवायचा प्रयत्न करत लॉरी म्हणाली, "जॅक, आपल्याला निघायला हवं."

"लॉरी, ही रोलँडा फायफर." जॅकनं ओळख करून दिली, "ती मूळची जर्मनीतल्या हायडेलबर्गची आहे."

"जॅक !" लॉरीनं दात दाबून धरत हळू बोलायचा प्रयत्न केला.

"रोलँडा मला बऱ्याच इंटरेस्टिंग गोष्टी सांगत होती." जॅक म्हणाला, "ती आणि तिचे सहकारी मायनर हिस्टोकॉंपॅटिबिलिटी प्रतिद्रव्यांसाठी जनुकांवर काम करतायत. एका पेशीमध्ये असलेल्या विशिष्ट क्रोमोझोम्‌मधून ते हे जनुक बाहेर काढतात आणि दुसऱ्या पेशीतल्या तसल्याच क्रोमोझोममधल्या त्याच जागेवर ते चिकटवतात."

नटाली तिथे असलेल्या मोठ्या खिडकीकडे गेली होती. तिथून तिला खालच्या चौकाचं दृश्य दिसत होतं. ती घाईघाईनं परत खोलीत मागे वळली. "परिस्थिती बिघडतच चाललीय. काळे सूट घातलेल्या अरबांनी भरलेली एक व्हॅनच इथे आलीय. खाली उतरून ते आता इकडेच यायला निघालेत."

त्याचवेळी आगीच्या धोक्याची सूचना देणारा भोंगा वाजू लागला. कानठळ्या बसवणाऱ्या तीन शिट्ट्या आणि नंतर परत भोंगा अशा क्रमानं तो वाजत होता. त्यातच सूचना देणारा आवाजही गुंफलेला होता : "प्रयोगशाळेत आग लागलेली आहे. ताबडतोब तिथून बाहेर पडून जिन्याच्या दिशेनं जायला लागा. लिफ्टचा वापर करू नका."

"माय गॉड् !" रोलँडा म्हणाली. आपल्याला आजूबाजूच्या काही वस्तू बरोबर न्यायला हव्यात का ते पाहण्यासाठी तिनं पटकन तिथे एक नजर टाकली.

लॉरीनं जॅकचे दोन्ही दंड पकडले आणि त्याला गदागदा हलवलं. "जॅक, जरा शहाण्यासारखा वाग की रे. आपल्याला इथून बाहेर पडायलाच हवं."

"आत्ता माझ्या लक्षात आलं !" जॅक गूढपणे हसत म्हणाला.

"काही एक सांगू नकोस आत्ता मला." लॉरी किंचाळली, "चल लवकर !"

ते घाईघाईनं बाहेरच्या हॉलमध्ये आले. इतर लोकही बाहेर येत होते. सगळेजणच गोंधळलेले दिसत होते आणि हॉलमध्ये इकडेतिकडे पाहत होते. काहीजण हुंगल्यासारखं करून जळल्याचा वास येतो का ते बघत होते. बरेच लोक आपापसात बोलतही होते. तसंच बऱ्याचजणांच्या हातात त्यांचे छोटे कॉम्प्युटर्स होते.

घाई न करता शिस्तीत ते सर्वजण जिन्याकडे चालले होते. दार उघडून उभ्या असलेल्या वॉरनला जॅक, लॉरी आणि नटाली जाऊन भेटले. त्यानं सर्वांसाठी पांढरे कोट शोधून ठेवले होते. ते त्यानं सर्वांना दिले. सगळ्यांनी ते आपल्या कपड्यांवरूनच

अंगात चढवले. दुर्दैवानं अर्ध्या चड्ड्या घातलेले असे चौघेजणच त्या गर्दीमध्ये होते.

"बोनोबो नावाच्या एप्सपासून त्यांनी एक प्रकारचा किमेरा, विचित्र प्राणी निर्माण केलाय." जॅक उत्तेजित स्वरात म्हणाला, "हेच त्याचं स्पष्टीकरण आहे. त्यामुळेच डीएन्ए चाचण्यांचे निकाल एवढे चमत्कारिक येत होते."

"काय बडबडतोय हा वेडा आता...!" वॉरन त्रासून म्हणाला.

"ते काही तू विचारू नकोस..." लॉरी म्हणाली, "काही बोललास तर तो आणखीच बडबड करायला लागेल."

"आगीचा भोंगा चालू करण्याची कल्पना कोणाच्या डोक्यातून निघाली होती?" जॅकनं विचारलं. "फारच छान कल्पना आहे ही."

"वॉरनला सुचलं होतं ते." लॉरी म्हणाली, "आपल्यापैकी एकजण तरी विचार करण्याइतका शुद्धीवर आहे, म्हणून बरं आहे."

जिना उतरून ते खाली आले. ते उत्तरेला असलेल्या पार्किंग लॉटमध्ये बाहेर पडले होते. माणसं तिथल्यातिथेच रेंगाळत गोलगोल फिरत होती, परत परत इमारतीकडे वळून पाहत गटागटानं आपापसात चर्चा करत होती. सूर्य डोक्यावर आलेला असल्यामुळे आणि खालच्या जमिनीवर घातलेल्या डांबरामुळे बाहेर प्रचंड गरम होत होतं. ईशान्येकडून अजूनही भोंग्याच्या किंचाळण्याचा आवाज ऐकू येत होता.

"आपण आता काय करायचं?" लॉरीनं विचारलं. "आपण इथपर्यंत येऊ शकलो, याचंच मला बरं वाटतंय. त्या इमारतीतून बाहेर पडणं एवढं सोपं जाईल असं मला अजिबात वाटलं नव्हतं."

"आपण रस्त्यावर जाऊ आणि डावीकडे वळू." जॅकनं त्या दिशेला बोटानं दाखवत म्हटलं, "या सगळ्या भागाला वळसा घालून आपण पश्चिमेला जाऊ आणि मग किनाऱ्याकडे जाऊ."

"ते सगळे शिपाई कुठे आहेत?" लॉरीनं विचारलं.

"आणि अरब सैनिक?" नटाली पुढे म्हणाली.

"मला वाटतं, ते आपल्याला हॉस्पिटलमध्ये शोधतायत." जॅक म्हणाला.

"प्रयोगशाळेतली ही सगळी माणसं परत आत जायला लागण्यापूर्वीच आपल्याला इथून निघायला हवं." वॉरन म्हणाला.

आपल्याकडे कोणाचं लक्ष वेधलं जाऊ नये म्हणून ते फारशी घाई न करता, सहज चालतोय असं भासवत पुढे जायला लागले. रस्त्याच्या जवळ आल्यावर त्या सर्वांनीच मागे वळून आपल्यामागे कोणी येतंय का, ते बघितलं. पण त्यांच्याकडे कोणी ढुंकूनही पाहत नव्हतं. आग विझवण्यासाठी आलेल्या लोकांकडेच तिथल्या सर्वांचं लक्ष लागलेलं होतं.

''आत्तापर्यंत तरी सगळं काही ठीक आहे.'' जॅक म्हणाला.

वॉरन रस्त्यावर सर्वात प्रथम पोचला. त्यानं कोपऱ्यावरून पश्चिमेकडे पाहिलं आणि तो एकदम जागच्या जागी थांबला. आपल्यामागे येणाऱ्या इतरांना त्यानं हातानंच अडवलं आणि तो स्वत: एक पाऊल मागे आला.

''आपल्याला या बाजूनं जाता येणार नाही.'' तो म्हणाला, ''या रस्त्याच्या टोकाला त्यांनी रस्ता बंद केलाय.''

''बाप रे !'' लॉरी म्हणाली, ''कदाचित त्यांनी तो सगळाच भाग बंद केला असेल.''

''आपल्याला वाटेत लागलेलं ते पॉवर स्टेशन आठवतंय?'' जॅक म्हणाला.

सगळ्यांनी माना डोलावल्या.

''ती पॉवर कुठल्या तरी मार्गानं इथे हॉस्पिटलपर्यंत पोचत असलीच पाहिजे.'' जॅक म्हणाला, ''इथे जमिनीखाली बोगदा असला पाहिजे, याबद्दल मी पैज लावायला तयार आहे.''

''असेलही.'' वॉरन म्हणाला, ''पण आपली अडचण अशी आहे, की तो कुठे आहे ते आपल्याला ठाऊक नाही. शिवाय परत आत जाण्याची कल्पना मला तरी काही फारशी शहाणपणाची वाटत नाहीये. हातात एके-४७ घेऊन हिंडणाऱ्या त्या पोरांच्या हातात आपण अगदी आयतेच जाऊन पडू.''

''मग आपण चौक ओलांडायचा तरी प्रयत्न करू या.'' जॅक म्हणाला.

''म्हणजे जिथे ते शिपाई आपल्याला दिसले होते तिकडे जायचं?'' लॉरीनं आश्चर्यानं विचारलं.

''अरेच्चा ! पण आत्ता ते सगळेजण हॉस्पिटलमध्ये आहेत ना? आता तिथे कोणीही नसेल.'' जॅक म्हणाला.

''तू म्हणतोयस त्यात नक्कीच तथ्य आहे.'' नटालीनं त्याच्याशी सहमती दर्शवली.

''आणि तरीही आपल्याला कोणी पकडलंच, तर आपण त्यांना 'सॉरी' म्हणून मोकळे होऊ.'' जॅक म्हणाला, ''म्हणजे मला असं म्हणायचंय, की आपल्याला लाथा मारून इथून बाहेर काढण्यापलीकडे ते अधिक काय करू शकणार आहेत? आपण जी गोष्ट जाणून घेण्यासाठी इथे आलो होतो, ती मला समजलेली आहे. त्यामुळे आता काही झालं तरी मला त्याचं काही विशेष वाटणार नाही.''

''तुला समजत नाहीये, जॅक.'' लॉरी म्हणाली, ''आपण नुसती माफी मागून त्यांचं अजिबात समाधान होणार नाहीये. वॉरननं त्यांच्या एका माणसाला मारलंय. आपण नुसतेच इथे बेकायदेशीर घुसलो आहोत असं नाही, तर आपला गुन्हा त्यापेक्षा अधिक गंभीर स्वरूपाचा आहे.''

''मी थोडा वेड्यासारखा बोललो खरा.'' जॅकनं कबूल केलं. ''पण तो माणूस

आपल्यावर बंदूक रोखून उभा होता. स्वत:चा बचाव करायचा हक्क आपल्याला नक्कीच आहे. शिवाय आपल्याजवळचे अजून काही फ्रेंच फ्रँक्स मी त्यांना देऊ करीन. या देशात पैशानं सगळे प्रश्न सुटतात, असं ऐकलंय तरी.''

''पैशामुळे आपण ते फाटक तरी ओलांडू शकलो नाही.'' लॉरीनं त्याला आठवण करून दिली.

''ठीक आहे. पैशाच्या मदतीनं आपण इथे प्रवेश करू शकलो नाही हे खरं, पण इथून बाहेर पडायला पैसे उपयोगी पडतीलही एखादेवेळी.'' जॅक म्हणाला.

''जॅक, आता आपण काहीतरी करायलाच हवं.'' वॉरन म्हणाला, ''आग विझवणारे लोक आता बाहेर उभ्या असलेल्या लोकांना परत आतमध्ये बोलवायला लागलेत. या भाजून टाकणाऱ्या उन्हात काही वेळानं आपण एकटेच वेड्यासारखे उभे असू.''

''खरंच की. हे सगळे परत आत जायला लागलेत.'' उन्हामुळे बारीक डोळे करून पाहत जॅक म्हणाला. आपला गॉगल शोधून काढून त्यानं तो डोळ्यावर चढवला. ''ते शिपाई परत येण्यापूर्वी आपल्याला हा चौक पार करता येतो का, ते पाहू या.''

परत एकदा फिरायला निघाल्यासारखे ते चौघेजण रमतगमत पुढे जायला लागले. ते हिरवळीपर्यंत पोचले आणि त्यांना मागे इमारतीच्या दारात काहीतरी गोंधळ उडाल्यासारखं जाणवलं. त्यांनी मागे वळून बघितलं; काळे सूट घातलेले बरेच अरब आत शिरणाऱ्या प्रयोगशाळेतील तंत्रज्ञांना ढकलून त्या इमारतीतून बाहेर येत होते.

ते सगळे अरब बाहेरच्या पार्किंग लॉटमधल्या उन्हात धावत आले. त्यांचे गळ्यातले टाय उडत होते आणि डोळे उन्हानं दिपत होते. प्रत्येकाच्या हातात स्वयंचलित पिस्तुल होतं. त्या अरबांच्या मागून कितीतरी शिपाई बाहेर आले. ते सगळेजण धापा टाकत तिथल्या उन्हात उभं राहून आजूबाजूची पाहणी करायला लागले.

चौघेहीजण जागच्या जागी गोठल्यासारखे उभे राहिले.

''मला हे लक्षण काही ठीक दिसत नाहीये.'' वॉरन म्हणाला, ''त्यांच्यापैकी पाच-सहाजण आले तरी अख्खी मॅनहटन बँक लुटता येईल, एवढा शस्त्रसाठा त्यांच्याजवळ आहे.''

''या परिस्थितीत विनोदी असं काही आहे, असं मला तरी वाटत नाही.'' लॉरी म्हणाली.

''यातली विचित्र गोष्ट अशी आहे, की आपल्याला परत त्या इमारतीमध्येच जावं लागणार आहे.'' वॉरन म्हणाला, ''कारण आपल्या अंगावर हे प्रयोगशाळेतले कोट असल्यामुळे आपण अजून इथेच का उभे आहोत, असा त्यांना संशय यायला लागेल.''

वॉरनच्या सूचनेवर कोणी काही टीकाटिप्पणी करायच्या आतच कॅमेरॉन त्या इमारतीच्या दारातून बाहेर आला. त्याच्याबरोबर आणखी दोन माणसं होती. एकानं कॅमेरॉनसारखाच पोशाख घातला होता. तो सुरक्षा-पथकातीलच असावा, हे त्यावरून

स्पष्टच दिसत होतं. दुसरा थोडा बुटका होता आणि त्याचा उजवा हात लुळा होता. त्याच्याही अंगात खाकी पोशाखच होता, पण इतरांजवळ होते तसे बिल्ले वगैरे त्याच्या पोशाखावर नव्हते.

"माय गॉड् !" जॅक म्हणाला, "माफी मागायचा मार्गच आपल्याला अनुसरावा लागणार असं मला वाटायला लागलंय..."

कॅमेरॉननं रक्ताचे डाग पडलेला एक रुमाल आपल्या नाकापाशी धरला होता. पण समोरच्या गोष्टी त्याला स्पष्ट दिसत होत्या. त्याला ही चौघेजणं लगेच दिसली. त्याबरोबर त्यांच्याकडे बोट दाखवत तो ओरडला, "हेच ते !"

मोरोक्कन अरब आणि शिपायांनी लगेचच या पाहुण्यांना घेराव घातला. प्रत्येकानं आपली बंदूक त्यांच्यावर रोखलेली होती. त्या चौघांनीही न सांगताच आपले हात वर केले.

"माझ्या सरकारी डॉक्टरच्या बिल्ल्याचा त्यांच्यावर काही परिणाम होईल का, ते बघितलं पाहिजे." जॅक गमतीनं म्हणाला.

"वेड्यासारखं काहीतरी करू नकोस !" लॉरीनं त्याला सूचना केली.

कॅमेरॉन आणि त्याच्याबरोबरची माणसं लगेचच त्यांच्याकडे आली. त्यांना त्या रिंगणात जाऊ देण्यासाठी त्यांच्याभोवतीचे काही शिपाई दूर झाले. आता सिग्फ्रीड पुढे झाला.

"आमच्या हातून काही चूक झाली असेल, तर आम्ही त्याबद्दल माफी मागतो." जॅकनं बोलायला सुरुवात केली.

"गप बस !" सिग्फ्रीड जोरात म्हणाला. त्यांच्याभोवती एक चक्कर मारून त्यानं त्यांना सर्व बाजूंनी न्याहाळलं. परत आपल्या जागी आल्यावर त्यानं कॅमेरॉनला, हॉस्पिटलमध्ये भेटलेली मंडळी हीच आहेत का, म्हणून विचारलं.

"मला तरी त्याबद्दल काहीच शंका नाही." वॉरनकडे रागानं पाहत कॅमेरॉन म्हणाला, "आता मला तुम्ही समजून घ्याल अशी मला आशा आहे."

"अर्थात." सिग्फ्रीड हात वर उडवत म्हणाला.

कसलीही सूचना न देता सिग्फ्रीडनं वॉरनच्या गालावर एक ठोसा मारला. टेलिफोन डिरेक्टरी जमिनीवर पडावी तसा त्याचा आवाज झाला. कॅमेरॉनही आपल्या हातांच्या मुठी वळत होता. त्याच्या तोंडून एक सणसणीत शिवी बाहेर पडली. वॉरन जागचा अजिबात हलला नव्हता. त्याची पापणीही लवली नव्हती.

कॅमेरॉननं तोंडातल्या तोंडात परत एक शिवी दिली आणि तो तिथून दूर झाला.

"त्यांची झडती घ्या." सिग्फ्रीडनं हुकूम सोडला.

"आमचं काही चुकलं असेल तर..." जॅकनं परत बोलायचा प्रयत्न केला. पण सिग्फ्रीडनं त्याचं वाक्य पूर्ण होऊ दिलं नाही. त्यानं त्याच्याही एक जोरदार थोबाडीत

लगावली. त्यामुळे जॅकचं तोंड इकडचं तिकडे झालं आणि गालही लगेच लाल झाला.

कॅमेरॉनच्या सहायकानं जॅक आणि इतरांजवळच्या सगळ्या वस्तू ताबडतोब काढून घेतल्या. त्यात पाकिटं, पैसे आणि गाडीच्या किल्ल्याही होत्या. त्या सगळ्या गोष्टी त्यानं सिग्फ्रीडकडे दिल्या. सिग्फ्रीडनं त्या सगळ्या काळजीपूर्वक तपासल्या. जॅकचा पासपोर्ट पाहिल्यावर त्यानं जॅककडे एक रागाचा दृष्टिक्षेप टाकला.

''तू सर्वांना फारच त्रास देतोयस असं मला सांगण्यात आलंय. '' तिरस्कारानं त्याच्याकडे बघत सिग्फ्रीड म्हणाला.

''मी तर म्हणीन, की मी ध्येयाला चिकटून राहणारा माणूस आहे.'' जॅक म्हणाला.

''ओह्, उद्धटही आहेस तर.'' सिग्फ्रीड गुरगुरला, ''तुम्हाला एकदा का त्या इक्वेटोगिनीयन लष्कराच्या ताब्यात दिलं, की मग वापर तुझी चिकाटी हवी तेवढी.''

''हवं असेल तर आम्ही अमेरिकन दूतावासाला फोन करून हा प्रश्न सोडवू शकतो.'' जॅक म्हणाला, ''आम्ही सगळेजण सरकारी कर्मचारी आहोत.''

सिग्फ्रीड हसला. त्यामुळे त्याचा व्रण असलेला चेहरा आणखीनच वेडावाकडा झाला. ''अमेरिकन दूतावास?..'' स्वरांतली तुच्छता थोडीही न लपवता तो म्हणाला, ''आणि इक्वेटोरियल गिनीमध्ये?... काय विनोद आहे ! तुमच्या दुर्दैवानं तो तिकडे लांब बियोको नावाच्या एका बेटावर आहे.'' तो कॅमेरॉनकडे वळला. ''या सगळ्यांना तुरुंगात टाका. पण बायकांना आणि पुरुषांना वेगवेगळं ठेवा.''

कॅमेरॉननं चुटकी वाजवून आपल्या सहायकाला बोलावलं आणि त्या हुकुमाची अंमलबजावणी करण्याची खूण केली. प्रथम त्या सर्वांना बेड्या घालण्याची त्यानं सूचना दिली. ते काम चालू असताना तो आणि सिग्फ्रीड एका बाजूला गेले.

''तुम्ही खरंच त्यांना इक्वेटोगिनीय सैन्याच्या ताब्यात देणार आहात?'' कॅमेरॉननं विचारलं.

''नक्कीच.'' सिग्फ्रीड म्हणाला, ''रेमंडनी मला स्टेपलटनविषयी सर्व काही सांगितलंय. त्यांना नाहीसंच करून टाकायचंय.''

''कधी?'' कॅमेरॉननं विचारलं.

''टेलर कॅबोट इथून गेल्याबरोबर.'' सिग्फ्रीड म्हणाला, ''या सगळ्या प्रकाराची मला कुठेही वाच्यता व्हायला नकोय.''

''माझ्या लक्षात ते आलंय.'' कॅमेरॉन म्हणाला. आपल्या हॅटच्या कडेला स्पर्श करत तो कैद्यांकडे वळला. टाऊन हॉलच्या तळघरात असलेल्या तुरुंगाकडे त्यांना घेऊन जायचं होतं. त्यांच्यावर लक्ष ठेवण्याच्या कामात तो गुंतला.

□□

२२

मार्च ९, १९९७
दुपारी ४ वाजून १५ मिनिटे
इस्ला फ्रॅन्सेस्का

"काहीतरी फार विचित्र गोष्टी घडतायत." केविन म्हणाला.

"पण काय?" मेलनीनं विचारलं, "आपल्या सुटकेच्या आशा वाढल्यात असं तुला वाटतंय का?"

"हे सगळे प्राणी कुठे गेले?" कॅन्डेसनं विचारलं.

"ते सगळे दिसेनासे झालेत ही गोष्ट चांगली आहे की काळजी करण्यासारखी आहे, तेच मला समजेनासं झालंय." केविन म्हणाला, "त्या दुसऱ्या गटाबरोबर त्यांची लढाई तर चालू झाली नसेल? आणि त्या लढाईचं लोण इथपर्यंत पसरलं तर काय करायचं?"

"देवच आपलं रक्षण करो." मेलनी म्हणाली, "हा विचार माझ्या डोक्यात आलाच नाही."

केविन आणि त्या दोघी मुली गेले जवळजवळ दोन दिवस कैद्यांचं जीवन जगत होते. त्यांना त्या छोट्या गुहेच्या बाहेर अजिबात येऊ दिलं जात नव्हतं. त्या छोट्या गुहेत आता बाहेरच्या गुहेपेक्षाही अधिक दुर्गंधी भरून राहिली होती. शौचविधी वगैरे उरकायला त्यांना सक्तीनं मागच्याच निमुळत्या बोगद्यात जावं लागत होतं. तिथे तर आता घाणीचा ढीगच साठला होता आणि त्याचा असह्य भपकारा येत होता.

त्यांच्या अंगालाही अतिशय घाणेरडा वास येत होता. गेले दोन

दिवस त्यांना त्याच कपड्यांमध्ये आणि खालच्या कचऱ्यानं भरलेल्या जमिनीवर झोपायला लागत होतं. त्यांचे केसही सगळे गुंतून गेले होते. केविनच्या गालांवर दोन दिवसांचे दाढीचे खुंट वाढले होते. कमी जेवण आणि व्यायामाच्या अभाव यामुळे त्या तिघांना थोडा अशक्तपणाही वाटायला लागला होता. तरी, जे काही अन्न त्यांना दिलं जात होतं, त्यापैकी थोडं तरी ते रोज खात होते.

त्या दिवशी सकाळी दहा वाजण्याच्या सुमारास त्या सर्वांना काहीतरी वेगळं घडतंय याची जाणीव झाली. सगळे बोनोबो अस्वस्थ हालचाली करत होते. काहीजण घाईघाईनं बाहेर जात होते आणि परत आत येऊन मोठमोठ्यांदा ओरडत होते. सकाळी लवकर एक क्रमांकाचा बोनोबो बाहेर गेला होता, तो अजून परत आलेला नव्हता. ही गोष्टही खूपच विचित्र होती.

''एक सेकंद, ऐक जरा.'' केविन म्हणाला. त्या मुलींनी गप्प बसावं म्हणून त्यानं आपले दोन्ही हात वर केले. काही ऐकू येतंय का ते पाहण्यासाठी त्यानं आपली मान हलवून कानोसा घ्यायचा प्रयत्न केला.

''काय झालं?'' मेलनीनं उतावीळपणे विचारलं.

''मला काहीतरी आवाज ऐकू आल्यासारखा वाटला.'' केविन म्हणाला.

''माणसाचा आवाज?'' कॅन्डेसनं विचारलं.

केविननं होकारार्थी मान हलवली.

''थांबा, मला पण आत्ता तो ऐकू आला....'' मेलनी उत्साहानं म्हणाली.

''मीसुद्धा ऐकला...'' कॅन्डेस म्हणाली, ''माझी पूर्ण खात्री आहे, की हा माणसाचाच आवाज आहे. कोणीतरी 'ओके' असं ओरडल्यासारखं मला वाटलं.''

''आर्थरनंही ते ऐकलंय.'' केविन म्हणाला. त्यांच्या छोट्या गुहेच्या बाहेर बऱ्याच वेळा त्यांचा पहारेकरी म्हणून उभ्या राहणाऱ्या बोनोबोचं नाव त्यांनी 'आर्थर' असं ठेवलं होतं. आर्थरच का ठेवलं याला खास काही कारण नव्हतं. त्याचा काहीतरी उल्लेख करता यावा, म्हणून त्याचं नामकरण करावं असं त्यांना वाटलं होतं. गेल्या दोन दिवसांच्या कालावधीत त्यांनी त्याच्याशी बोलायचा प्रयत्नही केला होता. बोनोबोंच्या काही शब्दांचा आणि हातवाऱ्यांचा अर्थ आता त्यांना समजायला लागला होता.

ज्या काही शब्दांचा अर्थ आपल्याला नक्कीच समजला आहे असं त्यांना वाटत होतं, त्यांपैकी 'अरक' हा एक होता. त्याचा अर्थ होता 'दूर.' विशेषत: हाताची बोटं पसरून, हात शरीरापासून लांब नेत तो म्हटल्यावर त्याचा अर्थ 'दूर जा' असा होत असे. कॅन्डेसनं ऑपरेशन रूममधल्या बोनोबोला अशीच क्रिया करताना पाहिलं होतं. याशिवाय 'शांत व्हा' साठी 'हाना' आणि 'जा' साठी 'झिट्' हे शब्द वापरले जात होते. 'अन्न' आणि 'पाणी' यासाठीचे शब्द त्यांना चांगले समजले होते. अनुक्रमे ते

होते : 'बुमी' आणि 'करक.' हात वर करून, हाताचे तळवे उघडून 'स्टा' असं म्हटलं, तर त्याचा अर्थ काय होतो ते मात्र त्यांना नक्की समजलं नव्हतं. बहुधा 'तू' या सर्वनामासाठी तो वापरला जात असावा, असा त्यांचा कयास होता.

आर्थर उठून उभा राहिला आणि गुहेत उरलेल्या काही थोड्या बोनोबोंशी मोठ्या आवाजात काहीतरी बोलला. त्यांनी ते ऐकलं आणि लगेचच ते गुहेच्या पुढच्या भागात निघून गेले.

त्यानंतर केविन आणि त्या मुलींना बंदुकीच्या फैरींचा आवाज ऐकू आला. ती नेहमीची बंदूक नसून एअर रायफल असावी असं त्यांना वाटलं. काही मिनिटांनंतर गुहेच्या तोंडाशी, दुपारच्या उतरत्या उन्हाच्या अंधुक प्रकाशात त्यांना दोन मानवी आकृतींच्या बाह्यरेषा दिसल्या. त्यांच्या अंगावर प्राणिकेंद्राचे गाऊन्स होते. एकाच्या हातात बंदूक होती, तर दुसऱ्यानं शक्तिमान बॅटरी असलेला एक दिवा धरला होता.

"आम्ही इकडे आहोऽऽऽत !" मेलनी जीव खाऊन ओरडली. बॅटरीच्या झोतामुळे डोळे दिपू नयेत म्हणून तिनं मान फिरवली, पण जोरजोरात हात हलवून ती त्या लोकांचं लक्ष वेधून घ्यायचा प्रयत्न करत होती.

काहीतरी जोरात खाली पडल्यासारखा मोठा आवाज आला. गुहेच्या आतल्या भागात त्याचे प्रतिध्वनी उमटले. त्याचवेळी आर्थरच्या तोंडून विव्हळण्याचा आवाज बाहेर पडला. त्याच्या चपट्या चेहऱ्यावर गोंधळाचे भाव दिसायला लागले. आपल्या छातीत घुसलेल्या लाल शेपटाच्या डार्टकडे तो खाली वाकून बघायला लागला. आपल्या हातानं त्यानं तो धरायचा प्रयत्न केला, पण त्याआधीच त्याच्या झोकांड्या जायला लागल्या. 'स्लो मोशन'मध्ये असल्यासारखा तो हळूहळू खाली पडला आणि कुशीवर होत झोपला.

आपल्या दरवाजे नसलेल्या कोठडीतून केविन, मेलनी आणि कॅन्डेस बाहेर आले आणि सरळ उभं राहण्याचा प्रयत्न करायला लागले. ते ताठ उभे राहीपर्यंत प्राणिकेंद्रातून आलेल्या त्या दोघाजणांनी आर्थरच्या शरीरावर वाकून त्याला ट्रँक्विलायझरचा आणखी एक डोस दिला.

"काय बरं वाटतंय तुम्हाला इथे आलेलं बघून !" मेलनी म्हणाली. दगडाच्या भिंतीचा आधार घेऊन ती स्थिर उभं राहायचा प्रयत्न करत होती. एक क्षणभर संपूर्ण गुहा स्वत:भोवती फिरतेय असं तिला वाटलं.

आता ती दोन माणसं उठून उभी राहिली. प्रथम त्या दोघी मुलींवर आणि नंतर केविनवर त्यांनी तो प्रखर प्रकाशाचा झोत मारला. इतका वेळ कैदी असलेल्या त्या तिघांनाही आपले डोळे दिपल्यामुळे झाकून घ्यावे लागले.

"तुम्ही लोक फारच घाणेरडे दिसताय..." बॅटरी धरलेला माणूस म्हणाला.

"मी केविन मार्शल, आणि या मेलनी बेकेट आणि कॅन्डेस ब्रिकमन."

“तुम्ही कोण आहात ते मला माहीत आहे.” तो माणूस थंडपणे म्हणाला, “आपण या गुहेच्या बाहेर जाऊ या.”

पाय लटपटत होते, तरी त्याची आज्ञा पाळायला ते सगळेजण आनंदानं तयार झाले. ती दोन माणसं त्यांच्यापाठोपाठ बाहेर पडली. गुहेच्या बाहेर पडल्याबरोबर प्रखर सूर्यप्रकाशानं त्या सर्वांचे डोळे दिपले. दरडीच्या पायथ्याशी आणखी पाच सहा प्राणी पकडणारी माणसं होती. बेशुद्ध केलेल्या बोनोबोंना तरटाच्या चटयांमध्ये गुंडाळून ट्रेलरमध्ये ठेवण्याच्या कामात ती व्यग्र होती. त्या सगळ्या प्राण्यांना ट्रेलरमध्ये काळजीपूर्वक एकाशेजारी एक असं ठेवलं जात होतं.

“इकडे या गुहेत अजून एक आहे, बरं का.” हातात बॅटरी धरलेल्या माणसानं ओरडून खालच्या लोकांना सांगितलं.

“मी तुम्हा दोघांना ओळखते.” गुहेमध्ये आलेल्या त्या दोघांकडे नीट पाहिल्यावर मेलनी म्हणाली, “तू डेव्ह टर्नर आहेस आणि तू डॅरील ख्रिश्चन.”

त्या दोघांनीही मेलनीच्या बोलण्याकडे दुर्लक्ष केलं. त्या दोघांमध्ये उंच असलेल्या डेव्हनं आपल्या कमरेच्या पट्ट्यातून एक टू-वे रेडिओ बाहेर काढला. डॅरील त्या मोठाल्या पायऱ्यांवरून खाली उतरू लागला.

“टर्नर टू बेस.” डेव्ह रेडिओमध्ये म्हणाला.

“मला तुझं बोलणं अगदी स्पष्ट ऐकू येतंय.” बर्ट्राम दुसऱ्या टोकाकडून म्हणाले.

“आम्ही शेवटच्या बोनोबोंनाही पकडलंय आणि आता त्यांना ट्रेलरमध्ये चढवण्याचं काम चालू आहे.” डेव्ह म्हणाला.

“छान काम केलंत तुम्ही.” बर्ट्राम म्हणाले.

“गुहेमध्ये आम्हाला केविन मार्शल आणि त्या दोघी बायकाही सापडल्या.” डेव्ह म्हणाला.

“त्यांची अवस्था कशी काय आहे?” बर्ट्रामनी विचारलं.

“ते घाणेरडे दिसतायत, पण बाकी तसे निरोगी वगैरे आहेत.” डेव्ह म्हणाला.

“माझ्याकडे दे ते !” अचानक मेलनी म्हणाली. तिनं डेव्हच्या हातातून रेडिओ घेण्याचा प्रयत्न केला. आपल्या हाताखालच्या माणसानं आपल्याविषयी असं हलक्या पद्धतीनं बोलावं, हे तिला बिलकुल आवडलं नाही.

डेव्हनं तिला दूर लोटलं. “त्यांचं मी काय करावं अशी तुमची इच्छा आहे?”

मेलनी कमरेवर हात ठेवून त्याच्याकडे पाहत उभी राहिली. ती भयंकर चिडली होती. “ ‘यांचं काय करावं’ असं तू म्हणतोयस, त्याचा अर्थ काय?”

“त्यांना प्राणिकेंद्रात घेऊन या.” बर्ट्राम म्हणाले, “मी सिग्फ्रीड स्पालेकला ही बातमी कळवतो. त्याला नक्कीच त्यांच्याशी बोलायची इच्छा असणार.”

"ठीक आहे." डेव्ह म्हणाला. त्यानं रेडिओ बंद केला.

"आम्हाला अशी वागणूक दिली जातेय, याचा अर्थ काय?" मेलनीनं त्याला रागावून विचारलं, "आम्ही गेले दोन दिवस इथे या प्राण्यांचे कैदी होऊन राहतोय."

डेव्हनं खांदे उडवले. "आम्ही फक्त मिळालेल्या हुकुमांचं पालन करतोय, बाई. तुम्ही दोघांनी मॅनेजरसाहेबांचा राग ओढवून घेतलाय असं मला वाटतंय..."

"आणि या बोनोबोंचं तुम्ही काय करताय?" केविननं विचारलं. प्रथम त्याला वाटलं होतं, की त्यांची सुटका करण्यासाठीच ते त्या बोनोबोंना पकडतायत. पण अधिक विचार केल्यावर त्याला हे समजेना, की त्यांना ट्रेलरमध्ये कशासाठी ठेवलं जातंय."

"या बोनोबोंचं या बेटावरचं स्वतंत्र जीवन संपलं. ही आता भूतकाळातली गोष्ट झाली." डेव्ह म्हणाला, "आपापसात मारामाऱ्या करून ते एकमेकांना ठार मारतायत. याचा पुरावा म्हणून आम्हाला त्यांच्यापैकी चारजणांचे मृतदेह सापडले आहेत. त्या सगळ्यांना दगडाच्या पाचरीनं ठार मारण्यात आलेलं होतं. म्हणून आम्ही त्यांना पिंजऱ्यात घालून स्टेजिंग एरियापाशी नेऊन ठेवतोय. म्हणजे केव्हाही त्यांना प्राणिकेंद्रात नेता येईल. माझ्या माहितीप्रमाणे तरी त्यांना सिमेंटच्या सहाफुटी कोठड्यांमध्ये ठेवण्यात येणार आहे."

केविनला धक्काच बसला. प्रचंड भूक लागलेली असताना, सगळं शरीर ठणकत असताना, दमलेला असतानादेखील त्याला त्या प्राण्यांबद्दल खूप दया वाटू लागली. ज्या प्राण्यांनी 'आम्हाला जन्माला घाला,' असं त्यांना कधीही सांगितलेलं नव्हतं, त्यांच्या या कमनशिबी अवस्थेबद्दल त्याचा जीव हळहळू लागला. अचानकपणे जुलमानं त्यांच्यावर या कंटाळवाण्या तुरुंगवासाची सक्ती केली जाणार होती. त्यांच्यातल्या अव्यक्त मानवी गुणांकडे तर दुर्लक्ष होणार होतंच, पण आत्तापर्यंत त्यांनी जी प्रगती केली होती, तीही उपेक्षित राहणार होती.

डॅरील आणि इतर तिघेजण गवताच्या बिछान्याचा स्ट्रेचर घेऊन वर यायला निघाले.

केविननं मागे वळून गुहेच्या अंतर्भागात डोकावून पाहिलं. त्यांना जिथे कैद करून ठेवलं होतं, त्या गुहेच्या तोंडाशी जमिनीवर निपचीत पडलेल्या आर्थरची आकृती आतल्या सावल्यांमधून त्याला स्पष्ट दिसली. त्याच्या डोळ्यात अश्रू उभे राहिले. शुद्धीवर आल्यावर आपण लोखंडी पिंजऱ्यामध्ये बंद आहोत हे जेव्हा आर्थरला समजेल, तेव्हा त्याला काय वाटेल याचा विचार तो मनात करत होता.

"चला, तुम्ही तिघंजण." डेव्ह म्हणाला, "आपण आता परत जायचंय. चालत जाण्याइतपत शक्ती तुमच्या अंगात आहे ना? की तुम्हाला ट्रेलरमध्ये बसून यायचंय?"

"तुम्ही तो ट्रेलर कसा घेऊन जाणार आहात?" केविननं विचारलं.

"कुठल्याही पृष्ठभागावर चालू शकेल असं एक वाहन आम्ही बेटावर आणलंय." डेव्ह म्हणाला.

"काही नको, मी आपली चालतच येते." मेलनी थंडपणे म्हणाली.

केविन आणि कॅन्डेसनंही चालतच जायचं ठरवलं.

"पण आम्हाला सगळ्यांनाच प्रचंड भूक लागलीय." केविन म्हणाला.

"या प्राण्यांनी आम्हाला फक्त किडे, अळ्या आणि कसलंतरी शेवाळ खायला दिलं." कॅन्डेस म्हणाली.

"आमच्याकडे ट्रेलरच्या पुढच्या भागातल्या लॉकरमध्ये काही चॉकोलेट्स आणि शीत पेयं आहेत." डेव्ह म्हणाला.

"तेवढं पुरेसं होईल सध्या." केविन म्हणाला.

त्या दरडीवरून खाली उतरणं हा त्यांच्या प्रवासातला सर्वात कठीण टप्पा होता. सपाट जमिनीवर आल्यावर त्यांना चालणं सोपं वाटायला लागलं. प्राणी पकडणाऱ्या लोकांनी त्यांच्या वाहनासाठी तो भाग स्वच्छही करून ठेवला होता. त्यामुळे त्यावरून त्यांना सहज चालत जाता आलं.

एवढ्या थोड्या वेळात त्या लोकांनी किती काम केलं होतं, हे पाहून केविन चांगलाच प्रभावित झाला. लागो हिप्पोच्या दक्षिणेला असलेल्या दलदलीच्या मैदानात आल्यावर त्याच्या मनात विचार आला, की आपण झुडुपांमध्ये लपवून ठेवलेली ती छोटी बोट अजून तिथेच जागेवर असेल का? बहुधा ती तिथेच असावी. कारण या लोकांना ती सापडली असण्याची शक्यता फारच कमी होती.

मातीनं आच्छादलेला लाकडी पूल पाहून कॅन्डेस भलतीच खूश झाली. तिनं तसं बोलूनही दाखवलं. रिओ डिव्हिजोच्या पलीकडे आपण कसे जाणार, याची तिला काळजी लागलेलीच होती.

"तुम्ही लोकांनी इथे खूपच काम केलेलं दिसतंय." केविन म्हणाला.

"आमच्यापुढे दुसरा काही पर्यायच नव्हता." डेव्ह म्हणाला, "शक्य तेवढ्या लवकर आम्हाला या प्राण्यांना गोळा करायला हवं होतं."

रिओ डिव्हिजोच्या पुलापासून स्टेजिंग एरियापर्यंतच्या शेवटच्या एक मैलाच्या टप्प्यात मात्र त्या तिघांनाही चांगलंच दमायला झालं. शेवटचे बोनोबो आणण्यासाठी ती गाडी त्यांना ओलांडून पुढे जात असताना त्यांना रस्ता सोडून बाजूला उभं राहावं लागलं, तेव्हा त्यांना आपला थकवा अधिक जाणवला. एक मिनिटभरच त्यांना थांबावं लागलं असेल, पण तेवढ्यात त्यांचे पाय शिशासारखे जड झाले.

जंगलातल्या संधिप्रकाशातून बाहेर पडून स्टेजिंग एरियाजवळच्या खुल्या मैदानात आल्यावर सगळ्यांनीच सुटकेचा निःश्वास टाकला. तिथे आणखी बरेच लोक होते. निळे कव्हर-ऑल्स घातलेले पाच सहा लोक तिथे कडक उन्हात घाम गाळत काम करत

होते. दुसऱ्या ट्रेलरमधून आणलेल्या बोनोबोंना खाली उतरवून ते शुद्धीवर यायच्या आत त्यांना स्वतंत्र लोखंडी पिंजऱ्यात बंद करण्याचं काम ते त्वरेनं करत होते.

ते पिंजरे, चार फूट लांब, चार फूट रुंद आणि चार फूट उंच असे लोखंडी पत्रे जोडून बनवलेले होते. सर्वांत लहान बोनोबोलाही त्यात ताठ उभं राहता आलं नसतं. हवा येण्यासाठी दारांवर गज लावलेली एक छोटी खिडकी होती. दाराला बाहेरून एक कडी लावलेली होती. तिथपर्यंत त्या प्राण्यांचा हात पोचू शकला नसता. पिंजऱ्यातल्या अंधारात अंग चोरून बसलेले आणि भयंकर घाबरलेले काही बोनोबो केविनला बाहेरून दिसले.

असले हे छोटे पिंजरे खरं म्हणजे फक्त वाहतुकीसाठी वापरायला योग्य होते. पण तिथे असलेली एक मोठी फोर्क-लिफ्ट ते सगळे पिंजरे उचलून बाजूच्या जंगलाच्या सावलीत नेऊन ठेवत होती. याचा अर्थ, अजून काही दिवस तरी ते बोनोबो इथे बेटावरच राहणार होते. एक कामगार गॅसोलिनवर चालणाऱ्या पंपाला लावलेला एक पाईप धरून उभा होता. नदीच्या पाण्यानं तो त्या पिंजऱ्यांवर आणि प्राण्यांवर फवारा मारत होता.

''या प्राण्यांना प्राणिकेंद्रात घेऊन जायचंय, असं तू म्हणाल्यासारखं मला वाटतं.'' केविननं विचारलं.

''आज नाही.'' डेव्ह म्हणाला, ''आत्ता त्यांना तिथे ठेवायला जागाच नाहीये. त्यांना उद्या किंवा जास्तीत जास्त परवा तिकडे नेता येईल.''

टेलिस्कोपिक पूल आता पसरलेला असल्यामुळे बेटावरून मुख्य जमिनीवर यायला त्यांना काहीच त्रास झाला नाही. तो लोखंडाचा बांधलेला होता. त्यामुळे त्यावरून जात असताना त्यातून पोकळ आवाज येत होता. पुलाच्या यंत्रणेच्या खोलीच्या जवळच डेव्हची ट्रक उभी होती.

''आत चढा.'' ट्रकच्या मागच्या भागाकडे बोट दाखवत डेव्ह म्हणाला.

''एक मिनिट.'' मेलनी परत चिडून म्हणाली. गुहा सोडल्यापासून तिनं उच्चारलेले हे पहिलेच शब्द होते. ''आम्ही ट्रकच्या मागच्या भागात बसून प्रवास करायला मुळीच तयार नाही.''

''मग तुम्ही चालत या.'' डेव्ह म्हणाला, ''मी काही तुम्हाला पुढे माझ्याजवळ बसायला देणार नाही हे नक्की.''

''चल ग मेलनी.'' केविन तिला अजीजीनं म्हणाला, ''मागे मोकळ्या हवेत उलट आपल्याला अधिक बरं वाटेल.'' केविननं कॅन्डेसला वर चढायला मदतीसाठी हात दिला.

डेव्ह गाडीला वळसा घालून स्टिअरिंग व्हीलच्या मागे जाऊन बसला.

मेलनीनं अजून एक मिनिटभर विरोध केला. कमरेवर हात ठेवून, पाय जमिनीत

रोवून आणि ओठ घट्ट दाबून खूप रागावलेल्या एखाद्या लहान मुलीसारखी ती तिथेच उभी राहिली.

''मेलनी, आपल्याला फार काही लांब जायचं नाहीये.'' कॅन्डेस म्हणाली. तिनं आपला हातही पुढे केला. शेवटी नाराजीनंच मेलनीनं कॅन्डेसचा हात पकडला.

''ते आपला सत्कार वगैरे करतील अशी काही माझी अपेक्षा नव्हती.'' मेलनी तक्रारीच्या सुरांत म्हणाली, ''पण आपल्याला असली वागणूक दिली जाईल असंही मला वाटलं नव्हतं.''

जंगलातल्या उष्ण हवेत, त्या गुहेच्या ओलसर अंतर्भागात दोन दिवस राहिल्यामुळे ट्रकच्या या प्रवासात लागणारा वारा खरोखरच खूप आल्हाददायक वाटत होता. प्राणी वाहून नेण्यासाठी तिथे तरटाचा एक बिछाना करण्यात आला होता. त्याच्यावर बसल्यामुळे त्यांना रस्त्यावरचे खड्डे फारसे जाणवत नव्हते. पण त्याला थोडा उग्र असा घाणेरडा वास येत होता. पण आपल्या अंगाला आत्ता त्याहूनही घाणेरडा वास येत असेल, हे त्यांच्या लक्षात आलं.

ते सगळेजण पाठीवर आडवे पडून डोक्यावरच्या झाडांच्या फांद्यांमधून दिसणाऱ्या उतरत्या दुपारच्या आकाशाच्या तुकड्याकडे पाहायला लागले.

''आपलं ते काय करतील असं तुला वाटतं?'' कॅन्डेसनं विचारलं, ''मला परत त्या तुरुंगात काही जायचं नाहीये.''

''आपल्याला ते तिथल्यातिथे नोकरीवरून काढून टाकतील अशी कल्पना करायला हरकत नाही.'' मेलनी म्हणाली, ''मी लगेच माझी बॅग भरून 'झोन', प्रकल्प आणि इक्वेटोरियल गिनीचा निरोप घेऊन चालायला लागेन. मला आता हे फारच झालंय...''

''ते एवढं सोपं असावं, अशी फक्त मी आशा बाळगतो.'' केविन म्हणाला, ''मला या प्राण्यांचीही काळजी वाटतेय. त्यांच्या दृष्टीनं तर ही जन्मठेपेचीच शिक्षा आहे.''

''त्याबाबतीत आपल्याला फारसं काही करता येईल, असं मला वाटत नाही.'' कॅन्डेस म्हणाली.

''असंच काही नाही.'' केविन म्हणाला, ''प्राण्यांच्या अधिकारांच्या बाबतीत दक्ष असणारे लोक या प्रकरणाबद्दल काय म्हणतील कोण जाणे !''

''आता आपण इथून बाहेर पडेपर्यंत तरी असलं काही बोलू नकोस.'' मेलनी म्हणाली, ''नाहीतर ते सगळेजण तुझ्यावर आणखीनच चिडतील.''

आता पूर्वेच्या बाजूनं त्यांनी शहरात प्रवेश केला. त्यांच्या उजव्या बाजूला त्यांना फुटबॉलचं मैदान आणि टेनिस कोर्ट्स लागली. दोन्ही ठिकाणी खेळ अगदी रंगात आलेले होते.

''अशा अनुभवांमुळे आपल्याला उगाचच आपलं महत्त्व कमी झाल्यासारखं वाटायला लागतं.'' मेलनी मैदानावरच्या खेळाडूंकडे पाहत म्हणाली, ''दोन दिवस तुम्ही कुठेतरी वेदनामय अनुभव घेत असता आणि तुमचं नसणं कोणाच्या लक्षातही येत नाही...! सगळं काही नेहमीसारखंच चाललेलं असतं.''

ते सगळेजणच मेलनीच्या बोलण्यावर विचार करत होते, तेवढ्यात त्यांचा ट्रक जोरात उजव्या बाजूला वळला. प्राणिकेंद्राकडे नेणारं हे वळण त्या सगळ्यांनाच ठाऊक होतं. पण पुढे जाण्याऐवजी ट्रक तिथेच थांबला. केविन उठून बसला आणि त्यानं समोर बघितलं. बर्ट्रामची शेरोकी जीप तिथे उभी होती.

''या सर्वांना तू थेट केविनच्या घरी घेऊन जा, असं सिग्फ्रीडनं सांगितलंय.'' बर्ट्रामनी डेव्हला ओरडून सांगितलं.

''ओके !'' डेव्ह ओरडून म्हणाला.

बर्ट्रामच्या गाडीच्या पाठोपाठ डेव्हनं आपली ट्रक न्यायला सुरुवात केली.

केविन मागे टेकून बसला. ''वा ! हे एक नवलच आहे. म्हणजे आपल्याला वाटलं होतं तेवढी वाईट वागणूक आपल्याला दिली जाणार नाही तर.''

''त्यांना आपण विनंती केली, तर ते मला आणि कॅन्डेसला आमच्या आमच्या घरी सोडतील का?'' मेलनीनं विचारलं, ''नाहीतरी आमची घरं वाटेवरच आहेत.'' तिनं स्वत:कडे एक नजर टाकली. ''घरी गेल्याबरोबर पहिली गोष्ट जर मी कुठली करणार असेन, तर ती म्हणजे मस्तपैकी अंघोळ करणार आणि कपडे बदलणार. त्यानंतरच काहीतरी खाण्याचं बघणार.''

केविन आपल्या गुडघ्यांवर उठून बसला आणि ट्रकच्या मागच्या बाजूला गेला. डेव्हचं लक्ष वेधण्यासाठी त्यानं केबिनवर असलेल्या खिडकीवर टकटक केलं. त्यानं मेलनीची विनंती त्याच्या कानावर घातली. परंतु डेव्हनं हातानंच खूण करून ती फेटाळली.

केविन परत मागच्या भागात नीट बसला. ''मला वाटतं, तुम्हाला सुरुवातीला तरी माझ्या घरीच यावं लागणार...''

ट्रक दगडांच्या गोट्यांवरून जायला लागल्यानंतर मात्र एवढे धक्के बसायला लागले, की त्या सर्वांना उठूनच बसावं लागलं. शेवटच्या वळणावरून ट्रक वळल्यानंतर केविननं अपेक्षेनं समोर पाहिलं. मेलनीइतकीच त्यालाही अंघोळीची घाई झालेली होती. दुर्दैवानं त्याला समोर जे काही दिसलं ते काही फारसं चांगलं नव्हतं. त्याच्या घरासमोर सिग्फ्रीड आणि कॅमेरॉन उभे होते. त्यांच्याबरोबर बंदुका घेतलेले चार इक्वेटोगिनीयन शिपाईही उभे होते. त्यांच्यापैकी एकजण अधिकारी होता.

''माय गॉड् !'' केविन म्हणाला, ''मला काही हा प्रकार फारसा ठीक वाटत नाहीये...''

त्यांचा ट्रक थांबला. डेव्ह उडी मारून खाली उतरला आणि ट्रकचा मागचा भाग उघडण्यासाठी ट्रकला वळसा घालून आला. केविन प्रथम खाली उतरला. त्याचे पाय नुसते आंबून गेले होते. मेलनी आणि कॅन्डेस त्याच्यापाठोपाठ खाली उतरल्या.

समोर उभ्या राहिलेल्या अटळ प्रसंगाला तोंड देण्याची तयारी करत केविन सिग्फ्रीड आणि कॅमेरॉन जिथे उभे होते तिथपर्यंत चालत गेला. मेलनी आणि कॅन्डेस आपल्यामागेच येत आहेत, हे त्याला ठाऊक होतं. ट्रकच्या पुढे आपली गाडी उभी करून बर्ट्रामही त्यांच्याबरोबर चालायला लागले. ते सगळेजणच अस्वस्थ होते.

''आम्हाला वाटलं होतं, की तुम्ही नुसतेच कोणाला न सांगता सुट्टीवर गेला होतात.'' सिग्फ्रीड त्यांच्यावर रागावत म्हणाला, ''पण तुम्ही तर, इस्ला फ्रॅन्सेस्कावर कोणी पाऊल ठेवायचं नाही, या आज्ञेचं उल्लंघन केलंय. तुम्हाला इथे, या घरात कैदेत ठेवण्यात येणार आहे.'' केविनच्या घराकडे बोट दाखवत त्यानं घोषणा केली.

आपण जे केलं, ते का केलं याचं स्पष्टीकरण द्यावं, असा विचार केविन करत असतानाच मेलनी त्याला ढकलून पुढे झाली. ती खूप दमलेली आणि तेवढीच रागावलेलीही होती.

''मी इथे राहणार नाही आणि हा माझा अंतिम निर्णय आहे.'' ती थुंकली. ''खरं म्हणजे मी माझी ही नोकरीच इथल्याइथे सोडून देतेय... माझी तयारी झाली, की लगेचच मी 'झोन' सोडून जाईन.''

सिग्फ्रीडनं आपला वरचा ओठ दुमडला. त्यामुळे त्याच्या चेहऱ्यावरचं तुच्छतापूर्ण हास्य अधिकच वाढल्यासारखं दिसायला लागलं. पटकन एक पाऊल पुढे येत त्यानं उलट्या हातानं खाडकन मेलनीच्या एक थोबाडीत लगावली. मेलनी मागच्यामागे कोसळली. स्वत:च्याही नकळत कॅन्डेस तिच्याजवळ वाकून गुडघ्यावर बसली आणि तिला काही मदत करता येईल का ते पाहायला लागली.

''तिला स्पर्शही करू नकोस...'' सिग्फ्रीड ओरडला. त्याचा हात परत वर गेला होता. जणू काही कॅन्डेसलाही तो आता उलट्या पंजानं लाफा मारणार होता.

कॅन्डेसनं त्याच्याकडे पूर्ण दुर्लक्ष केलं आणि मेलनीला उठून बसायला मदत केली. मेलनीचा डावा डोळा लगेच सुजायला लागला होता आणि रक्ताचा एक थेंब गालावरून खाली उतरत होता.

केविननं अंग चोरलं आणि आपली नजर दुसरीकडे वळवली. दुसऱ्या ठोशाचा आवाज कधी ऐकू येतो, याची तो वाट पाहू लागला. कॅन्डेसच्या धैर्याचं त्याला अतिशय कौतुक वाटत होतं. आपणही असेच असतो तर किती बरं झालं असतं, असं त्याला वाटायला लागलं. पण त्याला सिग्फ्रीडची भयंकर भीती वाटत होती. त्यामुळे तो आपल्या जागेवरून तसूभरही हलला नाही.

थोडा वेळ गेला तरीही दुसऱ्या ठोशाचा आवाज आला नाही, तेव्हा केविननं मागे वळून बघितलं. कॅन्डेसनं मेलनीला उभं केलं होतं. मेलनीचे पाय अजूनही लटपटत होते.

''लवकरच तुला 'झोन' सोडून जावं लागेलच.'' सिग्फ्रीड गुरगुरत मेलनीला म्हणाला, ''पण त्यावेळी इक्वेटोगिनीयन अधिकारी तुझ्याबरोबर असतील. तुझा हा उद्धटपणा तू त्यांना दाखव.''

केविननं कष्टानं आवंढा गिळला. इक्वेटोगिनीयन शिपायांच्या ताब्यात दिलं जाणं, या गोष्टीचीच त्याला सर्वाधिक भीती वाटत होती.

''मी अमेरिकन आहे.'' मेलनी स्फुंदत म्हणाली.

''पण तू इथे इक्वेटोरियल गिनीमध्ये आहेस.'' सिग्फ्रीड जोरात म्हणाला, ''आणि तू इक्वेटोगिनीयन कायद्याचं उल्लंघन केलं आहेस.''

सिग्फ्रीड थोडा मागे गेला. ''मी तुमचे पासपोर्ट्स जप्त केलेत. तुम्हाला जेव्हा इथल्या स्थानिक अधिकाऱ्यांच्या ताब्यात दिलं जाईल, तेव्हा मी ते पासपोर्ट्सही त्यांच्याजवळ देईन. तोपर्यंत तुम्ही या घरात राहायचं आहे. आणि मी तुम्हाला आधीच सांगून ठेवतो, की तुम्ही एक पाऊल जरी बाहेर टाकायचा प्रयत्न केलात, तरी हे शिपाई आणि हा अधिकारी तुम्हाला गोळ्या घालतील. त्यांना तसा हुकूमच दिलेला आहे. समजलं तुम्हाला मी काय म्हणतोय ते...?''

''मला काही कपडे लागतील.'' मेलनी ओरडत म्हणाली.

''मी तुमच्या दोघींच्याही क्वार्टर्समधून तुमचे कपडे इथे आणून ठेवलेले आहेत. वरच्या मजल्यावरच्या पाहुण्यांच्या खोलीत ते ठेवलेले आहेत.'' सिग्फ्रीड म्हणाला, ''माझ्यावर विश्वास ठेवा. मी सगळ्या गोष्टींचा विचार आधीच केलेला आहे.''

सिग्फ्रीड कॅमेरॉनकडे वळला. ''या लोकांवर नीट लक्ष ठेवा.''

''अर्थात, सर.'' कॅमेरॉन म्हणाला. केविन आणि त्या बायांकडे वळण्यापूर्वी त्यानं आपल्या हॅटच्या कडेला एकदा स्पर्श केला.

''ओके, मॅनेजर काय म्हणाले ते तुम्ही ऐकलं आहेच...'' तो भुंकल्यासारखा ओरडला, ''आता तुम्ही सरळ वर जायचंय; आणि मला कुठल्याही प्रकारचा गोंधळ नकोय.''

केविन आपल्या घराकडे जायला निघाला. बर्ट्रामच्या थोडंसं जवळून जाता येईल अशा पद्धतीनं तो चालायला लागला. ''... ते केवळ आगीचा वापर करत होते एवढंच नव्हे, तर त्यांनी प्राथमिक हत्यारंही बनवली आहेत आणि ते एकमेकांशी बोलतातही.''

केविन घराच्या दिशेनं तसाच पुढे चालत राहिला. बर्ट्रामच्या कपाळावरच्या नेहमीच्या आठ्यांमध्ये आणखी थोड्या आठ्यांची भर पडण्यापलीकडे त्यांच्या चेहऱ्यावर आणखी काही वेगळी प्रतिक्रिया केविनला दिसली नाही. पण त्याचं म्हणणं बर्ट्रामनी नक्की ऐकलंय, एवढं त्याला समजलं.

थकून भागून दुसऱ्या मजल्याचा जिना चढत असताना कॅमेरॉननं त्या शिपायांना आणि अधिकाऱ्याला जिन्याच्या पायथ्याशी त्यांच्या जागा नेमून दिल्याचं केविननं बघितलं.

वरच्या हॉलमध्ये गेल्यावर केविन, मेलनी आणि कॅन्डेसनं एकमेकांकडे बघितलं. मेलनीला अजूनही अधूनमधून हुंदके येत होते.

केविननं एक निश्वास सोडला. "ही काही चांगली गोष्ट झाली नाही." तो म्हणाला.

"ते आपल्याशी असे कसे वागू शकतात?" मेलनी रडत म्हणाली.

"महत्त्वाची गोष्ट ही आहे, की ते आपल्या सहनशीलतेचा अंत बघणार आहेत." केविन म्हणाला, "आणि आपली अडचण अशी आहे, की आपण अगदी चालत जायचं म्हटलं तरी पासपोर्ट्‌सशिवाय आपल्याला या देशातून बाहेर पडता येणार नाही."

मेलनीनं आपले दोन्ही हात चेहऱ्याच्या दोन्ही बाजूंना ठेवून चेहरा जोरात दाबला. "मला तर काहीच सुचत नाहीये..." ती म्हणाली.

"मलाही बधीर झाल्यासारखं वाटतंय." कॅन्डेसनंही कबुली दिली. "आपण एका बंधनातून सुटून दुसऱ्या बंधनात येऊन पडलो आहोत, असं वाटतंय..!"

केविननं परत एक सुस्कारा सोडला. "निदान त्यांनी आपल्याला तुरुंगात तरी ठेवलं नाही."

बाहेर अनेक गाड्यांची इंजिनं चालू होऊन त्या तिथून दूर जात असल्याचा आवाज त्यांना ऐकू आला. केविन बाहेर व्हरांड्यात जाऊन पाहू लागला. कॅमेरॉनची गाडी सोडून बाकी सगळ्या गाड्या तिथून निघाल्या होत्या. वर आकाशात संधिप्रकाश पसरला होता. लवकरच अंधार पडला असता. काही तारे दिसायलाही लागले होते.

परत आत वळून केविन थेट टेलिफोनकडे गेला. तो उचलल्यावर त्याच्या लक्षात आलं, की त्याच्या अपेक्षेप्रमाणेच त्यातून कसलाच आवाज येत नव्हता.

"डायल टोन येतोय का?" मेलनीनं विचारलं.

केविननं रिसीव्हर परत जागेवर ठेवला. नकारार्थी मान हलवत तो म्हणाला, "नाही."

"मला वाटलंच होतं." मेलनी म्हणाली.

"मला वाटतं आपण अंघोळी उरकून घ्याव्यात." कॅन्डेसनं सुचवलं.

"ही कल्पना चांगली आहे." स्वरात थोडासा आत्मविश्वास आणण्याचा प्रयत्न करत मेलनी म्हणाली.

अर्ध्या तासानं हॉलमध्येच भेटायचं असं त्यांनी ठरवलं. डायनिंग रूममधून जाऊन केविननं स्वयंपाकघराचं दार लोटलं. आपलं शरीर एवढं घाणेरडं असताना

त्याला आत प्रवेश करायची इच्छा नव्हती. तिथे येणाऱ्या भाजलेल्या चिकनच्या वासानं त्याच्या तोंडाला पाणी सुटलं.

दार उघडल्याबरोबर एस्मराल्डा उठून उभी राहिली होती.

"हॅल्लो, एस्मराल्डा." केविन म्हणाला.

"सुस्वागतम्, मि. मार्शल." एस्मराल्डा म्हणाली.

"आमचं स्वागत करायला तू नेहमीसारखी बाहेर आली नाहीस..." केविन म्हणाला.

"मॅनेजर अजून इथेच आहेत अशी भीती मला वाटत होती." एस्मराल्डा म्हणाली, "तुम्ही घरी येणार आहात हे सांगायला ते आणि एक सुरक्षा अधिकारी तुम्ही येण्यापूर्वी घरी येऊन गेले. तुम्हाला घराच्या बाहेर पडायची बंदी आहे, हेही त्यांनी मला सांगितलं."

"मलाही त्यांनी तसंच सांगितलंय." केविन म्हणाला.

"मी तुमच्यासाठी जेवण तयार करून ठेवलेलं आहे." एस्मराल्डा म्हणाली, "तुम्हाला भूक लागलीय ना?"

"खूपच." केविन म्हणाला, "पण माझ्याबरोबर दोन पाहुणे आहेत."

"मला ठाऊक आहे." एस्मराल्डा म्हणाली, "मॅनेजरसाहेबांनी तेही सांगितलंय मला."

"अर्ध्या तासात आम्ही जेवायला आलो तर चालेल?" केविननं विचारलं.

"नक्कीच."

केविननं मान हलवली. एस्मराल्डासारखी बाई घर सांभाळण्यासाठी त्याला मिळाली होती, हे त्याचं केवढं भाग्य होतं ! तो जायला निघाला, पण एस्मराल्डानं त्याला हाक मारून थांबवलं. दार उघडंच धरून तो एक क्षणभर घुटमळला.

"शहरात बऱ्याच वाईट वाईट गोष्टी घडतायत." ती म्हणाली, "तुम्हा लोकांच्या बाबतीतच फक्त हे चाललंय असं नाही, तर परक्या लोकांच्या बाबतीतही हे चाललंय. माझी एक चुलतबहीण हॉस्पिटलमध्ये काम करते. तिनं मला सांगितलं, की न्यूयॉर्कहून चार अमेरिकन माणसं आलेली आहेत आणि ती हॉस्पिटलमध्ये गेली होती. बोनोबोचं यकृत ज्या रुग्णाला दिलंय, त्याच्याशी ती बोलली."

"असं?" केविननं विचारलं. न्यूयॉर्कहून कोणीतरी परकी माणसं यावीत आणि त्यांनी आरोपणाच्या रुग्णाशी बोलावं हे फारच अनपेक्षित होतं.

"ते सरळ आतच गेले." एस्मराल्डा सांगत होती, "त्यांना तिथे जायला परवानगी नव्हती. ते म्हणाले, आम्ही डॉक्टर्स आहोत. मग सुरक्षा-पथकाच्या लोकांना बोलावण्यात आलं; मग ते आणि लष्कराचे लोक त्यांना घेऊन गेले. त्यांना तुरुंगात टाकलंय."

“बाप रे !” केविन वरवर म्हणाला. पण त्याच्या मनात मात्र वेगळाच विचार चालला होता. न्यूयॉर्क म्हटल्यावर एक आठवड्यापूर्वी मध्यरात्री जेनसिसचे सीईओ, टेलर कॅबोट यांच्याकडून अचानक आलेल्या फोनची त्याला आठवण झाली. न्यूयॉर्क-मध्ये खून झालेल्या कार्लो फ्रँकोनी या दुसऱ्या रुग्णासंबंधी ते बोलले होते. शवविच्छेदन केल्यास, कार्लोला काय झालं होतं हे कोणाच्या लक्षात येऊ शकेल का, असं त्यांनी त्याला विचारलं होतं.

“तिथे त्यावेळी असलेल्या काही शिपायांना माझी चुलतबहीण ओळखते.” एस्मराल्डाचं कथन चालूच होतं. “ते म्हणाले, की त्या अमेरिकन लोकांना कायदेमंत्र्यांच्या ताब्यात दिलं जाणार आहे. तसं झालं तर त्यांना ठारच मारण्यात येईल. हे तुमच्या कानावर असावं असं मला वाटलं, म्हणून सांगितलं.”

केविनच्या पाठीच्या कण्यातून एक थंडगार शिरशिरी आली. त्याच्यासाठी, मेलनीसाठी आणि कॅन्डेससाठीही हीच शिक्षा सिग्फ्रीडनं ठरवलेली आहे, हे त्याला माहीत होतं. पण हे अमेरिकन लोक कोण होते? कार्लो फ्रँकोनीच्या शवविच्छेदनाशी त्यांचा काय संबंध होता?

“हा सगळाच प्रकार फार गंभीर आहे.” एस्मराल्डा म्हणाली, “आणि मला तुमची काळजी वाटतेय. तुम्ही बंदी असलेल्या बेटावर गेला होतात, हे मला ठाऊक आहे.”

“ते तुला कसं समजलं?” केविननं आश्चर्यानं विचारलं.

“आमच्या गावातले लोक बोलतात ना.” एस्मराल्डा म्हणाली, “तुम्ही न सांगता कुठेतरी गेला आहात आणि मॅनेजर तुम्हाला शोधतोय असं मी म्हटल्यानंतर, अल्फोन्स किम्बानं लगेच माझ्या नवऱ्याला सांगितलं, की तुम्ही बेटावर गेला असणार म्हणून. त्याची तशी पूर्ण खात्री होती.”

“तुला माझी इतकी काळजी आहे हे पाहून मला फार बरं वाटलं...” तिची नजर टाळत केविन म्हणाला. तो परत दुसऱ्याच कुठल्यातरी विचारात बुडाला होता. “तू मला आता सांगितलेल्या सर्व गोष्टींबद्दल मी तुझा फार आभारी आहे.”

केविन तडक आपल्या खोलीत गेला. आरशात पाहिल्यावर त्याला आपण किती दमलेले आहेत आणि किती घाणेरडे दिसतोय हे समजलं. आपल्या वाढलेल्या दाढीवरून हात फिरवत असताना अस्वस्थ करणारी आणखी एक गोष्ट त्याच्या लक्षात आली, ती म्हणजे तो बराचसा त्याच्या 'प्रतिकृती'सारखा दिसायला लागला होता!

दाढी, अंघोळ करून दुसरे कपडे चढवल्यावर त्याला थोडंसं बरं वाटायला लागलं. टाऊन हॉलच्या खालच्या तुरुंगात बंदी असलेल्या त्या अमेरिकन लोकांबद्दलचा विचार त्याच्या मनात सतत चालू होता. त्याला त्यांच्याबद्दल प्रचंड उत्सुकता वाटत होती. शक्य असतं तर त्यांना भेटायला आणि त्यांच्याशी गप्पा मारायला त्याला फार आवडलं असतं.

हॉलमध्ये आल्यावर केविनला दिसलं, की त्या दोघी मुलीही ताज्यातवान्या होऊन आलेल्या आहेत. अंघोळ केल्यामुळे मेलनी आता परत पहिल्यासारखी बंडखोर दिसायला लागली होती. तिला दिल्या गेलेल्या कपड्यांच्या निवडीबद्दल तिनं तीव्र नाराजी व्यक्त केली. ''एकही कपडा दुसऱ्या कपड्याशी जुळणारा नाहीये.'' तक्रारीच्या सुरात ती म्हणाली.

ते डायनिंग टेबलाशी येऊन बसल्यावर एस्मराल्डानं त्यांना जेवण वाढायला सुरुवात केली. आजूबाजूला नजर टाकून मेलनी मनापासून हसायला लागली. ''काही तासांपूर्वीच आपण आदिमानवासारखे राहात होतो, ही आता किती गमतीची गोष्ट वाटते, नाही? आणि आत्ता आपण किती सुखात इथे बसलोय. मला तर हे एखाद्या काल-यंत्रासारखं वाटतंय. फार पूर्वीच्या काळात जाऊन आता जणू काही आपण या आधुनिक युगात परत आलोय.''

''फक्त उद्या काय होणार आहे, याचा विचार आपण केला नाही तरच..!'' कॅन्डेस म्हणाली.

''आपण आपलं 'लास्ट सपर' तरी छान मजेत घेऊया.'' मेलनी आपल्या नेहमीच्या उपरोधपूर्ण विनोदानं म्हणाली, ''आणि त्याविषयी जेवढा अधिक विचार करावा तेवढं मला असं वाटायला लागलंय, की आपल्याला ते अशा तऱ्हेनं इक्वेटोगिनीयन अधिकाऱ्यांच्या ताब्यात देतील हे शक्य नाहीये. मला असं म्हणायचंय, की त्यांनी हे केलं तर त्यांनाही त्याचे परिणाम भोगावे लागतील. तिसऱ्या सहस्रकाची सुरुवात आता जवळ येऊन ठेपल्येय अणि जगही काही फारसं मोठं नाही. कुठे ना कुठे, कधी ना कधी त्यांना आपल्या दुष्कृत्यांची फळं भोगावीच लागतील.''

''पण मला काळजी वाटतेय...'' कॅन्डेस म्हणायला लागली.

''माफ कर, पण...'' केविननं तिला मध्येच थांबवलं, ''एस्मराल्डानं मला आत्ता एक फारच विचित्र गोष्ट सांगितलीय. ती तुम्हालाही कळावी असं मला वाटतंय.'' मध्यरात्री आलेल्या टेलर कॅबोटच्या फोनविषयी त्यांना सांगून केविननं पुढे बोलायला सुरुवात केली. मग न्यूयॉर्कहून काही लोक तिथे कसे आलेत आणि त्यानंतर त्यांना शहरातल्या तुरुंगात कसं ठेवण्यात आलंय, हा सगळा वृत्तांत त्यानं त्यांना सविस्तर सांगितला.

''मग? मी नेमकं हेच म्हणतेय...'' मेलनी म्हणाली, ''न्यूयॉर्कमध्ये दोन स्मार्ट माणसं एक शवविच्छेदन करतात आणि इथे कोगोला येऊन पोचतात. याचा अर्थ काय होतो? आणि आपल्याला वाटत होतं, की आपण एकटेच या जगात शहाणे आणि चांगल्या मनाचे उरलोय म्हणून. मी तुम्हाला सांगते, हे जग दिवसेंदिवस लहान होत चाललंय.''

''म्हणजे फ्रँकोनीच्या शवविच्छेदनात सापडलेल्या गोष्टींचा मागोवा घेत हे

अमेरिकन्स इथे येऊन पोचलेत, असं तुला वाटतंय तर.'' केविन म्हणाला. त्याचा आतला आवाजही त्याला हेच सांगत होता. पण त्याला तिच्याकडून खात्री करून घ्यायची होती.

''दुसरं काय कारण असू शकतं?'' मेलनीनं विचारलं, ''माझ्या मनात तरी त्याबद्दल काही शंका नाही.''

''कॅन्डेस, तुला याबद्दल काय वाटतं?'' केविननं विचारलं.

''मला मेलनीचं म्हणणं पटतंय.'' कॅन्डेस म्हणाली, ''नाहीतर हा भलताच योगायोग आहे असं म्हणावं लागेल.''

''थँक यू, कॅन्डेस.'' मेलनी म्हणाली. आपल्या रिकाम्या वाईनच्या ग्लासशी खेळत तिनं वैतागल्यासारखं केविनकडे बघितलं. ''या एवढ्या महत्त्वाच्या संभाषणात व्यत्यय आणणं मला फारसं ठीक वाटत नाहीये, पण केविन, तुझी ती ग्रेट वाईन आणखी थोडी दे की मला.''

''अरेच्चा ! ते तर मी पूर्णपणे विसरूनच गेलो.'' केविन म्हणाला, ''माझं चुकलंच, बरं का.'' त्यानं आपली खुर्ची मागे सरकवली आणि वाईन आणण्यासाठी तो आपल्या कोठीच्या खोलीत गेला. त्याला तिथून मिळणाऱ्या वाईनच्या वाट्यापैकी जवळजवळ सगळ्या बाटल्या तिथे तशाच पडलेल्या होत्या. त्यांच्या लेबल्सकडे तो पाहू लागला. त्याच्या दृष्टीनं त्या लेबल्सना काहीच महत्त्व नव्हतं. पण ते बघताबघता आपल्याकडे किती वाईनच्या बाटल्यांचा साठा झालाय, हे त्याच्या लक्षात आलं. एका छोट्या भागातल्या बाटल्या मोजून आणि नंतर त्यावरून संपूर्ण खोलीच्या क्षेत्रफळाचा हिशेब करून त्या किती बाटल्या असाव्यात, याचा त्यानं अंदाज बांधला. तेव्हा त्याच्या असं लक्षात आलं, की आपल्याकडे जवळजवळ तीनशे बाटल्या साठलेल्या आहेत.

''कमाल आहे !'' त्या बाटल्यांकडे बघता बघता त्याच्या मनात एक योजना आकार घेऊ लागली. हातात मावतील तेवढ्या बाटल्या उचलून घेत कोठीचं झुलतं दार ढकलून तो स्वयंपाकघरात आला.

तिथे जेवत बसलेली एस्मराल्डा त्याला पाहून उठून उभी राहिली.

''माझं एक काम करशील का?'' केविननं तिला विचारलं, ''जिन्याच्या पायथ्यापाशी बसलेल्या शिपायांना एवढ्या वाईनच्या बाटल्या आणि एक ओपनर नेऊन देशील का?''

''एवढ्या बाटल्या द्यायच्या आहेत?'' तिनं विचारलं.

''हो. आणि यापेक्षाही जास्त बाटल्या टाऊन हॉलपाशी बसलेल्या शिपायांना नेऊन द्यायच्या आहेत. या मी कशासाठी देतोय असं त्यांनी विचारलं, तर सांग की मी आता 'झोन' सोडून जाणार आहे; माझ्याकडे साठलेल्या या बाटल्यांचा उपभोग त्यांनी तरी घ्यावा अशी माझी इच्छा आहे. मॅनेजरची काळजी करायचं काही कारण नाही, म्हणावं.''

एस्मराल्डाच्या चेहऱ्यावर हास्य पसरलं. केविनकडे पाहत ती म्हणाली, ''तुमच्या मनात काय आहे ते माझ्या लक्षात आलं...'' तिनं बाजारात नेण्यासाठी ती वापरत असलेली कॅन्व्हासची पिशवी कपाटातून बाहेर काढली आणि तिच्यात त्या सगळ्या वाईनच्या बाटल्या भरल्या. थोड्या वेळातच ती कोठीच्या खोलीतून बाहेर पडून जिन्याच्या दिशेनं चालायला लागली.

स्वयंपाकघरातील टेबलापासून कोठीच्या खोलीपर्यंत अनेक फेऱ्या मारून केविननं वाईनच्या बऱ्याच बाटल्या बाहेर आणून ठेवल्या. त्यामध्ये अत्त्युत्तम अशा पोर्ट वाईनच्या एकदोन बाटल्याही होत्या.

''काय चाललंय?'' स्वयंपाकघरात डोकावून पाहत मेलनीनं विचारलं, ''आम्ही इथे वाईनची वाट पाहतोय. आहे कुठे तुझी वाईन?''

केविननं तिच्या हातात एक बाटली दिली. तो म्हणाला, ''काही मिनिटांतच मी बाहेर येतोय; माझी वाट न पाहता तुम्ही जेवण सुरू करायला हरकत नाही.''

''वाहवा ! क्या बात है ! 'शातो ला तूर' !'' वाईनच्या बाटलीवरचं लेबल पाहत मेलनी म्हणाली. केविनकडे पाहून ती कौतुकानं हसली आणि परत जेवणघरात गेली.

तेवढ्यात एस्मराल्डा परत आली. तिनं सांगितलं, की ते शिपाई वाईन बघून खूपच खूश झाले. ''पण मला असं वाटतंय, की मी त्यांच्यासाठी थोडे पाव घेऊन जाते.'' ती म्हणाली, ''त्यामुळे त्यांना आणखी तहान लागेल.''

''ही कल्पना फारच छान आहे.'' केविन म्हणाला. त्यानं ती कॅन्व्हासची पिशवी परत एकदा वाईनच्या बाटल्यांनी भरली आणि तिचं वजन किती होतंय ते हातात तोलून बघितलं. ती चांगलीच जड लागत होती; पण एस्मराल्डा ती नेऊ शकेल असं त्याला वाटलं.

''टाऊन हॉलपाशी किती शिपाई आहेत, ते मला सांग.'' तिच्या हातात पिशवी देताना केविन म्हणाला, ''सगळ्यांसाठी आपली वाईन पुरेशी झाली पाहिजे.''

''रात्री नेहमी तिथे चौघेजण असतात.'' एस्मराल्डा म्हणाली.

''म्हणजे मग दहा बाटल्या त्यांना भरपूर होतील.'' केविन म्हणाला, ''निदान सुरुवातीला तरी.'' तो हसला. एस्मराल्डाही त्याच्याकडे पाहून हसली.

खोल श्वास घेत केविन परत जेवणघरात आला. आपली ही योजना त्या दोघी मुलींना कशी काय वाटतेय, ते त्याला जाणून घ्यायचं होतं.

एका कुशीवर होत केविननं घड्याळाकडे बघितलं. मध्यरात्र व्हायला थोडाच अवकाश होता. त्यामुळे तो उठून बसला आणि त्यानं आपले पाय पलंगाच्या खाली घेतले. ठीक बारा वाजताचा लावलेला गजर त्यानं बंद केला आणि हातपाय ताणून आळस दिला.

रात्री जेवणाच्या वेळी केविननं सुचवलेल्या योजनेवर उत्साहानं चर्चा झाली होती. एकमेकांच्या सहकार्यानं त्यांनी त्या योजनेचे तपशील तयार केले. या बेतानुसार प्रयत्न तरी करून पाहायला हरकत नाही, याबद्दल त्या सर्वांचं एकमत झालं.

जेवढी आवश्यक होती तेवढी सगळी तयारी करून ठेवल्यावर, त्या सर्वांनी थोडीशी विश्रांती घेण्याचं ठरवलं. पण कमालीचा थकलेला असूनही केविनला झोप लागली नाही. पुढे घडणार असलेल्या गोष्टींबद्दलची उत्कंठा त्याला झोप लागू देत नव्हती. खालच्या शिपायांचा आवाजही हळूहळू वाढत गेला होता. प्रथम ते नुसतेच जोरजोरात गप्पा मारत होते. पण गेला अर्धा तास मोठ्यानं बरळत गाणी म्हटल्याचा आवाज खालून येत होता.

एस्मराल्डानं संध्याकाळी दोन वेळा त्या दोन्ही गटांना भेटी दिल्या होत्या. परत आल्यावर तिनं केविनला सांगितलं होतं, की ती महागडी फ्रेंच वाईन त्यांना दिल्यामुळे ते भलतेच खूश झाले होते. दुसऱ्यांदा जाऊन आल्यावर ती म्हणाली होती, की प्रथम दिलेल्या वाईनच्या बाटल्या लगेच संपलेल्या दिसत होत्या.

अंधारातच केविननं कपडे बदलले आणि तो बाहेर हॉलमध्ये आला. कुठलेही दिवे तो लावणार नव्हता. नशिबानं चंद्रप्रकाश चांगला होता आणि त्या उजेडात त्याला पाहुण्यांच्या खोल्यांकडे जाण्याचा रस्ता स्पष्ट दिसत होता. प्रथम त्यानं मेलनीच्या खोलीचं दार वाजवलं. ते लगेचच उघडलं गेलं, तेव्हा तोच दचकला.

''मी वाटच पाहत होते...'' मेलनी कुजबुजली, ''मला तर अजिबात झोप लागली नाही.''

एकत्रच ते कॅन्डेसच्या खोलीकडे गेले. तर तीदेखील तयारीतच होती.

प्रत्येकानं आधीच भरून ठेवलेल्या कॅन्व्हासच्या पिशव्या त्यांनी हॉलमधून उचलल्या आणि ते व्हरांड्यात आले. बाहेरचं दृश्य फारच मोहक होतं. बऱ्याच वेळापूर्वी पाऊस पडून गेला होता. त्यामुळे आता बरंचसं आकाश निरभ्र होतं, पण काहीकाही चांदण्या, निळसर रंगाचे चुकार ढग अधूनमधून दिसत होते. दशमीच्या सुमाराचा चंद्र आभाळात वर चढलेला दिसत होता. धुक्यानं भरलेल्या शहरामध्ये मंद असा गूढ प्रकाश पसरला होता. उष्ण, ओलसर वातावरणात जंगलातून येणारे आवाज फारच मोठे वाटत होते.

या योजनेच्या प्राथमिक टप्प्याची चर्चा त्यांनी आधीच तपशीलवार केलेली असल्यामुळे आत्ता काहीच बोलायची गरज नव्हती. व्हरांड्याच्या कोपऱ्यातल्या टोकाला पोचल्यावर त्यांनी तीन चादरी एकमेकींच्या टोकांना जोडून लांबलचक दोर तयार केला. त्याचं एक टोक त्यांनी व्हरांड्याच्या कठड्याला घट्ट बांधलं. दुसरं टोक जमिनीच्या दिशेनं मोकळंच सोडलं.

आपण प्रथम जाणार असा मेलनीनं हट्टच धरला. सहजपणे कठड्यावरून पलीकडे जाऊन ती चादरींना लटकून खाली उतरली. तिनं ते इतक्या सहजी केलं, की पाहणाऱ्यांना हे काम अगदीच सोपं आहे असं वाटायला लागलं. कॅन्डेस तिच्यापाठोपाठ उतरली. तिलाही ते फारसं कठीण गेलं नाही. तीही आरामात खाली पोचली.

केविनलाच अडचण वाटत होती. मेलनीची नक्कल करत त्यानं भिंतीला पाय लावून जोरात खाली उतरायचा प्रयत्न केला. पण ती चादर भिंतीच्या दिशेनं जरा जास्तच ओढली गेली. केविन तिच्यात गुरफटला आणि भिंतीवर जाऊन आदळला. त्याच्या पायाच्या बोटांना थोडंसं खरचटलं.

''छे, पोचलो एकदाचा.'' जमिनीच्या गोट्यांना पाय लागल्यावर तो पुटपुटला. त्यानं हात हलवले आणि हाताची बोटं मोडली.

''तू ठीक आहेस का?'' मेलनी कुजबुजली.

''हं. ठीक आहे.'' केविन म्हणाला.

त्यांच्या योजनेचा पुढचा टप्पा थोडा कठीण होता. एकामागून एक असे जात इमारतीच्या मागच्या बाजूला असलेल्या कमानींच्या सावल्यांमधून ते अगदी हळूहळू पुढे जायला लागले. प्रत्येक पावलागणिक ते मुख्य जिन्याच्या जवळ जात होते. शिपाई तिथेच बसलेले होते. आफ्रिकन संगीत वाजवणारा एक कॅसेट रेकॉर्डर हळू आवाजात लावून आता ते स्वत:चं मनोरंजन करत होते.

केविन आपली टोयोटा लँडक्रूसर गाडी जिथे लावून ठेवत असे, त्या जागेपर्यंत पोचल्यावर ड्रायव्हरच्या दुसऱ्या बाजूकडून ते पुढे जायला निघाले. आधीच ठरवलेल्या बेतानुसार केविन आता गाडीला वळसा घालून ड्रायव्हरच्या बाजूच्या दाराकडे गेला आणि त्यानं अगदी सावकाश ते दार उघडलं. आता तो त्या नशेत धुंद असलेल्या शिपायांपासून पंधरा ते वीस फुटांच्या अंतरावर होता. फक्त ते शिपाई छतापासून लावलेल्या वाळ्याच्या पडद्याच्या मागे होते.

गाडीचा इमर्जन्सी ब्रेक सोडून केविननं गाडी न्यूट्रलमध्ये टाकली. मग परत त्या मुलींकडे येत त्यानं त्यांना ती गाडी ढकलायची खूण केली.

सुरुवातीला त्या गाडीनं त्यांच्या ढकलण्याला अजिबात दाद दिली नाही. मग केविननं घराच्या भिंतीला पाय लावून जोर लावला. या वाढीव ताकदीचा परिणाम मात्र लगेच दिसला. गाडी आपल्या जागेवरून हलायला लागली.

कमानीच्या टोकापासून ग्रॅनाईटच्या गोट्यांच्या त्या रस्त्याला उतार होता. पावसाचं पाणी घरापासून दूर वाहून जावं म्हणून हा उतार दिलेला होता. गाडीच्या मागच्या चाकांनी तो भाग ओलांडल्याबरोबर गाडीनं वेग घेतला. एकदम केविनच्या लक्षात आलं, की आता गाडी ढकलण्याची गरज नाही.

“अरे, बाप रे !” गाडीचा वेग वाढायला लागलेला पाहून केविन ओरडला.

आता केविन गाडीच्या बाजूनं धावतच गेला आणि ड्रायव्हरच्या बाजूचा दरवाजा उघडायचा प्रयत्न करायला लागला. गाडीचा वेग विचारात घेता ही गोष्ट अजिबात सोपी नव्हती. गाडी आता त्या गल्लीच्या अर्ध्या अंतरापर्यंत आली होती आणि थोडीशी उजवीकडे वळायला लागली होती. टेकडीवरून ती आता वेगानं किनाऱ्याकडे निघाली होती.

शेवटी एकदाचं केविनला ते दार उघडण्यात यश आलं. चपळाईनं हालचाली करत तो ड्रायव्हरच्या सीटमध्ये उडी मारून बसला. जमेल तेवढं नीट बसत त्यानं प्रथम ब्रेकवर पाय दाबला. त्याचवेळी त्यानं स्टिअरिंग व्हीलही जोरात डावीकडे फिरवलं. त्यामुळे गाडी आता रस्त्याच्या मधोमध आली.

आपल्या या सगळ्या हालचालींमुळे शिपायांचं लक्ष आपल्याकडे वेधलं गेलं असेल, अशी केविनला भीती वाटत होती. त्यामुळे त्यानं त्यांच्या दिशेनं एक नजर टाकली. वाईनच्या पाच सहा रिकाम्या बाटल्या आणि कॅसेट रेकॉर्डर ठेवलेल्या टेबलाभोवती ते सगळेजण जमलेले होते. केविनकडे आणि त्याच्या गाडीच्या हालचालीकडे त्यांच्यापैकी कोणाचंच लक्ष नव्हतं. ते सगळेजण टाळ्या वाजवत आणि पायानं ठेका देत संगीताचा आस्वाद घेण्यात गुंगले होते.

केविननं सुटकेचा एक सुस्कारा सोडला. त्याच्या बाजूचं दार उघडून मेलनी आत पुढच्या सीटवर बसली आणि कॅन्डेस मागच्या सीटवर बसली.

“दार एवढ्यात बंद करू नका.” केविन कुजबुजला. आपल्या बाजूचं दारही त्यानं अजून सताड उघडंच ठेवलं होतं.

आता केविननं ब्रेकवरचा पाय काढला. प्रथम गाडी हलली नाही. म्हणून तो बसल्याजागीच मागेपुढे असा हलायला लागला. शेवटी त्याच्या वजनानं ती गाडी हलली आणि उतारावरून किनाऱ्याकडे जायला लागली. गाडीचा वेग वाढला, तसं केविननं मागच्या खिडकीतून बघत ती वळवायला सुरुवात केली.

दोन चौक त्यांनी असेच ओलांडले. तिथे ती टेकडी थोडी सपाट होत होती. हळूहळू त्यांची गाडी पूर्णपणे थांबली. मगच केविननं गाडीच्या इग्निशनमध्ये चावी सरकवली आणि इंजिन सुरू केलं. त्यांनी सर्वांनी आपापल्या बाजूची दारं लावून घेतली.

गाडीच्या आतल्या अर्धवट प्रकाशात त्यांनी एकमेकांकडे बघितलं. ते सगळेजणच खूप उत्तेजित झाले होते. सगळ्यांची हृदयं जोरजोरात धडधडत होती. शेवटी त्या सर्वांच्या चेहऱ्यावर हसू उमटलं.

“आपण जिंकलो !” मेलनीनं आपल्या विजयावर शिक्कामोर्तब केलं.

“आत्तापर्यंत तरी सर्व काही ठीक आहे.” केविन म्हणाला.

आता केविननं गाडी गिअरमध्ये टाकली. आपल्या घरापासून दूर जाण्यासाठी तो कितीतरी चौकांमध्ये उजवीकडे वळत राहिला आणि मग मोटर पूलकडे निघाला.

"गॅरेजमध्ये आपल्याला कोणी त्रास देणार नाही, याबद्दल तुझी पूर्ण खात्री आहे?" मेलनीनं विचारलं.

"अं.. म्हणजे तसं मी शंभर टक्के सांगू शकणार नाही..." केविन म्हणाला, "पण मला तसं वाटत नाहीये. मोटर पूलमध्ये लोक आपल्याच तंद्रीत असतात. शिवाय आपल्या नाहीसं होण्याची आणि परत येण्याची बातमी सिग्फ्रीडनं बहुतेक गुप्त ठेवली असावी. आपल्याला इक्वेटोगिनीयन अधिकाऱ्यांच्या ताब्यात देण्याचा जर त्याचा खरंच विचार असेल, तर त्याला ती गुप्त ठेवावीच लागली असेल."

"तुझ्या म्हणण्यात काहीतरी तथ्य आहे असं मला वाटतंय." मेलनी म्हणाली. तिनं एक सुस्कारा सोडला. "माझ्या मनात एक विचार येतोय. कधीही न पाहिलेल्या त्या चार अमेरिकन लोकांना भेटायला जाऊन त्यांची कटकट गळ्यात ओढवून घेण्यापेक्षा, एखाद्या ट्रकच्या मागे मागे जाऊन आपण सरळ 'झोन'च्या बाहेर पडावं असं मला वाटतंय."

"ते लोक कसंतरी करून इथपर्यंत आले, त्याअर्थी त्यांनी बाहेर जाण्यासाठीही काहीतरी योजना तयार केलेलीच असेल, असा माझा अंदाज आहे." केविन म्हणाला, "मी मुख्यत: त्यावरच अवलंबून आहे. 'झोन'चं मुख्य प्रवेशद्वार राजरोसपणे ओलांडून जायचं हा आपला शेवटचा पर्याय असेल."

ते मोटर पूलमध्ये पोचले, तेव्हा तिथले सगळेचजण कामात गुंतलेले होते. तिथल्या ट्यूबलाईट्सच्या प्रखर प्रकाशात केविन, मेलनी आणि कॅन्डेसचे डोळे दिपले. हळूहळू ते दुरुस्ती-विभागापर्यंत आले. हैड्रॉलिक लिफ्टवर चढवलेल्या एका गाडीच्या मागे केविननं आपली गाडी उभी केली. त्या गाडीच्या खाली ग्रीसनं माखलेले कितीतरी मेकॅनिक्स डोकं खाजवत उभे होते.

"तुम्ही इथेच थांबा." आपल्या टोयोटामधून खाली उतरत केविन त्या दोघींना म्हणाला.

आत जाऊन तो त्या मेकॅनिक्सशी बोलायला लागला. मेलनी आणि कॅन्डेस त्याच्याकडेच बघत होत्या.

"एक गोष्ट चांगली वाटतेय. केविनला पाहिल्याबरोबर ते लगेच टेलिफोनकडे धावत सुटले नाहीत..." मेलनी म्हणाली.

त्या मेकॅनिक्सपैकी एकजण रमतगमत मागच्या बाजूच्या दारातून आत गेलेला त्यांना दिसला. काही क्षणातच तो परत आला. त्याच्या हातात एक भलीमोठी, जड, लांबलचक लोखंडी साखळी होती. त्यानं ती केविनच्या हातात दिली, त्याबरोबर केविन तिच्या भारानं खाली वाकला.

धडपडत आपल्या लँडक्रूसरपर्यंत पोचेस्तोवर त्याचा चेहरा त्या जड वजनानं चांगलाच लाल झाला होता. त्याच्या हातातून ती साखळी आता खाली पडेल असं वाटल्यामुळे मेलनी पटकन गाडीतून खाली उतरली आणि तिनं गाडीची डिकी उघडली. केविननं साखळी डिकीत टाकल्यावर गाडी गदागदा हलली.

''मला जड साखळी हवीय असं मी त्यांना म्हटलं होतं.'' केविन कसाबसा बोलायला लागला, ''पण ते एवढी जड साखळी देतील, अशी माझी कल्पना नव्हती.''

''तू त्यांना काय सांगितलंस?'' मेलनीनं विचारलं.

''मी त्यांना सांगितलं, की तुझी गाडी एका ठिकाणी चिखलात अडकलीय.'' केविन म्हणाला, ''त्यांना जरासुद्धा संशय आला नाही. अर्थात, त्यांनी येऊन मदत करण्याची तयारीही दाखवली नाही. पण आपल्या दृष्टीनं ते बरंच झालं.''

केविन आणि मेलनी परत टोयोटामध्ये चढले आणि मागे वळून शहराकडे निघाले.

''यामुळे आपलं काम होईल असं तुम्हाला वाटतंय?'' मागच्या सीटवर बसलेल्या कॅन्डेसनं विचारलं.

''तसं तर नक्की काही सांगता येत नाही, पण मला दुसरं काहीच सुचलं नाही.'' केविन म्हणाला.

पुढच्या प्रवासात कोणीच काही बोललं नाही. त्यांच्या संपूर्ण योजनेचा हा सर्वात कठीण भाग होता, हे त्या सर्वांनाच ठाऊक होतं. टाऊन हॉलच्या पार्किंग लॉटमध्ये शिरताना त्या सर्वांच्याच मनावर प्रचंड ताण होता. केविननं गाडीचे हेडलाईट्स बंद केले.

सैनिकांना दिलेली खोली प्रकाशानं उजळून निघाली होती. केविन, मेलनी आणि कॅन्डेस जसजसे जवळ जाऊ लागले, तसतसं त्यांना संगीत ऐकू येऊ लागलं. इथल्या सैनिकांकडेही कॅसेट रेकॉर्डर दिसत होता. फक्त इथे आफ्रिकन संगीत सर्वात मोठ्या आवाजात चालू होतं.

''अशीच पार्टी ते करतील अशी माझी अपेक्षा होती...'' केविन म्हणाला. मोठं वळण घेऊन त्यानं गाडी इमारतीच्या दिशेनं मागे घेतली. तळमजल्यावरील कमानींच्या सावल्यांमधून त्या जमिनीखालच्या तुरुंगाच्या अर्ध्या खिडक्या तेवढ्या त्याला दिसत होत्या.

इमारतीपासून पाच फुटांच्या अंतरावर त्यानं गाडी थांबवली. गाडीचा इमर्जन्सी ब्रेक त्यानं लावून ठेवला. त्या तिघांनीही सैनिकांच्या खोलीकडे एक नजर टाकली. त्यांना त्या खोलीचा आतला भाग किंवा आतले शिपाई दिसत नव्हते; कारण त्या खोलीच्या खिडकीची काच अपारदर्शक आणि त्यांच्या नजरेच्या पातळीच्या वर होती. शिवाय ती खिडकी बंदही होती. मात्र तिच्या कठड्यावर ठेवलेल्या बऱ्याचशा वाईनच्या रिकाम्या बाटल्या त्यांना दिसल्या.

"चला, आता मात्र जिंकू किंवा मरू." केविन म्हणाला.

"आम्ही काही मदत करू का?" मेलनीनं विचारलं.

"नको, तुम्ही इथेच बसून राहा." केविन म्हणाला.

केविन गाडीतून खाली उतरला आणि सर्वात जवळच्या कमानीच्या खाली जाऊन उभा राहिला. संगीताच्या आवाजानं कानठळ्या बसत होत्या. केविनची सर्वात मोठी काळजी ही होती, की त्यांच्यापैकी कोणी जर बाहेर पाहिलं असतं तर तो त्यांच्या सहजी नजरेला पडला असता. कारण तिथे आजूबाजूला लपायला जागाच नव्हती.

तुरुंगाच्या एका खिडकीतून आत डोकावून पाहिल्यावर त्याला आतले गज दिसले. गजांच्या पलीकडे मात्र संपूर्ण अंधार होता. कोठडीमध्ये थोडाही उजेड नव्हता.

आपल्या गुडघ्यांवर आणि हातांवर खाली बसत केविन त्या खिडकीमध्ये वाकला. आपला चेहरा गजांच्या जवळ आणत आणि संगीताच्या आवाजावर आवाज चढवत तो म्हणाला, "हॅल्लो ! आत आहे का कुणी?"

"फक्त आम्ही प्रवासी आहोत." जॅक म्हणाला, "आम्हालाही पार्टीचं आमंत्रण आहे का?"

"तुम्ही अमेरिकन आहात असं मला समजलं..." केविन म्हणाला.

"ॲपल पाय् आणि बेसबॉलएवढेच आम्ही अमेरिकन आहोत." जॅक म्हणाला.

अचानक केविनला अंधारातून आणखी काही आवाज ऐकू येऊ लागले. पण ते नीट काही समजत नव्हतं.

"तुम्ही स्वत:वर कसली धोक्याची परिस्थिती ओढवून घेतलीय, हे तुमच्या लक्षात यायला हवं होतं." केविन म्हणाला.

"खरंय." जॅक म्हणाला, "आम्हाला वाटलं, कोगोमध्ये स्वागत करायची अशीच पद्धत आहे म्हणून."

ज्या कोणाशी आपण बोलतोय त्याचं आणि मेलनीचं अगदी छान जमेल, असं केविनच्या मनात आलं.

"मी हे गज उचकटून काढायचा प्रयत्न करून पाहणार आहे." केविन म्हणाला, "तुम्ही सगळेजण या एकाच कोठडीत आहात का?"

"नाही. माझ्या डावीकडच्या कोठडीत दोन सुंदर मुलींनाही कोंडलंय."

"ठीक आहे." केविन म्हणाला, "या गजांचं मला काही करता येतं का ते मी आधी पाहतो."

केविन साखळी आणायला परत गाडीकडे गेला. खिडकीकडे परतून त्यानं त्या साखळीचं एक टोक खिडकीतून आत सोडलं.

''या साखळीचे एखाद्या गजाभोवती भरपूर वेढे घाला.'' केविन म्हणाला.

''मला या सगळ्या प्रकाराची मजाच वाटायला लागलीय.'' जॅक म्हणाला, ''याच्यामुळे मला जुन्या वेस्टर्न सिनेमाची आठवण येतेय.''

टोयोटाकडे जाऊन साखळीचं दुसरं टोक केविननं गाडीच्या मागच्या हूकला घट्ट बांधलं. खिडकीकडे परत आल्यावर त्यानं हळूच ती साखळी ओढून बघितली. मधल्या गजाला ती घट्ट बांधलेली आहे असं त्याला दिसून आलं.

''हं... आता हे ठीक वाटतंय.'' केविन म्हणाला, ''आता काही काम होतं का पाहूया.''

तो परत आपल्या गाडीत चढला आणि गाडी सर्वात खालच्या गिअरमध्ये असल्याची त्यानं खात्री करून घेतली. मागच्या खिडकीतून बाहेर पाहत त्यानं गाडी हळूहळू पुढे घ्यायला सुरुवात केली. साखळीची पूर्ण लांबी ताणली गेली.

''ठीक आहे, आता आपली खरी परीक्षा आहे.'' केविन मेलनी आणि कॅन्डेसला म्हणाला. त्यानं ॲक्सेलरेटर दाबायला सुरुवात केली. त्या हेवी-ड्यूटी टोयोटाच्या इंजिनाचा मोठा आवाज यायला लागला. पण बाहेर चालू असलेल्या लोकप्रिय झायरेअन संगीताच्या आवाजात तो केविनलाही ऐकू येईना.

एकदम गाडी पुढे गेली. घाईघाईनं केविननं ब्रेक दाबले. मागच्या बाजूला त्या संगीताच्या आवाजापेक्षाही मोठा असा काहीतरी जोरात आपटल्याचा आवाज झाला. आग विझवण्यासाठी असलेला होजपाईप बाहेर काढण्यासाठी कोणीतरी त्या खिडकीवर जोरात दंडुक्यानं किंवा दगडानं मारावं तसा तो आवाज वाटला.

त्याबरोबर केविन आणि त्या दोघी मुलींनी अंग चोरून घेतलं. पाठीमागे वळून पाहत ते सगळेजण शिपायांच्या खोलीकडे पाहायला लागले. पण तो एवढा मोठा आवाज ऐकूनही त्यांच्यापैकी कोणी बाहेर आले नाहीत, हे पाहून त्यांना आश्चर्यच वाटलं.

काय झालंय ते बघण्यासाठी केविन आपल्या गाडीतून उडी मारून खाली उतरला आणि पुढे जायला लागला. पण तेवढ्यात एक तगडा काळा माणूस त्याच्याच दिशेनं येत असलेला त्याला दिसला.

''मस्त काम केलंस, दोस्ता ! माझं नाव वॉरन आणि हा जॅक.'' जॅकही आतापर्यंत त्याच्या बाजूला येऊन उभा राहिला होता.

''मी केविन.''

''वा ! मजा आली.'' वॉरन म्हणाला, ''आता तू ही गाडी परत मागे घे. दुसरी खिडकीही अशीच उचकटून काढायला हवी.''

''तुम्ही एवढ्या लवकर कसे काय बाहेर आलात?'' केविननं विचारलं.

''दोस्त, तू त्या खिडकीची सगळी चौकटच उचकटलीस.'' वॉरन म्हणाला.

परत गाडीत बसत केविननं ती मागे घेतली. जॅक आणि वॉरननं पहिल्या खिडकीच्या गजापासून ती साखळी सोडवून घेतली.

"तुझी कल्पना लागू पडली म्हणायची तर !" मेलनी म्हणाली, "अभिनंदन!"

"मला वाटलं होतं त्यापेक्षाही हे काम अधिक चांगलं झालं, असं म्हणायला हवं." केविन म्हणाला.

थोड्याच वेळात टोयोटाच्या मागच्या भागावर कोणीतरी थापा मारलेल्या त्यांना ऐकू आल्या. केविननं मागे वळून पाहिलं तर त्या दोघांपैकी एकजण त्याला गाडी पुढे घेण्याची खूण करत होता.

आधी वापरलं होतं तेच तंत्र केविननं यावेळीही वापरलं. परत एकदा खिडकी उचकटली गेल्याचा जोरदार आवाज झाला. यावेळी एक शिपाई खिडकीमध्ये आला.

केविन अगदी स्तब्ध बसला. बाहेर उभे असलेले ते दोघेजणही तसंच करतील याची त्याला खात्री होती. त्या शिपायानं खिडकीतली एक वाईनची बाटली उचलून तोंडाला लावायचा प्रयत्न केला आणि त्यामध्ये इतरही सगळ्या रिकाम्या बाटल्या खाली पाडल्या. त्या सगळ्या खाली पडून फुटल्या. मग तो खोलीत वळला आणि दिसेनासा झाला.

आता केविन गाडीतून खाली उतरला आणि कोठडीत असलेल्या त्या दोघी मुलींना ते बाहेर काढत होते ते पाहू लागला. त्या दोघी बाहेर आल्याबरोबर ते सगळेजण घाईघाईनं गाडीकडे गेले. साखळी गाडीपासून सोडवण्यासाठी म्हणून केविन गाडीच्या मागच्या बाजूला गेला, तर वॉरन आधीच त्या कामात गुंतलाय असं त्याला दिसलं.

काही न बोलता ते सर्वजण टोयोटामध्ये बसले. जॅक आणि वॉरन मागच्या सीटस्वर दाटीवाटीनं बसले, तर लॉरी आणि नटाली कॅन्डेसशेजारी मधल्या बाकावर बसल्या.

केविननं गाडी गिअरमध्ये टाकली. सैनिकांच्या तळावर एक शेवटची नजर टाकत त्यानं गाडी पार्किंग लॉटमधून बाहेर काढली. टाऊन हॉलपासून दूर जाईपर्यंत त्यानं गाडीचे हेडलाईट्स चालू केले नाहीत.

ही सुटका म्हणजे त्यांच्यापैकी प्रत्येकाच्याच दृष्टीने एक चित्तथरारक अनुभव होता. केविन, मेलनी आणि कॅन्डेसला त्यामुळे जिंकल्याचा आनंद मिळाला आणि न्यूयॉर्कच्या मंडळींना आश्चर्य आणि निव्वळ सुटकेचा आनंद मिळाला. त्या सातजणांनी एकमेकांच्या ओळखी करून घेतल्या आणि मग एकमेकांवर प्रश्नांची सरबत्ती करायला सुरुवात केली. सुरुवातीला सगळेचजण एकाच वेळी बोलत होते.

"सगळ्यांनी थोडं गप्प बसा पाहू !" जॅक त्या गोंधळावर आवाज चढवत ओरडला, "असा गोंधळ केलात तर कोणालाच काही समजायचं नाही. एका वेळी एकानंच बोला बरं."

''ठीक आहे.'' वॉरन म्हणाला, ''मी सगळ्यात प्रथम बोलतो. प्रथम या सर्वांचे आभार मानायची माझी इच्छा आहे. ते जर आत्ता आले नसते, तर आपली काही खैर नव्हती.''

''मी याला पूर्ण पाठिंबा देते.'' लॉरी म्हणाली.

शहराचा मध्यवर्ती भाग ओलांडल्यावर केविननं मुख्य सुपरमार्केटच्या पार्किंग लॉटमध्ये गाडी उभी केली. तिथे आणखीही बऱ्याच गाड्या होत्या. तिथे थांबल्यावर त्यानं गाडीचं इंजिन आणि हेडलाईट्स बंद केले.

केविननं बोलायला सुरुवात केली, ''प्रथम आपण या शहरातून बाहेर कसं पडायचं याची चर्चा करायला हवी. आपल्याकडे वेळ फारच थोडा आहे. तुम्ही लोक मुळात इथे आलात, तेव्हा परत जाण्यासाठी तुमची काय योजना होती?''

''ज्या बोटीनं आम्ही इथे आलो, त्याच बोटीनं परत जायचं अशी योजना होती.'' जॅक म्हणाला.

''कुठे आहे तुमची बोट?'' केविननं विचारलं.

''जिथे आम्ही ती सोडली होती, तिथे ती असावी असं आपण गृहीत धरूया.'' जॅक म्हणाला, ''धक्क्याखालच्या किनाऱ्यावर आम्ही ती लावून ठेवली होती.''

''आपण सर्वजण त्यात मावू शकू एवढी ती मोठी आहे का?'' केविननं विचारलं.

''आपण सगळेजण बसून शिवाय आणखी जागा उरेल एवढी मोठी आहे.'' जॅक म्हणाला.

''वा ! हे मस्त !'' केविन उत्तेजित होत म्हणाला, ''तुम्ही बोटीनंच आला असाल अशी मी आशा करत होतो. आता आपण थेट गॅबनला जाऊ शकू.'' तो पटकन वळला आणि त्यानं गाडीचं इंजिन सुरू केलं. ''बोट या लोकांना सापडली नसेल, अशी आता आपण सगळेजण प्रार्थना करू या.''

तो त्या पार्किंग लॉटमधून बाहेर पडला आणि लांबच्या रस्त्यानं किनाऱ्याकडे जायला निघाला. टाऊन हॉल आणि स्वत:च्या घरापासून जमेल तेवढं लांब राहण्याची त्याची इच्छा होती.

''आमची एक मोठी अडचण आहे...'' जॅक म्हणाला, ''आमच्याकडे ओळख पटवण्यासाठी काहीही कागदपत्रं नाहीत आणि पैसेही नाहीत.''

''आमचीही परिस्थिती काही फारशी वेगळी नाही.'' केविन म्हणाला, ''पण आमच्याजवळ थोडेसे पैसे आहेत. थोडी रोकड आणि काही ट्रॅव्हलर्स चेक्स. आज दुपारी आम्हाला जेव्हा आमच्याच घरात कैद करण्यात आलं, तेव्हा आमचे पासपोर्ट्स जप्त करण्यात आले. तुमच्याप्रमाणेच आम्हालाही इक्वेटोगिनीयन अधिकाऱ्यांच्या ताब्यात द्यायचं असा निर्णय घेण्यात आला होता.''

"त्यामुळे आपल्याला काही त्रास झाला असता का?" जॅकनं विचारलं.

केविन विषण्णपणे हसला. त्याला डोळ्यासमोर सिग्फ्रीडच्या टेबलावरील कवट्या दिसू लागल्या. "त्रास हा शब्द फारच साधा आहे. आपल्यावर खोटा खोटा खटला चालवून नंतर आपल्याला फायरिंग स्क्वॉडच्या समोर उभं करण्यात आलं असतं."

"काय, म्हणतोस तरी काय?" जॅक आश्चर्यानं उद्‌गारला.

"जेनसिसच्या कामात ढवळाढवळ करणं, हा या देशात मृत्युदंडाला पात्र असा गुन्हा आहे." केविन म्हणाला, "आणि एखादा माणूस अशी ढवळाढवळ करतोय की नाही, हे ठरवण्याचे सगळे हक्क इथल्या मॅनेजरला आहेत."

"फायरिंग स्क्वॉड !" जॅकनं थरारून परत एकदा तेच शब्द उच्चारले.

"माझी तरी तशी खात्री आहे." केविन म्हणाला, "आणि इथल्या सैनिकांनाही त्याची चांगली सवय आहे. गेल्या कित्येक वर्षांचा त्यांचा या गोष्टीचा सराव आहे."

"म्हणजे मग आम्हाला वाटलं होतं त्यापेक्षाही तुम्हा लोकांचे आमच्यावर खूपच उपकार आहेत, असं म्हणायला हवं." जॅक म्हणाला, "मला याची अजिबात कल्पना नव्हती."

गाडीच्या मागच्या खिडकीतून बाहेर पाहत असलेल्या लॉरीच्या अंगावर शहारे आले. त्यांच्या जीवाला किती धोका होता, ते आत्ता त्यांच्या हळूहळू लक्षात येत होतं; आणि अजूनही तो पूर्णपणे दूर झालेला नव्हताच.

"तुम्ही या संकटात कसे काय सापडलात?" वॉरननं विचारलं.

"आमची कथा फारच लांबलचक आहे." मेलनी म्हणाली.

"आमचीही." लॉरी म्हणाली.

"मला तुम्हाला एक गोष्ट विचारायचीय." केविन म्हणाला, "तुम्ही कार्लो फ्रँकोनीमुळे इथे आलात का?"

"कमाल आहे !" जॅक म्हणाला, "तुला काय दिव्य दृष्टी वगैरे आहे की काय? ग्रेटच म्हटलं पाहिजे तुला. तुला हे कसं काय समजलं? कोगोमध्ये तू नेमकं काय काम करतोस?"

"मी काय करतो असं विचारतो आहेस का तू?" केविननं विचारलं.

"म्हणजे मला असं म्हणायचंय, की तुम्ही सगळीचजणं काय करता?" जॅक म्हणाला.

कोणी प्रथम बोलावं असा विचार करत केविन, मेलनी आणि कॅन्डेसनं एकमेकांकडे बघितलं.

"आम्ही सगळेजण एकाच प्रकल्पात काम करतो." कॅन्डेस म्हणाली, "पण त्यातली माझी भूमिका अगदीच नगण्य होती. आरोपणासाठी इथे रुग्णाला आणलं

जातं, तेव्हा त्याची काळजी घेण्यासाठी 'अति-दक्षता नर्स' म्हणून मीही त्याच्याबरोबर येते.''

''मी पुनरुत्पादन तंत्रज्ञ आहे.'' मेलनी म्हणाली, ''केविनला त्याची जादू करता यावी, म्हणून मी त्याला कच्च्या मालाचा पुरवठा करते. त्याचं काम झालं, की पुढे ते पूर्णत्वाला नेण्यासाठी परत माझ्याकडे दिलं जातं.''

''मी रेण्वीय जीवशास्त्रज्ञ आहे...'' केविन खेदाचा एक सुस्कारा सोडत म्हणाला, ''मी आपल्या सीमारेषा ओळखू शकलो नाही आणि माझ्या हातून प्रोमेथियससारखी भयंकर चूक घडली.''

''एक मिनिट.'' जॅक म्हणाला, ''मला साहित्यातलं काही कळत नाही. प्रोमेथियसबद्दल मी ऐकलंय खरं, पण तो नेमका कोण होता ते आत्ता मला आठवत नाहीये.''

''प्रोमेथियस हा ग्रीक पुराणातला एक पराक्रमी देव होता.'' लॉरी म्हणाली, ''त्यानं ऑलिम्पसकडून अग्नीची चोरी केली आणि तो मानवाला दिला.''

''मी स्वत:च्याही नकळत असा 'अग्नी' काही प्राण्यांना देऊन बसलोय.'' केविन म्हणाला, ''क्रोमोझोम्सचे तुकडे हलवता येतात, हा शोध मला लागल्यावर मला खूपच आनंद झाला. विशेषत: क्रोमोझोम क्रमांक सहाच्या छोट्या भागातली जनुकं, प्राण्यांच्या एका जातीतून दुसऱ्या जातीत आणि एका पेशीतून दुसऱ्या पेशीत कशी टाकायची, ते मी शोधून काढलं.''

''म्हणजे तू मानवामधले क्रोमोझोम्सचे तुकडे एप्सच्या शरीरात टाकलेस तर..'' जॅक म्हणाला.

''एप्च्या फलित बीजामध्ये आम्ही ते टाकत होतो.'' केविन म्हणाला, ''नेमकं सांगायचं तर बोनोबोंच्या बीजांमध्ये.''

''....आणि हे सारं करण्यातला तुझा हेतू हा होता, की एखाद्या विशिष्ट माणसासाठी अवयवारोपण करण्याची गरज पडलीच, तर त्याच्या पेशीसमूहांशी जुळवून घेऊ शकेल, असा परिपूर्ण प्राणी निर्माण करून ठेवायचा. असंच ना?'' जॅकनं विचारलं.

''अगदी बरोबर.'' केविन म्हणाला, ''पण खरं म्हणजे सुरुवातीला माझ्या मनात हे नव्हतं; मी नुसताच संशोधक होतो. पण यातल्या आर्थिक लाभांचं प्रलोभन दाखवून कोणीतरी मला या जाळ्यात ओढलं आणि मग मात्र मी त्यात पुरता गोवला गेलो.''

''वा !'' जॅक म्हणाला, ''फारच कल्पक आहेस हं तू आणि हुशारदेखील. पण हे सगळंच थोडं भयानक वाटतंय, नाही का?''

''थोडं का? चांगलंच भयानक आहे हे ! '' केविन म्हणाला, ''ही एक प्रकारची

शोकांतिकाच म्हणायला हवी. गोंधळ असा झाला, की मी खूपच मानवी जनुकं त्या प्राण्यांमध्ये टाकली. माझ्या हातून अपघातानं आदिमानवासारख्या प्राण्यांची एक जात निर्माण झालेली आहे.''

''नीअँडर्थल्ससारखे प्राणी म्हणतोयस का तू?'' लॉरीनं विचारलं.

''त्यांच्याही आधी लाखो वर्षांपूर्वी जन्माला आलेल्या प्राण्यांसारखे मागासलेले आहेत हे प्राणी.'' केविन म्हणाला, ''ते ल्यूसीसारखे अधिक वाटतात. पण अग्नीचा वापर करण्याएवढे, हत्यारं तयार करू शकण्याएवढे आणि एकमेकांत संभाषण करण्याएवढे ते हुशार आहेत. चाळीस पन्नास लाख वर्षांपूर्वी आपण जसे होतो, तसे ते आहेत असं म्हणायला हरकत नाही.''

''सध्या हे प्राणी कुठे आहेत?'' लॉरीनं सावधपणे विचारलं.

''ते जवळच्या एका बेटावर आहेत.'' केविन म्हणाला, ''तिथे ते स्वतंत्र आयुष्य जगतात. पण त्यांच्या दुर्दैवानं आता ते सगळं बदलणार आहे.''

''बदलणार आहे? ते कशामुळे?'' लॉरीनं विचारलं. तिला ते आदिमानव नजरेसमोर दिसू लागले. लहानपणी तिला गुहेत राहणाऱ्या माणसांविषयी प्रचंड आकर्षण वाटायचं.

केविननं त्यांना आपल्याला दिसलेल्या धुराविषयी आणि त्यानंतर त्यानं, मेलनीनं आणि कॅन्डेसनं बेटाला दिलेल्या भेटीविषयीची हकीगत थोडक्यात सांगितली. त्यांना कसं पकडण्यात आलं होतं आणि नंतर त्यांची सुटका कशी झाली, तेही त्यानं त्यांना सांगितलं. हे प्राणी फारच मानवासारखे असल्यामुळे, आता उरलेलं जीवन छोट्या काँक्रीटच्या कोठड्यांमध्ये व्यतीत करण्याचं संकट त्यांच्यावर कसं कोसळलंय, तेही सांगितलं.

''हे फारच विचित्र आहे...!'' लॉरी म्हणाली.

''त्यांच्यावर हा विनाशच कोसळला आहे असं म्हणायला हवं.'' जॅक मान हलवत म्हणाला, ''किती भयानक गोष्ट आहे ही !''

''प्राण्यांच्या आणखी एका नवीन जातीचं स्वागत करायची जगाची अजून तयारी झालेली नाहीये, असं दिसतंय.'' वॉरन म्हणाला, ''पण आपल्या डोक्याला आधीच भरपूर काळज्या आहेत.''

''आपण किनाऱ्याजवळ आलो, बरं का.'' केविननं घोषणा केली. ''पुढचं वळण पार केलं, की धक्क्याजवळचा चौक येईलच.''

''मग आता तू इथेच थांब.'' जॅक म्हणाला, ''आम्ही आलो तेव्हा तिथे एक शिपाई गस्त घालत होता.''

केविननं गाडी रस्त्याच्या कडेला घेतली आणि हेडलाईट्स बंद केले. वातानुकूलन चालू राहावं म्हणून त्यानं गाडीचं इंजिन चालूच ठेवलं. जॅक आणि वॉरन गाडीच्या

मागच्या भागातून खाली उतरले आणि धावतच कोपऱ्यापर्यंत गेले. काळजीपूर्वक त्यांनी कोपऱ्यावरून डोकावून बघितलं.

"आमची बोट जर तिथे नसेल, तर आपल्याला दुसरी एखादी बोट मिळू शकेल?" लॉरीनं विचारलं.

"मला त्याबद्दल शंकाच वाटतेय... बहुतेक नाही मिळणार." केविन म्हणाला.

"मुख्य प्रवेशद्वार टाळून जायचं असेल, तर शहराबाहेर पडायचा आणखी काही मार्ग आहे का?" परत लॉरीनं विचारलं.

"नाही. तेवढा एकच रस्ता आहे." केविन म्हणाला.

"मग आता परमेश्वरावरच भरंवसा ठेवून बसायला हवं." लॉरी म्हणाली.

जॅक आणि वॉरन लगेचच परत आले. केविननं आपल्या बाजूची खिडकीची काच खाली केली.

"एक शिपाई आहे तिथे." जॅक म्हणाला, "पण त्याचं फारसं काही लक्ष दिसत नाहीये. मला तर वाटतं, की त्याला झोप लागली असावी. पण तरी आपल्याला सावधगिरी म्हणून त्याची काहीतरी व्यवस्था लावायला हवी. तुम्ही सर्वजण थोडा वेळ इथेच थांबा. आम्ही आलोच."

"माझी काहीच हरकत नाही." केविन म्हणाला. असल्या गोष्टी इतरांनी केल्या तर त्याला हव्याच होत्या. त्याच्यावर जर कधी अशी वेळ आलीच असती, तर काय करावं याचा त्याला फार विचार करावा लागला असता.

जॅक आणि वॉरन कोपऱ्यापर्यंत गेले आणि वळून दिसेनासे झाले. केविननं परत आपल्या खिडकीची काच वर केली.

लॉरीनं नटालीकडे बघून मान हलवली. "या सगळ्या प्रकाराचं मला फारच वाईट वाटतंय. मला आधीच समजायला हवं होतं. जॅक जिथे जाईल तिथे असल्या काहीतरी भानगडी होतातच. त्याची ती खासियतच आहे."

"माफी मागायची काहीही आवश्यकता नाही." नटाली म्हणाली, "हा काही तुझा दोष नक्कीच नाहीये. शिवाय पंधरा-वीस मिनिटांपूर्वीपेक्षा आत्ता परिस्थिती कितीतरी सुधारल्यासारखी वाटतेय."

जॅक आणि वॉरन फारच थोड्या वेळात परत आले. सर्वांनाच त्याचं आश्चर्य वाटलं. जॅकच्या हातात एक हँडगन होती आणि वॉरनच्या हातात एक बंदूक. ते परत टोयोटाच्या मागच्या भागात चढले.

"काही त्रास झाला?" केविननं विचारलं.

"काहीच नाही." जॅक म्हणाला, "त्यानं आम्हाला फारच चांगलं सहकार्य दिलं. अर्थात, तशीच गरज पडली तर वॉरन कोणाचंही मन अतिशय चांगल्या तऱ्हेनं वळवू शकतो..."

“ ‘चिकी हट् बार’ला पार्किंग एरिया आहे?” वॉरननं विचारलं.

“आहे की.” केविन म्हणाला.

“मग गाडी तिकडे घेऊन चल.” वॉरन म्हणाला.

केविननं गाडी मागे घेतली. मग आधी उजवीकडे आणि नंतर लगेच डावीकडे वळला. त्या गल्लीच्या टोकाशीच एक मोठा डांबरी पार्किंग लॉट होता. अंधारामध्ये त्यांना ‘चिकी हट् बार’ची फक्त बाह्यरेषा समोर दिसत होती. बारच्या पलीकडे एस्ट्युअरीच्या रुंद पात्रातील पाणी दिसत होतं. चंद्रप्रकाशामुळे त्याचा पृष्ठभाग चमकत होता.

केविन थेट बारपर्यंत गेला आणि मगच त्यानं गाडी थांबवली.

“तुम्ही सगळेजण इथेच थांबा.” वॉरन म्हणाला, “मी बोट आहे की नाही ते पाहून येतो.” बंदूक घेऊन त्यानं पटकन गाडीतून खाली उडी मारली आणि तो बारच्या मागच्या बाजूला दिसेनासा झाला.

“हा भलताच चपळ दिसतोय.” मेलनी म्हणाली.

“तुम्हाला त्याच्या चपळाईची कल्पना नाही.” जॅक म्हणाला.

“पाण्याच्या पलीकडे दिसतंय ते गॅबन आहे का?” लॉरीनं विचारलं.

“हो.” मेलनी म्हणाली.

“किती दूर आहे ते?” जॅकनं विचारलं.

“तिथपर्यंतचं सरळ अंतर चार मैलांचं आहे.” केविन म्हणाला, “पण आपण कोकोबीचला जायचा प्रयत्न करायला हवा. तो जवळजवळ दहा मैलांवर आहे. तिथून आपल्याला लिबरव्हिलेमधल्या अमेरिकन दूतावासाशी संपर्क साधता येईल. ते आपल्याला नक्कीच मदत करतील.”

“कोकोबीचला जायला आपल्याला किती वेळ लागेल?” लॉरीनं विचारलं.

“माझा अंदाज असा आहे, की एका तासापेक्षा थोडा अधिक वेळ लागेल.” केविन म्हणाला, “अर्थात, बोटीच्या वेगावरदेखील ते अवलंबून राहील.”

वॉरन परत येऊन गाडीकडे आला. केविननं परत आपल्या खिडकीची काच खाली केली.

“आपलं नशीब चांगलं आहे.” वॉरन म्हणाला. “बोट अजून तिथेच आहे. आपण सहज जाऊ शकू.”

“हुर्रे.” सगळेजण एकदम ओरडले आणि गाडीतून बाहेर पडले. केविन, मेलनी आणि कॅन्डेसनं आपापल्या कॅन्व्हासच्या बॅगा बाहेर काढल्या.

“हे तुमचं सामान आहे का?” लॉरीनं त्यांना चिडवत विचारलं.

“हो. एवढंच आहे.” कॅन्डेस म्हणाली.

अंधाऱ्या बारकडे ते सगळे निघाल्यावर वॉरन सगळ्यांच्या पुढे चालायला लागला. किनाऱ्याकडे जात असलेल्या पायऱ्यांकडे तो सर्वांना घेऊन गेला.

"या भिंतीच्या आडून आपण सर्वजण जरा भराभरच चालत जाऊ या." वॉरन म्हणाला. त्यानं सर्वांना आपल्या पुढे जायची खूण केली.

धक्क्याच्या खाली चांगलाच अंधार होता. त्यामुळे त्या सगळ्यांनाच हळू चालावं लागत होतं. पाण्याच्या छोट्या लाटा किनाऱ्यावर आपटल्याचा आवाज येत होता. त्याचबरोबर वाळूमध्ये बिळं खोदत असलेल्या मोठाल्या खेकड्यांचाही आवाज येत होता.

"आमच्याकडे एक-दोन बॅटऱ्या आहेत." केविन म्हणाला, "त्या लावायच्या का?"

"नको. तो धोका आणखी पत्करायला नको." जॅक म्हणाला. अंधारामुळे तो जाऊन बोटीवर जवळजवळ आदळलाच होता. सगळ्यांना त्यात चढायला सांगण्यापूर्वी ती पुरेशी स्थिर आहे, याची त्यानं खात्री करून घेतली. सगळ्यांना त्यानं बोटीच्या टोकाकडे जायला सांगितलं. सगळेजण मागच्या भागात गेल्यामुळे पुढचा भाग हलका होऊन वर आला. मग बोटीवर वाकून त्यानं ती ढकलायला सुरुवात केली.

"वरच्या आडव्या खांबाकडे लक्ष ठेवा." जॅक म्हणाला आणि तोही उडी मारून बोटीत चढला. प्रत्येकानं लाकडांना मागे ढकलत हळूहळू बोट पुढे ढकलायला सुरुवात केली. धक्क्याच्या टोकापर्यंत पोचायला त्यांना काही मिनिटंच लागली. त्याच्यापुढे तरंगत्या धक्क्यानं त्यांची वाट अडवली होती. तिथे बोट वळवून त्यांनी ती चंद्रप्रकाशात खुल्या पाण्यात आणली.

त्यांच्याकडे चारच वल्ही होती. सगळे पुरुष तर वल्हवणार होतेच. पण मेलनीनंही आपण वल्हवणार असा आग्रह धरला.

"मोटर सुरू करण्यापूर्वी आपण किनाऱ्यापासून शंभर यार्ड तरी दूर जायला हवं, असं मला वाटतं." जॅक म्हणाला, "कुठल्याही प्रकारचा धोका पत्करण्यात काही अर्थ नाही."

शांतपणे झोपलेल्या कोगोकडे सर्वांनी एक शेवटची नजर टाकली. पांढरा रंग लावलेल्या तिथल्या घरांच्या भिंती चंद्रप्रकाशात चांदीसारख्या चमकत होत्या. शहराभोवतीचं जंगलही त्या दृश्याची शोभा वाढवतच होतं. झाडांच्या त्या भिंती, कधीही फुटतील अशा वाटणाऱ्या मोठ्या लाटांसारख्या दिसत होत्या.

जंगलातले रात्रीचे आवाज आता अंतरामुळे ऐकू येईनासे झाले. पाण्यात वल्ही मारल्याचा आणि ती बोटीवर घासली गेल्याचा आवाज तेवढा ऐकू येत होता. काही वेळ त्यांच्यापैकी कोणीच काही बोललं नाही. हळूहळू त्यांची हृदयं आणि श्वासोच्छ्‌वास नियमितपणे चालायला लागले. आता त्यांना विचार करायला आणि आजूबाजूला पाहायला वेळ मिळाला. आफ्रिकेच्या रात्रीच्या त्या विलोभनीय दर्शनानं न्यूयॉर्कचे पाहुणे विशेष प्रभावित झाले होते. त्या दृश्याचा आवाकाही प्रचंड होता. आफ्रिकेमध्ये

बहुतेक सगळ्याच गोष्टी प्रमाणाबाहेर मोठ्या असतात, असं त्यांना वाटलं. अगदी रात्रीचं आकाशदेखील.

मात्र केविनच्या भावना यावेळी फार वेगळ्या होत्या. कोगोतून निसटून आपण दूर जातोय आणि इतरांनाही सोडवण्यात आपण मदत केलीय, या आनंदापेक्षा बोनोबोंबद्दलची खंत त्याच्या मनाला अधिक टोचत होती. त्या बिचाऱ्या किमेरिक बोनोबोंचं काय होणार, या विचाराची बोचणी त्याच्या मनाला लागली होती. त्यांची निर्मिती केली हे तर चुकलंच होतं, पण आता त्यांना जन्मठेपेसारखं त्या छोट्या पिंजऱ्यांमध्ये बंदिस्त होऊन राहावं लागणार, या विचारानं त्याची अपराधीपणाची भावना आणखीनच वाढीला लागली.

काही वेळानं जॅकनं आपलं वल्हं वर घेतलं आणि बोटीच्या तळाशी टाकलं. ''चला, आता इंजिन चालू करायची वेळ झाली.'' त्यानं घोषणा केली. मोटर उचलून घेत त्यानं ती बोटीच्या बाहेरच्या बाजूला अडकवली आणि पाण्यात सोडली.

''एक सेकंद.'' केविन एकदम म्हणाला, ''माझी तुम्हाला सर्वांना एक विनंती आहे. हे तुम्हाला विचारायचा मला काहीही अधिकार नाही. पण माझ्या दृष्टीनं ते अतिशय महत्त्वाचं आहे.''

बोटीच्या इंधनाच्या टाकीवर वाकलेला जॅक हे ऐकल्यावर सरळ उभा राहिला. ''तुझ्या मनात काय आहे ते स्पष्ट सांगून टाक की मित्रा.'' तो केविनला म्हणाला.

''तुम्हाला ते बेट दिसतंय? या बेटांच्या साखळीमध्ये सर्वात शेवटी आहे ते?'' केविननं इस्ला फ्रॅन्सेस्काकडे बोट दाखवत विचारलं. ''तिथे ते सगळे बोनोबो आहेत. मुख्य भूमीला जोडणाऱ्या पुलाच्या टोकाशी पिंजऱ्यांमध्ये त्या सर्वांना ठेवलंय. तिथे जाऊन त्यांना मोकळं करावं अशी माझी इच्छा आहे.''

''त्यामुळे काय होईल?'' लॉरीनं विचारलं.

''पुष्कळच होईल. त्यांना मी जर 'तो पूल पार करून मुख्य भूमीवर जा,' असं समजावून सांगू शकलो, तर माझं उद्दिष्ट साध्य होईल.'' केविन म्हणाला.

''पण तुमचे कोगोतले मित्र त्यांना परत पकडणार नाहीत कशावरून?'' जॅकनं विचारलं.

''त्यांना ते सापडणारच नाहीत.'' आपल्या कल्पनेचा आणखी विचार करत केविन म्हणाला, ''ते सगळे जंगलात अदृश्य होतील. इक्वेटोरियल गिनीच्या या भागापासून आतमध्ये हजार मैलांपर्यंत सगळं जवळजवळ अस्पर्श असं जंगलच आहे. ते फक्त या देशापुरतंच मर्यादित नाहीये. गॅबन, कॅमेरून, काँगो आणि सेंट्रल आफ्रिकन रिपब्लिकचाही काही भाग त्यानं व्यापलेला आहे. त्याची व्याप्ती जवळजवळ दहा लाख चौरस मैल एवढी असावी. त्याच्या काही भागांमध्ये खरोखरच अजूनपर्यंत कोणीही मनुष्यप्राणी जाऊ शकलेला नाही.''

"त्यांचं त्यांना असंच सोडून द्यायचं?" कॅन्डेसनं विचारलं.

"हो, मग काय तर?" केविन म्हणाला, "तीच तर त्यांची संधी असेल. आणि मला वाटतंय, की ते नक्की त्याचा फायदा घेतील. ते उद्योगी आहेत. आपल्या पूर्वजांकडेच बघा ना. त्यांना तर प्लाइस्टोसीन हिमयुगालाही टक्कर द्यावी लागली होती. जंगलात जगण्याच्या आव्हानापेक्षा ते तर कितीतरी मोठं आव्हान होतं..."

लॉरीनं जॅककडे बघितलं. "मला ही कल्पना आवडली."

जॅकनं एकदा बेटाकडे बघितलं आणि कोकोबीच कुठल्या दिशेला आहे, ते विचारलं.

आपल्याला थोडी वाकडी वाट करून जावं लागेल, हे केविननं कबूल केलं. "पण त्यामुळे आपल्या योजनेत फार फार तर वीस मिनिटांचा फरक पडेल."

"तू त्यांना सोडलंस आणि ते बेटावरच राहिले तर?" वॉरननं विचारलं.

"निदान माझ्या बाजूनं मी प्रयत्न केला, हे समाधान तरी मला मिळेल." केविन म्हणाला, "मी काहीतरी करायला पाहिजे असं मला एकसारखं वाटतंय."

"हो, काय हरकत आहे?" जॅक म्हणाला, "मलाही ही कल्पना आवडायला लागलीय असं वाटतंय. बाकी सर्वांचं काय म्हणणं आहे?"

"तुला खरं सांगायचं ना, तर मलाही त्यांच्यापैकी एखादा प्राणी बघायची इच्छा होतीच." वॉरन म्हणाला.

"मग आपण जाऊच या..." कॅन्डेस उत्साहानं म्हणाली.

"माझी काहीच हरकत नाही." नटाली म्हणाली.

"मला तर ही कल्पना फारच आवडलीय." मेलनी म्हणाली, "आपण हे काम करूनच टाकू."

जॅकनं इंजिनाची दोरी दोन-तीन वेळा ओढली. इंजिन चालू झालं. सुकाणू हातात धरून जॅकनं बोट इस्ला फ्रॅन्सेस्काच्या दिशेनं वळवायला सुरुवात केली.

□□

२३

मार्च १०, १९९७
पहाटे १ वाजून ४५ मिनिटे
कोगो, इक्वेटोरियल गिनी

हे स्वप्न सिग्फ्रीडला यापूर्वी शेकडो वेळा पडलं होतं, आणि दरवेळी त्यात काहीतरी नवीन वाईट गोष्टींची भर पडत गेली होती. त्यामध्ये जवळ पिल्लू असलेल्या एका हत्तीणीच्या जवळ तो जात असतो. त्याला ते करायला आवडत नसतं, पण त्याच्या ग्राहकानं तसा आग्रहच धरलेला असतो. त्याच्या बायकोला ते पिल्लू जवळून पाहायचं असतं.

दोघं नवराबायको त्या हत्तीणीच्या जवळ जात असताना सिग्फ्रीडनं आपली माणसं दोन्ही बाजूंना रक्षणासाठी पेरून ठेवलेली असतात. पण एक मोठा नर हत्ती धावत आल्यामुळे उत्तरेला असलेली त्याची माणसं घाबरतात. ती तिथून पळत सुटतात आणि फारच घाबरल्यामुळे सिग्फ्रीडला या धोक्याची सूचना द्यायलाही विसरतात.

तो प्रचंड हत्ती झुडुपातून धावत येताना एखादी रेल्वेगाडी धडधडत यावी तसा आवाज येत असतो. त्याच्या चीत्कारांमुळे या सगळ्या भयानकतेत आणखीनच भर पडत असते. तो आता सिग्फ्रीडवर येऊन आदळणार, तेवढ्यात त्याला जाग येते.... तो घामानं थबथबलेला असतो.

धापा टाकत सिग्फ्रीडनं कूस पालटली आणि तो उठून बसला. मच्छरदाणीतून हात बाहेर काढून त्यानं पाण्याचा ग्लास घेतला आणि प्याला. त्याच्या या स्वप्नातली वाईट गोष्ट ही होती, की हा सगळा प्रसंग

त्याच्यावर प्रत्यक्षात एकदा गुदरला होता. या घटनेमुळेच त्याला आपला उजवा हात गमवावा लागला होता आणि चेहरा कायमचा कुरूप करून टाकणारा एक व्रण त्याला मिळाला होता.

सिग्फ्रीड पलंगाच्या कडेला थोडा वेळ बसला. मग त्याच्या लक्षात आलं, की आपल्याला स्वप्नातल्या हत्तीचा जो आवाज वाटत होता, तो प्रत्यक्षात त्याच्या खिडकीबाहेरून येणारा संगीताचा आवाज होता. थोड्या वेळातच तो कुठून येतोय, हे त्याच्या लक्षात आलं. एका स्वस्तातल्या कॅसेट प्लेअरवर वाजणारं ते मोठ्या आवाजातलं वेस्ट आफ्रिकन रॉक संगीत होतं.

सिग्फ्रीडनं घड्याळाकडे बघितलं. दोन वाजत आलेत हे पाहिल्यावर त्याच्या रागाचा पारा क्षणात वर चढला. पहाटेच्या या वेळी एवढा गोंधळ घालणारे हे मूर्ख कोण असावेत?

आपल्या घराच्या समोर असलेल्या हिरवळीच्या पलीकडून हा आवाज येतोय, हे लक्षात आल्यावर तो उठला आणि व्हरांड्यात येऊन पाहू लागला. केविन मार्शलच्या घरातून तो आवाज येतोय हे पाहिल्यावर त्याला चांगलंच आश्चर्य वाटलं आणि तो गोंधळूनही गेला. खरं म्हणजे हे संगीत कोणी लावलंय हेही त्याला आत्तापर्यंत दिसलं होतं.

त्या घरावर पहारा करण्यासाठी ठेवलेले शिपाई ही पार्टी करत होते.

त्याच्या डोक्यात रागानं थैमान घातलं. परत बेडरूममध्ये जात त्यानं कॅमेरॉनला फोन लावला आणि सुरक्षा-विभागाच्या प्रमुखाला घेऊन ताबडतोब केविनच्या घरापाशी यायला सांगितलं. रागानंच त्यानं फोन खाली आपटला आणि घाईघाईनं अंगात कपडे चढवले. घराच्या बाहेर पडता पडता त्यानं आपली शिकारीची जुनी कार्बाईन बंदूक उचलली.

सिग्फ्रीड सरळ हिरवळीवरून चालत पलीकडे गेला. तो जसजसा केविनच्या घराच्या जवळ येत चालला, तसतसा संगीताचा आवाज मोठामोठा व्हायला लागला. एका उघड्या दिव्याच्या प्रकाशात ते शिपाई त्यांना नेमून दिलेल्या खोलीत बसलेले त्याला दिसले. त्यांच्या पायापाशी वाईनच्या कितीतरी रिकाम्या बाटल्या पडलेल्या होत्या. दोन शिपाई वाजणाऱ्या संगीताबरोबर गात होते आणि हातातली काल्पनिक वाद्यं वाजवत होते. दुसरे दोघे नशेत धुंद होऊन झोपलेले दिसत होते.

सिग्फ्रीड तिथे पोचेपर्यंत कॅमेरॉनची गाडी दगडी गोट्यांच्या रस्त्यावरून येत असलेली त्याला दिसली. केविनच्या घरासमोर आल्यावर कॅमेरॉननं जोरात गाडीचा ब्रेक दाबला आणि तो उडी मारून खाली उतरला. सिग्फ्रीडकडे येत असताना अजून तो आपल्या शर्टाची बटनं लावतच होता. नशेत धुंद असलेल्या त्या शिपायांकडे नजर गेल्यावर तो एकदम गांगरूनच गेला.

कॅमेरॉन सिग्फ्रीडची माफी मागायला लागला, पण सिग्फ्रीडनं त्याला मध्येच तोडलं. ''स्पष्टीकरण, सबबी हे सगळं आत्ता विसर.'' तो म्हणाला, ''आधी वर जा आणि मिस्टर मार्शल आणि त्याच्या दोन मैत्रिणी वर आहेत की नाहीत, ते झटकन बघून ये.''

कॅमेरॉननं सलाम केल्यासारखा आपल्या हॅटला हळूच हात लावला आणि तो जिन्यावरून धावतच वर गेला. त्यानं दारावर धाडधाड आवाज करून दार ठोकल्याचा आवाज सिग्फ्रीडला खाली ऐकू येत होता. काही क्षणातच तिथले सगळे दिवे लागलेले त्याला दिसले.

त्या शिपायांकडे पाहिल्यावर त्याला परत परत राग येत होता. तो किंवा कॅमेरॉन आलेले त्यांना समजलेलंही नव्हतं.

कॅमेरॉन परत आला, तेव्हा त्याचा चेहरा पडलेला होता आणि तो नकारार्थी मान हलवत होता.

''ते तिथे नाहीयेत..'' तो म्हणाला.

सिग्फ्रीडनं आपला राग काबूत ठेवायचा प्रयत्न केला. त्याला आता काहीतरी विचार करायलाच हवा होता. एवढ्या अकार्यक्षम माणसांबरोबर आपल्याला काम करावं लागतंय, या गोष्टीचाही त्याला भयंकर संताप आला होता.

''त्याची लँडक्रूसर गाडी आहे का?'' सिग्फ्रीडनं एकदम विचारलं.

''मी पाहून येतो.'' कॅमेरॉन म्हणाला. त्या गाणाऱ्या शिपायांच्या मधून वाट काढत धावतच तो मागच्या बाजूला गेला आणि लगेचच परत आला.

''तीही नाहीशी झालीय.''

''केवढं आश्चर्य आहे, नाही?'' सिग्फ्रीड उपरोधानं म्हणाला. त्यानं आपली बोटं मोडली आणि तो कॅमेरॉनच्या गाडीकडे चालायला लागला.

सिग्फ्रीड पुढच्या ड्रायव्हरशेजारच्या सीटवर बसला आणि कॅमेरॉन गाडी चालवू लागला.

''तुझ्या सुरक्षा कर्मचाऱ्यांना फोन लाव आणि त्यांना सर्वांना सावध कर.'' सिग्फ्रीडनं हुकूम सोडला, ''केविनची गाडी मला ताबडतोब सापडायला हवीय. आणि गेटलाही फोन कर. ती गाडी 'झोन' सोडून गेली नाहीये ना, याची खात्री करून घे... आणि मला टाऊन हॉलकडे घेऊन चल.''

चौकातून गाडी वळवत असताना गाडीतलाच फोन वापरून कॅमेरॉननं फोन लावायला सुरुवात केली. ते दोन्ही नंबर्स त्याच्या फोनच्या ऑटो-डायलरमध्ये साठवलेले होते. त्यामुळे ते फिरवण्यासाठी त्याला हातांचाही वापर करावा लागत नव्हता. ॲक्सेलरेटरवर पाय दाबत त्यानं उत्तरेच्या दिशेनं गाडी दामटायला सुरुवात केली.

ते टाऊन हॉलच्या जवळ यायला लागण्यापूर्वीच केविनचा शोध घेण्याचं काम

सुरू झालेलं होतं. ती गाडी गेटमधून बाहेर गेलेली नाही, हे त्यांना लगेचच समजलं. पार्किंग लॉटच्या जवळ आल्यावर त्यांना तिथेही संगीताचा जल्लोश ऐकू येऊ लागला.

"माय गॉड् !" कॅमेरॉन म्हणाला.

सिग्फ्रीड गप्पच बसला होता. जे संकट आता आपल्यावर कोसळणार आहे अशी त्याला शंका येत होती, त्याला कसं तोंड द्यावं याचा विचार त्याच्या मनात चालू झाला होता.

कॅमेरॉन इमारतीपाशी येऊन थांबला. भिंतीतून खिडक्या उचकटून काढताना तिथे जो कचरा झाला होता, तो त्याच्या गाडीच्या हेडलाईटस्‌मध्ये उजळून निघाला होता. साखळीचा ढीगही त्यांना त्या प्रकाशात स्पष्ट दिसला.

"हे भयानकच अरिष्ट आहे..." सिग्फ्रीड थरथरत्या आवाजात म्हणाला. आपली कार्बाईन घेऊन तो खाली उतरला. त्याला ती बंदूक एका हातानंच वापरायला लागत होती, तरीही त्याचा नेम अचूक होता. झटक्यात त्यानं तिच्यातून तीन गोळ्या झाडल्या आणि सैनिकांच्या खोलीच्या खिडकीच्या कठड्यावर असलेल्या वाईनच्या तीन रिकाम्या बाटल्यांचे तुकडे तुकडे केले. त्यांचा मोठा आवाजही झाला. तरीही आतून येणाऱ्या संगीतावर त्याचा काहीही परिणाम झाला नाही.

आपल्या चांगल्या हातात ती बंदूक घट्ट पकडत सिग्फ्रीड त्या खोलीकडे गेला आणि त्यानं आत डोकावून पाहिलं. तिथल्या टेबलावर ठेवलेल्या कॅसेट प्लेअरचा आवाज सर्वात मोठा चढवून ठेवलेला होता. तिथले चौघे सैनिक जमिनीवर, तर काही खुर्च्यांवर नशेत धुंद होऊन गाढ झोपी गेलेले होते.

सिग्फ्रीडनं परत एकदा बंदूक वर उचलली आणि कॅसेट प्लेअरवर नेम धरून गोळी मारली. त्याचे तुकडे तुकडे त्या खोलीत विखरून पडले. एका क्षणात तिथे संपूर्ण शांतता पसरली. सिग्फ्रीड परत कॅमेरॉनकडे गेला. "या तुकडीच्या कर्नलला बोलावून घे. इथे काय घडलंय ते त्याला सांग. त्याला म्हणावं, की मला या सैनिकांचं कोर्ट मार्शल करण्याची इच्छा आहे. सैन्याची आणखी एक तुकडी आणि एक वाहन घेऊन त्याला ताबडतोब इकडे बोलावून घे."

"होय सर." कॅमेरॉन उत्तरला.

आता सिग्फ्रीड कमानींच्या खाली गेला आणि तुरुंगाच्या कोठडीच्या उचकटलेल्या खिडक्यांच्या गजांचं निरीक्षण करायला लागला. त्या हाताने बनवलेल्या होत्या. तिथल्या भोकांकडे पाहिल्यावर त्या एवढ्या लवकर कशा तुटल्या असतील, हे त्याच्या ताबडतोब लक्षात आलं. त्या खिडक्यांच्या खाली असलेल्या विटांमधल्या सिमेंटचं वाळूत रूपांतर झालेलं होतं.

राग काबूत आणण्यासाठी सिग्फ्रीडनं संपूर्ण टाऊन हॉलच्या भोवती एक चक्कर मारली. शेवटच्या कोपऱ्यावरून तो वळत असताना रस्त्यावरून येणाऱ्या

गाडीचे हेडलाईट्स त्याला दिसले. ती गाडी पार्किंग लॉटमध्येच येत होती. सुरक्षा पथकाची ती गाडी जोराने ब्रेक्स दाबत कॅमेरॉनच्या गाडीशेजारी येऊन उभी राहिली आणि त्यातला ड्यूटी ऑफिसर उडी मारून खाली उतरला.

त्याच्याकडे जाता जाता सिग्फ्रीड तोंडातल्या तोंडात शिव्या देत होता. केविन, त्या दोघी बायका आणि आता हे अमेरिकन्सदेखील नाहीसे झाल्यामुळे, त्यांच्या बोनोबो प्रकल्पाला चांगलाच धोका निर्माण झालेला होता. काहीही करून त्यांना शोधून काढणं अत्यंत आवश्यक होतं.

"मि. स्पालेक, मला काही माहिती मिळालीय. दहा मिनिटांपूर्वी आपल्याला केविन मार्शलची गाडी दिसली होती, असं या ऑफिसर ओ'लीअरीला वाटतंय. अर्थात, जिथे ती होती असं त्याला वाटतंय, तिथेच ती अजूनही आहे का हे आपल्याला लगेच समजू शकेल." कॅमेरॉन म्हणाला.

"कुठे आहे ती?" सिग्फ्रीडनं विचारलं.

" 'चिकी हट् बार'च्या पार्किंग लॉटमध्ये." ओ'लीअरी म्हणाला, "मी माझी शेवटची चक्कर मारत होतो, तेव्हा मला ती दिसली."

"त्यात कोणी माणसं होती?"

"नाही, सर ! आत कोणीही नव्हतं."

"तिथे नेहमी एक गस्तीचा शिपाई असतो ना?" सिग्फ्रीड म्हणाला, "तो तरी दिसला का तुला?"

"खरं म्हणजे, नाही." ओ'लीअरी म्हणाला.

" 'खरं म्हणजे' याचा अर्थ काय?" सिग्फ्रीडनं गुरगुरत विचारलं. या लोकांच्या अकार्यक्षमतेचा त्याला अगदी संताप आला होता.

"या शिपायांकडे आमचं फारसं लक्ष नसतं, सर." ओ'लीअरी म्हणाला.

सिग्फ्रीड दूर कुठेतरी पाहू लागला. आपला राग आटोक्यात ठेवण्यासाठी, झाडांवरून परावर्तित होणारा चंद्रप्रकाश किती सुरेख दिसतो आहे, असा विचार तो कसोशीनं करू लागला. त्या सौंदर्यामुळे त्याचा राग थोडासा कमी झाला खरा. त्यानं स्वत:शीच कबूलही केलं, की आपणदेखील त्या शिपायांकडे तेवढंच लक्ष देतो. कोणतंही उपयोगी काम करण्यापेक्षा, ते तिथे आहेत ही भावनाच पुरेशी असायची आणि म्हणून ते फक्त तिथे असायचे एवढंच. इक्वेटोगिनीयन सरकारशी धंदा करण्यासाठी मोजावी लागणारी ती एक किंमत होती. पण केविनची गाडी 'चिकी हट् बार'च्या बाहेर काय करत होती? मग एकदम त्याच्या लक्षात आलं...

"कॅमेरॉन, ते अमेरिकन्स शहरात कसे आले याचा शोध घेतला गेला होता?" सिग्फ्रीडनं विचारलं.

"नाही असं मला वाटतंय, सर." कॅमेरॉन म्हणाला.

''एखादी बोट सापडतेय का वगैरे काही पाहिलं होतं?'' सिग्फ्रीडनं विचारलं.

कॅमेरॉननं ओ'लीअरीकडे बघितलं. तो थोड्या नाराजीनंच म्हणाला, ''बोटीबद्दल मला कोणीच काही बोललं नव्हतं.''

''अकरा वाजता तू जेव्हा हॅन्सेनकडून कामाचा ताबा घेतलास, तेव्हा त्यानं तुला काही सांगितलं नाही?'' कॅमेरॉननं विचारलं, ''आपल्याला बोट मिळाली, असं काही तो तुला म्हणाला नाही?''

''बोटीबद्दल तो एक शब्दही बोलला नाही.'' ओ'लीअरी म्हणाला.

कॅमेरॉननं आवंढा गिळला. आता तो सिग्फ्रीडकडे वळला. ''याचा शोध लावून मी तुम्हाला कळवतो, सर.''

''थोडक्यात काय, तर कोणीही बोट वगैरे दिसतेय का हे पाहिलेलं नाही.'' सिग्फ्रीड गुरगुरत म्हणाला, ''इथे सर्वजण नुसती मजा मारतायत. कोणालाही कामं करायला नकोत.''

''एखादी बोट दिसतेय का ते पाहा, असं मी मुद्दाम सर्वांना सांगितलं होतं.'' कॅमेरॉन म्हणाला.

''नुसतं तुझं सांगणं पुरेसं नाही, हे तुला समजलं ना मूर्खा?'' सिग्फ्रीड थुंकत म्हणाला, ''तू सगळ्यांचा प्रमुख आहेस. या सगळ्याची जबाबदारी तुझ्यावरच होती.''

सिग्फ्रीडनं डोळे मिटून घेतले आणि तो दातओठ चावू लागला. त्याच्या हातून कैद्यांचे हे दोन्ही गट सुटले होते. आत्ता या क्षणी तरी त्याला एकच गोष्ट करणं शक्य होतं, आणि ती म्हणजे लष्कराच्या कर्नलला सांगून अकालायाँगमधल्या त्यांच्या ऑफिसला फोन करायचा. हे पळालेले कैदी जर तिथे गेलेच, तर त्यांना पकडण्यासाठी त्यांना सूचना देऊन ठेवायच्या. पण ते तिथे जातील ही गोष्ट तर जवळजवळ अशक्य होती. सिग्फ्रीडला त्याबद्दल बिलकुलच आशा वाटत नव्हती. आपल्यावर जर अशी वेळ आली असती, तर आपण सरळ गॅबनलाच गेलो असतो हे त्याला चांगलं समजत होतं.

अचानक सिग्फ्रीडच्या डोक्यात प्रकाश पडला. आणखी एक वेगळाच विचार त्याच्या मनात आला. पण या विचारानं त्याची काळजी अधिकच वाढली.

''इस्ला फ्रॅन्सेस्कावर आपले सुरक्षा कर्मचारी आहेत का?'' त्यानं विचारलं.

''नाही, सर. तिथे पहारेकरी ठेवावा असं आम्हाला कोणी सांगितलं नव्हतं.''

''मुख्य भूमीवर पुलापाशी कोणी आहे?'' सिग्फ्रीडनं चिकाटीनं विचारलं.

''त्याला तिथून काढायला हरकत नाही, अशी आज्ञा आपणच दिलीत सर. तोपर्यंत तिथे एक पहारेकारी ठेवलेला होता.'' कॅमेरॉन म्हणाला.

''मग आत्ता आपल्याला लगेच निघायला हवं.'' सिग्फ्रीड म्हणाला आणि कॅमेरॉनच्या गाडीकडे निघाला. तेवढ्यात आणखी तीन वाहनं वेगानं रस्त्यावरून आली आणि पार्किंग लॉटमध्ये वळली. त्या सगळ्या लष्कराच्या जीप्स होत्या. तिथे

आधीच उभ्या असलेल्या दोन गाड्यांच्या जवळ येऊन त्या थांबल्या. त्या सगळ्या जीप्समध्ये बंदुका घेतलेले सैनिक दाटीवाटीनं बसलेले होते.

पुढच्या जीपमधून कर्नल मोंगोमो खाली उतरला. सैनिकांच्या पोशाखाच्या उलट त्याचा पोशाख मात्र अगदी व्यवस्थित होता. त्याच्या पोशाखावरील मानाची पदकंही चकाकत होती. रात्रीची वेळ असूनही त्यानं गॉगल्स घातलेले होते. त्यानं सिग्फ्रीडला कडक सलाम ठोकला आणि आपण त्याच्या सेवेला हजर आहोत, असं सांगितलं.

''नशेत धुंद पडलेल्या त्या शिपायांची काळजी तू घेतलीस तर अधिक बरं होईल.'' सिग्फ्रीड ऐटीत म्हणाला. त्यानं त्या शिपायांच्या खोलीकडे बोट दाखवलं. ''शिपायांचा असाच आणखी एक गटही आहे. ऑफिसर ओ'लीअरी तुला तिकडे घेऊन जाईल. आणि सैनिकांनी भरलेल्या या जीप्सपैकी एकीला आमच्यामागोमाग यायला सांग. आम्हाला त्यांच्या शस्त्रांची गरज पडण्याची शक्यता आहे.''

केविननं जॅकला बोट थोडी हळू चालवण्याची खूण केली. जॅकनं थ्रॉटल कमी केला. त्याबरोबर बोटीचा वेग एकदम कमी झाला. इस्ला फ्रॅन्सेस्का आणि मुख्य भूमीच्या मधल्या अरुंद खाडीमध्ये ते आता शिरले होते. बाहेरच्या खुल्या पाण्यातल्यापेक्षा इथे खूपच अंधार होता. कारण दोन्ही बाजूंनी पाण्यावर वाकलेल्या झाडांनी वरच्या बाजूला कमानच तयार केली होती.

अन्न ज्यावरून बेटावर पोचवलं जात असे, त्या तराफ्याच्या नदीतल्या आडव्या दोरीविषयी केविनला काळजी वाटत होती. त्यामुळे तो स्वत: बोटीच्या पुढच्या टोकाशी बसला होता. ही अडचण त्यानं जॅकलाही समजावून सांगितली होती. जॅकही तयार होऊन बसला होता.

''इथे फारच भयानक वाटतंय, हं.'' लॉरी म्हणाली.

''प्राण्यांचे आवाज केवढ्या मोठ्यानं येतायत ते बघ ना.'' नटाली म्हणाली.

''यातला सर्वात मोठा आवाज बेडकांचा आहे.'' मेलनी म्हणाली, ''त्यांचं आता प्रणयाराधन चालू असतं.''

''आपण जवळजवळ आलोच बरं का.'' केविन म्हणाला.

जॅकनं इंजिन बंद केलं आणि मोटर पाण्यातून वर घेण्यासाठी म्हणून तो बोटीच्या टोकापाशी जाऊन उभा राहिला.

प्रथम बोट आपटल्याचा बारीकसा आणि नंतर त्या दोरावरून घासत गेल्याचा आवाज झाला.

''आता आपण वल्हवायला सुरुवात करू.'' केविन म्हणाला, ''आपल्याला अजून थोडंसंच पुढे जायचंय आणि अंधारात आपण ओंडक्यावर वगैरे आपटू नये अशी माझी इच्छा आहे.''

त्यांच्या उजव्या बाजूचं दाट जंगल हळूहळू मागे पडलं आणि ते स्टेजिंग एरियाजवळच्या खुल्या मैदानात आले. परत एकदा ते चंद्रप्रकाशात आले होते.

"अरेरे ! घोटाळा झाला.." केविन पुढच्या टोकाकडून ओरडला, "तो पूल उघडलेला नाहीये. छे, काय वैताग आहे !"

"त्यात काहीही मोठंसं बिघडत नाही." मेलनी म्हणाली, "माझ्याजवळ अजूनही त्याची किल्ली आहे." तिनं केविनला दाखवण्यासाठी किल्ली उंच धरली. मंद प्रकाशात ती चमकत होती. "कधीतरी ती आपल्याला उपयोगी पडेल, असं मला वाटतच होतं."

"ओह्, मेलनी !" केविन आनंदानं म्हणाला, "खरंच, तू ग्रेट आहेस. एक क्षणभर मला वाटलं होतं की सगळं संपलं. आपले सगळे प्रयत्न वाया गेले."

"किल्लीनं उघडणारा पूल?" जॅकनं आश्चर्यानं विचारलं, "इथे या जंगलात एवढी आधुनिक यंत्रसामुग्री आहे, हे एक आश्चर्यच म्हणायला हवं."

"आपल्या उजव्या बाजूला धक्का येतोय, बरं का." केविन म्हणाला, "तिथेच आपली बोट बांधून ठेवायचीय."

जॅक बोटीच्या मागच्या टोकाशी होता. त्यानं वल्ह्याचा वापर करून बोट बेटाकडे वळवली. काही मिनिटांतच त्यांची बोट धक्क्याच्या लाकडी फळ्यांवर हलकेच आपटली.

"ठीक आहे, मित्रांनो." केविन म्हणाला. त्यानं खोलवर एक मोठ्ठा श्वास घेतला. तो चांगलाच गोंधळल्यासारखा झाला होता. आता आपल्याला आपल्या स्वभावाच्या विरुद्ध अशी काहीतरी गोष्ट करायला लागणार आहे, हे त्याच्या लक्षात आलं होतं. यापूर्वी कधीही त्यानं असलं काही करायचा प्रयत्न केला नव्हता. त्याला आता थोडी हीरोगिरी करायला लागणार होती. "माझी अशी सूचना आहे, की तुम्ही सर्वांनी बोटीतच थांबायचं. निदान सुरुवातीला तरी. कारण मी एकटा गेलो तरीदेखील या प्राण्यांची त्यावरची प्रतिक्रिया काय असेल, याची मला आत्ता काहीच कल्पना करता येत नाहीये. त्यांच्या अंगात प्रचंड ताकद आहे, आणि त्यामुळे ते थोडंसं धोकादायकही आहे. मी तो धोका पत्करायला का तयार आहे, त्याची कारणं मी तुम्हाला आधीच सांगितली आहेत. पण माझ्याबरोबर तुम्हालाही संकटात ओढण्याची माझी इच्छा नाही. मी म्हणतोय ते तुम्हाला पटतंय ना?"

"पटतंय, पण याचा अर्थ मी तुझ्याशी सहमत आहे असा मात्र नाही." जॅक म्हणाला, "उलट, तुला मदतीची गरज पडणार आहे असं मला वाटतंय."

"शिवाय आपल्याजवळ ही एके-४७ असल्यामुळे आपण स्वत:चा बचाव नक्कीच करू शकू." वॉरन म्हणाला.

"अजिबात गोळ्या मारायच्या नाहीत." केविन निग्रहानं म्हणाला, "प्लीज. विशेषत: माझ्या रक्षणासाठी म्हणून तर मुळीच नाही. म्हणूनच तुम्ही सर्वांनी इथेच

थांबावं अशी माझी इच्छा आहे. जर परिस्थिती बिघडतेय असं वाटलं, तर तुम्ही सर्वांनी इथून निघून जा.''

आता मेलनी उठून उभी राहिली. ''हे बघ केविन, या प्राण्यांच्या अस्तित्वाला तुझ्याएवढीच मीही जबाबदार आहे. तुला आवडो किंवा न आवडो, मी तुला मदत करायला नक्कीच येणार.''

केविननं हरल्यासारखा आविर्भाव केला.

''नाराज व्हायची काही गरज नाही.'' मेलनी म्हणाली. ती बोटीतून धक्क्यावर उतरली.

''इथे तर मोठी पार्टीच आहे असं दिसतंय...'' जॅक म्हणाला आणि मेलनीच्या पाठोपाठ खाली उतरण्यासाठी उठला.

''तू खाली बस !'' मेलनी अधिकारवाणीनं म्हणाली, ''आत्ता या क्षणी तरी ही खासगी पार्टी आहे.''

जॅक चुपचाप खाली बसला.

केविननं आपली बॅटरी बाहेर काढली आणि तोही धक्क्यावर उतरला. ''आम्ही पटकन हे काम उरकून टाकतो.'' त्यानं बाकीच्या सर्वांना सांगितलं.

प्रथम त्यांना तो पूल उघडावा लागणार होता. त्याशिवाय त्यांचं काम झालंच नसतं. प्राण्यांचा प्रतिसाद काय आहे, हा प्रश्न नंतरचा होता. केविननं किल्ली तिथल्या भोकात घातली. ती फिरवून हिरवं बटन दाबताना नकळत त्याचा श्वास रोखला गेला होता. जवळजवळ लगेचच त्याला मुख्य भूमीच्या बाजूला असलेल्या, बॅटरीवर चालणाऱ्या मोटरचा आवाज चालू झालेला ऐकू आला. मग हळूहळू तो टेलिस्कोपिक पूल नदीच्या पात्रावर पसरू लागला. त्याचं दुसरं टोक बेटावर असलेल्या सिमेंटच्या चबुतऱ्याकडे येऊ लागलं.

ते व्यवस्थित बसतंय याची खात्री करून घेण्यासाठी केविन चबुतऱ्यावर चढला. त्यानं ते हलवण्याचा प्रयत्न करून पाहिला. पण ते अगदी घट्ट बसलं होतं. त्याचं पूर्ण समाधान झाल्यावर तो खाली उतरला आणि मग तो आणि मेलनी जंगलाच्या दिशेनं चालायला लागले. सावल्यांमधल्या अंधारामुळे त्यांना ते पिंजरे आत्ता दिसत नव्हते. पण ते तिथे आहेत हे त्यांना ठाऊक होतं.

''त्यांना कसं सोडायचं याबद्दल तू काही ठरवलंयस? की नुसतंच सगळ्यांना सोडून द्यायचंय?'' मैदान ओलांडत असताना मेलनीनं विचारलं. आपलं पाऊल कुठे पडतंय ते पाहण्यासाठी केविननं बॅटरी चालूच ठेवली होती.

''माझ्या डोक्यात एकच कल्पना आली होती. ती म्हणजे माझ्या प्रतिकृतीला, बोनोबो क्रमांक एकला शोधून काढायचं.'' केविन म्हणाला, ''त्याचा स्वभाव काही माझ्यासारखा भित्रा नाहीये. तो त्या सर्वांचा नेता आहे. त्याला जर मी माझं म्हणणं

समजावून सांगू शकलो, तर तो इतरांनाही आपल्याबरोबर नेईल अशी शक्यता आहे.'' केविननं खांदे उडवले. ''तुला याहून काही अधिक कल्पना सुचतेय का?''

''आत्ता तरी नाही सुचत.'' मेलनी म्हणाली.

त्या सगळ्या पिंजऱ्यांची लांबलचक रांग करून ठेवली होती. तिथे भयंकर दुर्गंधी येत होती आणि ते साहजिकही होतं. कारण काहीकाही प्राणी आता चोवीस तासांहूनही अधिक काळ त्या छोट्या पिंजऱ्यांमध्ये बंदी होऊन पडलेले होते. केविन आणि मेलनी बरोबरच चालत होते. प्रत्येक पिंजऱ्याच्या अंतर्भागात केविन बॅटरीचा प्रकाशझोत मारून पाहत होता. त्यामुळे ते प्राणी लगेचच जागे होत होते. काहीजण मागच्या भिंतीपाशी जाऊन प्रकाशझोतापासून वाचण्याचा प्रयत्न करत होते. तर काहीजण हट्टीपणानं आपापल्या जागेवरच पाय रोवून उभे राहत होते. त्यांचे डोळे प्रकाशामुळे लाल रंगाने चमकत होते.

''तू त्याला ओळखणार कसा आहेस?'' मेलनीनं विचारलं.

''माझं घड्याळ अजूनही त्याच्या मनगटावर बांधलेलं असेल, अशी मला आशा आहे.'' केविन म्हणाला, ''मात्र तशी शक्यताही कमी आहे. पण त्याच्या तोंडावर असलेल्या त्या विचित्र व्रणामुळेही तो आपल्याला ओळखता येईल.''

''सिग्फ्रीडच्या आणि याच्या चेहऱ्यावर एकाच प्रकारचा व्रण आहे, ही किती उपरोधिक गोष्ट आहे, नाही?'' मेलनी म्हणाली.

''त्याच्या नावाचा उल्लेखदेखील माझ्यासमोर करू नकोस.'' केविन म्हणाला, ''बाप रे ! इकडे बघ !'' बॅटरीच्या प्रकाशात त्यांना बोनोबो क्रमांक एकचा, व्रणामुळे भयानक दिसणारा चेहरा स्पष्ट दिसला. त्यानं त्यांच्याकडे एक तुच्छतापूर्ण नजर टाकली.

''तो तोच आहे.'' मेलनी ओरडली.

''बाडा...'' केविन म्हणाला. त्याला, मेलनीला आणि कॅन्डेसला प्रथम गुहेत आणलं गेलं, त्यावेळी बोनोबो माद्यांनी जशा पद्धतीनं आपल्या छात्या पिटल्या होत्या, तशा केविननंही आपल्या छातीवर थापा मारल्या.

बोनोबो क्रमांक एकनं आपलं डोकं खाली केलं आणि त्याच्या भुवयांच्या मधल्या त्वचेवर सुरकुत्या पडल्या.

''बाडा...'' केविन परत म्हणाला.

अगदी हळूहळू, त्या बोनोबोनंही आपला हात वर केला आणि छातीवर थापट्या मारल्या. नंतर केविनइतक्याच स्पष्टपणे तो म्हणाला, ''बाडा.''

केविननं मेलनीकडे बघितलं. त्या दोघांनाही चांगलाच धक्का बसला होता. त्यांनी काही काळ आर्थरशी संभाषण केलं असलं, तरी ते फारच वेगळ्या संदर्भात होतं. आपण त्याच्याशी समजणारं काही बोलतोय की नाही, हे त्यांना नक्की असं कधीच समजलं नव्हतं. पण आत्ताची गोष्ट वेगळी होती.

''आटाह्.'' केविन म्हणाला. बोनोबो क्रमांक एक त्यांना प्रथम दिसला त्या वेळेपासून बऱ्याच वेळा ऐकलेल्या अनेक शब्दांपैकी तो एक होता. त्याचा अर्थ 'ये' असा होतो असं त्यांना वाटत होतं.

यावर बोनोबो क्रमांक एकनं काहीच प्रतिसाद दिला नाही.

केविननं परत एकदा तो शब्द म्हटला आणि मेलनीकडे बघितलं. ''आणखी काय बोलावं ते मला काहीच सुचत नाहीये...''

''मलाही नाही सुचत.'' मेलनी म्हणाली, ''आपण पिंजऱ्याचं दार उघडावं असं मला वाटतंय. नंतर एखादेवेळी तो प्रतिसाद देईल. मला असं म्हणायचंय, की त्याला आतमध्ये बंद करून ठेवलेलं असताना 'ये' या शब्दाला तो प्रतिसाद कसा काय देणार?''

''हा तुझा मुद्दा अगदी बरोबर आहे हं.'' केविन म्हणाला. मेलनीला ओलांडून तो पिंजऱ्याच्या उजव्या बाजूला गेला. अतिशय सावधपणानं त्यानं कडी काढली आणि पिंजऱ्याचं दार उघडलं.

केविन आणि मेलनी मागे सरकून उभे राहिले. बॅटरीचा झोत त्या प्राण्याच्या चेहऱ्यावर मारण्याऐवजी केविननं तो जमिनीवर ठेवला. हळूहळू बोनोबो क्रमांक एक पिंजऱ्यातून बाहेर आला आणि ताठ उभा राहिला. त्यानं आपल्या डाव्या, उजव्या दोन्ही बाजूंना बघितलं आणि मगच आपलं लक्ष या दोन माणसांकडे वळवलं.

''आटाह्.'' हळूहळू मागे जात केविननं परत तोच शब्द उच्चारला. मेलनी त्याच्या बरोबरच होती.

बोनोबो क्रमांक एक हळूहळू पुढे येऊ लागला. एखाद्या खेळाडूनं खेळ सुरू करण्यापूर्वी हातपाय मोकळे करावेत, त्याप्रमाणे तो आळस देत चालत होता.

आता थोडं भराभर चालता यावं म्हणून केविन वळला. त्यानं आणखी बऱ्याच वेळा 'आटाह्' हा शब्द म्हटला. त्याच्या मागून चालत येणाऱ्या त्या प्राण्याच्या चेहऱ्यावरच्या भावांमध्ये काहीही फरक पडला नव्हता.

पुलापर्यंत येऊन केविन पुलावर चढला. त्यानं परत एकदा मोठ्यानं 'आटाह्' म्हटलं.

थोडासा घुटमळत बोनोबो क्रमांक एक सिमेंटच्या चबुतऱ्यावर चढला. पुलाच्या मध्यभागी येईपर्यंत केविन मागे मागे जात राहिला. तो बोनोबो सावधपणे पुलावरून चालत होता. एकसारखा तो आपल्या आजूबाजूला बघत होता.

आता आर्थरवर कधी करून न पाहिलेला प्रयोग करून पाहायचा असं केविननं ठरवलं. कॅन्डेसला ते मेलेलं माकड देताना बोनोबो क्रमांक एकनं उच्चारलेला 'स्टा' हा शब्द त्यानं म्हटला. त्यांना गुहेत जायला सांगताना बोनोबो क्रमांक एकनं म्हटलेला 'झिट्' हा शब्द त्यानं म्हटला. आणि शेवटी ज्याचा अर्थ 'दूर' असा आहे

हे त्यांना नक्की ठाऊक होतं, तो 'अरक' हा शब्द त्यानं उच्चारला.

"स्टा झिट् अरक." केविन म्हणाला. त्यानं आपली हाताची बोटं उघडली आणि तो आपले हात छातीपासून दूर नेऊ लागला. कॅन्डेसनं ऑपरेशन रूममधल्या अशाच क्रियेचं वर्णन केलं होतं. "तू दूर जा." असा आपल्या या जुळवलेल्या वाक्याचा अर्थ असेल अशी केविनला आशा होती.

ते वाक्य परत एकदा म्हणून केविननं ईशान्येकडे असलेल्या अमर्याद जंगलाकडे बोट दाखवलं.

बोनोबो क्रमांक एक टाचा उंच करून उभा राहिला आणि पलीकडे मुख्य भूमीवर दिसत असलेल्या जंगलाच्या काळ्याकुट्ट भिंतीकडे केविनच्या खांद्यावरून पाहायला लागला. मग त्यानं मागे वळून पिंजऱ्याच्या दिशेनं एक नजर टाकली. आपले बाहू पसरून त्यानं बरेच आवाज एकत्रितपणे काढले. असले आवाज केविन आणि मेलनीनं यापूर्वी ऐकले नव्हते. त्यामुळे त्याचा अर्थ काय आहे, हे त्यांना ठाऊक नव्हतं.

"तो काय करतोय?" केविननं विचारलं. या क्षणी तो प्राणी त्याच्याकडे पाठ करून उभा होता.

"माझं एखादेवेळी चुकतही असेल." मेलनी म्हणाली, "पण मला असं वाटतंय, की त्याला आपल्या लोकांना बरोबर घेऊन जायची इच्छा आहे."

"माय गॉड् !" केविन म्हणाला, "याचा अर्थ, मी काय म्हणतोय ते त्याला समजलंय. चल, आपण आणखी काही प्राण्यांना मोकळं करू या."

केविन पुढे निघाला. पण त्यानं हालचाल केल्याबरोबर तो बोनोबो वळला आणि त्याला सामोरा होऊन उभा राहिला. केविन थोडा घुटमळला. तो पूल जवळजवळ दहा फूट रुंद होता आणि त्या बोनोबोच्या फार जवळ जाण्याची केविनची तयारी नव्हती. त्यानं केविनला किती सहजी उचललं होतं आणि एखाद्या चिंध्यांच्या बाहुल्याप्रमाणे दूर फेकून दिलं होतं, ते त्याच्या अजूनही चांगलं लक्षात होतं.

केविननं त्याच्या चेहऱ्यावर काही भावना दिसतायत का, ते पाहण्यासाठी त्याच्या डोळ्यांमध्ये रोखून बघितलं. पण त्याला तसं काहीच दिसलं नाही. उलट परत एकदा त्याला आपण उत्क्रांतीच्या आरशात स्वत:ला पाहतोय, अशी गूढ जाणीव झाली.

"काय झालं?" मेलनीनं विचारलं.

"त्याची मला फारच भीती वाटतेय." केविननं कबूल केलं, "त्याला ओलांडून पुढे कसं जायचं याचा मला प्रश्न पडलाय."

"प्लीज, आता परत तू काही नाटकं करू नकोस." मेलनी म्हणाली, "आपल्याजवळ वेळ फार थोडा आहे."

"ठीक आहे." केविन म्हणाला. त्यानं एक खोल श्वास घेतला आणि पुलाच्या कठड्याला धरून, जिवाच्या करारावर तो अगदी हळूहळू पुढे सरकायला लागला. तो बोनोबो त्याच्याकडे पाहत होता, पण त्यानं काही हालचाल केली नाही.

"हा प्रकार इतका जीवघेणा आहे." पुलावरून खाली उतरताना केविन तक्रारीच्या सुरात म्हणाला.

"त्याला तिथेच उभं राहू दे का?" मेलनीनं विचारलं.

केविननं डोकं खाजवलं. "मला काहीच समजत नाहीये. तो तिथेच उभा राहिला, तर इतर प्राणीही लगेच तिकडे जातील हे खरं. पण तरीही प्राण्यांना पिंजऱ्यांतून बाहेर काढायच्या वेळी तो आपल्याबरोबर असलेला बरा, असंही मला वाटतंय."

"मला वाटतं, आपण सरळ चालायला सुरुवात करू या." मेलनी म्हणाली, "त्याचं त्यालाच ठरवू दे काय करायचं ते."

ते भराभर चालत निघाले. बाकीचे सर्वजण बोटीमध्ये उत्सुकतेनं त्यांची वाट पाहत असतील हे त्यांना ठाऊक होतं. पिंजऱ्यापाशी आल्यावर त्यांनी अजिबात वेळ वाया घालवला नाही. केविननं पहिल्या पिंजऱ्याची कडी काढली, तर मेलनीनं दुसऱ्या.

ते प्राणी पटकन बाहेर आले आणि बाहेर आल्याबरोबर बोनोबो क्रमांक एकशी काहीतरी बोलले. केविन आणि मेलनी पुढच्या दोन पिंजऱ्यांकडे वळले.

काही मिनिटांतच दहा-बारा प्राणी मोकळे झाले. ते एकमेकांशी बोलत, हातपाय मोकळे करत इकडे तिकडे फिरू लागले.

"हे सगळं व्यवस्थित चाललंय की." केविन म्हणाला, "मी काय म्हणतोय ते त्यांना नक्कीच चांगलं समजलंय. ते जर इथल्या इथे बेटावरच्याच जंगलात पळून जाणार असते, तर एव्हाना ते नक्कीच गेले असते. आपल्याला हे बेट सोडून जायचंय, हे त्यांना नक्कीच समजलंय."

"मला वाटतं, मी कॅन्डेसला आणि आपल्या नव्या मित्रांनाही बोलावून आणते." मेलनी म्हणाली, "त्यांनी पाहावं असंच दृश्य आहे हे. आणि ते आपल्याला मदतही करू शकतील."

"चांगली कल्पना आहे." केविन म्हणाला. त्यानं पिंजऱ्यांच्या त्या लांबलचक रांगेवर एक नजर टाकली. तिथे जवळजवळ सत्तरापेक्षा अधिक पिंजरे आहेत, हे त्याला ठाऊक होतं.

मेलनी अंधारात धावतच निघाली आणि केविन पुढच्या पिंजऱ्याकडे वळला. नव्यानं मोकळ्या करण्यात येणाऱ्या प्रत्येक प्राण्याच्या स्वागताला बोनोबो क्रमांक एक जातीनं केविनशेजारी येऊन उभा राहत होता, हे केविनच्या लक्षात आलं.

केविननं आणखी पाच सहा प्राण्यांना मोकळं केलं आणि तेवढ्यात बाकीची माणसं तिथे आली. त्या प्राण्यांना पाहून प्रथम ते सर्वजण थोडे बुजल्यासारखं झाले आणि नुसतेच उभे राहिले. त्या प्राण्यांनी बाकी सगळ्यांकडे दुर्लक्ष केलं, पण वॉरनपासून मात्र ते चांगलेच दूर राहत होते. वॉरन आपली बंदूकही बरोबर घेऊन आला होता, त्यामुळे त्या प्राण्यांना बहुतेक डार्ट-गनची आठवण येत असावी असा केविननं तर्क केला.

''ते खूप शांत आहेत, नाही?'' लॉरी म्हणाली, ''इथे त्यामुळे भुताटकीसारखं वाटतंय.''

''मला मात्र ते थोडेसे बधीर वाटतायत.'' केविन म्हणाला, ''त्यांना दिलेल्या ट्रँक्विलायझरचा तो परिणाम असावा बहुतेक किंवा एवढा वेळ पिंजऱ्यात राहिल्यामुळे तसं झालं असेल. पण त्यांच्या फार जवळ जाऊ नका. ते शांत दिसले तरी खूप ताकदवान आहेत.''

''आम्ही तुला काय मदत करू ते सांग.'' कॅन्डेस म्हणाली.

''फक्त या पिंजऱ्यांची दारं उघडा.'' केविन म्हणाला.

सात माणसं एकदम कामाला लागल्यामुळे काही मिनिटांतच त्यांनी ते सर्व पिंजरे उघडले. शेवटचा प्राणी पिंजऱ्यातून बाहेर आल्याबरोबर केविननं त्यांना पुलाकडे चलण्याची खूण केली.

दलदलीतल्या झाडांच्या बोगद्यामध्ये केविन आणि त्या दोघींना प्रथम पाहिल्या-नंतर बोनोबो क्रमांक एकनं जशी जोरदार टाळी वाजवली होती, तशीच आत्ताही वाजवली. इतका वेळ तो केविनच्या मागे मागे हिंडत होता. नंतर त्यानं कर्कश आवाजात काहीतरी भाषण केलं आणि मग तो त्या माणसांच्या मागून जाऊ लागला. तसेच इतरही सगळे बोनोबो शांतपणे त्याच्यामागून चालायला लागले.

सात माणसं एकाहत्तर ट्रान्सजेनिक बोनोबोंना, त्या मैदानापलीकडे असलेल्या त्यांच्या स्वातंत्र्याच्या पुलाकडे, मिरवणुकीने घेऊन निघाली होती. पुलापाशी आल्यावर माणसं एका बाजूला झाली. बोनोबो क्रमांक एक सिमेंटच्या चौथऱ्यापाशी थांबला.

''स्टा झिट् अरक.'' हातांची बोटं पसरत आणि हात छातीपासून दूर नेत केविननं एकदा शेवटचं म्हटलं. मग त्यानं आफ्रिकेच्या अंतर्भागात असलेल्या त्या अस्पर्श जंगलाकडे बोट दाखवलं.

बोनोबो क्रमांक एकनं क्षणभर आपली मान तुकवली आणि तो उडी मारून चबुतऱ्यावर चढला. आपल्या प्रजेकडे पाहून त्यानं एक शेवटचं भाषण ठोकलं आणि इस्ला फ्रॅन्सेस्काकडे कायमची पाठ फिरवून मुख्य भूमीकडे जाण्यासाठी तो पूल ओलांडू लागला. इतर बोनोबोंचा तो जथा शांतपणे त्याच्यामागून चालू लागला...

"हे म्हणजे एक्सडस्* (Exodus) पाहिल्यासारखं वाटतंय." जॅक गमतीनं म्हणाला.

"नास्तिकपणा करू नकोस." लॉरीनं त्याला चिडवलं. पण त्यातला थट्टेचा भाग सोडला, तर त्यात सत्याचाही थोडा अंश होताच. समोरचं दृश्य पाहून ते खरोखरच अवाक होऊन गेले होते.

जादू केल्यासारखे ते सर्व प्राणी शांतपणे अंधाऱ्या जंगलात दिसेनासे झाले. क्षणापूर्वी ते पुलाच्या पायथ्याशी रेंगाळत उभे होते आणि या क्षणी स्पंजमध्ये पाणी शोषलं जावं, तेवढ्या सहजपणे निघून गेलेले होते.

मागे राहिलेली माणसं काही क्षण तशीच स्तब्धपणे काही न बोलता उभी राहिली. शेवटी केविननं त्या शांततेचा भंग केला. "त्यांनी अखेर ते करून दाखवलं आणि मला या गोष्टीचा अतिशय आनंद झालेला आहे." तो म्हणाला. "मला मदत केल्याबद्दल मी तुमचा सर्वांचा अत्यंत आभारी आहे. त्यांना निर्माण केल्यामुळे माझ्या हातून प्रचंड मोठी चूक झालेली आहे, अशी जी अपराधीपणाची भावना माझ्या मनात निर्माण झाली होती, ती आता नक्कीच कमी होईल." पुलापाशी जाऊन त्यानं लाल बटण दाबलं. करकर आवाज करत तो पूल बंद झाला.

ते सगळेजण चौथऱ्यापासून दूर जात आपल्या पडावाकडे जाऊ लागले.

"आत्तापर्यंत मी पाहिलेल्या मिरवणुकींपैकी ही सर्वात विचित्र मिरवणूक होती." जॅक म्हणाला.

पडावाकडे जाताना अर्ध्या वाटेवर ते पोचले, तेवढ्यात मेलनी अचानक थांबली आणि ओरडली, "बाप रे ! इकडे बघा!"

नदीच्या पलीकडे ती दाखवत असलेल्या दिशेनं सगळ्यांनी एकदमच बघितलं. बऱ्याच गाड्यांचे पुढचे दिवे झाडांच्यामधून बेटाकडे येत असलेले त्यांना दिसले. पुलाच्या यंत्रणेकडे येणाऱ्या उतारावरून त्या सगळ्या गाड्या खाली उतरत होत्या.

"आपल्याला बोटीकडे जाता येणार नाही." वॉरन म्हणाला, "आपण सहज त्यांच्या नजरेला पडू."

"आपल्याला इथेही थांबता येणार नाही." जॅक म्हणाला.

"आपण परत पिंजऱ्यांकडे जाऊ या." केविन म्हणाला.

ते सगळेजण परत मागे वळून जंगलाच्या भिंतीच्या दिशेनं धावायला लागले. ते पिंजऱ्यांच्या मागे लपले मात्र, आणि पश्चिमेकडे वळलेल्या त्या गाड्यांच्या दिव्यांच्या झोतामुळे ते मैदान उजळून निघालं. तिथपर्यंत आल्यावर त्या गाड्या थांबल्या, पण त्यांनी गाड्यांचे दिवे आणि इंजिन्स मात्र चालूच ठेवली.

"इक्वेटोगिनीयन शिपायांची एक तुकडीच आलेली दिसतेय." केविन म्हणाला.

"आणि सिग्फ्रीडसुद्धा." मेलनी म्हणाली, "मी त्याला कुठेही ओळखू शकते.

आणि ती तिकडे कॅमेरॉन मॅक्आयव्हर्सची गस्तीची गाडी दिसतेय.''

नंतर एक सर्चलाईट लावण्यात आला. त्याचा प्रखर प्रकाशझोत पिंजऱ्यांच्या रांगेवरून आणि नदीच्या किनाऱ्यावरून एकदा फिरवण्यात आला. त्या प्रकाशात या लोकांची धक्क्याला बांधलेली बोट त्यांच्या लगेचच नजरेला पडली.

त्यांच्यापासून पन्नास यार्डावर असूनदेखील त्या लोकांनी आनंदानं ठोकलेल्या आरोळ्या या लोकांना ऐकू आल्या.

''हा प्रकार मला काही ठीक वाटत नाहीये.'' जॅक म्हणाला, ''आपण इथे आहोत हे त्यांना समजलंय.''

अचानक बंदुकीच्या गोळ्यांचा जोरदार आवाज यायला लागला. बराच वेळ चालू राहिलेल्या त्या आवाजानं रात्रीची शांतता भंग करून टाकली.

''ते कोणावर एवढा गोळीबार करतायत?'' लॉरीनं विचारलं.

''मला वाटतं, ते आपली बोट नाहीशी करण्याचा प्रयत्न करतायत.'' जॅक म्हणाला, ''आता माझं डिपॉझिट बुडणार बहुतेक....''

''जॅक, आत्ता ही विनोद करायची वेळ आहे का?'' लॉरी तक्रारीच्या सुरात म्हणाली.

एकदम स्फोट झाला. वर उठलेल्या आगीच्या लोळाच्या प्रकाशात पलीकडचे शिपाई त्यांच्या नजरेला पडले. ''इंधनाची टाकी फुटली बहुतेक.'' केविन म्हणाला, ''आता आपला परतीचा प्रवास बोंबलला.''

काही मिनिटांनंतर तो सर्चलाईट बंद झाला. मग प्रथम आलेल्या वाहनानं उलटं वळण घेतलं आणि ते कोगोच्या रस्त्याकडे जायला लागलं.

''हे सगळं काय चाललंय याची कोणाला काही कल्पना आहे का?'' जॅकनं विचारलं.

''मला वाटतं, की सिग्फ्रीड आणि कॅमेरॉन परत शहराकडे निघालेत.'' मेलनी म्हणाली, ''आपण आता इथे आहोत हे त्यांना समजल्यामुळे त्यांचा आत्मविश्वास वाढलेला दिसतोय.''

अचानक दुसऱ्या वाहनाचे हेडलाईट्स बंद झाले. त्यामुळे तो संपूर्ण भाग अंधारात बुडून गेला. चंद्र आता पश्चिमेकडे बराच खाली गेलेला असल्यामुळे त्याचाही प्रकाश अतिशय मंद झाला होता.

''ते कुठे आहेत आणि काय करतायत हे आपल्याला दिसत होतं, तेच बरं होतं.'' वॉरन म्हणाला.

''हे बेट किती मोठं आहे?'' जॅकनं विचारलं.

''जवळजवळ सहा मैल लांब आणि दोन मैल रुंद.'' केविन म्हणाला, ''पण...''

“ते शेकोटी पेटवतायत.” केविनला मध्येच तोडत वॉरन म्हणाला.

सोनेरी प्रकाशानं पुलाच्या यंत्रणेचा काही भाग उजळून निघाला आणि मग ती शेकोटी चांगली पेटली. त्या उजेडाच्या आसपास फिरत असलेल्या त्या शिपायांच्या आकृत्या भुतांसारख्या दिसत होत्या.

“हे एक बरं झालं.” जॅक म्हणाला, “आता ते जरा आरामात बसतील.”

“आपण काय करायचंय?” लॉरीनं निराश होत विचारलं.

“ते तिथे पुलाच्या पायथ्याशी ठिय्या मारून बसलेले असताना आपल्याला विशेष काही करता येईल असं मला वाटत नाहीये.” वॉरन म्हणाला, “ते सहाजण आहेत.”

“त्यांचा इकडे येण्याचा बेत नसला म्हणजे मिळवली.” जॅक म्हणाला.

“ते पहाटेपर्यंत इकडे येणार नाहीत.” केविन म्हणाला, “अंधारात त्यांना इकडे यायला मार्गच नाहीये. आणि दुसरं म्हणजे त्यांना इकडे येण्याची गरजही नाही. आपण कुठे पळून जाऊ अशी भीती त्यांना असण्याचं कारणच नाहीये ना..!”

“आपण या खाडीतून पोहत गेलो तर?” जॅकनं विचारलं, “ही खाडी जेमतेम तीस ते चाळीस फूटच रुंद दिसतेय आणि पाण्याला फारसा वेगही दिसत नाहीये.”

“ए, मला फारसं चांगलं पोहता येत नाही हं.” वॉरनचा चेहरा उतरला, “मी तुला आधीच ते सांगितलं होतं.”

“मुख्य म्हणजे या पाण्यात मगरी खूप आहेत.” केविन म्हणाला.

“बाप रे !” लॉरी म्हणाली, “आणि आत्ता तू हे सांगतोयस आम्हाला !”

“पण मी काय सांगतो ते ऐका जरा ! आपल्याला पोहत जाण्याची काही गरज नाही.” केविन म्हणाला, “निदान मला तरी तसं वाटत नाहीये. मेलनी, कॅन्डेस आणि मी ज्या बोटीतून इथे आलो होतो, ती आम्ही एका ठिकाणी सोडली होती; आणि ती तिथेच अजूनही असण्याची शक्यता आहे. तिच्यात आपण सगळेजण सहज मावू शकू.”

“वा ! हे मस्तच आहे.” जॅक म्हणाला, “कुठे आहे ती बोट?”

“त्यासाठी मात्र आपल्याला थोडंसं चालावं लागणार आहे.” केविन म्हणाला, “इथून आपल्याला साधारणपणे एक मैलभर तरी चालत जावं लागेल. पण आता निदान पायवाट चांगली स्वच्छ केलेली आहे.”

“एखाद्या बागेत फिरायला जावं तसं मला वाटतंय.” जॅक म्हणाला.

“आत्ता किती वाजलेत?” केविननं विचारलं.

“तीन वाजून वीस मिनिटं झाली आहेत.” वॉरन म्हणाला.

“म्हणजे पहाट व्हायला अजून सुमारे दीड तास आहे.” केविन म्हणाला, “आपण आता निघावं हे बरं.”

जॅकनं ज्याला गमतीनं 'बागेतलं फिरणं' म्हटलं होतं, तो त्या सर्वांच्या दृष्टीनं फारच जीवघेणा अनुभव ठरला. पहिल्या दोन-तीनशे यार्डापर्यंत बॅटरी लावायची त्यांची तयारी नव्हती. त्यामुळे तोपर्यंत ते एका आंधळ्यानं दुसऱ्या आंधळ्यामागे जावं, तसे चालले होते. जंगलाच्या अंतर्भागात उजेड अजिबातच नव्हता. खरं म्हणजे तिथे इतका काळोख होता, की आपले डोळे उघडे आहेत की बंद, हे त्यांचं त्यांनाच समजत नव्हतं.

केविन सर्वात पुढे चालत होता. बरेच वेळा वाट चुकल्यामुळे त्यांना परत परत पायवाटेला लागण्यासाठी मागे यावं लागत होतं. जंगलात कसले कसले प्राणी असतात याची अगदी चांगलीच कल्पना असल्यामुळे, अंधारात हात किंवा पाय पुढे टाकताना प्रत्येक वेळी केविन श्वास रोखून धरत होता.

केविनच्या मागे ते सगळेजण सापासारखी एक रांग करून चालत होते. पुढे दिसत नसलेल्या माणसाच्या आकृतीला प्रत्येकानं घट्ट पकडून ठेवलं होतं. जॅकनं वातावरणातला ताण सैल करण्याचा थोडा प्रयत्न केला होता, पण काही वेळानं त्याचाही उत्साह संपला. तेव्हापासून आजूबाजूचे घाबरवून सोडणारे आवाज ऐकत ते गुपचुप चालत राहिले. जंगलामध्ये रात्री हिंडणाऱ्या प्राण्यांचं ओरडणं, अधूनमधून ठोकल्या जाणाऱ्या आरोळ्या, निशाचर पक्ष्यांचे आवाज आणि मधूनच येणारा एखाद्या किंकाळीचा आवाज त्यांना ऐकू येत होता.

शेवटी जेव्हा आता बॅटरीचा वापर करायला हरकत नाही असं त्यांना वाटलं, तेव्हा ते थोडे भराभर पुढे जाऊ लागले. मात्र आता त्यांना आजूबाजूचं साप, किडे असं प्राणी-विश्व दिसू लागलं आणि ते पाहून त्यांच्या अंगावर काटाच उभा राहिला. बॅटरी लावण्याआधी नकळत आपण त्यांच्यामधूनच चालत होतो, हे त्यांच्या लक्षात आलं.

लागो हिप्पोभोवतालच्या दलदलीच्या मैदानात पोचेपर्यंत पूर्व दिशेचं क्षितिज उजळायला लागलं होतं. जंगलातला अंधार संपून उजेडात आल्यामुळे आता संकटं संपली असं त्या सर्वांना वाटत होतं; पण त्यांची ती समजूत काही तितकीशी बरोबर नव्हती. सगळे हिप्पोपोटॅमस आता पाण्याबाहेर येऊन तिथे चरत होते. पहाटेच्या त्या अर्धवट प्रकाशात ते प्राणी फारच प्रचंड दिसत होते.

"त्यांच्याकडे पाहून वाटत नसलं तरी हे प्राणी फार धोकादायक असतात." केविन म्हणाला, "तुम्हाला कल्पनाही करता येणार नाही, एवढी माणसं त्यांनी मारलेली आहेत."

त्या हिप्पोज्ना टाळण्यासाठी ते लांबून लांबून चालत पुढे गेले. पण ज्या झुडपांच्या मागे ती बोट लपवलेली आहे असं त्यांना वाटत होतं, त्यांच्याजवळ जाताना त्यांना दोन विशेष मोठ्या हिप्पोंच्या जवळून जावं लागलं. ते प्राणी त्यांच्याकडे झोपाळू नजरेनं पाहत आहेत असं त्यांना वाटलं. पण अचानक कसलीही

सूचना न देता ते एकदम हल्ला करायला आल्यासारखे धावायला लागले.

त्यांचं नशीब चांगलं होतं, म्हणूनच ते त्यांच्याकडे न येता सरळ तळ्याकडे गेले. ते धावत असताना त्यांच्या पायाखाली दगडगोटे चिरडल्याचा आणि त्यांच्या ओरडण्याचा जोरदार आवाज येत होता. कित्येक टन वजन असलेले ते प्रचंड प्राणी पाण्याकडे जाण्यासाठी म्हणून झुडपांतून धावत जाताना तिथे एक नवी पायवाट तयार झाल्यासारखं वाटत होतं. एक क्षणभर सर्वांना आपली हृदयं बंद पडल्यासारखं वाटलं.

पुढे वाटचाल सुरू करण्यापूर्वी थोडा वेळ तरी थांबावं, अशी गरज सर्वांनाच वाटत होती. आकाश आता हळूहळू उजळायला लागलं होतं. त्यामुळे आपल्याजवळ वाया घालवायला बिलकुल वेळ नाहीये, हे त्या सगळ्यांनाच चांगलं ठाऊक होतं. ते छोटंसं अंतर तोडायला देखील त्यांना वाटलं होतं, त्यापेक्षा बराच अधिक वेळ लागला.

"आपली बोट अजून इथेच आहे, बरं का. देवाचे याबद्दल आभारच मानायला हवेत." समोरची झुडपं बाजूला करून पाहिल्यावर केविनला ती छोटी बोट दिसली. त्यांची अन्नपदार्थांची, स्टायरोफोमची पेटीही तिथे अगदी सुरक्षित राहिली होती.

पण बोटीपर्यंत पोचल्यावर एक नवीनच अडचण त्यांच्यासमोर उभी राहिली. त्या बोटीची क्षमता सात लोकांना वाहून नेण्याची मुळीच नव्हती आणि ते धोकादायकही होतं, हे त्यांच्या लगेचच लक्षात आलं. थोड्याशा चर्चेनंतर असं ठरलं, की केविननं त्या चार बायकांना घेऊन प्रथम जायचं आणि जॅक आणि वॉरननं त्याच्या परत येण्याची वाट बघत तिथेच झुडपांमध्ये थांबायचं.

तिथे थांबणं हे त्यांना शिक्षेसारखं वाटत होतं. आकाश अधिकाधिक उजळत चाललं होतं आणि त्यामुळे ते शिपाई तिथे येण्याची भीती तर वाढली होतीच, पण मोठा स्वयंचलित पडाव आपल्या जागेवर आहे की नाही, ही काळजीही त्यांना सतावत होती. जॅक आणि वॉरन काहीसे खिन्न होऊन एकमेकांच्या चेहऱ्यांकडे आणि आपापल्या घड्याळांकडे पाहत होते. त्यातच वेगवेगळ्या जातीच्या किड्यांचे थवेच्या थवे त्यांच्यावर चालून येत होते. या सगळ्या गोष्टींवर कडी म्हणजे ते अतिशय थकलेले होते.

मोठ्या बोटीकडे गेलेल्या त्या सगळ्यांचं काहीतरी वेडंवाकडं झालं की काय, असा विचार त्यांच्या मनात यायला आणि झुडपांच्या टोकाला केविन दिसायला एकच गाठ पडली. तो त्यांना वाळवंटातील एखाद्या मृगजळासारखा वाटला. शांतपणे वल्हवत तो त्यांच्याजवळ आला.

घाईघाईनं वॉरन आणि जॅक त्या छोट्या बोटीत चढले.

"स्वयंचलित बोट व्यवस्थित आहे?" उत्सुकतेनं जॅकनं विचारलं.

''निदान ती आपल्या जागेवर तरी आहे.'' केविन म्हणाला, ''आत्ता मी इंजिन सुरू करायचा प्रयत्न केला नाही.''

झुडपांमधून त्यांनी ती छोटी बोट तशीच मागे घेतली आणि ते रिओ डिव्हिजोकडे निघाले. दुर्दैवानं तिथे इतक्या मगरी आणि हिप्पो होते, की एरवीपेक्षा दुप्पट अंतर त्यांना आत्ता तोडावं लागलं.

कडेनं संपूर्ण जंगल असलेल्या नदीच्या झाडाझुडपांनी झाकून टाकलेल्या मुखात शिरण्यापूर्वी, दूर अंतरावर मैदानात शिरत असलेले शिपाई त्यांच्या नजरेला पडले.

''त्यांनी आपल्याला बघितलं असं तुला वाटलं?'' जॅकनं सुकाणूजवळच्या आपल्या जागेवरून विचारलं.

''ते कळायला काही मार्ग नाहीये.'' केविन म्हणाला.

''आपण इथून अगदी थोडक्यात बचावून चाललोय.'' जॅक म्हणाला.

जॅक आणि वॉरनला मागे थांबून वाट पाहणं जेवढं कठीण गेलं होतं, तेवढंच बोटीत बसलेल्या मुलींनाही त्यांची वाट बघणं कठीण गेलं. ती छोटी बोट मोठ्या बोटीच्या शेजारी येऊन उभी राहिल्यावर त्या सर्वांच्याच डोळ्यात सुटकेचे आनंदाश्रू उभे राहिले.

त्यांची पुढची काळजी बोटीच्या मोटरबद्दलची होती. जॅकला किशोरवयात असताना असल्या यंत्रांचा अनुभव होता. त्यामुळे त्यानं त्या मोटरची जबाबदारी स्वत:वर घेतली. तो ते तपासून पाहत होता, तोपर्यंत इतरांनी बोट झुडपांमधून वल्हवत मोकळ्या पाण्यात आणली.

जॅकनं गॅसला पंप केला आणि परमेश्वराचं नाव घेऊन मोटरची दोरी ओढली.

इंजिनाची थोडी फडफड झाली आणि ते सुरू झालं. सकाळच्या त्या शांत वेळी त्याचा आवाज खूपच मोठा वाटत होता. जॅकनं लॉरीकडे बघितलं. ती हसली आणि तिनं त्याला अंगठा वर करून जिंकल्याची खूण केली.

आता जॅकनं मोटर गिअरमध्ये टाकली आणि थ्रॉटल पूर्ण उघडला. बोटीचं तोंड दक्षिणेला वळवत तो सरळ गॅबनकडे जायला लागला.

दूरच्या क्षितिजावर त्यांना गॅबनचा हिरवागार किनारा दिसत होता.

□□

अखेर ...

मार्च १८, १९९७
दुपारी ३ वाजून ४५ मिनिटे
न्यूयॉर्क

केनेडी विमानतळावरील आंतराष्ट्रीय आगमन कक्षाच्या इमारतीतील कस्टम विभागातून आत शिरताना लू सोल्डॅनोनं आपला पोलिस बॅज फडकवला आणि मनगटावरील घड्याळाकडे नजर टाकली. शहरातल्या मध्यभागात असलेल्या बोगद्यांतून येताना त्याला अपेक्षेपेक्षा अधिक वाहतूक लागली होती. त्यामुळे आपल्या जगप्रवासी मित्रांचं स्वागत करायला यायला आपल्याला उशीर तर झाला नाही ना, अशी त्याला काळजी वाटत होती.

एका रिसेप्शन काऊंटरवर जाऊन त्यानं एअर-फ्रान्सचं विमान कुठे येणार आहे ते विचारलं.

"अगदी पार त्या तिकडच्या टोकाला जावं लागेल." काऊंटरवरच्या माणसानं हातानं खूण करत त्याला दिशा दाखवली.

आज नशीब जोरावर दिसतंय, मनातल्या मनात विचार करत लूनं हळूहळू धावायला सुरुवात केली. थोडं अंतर गेल्यावर त्याला जरा दमल्यासारखं वाटलं आणि तो थोडा हळू चालायला लागला आणि दहा लाखाव्या वेळेला त्यानं सिगारेट सोडण्याची शपथ घेतली.

जवळ आल्यावर त्याला मॉनिटरवरची 'एअर-फ्रान्स'अशी मोठी अक्षरं स्पष्ट दिसली. तिथे पुष्कळ लोक गर्दी करून उभे होते.

आपल्या मित्रांना भेटायला त्याला एक वळसा घालून यावं लागलं. त्यांची त्याच्याकडे पाठ होती. तरीही केसांवरून त्याला लॉरी बरोबर ओळखता आली.

इतर उतारूंना बाजूला ढकलत तो गर्दीतून पुढे घुसला आणि त्यानं लॉरीचा दंड दाबला. तिनं थोड्याशा रागानंच मागे वळून बघितलं. पण लूला पाहिल्यावर तिनं त्याला एवढी घट्ट मिठी मारली, की लूचा चेहरा लाल झाला.

''हं.. ठीक आहे, ठीक आहे.'' लू कसाबसा म्हणाला आणि हसला.

लॉरीनं त्याला सोडल्यावर त्यानं जॅक आणि वॉरनशी हस्तांदोलन केलं. नटालीच्या गालाचा त्यानं हलकाच मुका घेतला.

''मग काय? तुमची ट्रिप कशी काय झाली?'' लूनं विचारलं. तो सगळं ऐकायला साहजिकच अतिशय उत्सुक होता.

जॅकनं खांदे उडवले आणि लॉरीकडे पाहिलं. ''ठीक झाली.'' तो थोड्याशा थंडपणानंच म्हणाला.

''हो. बरोबर आहे तो म्हणतोय ते.'' लॉरीनं जॅकशी सहमती दर्शवली. ''काही विशेष असं घडलंच नाही.''

''खरंच?'' लू म्हणाला, ''हे एक आश्चर्यच आहे म्हणायचं. आफ्रिकेविषयी आपण काय काय गोष्टी ऐकलेल्या असतात. मी स्वत: अजून तिथे गेलो नाहीये, पण मी त्याविषयी ऐकलंय मात्र भरपूर.''

''काय काय ऐकलंयस तू, दोस्ता?'' वॉरननं त्याला विचारलं.

''असंच की, तिकडे बरेच प्राणी वगैरे असतात...'' लू म्हणाला.

''एवढंच?'' नटालीनं विचारलं.

गोंधळून लूनं खांदे उडवले. ''हो. प्राणी आणि एबोला व्हायरस. पण मी आधीच सांगितल्याप्रमाणे मी तिथे कधी गेलेलो नाही.''

आता जॅक जोरात हसला. त्याबरोबर इतर सगळेजणही हसायला लागले.

''काय, चाललंय काय?'' लू म्हणाला, ''माझी थट्टा करता काय?''

''हो, मग काय तर !'' लॉरी म्हणाली, ''आमची ट्रिप अगदी मस्त झाली. सुरुवातीला आम्हाला काही भयानक अनुभव आले, पण त्या सर्वांतून आम्ही वाचलो. गॅबनला आल्यावर तर आमची मजाच होती.''

''तुम्हाला काही प्राणी दिसले?'' लूनं विचारलं.

''तुला कल्पनाही करता येणार नाही एवढे दिसले.'' लॉरी म्हणाली.

''बघ, मी म्हटलं नव्हतं? सगळेजण असंच म्हणतात. कधीतरी माझाही तिकडे जायचा विचार आहे.''

सामान आल्यावर त्यांनी ते आपापल्या खांद्यावर लटकवलं. कस्टम्समधून बाहेर पडून ते विमानतळाच्या इमारतीच्या बाहेर आले. लूची साधी, 'पोलिस' अशी

अक्षरं नसलेली गाडी रस्त्यावर उभी होती.

"मला मिळणाऱ्या सवलतींपैकी ही एक आहे." लूनं स्पष्टीकरण दिलं.

त्यांनी आपलं सामान गाडीच्या डिकीत टाकलं आणि ते सर्वजण आत बसले. लॉरी लूच्या जवळ बसली. विमानतळावरून बाहेर पडल्यावर ते वाहतुकीच्या गर्दीत हरवून गेले.

"तुझी काय खबरबात?" लॉरीनं लूला विचारलं, "तू इकडे काही प्रगती केलीस की नाही?"

"तू विचारशील अशी भीती मला वाटतच होती." लू म्हणाला, "तुमचा विश्वासही बसणार नाही एवढ्या भराभर इकडे घटना घडत होत्या. स्पॉलेटो फ्यूनरल होम ही आपल्या दृष्टीनं सोन्याची खाणच ठरली. आत्ता या क्षणी सगळेजण माफीचे साक्षीदार होण्याची तयारी करतायत. विनी डॉमिनिकवर तर मी आरोपपत्रही दाखल केलंय."

"हे फारच मस्त झालं." लॉरी म्हणाली, "त्या कुरूप डुकराचं, अँजेलो फॅशिओलेचं काय केलंस?"

"त्यालाही आम्ही गजाआड केलाच आहे." लू म्हणाला, "त्याच्यावर आम्ही फ्रँकोनीचा मृतदेह चोरल्याचा आरोप ठेवलाय. हा आरोप तसा काही फारसा गंभीर नाही. पण अल् कॅपोनला तर फक्त कर चुकवल्यामुळे शिक्षा झाली होती. आठवतंय?"

"सरकारी डॉक्टरांच्या ऑफिसातल्या त्या फितुराचं काय झालं?" लॉरीनं विचारलं.

"तीही समस्या सुटली." लू म्हणाला, "उलट त्यामुळेच तर आम्हाला अँजेलोवर आरोप ठेवता आले. व्हिनी अमेंडोलानं साक्ष देण्याचं कबूल केलंय."

"म्हणजे तो व्हिनीच होता तर...!" विजय आणि खेद अशा संमिश्र भावनेनं लॉरी म्हणाली.

"म्हणूनच हल्ली तो असा विचित्र वागत होता." मागच्या सीटवर बसलेला जॅक म्हणाला.

"या सगळ्या केसला एक अनपेक्षित वळण मिळालं." लू म्हणाला, "या सगळ्या प्रकरणात आणखी एक अशी व्यक्ती गुंतलेली होती, की जिच्यामुळे आम्हाला आश्चर्याचा धक्काच बसला. आत्ता तो माणूस परदेशी गेलेला आहे. पण देशात पाऊल टाकल्याबरोबर त्याला अटक करण्यात येईल. जर्सीमधल्या सिन्डी कार्लसन नावाच्या एका अल्पवयीन मुलीचा खून केल्याचा आरोप त्याच्यावर आहे. फ्रँको पाँटी आणि अँजेलो फॅशिओलोनं त्या मुलीला प्रत्यक्ष मारलं. पण ते काम या माणसाच्या सांगण्यावरून त्यांनी केलं, असं आम्हाला समजलंय. त्याचं नाव आहे डॉ. रेमंड लीयॉन्स. तुमच्यापैकी कोणी हे नाव कधी ऐकलंय?"

"मी तर कधीच नाही ऐकलं." जॅक म्हणाला.

''मीदेखील नाही.'' लॉरी म्हणाली.

''तुम्ही जी गोष्ट खणून काढण्याच्या मागे होता, त्या अवयवारोपणाच्या कामात तो गुंतलेला होता असं आम्हाला समजलंय.'' लू म्हणाला, ''पण हे सगळं आपण नंतर बोलू. आत्ता मला तुमच्या ट्रिपच्या पहिल्या भागाविषयी सांगा बरं. काय एवढे भयानक अनुभव तुम्हाला आले, ते तरी ऐकू दे.''

''त्यासाठी तुला आम्हाला एक डिनर पार्टी द्यावी लागेल.'' लॉरी म्हणाली, ''ती गोष्ट फारच लांबलचक आहे...''

□□

शब्द-सूची

बोनोबो : १९३३ मध्ये शोधली गेलेली, माणसासारख्या दिसणाऱ्या (Anthropoid) एप् माकडांची एक जात. अनुवंशशास्त्राच्या दृष्टीनं ही माकडं चिम्पान्झींच्या बरीच जवळची असतात. ती ताठ उभी राहून चालतात आणि झायरेमधल्या काही ठराविक भागातच सापडतात. जगातील त्यांची अंदाजे संख्या वीस हजाराच्या आसपास आहे.

सेन्ट्रोमीअर (Centromere) : पेशी-विभाजनाच्या वेळी क्रोमोझोम्च्या पुनरुत्पत्तीमध्ये महत्त्वाची भूमिका बजावणारा क्रोमोझोम्मधील एक खास भाग.

किमेरा (Chimera) : ग्रीक पुराणातील सिंह, बकरा आणि सापाच्या शरीराचे भाग असलेला प्राणी. साहित्यामध्ये किमेरा ही एक काल्पनिक गोष्ट आहे; अशक्य मिश्रण. जीवशास्त्राच्या दृष्टीनं किमेरा म्हणजे आनुवंशिकदृष्ट्या वेगवेगळ्या पेशी ज्याच्या शरीरात आहेत असा प्राणी. अनुवंशशास्त्राच्या दृष्टीनं किमेरा म्हणजे वेगवेगळ्या प्राण्यांमधील डीएनए एकत्र केल्यामुळे निर्माण झालेला प्राणी.

क्रोमोझोम् (Chromosome) : पेशीच्या केंद्रकांतील, ज्यामध्ये डीएनए असतं ती लांबट आकाराची रचना. माणसामध्ये आणि माणसारख्या असणाऱ्या एप्समध्ये तेवीस जोड्यांमध्ये असलेले एकूण सेहेचाळीस क्रोमोझोम्स असतात.

सिकाट्रिक्स (Cicatrix) : व्रण.

क्रॉसिंग ओव्हर (Crossing over) : मीईऑसिस (Meiosis) या प्रक्रियेत क्रोमोझोमच्या जोड्यांमध्ये होणारी काही भागांची अदलाबदल.

डीएनए (DNA) : डीऑक्सिरायबोन्युक्लिक ॲसिडचं लघुरूप. डीएनएमध्ये सगळी आनुवंशिक माहिती सांकेतिक भाषेत साठवलेली असते.

एन्डोथीलिअलायझेशन (Endothelialization) : रक्तवाहिन्यांच्या आतल्या पृष्ठभागाची जखम भरून येण्याची प्रक्रिया. अशा पृष्ठभागावर असलेल्या पेशींकडूनच

हे कार्य होत असतं.

एक्सडस् (Exodus) : मोठ्या संख्येनं लोकांनी केलेलं स्थलांतर. मोझेसच्या नेतृत्वाखाली इस्त्रायली लोकांनी ईजिप्तमधून केलेलं पलायन. ओल्ड टेस्टामेंटच्या दुसऱ्या पुस्तकात याचं वर्णन दिलेलं आहे.

जीन (Gene) : आनुवंशिक गुणधर्म पुढच्या पिढीला देण्याचं कार्य करणारा पेशीमधला एक पदार्थ. माणसाच्या जीनोम्‌मध्ये अंदाजे एक लाख जीन्स, म्हणजे जनुकं असतात.

ग्रॅन्युलोमा (Granuloma) : बरेच दिवस राहिलेल्या सुजेमुळे झालेली काही खास पेशींच्या मिश्रणाची असाधारण वाढ.

हिस्टोकॉंपॅटिबिलिटी (Histocompatibility) : ज्या स्थितीमध्ये दोन किंवा अधिक प्राण्यांच्या अवयवांची किंवा पेशीसमुहांची (Tissue) अदलाबदल करता येते अशी स्थिती. (उदा. सारखी जुळी भावंडं.)

होमोलॉगस् क्रोमोझोम् (Homologous Chromosome) : दिसायला सारखे असणारे आणि ज्यांच्यातले जीन्सही सारखे असतात असे क्रोमोझोम्स. उदा. क्रोमोझोमच्या जोडीतला प्रत्येक क्रोमोझोम्.

होमोलॉगस् ट्रान्सपोझिशन (Homologous Transposition) : होमोलॉगस् क्रोमोझोम्समधील डीएन्‌एच्या सारख्या भागांची अदलाबदल.

लीम्फोकाईन (Lymphokine) : लीम्फोसाईट्स नावाच्या रोगप्रतिकारक पेशींकडून निर्माण केला जाणारा, रोगप्रतिकाराचं कार्य करणारा एक अंतस्त्राव (Hormone).

मीइऑसिस (Meiosis) : बीजांड आणि शुक्रजंतू या लिंगपेशींच्या निर्मितीमध्ये होणारं खास पद्धतीचं पेशीविभाजन. यामुळे प्रत्येक लिंगपेशीमधील क्रोमोझोम्सची संख्या निम्मी होते. माणसामध्ये प्रत्येक लिंगपेशीमध्ये तेवीस क्रोमोझोम्स असतात.

मायटोकॉंड्रिया (Mitochondria) : स्वतःचे पुनरुत्पादन स्वतःच करणारे आणि ऊर्जा निर्माण करणारे पेशीतील पदार्थ.

मायटोकॉंड्रियल डीएन्‌ए (Mitochondrial DNA) : मायटोकॉंड्रियांच्या पुनरुत्पादनासाठी आवश्यक असलेले डीएन्‌ए. ते फक्त आईकडूनच पुढच्या पिढीला दिलं जातं.

मेरोझोईट् (Merozoite) : परोपजीवी जिवाणूंच्या जीवनातील एक अवस्था. या अवस्थेत ते यजमानाच्या शरीरातील आणखी पेशींना संसर्गित करू शकतात आणि पसरवू शकतात.

परोपजीवी जीवाणू : यजमानाच्या शरीरावर किंवा शरीराच्या आत जगणारा सजीव. हे सजीव यजमानाला मदत करण्याऐवजी बहुतेकवेळा त्याला इजा करतात.

रिकाँबिनंट डीएन्ए (Recombinant DNA) : वेगवेगळ्या प्राण्यांमधील डीएन्ए घेऊन प्रयोगशाळेमध्ये तयार करण्यात आलेला डीएन्एचा रेणू.

रिकाँबिनंट डीएन्ए टेक्नॉलॉजी : डीएनएचे किंवा जीन्सचे भाग वेगवेगळे करण्याचे, निर्माण करण्याचे आणि ते परत जुळवण्याचे तंत्र.

रायबोझोमल प्रथिने (Ribosomal protein) : रायबोझोम्स ज्यांच्यापासून बनलेले असतात ती प्रथिनं. या प्रथिनांचे संकेत ज्या डीएन्एमध्ये असतात, ती प्रत्येक प्राण्याच्या जातीसाठी वेगवेगळी असतात. त्यामुळे एखाद्या टिश्यूवरून ती कुठल्या प्राण्याची आहेत हे ओळखायचं असेल तर याचा वापर करता येतो. (उदा. एखादा रक्ताचा नमुना माणसाचा आहे की एखाद्या विशिष्ट प्राण्याचा आहे ते ओळखण्यासाठी).

रायबोझोम् (Ribosome) : पेशीतील प्रथिनांची निर्मिती करणारा पेशीतील पदार्थ.

ट्रान्सजेनिक (Transgenic) : ज्या प्राण्याच्या जीनोम्मध्ये दुसऱ्या प्राण्याच्या जीन्सचे मिश्रण केलेले आहे असा प्राणी. (उदा. मानवी जीन्स ज्याच्या शरीरात घालण्यात आली आहेत अशी डुकरं. अशा डुकरांच्या हृदयाच्या झडपा माणसांच्या हृदयांमध्ये बसवण्यात येतात.)

झीनोग्राफ्ट (Xenograft) : एखादा अवयव किंवा पेशीसमूह एका प्राण्याच्या शरीरातून काढून दुसऱ्या प्राण्याच्या शरीरात बसवणे. साधारणपणे हा शब्द प्राण्याच्या शरीरातून काढून माणसाच्या शरीरात बसवलेल्या अवयवाला उद्देशून वापरला जातो. (उदा. डुकराच्या हृदयांतील झडपा.)

□□